मध्यप्रदेश साहित्य परिषद

कृति पुरस्कार

सौ. विजया जहागीरदार को
उनकी कृति
कर्मयोगिनी के लिए
वर्ष १९९२ के
प्रादेशिक ताम्बे पुरस्कार से
अलंकृत करते हुए
हार्दिक मंगल कामनाओ के साथ
सात हजार रुपये
सादर भेट किए जाते हैं ।

डॉ. प्रभाकर श्रोत्रिय
सचिव

डॉ. विजय लक्ष्मी साधौ
अध्यक्ष
एवं
संस्कृति मंत्री, मध्यप्रदेश

भोपाल १५ अप्रैल १९९४

अभिप्राय

प्रतिकूल नियतीशी झगडणारी तेजस्विनी – अहिल्याबाई

इतिहासातील एका प्रत्यक्षात, पित्यासमान सासऱ्यांच्या विनवणीमुळे दौलतीसाठी 'सती' न गेलेल्या पण जन्मभर जिवंत सतीचे कठोर व्रताचरण करणाऱ्या असामान्य देवी अहिल्याबाईंना लेखिकेने यथोचित न्याय दिलेला आहे.

विवेक, ११ जुलै १९९३

एका योगिनीची प्रवास

अहिल्याबाईंनी केवळ दानधर्म केला. ठिकठिकाणी घाट, देवळे, त्यांचा जीर्णोद्धारच केला असा आक्षेप त्यांच्यावर अनेक टीकाकारांनी घेतला आहे. लेखिकेने सदर पुस्तकाच्या माध्यमातून अहिल्याबाईंवर घेण्यात आलेल्या आक्षेपांना चोख उत्तर दिले आहे. या पुस्तकातून त्यांनी अहिल्याबाईंची कधीही प्रकाशात न आलेली, कुणालाही फारशी ज्ञात नसलेली कर्तृत्वे अगदी समर्थपणे मांडली आहेत.

दैनिक तरुण भारत, मुंबई, ३०-१-२००५

संदर्भमूल्य असणारी कादंबरी

ही कादंबरी ऐतिहासिक आहेच. परंतु संदर्भग्रंथ म्हणूनही उपयुक्त दस्तऐवज ठरेल. लेखिकेने भावुक व भाविक होऊन आपल्यासमोर हा शब्दपट साक्षात चित्रपटरूपाने मांडला आहे.

दैनिक लोकसत्ता, २७-११-२००५

अहिल्याबाई या तेजोमय स्त्रीचं दर्शन या कादंबरीत समग्रपणे होतं. तत्कालीन बोलीभाषा वापरण्याचा चांगला प्रयत्न आहे. राजनीतीकुशल अहिल्याबाईंच्या प्रतिमेपेक्षा कौटुंबिक अहिल्याबाईंची प्रतिमा यात अधिक ठसठशीतपणे उभी राहते. दोन्हींचा तोल सांभाळला जाता तर अधिक सशक्तपणा आला असता.

दैनिक सकाळ, पुणे, २९-१०-२००६

आपल्या स्नेहीजनांना पुस्तके भेट द्या

कर्मयोगिनी

पुण्यश्लोक देवी श्री अहिल्याबाई होळकर
यांच्या जीवनावरील कादंबरी

विजया जहागीरदार

मेहता पब्लिशिंग हाऊस

Please contact us at **Mehta Publishing House,** Pune 411030.
✆ +91 020-24476924 / 24460313
Email : production@mehtapublishinghouse.com
Website : www.mehtapublishinghouse.com

◆ *या पुस्तकातील लेखकाची मते, घटना, वर्णने ही त्या लेखकाची असून त्याच्याशी प्रकाशक सहमत असतीलच असे नाही.*

KARMAYOGINI by VIJAYA JAHAGIRDAR
कर्मयोगिनी : विजया जहागीरदार / चरित्र कादंबरी

Email : author@mehtapublishinghouse.com
प्रकाशक : सुनील अनिल मेहता, मेहता पब्लिशिंग हाऊस,
१९४१ सदाशिव पेठ, माडीवाले कॉलनी, पुणे – ४११०३०.

प्रकाशनकाल : जानेवारी, १९९१ / मे, १९९७ / डिसेंबर, २००४ / फेब्रुवारी, २००७ / सप्टेंबर, २०१० / फेब्रुवारी, २०१४ /
पुनर्मुद्रण : जून, २०१८

मुखपृष्ठ : चंद्रमोहन कुलकर्णी

P Book ISBN 9788177664553
E Book ISBN 9789387319004
E Books available on : play.google.com/store/books
www.amazon.in

साहित्यगाथेतील तेजस्वी पर्वे
आदरणीय **कुसुमाग्रज**
आणि
आदरणीय **पु. ल. देशपांडे**
यांना
श्रद्धापूर्वक अर्पण

अथ श्री देवी अहिल्या...

अहिल्यादेवी माझ्या मनात कधी शिरल्या बरं? झाली असतील सहा वर्षे. गेली सहा वर्षे माझं मन या देवीने व्यापिले होते. त्या पुण्यशील... धार्मिक म्हणून तर अवघ्या जगास माहीत! ठिकठिकाणचे घाट, देवळे, जीर्णोद्धार, धर्मशाळा, विहिरी, तळी, रस्ते यासारखे त्यांचे प्रचंड कार्य आसेतुहिमाचल पसरलेले... ते कार्य हजारो मुखांनी त्यांची धर्मपरायणता, औदार्य आजही गर्जून सांगत आहे. अन्नछत्रे आज दोनशे वर्षे चालू आहेत... पाणपोया, सदावर्ते सुरू आहेत... अनेक जण क्षुधातृषा शांत करीत आहेत. परंतु माझ्या मनाला भावलं ते त्यांचं अपार शहाणपण! मुत्सद्दीपण... दूरदृष्टी, ज्ञानलालसा, हिशोबातली समूळ पारंगतता... त्यांची असामान्य तडफ... तेज... खंबीरता! प्रजावत्सलता... न्यायदान... आत्मविश्वास... पुरुषार्थ... रणकौशल्य... संरक्षणव्यवस्था... रणनीतीनिपुणता... राज्यकारभाराचं कौशल्य... स्वाभिमान... परदुःखकातर असणारं त्यांचं हळवं मन... श्रीमंताच्या गादीशी असणारी अपार निष्ठा... जिद्द... कर्तव्यकठोरता... बाणेदार वृत्ती, उच्च चारित्र्य, साधी राहाणी, कल्याणकारी वृत्ती... किती किती म्हणून सांगावं? या अनेक सदगुणांचे त्यांच्या वागण्यातले अनेक पुरावे मला इतिहासाच्या पानोपानी दिसले. माता, सती, देवी या तिन्ही रूपांनी वंदनीय झालेल्या या अहिल्याबाईंमध्ये जणू हे सर्व गुणसंचय बहरास आले... मी अहिल्याबाईंमध्ये गुंतत गेले. केवळ 'पुण्यश्लोक अहिल्या' इतकेच वर्णन किंवा त्यांच्या धार्मिक कृत्यांची जाणीव असणे इतकेच अहिल्याबाईंचे चरित्र नव्हे... अहिल्याबाई म्हणजे मुत्सद्दी राजकारणी होत्या. अनेक सद्‌गुणांनी परिपूर्ण अशा होत्या... त्यांची ही तेजस्वी, बाणेदार, स्वाभिमानी बाजू वाचकांना कळावी असा ध्यास लागला. अहिल्याबाईनी दानधर्मात खर्च केला असा आरोप टीकाकार करतात तेव्हा माझं मन उद्विग्न होतं. त्यांनी छावणीचे दिवसात पैसा कधी कमी पडू दिला नाही! हे खरे सत्य! त्यांच्यावरील आरोपामुळेच मी अस्वस्थ झाले. असेही म्हटले गेले की, 'राष्ट्रीय भावनेच्या कर्तबगार माणसात अहिल्याबाईंची गणना करता येत नाही. दुय्यम प्रतीची कर्तबगारी सुद्धा त्यांच्यात नव्हती. तटलेल्या

राष्ट्रकाजास उघड उघड उपाशी मारून, कोट्यवधी पैसा केवळ स्वत:च्या लहरीखातर ब्राह्मणभोजनासारख्या लौकिक कृत्यात तीस वर्षेपर्यंत उडवण्याचा त्यांना काय हक्क पोहोचत होता?' ... अरे अरे ... हे वाचून माझं मन अस्वस्थ झालं. त्यांचे कर्तृत्व कादंबरीतून उतरवण्याचा मी निश्चय केला... अहिल्याबाईंवर कोसळलेले कौटुंबिक आघात पाहिले, तर त्यांच्या धार्मिक वृत्तीस कुणीही दोष देणार नाही. पती खंडेराव यांचा अकाली मृत्यू, त्यांच्याबरोबर सती गेलेल्या नऊ सवती, गौतमाबाई व मल्हारराव यांचे मृत्यू जरी वयोमानाप्रमाणे झाले तरी अहिल्याबाईंचा कौटुंबिक आधारच गेला. मल्हाररावांच्या दोन बायका सती गेल्या. पुत्र मालेराव अवघ्या बाविसाव्या वर्षी मृत्यू पावला. त्यांच्या दोन बायकांना सती जाताना अहिल्याबाईंनी पाहिलं. नातू नथोबा फक्त बावीस वर्षांच्या तरूण वयात वारला... त्याच्या दोन चिमण्या बायका सती गेल्या. अखेर राहिली मुलगी मुक्ता... पण जावई कॉलऱ्यासारख्या रोगास बळी पडला... मुक्ता तिच्या दोन सवतींसह सती गेली. एकूण पाच जिवलगांचे मृत्यू आणि अठरा स्त्रियांना सती जाताना ज्यांनी पाहिलं त्यांना या क्षणभंगूर जीवनाचं दर्शनच घडलं... अठरा सतींच्या किंकाळ्या त्यांनी ऐकल्या. संसाराचा हा उन्हाळा सोसून मरेपर्यंत ही बाणेदार स्त्री कुणासही शरण न जाता कर्तव्यकठोर कर्मयोग आचरीत राहिली. अब्रूच्या रक्षणासाठी तुकोजीची कर्जे निवारत राहिली. पैसा पुरवित राहिली. याचे कित्येक पुरावे आहेत. धर्मशाळा, विहिरी बांधण्यामागील तिचा सामाजिक दृष्टिकोन बघून मी थक्क झाले. मंदिरे, दर्गे याठिकाणी पूजेसाठी व व्यवस्थेसाठी सालिना उत्पन्न करून ठेवण्यामागची त्यांची दूरदृष्टी बघून कुणीही चकित व्हावे. महादजी आणि राघोबाला त्यांनी जी बाणेदार उत्तरे दिली त्यांचं कौतुक माझ्या मनात फुलून आलं. तुकोजीला ज्या पद्धतीने त्यांनी वठणीवर आणलं, ठणकावलं ते सामर्थ्य त्यांच्या अध्यायाच्या पानोपानी मला प्रत्ययास आलं. ब्रह्मपुरीची स्थापना, वस्त्रोद्योग, ग्रामपंचायती यांच्या योजनेचं कार्य आजही अजोड ठरावं असंच! अहिल्याबाई धार्मिक होत्या, पण धर्मांध नव्हत्या. अशा या दिव्य स्त्रीच्या अंतर्मनाचा वेध घेणं सोपं नव्हतं. त्यांच्या अंतर्मनाचा वेध घेणारी ही चारशे पानांची कादंबरी! त्यांच्या कर्तव्यकर्माचा पटच मोठा! बुद्धीचा आवाका प्रचंड... सामर्थ्य दांडगे! आयुष्यात पुढे ठाकलेली संकटे व पचवलेली दु:खे अगणित... असंख्य! अहिल्यादेवींच्या आयुष्याशी जेवढ्या युद्धांचा संबंध आला, तेवढ्याच युद्धाच्या हकिगती पत्रद्वारे वा गुप्तहेरांकडून या कादंबरीत आल्या आहेत. त्यामुळे युद्धवर्णनातही जास्त पाने न घालवता जास्तीत जास्त पाने त्यांच्या अफाट आणि प्रचंड कर्तबगारीसाठी मला मिळाली. इतिहासाशी पक्के इमान राखून, कालानुक्रमाने मी हे लिहीत गेले. काही ऐतिहासिक पत्रातील मसुद्यांचा मी संवादात उपयोग करून घेतला. काही प्रसंगांची निर्मिती करावी लागली. ललित कादंबरीसाठी

ते आवश्यक असते. परंतु अशाही ठिकाणी इतिहासाच्या मूळ गाभ्याला कुठेही धक्का लावलेला नाही. काही प्रसंग दंतकथेवर आधारित आहेत. पण तरीही या दंतकथा त्या व्यक्तीच्या कर्तृत्वावर आधारित असतात. ही कादंबरी सिद्ध करताना बखरीमधील त्या काळाची भाषा मी संवादात वापरली. 'मुस्तकीम,असकत, पौश्य, सडा जरारा' वगैरे कठीण शब्दांचे अर्थही दिलेले आहेत. बखरीतील ऐतिहासिक भाषेत फारसी, संस्कृत, मराठी यांचे दिलखेचक मिश्रण आहे. वाक्प्रचार 'डेऱ्याचे दांडे उरणे, मन ओळख पटणे, नियतशाबूती, किती विसा जगणे आहे, दौलत नमूदास आणणे', वगैरेचा वापर केला आहे. अहिल्याबाईंच्या जीवनातील समर्थघटना, कारुण्य त्यांचे तेजस्वी प्रशासन यांचे रेखाटन या भाषेशिवाय होणे शक्यच नव्हते.

अहिल्याबाईंच्या समकालीनांनी त्यांच्याबद्दल जे लिहून ठेवले आहे, त्याला माझ्या मते फार महत्त्व आहे. मृत्यूनंतर जे लिहिले जाते त्यात क्वचित अतिशयोक्तीचा दोष शिरू शकतो. परंतु समकालीन जेव्हा लिहितात, तेव्हा त्यास अधिक महत्त्व येते. त्यांच्या समकालीन कुमारी जोना बेली यांनी आपल्या दीर्घकाव्यात लिहिलं आहे,

For thirty years, her reign of peace...
The land in blessings did increase !
And she was blessed by every tongue...
By stern and gentel, old and young !

याचे भाषांतर श्री. हिरालाल शर्मा यांच्या पुस्तकात असं केलेले आहे-

तीस वरुषे प्रशान्त सत्ता त्यांनी गाजविली ।
वैभव, धन, ऐश्वर्य, संपदा, सदैव वाढविली ।।
सुष्ट, दुष्ट, अन् सान थोर त्या साऱ्या पौरजनांनी ।
मुक्त रवाने सती अहिल्या, सदैव वानियली ।।

सुप्रसिद्ध इतिहासकार आणि मध्य भारतातील त्या काळचे पोलिटिकल एजंट सर जॉन माल्कम लिहितात, 'अहिल्याबाई ही एक असामान्य स्त्री आहे. दुरभिमानाचा त्यांना स्पर्शही नाही. धर्मपरायण असलेली ही स्त्री कमालीची सहनशील आहे. त्यांचे मन रूढीप्रिय असले तरी रूढींचा उपयोग जनकल्याणासाठी करून घेण्याची त्यांची हातोटी विलक्षण आहे. प्रत्येक क्षणाला सदसद्विवेकाने कर्तव्य करणारे ते उच्च प्रतीचे जीवन आहे. त्यांच्या चारित्र्याचा विकास अद्वितीय आहे.'

त्यावेळचे भारताचे व्हॉईसरॉय 'लॉर्ड एलनबरो' यांनी एका पत्रात म्हटले आहे, 'अहिल्याबाई एक सर्वश्रेष्ठ मुत्सद्दी व आदर्श राज्यकर्त्या आहेत. अन्य धर्मियांचा द्वेष त्यांच्या मनीध्यानी नाही. एका महाराज्याचा स्वामिनी असून तपस्विनीप्रमाणे

अत्यंत साध्या राहातात. शुभ्र वस्त्राखेरीज अन्य वस्त्र त्यांना त्याज्य आहे.'

सुप्रसिद्ध विद्वान इतिहासकार रावबहादूर चिं. वि. वैद्य म्हणतात, 'ही लोकोत्तर स्त्री आपल्या अनंत गुणसमुच्चयामुळे मानव जातीचे भूषण ठरली. बुद्धी इतकी कुशाग्र की प्रत्येक कार्यात त्या हुशार व निपुणच ठरत. धर्मनीतीच्या प्रत्येक क्षेत्रात त्यांनी आपले नाव अजरामर केले. दानधर्म तर इतका प्रचंड की आजवर कुणी केला नाही. न्यायदान इतके अचूक की दोन्ही बाजू त्यांना दुवा देत जात. राजकारणाची जाण व झेप असामान्य !' एका पत्रात त्या लिहितात, ''चारही बाजूंनी आपला प्रसार करण्याची योजना फिरंग्यांनी आखलेली दिसते. कुठे दोन तर कुठे तीन पलटणी उभ्या करून फिरंगी पाय रोवतो आहे. अशा वेळी फौजा पाठवून त्याला वेळीच गारद केले पाहिजे. म्हणजे त्यास जरब बसेल. नवाब, भोसले, शिंदे-होळकर या सर्वांनी मिळून फिरंगी ठेचला पाहिजे.'' दूरदृष्टीची त्यांना जणू देणगीच होती.

एक राज्यशासक या नात्याने अहिल्याबाईंचे महत्त्व व कर्तृत्व असामान्य आहे. त्यांच्या औदार्याचा परिणाम होऊन कित्येक राजे व धनिक आपला पैसा लोकोपयोगी कार्यासाठी वेचू लागले. इतर राज्यातही अनेक देवळे व वास्तु बांधणाऱ्या अहिल्याबाई या एकमेव अद्वितीय आहेत!

अहिल्याबाईंनी दुःखे व संकटे ही जगन्नियंत्याची इच्छा मानून त्यांना सर्वशक्तिनिशी साहसाने व बाणेदारपणे तोंड दिले. झुंज दिली, न डगमगता किंवा संकटापुढे लाचार न होता स्वाभिमानाने त्यातून मार्ग काढले. कर्तव्याचा कर्मयोग आचरून कन्या, स्त्री, सून, माता आणि कर्तव्यकठोर मुसद्दी, प्रजावत्सल राजकारणी यांचा मनोहर आणि वंदनीय आदर्श सर्व समाजापुढे ठेवला... या अलौकिक स्त्री बद्दल किती लिहू?

अहिल्यादेवींच्या आशीर्वादाने हे प्रचंड कार्य पूर्ण झाले. ही कादंबरी वाचून अहिल्याबाईंचे 'पुण्यश्लोक' इतकेच रूप न राहाता त्या 'कर्मयोगिनी' होत्या हे सत्यही तेजाने उजळून यावे... त्या रणमर्दिनीची अनेक रूपे वाचकांसमोर यावीत... इतकीच इच्छा... अथ श्री देवी अहिल्या.......!

विजया जहागीरदार

अहिल्याबाईंच्या जीवनातील आलेल्या प्रमुख व्यक्ती - नातेवाईक.

सुभेदार मल्हारराव होळकर - सासरे.
गौतमाबाई उर्फ बाईजी - सासुबाई.
द्वारकाआई, बनाआई - गौतमाबाईच्या सवती, अहिल्येच्या सावत्र सासू.
हरकुँवर उर्फ हरकुआई - गौतमाबाईची सवत. मल्हाररावांची खांडाराणी. तलवारीशी लग्न लावून आलेली पत्नी, म्हणजे खांडाराणी. अहिल्येच्या नात्याने सासू. पण त्यांच्यापेक्षा फक्त चार वर्षांनी मोठ्या होत्या. त्यांनी अहिल्याबाईंना शेवटपर्यंत साथ केली.
खंडेराव होळकर - मल्हाररावांचे एकमेव कुळपुत्र व अहिल्याबाईंचे पती.
उदाबाई, सीताबाई - खंडेरावांच्या बहिणी. अहिल्याबाईंच्या नणंदा.
मालेराव होळकर - अहिल्याबाई व खंडेराव यांचा एकमेव कुळपुत्र.
मुक्ता - अहिल्याबाई व खंडेराव यांची एकमेव कन्या. हिचे लग्न यशवंतराव फणसे यांच्याशी झाले.
यशवंतराव फणसे - जावई. मुक्तेचे पती.
नथोबा फणसे - मुक्तेचा पुत्र. अहिल्याबाईंचा दौहित्र.
मैना आणि पिरता - पुत्र मालेराव यांच्या दोन बायका. अहिल्याबाईंच्या पुत्रवधू.
बाळाबाई व गौरी - दौहित्र नथोबा फणसे यांच्या दोन बायका. अहिल्याबाईंच्या नातसुना.
महादजी व शहाजी चौंडीकर - अहिल्याबाईंचे दोन बंधू.
राणोजी चौंडीकर (शिंदे) - शहाजीचा पुत्र. अहिल्याबाईंचा बंधुपुत्र.
अनू - भावाची नात.
तुकोजी होळकर - हे मल्हाररावांचे दासीपुत्र. यांचे दत्तकविधान झाल्याचा पुरावा नाही. पुत्र मालेरावाच्या मृत्यूनंतर बेवारस झालेली सुभेदारी, अहिल्याबाईंनी तुकोजी होळकरास तत्परतेने सुभेदार नेमून चालू राखली. अहिल्याबाई त्यांना 'चिरंजीव' संबोधित असत.
संताजी होळकर - तुकोजींचे बंधू.
भारमलदादा होळकर - मल्हाररावांचे दासीपुत्र.
रखमाबाई होळकर - सुभेदार तुकोजींची धर्मपत्नी.
काशीराव आणि मल्हार - तुकोजींचे कुळपुत्र.
राधी - तुकोजींची रक्षा.
यशवंत होळकर - तुकोजी व राधी पुत्र.
बापू होळकर - तुकोजी होळकरांचा पुतण्या.

कारभारी -

१. गंगाधर उर्फ गंगोबातात्या उर्फ तात्याबा.
२. अन्यबा पळशीकर.
३. मुकुंद हरी.
४. रामाजी यादव.
५. गणेश विठ्ठल.
६. शरीफभाई.
७. पाराशर दादाजी.
८. अप्पाजी जगदेव.
९. राजाराम रणछोड.
१०. रावजी महादेव.
११. विसाजी शामराज.
१२. केसो भिकाजी.
१३. गोविंदपंत.
१४. नारो गणेश - तुकोजीचे कारभारी (हे आणि इतर अनेक)

अहिल्याबाईंच्या कारकिर्दीत झालेले पेशवे -

१. बाजीराव पेशवे.
२. नानासाहेब पेशवे.
३. माधवराव पेशवे.
४. नारायणराव पेशवे.
५. बारभाईचे कारस्थान - गंगाबाईच्या नावे द्वाही.
६. सवाई माधवराव पेशवे - (सवाई माधवरावांची कारकीर्द संपायच्या आत अहिल्यादेवींचे महानिर्वाण झाले)
७. रघुनाथ पेशवे - हे नानासाहेब पेशव्यांचे बंधू, माधवराव पेशव्यांचे चुलते. यांचा व माधवराव पेशव्यांचा गृहकलह विकोपास गेला होता.

एक

सूर्याची कोवळी किरणे वाड्यावर पडली. कोवळ्या सकाळच्या त्या केशरी उन्हाने आज अजबच देखले. वाड्यातला कणन्‌कण चैतन्यात नहात होता. होळकरांच्या वाड्यातलं देवघर समयांनी उजळून निघालं... अत्तराच्या सड्याचा घमघमाट दाही दिशातून भरला. अंगणात चिमुरडी अहिल्या परकराचा घोळ सावरत रंगावली रेखत होती. जवळच उदाबाई आणि सीताबाई आपल्या वहिनीची रांगोळी काढण्यातली हातोटी निरखीत होत्या. अहिल्या भराभर वेलबुट्टी काढत होती... रंग भरत होती. उदाबाई आश्चर्याने म्हणाल्या, "वहिनीसाहेब, कधी शिकलात हे अवघं कसब? आपला हात तर जणू जादूचाच वाटतो आम्हांस! किती बारीक अन्‌ कोवळ्या या रेषा? नाजूक फुले... नाजूक पाने... जणू आत्ताच या कुंड्यांमधून टपटपावी तैसी!"

"पुरे हां ताईसाहेब... तुम्ही आमची अधिकच कौतुके करता!"

"तुमच्या पायगुणानं पिताजींना सुभेदारी लाभली असं अवघे बोलतात! पिताजीही म्हणतात, 'अहिल्याचे शकुन बहुत मंगल!"

"ताईसाहेब... मामंजी किती शूर... महंमदशहास वेढला होता म्हणे! सय्यदअली हुसेनाला खडे चारले... म्हणजे काय हो?"

"आम्ही तर काही जाणत नाही... तुम्हांस कसं मालूम?"

"अहो... दाऊदखान, दयाबहादूर, महंमद बंगश यांच्या फौजा मेल्या जीव घेऊन पळाल्या..."

"सीताबाई... यांनी हे अवघं कसं जाणलं? आपणाला तर कुणी सांगेना की! ... बाईजी अन्‌ पिताजी अवघं आपल्या सुनेसंगे बोलतात."

“तसं नाही हां ताईसाहेब... मामंजी युद्धाच्या गोष्टी सांगतात ना तेव्हा मी कामधाम सोडून सारं ऐकते... वाटतं आपणही जावं युद्धाला... खूप लढावं ... घोड्यावर बसावं...! आज मामंजींचं राज्य आलंय म्हणे... बाजीराव पेशवेसाहेबांनी खूप मोठ्ठी जहागिरी, अन् खूप परगणे... म्हणजे काय हो ताईसाहेब?”

“आम्हांस काय कळते? चला बरं... आपणांस चौरंग सिद्ध करणे आहे.”...त्या तिघी लगबगीने आत गेल्या. वाड्याच्या दारादारावर तोरणे, झालरी लागल्या... ठिकठिकाणी किनखापी पडदे... मखमली पायघड्या... दिवाणखान्यातील हंड्या, झुंबरे नाना रंग उधळीत, टकमक बघत होती. बैठकी लोड, तक्क्यांनी सुशोभित केलेल्या... देवघरात अंतोशास्त्री व राघोदास पुराणिकांचा मंत्रघोष चालू होता. या तिघी आता चौरंग सजवण्यात गुंतल्या. चिमुरडी अहिल्या केळीची पाने पुन्हापुन्हा लावत होती. पण तिच्या मनास येत नव्हतं.

“ताईसाहेब, बघा की हा केळीचा खांब राहीचना... आणि पानेही अवघी वळतात...”

“अहो... पानंच ती... ती काय पताकापरी राहाणार? अजून चंदन उगाळणे आहे... व्यर्थ पिच्छा ना करणे...”

“ताईसाहेब... आम्हांस हे अवघे नीट ना लागले तर संकोच होतो. आपण सर्वतोपरी नेटके करावे ऐसा मनोधर्म...”

“आता धाकट्या सुभेदारास नेटके सांभाळा म्हणजे पावले!” सीताबाई फटकळपणे म्हणाल्या. त्यावर शांतपणे अहिल्येने विचारले, “म्हणजे आम्ही नेमके काय करावे? आम्हांस तर ते कुठे दिसत नाहीत. बाईजी, मामंजींना कैसे पुसावे? कुठे आहेत स्वामी?” यावर उदाबाई सीताबाईंना रागवत म्हणाल्या, “सीताबाई, काहीतरीच कैसे बोलावे? धाकट्या सुभेदारांना सांभाळायला बाईजी, पिताजी समर्थ आहेत... वहिनीसाहेब एवढ्याशा...” मग अहिल्येकडे वळत त्या म्हणाल्या, “ते असतील की वरच्या दालनात... तुम्ही व्यर्थ कष्टी होऊ नये...” ...आपल्या नवऱ्याविषयी असं का बोलतात सगळे? एवढा हमामा उठला, पण स्वामी दिसत नाहीत? मामंजी आपल्याला अभ्यासास बशिवतात... अवघी जाणकारी देतात तसा स्वामींचा पिच्छा का नाही घेत? काल तर कुणीसं बोललं की घुटी... घुटी म्हणजे काय बरं असावं? ...पण पुढचे विचार मनात राहिले. बाईजी अन् मामंजी तिथे आले. त्यांनी चौरंग निरखला. अत्यानंदे म्हणाले, “वा वा... बहुत सुंदर... अहिल्ये... बहुत सुंदर, साजरे केलेत... जा आता... कुणीतरी चंदन आणा... अंतोशास्त्रींना बुलावा द्या... राघोदास पुराणिकास पूजेचा प्रारंभ करणेविषयी सांगा.” मग बाईजींकडे वळत ते म्हणाले, “आपण जरा जातीने

ध्यान द्या... पेशव्यांचे वकील कुठल्याही वक्तास येतील. राणोजी शिंदे, आनंद पवार, जिवाजी त्यांच्या स्वागतास आहेतच... आपणही नजर ठेवा.'' मग अहिल्येकडे वळत म्हणाले, ''अहिल्या... आता धाकटी सुभेदारीण झालीस तू... आता आम्ही तुला अहोजाहो म्हणणे... तर अहिल्याबाई, दौलतीचे कागजसिक्के घेण्यास तुम्ही संगे यायचं बरं का! बाईजी, यांना तयार करा... या संगे येतील.'' अहिल्या विलक्षण संकोचली. पुरुषमाणसांनी भरलेल्या त्या मखमली दिवाणखान्यात आपण जायचं?... पण मग स्वामी सुद्धा धाकटे सुभेदार नाहीत? मग त्यांनाच का नाही मामंजी संगे नेत... पण विचारायचं कुणास? बाईजींनी हरकुआईंना मुदपाकखान्याकडे पाठवलं. उदाबाई, गंगाबाई यांना अंतोशास्त्रींकडे देवघरात पाठवलं व त्या अहिल्येस जरीबुट्ट्यांचं हिरव्या काठाचं परवंट[१] नेसवू लागल्या. लिंबू रंगाच्या त्या परवंटास हिरवेजर्द काठ व पदर अगदी शोभून दिसत होता. अहिल्येला आठवलं ते चौंडी गाव... ती नदी... नदीकाठचं शंकराचं देऊळ! तिथेच वाळूत आपल्या मैत्रिणीबरोबर शिवलिंगे करत होतो आपण... नदीकाठी कुण्या बाजीरावाची सैन्य छावणी होती. अचानक उधळलेला तो बेफाम घोडा... सख्या तर पळून गेल्या... आणि आपण त्या वाळूतून घडविलेल्या शिवलिंगावर अवघं शरीर टाकून ते राखत बसलो. तेवढ्यात आवाज आला, ''पोरी... घोडा उधळला... तुझ्या सख्या पळाल्या... तू आपलं शरीर टाकून हे शिवलिंग कासया रक्षीत बसलीय बाये? अगर घोडा तुडवून जाता तर?'' आपणांस कुठून आली धिटाई? बोललो, ''जे प्रयत्ने घडवावे ते आणप्राण रक्षण करावे, ऐसे तर सारेच थोरजन सांगतात... म्या तेच केले... या पिंडीचे रक्षण... प्राण सांडूनही... काही चुकले की काय?'' त्याबरोबर जणू भविष्याने बोलावे ऐसे बोल कानी आले, ''मल्हारबा, या पोरीस तुमची सून करून घ्या''... कुठे होतो, कुठे आलो. परकराचा काचा मारून, ठिकरी खेळताखेळता एकदम राजवाड्यात येऊन पडलो... अजून वर्षही ना सरलं... तोवर आजचा आनंददिवस! आज मामंजीस म्हणे वंशपरंपरागत वतने मिळायची... अन् इथे म्हणे होळकरांच्या राज्याची स्थापना... म्हणजे काय?... म्हणजे... ''अहिल्ये.... अगं लक्ष कुठे हरवलंस? पैंजण घाल ते पायी... अन् ही मेखला... धाकटी सुभेदारीण ना तू?'' अहिल्या गांगरली... खरंच, पण धाकटे सुभेदार कुठेत? त्यांना कुणीच कसं हाकारत नाही? वरच्या माडीत झोपलेत म्हणे... इतकी कशी बाई निद्रा ती? मामंजी हमेशा म्हणतात, ''माझा कुळपुत्र अहिल्योबा''... असं कसं?

''हं चला... आता छान चंद्रकोर रेखायची कपाळी...'' बाईजींनी अहिल्येच्या कपाळी सुरेख चंद्रकोर काढली... अन् एकदमच तुतारीची ललकारी झाली.

१) परवंट - लहान लुगडं

शंखचौघडे झडू लागले. वाजंत्रीच्या स्वरांनी वातावरण भारुन गेलं अन् बाईजी दिवाणखान्याकडे धावल्या. दारी घोडेस्वारांची पलटण उभी... राणोजी शिंदे व आनंदराव पवार यांचे संगे पेशव्यांचे वकील बाइज्जत आत येत होते. प्रवेशद्वारी बनाआई व द्वारकाआई त्यांना ओवाळीत होत्या. बाईजींना किंचितकाळ आपल्या त्या दोन्ही सवतींच्या सौंदर्याचा हेवा वाटला. हरकुबाई ही पण सवतच... पण बहिणीपरीस माया करणारी... 'या नटमोगऱ्यांसारखी नव्हे ती...' बाईजी मनचे दूर सारत सुभेदारणीच्या ऐटीने दिवाणखान्यात गेल्या. त्या सौंदर्यवती सवतीकडे दुर्लक्ष करीत सर्वांचं स्वागत करू लागल्या. तोच मल्हारराव सुभेदार कपाळी तिलक लावून पुढे आले. आत्मविश्वासाने भारलेला त्यांचा चेहरा भारदस्त वाटत होता. लालपिळाची पगडी, त्यावर मोत्यांचा तुरा, पाचूचा शिरपेच, जरी अंगरखा, मजबूत बांधा असलेलं मर्दानी सौंदर्य व कमरेची कट्यार... सगळ्या दिवाणखान्यात उठून दिसणारे आपले स्वामी बघून गौतमाबाईंनी डोईभर पदर घेतला. कानातले झुमके अन् नाकातील नथ चमकून हा सोहळा बघत होती. बाहेर अपार गर्दी... जिथे जागा मिळेल तिथे लोक बसले होते. हा समारंभ बघत होते. सुभेदार सर्वांचं स्वागत करत होते... आणि "आता राजवाडा बांधायला हवा" हा विचार बाईजींचे मनी पिंगा घालत होता. त्या मनाशीच हे बोलत होत्या. आता सर्वजण स्थानापन्न झाले आणि मुख्य सोहळ्यास सुरुवात झाली. पेशव्यांचे वकील उभे राहिले... होळकरांच्या गादीस मुजरा करत बोलले, "आम्हांस होळकरांचे हे राज्य जाहीर करणेस अतीआनंद होत आहे. मल्हारबांनी पराक्रमाची बहुत शर्थ केली. बढवाणीस तह साधला. दयाबहाद्दरावर धाड घालून श्रीमंतांचा उत्कर्ष केला. पेशव्यांची द्वाही फिरली... दिल्लीस लूट केली... जयसिंगाकडून खंडणी नेमून घेतली. शाबास असो यांच्या हिंमतीची... मल्हारबांचे कर्म लहानसहान नव्हे... या यशास जोड कुठली? मोठे कठीण मनसबे पार पाडले. अतएव श्रीमंत पेशवे यांनी मल्हारबा होळकर यांना माळवा प्रांताची सुभेदारी बहुत संतोषे बक्ष केली आहे व त्यांना सर्व महाल, परगण्याचे वसुलीचे अधिकार प्रदान केलेत. आता माळव्याचे सुभेदार म्हणून मल्हारबांस आम्ही सर्व कागजसिके बहाल करीत आहोत... बोला सुभेदार मल्हारराव होळकरांचा विजय असो... विजय असो... सर्व प्रजाजनांनी मन:पूर्वक प्रतिसाद दिला... जयजयकार आकाशी भिडला. सर्वप्रथम मल्हाररावांनी आपली लाल पिवळी पगडी व आपल्या मामांबद्दल कृतज्ञता म्हणून त्यांचाच ध्वज हे होळकरांचे गादीवर सन्मानाने ठेवले... आणि त्यांनी बाईजींकडे पाहिले. बाईजीजवळ उभी असलेली आठ वर्षांची अहिल्या आपल्या काळ्याभोर, जांभळासारख्या टपोऱ्या डोळ्यांनी हा सोहळा बघत होती. मल्हारराव तिथवर आले... अहिल्येचं बोट धरलं आणि

त्या लाल मखमली पायघड्यांवर अहिल्येच्या पैंजणांचा नाद उमटला. जणू तो नाद उद्याचं भवितव्य सांगत होता. अहिल्येच्या कंबरपट्ट्यावरची महिरप जणू होळकरांच्या कीर्तीची रंगावली रेखणार होती. कुंतलातली मुदराखडी, स्वर्णफुले ही अहिल्येच्या बुद्धीची, कर्तव्याची व कर्मयोगाची कहाणी सांगणार होती. हातातल्या गोठपाटल्यांनी जणू त्या हाताचं दानाचं, कर्तृत्वाचं, सामर्थ्य ओळखलं होतं. तोड्याचा पीळ त्यांच्या कारभारात उतरणार होता. बिलवरांची किणकिण, तलवारींचा खणखणाट झेलण्याइतकी समर्थ होणार होती. लिंबोळी रंगाच्या भरजरी परवंटाचा चिमुकला जरीपदर जणू आकाशभर पसरणार होता. या पदराला तारणकर्तीचं ऐश्वर्य लाभणार होतं... आणि याच पदराला लोकमातेची महान पदवीही!

सुभेदारांसमवेत छुमछुम चालणारी अहिल्या मुख्य मंचावर पोहोचली. वकीलांनी हसतहसत कागजशिक्क्यांचं सुवर्णतबक पुढे केलं. सुभेदारांनी ते घेऊन अहिल्येजवळ दिलं. अहिल्येला काय करावं हे समजेना. दरबारात कौतुक तरंगत होतं. लोकांच्या मुखावर किंचित हास्य होतं. काहीच न कळूनही तिने धिटाईने विचारलं, "हे तबक मी घेऊन जायचं?" यावर दरबारात हास्याची लाट उसळली. तेवढ्यात पेशव्यांचे वकील म्हणाले, "हो हो... घेऊन जा... आणि अगदी आणप्राण, जिवेभावे संभाळा बरे का!" दरबारात टाळ्यांचा कडकडाट झाला. जणू वकीलाच्या मुखे भविष्यानेच आज्ञा केली होती... मग मल्हाररावांनी अहिल्येस त्या तबकासह बाईजींकडे पोहोचवलं... आज बाईजींच्या नावे तीन लक्षाची खाजगी जहागिरीही मिळाली होती.

पुढचा सगळा दिवस अहिल्या उदाबाई, गंगाबाई यांच्यासह बागडत होती. खंडेराव कुठेच दिसत नव्हते, त्याचे आश्चर्य अहिल्येस क्षणोक्षणी वाटत होतं... एवढी पूजा झाली... निदान तीर्थप्रसाद तरी... अखेर अहिल्येने सायंप्रहरी चाचरतच उदाबाईंना विचारलं, "एक विचारू ताईसाहेब? तुमचे... तुमचे भाऊ... माझे स्वामी... ते कुठेत?"

"असं असं होय? लबाड आहात हं अगदी वहिनीसाहेब... आपल्या मामंजींकडून इतकी कौतुके करून घेतलीत... आणि आता याद आली हो आमच्या भावाची?"

"नाही... मला तर उदईकच याद... पण सगळे हेच बोलतात की घुटी घेऊन झोपलेत... ताईसाहेब... मला सांगा ना... घुटी म्हणजे..." "अगंबाई... तुम्हांस बाईजी हाकारतात वाटतं... जा बरं जलदीनं!" ... अहिल्या धावली आणि उदाबाईंनी सुटकेचा निःश्वास टाकला. आपल्या वहिनीच्या कपाळी शोभणाऱ्या चंद्रकोरीचा मालक कसा आहे ते आपल्या तोंडून सांगायला लागू नये इतकं तिचं ईश्वराजवळ मागणं होतं. ती मनीच पुटपुटली, "आम्हांस तरी त्यांच्याविषयी कुणी

बरं बोलताना दिसत नाही... आम्हांस काय बोलावे ते काही समजते का?... काहीतरीच निघायचे मुखातून... तर जिम्मा आमचेवरच यायचा... बाईजी आमच्यावरच किलाफ[१] घ्यायच्या...''उदाबाईचं अन् अहिल्येचं मेतकूट जमलं होतं. पण खंडेरावचा विषय निघाला की बोलणं टाळणे इतकंच तिला कळायचं!

अहिल्या धावत आत पोहोचली. तिथे बाईजी, बनाआई, द्वारकाआई होत्या. ''सासूबाई... मला हाकारलेत?'' ती बनाआई, द्वारकाआईकडे बघत म्हणाली. त्यांनी नकारार्थी मान हलवताच बाईजींना म्हणाली, ''मग तुम्ही हाकारलेत? यावर बाईजी म्हणाल्या, ''पोरी... खेळत होता ना तुम्ही? आम्ही कुणी सुद्धा हाकारलं नाही... पण ये... बैस जरा... सकाळपासून बहुत श्रम झाले.'' बाईजींनी तिला जवळ बसवले. द्वारकाआईंनी तिचे लांबसडक कुरळे केस सोडून त्यात अटकलेली स्वर्णफुले काढली. बनाआई कंबरपट्टा काढत म्हणाल्या, ''बाईजी... पोरीची दृष्ट तरी काढा... काय शोभून दिसत होती सून...'' तोवर हरकुआईनी मीठमोहऱ्या आणल्या. अहिल्या म्हणाली, ''थांबा... ताईसाहेबासही हाकारते... त्यांना पण लागेल ना दृष्ट! ... सगळ्याजणी प्रसन्नतेने हसल्या. दृष्ट काढली गेली... जेवणे होताच अहिल्येचे डोळे श्रमाने जड झाले. द्वारकाआई तिला थोपटीत होत्या. अहिल्येच्या प्रश्नांचे भोवरे उठत होते... ''स्वामी गेले तरी कुठे? घुटी म्हणजे काय? ताईसाहेबांनी बळेच आत धाडलं... कुणीच तर हाकारलं नव्हतं... स्वामींविषयी आपणास कुणीच काही सांगत नाही... का? का?''

याची उत्तरे शोधत अहिल्या स्वप्नात वाडाभर भटकत होती.

थोरल्या वाड्याचे बांधकाम गेली सहा वर्षे चालूच होते. आता तो पूर्ण होत आला. अहिल्येचं शिक्षणही वेगाने चालू होतं. एखाद्याने घटाघटा दूध प्यावं त्याप्रमाणे अहिल्या जे शिकवावं ते ग्रहण करी. भारमलदादा आणि तुकोजी घोडदौडीच्या वेळी नेहमी दिसत... पण... पण खंडेरावांचं दर्शन क्वचितच होई. हे दोघेही अहिल्येपेक्षा साधारण थोडे एखाद दोन वर्षांनी मोठे... सगळ्यांनाच घोडा रपेटीसाठी मैदानावर नेत... पण खंडेराव? वाड्यातही त्यांच्याशी बोलायची वेळ क्वचितच... आज ते घोडासवारीस येणार अशी वार्ता अहिल्येस होती. आज त्यांच्याशी बोलायचं... थोडा धीर करायचा हे तिने ठरवून टाकलं. अहिल्या मैदानावर गेली तेव्हा भारमलदादा रपेटी करीत होते. तो घोडा अहिल्येचा होता. अहिल्येला बघताच ते पटकन उतरले. अहिल्येजवळ येत म्हणाले, ''वहिनीसाहेब...

---

१) किलाफ - संशय, अढी, राग

हा घोडा... मी गुरुजींना हाकारतो... आज घोड्याची उडी शिकणे आहे ना?''

त्यावर अहिल्या पटकन म्हणाली, '' थांबा दादा... आज... आज स्वामी येणारेत ना?''

''खंडोदादा ना?... अं... हो... म्हणजे... तसं काल बोलले होते.''

''मग माझे एक काम कराल? स्वामींना सांगा, अहिल्येस काही बोलणे आहे. मजसाठी दोन क्षण द्या... सांगाल?''

''अवश्य वहिनीसाहेब... जरुर सांगेन...''

अहिल्येने घोड्यावर मांड ठोकली. ती रपेटीचा रियाज करू लागली. धाव... ताण... ओढ... उडी हे सगळं आत्मसात करून त्याचे प्रयोग गुरुजींना दाखवत होती... पण सगळं लक्ष खंडेरावांच्या येण्याकडे होतं. ते आलेले दिसताच अहिल्या थांबली. भारमलदादा त्यांच्याशी बोलत होते. अहिल्येस दिसत होते. आता खंडेराव इकडेच येणार या खात्रीने ती मनात वाक्यांची जुळणी करू लागली. 'काय बरे बोलावं? काय विचारावं? आज फक्त इतकंच सांगू की 'मज संगे मधूनमधून संवाद करावा'... ती मोठ्या आतुरतेने बघत होती... तोच... तोच खंडेरावांचा घोडा दूर शहराकडे जाताना दिसला. खंडेरावांनी अहिल्येची मागणी धुत्कारली होती. ती विलक्षण लज्जित झाली... अपमानित झाली. भारमलदादांना काही विचारावं असंही तिला वाटलं नाही. ती वाड्यावर परतली.

त्यानंतरचे दोन महिने गडबडीतच गेले. सुभेदार मल्हाररावांचा कुटुंबकबिला जुना वाडा सोडून, नव्या प्रशस्त वास्तूत राहायला आला. त्याचा उद्योग महिनाभर पुरला... आता ठिकठिकाणी हंड्या, झुंबरं लागली. नानातऱ्हेचं लाकडी कोरीव काम केलेल्या वस्तू आल्या... आरसे, पलंग, मेज, चौरंग... मखमली गालिच्यांनी दिवाणखाने सजले. वरचा महाल खंडेरावांचा... पण ते जुन्या वाड्यातच असत. अहिल्येचं मन उदासून जाई. कशातच स्वामींचा भाग कसा नाही?... एकुलते एक कुळपुत्र खंडेराव हे! एवढी वास्तू बदलली... महाल सजले... लोलकांची झुंबरे आली... हंड्या उजळल्या... पण कशाचीच आवड कशी नाही?... पण बोलायचं कुणाशी? चौदा-पंधराची अहिल्या मनी कुढत होती. पुन्हापुन्हा बाईजींना विचारी, ''बाईजी... माझ्याकडून काही आगळीक तर घडत नाही?''

... आणि अशातच एक दिवस अहिल्येस ऋतुप्राप्ती झाली. हे तर काही अजबच घडलं... काही भलतंच... अहिल्येने घाबरून उदाबाईस बाजूस नेलं अन् म्हणाली, ''आज घोडासवारीचे वेळी काही भलत्या जागी लागले की काय नाकळे... पण... पण मजला...'' यावर अत्यानंदाने उदाबाई म्हणाल्या, ''वहिनीसाहेब... हे तर प्रत्येक स्त्रीस व्हावेच लागते...'' आणि अहिल्येस बुचकळ्यात टाकून त्या बाईजींकडे धावल्या... आणि बाईजींनी लगोलग कासारास आमंत्रण पाठवलं.

कासाराने लगोलग बांगड्याचं मखर गुंफलं. त्या मखरात अहिल्येस बसवलं गेलं. तिचं काम करण्यासाठी रेणू व अंजनाही बाजूस बसल्या. मग तिला आठवलं... की या सगळ्याच बायका, अगदी आपली आईसुद्धा अशा अधूनमधून बाजूस बसतात. त्यांना कुणी शिवायचं नसतं... म्हणजे त्यावेळी सगळ्यांना असं होतं? ...

सरदार स्त्रियांकडून रोज तऱ्हेतऱ्हेचे खाद्यपदार्थ येत. नजराणे येत. मल्हारराव व सरदार दिल्लीकडे नादिरशहाची स्वारीची आवई उठली म्हणून गेले होते ते तिकडेच गुंतले होते. बाजीराव पेशवेही उत्तरेकडे निघाल्याचे कळले. तेव्हा आता ऋतुशांतीचा सोहळा त्यांच्या अनुपस्थितीतच करण्याचा बाईजींनी निर्णय घेतला. मुहूर्त वीस दिवसांनंतरचा निघाला. अहिल्येच्या माहेरी चौंडी येथे आवताण घेऊन खास घोडेस्वार गेला. इतर ठिकाणीही निमंत्रणे गेली.

अहिल्येस हे सारं विश्वच नवे... हे सगळं काय होतंय... कशासाठी हा सोहळा चाललाय... पूजा कशाची... आमंत्रणं कशाची, नजराणे कशाचे? काही कळत होतं... काही नव्हतं! कुणासही काही विचारावं तर सगळे थट्टा करीत- 'कळेल आता लौकरच' असं म्हणत केवळ हसण्यावारी नेत. अंजना - रेणूस काय विचारणार? त्या तिच्यापेक्षाही लहान... केवळ सांगकाम्या! लग्न झालेल्या तेवढ्या उदाबाईच... पण अहिल्येला त्यांनाही काही विचारायची लाज वाटू लागली. अखेर उदाबाईच एक दिवस म्हणाल्या, "वहिनीसाहेब... आमच्या भावाची आठवण करता ना हमेशा... आता ऋतुशांतीसच भेटतील... मग मात्र लाजू नका हं... नाहीतर याल पळून बाईजींकडे..." अहिल्या एकदम थबकली. तिला घोडदौडीचं मैदान आठवलं... खंडेरावांचा शहराकडे परतणारा घोडा आठवला. तिचं मन कडू झालं. तेवढ्यात हरकुआई आल्या. उदाबाईस म्हणाल्या, "फुलं काढायला जा बरं! बाईजी हाकारतात तुम्हाला..." उदाबाई चटकन गेल्या. मग अहिल्येकडे वळत त्या म्हणाल्या, "अहिल्या... आता तू मोठी झालीस... तरुण झालात तुम्ही! आता साजरा संसार करा. लेकराबाळांनी होळकरांचं घर भरून टाका... आम्हांस नातू द्या... होळकरांस कुळपुत्र द्या... वारस द्या..."

"हे सगळं मी द्यायचं?" अहिल्या आश्चर्याने म्हणाली. हरकुबाईंना अनावर हसू लोटलं. त्या म्हणाल्या, "अहो सूनबाई... हे अवघे तुम्हीच द्यायचे.. नाहीतर कोण देणार?"

"आम्ही तर हे काही ना जाणतो. यासाठी काय करणे ते आपणच सांगावे... तुम्ही म्हणता मी मोठी झाले... मला तर मी कालच्याइतकीच भासते... तरुण झाले म्हणजे काय झाले? नाही आई, आम्हांस काही उमजेना..."

"अहिल्ये... मग चार दिनी सोहळा कशाचा घडला? नजराणे किमर्थम् आले? ... बाजूस कासया बसलात? काहीतरी घडले एतदर्थच ना?"

"त्याला 'मोठे होणे' म्हणायचं? आम्हांस कुठे माहीत? असेल!"

" हो... हेच मोठे होणे... आज स्त्रीत्वास पावलात तुम्ही. आता यापुढे गर्भार राहाल... पुत्र होईल..."

"मला? मला पुत्र होईल? कसा?..." यावर हरकुबाईंना हसणं ताब्यात ठेवणं कठीण झालं. हसणं ओसरल्यावर त्या म्हणाल्या, "आता चौंडीहून तुमच्या मातोश्री येणार... त्यांनाच विचारा की मजला पुत्र कसा होणार ते!

...'आई येणार' या वार्तेनेच अहिल्या आनंदित झाली. हर्षित झाली. आपलं हे कौतुक, हा वाडा, बघायला आईबाबा हवे होते असं तिला कितीदा तरी वाटे... पण बोलायचं कुणाजवळ? आईला सांगण्यासारखं कित्ती होतं. मामंजींनी शिकवलेले हिशेब, गुरुजींनी शिकवलेले वाचन... मोडी लेखन... मराठी... हिंदी... श्लोक... रामायणाच्या कथा सुद्धा वाचता येतात हे पण सांगायचं होतं. तलवार, घोडदौड, नेमबाजी... भालाफेक हे शिकवायलाही वेगळे गुरूजी... आणि... आणि आपण अर्जुनाप्रमाणेच गुरुजींचे लाडके शिष्य आहोत हे तर आईला अगदी खूप खूप नक्की सांगायचं... आणखी कितीतरी! बाईजी, मामंजींची माया... उदाबाई... गंगाबाई... एक ना दोन!... फक्त स्वामींविषयी मात्र काय सांगायचं? काहीच तर नाही! हां! घुटी म्हणजे काय? हे मात्र नक्की विचारायचं! आणि पुत्र कसा होणार? वारसा कसा द्यायचा? घर कसं भरायचं हे सुद्धा सगळं सगळं विचारून टाकायचं... पण... पण आई कधी येणार? ती आसुसून वाट बघत राहिली... अनेक प्रश्न मनात घेऊन!

... आणि... आणि आईने जेव्हा तिच्या प्रश्नांची उत्तरे तिला समजावून सांगितली तेव्हा... तेव्हा अहिल्या आश्चर्याने स्तंभित झाली. आईच्या सांगण्यावर तिचा विश्वासच बसेना... ती हतबद्ध होऊन तिच्याकडे बघत राहिली. अखेर म्हणाली, "आई... हे ऐसेच असते अवघ्यांचे? छी: ... सारेच जनलोक हे ...हे ऐसे वागतात?" ... कधीतरी चौंडीस असताना नदीकिनारी तिने कुत्र्यांचा असलाच काहीसा प्रकार पाहिला होता... त्या आठवणीनेही तिच्या अंगी शहारे आले. हे असं पशूसारखं माणसातही? ती मनातून घाबरून गेली... म्हणाली, "आई... असंच असेल तर... तर आम्हाला हे घाणेरडं वागणं जमणे असकत[१] आई... निश्चितच असकत! आम्ही नाही देऊ शकणार वारसबिरस!" तिच्या तोंडावर हात ठेवत आई म्हणाली, "अहिल्ये, काहीतरीच बोलणे बरे की काय? अगे, हा तो निसर्गाचा कायदा... सृष्टीची आज्ञा... ईश्वरी प्रेरणेनं हे पुनर्जीवनाचं काजकारण चालतं. त्यात घाणेरडापण कैचे दिसते तुज पोरी?... हे तो संसाराचे सार्थक!"

"आई... माझा... माझ्या भावांचा जन्म ऐसा... ऐसाच घडला?"

---

१) असकत - अशक्य

"अहिल्या... तुमचेच काय पण रामकृष्णादि दैवतांचा जन्मही पोरी याच मार्गे... याच मार्गे... पुनरुत्पत्ती याच मार्गे होते मुली... ही शारीरिक प्रीति स्त्रीपुरुषास प्रेम शिकवते... यातून प्रीति वाढत जाते... ती उभयता एकरूप पावतात... आणि मुली, पाकळ्या गळून फळ उरावे तैशा शारीरिक प्रीतिच्या पाकळ्या गळून गेल्या तरी पक्व प्रीति फलस्वरूप उरते... ते अशरीरी प्रेम बहुत भाग्ये लाभते... ते तर अतूट असे नाते... अतूट बांध जन्मांतरीचे... मुली, आपली पुराणे स्त्रीपुरुषास शिवशक्ति म्हणतात ते का उगीच? पुरुष आणि प्रकृतीचं मीलन... अहिल्ये, देवळावरून सुद्धा स्त्रीपुरुष युगुलांची चित्रे असतात ती गंमत म्हणून की काय? युगुल म्हणजे नवनिर्माणाचा शुभारंभ... हे एक पवित्र नाते... मातापिता प्रभुसमान मानावे असे उगाच का म्हटले पोरी? मातेला देवतेचं स्थान व्यर्थच दिलेले नाही... हे अवघे मंगल आहे म्हणून! मांगल्याचं प्रतिक म्हणजे माता!" अहिल्या गप्प होती. काहीतरी नवे ऐकत होती... ते पचायला जड जात होते, आई पुढे बोलू लागली. "मुली, यास मंगल भाग्य समजून सामोरे जायचे! यातून भाग्याचे नजराणे समोर येतील... कसलाही किलाफ ना धरता, मनी किलमिषे ना घेता, या भाग्यास ओटीत घ्यावे. पतीपत्नींचा सहवास स्वर्गसुखाचा करणे तुझ्या हाती आहे अहिल्ये... ही आनंदाची, सुखस्वास्थ्याची चावी आहे... एका स्वर्गतुल्य साम्राज्याचा मंत्र आहे... पतीस भरभरून सुख द्यावे... व घ्यावे! पवित्र... मंगल भावनेने हे नवजीवन आरंभावे... पोरी... तुझी कूस भरू दे... संसार बहरू दे... हाच माझा आशीर्वाद..."

"आई... मला तर काही समजले, काही ना समजले! ज्यांची अन् माझी आजवर भेटही नाही की दोन शब्द बोलणे नाही त्यांना... त्यांना.. मी... मी... काय अन् कसं... छे!"

"मी ये विषयी अधिक कैसे बोलू? जेवढे मजसी शक्य तेवढे बोलले. तुझ्या पायगुणे इथले ऐश्वर्य चढते होतेय अशी तुझ्या सासुसासऱ्यांची मंगल धारणा... पोरी, त्यास धक्का लागावा ऐसे तुज हातून कधीही ना घडावे...तुजला मार्तंडाची आण! ... होळकरांची कीर्ती त्रैलोकी न्यावी... तुझ्या पुत्रपौत्रानी न्यावी! अहिल्ये, आपण देवपूजेस ज्या मंगल भावे जातो... त्याच पवित्र भावे, आजच्या शुभमुहूर्ते संसाराला लाग... पतिसेवा हीच पतिव्रतेची पूजा... तिचे सर्वस्व!"

... अहिल्या एकदमच गंभीर झाली. आईच्या बोलण्याचा विचार करू लागली... आणि तेवढ्यात कुंकमतिलक लावून थोरांच्या नमस्कारासाठी आलेल्या खंडेरावास बघून एकदम उभी राहिली.

"सुभेदारांच्या लाडक्या सुनेने आम्हासाठी इतके कष्ट घ्यायला नको... असं एवढं उभं राहायला नको..." खंडेराव हसत म्हणाले. अहिल्येच्या ओठांची महिरप किंचितसे हसली... तिच्या हदयांच्या तारात कंप भरून राहिला. खंडेराव आजच्या

जरीपोशाखात, तुरा, शिरेपेचात राजबिंडे दिसत होते. नेहमीच्या रूपाहून काहीतरी वेगळेच वाटत होते... आणि मग मुहूर्ताची अन् होमहवनाची एकदम गडबड उठली. खंडेरावांच्या हाताला हात लावून पूजा करताना अहिल्येचं मन आईच्या बोलण्याचाच विचार करत 'अहिल्ये... आपण देवपूजेस बसतो त्याच मंगल भावनेने... संसारास सुरुवात कर.' अहिल्येचं शरीर रोमांचित होऊ लागलं. सहवासाच्या कल्पनेचं हळूहळू स्वागत करू लागलं! धुरामुळे डोळ्यांतून घळाघळा टपकणारं पाणी पुसायला खंडेरावांनी जेव्हा आपल्या शालीचा पदर पुढे केला, तेव्हा तर आपण खंडेरावांत विरघळून जातोय असं तिला वाटलं. गळ्यात घातलेल्या टपोऱ्या उंबराची माळ ती उगाच ओढत राहिली. तोच एक उंबर फुटलं... त्यात वळवळणारे किडे बघून तिने ते लांब फेकलं. तिच्या मनी आलं, 'ही माळ किमर्थम घालीत असतील बाई?'... अंतोशास्त्री, राघोदास पुराणिक मंत्र म्हणत होते... 'पुत्र दे... वंशवेल वाढू दे' याच अर्थाने सगळे मंत्र! सर्वांना जोडीने नमस्कार केल्यावर, प्रत्येकानेच 'पुत्रवती भव' हा आशीर्वाद दिला. 'म्हणजे हे सगळं वडिलांच्या परवानगीनेच असतं तर!' विचार मनी चमकून गेला अन् अहिल्या हसली... स्वप्नात असल्यासारखी... पुत्र... वंशवेल... वारसा... तिच्यासमोर फिरत होते!

...नंतर पंचपक्वान्नांचा थाट उडाला. आज राघोदास पुराणिकांनी आपला पुत्र अंबादास यास संगे आणले होते. ते तीन-चार वर्षांचं मूल छान गोजिरं होतं. अहिल्येकडे बघत राघोदास म्हणाला, 'हे तुमचे पुराणिक व्हायचे बरं का!'' अहिल्या हसली. चांदीची ताटे... वाट्या... फुलपात्री... नानातऱ्हेच्या रांगोळ्या... समया... उदबत्त्या... चारीकडून कौतुकाचा नुसता जल्लोष उसळला. सरदार स्त्रिया भोजनास आमंत्रित होत्या. त्यांनी आणलेली नजराण्याची ताटे खोलीभर पसरली होती. थट्टामस्करीला अगदी ऊत आला होता. सगळ्याजणी अहिल्येची मनमुराद थट्टा करून घेत होत्या.

जेवणे झाली. सर्वांना विडे व शालवस्त्रे देण्यात आली. नंतर बाईजींनी घरचा आहेर आणला. खंडेरावास जरीपोशाख आणि अहिल्येस गुलाबी बुट्ट्यांची पैठणी होती. पाचूचे तोडे व माळ होती. पाचूचेच मनोहर बाजूबंद होते. अहिल्या ते बाजूबंद बघून थक्क झाली. मग चौंडीहून आईवडिलांनी आणलेले नजराणे अहिल्येच्या आईने पुढे केले. अहिल्येसाठी सुवर्णहार, कांकणे व साडीचोळी! खंडेरावांसाठी पटका शेमला, किनखापी पोशाख, शिरपेच आणि बोराएवढ्या मोत्यांची माळ! मल्हाररावांसाठी पोशाख व मोत्यांची माळ, शाल! गौतमाबाईंसाठी सुवर्णहार व साडीचोळी, उदाबाई, उदाबाईंचे पति वाघमारे, सीताबाई, सोयरे लांबहाते यांच्यासाठीही तोलामोलाचे आहेर होते. हा सगळा आहेर बघून अहिल्या मनी चिंतित झाली. आपले वडील एवढे श्रीमंत नव्हते... मग... मग... हा खर्च? ... जरा संधी

मिळताच ती आईला म्हणाली, "आई... इतके श्रीमंत नजराणे कासया आणलेत? अवघा खर्च कैसा निभावलात? कर्जे करून ना?" आई तत्क्षणी म्हणाली, "पोरी... निभावणारा मार्तंड आहे. त्यानेच तुजला राजघराण्यात नेली... धन्य झालं आमचं कूळ... होळकरांचे घराण्यास शोभेल ऐसेच करणे नको? संपत्तीचे काय? कर्जाचीही मातब्बरी काय? दिले जाईल... पण तू जी कीर्त करशील, तुझे पुत्रपौत्र जी कीर्त करतील ती सत्कीर्ती अक्षयी असेल मुली... या नाशवंत द्रव्याची चिंता तुज कशास? ... उदंड कीर्ती लाभू दे तुझे कुळास..."

"आई... खरंच! तुझा हा आशीर्वाद सत्य व्हावा... सत्य व्हावा... एवढं सामर्थ्य दे मला..." ...तेवढ्यात बाईजींचा हाकारा आला. अहिल्या धावत सुटताच आईनं थांबवलं... म्हणाली, "आता ऐसे पोरकटापरी ना करावे... आता तू थोरली झालीस.".... हे ऐकताच नेहमी धूमधाम धावणारी अहिल्या बाईजींसारखी हळूहळू चालत निघाली.

बाईजींनी तिच्यापुढे दागिन्यांचे डबे उघडून ठेवले होते. त्यात गोठ, तोडे, चपलाहार, चंद्रहार असे दागिने! अहिल्या बघतच राहिली. तोच बाईजी म्हणाल्या, "मुली, सुशिलाबाईंसाठी तुला आवडेल तो नग... दोन नग द्यायचे असेल तरी तसं सांग!"

"सुशिलाबाईंसाठी? ... म्हणजे... म्हणजे माझ्या आईसाठी?" अहिल्येने आश्चर्याने विचारले.

"होय मुली... तुझ्या आईसाठीच! तुझं देणंही होळकरणीला साजेसं असायला हवं ना?" अहिल्या अवाक् होऊन पाहत राहिली. आपल्या सासूच्या औदार्याने चकित झाली. पण मग संकोचाने म्हणाली, "आपणच बघावं ते! मी काय सांगणार? आणि मला समजतंय काय त्यातलं?" "वा... आता ऐसे बोलून कसे निभावेल? सगळे समजून घेणे आलेच! धाकटी सुभेदारीण तू... कागजशिक्के आणणारी... सांग जलदी!" अहिल्येस मोठा पेच पडला. तिचे डोळे दागिन्यांवरून भिरभिरत राहिले. ती पुन्हा म्हणाली, "बाईजी... आपणच निवडा. मजला विलक्षण संकोच!" "ऐसे कैसे अहिल्ये... तुझ्या आईस्तव निवडण्याची वस्तू तू नको निवडायला?" बाईजी जरा जरबेनंच बोलल्या. त्यावर अहिल्या म्हणाली, "मला स्वत:स्तवही काही निवडणे कठीण जाते तर आईस्तव येणार कसे?" यावर एकदमच रागाला येत बाईजी म्हणाल्या, "अहिल्ये, याऊपर 'मला येत नाही' ही भाषा माझ्या कामास येणार नाही. पुन:श्च हे वाक्य तुझ्या मुखी आम्हांस रुचणार नाही याची पक्की गाठ मारून घे. मला येत नाही याचा अर्थ काय म्हणते मी? सगळं आलंच पाहिजे... तुझे मामंजी, गुरुजी, मास्तर, आम्ही स्वत: सर्व शिकवण्यास सज्ज ठाकलो आहोत. 'मला येत नाही' हे वाक्य कदापि मुखी येता कामा नये. हे वाक्य विषतुल्य

समजून त्यागावे... खबरदार राहावे.'' ... अहिल्या गोरीमोरी झाली. रडवेली झाली. प्रथमच बाईजींना इतके चिडलेले ती पाहत होती... तिचे काळेभोर डोळे गरगरा भरून येताच बाईजी पाठीवर हात फिरवीत म्हणाल्या, ''अहिल्या... तुम्हांस पारख करता यायला हवी... निवड करता यायला हवी... निर्णय घेण्याची शक्ति आतापासून कमवायची बाई... मनासारखं करून घ्यायची कला असते... ती अंगी यावी... आपल्या इच्छेप्रमाणे करून घेताही यायला हवं... बरं, वाईट उमजायला हवं... तुला हे सारं शिकायलाच हवं! या होळकर राज्याच्या साऱ्या अपेक्षा तुजवर...'' यावर अहिल्या पटकन म्हणाली, ''बाईजी, मी तो केवळ संकोच मुग्ध होते. यात न समजण्यागत पेच होताच काय? समजा मी चंद्रहार द्या म्हटलं तर आपण मला लोभी तर म्हणणार नाही ना? या भयास्तव...'' ''तुजला या भयाचे प्रयोजनच काय? हे घर माझ्याइतकंच तुझंही नाही का? ठेव हा चंद्रहार बाजूस... तबकात! आणि तुझ्या वडिलांचा, भावाचा परतीचा आहेर काढून ठेवला त्यावर नजर टाक. काही कमी वाटल्यास सांग...'' अहिल्या बघत राहिली... अन् मग तिला आठवण आली की मामंजींच्या मामी म्हणजेच बाईजींच्या आईसुद्धा तळोदे येथून आल्या आहेत. तिच्या मनी आले की, त्यांनाही द्यायला नको? माझ्या आईला द्यायचं तर बाईजींच्याही आईला... बाईजींकडे वळत ती म्हणाली, ''बाईजी, तळोद्याहून आईसाहेब आल्या... त्यांना प्रथम द्यावे... माझ्या आईस कासया उगाच? एतदर्थ मजला बहुत संकोच...''

''अगंबाई! न्याय करण्यास दरबारी बसलीस की काय? अगं, आज ऋतुशांती तुझी आहे. आहेर तुझ्या माहेरच्यांनी आणलाय... आज त्यांचा सन्मान करणे आहे... तुजसारखी गुणी पोर आमच्या पदरी घातली म्हणून!... जा आता... थोडा विश्राम कर. सायंकाळी सरदार स्त्रिया येतील... तुला सजवायल!'' अहिल्या लाजली. सजवण्यामागचं कारण तिच्या लक्षात आलं. तिला बाजूच्या कक्षात, एकांती नेत बाईजी म्हणाल्या, ''अहिल्ये... नवऱ्याचं चुकलं तर त्यास पतिव्रतेनं सांभाळून घ्यायचं असतं. त्यास मृदु बोलांनी समजावून द्यायचं... त्याचे दोष बाजूस होतील इकडे ध्यान द्यायचं... पण काहीही घडलं तरी कोपिष्टापरी संसार नाही उधळायचा! खंडेरावास घुटी-नशेची आदत आहे... बहुत चिंतेची बाब तर खरीच... पण आम्हांस त्यास धरबंध[१] घालता आला नाही... आम्हांस त्याची बहुत गिरफदारी...[२] अवघी भिस्त तुझेवर. त्यास मार्गी लावण्याचे अवघड कार्य ईश्वरे तुझ्या पदरी टाकले. हुशारीने, समजूतदारपणे त्यास जिंकून घे... तुझ्यातला बुद्धिवाद तुजला यश देईल.'' अहिल्येच्या मनी हा प्रश्न आला की, 'मला न जमले तर?'... पण

---

१) धरबंध - उपाय योजना २) गिरफदारी - काळजी, चिंता

लगेच तिला आठवण आली... 'मला येत नाही' हे वाक्य मुखातून काढणे नाही... ती उदास झाली... गंभीर झाली. आपण या माऊलीच्या विश्वासास पात्र ठरणार की नाही? आजवर खंडेरावांविषयी उदाबाई सुद्धा कधी काही बोलल्या नव्हत्या. आपल्यापुढे सगळे त्यांचे कौतुक करीत... मामंजी सदैव म्हणायचे, 'माझा कुळपुत्र हा अहिल्योबा' पण तरीही... मनात इतकं वाईट आलं नव्हतं... तशा शंका अनेक... तिकडच्या वाड्यात दोन यवन कंचनी... एक... पण जाऊ दे! जे दान पडलं, त्यातच डाव खेळणे असेल तर तेही करून दाखवीन...! किती वेळ गेला कळलेही नाही... डोळा लागला. वाजंत्रीचे आवाज ऐकून अहिल्या धसकून जागी झाली. तिच्या पोटी भीतिने खड्डा पडल्यागत झालं. तिने गवाक्षातून पाहिलं. सरदारस्त्रिया वाड्यात शिरत होत्या. ती शांतपणे खाली गेली. हातपाय प्रक्षाळून येताच सर्व स्त्रियांनी तिला गराडा घातला. बाईजींनी लगबगीने दागिन्यांनी भरलेलं तबक आणलं. चांदीच्या वाट्यातून कस्तुरी, चंदन आळता! फुलांचे हारे वरच्या महाली जात होते. उदाबाई, द्वारकाबाई ती व्यवस्था बघत होत्या. अत्तरांचे बुधले समयात ओतण्यासाठी महाली जाताना बघून या ऐश्वर्याने अहिल्या चकित होत होती. मातोश्री लेकीचे वैभव मन भरून बघत होत्या... हरकुआई म्हणजे पूर्वाश्रमीच्या हरकुँवर... त्या ढोलकं घेऊन गीते गायला बसल्या. भोवती साथीला तीनचार तरुण मुली होत्या... अहिल्या भोवतीच्या स्त्रिया तिला आळता, कस्तुरी, लावत होत्या... ढोलकीवर हरकुआई गात होत्या... जणू लहान-थोरपणाची अवघी बंधने गळून गेली होती. या क्षणाला सगळेच तरुण झाले होते... यौवनाला बहर आला होता... या उत्सवात भाग घ्यायला आतूर झाला होता तो बहर! हरकुआई तरी काय अठरा वर्षांच्या! तीन वर्षांपूर्वी एका मसलतीत मल्हारराव गेले असता तिथे भेटलेल्या हरकुँवर... हरकुआई... आपल्या सवतीशी एकरूप झालेल्या... मल्हाररावांच्या प्रेमात पडलेल्या हरकुआई... गात होत्या...

मैंने चुनरी ओढी लाल...

सगळ्याजणी हीच ओळ मग मिळून म्हणत! ढोलकं तालावर वाजत होतं.

मैंने चुनरी ओढी लाल...।।धृ.।।
मैंने चुडियाँ पेहनी लाल...
सजना... सजना... सजना...।।धृ.।।
मोरे घुंगुरवाले बाल
मोरे लालगुलाबी गाल
सजना... सजना... सजना...।।धृ।।

मोरी बैय्या गोरी गोरी
मैं तो भोलीभाली छोरी
सजना... सजना... सजना...।।धृ।।
मोरा घुँगट ना रे उठावो
मोहे ना ना ना रे सतावो
सजना... सजना... सजना...।।धृ।।

गाण्याने अहिल्येचं मन कातर झालं. काय घडेल... काय होईल... आईचे उजळलेले मुख बघून अहिल्येने एक नक्की केले की, आपल्या संसारातला एकही काटा आईला कळू द्यायचा नाही. तिचा आनंद असाच अलांच्छित राहावा... आज रात्री काहीही घडलं तरी!

अहिल्येचा साजशृंगार झाला. गुलाबी रंगाचा शालू... त्यावर पाचूचे शोभिवंत दागिने, पाचूचा हार, बाजूबंद, कमरपट्टा! अहिल्या चकित होऊन बघत होती. इतकी सुंदर कारागिरी आपल्या राज्यात होते! तिला अभिमान वाटला. पाने व फुले... पाचू आणि माणिक... जणू काही खरी पानेफुले... अहिल्या लक्ष्मीसारखी दिसत होती. पाच स्त्रियांनी तिला औक्षण केलं... तिची ओटी पाच फळांनी भरली. त्याचवेळी पटका बांधलेल्या खंडेरावांना मित्रांनी ओढत त्या कक्षात आणलं अन् अहिल्या एकदम उभी राहिली. तिच्या पदरात असलेली ओटीची फळे, सुपारी सगळंच धपकन पडलं. अहिल्या रडवेली झाली. बाईजी चमकल्या. सरदार स्त्रिया कुजबुजू लागल्या. स्त्रियांच्या कार्यक्रमात असं पुरुषांनी अचानक येणं...? यात सद्भिरुचीस धक्का होता. त्यातून मित्रांचे तांबरलेले डोळे अन् विडा कोंबलेली तोंडे बघून बाईजींचा संताप उसळला. पण तरीही इतर स्त्रियांनी ऐकू नये म्हणून त्याच पुढे जात म्हणाल्या, "ऐसी उतावळी धाकट्या सुभेदारास शोभा देत नाही खंडेराव... आपल्या या अडाणी, गावठी मित्रास आवरावे इतका विवेक आपणास नाही? त्यांना रजा द्या आता... निष्ठेने या संसारास सामोरे जा... आणि या बे-अदबीबद्दल सरदारस्त्रियांसमोर दिलगिरी सांगा... माफी मागा त्यांची... आम्ही सांगितले ते व्हायलाच हवे... दुसरी भाषा कामास येणार नाही" इतर स्त्रियांना जरी ऐकू येत नसलं तरी मित्रांनी मात्र ऐकावं म्हणूनच बाईजी बोलल्या. खंडेराव वरमले. स्त्रियांपुढे आले... हात जोडत म्हणाले, "या मित्रांनी मजला लोटत आणलं... आपण मजला माताभगिनीसमान... आपली बेअदबी करण्याचा हेतू मनीही नाही... पण घडलं ते अप्रस्तुत... अतएव आम्हांस माफी असावी..." वातावरणातला ताण सैलावला...राणुबाई हसून बोलल्या, "धाकटे सुभेदार... अशा समयी मित्र थट्टा करणारच... आजचा दिवसच तुमची मस्करी करणेचा! आमची काही बेअदबी घडत नाही... तुम्ही पुत्रवत आहात आम्हांस!" मग सगळ्यांनीच 'री' ओढली, यावर खंडेराव तिरमिरत

म्हणाले, "हेच बाईजींना सांगा... त्यांना आमचे सारे अडाणी वाटते." ...असं म्हणत खंडेराव गेले. बाईजी पूर्ण जाणून होत्या की वातावरण निवळले ते खंडेरावाने माफीची याचना केली म्हणून... नाहीतर स्त्रियांतून निषेधाची कुजबूज सुरूही झाली होती. अहिल्येला काय करावं ते सुचत नव्हतं... खंडेरावांनी माफी मागितली... म्हणजे तितके काही हट्टी नसावेत. यांच्याशी जमवून घेता येईल आपल्याला ... माफी मागणे सोपे नसते... त्यासाठी सुस्वभाव... म्हणजे ही सुस्वभावाची खूणच! आणि मग अहिल्येच्या काळजीने मलूललेल्या चेहऱ्यावर छान टवटवी आली. खंडेरावाचे राजबिंडे रूप डोळ्यांत उमलले.

...आणि रात्री बाईजींनी जेव्हा चांदीचे दुग्धपात्र केशरी दुधाने भरून तिच्या हाती दिलं, तेव्हा तिचं तरूण मन अधीर झालं. काय होईल? कशी पार पडेल ही पहिली भेट? आपल्याला बोलता येईल? प्रश्नांची उत्तरे देता येतील? आईने सांगितलेल्या सर्व दिव्यातून पार पडता येईल? अहिल्या अस्वस्थ झाली. बाईजी म्हणाल्या, 'हे दूध धाकट्या सुभेदारांना नेऊन द्यायचं ...आणि तू आज तिथेच झोपायचं! खाली पळून यायचं नाही! मातोश्रींनी सारी समजाविशी केली ना? जा तर मग! सुखी व्हा... पुत्रवान व्हा... आयुष्यमान व्हा... जा!"

"यावं देवी यावं"... खंडेरावाने केलेल्या स्वागतामुळे अहिल्या सुखावली. अहिल्येने नजर उचलून वर पाहिलं. महालात सुवास भरून राहिला होता. अत्तराचे दिवे सुगंधाची लयलूट करीत टकमक बघत होते. जाईजुई, मोगऱ्याच्या नाजूक माळांनी सजवलेला पलंग, त्यावरची गर्द जांभळी झिरमिळ्यांची जरीची छत्री... रंगीबेरंगी हंड्या, झुंबरातून झिरपणारा सप्तरंगी प्रकाश... असंख्य धवल किरणे फेकणारे लोलकांचे आरस्पानी झुंबर... मेजावर ठेवलेल्या सुक्या मेव्याच्या नक्षीदार वाट्या... मिठाई, फळे ठेवलेली सुवर्णतबके... आणि या सगळ्या साजाला विशोभित दिसणारं काचेचं मद्यपात्र... सुरई... पेला! हा महाल यापूर्वी पाहिला नव्हता असं नाही, पण आज अहिल्येस हा महाल स्वर्गद्वारासारखा वाटला. गूढ वाटला. काहीतरी अनामिक असं सुख देणारा... आशाआकांक्षांचं दान देणारा वाटला. तोवर खंडेराव पुन्हा म्हणाले, "यावं देवी... बसावं इथे !"

"देवी? कोण देवी? ...मी तर आपली सेविका... आपण मला 'अहिल्या'च म्हणावं स्वामी! पतीला परमेश्वर समजावं असंच शिकवलंय आम्हाला... मग आपली 'देवी' ही हाक आम्ही कशी स्वीकारावी? आपण माझे पतीदेव... धाकटे सुभेदार..." अहिल्या कशीतरी चाचरत बोलली. त्यावर हास्याचा गडगडाट करीत खंडेराव म्हणाले, "वा वा! धाकट्या सुभेदारांची पंचरंगी शोभा तर तुम्ही

सायंकाळीच देखलीत'' यावर विषय बदलावा म्हणून अहिल्या म्हणाली, ''बाईजींनी हे केशरी दूध दिलंय... ते घ्यावं आपण! देऊ?'' यावर खंडेराव तिरसटपणे म्हणाले, ''सायंकाळच्या अपमानाने बहुत तृप्त झालोत म्हणावे आम्ही! वर आणखी केशरी दूध किमर्थम्... चांगलाच रंग झाला आमचा, आणि देवी, आज दूध प्यायचं? आम्हांस हे चालत नाही.'' अहिल्येच्या छातीचा ठोका चुकला. खंडेराव मेजाकडे गेले. तिथली सुरई व काचपात्र हाती घेत म्हणाले, ''आम्हांस हे लागतं देवी... आम्हांस हे सरबत लागतं... आधीच अवघे माहीत असावे....''

''हे काय? हे कसले सरबत? शी... पण यास तर दुर्गंध आहे. हा काही केशराचा वास नव्हे.'' त्यावर पुन्हा गडगडाट करीत हसत खंडेराव म्हणाले, ''याला मद्य म्हणतात देवी... आजवर आमची कीर्तिकौतुके तुमच्यापर्यंत पोहोचली नाहीत?.... आमच्याशी बोलावं असं तुम्हांसही वाटलं नाही?''

''ऐसे ना बोलावे... त्यादिवशी तर रपेट मैदानावर आम्ही स्वत: भारमलदादांजवळ इच्छा केली की, स्वामीस सांगा... पण...पण आपण दासीस अव्हेरले... मग बोलायचे कैसे...?''

''देवी, तुम्ही बोलून बोलून काय बोलणार? हेच ना? रपेट करा... नेमबाजी करा... अध्ययनास या... मोडी शिका... वाचा... हिशेब सांभाळा... पिताजी अन् बाईजी हेच बोलत आले... आता तुम्ही तिसऱ्या! देवी... आम्हांस याचा शौक नाही... त्रिवार नाही! आणि आम्हांस ज्याचा शौक आहे ते यांना मानवत नाही... भावत नाही!''

''कशाचा शौक आहे आपणास? मला जमलं तर मी साथ देईन''.

''मला चौसर आवडतं... खेळाल तुम्ही संगे? शिकार आवडते... याल? साठमारी आवडते... बघवेल तुम्हाला?''

''खेळेन मी तुमच्यासंगे चौसर... शिकारीस येईन... साठमारी बघेन!''

''खरंच देवी? खरंच कराल हे सगळं? हे मद्य आपल्या हाताने ओतून मला द्याल? माझा तिरस्कार नाही करणार? खरंच?''

''खरंच... तिरस्कार नाही करणार... पण...पण...मद्य... मद्य?''

''ते पण द्यावं लागेल... आमचं त्यावाचून चालणार नाही...''

''पण थोडं... थोडंच...'' अहिल्येस थरथर सुटली होती. सुचेल तसं ती बोलत होती. ही पहिली रात्र रागसंतापात संपू नये म्हणून जमेल ते, सुचेल ते ... तिने थरथरतच काचपात्रात सुरईतून मद्य ओतलं... खंडेरावाने ते लगेच संपवलं... मग अहिल्येने पुन्हा ओतलं. त्यावर खंडेराव म्हणाले, '' वा: देवी वा:... आम्ही तर तुमची इतकी कौतुके ऐकत होतो की, तुमच्या भेटीचीच आम्ही धास्ती खाल्ली होती... तुम्ही... तुम्ही फार चांगल्या आहात... ओता... अजून थोडी...अजून थोडी.''

खंडेरावांनी अहिल्येस अलगद बाहुपाशात घेतले, तिच्या अंगावरचे दागिने उतरवायला त्यांनी सुरुवात केली. म्हणाले, ''देवी... हे दागिने घालून... अन् त्यातल्यात्यात ही खतरनाक नथ घालून झोपणे तरी कैसे?'' अहिल्या संकोचली... लाजली! त्यावर मद्याचा पेला पुढे करत ते म्हणाले, ''ओता देवी... आज आम्ही आमच्या भाग्यावर खूष आहोत...'' अहिल्येस आता भीति वाटू लागली... हा चौथा पेला ओतताना तिचे डोळे भरून येऊ लागले. खंडेराव तिच्याकडे अनिमिष नेत्रांनी बघत राहिले... आपल्या शेल्याने तिचे डोळे पुसताच अहिल्येस खूप बरे वाटले... निदान खंडेरावांपाशी माणुसकी होती... त्या बळावर आपण त्यांना नक्की, नक्कीच व्यसनांपासून मुक्त करू, ही आशा मनात उगवली... मनोमन शंकराची प्रार्थना करून तिने यशाचे दान मागितले... खंडेरावांच्या अतिमद्यामुळे आलेली पराधीन अवस्था बघून अनुकंपेने तिचे डोळे पुन्हा भरून आले... तिने काचपात्र बाजूस ठेवले आणि ती खंडेरावास नीट झोपवू लागताच, शालीने तिचे डोळे पुसत ते म्हणाले, ''रडतेस तू... वेडी कुठली... तुला कुणाची भीति वाटते? शबनम... शबनम कुणाला भितेस तू? त्या नादान अहिल्येला? ये... ये... अशी जवळ ये... शबनम... अगं कुठे तुझा हा चाँद... आणि कुठे ते अहिल्येचं खापर? तिचे लाड बाईजींजवळ. शबनम... तुझी मोजडी उचलायची तरी लायकी आहे त्या अहिल्येची? ये... ये... तू... नको घाबरू हां!'' ... अहिल्येच्या डोळ्यात पाण्याचे झरे फुटले. ती खंडेरावास गदागदा हलवत म्हणाली, ''स्वामी... स्वामी शुद्धीवर या... मी अहिल्या... शबनम नव्हे... अहिल्या!''

''कोण... तू? अहिल्या? जा जा... इथून... मला... मला ती गोळी दे... गोळी दे...'' अहिल्या घाबरून बाजूस दडली... खंडेरावाचा तोल जात होता. एक पाऊल धड पडत नव्हतं... त्याने बाजूच्याच कप्प्यात ठेवलेली एक काळी गोळी काढली. अहिल्या दचकून म्हणाली, ''हे काय, काय घेता हे स्वामी? कशाची ही गोळी?'' त्याबरोबर अहिल्येला एकदम मेजाकडे ढकलून देत खंडेराव ओरडले, ''गुटी आहे, हो हो... घेतो मी गुटी... घेतो... मद्य घेतो... जुगार खेळतो... बायका उडवतो... बोल अजून काही हवंय? अपमानानं कोळसा झालाय माझा कोळसा...बाईजी... पिताजी... सगळे वैरी... आता तू तिसरी! एक फक्त शबनम... शबनम'' ... कसातरी तोल सावरत उठलेल्या अहिल्येला खंडेरावांनी पुन्हा ढकलून दिलं. तिला मेजाचा कोपरा लागला... ती खाली पडली. केशरी दुधाचं पात्र उपडं झालं. अहिल्येच्या गुलाबी शालूच्या पदरावरचे भरजरी मोर दुधात चिंब भिजले. खंडेराव कसेतरी लडखडत पलंगाकडे झेपावले अन् तिथेच बेशुद्धीत गेल्याप्रमाणे झोपून गेले. अहिल्येला त्या शबनम नामक कंचनीचे कौतुक दाटले... हेवाही वाटला... आणि मग लक्षात आले... या कंचनीस स्वामींच्या प्रकृतीशी, कीर्तीशी कर्तव्य

काय? दारू पाजावी... आपण प्यावी, भरपूर पैसा घ्यावा... दागिने लुटावे... अवघे पैशाचे खेळ... पण हे सांगणार कोण अन् कुणास?... अहिल्येला या साऱ्याची विलक्षण शिसारी आली. जाईजुई मोगऱ्याच्या माळा हे विकृत बघून सुकून गेल्या. अत्तराच्या दिव्यांनी नेत्रे मिटून घेतली... केशर कस्तुरीस गिळंकृत करणारा मद्याचा दुर्गंध खोलीभर पसरला. आईने वर्णन केलेलं, सांगितलेलं दिव्य शिवशक्तिचं मीलन तिला कुठंच भेटलं नाही. आशाआकांक्षाचे दिवे घेऊन गेलेली अहिल्या विझून कोळ झाली. वरच्या लोलक-झुंबरात तिची शेकडो प्रतिबिंबे पडली होती... जणू तिच्या मनाच्या उडालेल्या ठिकऱ्याच! खरं तर या रंगमहालात एक क्षणसुद्धा थांबावंसं वाटत नव्हतं... पण बाईजींच्या त्या वाक्याने तिला बांधून ठेवले. "खाली यायचं नाही... तिथेच झोपायचं!" ... पहाटेचे टोल झाले तरी तिला झोप लागलीच नाही. त्यानंतर मात्र केव्हातरी तिचे जडावलेले डोळे मिटले. प्रात:काळचा चौघडा झडताच तिला जाग आली. रंगमहालात अंधुक प्रकाश झिरपू लागला. ती ताडकन उठली. खंडेराव पलंगावर वेडेवाकडे पसरले होते. तिने त्यांच्या अंगावर शाल घातली. चेहरा स्वच्छ केला. बदलायला म्हणून रेणूने आणून ठेवलेले पातळ ती नेसली. दुधाने भरलेला शालूचा जरीपदर अहिल्येच्या मनासारखा आक्रसून गेला होता. हळुवारपणे तो पदर धुताना त्यातून केशरी दुधाचे ओघळ पाण्यात मिसळत होते. नंतर तिने अस्ताव्यस्त पसरलेल्या वस्तू नीट ठेवल्या. सुरई-काचपात्र कपाटात ठेवलं. दुग्धपात्रात शिंपलीभर दूध उरलं होतं... अहिल्येच्या चिवट आशेसारखं... ते तिने ओतून दिलं. रात्री काढून ठेवलेले दागिने अहिल्या मखमली रूमालात ठेवू लागली. ठेवताठेवताच तिला धक्काच बसला. तिला खूप आवडलेले पाचूचे बाजूबंद त्यात नव्हते. तिने महालभर शोधले...पलंगाखाली ...कपाटात... गादीखाली... मेजावर... मेजाच्या कप्प्यात... तळवटी... पण नाही सापडले. हा आता आणखी एक आघात... गुन्हा! हे सारे पचवून चेहरा हसरा कसा ठेवायचा? खाली सगळेजण मोठ्या उत्सुकतेने आपल्याकडे पाहतील... मोठ्या अपेक्षेने बघतील... त्याला कसं तोंड द्यायचं? कपाळीच्या खोकेचा व्रण आणि डोळ्यातले अश्रू कसे लपवायचे? अखेर अहिल्येने स्वत:स खूप सावरलं. मार्तंडाचे नाव घेऊन ती एकेक पायरी खाली उतरू लागली.

खाली तर स्त्रियांची स्नानेही उरकली होती. अहिल्येस विलक्षण शरम वाटली. मनोमन शरमिंधी होत ती न्हाणीघराकडे पळाली. अर्ध्या प्रहराने, सुस्नात होऊन, हसतमुखाने तिने वडील स्त्रियांना वंदन केले. सुशिलाबाईंनी तिला कुशीत घेतलं. हळुच तिची हनुवटी वर उचलली. आता अहिल्येची खरी परीक्षा होती. पण हर्षभरित झाल्याचा उत्तम बहाणा करत ती म्हणाली, "आई... तू सांगितलंस ते अवघं किती सत्य! स्वर्गतुल्य साम्राज्याचा मंत्रच तो!" आई हे ऐकून तृप्त झाली... समाधान पावली! थोड्याच वेळात बाईजी पण सुशिलाबाईंकडे 'अंत:पुरातलं बातमीपत्र'

जाणून घेण्यास आल्या, तेव्हाही सुशिलाबाईंनी अहिल्येचं, आशाआकांक्षानी ओतप्रोत भरलेलं ते वाक्य बाईजींना सांगितलं. त्यांनीही निश्वास सोडला. हरकुबाईंकडे लगबग जात त्यांना म्हणाल्या, "खंडेरावाने तुमचं ऐकलं असावं अशी आमची अटकळ... नशापाणी न करता संसारास सुरुवात तर केली... बहुतच अप्रूप घडलं म्हणायचं... अहिल्येचा पायगुणच तैसा गुणवंत..." बाईजी समाधानाने म्हणाल्या.

"पोरगा मार्गास लावणार हो ही गुणवंती" हरकुबाई संतोषे बोलल्या. उदाबाई... सीताबाई... सगळ्यांनी अहिल्येची मस्करी मांडली. अहिल्याही कधी लाजून, कधी रुसून, कधी हसून, जमेल तसं तोंड देत होती. एवढ्यात खंडेराव जीना उतरताना दिसले. त्याबरोबर दगड पडताच चिमण्या उडून जाव्या तशा चार जणी चार बाजूस गेल्या. एकटी अहिल्या तिथे होती. तिने वाकून खंडेरावांचे पदवंदन केले. क्षणभर तिथे थबकून ते म्हणाले, "हे काय अहिल्या?"

"हा माझा धर्म... पतिव्रतेचा धर्म!"

"आम्ही हे असे... असे असलो तरी?" खंडेराव आश्चर्याने म्हणाले.

"असे म्हणजे कसे? सगळेच काही सद्‌गुणांचे पुतळे नसतात. माझा राग नाही तुमच्यावर! नशेचं चुकीचं व्यसन सुटलं तर आपणही थोर व उदार पुरुष व्हाल."

"अहिल्याबाई... आजवर आम्ही तुमचं कौतुक ऐकून होतो. आज प्रत्यक्ष अनुभव घेतला. बहुत क्षमाशील... बहुत क्षमाशील... आम्ही तुमच्यायोग्य होण्याचा यत्न करू! कालच्या प्रकाराबद्दल क्षमा चहातो!"

"हे काय भलतंच? आपल्या महालात जे घडलं त्याचं अक्षर न् अक्षर माझ्या हृदयी बंद आहे. 'स्वर्गसुखाची रात्र' ऐसेच वर्णन आम्ही केले."

"देवी... तुम्ही आकांडतांडव करता तर बाईजी आणि घरादारासमोर आमचे धिंडवडे निघते... मी खरंच आपल्या लायक नव्हे... हे ऋण आम्ही फेडावे तरी कसे?"

"ऋण मान्य असेल तर फक्त नशापाणी सोडा... आम्हांस अवघे लाभले असं आम्ही समजू."

"देवी... यत्न करतो... मन:पूर्वक... पुनःश्च आपली भेट घडेल तेव्हा आम्ही मद्यस्पर्श ना करू... मार्तंडाची आण... द्या तुमचा हात... घ्या वचन!"... अहिल्येचा हात हाती घेऊन वचन दिलं आणि खंडेराव नहाणीकडे गेले. तेवढ्यात बाईजी घाबरल्यासारख्या आल्या. "अहिल्ये... दागिन्यातले बाजूबंद कुठे सांडले की काय? दिसत नाहीत..." हे ऐकताच आतापर्यंत ओढलेला मुखवटा गळाला. तिला सारी रात्र आठवली... अन् ती धुमसून रडू लागली. रडतच म्हणाली, "सकाळी पण बहुत धुंडावा घेतला... पण ना मिळाले."... बाईजी तीराच्या वेगाने नहाणीकडे गेल्या खंडेरावाच्या मागे... अहिल्याही मागोमाग... आता काय होणार? बाईजींना काय वाटेल? असे कसे हरवले दागिने?... या

कल्पनांनी धसकून अहिल्या किंचित वाकून बघत होती. बाईजी नहाणीच्या बाहेर उभ्या होत्या. खंडेरावांचे जाकीट त्यांच्या हाती होते. नोकरचाकरांना बाईजींनी बाहेर पाठवलं... अहिल्याही किंचित मागे झाली. बाईजींचा आवाज तिथवर पोचत होता... त्या कडक स्वरात म्हणाल्या, ''खंडेराव... कुळपुत्र तुम्ही... खूप पैसा उधळला पण आम्ही ना बोललो... पण... पण हे घरच्या लक्ष्मीचे दागिने बाजारबसवीस देणार तुम्ही?... त्यासाठी पळवलेत हे? हे सहन करणं असकत, खंडेराव... त्रिवार सांगते आम्ही नाही सहन करू शकणार! अहिल्येसारखं रत्न दिलं तुम्हास... आपण सुधाराल ही आशादुराशा धरून लगीन लावलं... पण सुवर्णाची वाटी फेकून नरोटी धरणारे तुम्ही खंडेराव...'' बाईजी चिडून बोलत होत्या. ''बस बस! बहुत बोललात! काल काल सायंकाळी आमच्या प्रिय सोबत्यांना गावठी म्हटलं... अपमान करून समाधान पावत नाही का तुम्ही बाईजी? जातो आम्ही... आता अहिल्येसमोर दोन कोरडे ओढा आमचेवर म्हणजे तृप्त व्हाल तुम्ही... तेवढेच एक बाकी ... फार झालं... फार झालं!'' खंडेराव तणतणत बोलले... अहिल्या वेगाने परतली. तिच्या सर्वांगातून हृदयाची धडधड घुमत होती. डोक्यात ताशे कडाडत होते. आताच खंडेरावांनी वचन दिल्यामुळे समाधान पावलेली अहिल्या नखशिखान्त हादरुन गेली. पुन्हा पुन्हा विचार करत राहिली की, काल रात्री त्यांना मद्य देण्याची आपण चूक केली का? समजा दिलं नसतं तर? ...अन् मग या प्रश्नाचं तिच्याच मनाने उत्तर दिलं, दिलं नसतं तर ते रात्रीच निघून गेले असते... सुखाचा मुखवटासुद्धा मी राखू शकले नसते... त्यात सगळी अब्रू गेली असती. थोडं सोडावं... थोडं जोडावं हेच तर आम्हांस शिकवलं गेलं त्याप्रमाणे थोडी माघार घेतली... त्याचा परिणामही बरा होतो असं वाटलं, तोच हे विपरीत... अहिल्या विचारात बुडाली. खंडेराव एखाद्या झंझावाताप्रमाणे दाराकडे जाताना दिसले. सगळं जाणून असलेली अहिल्या तरीही पुढे जात म्हणाली, ''स्वामी... निघालात? इतक्यात या दासीला कंटाळलात?'' खंडेराव स्तिमित झाले... अहिल्येच्या या सोशिक रूपाकडे बघत राहिले, म्हणाले, ''देवी... त्या वाड्यावर या... इथे मन लागत नाही... जातो आम्ही!''... अहिल्या मागे वळली तर सारं घर जमा झालेलं. सगळ्यांनी गोड थट्टा आरंभली. त्याला हसतमुखाने सामोरं जाणं भाग होतं. वेदनेवर हसरा चेहरा झाकणं जमायलाच हवं होतं! खंडेरावांना सुधारायचं असेल तर त्यांची अपकीर्ती प्रथम थांबवायला हवी होती. त्यांच्यात जर सुधारणा झाली तर अहिल्येचा या घरातला प्रवेश सार्थ ठरणार होता. अहिल्येला सुखी संसार करायचा होता... अहिल्येने त्यासाठी सारे कौशल्य पणास लावण्याचे ठरविले...!

ताईसाहेब पुन्हा पुन्हा विचारीत होत्या... रात्रीची कथा!

अचानक सुभेदारांच्या आगमनाची वर्दी देणारा वर्दीकर आला आणि इंदुरात जणू काही सणावाराच्या दिवसाची गडबड उडाली. मल्हारराव आपल्या सैन्यासह परतले. तुताऱ्या निनादू लागल्या. रस्त्यात गर्दी उसळली. सुभेदार वाड्यात असले की वाड्याचा चेहरामोहराही बदलून जाई. होळकरांचे निशाण वाड्याच्या चारही बाजूस फडकत राही. येणाऱ्या जाणाऱ्यांना खळ नसे. दुपारच्या विश्रांतीचा काळ... तेवढाच कुटुंबियांसमवेत घालवता येई.

त्यादिवशी सुद्धा, येणाऱ्या भेटकऱ्यांबरोबर बोलूनबोलून सुभेदार थकून गेले. ते अंतर्गृहात आले, तेव्हा अहिल्येने त्यांच्या स्नानाची सर्व व्यवस्था जातीनं करवून घेतली होती. चार चांदीची घंगाळे भरून उष्ण पाणी... बाजूस उटणे, शिकेकाईची पूड, चंदनाची पूड पाण्यात टाकलेली वाळ्यात अत्तराचा चांदीचा बुधला चौरंगावर... आणि तिथेच धोतर, पैरण, उपरणे चुण्या करून ठेवलेले! मल्हाररावांनी अहिल्येकडे समाधानाने पाहिले... आणि हसत म्हणाले, "मोठा सोहळा झाल्याचं ऐकलं आम्ही... या वाड्यावर... आमच्या गैरहजेरीत... खरंय ना?" तेवढ्यात बाईजी आल्या अन् म्हणाल्या "स्वामी... तुमची गैरहजेरी आम्हांस बहुत सलत राहिली... पण तुमच्या येण्याचे आम्हांस कळावे तरी कसे? या स्वारीत तर लखोटाही ना आला... चुकलं की काय आमचं?"

"बिलकूल नाही... आमच्यासाठी थांबायचं म्हणजे चार वर्षांचा समय सरला असता... मतलब होळकरांचा वारस लाभणेस आणखी उशीर... छे छे... आम्हांस परवडलं नसतं" हे ऐकताच अहिल्या लाजून चूर झाली...आत निघून गेली. बाईजी कृतक कोपाने म्हणाल्या, "हे काय ऐसे बोलणे? पोर लाजून पळाली आत!"

"पळू द्या... थोडा आम्हासही तुमचा एकांती सहवास... बहुत दिवस लोटले..." बाईजींचा चेहरा लज्जेने आरक्त झाला. मल्हाररावांच्या आतुर नजरेनं त्यांचं सर्वांग रोमांचित झालं. आपल्या शौर्यवंत, कर्तृत्ववान पतीचा अभिमान त्यांच्या नसानसातून धावू लागला. त्यांच्या शौर्यकथा ऐकायला उत्सुक होत त्या म्हणाल्या, "एकांती सहवास फुकाफुकी का मिळतो? आधी युद्धाच्या कथा सांगणे आहे... मगच..."

"बाप रे... अट तर बहुत भारी घातलीत... बरंय सरकार... आता तुमचीच आज्ञा... भोजनाबाद बैठक ठेवा... आता स्नानास जातो... आम्हीच हातांनी करावं की... की तुम्ही घालता आम्हांस स्नान?" गडगडाट करीत हसत मल्हारराव म्हणाले. बाईजी हसतच तिथून मुदपाकखान्याकडे निघाल्या. बनाबाई ...द्वारकाबाई या सवतींना बघून त्यांचे मनी विषाद दाटला. तो त्यांच्या आवाजात उतरला. दटावतच त्या म्हणाल्या, "काय करताय काय तुम्ही इथे? जा वर

बैठका करून घ्या. भोजनोत्तर भेटीतील स्वामी तिथे... जा!''

भोजनोत्तर गप्पा अगदी रंगात आल्या. मल्हारराव युद्धाचं वर्णन रंगवून रंगवून सांगत होते. अहिल्या मनापासून सारं ऐकत होती. मग ते मध्येच म्हणाले, ''पोरी... बाजीरावसाहेबांचं दुतर्फेनं कौतुक... अवघे जाणतात... आमची आणि त्यांची तर आणक्रिया... भाऊपण! इराणचा नादिरशहा दिल्लीवर आक्रमण करणार अशी वार्ता येताच, अवघ्यास सांडणीडाक दिली... लिहिले, ''परराज्य आले ते सर्वांवरीच आहे. अतळव अवघ्यांनी एक निशाणी जमून, एकजूटीने मुस्तकीम[१] होऊन मातब्बर मुकाबला करणे आहे. महाभारती जे धर्माने केले तेच बाजीरावे केले. 'वयं पंचाधिकं शतं' महाभारतात वाचले ना तुम्ही?''

''जी'' अहिल्या नम्रतेने म्हणाली. मल्हारराव पुढे बोलू लागले.

''आजपावेतो बहुत झुंजी घेतल्या... गिरासपण केले... स्वारी शिकाऱ्या केल्या पण बाजीरावासंगे चाललो... पराजय ना घेतला... माळव्यात दाऊदखानास चेचले... निजामाविरुद्ध तर मोहिमाच राबविल्या... भोपाळचंही युद्ध झालं... आता इराणी नादिरशहाविरुद्ध अवघे एकत्र आलो... नादिरशहा वापस गेला... पालखेड, भोपाळ, औरंगाबाद, बुंदेलखंड... अहिल्ये, बाजीराव पेशव्यांबरोबर लढतालढता आम्ही शूर होत गेलो... अनेक सरदार, सेनापती तयार झाले... निजामाचा तर चूरचूर करून टाकतो आम्ही... पण... पण शाहूसरकारचा मनसबा मवाळ पडतो.

'बादशाही रयतेस ना दुखवणे' ऐसे फुसके बोल... आम्हांस तर चीडसंताप शिरतो... पण मानावे लागते. राज्ये शिस्तीमुळे चालतात... आज तो चारही दिशा राज्यात बर्कत... बढावा... बाजीरावास बहुत यश... शिवबाचा गनिमी वारसा बाजीरावास लाभला... आम्ही थक्क व्हावे ऐसी दुरंदेशी... कुशलता... हमखास यशाची शंभर टक्के हमी घेऊन चढाई होते. ... चिमाजीअप्पा ... पवार ... जाधव ... शिंदे ... कदमबांडे ... पटवर्धन .... किती नावे घ्यावी? अवघे श्रीमंतांच्या गळ्यातले तावीत...'' यावर अहिल्या किंचित थबकून म्हणाली, ''मामंजी... आम्हांसही एकदा श्रीमंतांचे दर्शन घेणे आहे... युद्ध देखणे आहे... बाईजी, तुम्ही देखले?

''एकदा औरंगाबादेस संगे गेले होते...''

'मामंजी... मग माझेवरही कृपा करावी... आम्हांस संगे न्यावे...''

''पोरी... जरूर... तुम्ही तर तोफखाना सांभाळावा अशी आमची मनिषा आहे. अहिल्योबा... तुम्ही तर आमचे पुत्र!'' यावर बाईजी रागास येत म्हणाल्या, ''हे काय ते आता? 'अहिल्योबा' काय म्हणायचं ते? आता ती मोठी झाली...''

---

१) मुस्तकीम - जय्यत तयारीने

“अरेच्या... आमच्या हे बुद्धिसच येत नाही... आम्हांस ही अक्कल कमीच!”

“मामंजी... तोफखाना सांभाळू द्याल मला...? शिकवाल सारं? ...मी होईन अशी शूर? ... तोफेस बत्ती देणारी?”

“का नाही होणार? अगं... सुभेदाराचा पुत्र तू अहिल्योबा... चुकले हे ... सून तू अहिल्या... शोभायला हवीस... पोरी... खरंच... श्रीमंतांना बघच तू एकदा... काय ते मर्दानी सौंदर्य! साधी शुभ्र कापडे... पिळदार यष्टि... गौरवर्ण... वागण्याची आदब... चालण्याचा डौल... उमदेपण... ऐषारामाचा तर तिटकाराच अवघा! त्यांचे लाडके चार घोडे... निळा, गंगा, अबलख आणि सारंगा... त्यांचे दाणापाणी स्वत: करावं... खरारा करावा... बहुत उमदेपण! लोक वाटेने दाटी करतात त्यांना बघायला... नुसतं बघायला...!” यावर बाईजी म्हणाल्या, “आज सुनबाई आहेत म्हणून का इतकं सविस्तर बोलणं? आम्हांस नाही कधी ऐसे सविस्तर बोलले ते? गेलो... लढलो... जिंकलो... बस! तीन शब्दांत सरायचं बोलणं.”

“सरकार... अहिल्या आमची उद्याची सुभेदार... अवघ्या आशा तिच्यावर... तुमचे कुळपुत्र काय कामाचे ते जाणताच! ...तिजला अशी तैय्यार केली की आज फडणिशी सांभाळते उद्या रणमर्दिनी होईल... रणात उतरेल... घोडा फेकेल... तलवार चालवेल...”

“पुरे पुरे.” बाईजी म्हणाल्या, “सुभेदारांनी बहुत स्वप्नात हरवू नयेत... किती झाली तरी ती बाईच ठरणार... ती काय राज्याचा दरोबस्त ठेवणार की काय?”

“अलबत ठेवणार!... उगाच पापशंका किमर्थम् काढता?”

“बरं बाई... तुमचा अहिल्योबा सुभेदार... पुढे बोला. बाजीरावजीस भेटण्यास कधी नेता?” बाईजी म्हणाल्या त्यावर मल्हाररावांचा चेहरा उतरला... म्हणाले, “सध्या फार खचलेत ते... दु:खी आहेत...”

“दु:खी? ते काय म्हणून?” बाईजी आश्चर्याने म्हणाल्या...

“घरच्यांनी वैर मांडलंय... घरच्यांनी... बाईजी, घरच्यांनी!”

“ती फार मोठी कथा आहे सरकार!” मल्हारराव म्हणाले. त्यावर बाईजी म्हणाल्या, “हे काय ते? हरदम सुनबाई देखता ‘सरकार सरकार’ ऐसें बोलावे? ...असले वागणे बोलणे बरे की काय?” यावर हसत मल्हारराव म्हणाले, “अहिल्ये, श्रीमंतांनी खाजगी उत्पन्न कुणाच्या नावे बक्ष केले? तर सकल सौभाग्यसंपन्न वज्रचुडेमंडित गौतमाबाई तथा बाईजी यांच्या नांवे! मग आता तूच सांग, या कोण आपल्या?”

“अर्थात सरकार!” अहिल्येने उत्तर दिले. तेच सूत्र पकडत मल्हारराव म्हणाले, “तर सरकार, राजा छत्रसालांनी, मुसलमान कंचनीच्या पोटी जन्मलेली आपली कन्या मस्तानी पेशव्यांना नजर केली.”

“ती काय म्हणून? नजर केली की शादी?”

“बाईजी... हे तर सारे बाह्य उपचार! शादीच केली समजा! सरकार महंमदशहा बंगशने छत्रसाल बुंदेलाच्या मुलांचा पराभव केलाच पण खुद्द छत्रसालाचाही जैतपूरजवळ पराभव केला. त्या वक्ताला छत्रसालांनी दुर्गादास यांना बाजीरावाकडे संदेश देऊन पाठवले की, ‘बहुत संकट पडले’... उपराळ्यास यावे.’ सरकार त्या वक्तास आम्ही श्रीमंतासंगे गढामंडला येथेच होतो... खलिता पावताच रातोरात कूच केले. बंगशच्या सैन्यासच एकाएक भिडलो. बहुत बेसावध होता... त्यास कापून काढले... दमदार जय लाभला... मातब्बर यश लाभले... त्या वक्तापासून बाजीरावास मानसपुत्र मानले त्यांनी... राज्याचा तिसरा हिस्सा त्यांचे नावे सनद केला... त्याच समयाला मस्तानीचे संमतीने मस्तानी बाजीराव श्रीमंतास दिधली... आणि माहेरपणास्तव पाच लक्षाचा सरंजाम... बाजीरावांनी तिचे संग विवाह केला... ही झाली एकोणतीस सालातील कथा... आता दहा वर्षांउपरान्त संघर्ष बहुत अस्मानास पोहोचला... घरच्यांनी रायाजीस जगणे कठीण केले. मस्तानीसंगे बहुत प्रीती... राहणे, उठणे तिचे महाली... सुरा... अभक्ष्य भक्षण... सरकार मन जुळले की बाकी कठीण ना उरते” ... अहिल्येस एकदम शबनमची आठवण झाली. काय असेल तिच्यात विशेष? कशा असतात या यवन स्त्रिया? क्षणभर थांबून ती म्हणाली, “मामंजी, आपण पाहिलंत मस्तानीबाईंना? त्यांना पुत्रपुत्री आहेत? मुलं कशी आहेत? त्या स्वत:...

“अहिल्ये... मस्तानी मातोश्री म्हणजे ईश्वराने निर्मिलेलं सौंदर्याचं जिवंत शिल्पच ते! नृत्य, गायन यात पारंगत... तिच्या मुलाची मौंज करणेचे श्रीमंतांचे मनी... ते अवघे वादाचे कारण! राधाबाईसाहेब मातोश्री व काशीबाईसाहेब... अवघं घर उलटलं! पुणे येथील ब्राह्मण बहिष्कार करण्याच्या गोष्टी करतात... पुत्र नानासाहेबही कारवाया करतात... शनिवार वाड्यातल्या मस्तानी महालातच रायांचं वास्तव... तो पुण्यात अवघा कल्लोळ... धुसफुस... इतकेही सोसून राया मस्तानी मातोश्रीकडे राहतात... त्यांचेवाचून विकल आहेत... त्यांच्याविना नाही राहू शकत... अहिल्ये... हे तो शिवशक्तिचे मीलन... मनोव्यापार अनाकलनीय... मुली... जातपात, बंधने तोडून ही प्रीती बहरली... पण जाणणारे कुणी नाही... घरदाराने बोलणेही त्यागिले...”

...अहिल्येच्या डोळ्यापुढे बाजीराव-मस्तानी दिसू लागले. शिवशक्तिचं नातं पुन्हा एकदा ऐकलं... कसं असेल हे प्रेम... इतक्या वादळातही टिकून राहणारं... आपल्या आईनं सांगितलं तसं... स्वर्गसुख देणारं... आसमंताचा विसर पाडणारं... एकमेकांसाठी झुरणारं... मृत्यूला कवटाळणारं... यांना जन्मास येऊन एकदा तरी बघून घ्यावं!

"अहिल्ये... इतकी कैसी हरवलीस? स्वामींनी दोनदा हाकारलं."

"क्षमा असावी... पण मामंजी... आम्हांस श्रीमंतांचं दर्शन घडवा, जमलं तर मस्तानी बाईसाहेबांचं..."

"प्राक्तनी असेल तैसे घडेल... पण आम्ही शर्थ करू... तुमची इच्छा पूर्ण करण्याचा यत्न करू... अवश्य करू!"

...आणि चार-पाच महिन्यांतच निजामाचा मुलगा नासिरजंग याने उपद्रवास सुरुवात केली. खलिता येताच इंदोर व आसमंत घुसळून निघाला. फौजेची भरती, तयारी, सरदारांना निरोप... रोज हजारो घोडदळ, पायदळ येऊन कूचाच्या नौबतीची वाट पाहू लागले. उदईक कूच होणार होते.

मल्हाररावांना तिलक लावताना बाईजी म्हणाल्या, "स्वामी, अहिल्येने तर हट्टच मांडलाय... स्वारीवर यायचं म्हणतेय... मोहिमेसंगे राहू म्हणतेय... कधी नव्हे ती हटून बसलीय!" मग तिलक करायला आलेल्या अहिल्येस मल्हारराव म्हणाले, "अहिल्योबा, मोहिमेवर यायचं म्हणता?... बरंय... योग्य काळवेळ देखून आम्ही खलिता देतो... पण तोवरी गेल्या ५-६ महिन्यांत शिकलात त्याबरहुकूम हिशोब लिहायचं... जमाखर्च दुतर्फेने देखणे... दोचार रोजाआड ताळेबंद तपासणे... खाजगी आणि सरकारी उत्तम बाजू नेमक्या मांडणे... पोरी... हिशोब राखता येणे हाच अवघ्या कारभाराचा मुख्य पायवा... ईश्वरे तुजला ती बुद्धी बहुत पक्व दिधली... वसुलीचा भरणा बघणे... सुनबाई... आता तुमचे भरोसे आमचा कारभार... फौजेचा उपराळा[१] मागवल्यास बुळे सरदारांकडे निरोप देणे... फौजा एकत्रित करून मसलतीचे ठिकाणसीर लावून द्यायच्या... आता आम्ही फक्त तलवारबाजी करणार, अहिल्ये, तुझ्यावर आता अवघी जिम्मा!"

"आम्ही तो आणप्राण अवघे सांभाळू... पण आमचीही विनंती मनी ठेवावी... अर्जी ध्यानात घ्यावी..."

"अलबत... आता तुम्ही कर्त्या... तुमचं ना ऐकलं तर आमची रसद बंद कराल ना तुम्ही! आम्ही तुम्हांस रायाजीचे भेटीस नेणार... मग तर झालं ना? येतो आम्ही... सांभाळा!" ... अहिल्येने पदवंदन केलं... आणि कूचाची नौबत झडली.

या सहा महिन्यांत मल्हाररावांनी अहिल्येस खूपच शिकवलं. अवघं १५-१६ चं वय... पण तीव्र बुद्धी! हिशेबातील गती तर केवळ चकित व्हावं अशीच... भल्याभल्यांच्या चुका काढाव्या तिने! गंगोबा तात्या, अन्याबा पळशीकर चकित झाले. इतकंच नव्हे तर एकूण वसुलीची व्यवस्था तिने भरभरा आत्मसात केली.

---

१) उपराळा - मदत

तोफांचा कच्चा माल म्हणजे काय... तो कुठे मिळतो... त्याकामी कोण कोण आहेत... शस्त्रगार... शस्त्रसफाई... तोफा ओतायचा कारखाना... त्याचे लाकडी गाडे... पत्रव्यवहार... अफाट ज्ञानलालसा! चौथाई सरदेशमुखी यांची वसुली... ती भरण्याची पद्धत... मौज, परगणे एक ना दोन! पहाटेपासून तर रात्रीच्या प्रहरापर्यंत अहिल्या फक्त शिक्षण घेत होती. मल्हररावांना आनंदाने अस्मान ठेंगणे वाटत होते. सर्व कारभार काटेकोरपणे सांभाळणारी तैलबुद्धीची सून त्यांना मिळाली होती. कुळपुत्र करंटा निघाला त्याची बोच आता बोथट झाली. अहिल्येवर पूर्ण कारभार सोपवता येईल याची खात्री होऊनच ते तृप्ततेने मोहिमेवर निघून गेले. या सहा महिन्यांत खंडेराव फक्त दोनदा वाड्यावर आले. वडिलांना भेटून तसेच परतले. जणू तिचं अन् त्यांचं जग वेगळं होतं!... तिला मस्तानी बाजीरावांचं प्रेम अशा समयी हमखास आठवायचं! आजही अशीच उदास मने ती उभी होती. मामंजीच्या घोडदळात आपल्या नवऱ्याचा, धाकट्या सुभेदारांचा घोडा नसावा याचं दुःख तिच्या मनी दाटे! यावेळीही तोच विषाद... मागे वळली तर तिथे खंडेराव उभे. तिने डोईभर पदर घेत पदवंदन केलं... म्हणाली, 'एक दिवस आधीच येता तर मामंजींची भेट घडती... कालच फौजांनी कूच केलं.''

"आम्हांस कुळपुत्र जाणून बुलावा धाडला असता तर आलो नसतो? पण आमच्याजागी आता तुम्ही आहात... दरबारी काम तुम्हाला शिकवलं जातंय!''

"स्वामी, आपण त्यात लक्ष घातलंत तर सोनियास सुगंध... पण...पण आपण तर केवळ दोन प्रसंगास आलात... आणि... तेही दासीची सेवाही ना घेता... एक शब्दवचनही ना बोलता गेलात!''

"आमचे वचन विसरलात? आम्ही आपणा योग्य होऊ तेव्हाच...''

"म्हणजे... म्हणजे इथे आलात तेव्हा... त्यासमयीही आपण नशापाणी...''

"अलबत... आम्ही नशा केलेली होती! म्हणूनच...''

...यावर अहिल्या मनाचे दुःख लपवित म्हणाली, "बरे असो... आत तरी चलावं... बाईजी भेटीस अधीर... सकाळीच भारमलदादांना आपलेकडे बुलावा घेऊन धाडलं होतं... मिळाला निरोप?''

"आम्ही तर देपाळेश्वरी होतो... इथे नव्हतो...''

"मग आता कसं येणं केलंत स्वामी? आमची याद आली?... चलावं आत... थोडं सरबत...''

यावर निर्लज्जपणे हसत खंडेराव म्हणाले, "आमची सरबताची वेळही अलग... आणि आमचे सरबतही अलग! ...तुम्ही आमच्या पिण्याची चिंता करू नका. ...चिंता करावयाची असली तर... तर आमच्या पैशांच्या व्यवस्थेची करा! आता पैशांसाठी मला तुमची परवानगी लागणार असं कारभाऱ्यांकडून

कळलं... म्हणून यावं लागलं.''

''तुम्ही आम्हांस लाजवता की काय? दौलत आपली... ही दासीही आपलीच! बाईजींना सांगावं...न्यावं! मी तो केवळ एक चाकर! ...आपली, वडिलांची, दौलतीची, राज्याची!''

''म्हणजे तुम्ही चटकन पैसे देणार नाही तर... बाईजींच्या परवानगीचा हमामा घालणार... आम्हांस हात पसरायास लावणार!''

''बाईजींपुढे परवानगी घ्यायला जाणे म्हणजे हात पसरणे कैसे स्वामी? मग मी कुठून द्यायचा पैका? मी तो अल्पमति... आपणच सांगा.''

''खाजगीवर आमचा हक्क नाही? आम्ही उचल करू शकत नाही?''

''स्वामी... उचल? थोरांच्या आज्ञेवाचून उचल? आपण वंशजांनी तर अधिक निर्मळ राहावे...''

''आम्ही इथे उपदेश ऐकण्यास्तव ना आलो... मुग्ध राहून पैका द्या! व्यर्थ बोभाटा नकोय आम्हांस!''

''क्षमा करावी स्वामी... पण मी कोषातून नाही देऊ शकत... पण...पण...ऋतुशांतीचे समयी आलेल्या आहेराच्या काही थैल्या...'' ...अहिल्येचं वाक्य पुरं व्हायच्या आत आनंदकल्लोळ करीत खंडेराव म्हणाले, ''बुद्धिमान आहात... बहुत बुद्धिमान... हुशार... कुठे आहेत त्या थैल्या?''

''बाईजींजवळ... स्वामी, त्यांच्या अनुज्ञेवाचून तुम्हांस त्या नेणे उचित नव्हे स्वामी... केवळ असकत...''

''तुम्ही आम्हांस कायदा सांगता? आमची बाईजींजवळ पत नाही अशी समजूत तुमची...''

''स्वामी... आपण एकुलते एक कुलदीपक... आपण उत्तम व्यवहारे खर्चवेच करावा यावाचून अन्य काय मागणे? चलावं आत...''

ताड ताड पाऊले टाकत खंडेराव माजघरात गेले. बाईजी देवापुढे बसल्या होत्या. मल्हाररावांना यश मागत होत्या. खंडेरावास बघताच किंचित हसत म्हणाल्या, ''कालच स्वामींनी कूच केले... आता परतायला किती महिने लागतात की वर्षे... ईश्वर जाणे! स्वामी बर्चीबहादूरी करत असता आपण मात्र ऐष भोगतो... आराम करतो. अशावेळी ही सुखेही नकोशी वाटतात खंडेराव... नकोशी वाटतात.'' खंडेरावास काय बोलावं ते सुचेना. अहिल्येच्या हजेरीचं त्यांच्या मनावर दडपण आलं. बाईजी चिंता करीत असता आपण पैसे मागावे याची लज्जाही वाटली असावी. कारण नंतर पैशांची कुठलीही गोष्ट ना होता केवळ कुशल वार्तालाप चालू राहिले. अहिल्येनं सरबताचे पेले आणले...

खंडेराव गेले तेव्हा बाईजी समाधानाने म्हणाल्या, ''चिरंजीव चांगलं बोललेहो

आज... यावंसं वाटलं... बोलावंसं वाटलं... भेटावंसं वाटलं... बायकोला बघावंसं वाटलं... बहुतच झालं! ईश्वरा, अशीच सद्बुद्धी दे बाबा त्यांना...!'' ... अहिल्येस त्यांचं सुख नासवावंसं वाटलं नाही. खंडेराव कशासाठी आले होते हे फक्त तिलाच माहीत होतं!

कोषागारात हिशोब बघताबघता, खंडेरावांच्या नावे टाकलेले पैसे बघून ती थक्क झाली. अजून तर वर्षाचे केवळ दोनच महिने सरले होते... दहा मास बाकी होते तोवरच वर्षाचा ठरवलेला तनखा संपत आलेला... असेच चालू राहिले तर कोष रिक्त होण्यास वेळ तो काय? अहिल्येच्या अंगावर काटे आले. आता कोषातून एक पै सुद्धा खंडेरावांना मिळणे शक्य नव्हते. पैशासाठी त्यांना नकार द्यायचा कठीण प्रसंग आज ना उद्या येणारच होता. बाईजींच्या कानी हे टाकून त्या साध्वीच्या नुकत्याच टवटवलेल्या आशांवर काळोख ओतावा असं अहिल्येस वाटत नव्हतं. येणाऱ्या प्रसंगास धिटाईने तोंड देऊन त्यांचे चुकीचे माप त्यांच्या पदरी टाकायचा तिने निश्चयच केला होता.

...आणि अखेर ती वेळ आलीच! खंडेराव थेट हिशोबखान्यातच येऊन उभे ठाकले. गंगोबातात्या घाबरून गेले. तोच अहिल्या रोजच्या कामकाजासाठी तिथे येऊन पोहोचली. तिने खतावण्या पाहिल्या होत्या, तरी पुन्हा मागवल्या. खंडेराव घेणेकऱ्यासारखे समोर येऊन बसले. त्यांचे डोळे लाल जर्द होते. डोळ्यावरती नशेची झापड होती. नजरेत आक्रमक संताप होता. आपल्या जागी अहिल्या बसली आहे त्याची चीड होती. आपणास पैशांची याचना करावी लागते याचा खदखदणारा संताप होता. राग होता. ते अहिल्येकडे रोखून बघत म्हणाले, ''मला माझ्या तनख्याचे पैसे हवेत. सल्ला नको... उपदेश तर मुळीच नको... हवेत ते पैसे... आणि ते आम्ही नेणारच! बघू द्या काय करता तुम्ही ते... तेच आम्हांस देखणे आहे.'' अहिल्या या प्रहाराने किंचित विचलित झाली... पण लगेच स्वत:ला सावरत समर्थपणे बोलली, ''मी जे काय करावे ते योग्य व दौलतीच्या हिताचे करावे अशी मामंजींची आज्ञा... आपल्या तनख्याचे पैके रुपये शिल्लक नाही. अर्थात आपला सरबरा होऊ शकणार नाही.'' गंगोबातात्या थक्क होऊन अहिल्येकडे पाहत राहिले. सुभेदारांनाही जे जमले नाही ते या धिटुकल्या सुनेने तडफदारपणे केलेले बघून त्यांचं मन कौतुकाने ओसंडू लागलं पण तेवढ्यात खंडेरावांनी तिच्या हातातील खतावणी लांब फेकून दिली. अहिल्या ताडकन उभी राहत म्हणाली, ''गंगोबातात्या, खतावणीची अशी बेअदबी करणाऱ्याचा जवाब लिहून घ्या अन् त्यांना पंचवीस मोहरा दंड ठोका... आम्ही सुभेदारीत जात आहोत... वसुलीस कामविसदार पाठवणे आहेत. जंबुरियाच्या गोळ्यांसाठी कासीदास सांगावा द्यायचा

आहे.आपण इथले काम निपटा व तिकडे या.'' ...अहिल्या वळूनही न पाहता निघून गेली. गंगोबातात्या बघतच राहिले.

खंडेराव तिथून निघाले ते थेट बाईजीपाशी आले. त्यांच्याकडे पाहताच त्यांनी नशापाणी केले आहे हे बाईजी समजल्या. बाईजींनी त्यांच्याकडे एकदमच संतापाने पाठ फिरवली. त्यांना राग आवरेना. त्या चिडून म्हणाल्या, ''खंडेराव... तुमच्यात काही लवमात्र बदल नाही. तुमचा जन्म झाला तेव्हा केवढा मातब्बर उत्सव केला आम्ही... आमचा वेल मांडवी गेला म्हणून उल्हसित झालो... पण तुमच्या मनी दिसत नाही... मार्तंडाची इच्छा... तुमच्या शिणेत[१] असता तुमच्या वडिलांनी उदंड तलवार गाजवली. प्रत्यक्ष श्रीमंत बाजीरावांना जाब विचारण्याएवढी खातरसलीम केली. आज एवढ्या थोरल्या दौलतीचा सोप सांभाळून आहेत. अख्ख्या माळव्यावर अमलाफैला[२] करून आहेत. जिम्मा सांभाळून आहेत... आणि तुम्ही? आम्हांस त्रासरुप[३] करून सोडलेत... सतावून सोडलेत... नशेत धुंद झालात!''

यावर खंडेराव उद्धटपणे म्हणाले, ''आम्हांस दंड करून, आमचा जवाब घेण्यापर्यंत कारभाऱ्यांची मजल आहे. आम्ही कुठल्या तोंडाने फिरावं? आणि मातोश्री, आपणासही आम्ही त्रासरूप झालो तर एकदाच लुटून घ्या[४] आम्हांस! ...आपणही मुक्त आम्हीही मुक्त!''

''कारभाऱ्यांवर कासया राग...? कधी त्यांची समज कमी पडत असेल तर बघू! काही हिशोबाचा कज्जातंटा असेल तर निर्गत[५] होईल.''

''हा हुक्म कारभाऱ्यांचा नव्हे मातोश्री... आपल्या लडक्या सूनबाईचा... त्यांनी आम्हांस दंड भरण्याचा हुकूम दिलाय... हुकूम!''

''खरं सांगताय? अहिल्येने? तुमचा गुन्हा काय खंडेराव?''

''आम्ही आपल्या नादात कडाचूर आहोत हा आमचा गुन्हा मातोश्री!''

''तुमचे नाद तलवारीचे नव्हेत... तसे असते तर मार्तंडापुढे डोई घासली असती मग अहिल्येस दौलतीची चिंता करण्याचे कारण ना उरते. पण ईश्वर कोपला. तुम्ही बघण्यास राजी नाही. सुभेदार तो केवळ तलवारीत गुंतले... मग इथला अंमल कुणी बघावा? ती पोर ही दौलत नमूदास आणेल.[६] लौकिक करेल. स्वामींनी तिज मुखत्यारी दिली. तिची तेज बुद्धी त्या बाजाचीच आहे. ती तुम्हांस काही वावुगे बोलेल हे घडणे नाही.''

''हेच ते मातोश्री... बाईजी आम्ही हैबत खातो[७] ती याचमुळे. आम्ही कुळपुत्र

---

१) शिणेत - वयात २) अमलाफैला - अंमल बसविणे ३) त्रासरुप - कटकटीचे
४) लुटून घेणे - मारुन टाकणे ५) निर्गत - नाहिसा
६) नमूदास आणणे - नावारुपास आणणे ७) हैबत खाणे - कच खाणे

असून आमचा आब नाही. आज तर दंड पोचता करायासही मोहरा नाहीत... आता तर चौक्यापहारेही बसतील. आता क्षणाचा भरवंसा नाही...''

...तेवढ्यात अहिल्या आली. आणि तशीच खंडेरावांच्या पायाशी पडली. डोळ्यातून आसवांच्या धारा. म्हणाली, ''स्वामी... तुम्ही तो माझ्या आयुष्याचे ईश्वर, पण दौलतीपुढे माझा... माझ्या ईश्वराचा मान तो काय? आपण साक्षात खतावणी फेकून दिलीत... सत्ता चालते ती खतावण्यांवर... हिशोबांवर! वसूल आमदानी तिच्या जिवावर... तिलाच लाथाडली... तिचीच बेअदबी.... स्वामी आपणच अशी बेदिली माजवली तर कारभाऱ्यांवर दाब कसा राहील? आपण क्षमा केली म्हणा... तोवर चरण सोडत नाही.'' ... बाईजींच्या सगळे लक्षात आले. त्या बघत राहिल्या. खंडेराव काय करतो? बायकोशी कसा वागतो? या चिंतेत पडल्या. गेल्या सात-आठ महिन्यांत फक्त दोन वेळा अहिल्येची व त्याची भेट झाली..

त्याचं वागणं हे असं होतं! खंडेरावांना तिकडे बायकांची कमी नव्हती. नशाबाज सोबतीही गराडा घालून होते. आता काय होणार? बाईजी धसकून पाहत होत्या... तोच खंडेरावांनी अहिल्येला पायांनी लाथाडली. ओरडून म्हणाला, ''आमच्याच मायबापांनी तुम्हांस डोईजड केले... नाहीतर तुमची किंमत ती काय? एक कवडी सुद्धा नाही!''

...बाईजी संतापून पुढे आल्या. अहिल्येला उठवत म्हणाल्या, ''खंडेराव, कवडी किंमतीच्या बायका जिथे लाभत असतील तिथून घ्या... अन् तुमचीही किंमत तेवढीच करून घ्या... ही सुभेदारांची सून आहे. दौलतीची मानकरीण आहे. मानकरी होणं तुमच्या नशिबी यावं असं वाटलं तर आमचा नेक सल्ला माना, लायकी पैदा करा. अहिल्येशी मेळ केल्यासच तुमचा गुजारा होईल हे लक्षात घ्या! अशी चुरसाचुरस[१] केल्याने मायेला पारखे व्हाल. दौलतीची आब राखली तो गुन्हा झाला काय? हिशोबखान्यात तरबितर करून तुमची शाबुती राहणे असकत आहे. आधीच पैक्याचा राडा केला ते निस्तरा. अहिल्येचे हमराहा व्हा... जा इथून... बहुत केला तमाशा...''

...आपल्या बाईजींचे हे समजूतदार, प्रतिष्ठेचे बोल ऐकून अहिल्येस धीर आला. बाईजी काय म्हणतील याचं मणामणाचं ओझं बाळगतच ती वाड्यात आली होती. आपल्या हातून पतीचा अपमान झाला हे काहीतरी अधार्मिक झालं, पतिव्रतेच्या व्रताचा भंग करणारं पाप झालं! या विचारानं ती दुःखी झाली. पतीस सामोरे जात म्हणाली, ''स्वामी, दासीला क्षमा करा... त्याविना आम्ही थाळ्यास स्पर्श नाही करणार.''

''आमच्या क्षमेची इतकी आस? आपण तर मुखत्यार... आम्ही आमच्या

---

१) चुरसाचुरस - भांडाभांडी

ठिकाणसीर बरे आहोत... आपले सुवर्णाचे शद्ब हकनाक का वेचता?''

''दासीचे मनी स्वामींच्या चरणकमलांचे भृंग व्हावे... पण आमचे नसीब एवढे थोर नव्हे, आपल्या अन्य स्त्रिया चतुरकामिनी... मी तो अज्ञानी धनगरीण... आपले चित्त संपादावे ही तो मनीची इच्छा... पण मामंजींनी दौलतीस बांधले... आपण माझे काम करावे मी आपल्या अनुषंगे राहीन. आपण स्व-रूपातील हीनता काढून दौलतीची शिल्लक साखळी बघू लागलात तर माझ्या दैवाचं सार्थक... पुन्हा आजच्यापरी वेळ येणार नाही. अवज्ञेचं पाप निवारणं तर आपल्याच हाती!'' असं म्हणताम्हणता अहिल्येस पुन्हा उमाळा आला. बाईजींनी तिला कुशीत घेतलं. खंडेरावांचाही राग थोडा उतरला. बाईजी अहिल्येचे डोळे पुसत म्हणाल्या, ''उगी अहिल्ये... भरल्या घरात डोळापाणी करू नये.''

''मग काय करू बाईजी? पतिव्रतेचा धर्म कसा आहे? पतीस अवघड बोलले, दंड केला... ती पापे माझ्याच पदरी ना? पापे करून धर्माचे जगेन म्हणावे तर ते कसे जमते?''

''तुमची धर्मगाथा मग उलगडा... आधी आम्ही दंड कुठून भरणा करावा ते सांगा. पंचवीस मोहरासही कुळपुत्र महाग झाला. त्या दौलतीची महत्ता आम्ही कासया गावी?''

''आपली तनख्याची वार्षिक रकम दोन मासातच निर्गत झाली.''

पुन्हापुन्हा तेच ते बोलून बदनक्षा का करता स्वामी? मजकडून अनादराचे पाप घडावे अशी आपली मनिषा आहे का? आपण मातोश्रींजवळ निराभिमान होऊन का मागत नाही? मी तर केवळ चाकर...'' मग बाईजींकडे वळत अहिल्या म्हणाली, ''बाईजी... ऋतुशांतीचे समयी आलेल्या आहेराच्या थैल्या माझ्या गुन्ह्याच्या मोबदल्यात स्वामींना द्याव्या किंवा कसे?''

''तुझा गुन्हा काय म्हणायचा? उगाच पतिव्रता धर्माचा बागुलबोवा ना करणे... त्या धर्मास अनाठाई का भितेस? तुझ्या पतीचं स्वच्छंद त्यास भोवतंय! तुझ्यासारखी सोन्याची वाटगी फेकून बाबा नरोटी घेतो तर दोष कुणाचा पोरी? तू कष्टू नकोस... मी दंडाच्या भरण्याची येवस्था करते. दौलत चोख ठेवणे हाच तुझा धर्म. ईश्वरे पतिव्रताधर्माऐवजी हा धर्म तुझे ओटी घातलाय...''

''वा... अजब चिथावणी देताय सुनेस... पतिव्रता धर्मास पारखी करताय तिजला... तेवढी त्या भीतिपायी आमची अब्रू रक्षीत होती...''

''हेच हेच खंडेराव... पतिव्रता धर्म सान वयापासून कानीकपाळी सांगून अहिल्येसारखी चोख हुशार स्त्री सुद्धा... जाऊ दे... हे वरीस संपेपर्यंत तुम्हांस तनखा नाही... या आहेराच्या चार थैल्या उसवा... चरितार्थ करा... आणि खंडेराव, दिलास थोडी उपरती होऊ द्या... कामकाज शिका... फार झालं

नशापाणी... घुटीगोळ्या! आम्हांस यापुढे तुमचे लेकावळे नकोत... अहिल्येच्या पोटी कुळपुत्र हवा... आता तुम्हीही थोरले होत आहात... आम्हावर रागेजण्याचा प्रसंग आणू नका...''

...खंडेराव निघाले... त्यांना अडवत अहिल्या म्हणाली, ''थोडं सरबत घेऊन जावं. उदईक राघोदास पुराणिकांना प्रायश्चित पुसोन घेते... पुनःश्च असा प्रसंग दासीवर ना आणावा इतका हट्ट पुरवा.'' ... अहिल्येच्या विनवण्या, नम्रता बघून खंडेराव विरघळू लागले. आपलंच कुठेतरी चुकतंय ही जाणीव होऊ लागली. अहिल्येशी आपण अधिकच कठोर वागतो याची लज्जा उत्पन्न झाली. थैल्या उचलताना स्वतःच्या नादानपणाची, नाकर्तेपणाची शरमही वाटली. पण चिखलाचे पाय, स्वच्छ करावे तर कसे? ते जायला निघताच अहिल्या म्हणाली, ''स्वामी... आपणच किताबवही, कीर्द खतावणी ना देखली, तर उद्या डेऱ्याचे दांडे होण्यास[१] विलंब लागणार नाही... मग दोष कुणास द्यायचा? यास्तव बोलले. आपण क्षमा केलीत तरच धर्मफळ पावेन'' यावर क्षणभर थांबून गुर्मीत ते म्हणाले, ''आम्हांस बोलाल तर आपल्याच पत्नीधर्मास बदनक्षा येतो... आता बोललात त्याची क्षमा... पण पुनःश्च जपून असा.''

...अहिल्या बोलली नाही. पतीने क्षमा केल्यामुळे ती हर्षित झाली होती. तिचा पतिव्रता धर्म अबाधित होता. 'आता प्रायश्चित घ्यायला नको' या विचाराने तिला बरं वाटलं. 'पत्नीधर्म' काय असावा बरं हा विचार चमकून गेला.

अन्याबा पळशीकर भेटीस आल्याचे कळताच अहिल्येस आनंद झाला... कारण ते पुणे येथे जाऊन आले होते. बाजीराव पुत्र जनार्दन याचे व्रतबंधास्तव नजराणा हाजीर करण्यास गेले होते. काय घडलं असेल तिथं? मस्तानीबाईसाहेबांच्या मुलाची मुंज?... श्रीमंत तर स्वारीवर या बाजूसच माळव्यातच कुठेतरी आहेत... मग? अहिल्येच्या मनात बाजीराव-मस्तानीची कथाही उमलत होती... तिला धुमारे फुटले होते. या दिव्य प्रेमाच्या कथा मनाला मोहिनी घालत होत्या. मामंजी बाजीरावांची भेट करवून देणार होते... मनात मस्तानीनेही रिंग धरलं होतं. कशी असेल ही मस्तानी? विचार करीतच अहिल्या बाईजीमागून चालत होती. माजघरात येताच अन्याबांनी हात जोडले... पुण्याची मुद्दे - कलमे, हकिकती अर्धा प्रहर बोलून झाल्या... अहिल्येला कामकाजाची उत्सुकता होतीच. पण तितकीच मस्तानी-बाजीरावांच्या कथेची होती. परंतु स्पष्ट बोलणे उचित नव्हते... तरी अखेर तिने विचारलेच,''अन्याबा... कुटुंबाचा श्रीमंतावर बहुत घुस्सा असं आम्ही ऐकतो.'' ... यावर एकदमच ते घडाघडा बोलू लागले. म्हणाले, ''बाजीराव श्रीमंतांचे चित्तास

---

१) डेऱ्याचे दांडे होणे - तंबू जाऊन दांडे उरणे

मस्तानीबाईसाहेबांचा वेध... यास्तव अवघ्या कुटुंबात हुमसाहुमशी सुरू आहे. मस्तानीबाईंचा पुत्र समशेर उद्याचा वाटेकरी... म्हणून आजच अवघ्यांनी गिरास मांडला आहे. जिंदगी नकोशी केलीय त्या माऊलीस! मस्तानी बाईसाहेबास पर्वतीच्या बागेत बोलावून धोका केला... कैद केले! छत्रपतींच्या भयास्तव कुणी हत्यार उचलत नाही... आता त्यांना घरास ठेवली की भलत्या आडवळणास पाठवली मार्तंड जाणे. पण महालावर चौक्यापहारे देखले. बाजीराव श्रीमंताचे मनी समशेरची मौंज करावी... त्यास ब्राह्मण करावे... पण पुणे येथील ब्राह्मणांसह कुटुंबियांनीही बहुत कुचंबणा मांडली. कुणाची खातरसलीम ना उरली. पेशवे पुणे मुक्कामी असले की वसतीस मस्तानी महालास असतात. त्यांनाही मद्यामांसाचा सरबरा लागतो ऐसी वदंता... ब्राह्मणधर्माचा अवघा विटंबा चालू आहे. एक चिमाजी अप्पा श्रीमंताचे पाठी... बाकी घराने फन्द चालवले. चिमाजीनेही श्रीमंतांशी बहुत बुद्धिवाद केला. पण रायांचे मनी येत नाही... जीवाने अतिकष्टी झाले... पालपडदा घेऊन नासिरजंगासंगे तलवारबाजी चालू आहे. मस्तानीबाईसाहेब कैदेत आहेत... या कैदेच्या मागे श्रीमंतांचे पुत्र नानासाहेब..."

"अन्याबा... मस्तानीबाईसाहेबांची धर्मवर्तणूक तर ब्राह्मणीच असल्याचे जाहीर आहे... मग या छळवादात घर का सामील?" अहिल्येने मधेच विचारले. यावर अन्याबा म्हणाले, "मस्तानीसाहेबा तर घोडातलवारीतही पिछाडीस नाहीत... नृत्यगायनातही तरबेज... आणि धर्माचरण शुद्ध! काशीबाईसाहेब संभाळून घेतात... पण त्या अकेल्या काय करणार? ये विषयी प्रत्यक्ष शाहू महाराजांपर्यंत बखेडा पोहोचला. त्यांनी स्पष्ट जबाब दिला, म्हणतात की, 'वस्तूवर[१] चौकी बसवावी हे उचित नव्हे. रायाजीस[२] खट्टे ना करावे. त्यांचे समाधान राखणेत दौलतीस उतकाळ[३] आहे' या हुकुमावरून कुणी जीवास अपाय करणार धजस नाही... नाहीतर मातोश्री, ते सुद्धा घडले असते... आता काही असकत नाही."

"अन्याबा... अहो तुम्ही ज्या समारोहास गेलात ते विषयी बोलत कसे नाही? कैसे झाला सोहळा... आपला नजराणा?" बाईजी आश्चर्याने म्हणाल्या, "काय बोलावे मातोश्री? मौंजीसमयी पेशवे पुणे येथे नाही ही काय बोलायची बात? समशेरच्या मुंजीची हवा ना चालावी याकारणे बापाशिवायच जनार्दनाचे मौंजीबंधन... सगळीकडे फळी पडलेली... कुणाचा कुणास मेळ नाही. आता म्हणे काशीबाईसाहेबांना पेशव्यांकडे रवाना करणे आहे. त्या तर अधू... क्षीण... दुबळ्या! ...श्रीमंतांचे मनी जे आहे ते होणे नाही. प्राक्तन! दुसरे काय म्हणावे?" इतके बोलून अन्याबा मुग्ध राहिले. अहिल्येच्या डोळ्यांपुढे पुणे येथील चित्र फिरू लागले. तिला मस्तानीची

---

१) वस्तू - मस्तानी   २) रायाजी - बाजीराव   ३) उतकाळ - उत्कर्ष

कैद मनास अतिशय लागून राहिली. ती म्हणाली, "अन्याजी पंत... नानासाहेब तो जेष्ठ चिरंजीव... ते काय अवघा खेळ बघतात? या बेदिलीचा बंदोबस्त नाही करू शकत? ते काय तिथे हवा खाऊन राहतात? हे मेले सारे इतके कसे मातले? एक ब्राह्मण्याच्या ढंगदोषेकरून इतका बखेडा?"

"राधाबाई मातोश्रींची हमी नानासाहेबांकडे... त्यांनी तो बहुत कुटील डाव टाकला...तरुण नानाने मस्तानीबाईसाहेबांशी मैत्रिकी साधण्याचा फसवा खेळ केला... अवघे पुणे या वार्तेने तडफडले... पण या कुटुंबाच्या गोष्टी... यात पुरावे नाहीत! अखेर मस्तानीसाहेबास कैदेची संचणी करून साताऱ्याचे राजकारण करतात... नानांवर शाहू महाराजांचा तो असीम लोभ... कुणी बोलावे?"

....अहिल्येस पुढच्या संवादात रुचि राहिली नाही. मस्तानीच्या कैदेच्या वार्तेने तिचे मन व्यापून टाकले.... पण मग पुन्हा परतून अहिल्येने विचारले, "पंत... मस्तानीबाईसाहेबांनी हे समस्त कष्ट, उपेक्षा, राग... साहिले तरी कैसे? त्यांनी काहीच खुलासे केले नाही? आपल्या वक्षावर बाधा घेतली? त्यांचे कोणीच का नाही? असले वैगुण्य त्यांचे कपाळी ठोकले? ... त्यांचेकडे कूर्मदृष्टीने[१] बघणारे कुणीच नाही?"

"नाही बाईसाहेब... एका श्रीमंतांवाचून दुसरे कोणी नाही! अशी पण वदंता आहे की मस्तानीबाईसाहेबांनी नानासाहेबांस परखड बजावले, लिहिले, "भलतेच अंदेशे मनात वागवून कारवाई झाली. स्वामी इथे नाहीत तर आम्हांस चौक्या पहारे बसले... दिवसरात्र हर तजविजीने मी स्वामींचे पायाशी जाईन यास्तव कैदही झाली. परंतु असा खतरा आपणास वाटत असेल तर वाड्यात दहा बायका निजत असतील तिथे येऊन निद्रा करेन...आमच्या मनोभंगास आपणास संकोच पडत नाही. आमचा प्राण, हृदय, मन, देह अवघे स्वामींशी बांधलेले... जीव झोकून दिला आहे त्यांचे चरणांशी... आज्ञा होईल तसे ..." अहिल्येचे डोळे भरून आले. मस्तानीचं दुःख तिच्या काळजास भिडलं. बाजीरावासारख्या माणसावर... पुरुषोत्तमावर प्राण लावून बसलेली ही खरीखुरी पत्नी... श्रीमंतांचे प्राण तिच्यात... त्यांच्या मीलनाच्या आड येणारे हे का आप्तस्वकीय म्हणावे? ... छत्रसालराजाची कन्या... आईचा धर्म अलग त्यात त्यांचा काय वाद? ...या प्रेमास छळणारा काय धर्म म्हणायचा? प्रियतमासाठी जुलूम सोसणारी... बरबादी देखणारी... हीच खरी पतिव्रता.... ही मेली माणसं इतकी कशी निष्ठूर? चिमाजीअप्पांनी तरी काही विचार करायचा? छावणीची वेळ... मसलतीचा काळ... हा विचार येताच डोळे पुसत अहिल्या म्हणाली, "पंत... त्या बिचारीची अशी तरबितर... तिजला कुणी हमराही नाही...

---

१) कूर्मदृष्टिने - कासवीप्रमाणे प्रेमदृष्टीने

राऊसाहेबांचे ऐन स्वारीच्या वेळी तिजवर असा अन्याय? इतकी चुरसाचुरस? श्रीमंतानी तलवार चालवावी, नासिरजंगशी लढाई मारावी की आपल्याच कुटुंबियांनी आपल्या प्रियतमेची केलेली बरबादी ऐकावी? चिमाजीअप्पांचा अन् नानासाहेबांचा भीतरपेठा मेळ... चिमाजीअप्पांना नानांच्या कानपिळीचा अधिकार असताही इतका प्रलय घडतोच कसा?... त्यातून मामंजींच्या लखोट्याप्रमाणे मागचा महिना नासिरजंगाशी खणाखणी होतीच... मुंगीपैठणला सुलूख झाला... पंत... बहुत पराक्रमी... अशा पुरुषास तो घरचे शल्य गिळते पंत...''

''काय सांगावे बाईसाहेब?... चिमाजीअप्पा तर वरखेडे इकडे गेल्याचेही कानी आले... बाजीरावांचे चित्ती कासाविशी... मस्तानीबाईसाहेबांस पाठवून देण्याविषयी तगादा...''

''मग त्यांना संगे घेऊनच चिमाजीअप्पांनी जावे की फुका काशीबाईसाहेबांस धाडावे?''

''हे सारे बुद्ध्याच घडते... मस्तानीबाईसाहेबांस श्रीमंतांपासून तोडणे हा मनसुबा... श्रीमंतांविरुद्ध बहुत गहजब माजवला. त्यांना पुणे मुक्कामी सुख नाही... मस्तानीबाईसाहेबांवाचून त्यास अवघे उजाड... शोकामुळे दुःखामुळे गालब[१] होत चालले...''

''आम्हांस त्यांचे भेटीची मनिषा होती. मामंजी आम्हांस नेणारही होते... पण खर्गोणहून खलिता आला... त्यात अवघी तह-सलूखाची वार्ता. श्रीमंतांचा मुक्कामडेरा कुठे आहे हे ना कळले...''

... पण बोलणंही पुरं व्हायच्या आत झंझावात यावा तसा टापांचा आवाज आला. खंडेराव सैनिकी वेषात आले. गर्जून म्हणाले, ''अहिल्ये... बाईजी, आम्ही निघालो. आता तलवारबाजी करू... खणाखणी करू... आमचा बदनक्षा... बदलौकिक... सगळ्यास चोख उत्तरे देऊ... पैशाची कमाई करू... तेव्हाच वापस येणे!''

''खंडेराव... पण कुठल्या मसलतीस निघाला तुम्ही? आम्हांस काही ठावठिकाणा कळू द्या...''

''सुभेदाराचा डेरा खर्गोणकडे... तिकडेच आम्हीही निघालो...''

''तर मग या दासीसही संगे न्यावे'' अहिल्या म्हणाली. मग बाईजींकडे वळत म्हणाली, ''बाईजी... आपण काही इतला करावा... आम्हांसही श्रीमंतास देखणे आहे... स्वामींची तलवारबाजी बघणे आहे...''

''अहिल्ये... आम्ही मुलूखगिरीवर निघालो ते तुमच्या भरोशावर!... तुम्हीही मजसंगे आलात तर माझ्या अन्य स्त्रियांचा प्रतिपाळ कोण करणार? त्यांची

---

१) गालब होणे - खचणे

गिरफदारी कोण करणार? अहिल्ये, तू हरदुतर्फेची जाणती आहेस असे अवघे म्हणतात... आम्हासही ते अनुभवास येऊ दे. तू ठिकाणसीर राहा...'' अहिल्या खट्टू झाली. बाईजींकडे बघू लागली. बाईजी म्हणाल्या, ''पोरी, त्याजला तलवारबाजी करावीशी वाटली, त्याजला क्षात्रतेज लाभत आहे याचा आनंद मान... त्याला तिलक लाव आणि हर्षभरे निरोप दे... आपण सुभेदारासंगे जायचे आहेच... त्यांच्या बुलाव्याची वाट बघू. जा... खंडेराव... यशस्वी होऊन या... मार्तंड मल्हारी तुम्हांस बहुत यश देईल... जा'' ... रेणू-जना तबक घेऊन आल्या. अहिल्या खंडेरावांना तिलक लावतालावता म्हणाली,

''राणीवंशाची चिंता ना करणे... मी स्वत: रसद पोचवेन. आपण निश्चिंत असावं.'' ...मस्तानीची चिंता करत लढणारे बाजीराव तिच्या मनापुढे होते... मनी भरून राहिले होते. त्यांच्या दु:खाने तीही कातर झाली होती. .... आपणाकडे ईश्वरे काशीबाईंची भूमिका दिली... आणि मस्तानी आहे शबनम...! या विचाराने तिलाच विचित्र वाटलं... हे काहीतरी विकृत आपले मनी येतेय याची भीति वाटली. बाजीराव-मस्तानीची कथा मनातून हलतच नाही अशी स्थिती झाली. खंडेराव बाईजी व अन्याबा यांना दंडवत घालून मल्हारी मार्तंडाचा जयघोष करीत गेले तरीसुद्धा अहिल्येच्या मनासमोर बाजीराव-मस्तानी यांच्या काल्पनिक मूर्ति येत होत्या. ती पुन्हापुन्हा बाईजींना विचारू लागली, ''बाईजी... हे बाजीराव श्रीमंत आहेत तरी कसे? मी एकदाच त्यांची आवाजी ऐकली, ''मल्हारबा... या पोरीस तुझी सून करून घे...'' पण त्यावेळेस मी मान खाली घालूनच भीतभीत... दचकत उत्तरे दिली... देखलेही नाही...कसे आहेत श्रीमंत? आणि मामंजीचा आणि त्यांचा एवढा दोस्ताना?''

''ती एक कहाणीच... अवघी पूर्वजन्मीची धुणीपाणी[१] असतात बरं ही! यांची पहिली धूळभेटी आठवली ना तरी माझी दमछाक होते... एक दिवस स्वामींनीच मज अवघे सांगितले. त्या दिवसात बाळाजी विश्वनाथ यांचेकडे दौलतीची सोप... त्यांनी गिरासपण[२] सुरू केले. त्यावेळी सुभेदार साधे शिपाई गडी होते...पाचपंचवीस स्वार संगे! तैनात काही नाही. जी लूट मिळेल तेवढीच! माझ्या पिताजींनी यांना रवाना केलं तर ते पेंढाऱ्यांच्या चालीने थेट दिल्लीपोत्तर पोहोचले. पातशाहीची सल्तनत तर इतकी थोरली की फौज आली गेली हे कुणाच्या ध्यानीही ना यावे! ऐक्या महालाचे खंडणीचा जाब ठरला. बाळाजी बाजीरावांची आज्ञा, 'कुणी शेताच्या हारी कापू नयेत आपणास खंडणी मिळणार आहे... आता ही आज्ञा पाळायला नको? पण तुझ्या सासऱ्यांची दांडगाई... शेते

१) धुणीपाणी - ऋणानुबंध २) गिरासपण - लुटालूट

कापून घोड्यापुढे टाकली.

"अगंबाई मग? ...बोभाटा नाही झाला?"

"झाला तर! बाळाजींचे चिरंजीव... कुळपुत्र हे बाजीराव... स्वामींपरीस पाचेक वर्सांनी लहान असतील... आले काठी हाती घेऊन ताकीद करायला... आणि एका बारगिरावर टाकली काठी!... स्वामींना जो तिखट राग आला... हाती मातीचं थोरलं ढेकूळ घेऊन बाजीरावास फेकून मारलं..."

"काय? फेकून मारलं? मातीचं ढेकूळ?"

"होना... आणि वर ओरडून म्हणाले, "आम्हांस काय रोजमुरे[१] देऊन थकलास की काय? काठ्या मारतोस?"

"मग बाजीराव काय म्हणाले?"

"काय म्हणणार? बसले रुसून वडिलांचे डेऱ्यात... हट्ट घेतला की अशी बेहुकमी... बेइज्जत आम्ही सहन करायची की काय?" तेव्हा बाळाजीरावासही राग आला... म्हणाले, "उद्या होळकरास लुटून घेऊ" ... ही बातमी स्वामींना कळताच त्यांनी समस्त बारगिरांचा एका केला. गर्जून सर्वांस म्हणाले, "जो माझ्या मरणाचा सोबती असेल त्याने इथे राहावे. इतरांनी आपला बचाव करावा. मग जे जायचे ते गेले. पण काही जण राहिले. मग खोगीर-राहुट्या जाळून अंगास राख फासून डोंगरावर जाऊन बसले. आपले हाटकर आहेत ना ते त्यावेळी तिथे होते. त्यांनी निरोप दिला, 'होळकरा धनगरा... मी पण धनगर... माझा बाराशे राऊतांचा जमाव आहे. आम्ही तुझ्यामागे... हिंमत सोडू नकोस... तुझी वाट ती आमची.'"

"धन्य त्या हाटकराची..."

"इतकंच नाही अहिल्ये, तर तो सरळ पेशव्यांकडे गेला. म्हणाला, 'राजे हो... सरदारी करू म्हणता? पण शिपायांची बरदास्त या तऱ्हेची? अशाने वेल मांडवावर जातील काय? ज्याने तुम्हांस ढेकूळ मारले तो छातीशूर तुम्ही आपला केलात तर तो तुमच्या शत्रूचा प्राण घ्यायला कसा चुकेल? तो शूर तर मरण संकल्पूनच डोंगरी बसलाय... धनगर मात्र त्यास सामील झाल्यास तुम्हांस भारी पडेल याचा काही विचार केलात? असा शूर हमेशा लाभतो काय?' ...हे ऐकले मात्र अन् खास पेशवे, बाजीरावास संगे घेऊन डोंगराशी आले. पंचवीस हजार नक्त देऊन स्वामींसंगे दिलजमाई केली. पंचवीसाची सव्वाशे घोडी केली."

"बाईजी... मामंजीच्या शौर्याच्या कथा ऐकल्या की आम्हांस बहुत अभिमान दाटून येतो."

---

१) रोजमुरे - रोजंदारी

"अगं पण हा किस्सा अजून पुरा कुठे झाला? ... बाजीरावांचे मनी किंचित किलमिष होतंच... माघारी फिरतांना सिपरी कोल्हारस मैदानात आले. .... तर तिथे झाडाच्या छायेत बाजीराव भोजन करताहेत! स्वामींचे मनी परत हुंदडगा आला. पाचशे स्वार कडाचूर आडराने आले अन् बाजीरावास गराडा घातला... म्हणाले, 'त्या दिवशी ढेकूळच मारले आता भाला पार करतो...'

"अहो बाईजी... हे असे का पण? इतकी दांडगाई? अन्नदात्यांशी? अन् प्रत्यक्ष पेशव्यांनी सुलूख केल्यानंतर? हे काय शिस्तशीर होतं? असं कसं केलं मामंजींनी?... ही तर साक्षात दगाई नव्हे?"

"ते मी काय सांगू? या शूरांच्या कथा! मरणाला कवेत घेऊन सदैव चालणारी माणसं ही!... पण स्वामींच्या तलवारीचं पाणी बाजीरावांनी देखलं! शेरदिल कळालं... बाजीराव स्वतः उठले... स्वामींचा हात धरला. म्हणाले, "मल्हारबा... आजपर्यंत तुझी तलवारच पाहाण्यात आली... शेराचं काळीज तुझं... तुमचीआमची या अन्नाची आण... पुढील स्वारीत तुजला पाच हजारी सरदार करतो... आणि त्या शब्दाला, त्या शपथेला आजतागायत जागले श्रीमंत...आणि स्वामींनीही त्यांची पाठ राखली... जीव तळहाती घेऊन... आणप्राण! यानंतरच स्वामी तळोद्यास आले. ...मामांची भेट घेतली." "आणि मग मामांनी आपली लाडकी लेक गौतमा आपल्या भाच्यास दिली. लग्न लागलं... अन् आम्हाला अशा छान सासूबाई मिळाल्या! होना?" अहिल्येने हसत विचारले.

"अहिल्ये - गोड कसे बोलावे ते तुजसीच पुसावे... लग्न झालं अन् स्वामी बढवाणीस चाकरीस गेले. बहुत तलवार गाजवली अशी की, होळकरास श्रीमंतांनी मुखत्यारी दिली. फौजेचा खर्च काढून उरली रक्कम अक्लेश जामदारखान्यात पावती केली. तेव्हापासून श्रीमंतांची आस्था. पुढे तर खुद्द बाजीराव 'पेशवे' झाले. स्वामींच्या यशाची कमान चढतीच राहिली... आता तर सारे तुजदेखताच घडते आहे. तलवारीस उसंत नाही. ही मस्तानीचे बाबतीतली अवघी चुरसाचुरस श्रीमंत बोलले सुभेदारांपाशी!"

"म्हणजे बाईजी... तुम्हांस हे सारे माहीत?"

"थोडे थोडे... पण गुप्त बात जाणून ना बोलले. श्रीमंतांनी तरी मनचे गूज बोलावे कुठे?... घरदार वैरी झाले. जीव टांगता ठेवून तलवारबाजी करताना श्रीमंतांवर काय गुजरत असेल ते मार्तंड जाणे! जुग विस्कटले तर नरद ही मरते ना कधीकधी! राधाबाईसाहेब तर आपल्या पांढऱ्या केसास बोल लावून घेत नाहीत, तर इतर कोण काय करणार? आता या शूर श्रीमंतांकडे त्यांचे मनातील वस्तू पाठवावी की नाही? ते सोडून दुबळ्या, अधू काशीबाईंना मुंजमुलासकट श्रीमंतांकडे पोहोचवल्याचं अन्याबा म्हणत होते..."

...अहिल्येच्या मनी अनेक प्रश्न उठले. पुरुषांना काय हवं असतं? शालीनता? सौंदर्य? मादकता?... आपली आई काय म्हणाली होती? स्त्री म्हणजे शक्ति... प्रकृती... शिवशक्ति... पुरुषप्रकृती... जिवाशिवाचं मीलन... हे सगळे मस्तानीबाईत असेल? त्यांना भेटायला हवं... माझ्यातील उणीव मला शोधायला हवी...! विचार करता करताच तिला आपल्या सवतीची आठवण झाली. सांजवलं असूनही ती बाईजींना म्हणाली, ''तिकडच्या वाड्याची गिरफदारी मजवर सोडून स्वामी गेलेत. मी तिकडे जाऊन यावे काय? एकदा व्यवस्था बघून यावी म्हणते!''

''माझ्या मनातलंच बोललीस... जा... त्यांचं हवं नको बघून ये... ही थैलीही पोहोचव... अहिल्ये, सवतींना सांभाळणं हे थोर मनाने करायचं!''

''बाईजी... मजदेखताच द्वारकाआई, बनाआई, हरकुआई दामदस्त मी बघत नाही का? मामंजींनी वाण घेतलंय... ते सांभाळताय आपण बाईजी... फुलासंगे या मातीसही थोडा सुगंध...''

''पुरे पुरे... जाऊन ये... मोठ्या मनाची हो!'' बाईजी म्हणाल्या. जाणाऱ्या अहिल्येकडे बघत त्यांनी उसासा टाकला. गुणाची पोर लाभली... पण आपलीच माती धड नाही. त्या कितीतरी वेळ दिवाणावरच विचार करीत बसून राहिल्या. स्वामी कुठे असतील? श्रीमंतांची प्रकृती कशी असेल?... दुराणी मातलाय... निजाम छळतोय... अवघी सुकृते ताजव्यात टाकून तलवार चालतेय... शिपाईगिरीची शर्थ घडतेय! भाग्य थोर म्हणून ही पोर सून होऊन आली काय अन् राज्यकारभाराचे धडे घटाघट प्याल्याप्रमाणे तयार होऊ लागली काय... पूर्वसुकृताचे फळ... सुभेदार आता तलवारीस मोकळे झाले. कडब्याप्रमाणे पायदळ कापतात! पुऱ्या माळव्यात अमलाफैला केला. सवाई जयसिंगाच्या विचारे रजवाडा पार होऊन दिल्लीतही बहुत धूम्मा केला. कुंजपुरा लुटला तर सुवर्ण हत्ती, उंटावर लादून आणले. जयसिंगाकडून तीस लक्ष खंडणी... काय काय कथा घडल्या! राणोजी शिंदे तर केवळ श्रीमंतांवर चवऱ्या ढाळणारा... पण स्वामींनी त्याचे शौर्य जोखले... श्रीमंतांची मैत्रीकी पण अशी, की केवळ स्वामींच्या एका शब्दाने राणोजीस मुतालकी शिक्का मिळाला... असे आपले सर्वांगी बहादूर स्वामी... सुनेस शिक्षण देतात... शिकवतात... राजकारण, समाजकारण, चौथाई सरदेशमुखीचे हिशेब... दारुबारुदीचे भांडार... एक ना दोन... आता सगळी भिस्त तर तिच्यावरच!

इकडे अहिल्येने सवतीच्या वाड्यात पाऊल टाकले. त्यांच्याकडे बघताच मनी असूयेची कळ आली... पण बाईजींचं वागणं आठवलं, 'आपण रुपाने यांच्यापरिस डाव्याच' हे सत्य मनी म्हणाली, ''हे तर ईश्वराचे देणे... मी रुपवान नसेन... पण गुणवान होण्यासाठी उधळून टाकीन हे आयुष्य!'' अहिल्येने सवतींची मायेने विचारपूस केली... एकीस ज्वर होता... लगेच रेणूस पाठवून वैद्याची व्यवस्था

केली... आपल्या हातातील दोन दोन सुवर्णकंकणे त्यांच्या हातात घातली. प्रथम भेटीची याद म्हणून... थैली त्यांच्याकडे सुपूर्त केली! परत वाड्यावर निघाली तेव्हा आपणही बाईजींसारखं काहीतरी चांगलं चांगलं केलं, याचं समाधान अहिल्येच्या चेहऱ्यावर पसरलं होतं!

उन्हाने नुसती काहिली होत होती... वाळ्याच्या सरबताचे बुधले भरताभरता बाईजींचे मनी सुभेदारांची चिंता... रामनवमीला असणारा त्यांचा वाढदिवस सुना सुना गेला... बाईजी खलित्याची वाट बघत होत्या. अहिल्याही फडणिशीत गेली की आधी वार्ताविभागात जाई. 'आपल्याला घ्यायला मामंजींनी अजून कुणालाच कसं पाठवलं नाही? वचनात कधी अंतर पडत नाही त्यांच्या! मग या वेळी का असं? बाजीराव-मस्तानी यांची भेट कधी व्हायची? स्वामी गेले तर त्यांचाही काही पत्ता नाही... विचार चालूच होता. तोवर सांडणीडाक आल्याची खबर आली. अहिल्या आनंदली... त्या आनंदातच तिने लखोटा फोडला... आणि... आणि वाचताक्षणी अहिल्येचा चेहरा पार उतरला. सगळ्या फडणिशीतल्या लोकांना तिने एकत्र केलं. दु:खी मनाने बोलली... 'लोक हो... आपले श्रीमंत... बाजीराव... यांचा... यांचा नर्मदेच्या तिरी... काळ... काळ झाला... काशीबाईसाहेब आणि पुत्र जनार्दन येऊन पोहोचतात काय आणि हे दु:खित घडतं काय! अवघ चाळीस वर्षांचं वय... बहादुरी आकाशाएवढी... आणि काय चमत्कार बघा... श्रीमंतांचा प्राण जाताच त्यांचा प्रिय हत्ती आणि घोडा... दोघेही टाहो फोडत मरून गेले.''... अहिल्येने कामकाज बंद केले. ती वाड्यावर परतली. तिच्या मनात पहिला विचार आला तो मस्तानीचा... आता त्यांचं कसं होणार? त्यांना हे कुणी कळवील?... ती वाड्यावर आली तोच मल्हारराव घोड्यावरून उतरत होते. आज त्यांच्या आगमनाची वार्ता देणाऱ्या तुताऱ्या, चौघडे बंद होते... ते घोड्यावरून उतरले तेच दिवाणावर अंग टाकून जीव फुटल्यासारखे रडू लागले. बाईजींना काही कळेना... अहिल्येने त्यांना आधी ही काळी वार्ता सांगितली. मल्हाररावांचं सांत्वन कसं करावं हे कुणासच कळत नव्हतं. ''श्रीमंतांचं दर्शन नव्हतं गं तुझ्या नशिबी अहिल्ये... त्यांनीच सांगितलं होतं... मल्हारबा, या पोरीस सून करून घ्या... आता असा जिवलग कुठे भेटणार मला? ... अहिल्येला तर ध्यानीमनी मस्तानीबाईसाहेब दिसत होत्या. त्या आता काय करतील... कशा जगतील... बाईजी मल्हाररावांची समजूत घालीत होत्या... ती सायंकाळ तशीच गेली... उदास... झाकळलेली!...

...आणि उदईकच पुणे येथून वकिलाची सांडणीडाक आली त्यात अनेक सूचना होत्या.

'बाजीरावांचे ज्येष्ठ पुत्र नानासाहेब यांना पंचवीस जून रोजी पेशवाईची

वस्त्रे देण्यात येणार होती. बारामतीकर नाईक, रघूजी भोसले, थोरल्या राणीसाहेबा, दाभाडे यांच्या मर्जीविरुद्ध हे घडणार होते. त्यांच्याविरोधी कारवाया चालू असल्या तरी शाहू महाराजांची मर्जी अथांग आहे. तळेगाव व कुलाबा येथे गाजवलेले शौर्य पाठीशी आहे'

... हे सर्व राजकारण लिहून वकिलांनी लिहिले होते,

'सर्वांस पद्धतशीर आवतणे येतीलच... आपणांस आगावू राजकारण विदित व्हावे एतदर्थ हे लिहिले.'

अहिल्येची नजर शेवटच्या बातमीशी खिळली... ज्याची तिला भीति वाटत होती... तीच बातमी होती ती. लिहिले होते, 'श्रीमंत बाजीरावसाहेबांच्या मृत्यूची वार्ता ऐकताच त्याच क्षणी मस्तानीसाहेबांचा मृत्यू झाला.' अहिल्येस अश्रू आवरेनात... हुंदके कोंडून धरणं अशक्य झालं. तिचं असीम रडणं ऐकून बाईजी तिच्याकडे धावल्या. तिला गप्प करणं त्यांना फार कठीण गेलं!...

...अहिल्येचं सर्व लक्ष आता खंडेरावाकडे लागलं. हे इकडे इतकं सारं अघटित झालं...मामंजीही परतले! मग स्वामींची तलवारबाजी चाललीय तरी कुठे? बाजीराव... मस्तानीच्या प्रेमकथेने तिला पूर्ण भारून टाकले होते. आपण तसं प्रेम करावं... स्वामीमय व्हावं... पतिव्रता म्हणून कीर्ती व्हावी, त्यांनी राज्यकारभार बघावा... शौर्य दावावं... तलवारबाजी करावी... आपण त्यांची केवळ सावली होऊन त्यांना अपार सुख द्यावं... त्यांना मदत करावी ...अंतरीचे गूज बोलावे... संगे जगावे... संगेच मस्तानीसारखे मरूनही जावे... अहिल्या-खंडेराव यांच्या प्रीतीची जगात गाणी व्हावी... या कल्पनेत अहिल्या हरवली होती, तोच चौकात प्रचंड ओरडा ऐकू आला... तिने धावत बाजूच्या गवाक्षात येऊन नजर टाकली. स्वामींचे मित्र जल्लोष करीत होते... घोडे खिंकाळत होते... आणि जमिनीवर एका मेलेल्या वाघाचे मोठे धूड खंडेराव ओढून आणत होते. बाजूलाच रक्ताने लदबदलेली दोन हरणांची प्रेते... अहिल्येस ते दृश्य बघवेना... तिच्या दोन्ही सवती या आनंदाने उल्हसित झालेल्या तिने पाहिल्या... या शिकारीच्या शौर्याचं कौतुक करत असलेल्या पाहिल्या... आणि तिला समजेनासे झाले. यांचा आनंद खरा की माझे दु:ख खरे? यांचा उल्हास खरा की माझी शरम खरी? ही काय शिकारीस जाण्याची तऱ्हा? ... स्वारीवर जातो सांगून शिकारीस जायचं? याला साथ कशी देऊ मी? पतिव्रता धर्माचं पालन कसं होणार? आज रात्री आता हरिणाची मेजवानी, नृत्यगाणी, मद्य... आपल्या पित्याला भेटायलाही स्वामी नाही येणार! ती दडदड जिने उतरत खाली आली... खंडेरावांजवळ जात म्हणाली, "स्वामी... श्रीमंत बाजीरावांचा काळ झाला... मामंजी शोकार्णवी आहेत... त्यांना भेटायला चलता आत?"

"आमची शिकार पाहिलीत? तुम्हांस दावावी म्हणून इकडे वळलो आम्ही... त्या विषयी एखादं अक्षर कौतुकाचं काढलं तर आभाळ नाही कोसळायचं!" सवती हसल्या... मित्र हसले. अहिल्या धीर करत, मनाविरुद्धच बोलली, "आपलं यश अभिनंदनास पात्र असंच...!"

"मग? अहिल्ये इर्षेस पडल्याविना शिकार नाही होत! बहुत भीड खर्चून, बहुत प्रकारे योजना करुन हे यश मिळालं..."

"खरंच स्वामी... पण आपण तिलक करून गेलात ते खणाखणीसाठी... तलवारबाजीसाठी... खर्गोणकडे! स्वामी, तिकडे जाता तर श्रीमंतांचं दर्शन तरी घडलं असतं... असो... ते सुद्धा प्राक्तनी लागतं. आता निदान मामंजींना भेटण्यास तरी चलावं!" खंडेराव निघाले खरे, पण सवतींनी माना उडवल्या... मित्रांनी कपाळी हात मारले. त्यावर त्यांना थांबवत खंडेराव म्हणाले, "अरे... करा तयारी सगळी... हा ऐसा जातो अन् ऐसा येतो..." खंडेराव मामंजींच्या महालाकडे गेले यातच समाधान मानत अहिल्या परतू लागली. खंडेरावांच्या पायाखालचा एक दगड तिने अलगद उचलला... म्हणाली, "माझ्या स्वामीच्या पायाखाली आलेल्या फत्तरा... आज तुझी स्थापना मी देव म्हणून करणार... तुझ्यातले अणुरेणू जर जागे असतील तर स्वामींचे मनी मजविषयी प्रेम उपजू दे... मस्तानी-बाजीरावासारखी प्रीती हवीय मला... मजला शक्ति दे... स्वामीस सामर्थ्य दे... बुद्धी दे." तो दगड घेऊन ती आपल्या महालाकडे गेली.

दुसऱ्या दिवशी अंतोशास्त्री व राघोदास पुराणिकांनी येऊन अनेक धर्मकृत्ये केली. सुभेदारांच्या मनास शांति लाभावी म्हणून वेदपठण झालं... बाजीराऊची याद काढणारे मामंजी, बाईजी, द्वारकाआई, बनाआई यांची सेवा करत, अहिल्या गरगर फिरत होती. कुणाचं चित्त ठिकाणावर नव्हतं. दुपारभर कीर्तन, पुराण झालं. भर मे महिना. वाळ्याचं सरबत पुरवतापुरवता अहिल्या, अंजना, रेणू सगळ्याच थकून गेल्या. त्यातच सायंकाळपासून पुढचे मनसुबे ऐकवणारे मामंजी पुन्हापुन्हा म्हणत होते... "आता ऐसा धनी होणे नाही.. आमच्या तलवारीची बूज राखली... हातचे मातीचे ढेकळाचाही मार खाल्ला... केवळ एका शब्दाची खर्ची आणि राणोजीस हुजऱ्याचा सरदार केला...असं आमचं प्रेम... असा शब्दांचा तलाख आता कोण सांभाळेल? ...अनेक रफेदफे... शब्दांचं सोनं केलं आमच्या... कैकदा बुद्धिवाद ऐकला... मनसब्याची संचणी केली... स्नेहाची शर्थ केली... आमचा आब ठेवला... तलवारीस धार दिली... पण आमचे पुण्य सरले... असा धनी आता होणे नाही..." बाईजी... अंतोशास्त्री- राघोदास पुराणिक, भालमलदादा, उदाबाई, वाघमारे, द्वारकाआई, हरकुआई, बनाआई... सगळे कुटुंबीय आपल्याकडून सांत्वनाच्या गोष्टी मल्हाररावांना सांगत होते... पण या सर्वांत

कुळपुत्र खंडेराव नव्हते. त्यांच्या मद्यमांसांच्या मेजवान्या चालू होत्या त्यामुळे अहिल्या मनचे मनी लज्जित होती. सर्वांशी बोलून अश्रूपातामुळे मल्हाररावांस ग्लानी आली. रात्रभर त्यांना बाजीरावांचं दर्शन होत राहिलं. सकाळी उठून पुन्हा आठवणी... "अहिल्ये... आम्ही खानदेशात हुसेनअली सैयदच्या मदतीस गेलो तेव्हा त्यास प्रथम पाहिलं... बागलाण-माळवा-उत्तर सर्वीकडे श्रीमंताचे बरोबरीने तलवार गाजवली- श्रीमंतांनी पण जीव लावला-सलूख ठेवला... शब्द राखला... दौलतीचे ओघ आम्ही पुणे मुक्कामी नेले. अवघे नमूद सिद्ध केले... काय काय आठवावे पोरी? ...आता तर आम्हांस नींद हराम झाली. रात्रभर डोळ्यांत पाणी... मुली एकदा शौर्याचा शिक्का बसला... मानकऱ्यांसमोर रडावे तरी कसे?... आम्ही बाजीराऊचे मित्र खरे... पण चाकर पेशव्यांच्या गादीचे... दिनरात गुदरणाऱ्या गर्दीसमोर शोक काबूत ठेवणं कसं जमणार?"... अहिल्या ऐकत होती... ऐकत होती!

नानासाहेबांना पेशवाईची वस्त्रे मिळाली अन् मल्हारराव पूर्णपणे त्यात गुंतून गेले. रघुजी भोसले, दाभाडे, थोरल्या राणीसाहेब यांच्या मर्जीविरुद्ध अवघे झालेले! नानासाहेबांविरुद्ध किलाफ करण्यास सगळे टपलेले! महाराजांचा विश्वास तर कमवायला हवा! दोनतीन वर्षे उत्तरेकडच्या मोहिमी लावल्या. चौथाई सरदेशमुखीची वसुली... न दिली तर खणाखणी! श्रीमंत नानासाहेबांचे लक्ष संपादण्याची कारवाई अवघी मल्हाररावांचे शिरावर येऊन पडली. चिमाजीअप्पांची प्रेमदृष्टि... कूर्मदृष्टि नानांवर पण तेवढ्याने काय होते? सरकारी कोष भरण्याची कारवाई तर अखेर तलवारीसच करणे होते... ते दिवसच तसे. सूरजमल भलसेवर जीव तुटून पडावे लागले. माळवा-प्रयाग-बंगाल इकडे तुफान चाचणूक दावावी लागली. कर्नाटकातून कुरापती चालूच होत्या. मल्हाररावांना श्वासास फुरसत राहिली नाही. अहिल्येस लखोटे पाठवून या सगळ्या राजकारणाचा ते शिकवा देत.

बाईजी जपजाप्यात वेळ घालवीत. सदैव लक्ष मल्हाररावांकडे लागलेले असे. त्यांच्या कुशलकार्यासाठी ब्रह्मेंद्रस्वामींचा जप चाले. एकदा तर अहिल्येस घेऊन बाईजी स्वामींच्या दर्शनासही जाऊन आल्या. बाजीराऊंची या ब्रह्मेंद्रस्वामींवर असीम निष्ठा... मल्हारराव आणि गौतमाबाई पण त्यांचे समवेत स्वामींचे भक्त झाले. त्यांचा गुरुमंत्र घेतला. गेली चार वर्षे मल्हाररावांचे पाऊल इंदूरात थांबले नाही. त्यांच्या लखोट्याबरहुकूम अहिल्या तत्परतेने कामकाज सांभाळत असे. खजिन्याचा भरणा, सरकारी आणि खाजगी यातली पै न पै पुन्हा पुन्हा तपासून घेण्यात अहिल्या तरबेज... खाजगीतली दौलत सरकारात गेली तर चालेल, पण सरकारी खजिन्यातली एक पै सुद्धा खाजगीत येणार नाही याविषयी डोळ्यात तेल घालून ती सजग होती.

बाजीरावांचा मृत्यू झाल्यानंतर केलेल्या अनेक धर्मकार्यांची गंगोबातात्यांना पक्की

आठवण राहील अशी घटना तेव्हा घडली. तो दिवस गंगोबातात्या कधीच विसरणार नव्हते. अहिल्या फडणिशीत आली... तिने हिशोब बघण्यास सुरुवात केली. "राघोदास पुराणिक आणि अंतोशास्त्रींची दक्षिणा, वस्त्रमुद्रांची किंमत, सरकारी खर्चात का टाकली." या अहिल्येच्या धारदार प्रश्नाचा जाबसाल देता देता गंगोबातात्या थकून गेले. ते म्हणाले, "बाईसाहेब... अहो ते कार्य श्रीमंत पेशव्यांच्या शांतीसाठी होते... त्यांच्या आत्म्याच्या मुक्तीसाठी, त्यांच्या सुभेदाराने केलेले, मग ते काज सरकारी नव्हे?" यावर अहिल्या रागावून म्हणाली, "गंगोबातात्या, आपण थोर... हे काय चेष्टित आपण करावे? बाजीरावजी आणि मामंजी आणबंधू... सुभेदारांवर सदैव कूर्मदृष्टी... मामंजी दिनरात त्यांच्या शोकार्णवात... हे दिलाचं नातं... बाजीराव त्यांचे काय फक्त "श्रीमंत" होते? नाती काय केवळ रक्तातून येतात तात्याजी? काही नाती जिवाशिवाची असतात. त्याची जोखणी कशी अन् कोण करणार? त्याची हिसाबत करता येत नाही... हा सगळा खर्च खाजगीकडे टाका... अगदी पै सुद्धा!"

"पण बाईसाहेब... सुभेदार..."

"ती चिंता आपण ना करावी. आमच्या इतल्याप्रमाणे, माफक हुकूमही रकम खाजगीतून सरकारात जमा करा. आणि यापुढे ही बात खंबीरपणे अमलात आणावी. कुठल्याही ढंगदोषेकरून खाजगीतल्या खर्चाची तनसडीही सरकारी खजिन्यावर उडता कामा नये, याची जरब ठेवावी. आपणास ही दौलत नमूदास आणणे आहे. त्यावर आपण थोरांनीच त्याचा जिम्मा घ्यावा ही योग्य बात... यात कुठलाही चकतीगुंता होऊ नये म्हणून पंचांगी सावधान असावे अशी माझी विनंती."

"बाईसाहेब... आम्ही चाकर... विनंती नव्हे... हुकूम करायचा."

"ते दरबारी तात्याबा... आपण थोरले... बंधूंचे जागी... आपल्या आशीर्वादाखेरीज कुठलेच कार्य पार पडणे नाही... आपण गंगाधर चंद्रचूड... आम्ही आपणांस तात्याबा म्हणतो... आमचे बंधू समजतो... तैसीच कूर्मदृष्टि राहो द्यावी..." अहिल्या म्हणाली. गंगोबातात्यांना अहिल्येचा अभिमान वाटला. गेली चार वर्षे तिचा हा स्वच्छ कारभार चालू होता. सुभेदारांकडून येणाऱ्या पत्रांची त्वरित दखल घेतली जाई... इतल्ला करून अवघा दामदस्त कामास लावला जाई. सांजसकाळ मसलती होत. भरणा आणण्यासाठी बंदोबस्तात माणसे रवाना होत. जंबूरा, तोफांच्या कारखान्याकडे अहिल्या स्वत: जात असे. कारखान्यास पैशाची अडचण कदापि पडू नये अशी तजवीज होती. जरब होती. ताकीद होती. चौथाई, सरदेशमुखीची समज अमलात आणण्यासाठी मामलेदार, कामविसदार होते. त्यांचा फडणिशीत सदैव राबता असे. प्रत्येक परगण्याच्या न्यायदानाच्या कामकाजाची पत्रे साद्यंतपणे दो दिवसांच्या आत इंदूर दरबारी पोचलेच पाहिजे अशी व्यवस्था होती. जहागीरदारांच्या वतनात, वसुलीत वाढ झाली की टक्केवारीप्रमाणे ती सरकारी खजिन्यातही व्हायला हवी यासाठी

अहिल्येने दूरदृष्टीने सर्वांशी उत्तम सलूख राखला. त्यांचा योग्य सन्मान राखला. सरबरा ठेवला. उज्जैनचे राणोजी शिंदे, धारचे आनंदराव पवार, देवासचे जिवाजी या सर्वांनाच अहिल्येचे कौतुक होते. अवघ्या माळव्याची मुखत्यारी असलेल्या सुभेदारांचीही या चार वर्षांत अहिल्येच्या चोख कारभाराची, तिच्या तैलबुद्धीची, कर्तबगारीची खात्री पटत गेली. त्यांचा अहिल्योबा आता चांगलाच तयार झाला. खलित्यातून अजूनही ते तिला कधी कधी 'अहिल्योबा' म्हणत. ते पत्रात लिहित, "अहिल्योबा, तुम्ही तर आमचे पुत्रच... तुम्ही आहात तर फडणिशी आहे... आणि फडणिशी आहे तर सरकारी कोष आहे... आणि सरकारी कोष आहे तर माळवा आहे." ...कोणाचीही कणभर वाकडी गोष्ट नजरेस पडल्यास अहिल्या फैल घालत असे. अनेक शकल काढून माराकुटी मार्गी लावे. सुभेदारांनी फौज मागवली तर त्यात कधीही अंतर पडणार नाही अशी चोख व्यवस्था व तसा वतनदारास हुकूम होता. सक्त ताकीद होती. कुणी दगाई सापडलाच तर अहिल्या त्याला चरित्र दाखवी!

त्या दिवशी फडणिशीत येताच कामकाजास सुरुवात झाली. एकाएकी, एक विधवा स्त्री, बाहेरची संरक्षण व्यवस्था तोडून, कडे तोडून, धावत आत आली... आणि थेट अहिल्येच्या पायावर कोसळली. तिच्या डोळ्यांतून आसवांच्या धारा... तिच्या मागे धावत आलेले रक्षक हे पाहात केवळ उभे... त्या स्त्रीचं पांढरं कपाळ तर सगळं दुःख बोलणारं... ललाटरेखांवर फक्त गोंदण उरलेलं. अहिल्येनं पाय मागे घेत म्हटले, "मातोश्री हे काय विपरीत? मी तर आपले लेकरू... माझ्या पायावर पडून मजला लाजविता की काय?"

"नाही नाही... देवी... तसं नाही! माझी माणसं माझा बदनक्षा करीत आहेत... अवघी भेळाभेळ करीत आहेत. मज अभागिनीस पुत्र नाही. अवघे नातलग आपली पोरं घेऊन माझ्यादारी ठाण मांडून बसली... रातदिन माझा छळ चालवला आहे. मजला यांची पोरं दत्तक नकोत. हे पैशासाठी मजला विषही चारतील देवी... मला माझी संपत्ति आपल्या पायी दान करू द्या... मी आपल्या पायाशी राहीन... थोडी प्रतिष्ठा पावेन... कुत्र्याच्या मोतीने मज मरणे नाही. माझा वाडा... पैसा... वैभव अवघं सरकारात जमा..."

"नाही... त्रिवार नाही आई... तुम्ही अशी डोई ना आपटावी. आप्तांच्या रेट्यासमोर हार नका घेऊ... तुम्हांस जो पसंत असेल त्यासच दत्तक घ्या..." हे ऐकून गंगोजीतात्यांना राहवेना. ते म्हणाले, "अहिल्याबाई... या बाई आपला अवघा खजिना सरकारजमा करायला, सलामाई[१] करायला राजी आहेत तर आपण नकार का देता? त्यांना आपण दत्तकाची परवानगी देणं म्हणजे सरकारी तिजोरीचं नुकसान

---

१) सलामाई - सख्य

नव्हे?''... यावर इतर कुणालाही ऐकू जाणार नाही अशा हलक्या आवाजात गंगोबातात्यांना अहिल्या म्हणाली, ''तात्याजी, मग माळव्यातल्या अवघ्या निपुत्रिक विधवांना अफू देऊ या का? म्हणजे त्यांची आमदानी सरकारी तिजोरीत पडेल. तात्याजी, हा न्याय म्हणायचा? इथे स्त्रियांचा सन्मान हाच माळव्याचा महालौकिक व्हावा... तिजला पुत्र नाही हा काय तिचा अपराध?'' ...परंतु प्रकटपणे म्हणाली, 'मातोश्री, कुणास हात नसतो, कुणास पाय नसतो, कुणी आंधळा असतो, कुणास वाचा नसते... तद्वतच आपणांस पुत्र नाही... हा आपला अपराध नव्हे! आपण आपल्या मनाच्या आवडीप्रमाणे दत्तक घ्या, तोवर आपल्या सोबतीस आमची तैनात राहील. आम्हांस आप्तस्वकीयात पाणी ओतणे नाही. परंतु असहाय्य विधवेवर अन्याय करण्याचे हे दुष्ट खेळ इथे रुढ होणे शक्य नाही. आपणांवर काही आपत्ती आल्यास अवघ्यांना कोठडी बघावी लागेल हे त्यांनी जाणून असावं.'' यावर ती विधवा चाचरत म्हणाली, ''देवी... मजला माझी सेवा करणारी स्त्री आहे, तिचा पुत्र दत्तक घ्यावा अशी इच्छा... पण सारे आप्त मजभोवती पहारा ठेवून... रातदिन जरब... जरबेची भाषा... दंगाफसाद करण्याची भाषा''... बोलताबोलता तिच्या डोळ्यातून पुनःश्च अश्रूधारा... अहिल्या एकदम म्हणाली, ''मातोश्री... प्रथम हे दिलकच्चाईचे रोतेपण बंद करा... आम्हांस असे धो धो रडणे पसंत नाही... एकदम बंद करा... आप्तास तोंड देणे आहे प्रथम ही कच्चाई सोडा... बघू द्या, कोण दंगाफसाद करते ते !...'' मग गोविंद कारभाऱ्याकडे वळत म्हणाली, ''गोविंदराव... यांचेकडील माणूस आप्तास ताकीद द्या... दत्तकविधी झाल्यावरही यांचे वाड्यावर तैनात जारी ठेवा... आणि... आणि दत्तकास आमचे खाजगीतून पोशाख द्या... शिरपेचाच रुमाल द्या!'' तोच गंगोबातात्या म्हणाले, ''अहिल्याबाई, दत्तकाचे परवानगीनिमित्य नजराणा किती मोहरा घ्यायचा?'' यावर अहिल्येचा आवाज चढला. ती म्हणाली, ''नजराणा? कशासाठी? होळकरांचे राज्य प्रजेचा सरबरा करण्यासाठी आहे. तात्याजी... विधवेचा नेकबंद गुजारा व्हावा... हे बघणे सोडून तिच्या पतीची कमाई आपण घ्यायची' हे धर्मविरुद्ध नव्हे? हा नजराणा नव्हे... दरोडाच तात्याजी!'' नंतर त्या विधवेकडे वळत अहिल्याबाई म्हणाल्या, ''मातोश्री... ईश्वराचे देणे ते परोपकारी मार्गे खर्ची टाका. उपभोग, लेणं, खाणं तर अवघेच करतात... आपण यापरते काही करा... जा... आपला धर्ममार्ग शाबूत करा''... बाई अहिल्येला दुवा देत गेल्या. 'आपल्याला पुत्र नाही... ही वेदना मनाला टोचे देऊ लागली. अहिल्येने पुढचे कामकाज सुरू केले. सायंकाळपर्यंत... पण त्या विधवेचे करुण वाक्य तिच्या मनात ठाण ठाण घुमत राहिले. ''मज अभागिनीस पुत्र नाही... पुत्र नाही...''

ती वाड्यात आली. हातपाय धुऊन देवघरात गेली. तिथे खंडेरावांचे

पायाखालचा तो दगड होता... त्यास म्हणाली, "बाकी काही द्या, नका देऊ... पण मजला एकदोन कुळपुत्र... कन्या... इतकं तरी... ..." तोच बाईजी म्हणाल्या, "अहिल्ये, ...आताच खंडेराव येऊन गेले. त्यांनी आज तुजला थाळ्यास बोलविले आहे. हा सप्ताह त्यांनी मद्यमांस वर्ज्य केले आहे, असेही सांगून गेले... अहिल्ये... आजचा सकाळचा निवाडा त्यांना कळला वाटतं... फार भावला म्हणाले! नेकबंद आणि नेकसत्याचा निवाडा! आज दरबारात तुझी बहुत इभ्रत झाली हे ऐकले आणि बहुत समाधान पावले मी अहिल्ये !..." बाईजी बोलत असतानाच तिच्या मनी पतीने केलेलं कौतुक उमललं... तिने अत्यानंदाने बाईजींना मिठी घातली... अन् लगेच म्हणाली, "बाईजी... आम्ही आपला काही अनमान तर केला नाही ना? मनचा हर्ष आनंद दावावा तरी कुणास?" बाईजी तिला कुशीत घेत म्हणाल्या, "आमचा काही अनमान नाही... आता तुझ्यासारखाच एक कुळपुत्र दे होळकरांचे घराला, म्हणजे आम्हांस अवघा स्वर्ग लाभला".... अहिल्या काहीच बोलली नाही... ईश्वराचे मनी काय असेल? होईल पुत्र? कसा असेल?... आजोबांसारखा? की वडिलांसारखा?...

तिने सचैल स्नान केले. चंदनादि उटीने तिचं मन खुशीत आलं. शिकेकाई, कापूरकाचरी, गुलाबकळी यांच्या गंधाने तिच्या कुरळ्या कुंतलांना फुलवेलीचं रुप आलं. निळ्या मंद रंगाची वस्त्रे लेवून ती खंडेरावांच्या वाड्याकडे निघाली. बाईजींनी ईश्वराला आळवलं. ब्रह्मेंद्रस्वामींना साकडं घातलं, "पोरीची कूस उजव अवघी कृपा वर्षू दे... वेल मांडवावर चढू दे... अवघी जायदाद वारसाची वाट पाहत आहे. छत्रचामरांचे घुंगूर किणकिणून वारस मागतात. हत्तीचे चांदीतोडे जडावले आहेत... घोड्यांची रंगचमक थबकून विचारते, जरिपटका, होळकरांचे निशाण वाकून बघतेय..." सर्वांच्या मनातील आतुरता बाईजींच्या विनवणीत उतरली, "माते जगदंबे... मल्हारी मार्तंडा... अवघं तुझं देणं! माणसाचे हाती काय? नेकबंद चालीने चालणारी माझी निस्सीम गुणवती माते... सून ... केवळ स्नेहाची पुतळी... शुभाची पुतळी... तिची ओटी भर माते... ओटी भर..."

दोन महिने आले आणि गेले. बाईजींची प्रार्थना निष्फळ गेली. पण अधूनमधून अहिल्येचे वाड्यावर जाणे असे. त्याच्या आगेमागे चारपाच दिवस खंडेरावांकडे मद्यामांसाचा राबता नसे. रेणू, अंजना हे कौतुकाने ज्याला त्याला सांगत, "आमच्या बाईसाहेबांच्या संगे जो राहिला तो सरळ सुधारला... असे त्यांचे वागणे... डोळ्यांत असली तेज... त्याजकडे पाहिले की अमंगळाचे पाय दूर जातात... धाकटे सुभेदार सुद्धा आमच्या बाईसाहेबांचे सहवासी असले की

मद्यमांस घेत नाहीत...'' मग कुळवाडी बायकांत याची चर्चा चाले. राघोजी... भागोजी यांचेमार्फत या गोष्टी मग फडणिशीत सुद्धा पोहोचत. या सर्वांना खंडेरावांचा थामडा[१] माहीत... त्यांचे प्रसर[२]... प्रेष माहीत. ...खंडेरावांच्या वाड्यातील शेवता, क्रिवणा यांना बित्तंबातमी असे. परंतु अहिल्येने असा रुबाब जमवला होता की, त्या दबावणीची जरब अवघ्या माणसाकुणसात असे. कुणी काही बोलण्यास धजत नसे. कुणबिणी, कुळंबिणी आपसात चिलबिचल करीत तेवढीच!

बाईजींची घरात चोहोंकडे नजर असे. गणनीय माणसांकडे विचारविमर्ष असे. अहिल्येचे काही चुकत तर नाही ना, इकडे लक्ष असे. मातब्बरांचा सल्ला असे. मनसुब्याचे पैरवीत या सर्वांचा वाटा होता. न्यायदानाचे काम करताना बाईजींचा नेकसल्ला अनेकदा अहिल्येचा मार्ग उजळत असे. त्यांचा बुद्धिवाद अहिल्येच्या कामास येई. कुठेही दुजागी होऊ नये म्हणून त्या पै दर पै जपत.

हरकुबाई, द्वारकाबाई, बनाबाई, यांच्यासह दुपारचा वेळ पुराणकीर्तनात घालवावा ही बाईजींची रीत. त्या दिवशी हरकुबाई येताच बोलल्या, ''बाईजी... गेल्या दोन मासी अहिल्या 'बाहेरची' बसली नाही ती?''

''खरंच की हो! बघ... दोन महिने उलटले ना अंगारकी चतुर्थीला?... आण... आण... बरं पंचांग... दोन मास तर नक्कीच... अगदी!'' ....हरकुबाई भरारा धावल्या. राघोदास आणि त्यांचा पुत्र अंबादास देवघरात होते. त्यांना विचारून आल्या. अंगारकीस दोन मास आणि दहा दिवस उलटून गेले होते... हे ऐकताच बाईजी एकदम उभ्या राहिल्या. ''भागोजी''... त्यांनी हाक मारली. तो लगोलग आला. ''भागोजी... राजवैद्यांना निरोप द्या सायंकाळी बोलवलंय म्हणून आणि अहिल्येस सांगा, कामकाज जरा आटोपते घेऊन वाड्यात या!'' ... परंतु भागोजी जात नाही तोवरच अहिल्या वाड्याकडे आली तिला अवेळी आलेले बघताच, अंजना, रेणू याही मागोमाग आल्या. अहिल्या आली तीच नहाणीकडे पळाली... तिला भडभडून उलटी झाली. परत वळते तोवर पुन्हा उलटी! कशीतरी ती मंचकावर आडवी झाली. उलट्यांचे आवाज ऐकून धावत आलेल्या सगळ्याजणी अहिल्येच्या भोवती जमल्या. त्या सर्वांच्या चेहऱ्याभोवती आनंद होता... सगळे उत्सुकतेने तिची ओकाबोक पाहत होते. अहिल्या मनात चकित झाली. इतर कुणास ती बोलणार पण रेणूस मात्र एकदम म्हणाली, ''इकडे ओकून माझा जीव गळी आला आणि तुज इतका हर्ष कशाचा होतो गं बाई?'' यावर खूपच हसत बाईजी अहिल्येच्या पाठी हात ठेवत म्हणाल्या, ''पोरी, आता तू आई होणार ग बाई... त्याचीच ही अवघी लक्षणे बरं!...'' मग हरकुआई... द्वारकाआई... बनाआई

---

१) थामडा - डोलारा २) प्रसर - प्रेष - निरोप

सगळ्यांनीच कौतुके आरंभली... कुणी इलायची आणली... कुणी लवंग... तर कुणी सरबत... सगळ्या वाड्यात पळापळ... धावाधाव... ही सुवार्ता सर्वांच्या मुखी, अगदी कार्यालयात... आणि खंडेरावांच्या वाड्यातही! नगरातल्या घराघरात... सरदारांच्या वाड्यात पोहोचली. होळकरांच्या घराण्याला वारस लाभणार होता. सुभेदारांची... बाईजींची सून गर्भवती होती. सायंकाळी खंडेराव आले. बाईजींनी दोघांवरून मीठमोहऱ्या ओवाळून टाकताच खंडेराव म्हणाले, "आज हे काय नवे? काही विशेष चाकरी घडली की काय?" खंडेरावांनी हसत अहिल्येकडे पाहिले. बाईजी म्हणाल्या, "ते आपल्या राणीसाहेबासच विचारा की!" आणि त्यांनी काढता पाय घेतला. अहिल्या लाजून आधीच चूर झाली. खंडेराव झोल्यावर तिच्या शेजारी बसताच समस्त नोकरवर्ग बाहेर गेला. पडद्याचे सरकफास सरकवले गेले. अहिल्येच्या खांद्यावर हलकेच हात ठेवत खंडेराव म्हणाले, "इतक्या लाजता आम्हाला? येथे तर पूर्ण आपलीच समाई[१]... आपणांस पाहिले तरी इतरांस घबराट होतो अशी तिखट भाषा... त्या आपण, आम्हांस लाजता?"

"स्वामी... कारभारात कधी तिखट व्हावे लागते, पण त्या इतर गोष्टी... आपण माझे परमेश्वर... पतिव्रतांनी पतीसच परमेश्वर समजावे हे तर आम्ही जाणते... बोलते झालो तेव्हापासून ऐकतो. आपल्यापुढे मी लीन ना झाले तर ईश्वराच्या दरबारी जवाब काय देऊ?... आपण मजला मोठं दान दिलंत!"

"ते काय बुवा? आम्ही जलाली[२] माणसे... आम्ही काय दान देणार?"

"आपलं जलालपण आपण आमच्यासाठी सोडलं हे तर खरं ना? मी आपणांस कधी वावुगे तर बोलले नाही... आपण जे दान दिलंत ते जसं काही स्वामींच्या कानावर नाही... आणि बाईजींनी मीठमोहऱ्या का ओवाळल्या? आपण जाणत असूनही बोलावं की काय?"

"आम्हांस आपल्या मुखे ऐकायचं असेल तर?"

"तर सांगते स्वामी... आपण मजला मातृत्वाचं दान दिलंत... मी आपल्या पुत्राची आई होणार... हे भाग्य तो आकाशाएवढे."

"मग याची बक्षिसी आम्हांस काय?" खंडेरावांनी विचारलं.

"मी तो आपली दासी... मी काय बक्षिस देणार?"

"देवी... मला पहिला पुत्र हवा... पुत्रच हवा!"

"स्वामी... ते काय आमचे हाती आहे? हे ईश्वराचे हाती... कन्या झाली तर?"

"आम्ही बक्षिसी मागितली... देण्याचा जिम्मा आता तुमच्या औदार्याचा...शब्द पाळणे ना पाळणे आपल्या हाती."

---

१) समाई - सल्ला   २) जलाली - तामसी

"नाही स्वामी... इतके माझें हाती नाही... मजला श्रमी ना करावे... आपण जे रुजवले असेल ते मिळेल... आपण जे बीज रुजवलं ते तर आपण जाणतच असाल!"

"नाही बुवा..."

"नाही?... मग जे आकाश जाणत नाही ते माती कुठून जाणणार स्वामी?"

...यावर नेहेमीसारखंच गडगडाटी हास्य करत खंडेराव म्हणाले, "अहिल्ये, तुम्ही बुद्धिवादात कुणास हार जाणार? आपल्यावर आमची आस्था बसलीय. ... तुम्ही जे द्याल ते आम्हांस चालेल... पण आपण नाव काय ठेवायचं... घराण्यास शोभेल असं?"

"अहो... आधी मुलगा की मुलगी हे जाणल्यावाचून नाव?"

"देवी... देवसुद्धा तुमच्या जरबेत असतील... तुम्ही पुत्र मागा, पुत्र देण्याखेरीज त्यांना चालावे कसे?

"हे तर बहुतच अतिशयोक्त बोलणे... मज बिचारीची मस्करी!"

"आपणांस उगाच बोललो... सहज... पण नाव काय सांगा. शिवाजी? संभाजी?"

"स्वामी... मामंजी आणि बाईजी यांच्या नावात एक अक्षर दोन्ही तर्फेस आहे. गौतमा आणि मल्हार... म्हणजे 'म'...

"बरं... म' झाला... दुसरे अक्षर मला अहिल्येतले हवे असेल तर?" खंडेरावांनी विचारले. अगदी मनापासून ते बोलत होते. अहिल्या म्हणाली, "स्वामी... मला जर आपल्या नावातलं अक्षर हवं असेल..."

....तिचं बोलणं अर्धवटच थांबवत खंडेराव म्हणाले, "नको नको देवी, आमच्या नावाची सावलीही त्याच्यावर नको. आम्ही हे असे! दुर्गुणांचे सजीव पुतळे... आमचं कर्तृत्व म्हणजे हत्तीच्या साठमाऱ्या... शिकार! मद्यपान आणि घुटीत आम्ही आकंठ बुडालेलो... आमच्या नावातले अक्षरही नको... आमची सावलीही नको."... त्यांचे डोळे भरून आले. अहिल्या कावरीबावरी झाली. अशा वेळी काय करायचे असते? काय बोलायचे असते? तिला सुचत नव्हतं. तरी धीर करून म्हणाली, "स्वामी, हे काय बरं असं? आपण आता यातून मुक्त होत चालला आहात ना? आताशा वसुलीकडे बघता... कामकाजाकडे बघता... बांसडा फेकायचा सराव करता... जंबुऱ्याच्या कारखान्याकडे जातीने जाता... आणि आज... हे असे काय डोळापाणी करायचे ते?"

"खरंच सांगतो... देवी... गुण बघायचे तर तुमच्याकडे बघावे अन् अवगुण बघायचे तर आमच्याकडे बघावे... हे एकटा मीच नाही म्हणत देवी... अवघे इंदूर म्हणते... फडणिशी म्हणते... वाडा म्हणतो."

''पुरे पुरे... आम्हांस लाजवावं तरी किती? आम्हांस आपले अथांग आशीर्वाद हवे... प्रेम हवे... माया हवी.''

''ती लायकी आमची नव्हे... आमची हमी ती काय?''

''स्वामी, पतिव्रतेस हमी फक्त पतिची हवी असते... त्याच्या पदराशी गाठ बांधून येणारी चिमुरडी पोर काय त्याच्या हमीवाचून वाढते?... पण स्वामी... पुत्राचं नाव नेमस्त करायचं तर हा काय विवाद?''

''आमचं हे असंच होतं. आम्ही आमची जलाली निस्सीम मोजून सोडत आहोत... पण ती आम्हांस सोडत नाही. आदत पडली... जिभेवर दरार ना राहतो... आपण क्षमावान म्हणून सारे विस्मृतीत लोटता. मन:शांती लाभते ती आपल्या या सावळ्या आभाळाजवळ... सजलशाम अशा मेघांजवळ... आभाळात खेळणाऱ्या त्या नेत्रांच्या तेजाजवळ... आपल्या मधुर बोलांच्या बासरीजवळ... देवी... आम्ही कसेही असलो तरी तुमचा कृपालोभ आम्हांवर अथांग ठेवा.'' यावर खंडेरावांच्या मुखी हात ठेवत अहिल्या म्हणाली, ''आज हे काय आरंभलय स्वामी? मी जातेच कशी! मघाशी नावाचं बोलताबोलता...

''आठवलं अहिल्ये आठवलं... ज्यात 'म' आहे आणि तुमच्या नावातला 'ल' आहे असं नाव... मालेराव... मालोजीराव... कसं?''

'' वा स्वामी... आपणही उदंड रसिक आहात... पटले...! आपल्या इच्छेप्रमाणेच घडेल... पुत्र झाले तर ''मालेरावच'!''

...तेवढ्यात बाईजींनी हाक मारली. हाती लखोटा देत म्हणाल्या, ''वाच बाई... तुझे मामंजी तर सूरज भेलसेच्या लढाईत गुंतलेत... श्रीमंतांबरोबर! ही लढाई आटपायची चिन्हे दृष्टीपार आहेत म्हणतात...'' ... अहिल्येने वाचायला सुरुवात केली...

> ''चिरंजीव सौभाग्यवती अहिल्येप्रति, मल्हारजी होळकर याचा आसीरवाद...
>
> कोल्हापुरास नानासाहेबांसी पेशवेपदावरून वंचित केले काय आणि पुन:श्च नेमले काय, अवघी समस्तांची हरामखोरी! रघुजी भोसला, बारामतीकर नाईक... सारे विपर्यस्त! सवाई जयसिंगामार्फत श्रीमंतास बादशहाकडून सनद मिळाली... खरे तर, श्रीमंतांचे दैवास उपमा नाही... पण दरबारात तर पोटदुखे बहुत... कानफुंके बहुत! बाजीराऊने समस्त मराठी सत्तेचा अमला फैला केला... अडचणींचा आणप्राणे मुकाबला केला... पण घरच्यांनी जेरीस आणले. धन जोडणे पराधीन होऊन बसले... महाराजांचे डोई कर्जाची चिंता बसली. मसलती सिद्ध केल्या तरच धन मिळणार... नानासाहेबांपरी कर्तबगारी आज कुणाची? आता अवघे ठिकाणसीर होते आहे. आता गाठ मसलतींची! ही कारवाई वर्सात तरी आटोपत नाही. अवघे दृष्टिपार आहे.

तुम्ही इंदोरास आहात तर आम्ही असल्याप्रमाणेच! सात सहस्त्र फौजेच्या तयारीत असावे. जंबुरातोफा व गाडे यांच्या कामी कुचराई नको... हरदुतर्फेने बाजू राखणे. खुद्द छावणीचे वक्तावर बदनक्षा नको... शागीर्दाप्रति वर्तन दयाळू ठेवावे. ज्यांचेमुळे रुपया येतो, त्यांचा दाणागोटा बघणे. नादान गोष्टीवर आब घेऊ नये. कित्येक रुपये बिघडवावे लागतात. तेव्हा एक माणूस होतो. खंडेरावास तर सर्वस्वी तुमचे हाती सोप केले... ते कारभारास येतात... कसरत करतात... मद्यघुटी त्यागली हे वाचून समाधान पावलो. इंदोरास येण्याची सांप्रत शक्यता नसे. दिल्ली दरबारातून काही करार पदरात घेणे आहेत. त्यासाठी हिंगणे व विठ्ठल शिवदेव पाठवले आहेत. संदेशाप्रमाणे, फौजेची बिनी राखून असावे. सरदारांकडे निरोप देऊन फुरसवा धाडावा.''

...अहिल्येने पत्र पुरे केले.

''म्हणजे पौत्राच्या दर्शनापोत्तर तरी स्वामींचे येणे नाही.'' बाईजी चिंतेने म्हणाल्या. सगळं घर चिंतेत बुडालं. ''आता कसं होतं? कसं कळवावं? एवढी आनंदवार्ता...''

''आम्ही खुद्दच जातो... समग्र वर्तमान सांगतो.'' खंडेरावांचं बोलणं ऐकून बाईजींना आकाशाएवढा आनंद झाला. त्या अत्यानंदाने म्हणाल्या, ''तुम्ही? तुम्ही खुद्द जाता? जा... अवश्य जा? आपलं धाकट्या सुभेदाराचं स्थान भूषवा... अहिल्ये... हा येणाऱ्या जीवाचा पायगुण बरं! उद्या धाकट्या सुभेदारांच्या स्वारीचा बंदोबस्त करा... त्यांचे संगे पन्नास घोडा, असू द्या... वेळ आहे, प्रसंग आहे! नबाब निजाम आहे-टोपीकर आहेत... यवन रोहिले आहेत... रजवाडे, जाट आहेत... केव्हा खणखणी होईल त्याचा नेम काय... त्यातून रजपूतांशी तेढ गुंता...''

...अहिल्येस बाईजींच्या राजकारणाच्या ज्ञानाचं, दूरदृष्टिचं कौतुक वाटलं!

दुसऱ्या दिवशी खंडेराव स्वारीस गेले. त्यानंतर कडक डोहाळे सांभाळूनही अहिल्या दिवाण, दरबार, हिशेब, वसूल, न्याय, पंचायत ही सारी कामे करीत होती. दोनचार महिन्यांनी पत्रे येतील त्याप्रमाणे व्यवस्था करत होती.

त्या दिवशीही तिने सर्व चीजवस्तू सिद्ध केल्या. लिहिले,

तीर्थरूप वडिलांप्रति, सौ. अहिल्येचे साष्टांग दंडवत...

आशीर्वाद असो द्यावे...चूकभूल तर होणेच आहे. सुमारे एकशेवीस जंबुरा आणि बारुद पक्की सहा मण दिली आहे... रत्नासम तेज गोलंदाज संगे पाठवीत आहे. रोजमुरा दिडीने आहे. पण निशाणी पक्की! इकडे अवघे कुशल... स्वामी आपल्या समागमे... भरणावसूल नेटका चालू इथे जिव्हाळ्याचे मुत्सद्दी आहेत. मी अज्ञ. मजकडून सांगून करवून घेणे. इतराजी नसावी. ईश्वरकृपेने सहा मास पूर्ण झाले. पौत्रासाठी तरी चार दिवस दर्शन द्यावे.

लेकीचा इतका मानसलाड पुरवावा. भोपाळच्या नबाबाविरुद्धच्या चढाईची वार्ता ऐकली. भेलसा आणि पंधरावीस ठाणी पेशव्यांस मिळवून दिलीत... पण आमचे पोटी हरणाची काळजी. काही लागल्यास त्वरित सांडणीस्वार लावावे... नित्यपूजा... मल्हारीमार्तंडाची आरती, आपल्या सलाहबरहुकूम चालू आहे. आपणांस कुशल राखण्यास तो समर्थ! आणखी काही करारमदार झाले तर जाणते करीन. आपले चरणी आम्हा सर्वांचा दंडवत... माझ्या यत्नांची शिकस्त चालू आहे.

आपली आज्ञाधारक,

सौ. अहिल्या

पोटातील जीव हातपाय हलवत होता. अहिल्या घाबरायची... बाईजींना सांगायची... त्या म्हणायच्या, "बाई गं... होळकरांचा वंश तो दादाजींचं लढाऊ रक्त आपलं पाणी दाखवणारच! काही नाही हो अहिल्या, सगळ्यांना असंच होतं. मूल हातपाय हलवतंच बाई!"

अहिल्या तशीच राज फडणिशीत जाई. गंगोबातात्या, राघोलक्ष्मण, गणेश विठ्ठल, गोविंदपंत या वडील मंडळींना आज्ञा करणे तिला कठीण वाटे. त्यामुळे मनाशी अप्रतारणीक न करता ती श्रीशंकर आज्ञेकरून... सौ. अहिल्या असे लिहू लागली.

फडातील कारकून अहिल्येचे हिशोबाचे, लेखनाचे, बोलण्याचे कसब व मुत्सद्देगिरी बघून चकित होत. मधूनमधून गुप्तचरांच्या वार्ता येत... ओर्छेकरांनी मराठ्यांचे छावणीवर हल्ला करून मोठेच संकट पदरी पाडून घेतले... मल्हार कृष्ण आणि जोत्याजी शिंद्याची डोकी कापून नेली, ही वार्ता ऐकून सगळेच दुग्ध्यात पडले... पण त्याच रोजी खंडेरावांचे पत्र पावले. त्यांनी लिहिले होते, "ओर्छेकरांना मराठ्यांनी पाणी पाजले. मातब्बर ठाणी घेतली. छत्रपतींचे दरबारी कपटकारस्थाने चालूच आहेत कुणाला किती मनावावे? आपला धनगर बहुत वसवला... पण वेळेस कामी येईल तो माणूस! सुभेदारांची आज्ञा, नवव्या मासी देपाळपुरी राहणे... संगे उदाबाई, हरकुआईस न्यावे... बाईजींना इंदुरी ठेवणे. आम्ही सध्या तलवारबाजीत, तुमचे मर्जी खूष राखणे आहे... आता आम्हांसही तलवार गाजवावी ऐसे वाटते... पुत्रजन्मापर्यंत येतोच..."

अहिल्या मनोमन सुखावली. स्वामी मसलतीत सामील होऊ लागले... बहुतच अप्रूप... बाईजींनीही समाधानाचा श्वास टाकला... म्हणाल्या, "अहिल्ये... हे तू घडवलेस... त्याच्या मर्जीत राहून केले, भांडती तंडती तरी तुजला मी दोष ना देते... पण तू गोडीने निभावलेस!" आता नववा सरता आला आणि अशाच एका रात्री नालखीतून अहिल्या, हरकुबाई व उदाबाई देपाळपुरी गेल्या. संगे वैद्य आणि सुईण... जाताना अनेक कारणांनी तिचं मन भरून आलं. पोट हे एवढं मोठ्ठं! ...

कसं होतं हे मूल? या जगात कसं येतं? पोट फुटणार की काय होणार? असल्या शंका ती उदाबाईस विचारी... ती हसूनहसून लोटपोट होई. अहिल्येस वाटे, "मला नीट सांगावं, तर इतकं कसं बाई हसतायत या?" ...मग हरकुआईने सुईणीला बोलावावं... तिने सगळं समजावून सांगावं...! "बाप रे... हे असं असतं?' अहिल्येच्या अंगावर काटा उभा राही.

...पण प्रत्यक्ष वेळ आली तेव्हा अहिल्येस कसा अन् कुठून धीर आला ते तिचं तिलाही कळालं नाही. एवढी हैबत खाल्ली होती, उदासी दाटली होती, आईची याद येत होती... पण पुत्रमुख पाहताच अहिल्या अवघे श्रम विसरली... इंदूरास निरोप घेऊन हरकुआई गेल्या... बाईजी आल्या... सातव्या दिवशीच नालखी[१] तून बाळबाळंतिण इंदूरी आले... अकराव्या दिवशी अंबारीवर लादून हजारो शेर पेढे वाटण्यात आले. सरदाराच्या दारी वाजंत्री वाजली.

नगारखान्यातून नौबती झडल्या... तुताऱ्या फुंकल्या गेल्या. घराघरावर तोरणे लागली... इंदोर शृंगारलं गेलं. सांडणीस्वार ही आनंदवार्ता घेऊन निघाले तर त्यांची व मल्हारराव होळकरांच्या फौजांची गाठ मध्यावरच पडून अवघा आनंदीआनंद झाला. मल्हाररावांनी स्वत:च्या गळ्यातले कंठे काढून जासूदास दिले. स्वत:ची शाल वस्त्रे अंगावर घातली... झेंड्यावर हार चढवले... समाधानाने बोलले, "अहिल्येचे हे पुत्ररत्न आमची दौलत नमूदास आणेल... आज आमच्या मांडवावर वेल चढू लागला. आमच्या सर्व सरंजामी सरदारास बारशास बुलावा धाडा." मग खंडेरावाकडे बघत म्हणाले, "चिरंजीव... लाखाची गोष्ट ईश्वरी घडवली... आता डोंगरी मोर नाचवणे[२] बंद करा... अहिल्येच्या बुद्धिवादे चालण्यातच तुमचे यश... कारभारात प्रगल्भता कमावली तिने! मुत्सद्दीपणातही अग्रेसर होत चालली. आपली अवघा दरोबस्त, दाणा, बारुद... जंबुरे... बिनीच्या तुकड्या... फौजा... पैका कैसा केला तिने? तेही या अवघड काळात, हे तर तुम्हीही देखलेच! बोलणे अवघे स्पष्ट... कधी मिश्र बोलायची नाही... हातचे राखून ठेवणार नाही... करीन किंवा नाही हे स्पष्ट... शब्दास तेज कमावले तिने. एकदा होकार भरला तर आणप्राण सिद्ध करणार... स्वच्छ कारभार... एक पैची कधी आगळीक नाही... आता तीच चाल आपण राखणे आहे. आता तिचे पदरी लहान मूल... कारभारास येणे कठीण... आतातरी आम्ही आपणावरच भिस्त टाकणार..."

"जी! आम्ही आपणां योग्य होण्याचा यत्न करीतच आहोत... आणखी अधिक करू! मजला आज्ञा द्याल तर त्वरीत इंदुरी पोहोचतो... आपण येत असल्याची वर्दी...

"चिरंजीव... बहाणे किमर्थम् ...स्त्री-पुत्रास भेटणे आहे तर बेलाशक जा... बेलाशक..." खंडेरावांनी पदस्पर्श करीत निरोप घेतला व त्यांचा घोडा त्वरेने

---

१)नालखी - पालखीपेक्षा वरच्या दर्जाचे वाहन

२)डोंगरी मोर नाचवणे - आढ्यतेखोरीने वागणे

इंदूरकडे निघाला. मालेराव... मालेराव... त्यांना ती आठवत होती... पुत्र... पुत्र... दिला अहिल्येने... खंडेराव पुत्रदर्शन घेऊन सुखावले. अहिल्या सोयरात होती. त्यामुळे दुरूनच आनंदाचे आदानप्रदान झाले... त्यांची सर्व कसर खंडेराव बारशाच्या दिवशी भरून काढणार होते.

इंदोरास बारशाचा मोठा डौल झाला. वाड्यातील दालने बाळंतविड्यांनी भरून गेली. खंडेराव-अहिल्येने आधीच ठरवून ठेवलेले नाव मुहूर्ताने ठेवले गेले. "मालेराव'... सरदार स्त्रियांना आधीच साडीचोळी देऊन त्यांच्या ओट्या भरण्यात आल्या. अहिल्या बाळंतविडे घेऊन घेऊन थकून गेली... सर्वांना वाकवाकून नमस्कार करून दमली. अखेर सर्वांनी तिला बाजेवर विश्रामास पाठविण्याची घाई लावली. लगेच तिची अंगमालीश आणि शेकशेगडी घ्यायची वेळ झालीच!

मल्हारराव व गौतमाबाई लहानग्या मालेरावास घेऊन बसले म्हणून अहिल्याही थोडी तिथेच घुटमळली. गौतमाबाई मुलास निरखीत म्हणाल्या, "अगदी खंडेरावापरीस हो यांची मुद्रा! त्यास झाकावा अन् यास उघडावा." ... अहिल्येच्या पोटात धस्स झालं. तेवढ्यात सुभेदार म्हणाले, "अहो काय बोलता तरी? हा थेट आमच्यासारखा दिसतो!" त्यावर हरकुबाई म्हणाल्या, "हो बरं का! त्या बघा की मिशा... अगदी हुबेहूब!" यावर बनाबाई, द्वारकाबाई सगळ्या पोट धरधरून हसल्या... पण अहिल्येस कुठेतरी खूप समाधान वाटलं. आपला पुत्र आपल्या सासऱ्यांसारखा शूर व्हावा ही एकच 'आस' तिला लागून राहिली. त्या ध्यासाने तिला जणू वेडंच केलं. तो ६-७ महिन्यांचा होत नाही तोवर तिने मालेरावासाठी लाकडी तलवार, लहान लहान ढाली, तोफा, बंदुका, घोडे करवून घेतले. तो रांगायला लागला... तोच खेळ ती त्याच्यापुढे टाकी. तो त्याच्याकडे ढुंकूनही पाहत नसे... अहिल्या खट्टू होई. बाईजी म्हणत, "अगं वेडे... हे वय रंगीबेरंगी खेळण्याचं... आवाजाचं... त्याच्याशी खेळणार तो... हे तुझे लाकडाचे ठोकळे का घेणार?"... अहिल्या त्यावर समाधान मानण्याचा प्रयत्न करी.

मालेराव दहा महिन्यांचा झाला... तो माशांमागे रांगत जाई... मुंगळे पकडी... झुरळ धरून त्याचे पाय तोडत बसे... एकदा त्याने असेच झडप टाकून झुरळ पकडले... मल्हारराव म्हणाले, "अरे बेट्या...माशा झुरळं काय मारतोस?" ... अहिल्येच्या पोटी भीति दाटली. खरंच... कसा होणार हा? वडिलांसारखा की आजोबांसारखा?... अहिल्या त्याच्याकडे याच दृष्टिने बघत राही... बघताबघता दोन वर्षे गेली...

अहिल्येला विचार करत बसायला वेळ नव्हता. जयपूरच्या गादीचे भांडण काही केल्या आटपत नव्हते. वास्तविक तडजोडीने ते संपायला आले होते... ईश्वरसिंगाने धाकट्या माधोसिंहास चोवीस लाख उत्पन्नाचा मुलूख देऊन आधी

सलूख केला, पण मग ईश्वरसिंगाची मति पालटली. तो प्रत्यक्षात काहीच देण्यास तयार होईना. त्याबद्दलच तातडीची सांडणीडाक होती. उमेदसिंह, माधोसिंह व महाराणा यांनी दोन लाख खंडणीची कबुलात करून होळकरांस उपराळ्यास बोलावले होते. मग पुन्हा गडबड, लखोटे, संदेश ,सांडणीस्वार, तोफा, बारुद,... एक ना दोन! बाईजी म्हणाल्या, "महाभारत काही सरत नाही... युद्धे काही टळत नाहीत. निदान गारपिरीच्या[१] जागा तरी कळवत जाव्या. नाहीतर मार्तंड आहेच!"

"यावेळेस आम्ही खंडेरावांस धाडत आहोत. त्यांच्या आमच्यात आता फाटा नाही. त्यांना हजार स्वारांची सोबत... पण अडचण जयाजी शिंद्यांची आहे. शुलापूरला माझा प्रिय राणोजी एकाएक गेला... काळाने ओढून नेला... श्रीमंतांवर चवरी वारणारा हुजऱ्या होता. आम्ही रक्ताच्या गाठी घालून त्यांना शिक्केकट्यावर देवविली... एका श्वासाने वाढलो. तलवारबाजी केली... पण जयाजी... हे नवं रक्त... जुने ऋणबंध तोडून वैरी झाला... राणोजी असताना अवघे रजवाडेजरीस आणले... जयपूरच्या सवाई जयसिंगाने खरं तर सिसोदेकर चंद्रकुँवर बाईशी लगीन केलं... तेव्हाच या रामायणाचा मुहूर्त...

"होना... सिसोदेकरांची मागणी तशीच... चंद्रकुँवर पट्टराणी... अन् तिच्या पुत्रासच राज्य!..."

"आता तिचा मुलगा माधोसिंग गादीवर हक्क सांगतो तर सावत्र थोरला ईश्वरसिंग राज्य मागतो..."

"स्वामी... आम्ही तर मधे ऐसे ऐकले की सवाई जयसिंगाने या धाकट्या माधोसिंहास... आपल्या पोटच्या या पुत्रास ठार मारण्याचा यत्न...

"शू... खामोश राहा... अशा गोष्टी ना बोलणे... ना सांगणे! आता हे भांडण ना मिटवताच जयसिंग मेला... अवघा गदारोळ उठलाय... कुणी कुणास आटोपत नाही. माधोसिंहाची मातोश्री हा धाकटा असता त्यास घेऊन उदेपूरी आली, त्याच वेळी राणाजी...

"हा कोण राणाजी?" बाईजींनी विचारले...

"अहो असं काय? उदेपूरचा राणा अमरसिंह आठवत नाही? तर तो रामपूरच्या चंद्रावंताकडे माधोसिंहास ठेऊन मजकडे आला... म्हणाला, "चंद्रकुँवर तुमची बहीण... हा भाचा... त्यास आता स्थानापन्न करणे ही तुमची जिम्मा... चंद्रकुँवरने एकदा मज राखी बांधली होती. ... ईश्वरसिंगाने गादी बळकावली... माझ्या वचनात अंतर पडले गौतमा...! तिकडे सातारालाही हाच गादीचा पेच... रामायण... महाभारत... कधीच संपणार नाही... कधीच नाही!" मल्हारराव उठले.

---

१) गारपिरीची जागा - सैन्याच्या तळाची जागा

अहिल्याही झोपलेल्या मालेरावास मांडीवर घेऊन हे सारे प्रकरण ऐकत होती. तिला वाटलं आपल्याला दुसरा मुलगा होऊच नये... मुलगी व्हावी... दोन मुले नको अन् त्या वारसाच्या कटकटी नकोत.

खंडेराव लढाईस निघाले. आताशा त्यांच्या वागणुकीत बराच सुधार... अहिल्या समाधान पावत होती. रोज त्यांचे कुशल चिंतीत होती. यश चिंतीत होती. ईश्वराजवळ करुणा भाकत होती.

राजमहाल येथे लढाईचा प्रसंग पडला... पण... पण... होळकरांचे पदरी अपयश आले. खंडेरावांचा पराभव झाला... खंडेराव लढाईस गेले हेच अहिल्येस विशेष वाटले होते... म्हणून खंडेराव तिकडच्या वाड्यात परतल्याची वार्ता कळताच अहिल्या, त्यांना धीर देऊन, आशा उत्पन्न करावी म्हणून त्वरित तिकडे गेली. त्या वाड्यात तिला कोण अडवणार? ती सरळ खंडेरावांच्या कक्षाकडे गेली. द्वार आतून बंद होते... तिने हाक मारली, "स्वामी... स्वामी... मी आले अहिल्या... द्वार उघडा स्वामी!" खंडेरावांनी दार उघडले. समोरचे दृश्य बघून अहिल्या स्तंभित झाली. सुवर्णनाणी, अलंकार यांचा ढीग होता. ती आश्चर्याने म्हणली, "स्वामी... इतकी लूट?... आणि मामंजीस ना दाखवता इकडे तडक कशी आणली?... पराजय का पावला?"

"आम्ही तर लूट मिळवण्याची कामना धरूनच स्वारीत गेलो. पैशावाचून आम्हांस फार कष्ट होतात... लढाईचा खेळ आवडतो कुणास? आमचे लक्ष तर अधिक लूट मिळवण्याकडे... आम्ही ते जिवेभावे केले!"

"तर मग या लुटीचा सहावा हिस्सा सरकारी तिजोरीत..."

"देवी... आम्हांस तुमच्यासारखी सत्याची चाड नाही... आम्ही यातले काही देणार नाही... आमच्या मनगटाच्या जोरावर हे मिळवले..."

"स्वामी... जे सुभेदारी भोगतात त्यांची मनगटे रयतेसाठी असतात... आपण वित्तविषय[१] स्वच्छ ठेवावा. प्रतारणीक करू नये. अप्रतिष्ठा का करून घेता?... यातील सहावा हिस्सा लूट सरकारला द्या... आणि प्रतिष्ठा मिळवा... उघडपणे, सुखाने उपभोग..."

"बस्स बस्स! आम्हांस हे खालच्या फडताळात दडविण्यास मदत करा... बघू तुमचा पतिव्रता धर्म..."

"स्वामी, नियतशाबूत हा राज्यकर्त्याचा प्राण... तेच हरवले तर केवळ कलेवर उरते... माझे ऐका... सहावा हिस्सा जमा करा... मग मी सर्व ठेवू लागते... पण खोटेपणास असल्यास साथ देणे मजला शक्य नाही..."

---

१) वित्तविषय - लढाईतील लूट

"तर मग इथून तुम्ही त्वरित जावे हे उत्तम... आम्ही बोलावलेही नव्हते!" ... अहिल्या माघारी फिरली. निराश झाली... अदृष्टांत काय आहे याचा विचार करत राहिली.

... अखेर याच प्रसंगाने शिंदे-होळकर वितुष्ट वाढीस लागले. याचा अहिल्येस अत्यंत खेद झाला. होळकरांचा पाठिंबा माधोसिंहला तर शिंद्यांचा ईश्वरासिंहला. अखेर मल्हाररावांनी हा तंटा पुणे दरबारी नेला... स्वत: श्रीमंत नानासाहेबांस घेऊन राजस्थानी डेरा टाकला. भर बरसातीत बागरू येथे ६-७ दिवस लढाई झडली. ईश्वरसिंगाचा पराभव झाला. होळकरांच्या इंदूरमध्ये जयवाद्यांचे ध्वनी उठले. इंदोर दुमदुमून गेले... त्याचवेळी अहिल्या प्रसूत होऊन तिला कन्यारत्न झाले. अहिल्येस कन्याप्राप्तीचा अतीव आनंद झाला. आपला वंश भाऊबंदकीतून मुक्त होईल अशी भाबडी आशा तिला वाटली. मुलीचं नांव 'मुक्ता' ठेवण्यात आलं. मालेराव तीन वर्षांचा झाला होता. होळकरांना विजयही मिळाला व या युद्धात पैसाही खूप मिळाला... पण मुक्ताच्या जन्मानंतर मल्हाररावांच्या पायास जणू भिंगरी लागली. ते इंदूरास राहू शकले नाहीत. शाहू महाराजांनी कर्नाटकची अवघी मसलत श्रीमंत नानासाहेबांवरच सोपविली. दक्षिणोत्तर फिरणारे मल्हाररावांसारखे सुभेदार, सरदार यांचा पाय कुठे ठरेनासा झाला. त्यातून शाहूराजांचे स्वास्थ्यही सरल्यागत झाले. रोज शरीरास नवा उपद्रव वाढून श्रीमंतास सातारच्या खेपा कराव्या लागत. इकडे कर्नाटकाच्या मोहिमा चालूच होत्या. अशातच शाहू महाराजांचा अखेर प्राणान्त झाला. बहुत दु:ख घडले. रामराजे गादीवर आले... मधेच गायकवाडाचे बंड उपटले आणि अर्धी गुजराथ पेशव्यांच्या नावे केली गेली. या सर्व राजकारणात मल्हाररावांवर खूपच ताण होता... ते इंदूरातच नव्हते. त्यामुळे दोन्ही मुलांच्या संगोपनाची जबाबदारी वाड्यातील सर्व वडिलधाऱ्यांनीच उचलली... अहिल्येस फडणिशीच्या कामासाठी मुक्त ठेवलं होतं. अहिल्या सकाळपासून सायंकाळपर्यंत त्याच कामकाजात आकंठ बुडालेली असे. असेही दिवस नुसते वाऱ्याच्या वेगाने चालले होते.

... अशातच एक दिवस घाईघाईने बाईजी आल्या... म्हणाल्या, "अहिल्ये, ही भाऊबंदकी भल्याभल्यास खतम करते... अगं, ईश्वरसिंहसारखा माणूस... राज्यासाठी, गादीसाठी भांड भांड भांडला... आणि अखेर स्वत:ला नागदंश करून घेऊन आत्महत्या केली बघ! त्यापरीस माधोसिंहासंगे सलूख करता तर? आता तर माधोसिंहास सर्वेसर्वा राज्य मिळाले... स्वामी पूर्णपणे त्याचे पाठी... पण शिंद्यांनी अवघा घोळ मांडला आणि जयपूरवालेही छद्मी... शहरात कौलाचा बाजार मांडला..."

"म्हणजे काय बाईजी? कौलाचा बाजार?"

"म्हणजे मायाबाजार गं... शंभराची चीज पंचविसाला! ही आवई शिंद्यांच्या फौजेत कळताच कमकसर दहा हजार मनुष्ये शहरात गेली. आणि पोरी, त्यांची

कत्तल की गं केली द्रोहाने... ही गोष्ट बाहेर रतिमात्र कळेना... तो दोन माणसे वेसीच्या कोटावरून घोडा फेकत आले, तेव्हा अवघा हमामा कळला... गंगाधर यशवंतही आता वर्षबाद इकडे आले तेव्हा या बारीकसारीक गोष्टी कळल्या.''

''आई गं...काय ही जलाली? बाईजी, पण यात शिंद्यांचा तोरा बुडला. माणसं हकनाक लुटली गेली. बिचारी!''

''स्वामींनी मग माधोसिंहास जरब दिली. बोलले, 'तुम्हांस गादीवर बसवले त्याची ही बक्षिसी? वैरी झाला तरी ऐसा लुटायचा? कपटवशे? अन्नात विष कालवण्यापर्यंत तुमची मजल गेली... दगा केला... विश्वासघात केला... आता अवघं जयपूर खोदून बरोबर करतो. तेव्हा बहुत अजिजी करून स्वामींना पंचवीस लाखांची हमी दिली आणि स्वामी कधीच दिल्लीकडे गेलेत!...''

''कुणी आणल्या या बातम्या? कासीद जोडी आली की सांडणीस्वार?''

''गंगाधर यशवंत आले ना... त्यांनी स्वतःच सांगितलं. तुजसी भेटण्यास सायंकाळी येतो म्हणाले. तू मुक्तेस झोपवत होतीस ना, म्हणून ना हाकारले. तिकडे दिल्लीसही हेच... बादशा हरुखसिअर याला जोधपूरच्या अजितसिंहने आपली कन्या दिली. त्याला अभयसिंह अन् बाखतसिंह ही दोन मुले... अभयसिंहने पूर्वी पिलाजी जाधवाचा खून केल्याचा अंदेशा होताच... पण आता त्याची पाप दृष्टि आपल्या सुनेवर होती... त्याची घृणा येऊन बखतसिंगाने केला त्याचा खून!... आता त्याच्या मुलास रामसिंगास तरी गादी मिळावी... पण चुलत्यानेच जोधपूरचे प्रमुखपद मिळवले... आता चुलता मेल्यावर तरी रामसिंगास मिळावी तर ती पुन्हा चुलतभाऊ विजयसिंगाने बळकावली. आता पुन्हा रामसिंग-विजयसिंग झगडा चालू. पन्नास सालापासून आज बावन्न साल उजाडलं. स्वामी तिकडे जाऊन बसले.

''पण हे मेले इतकी भाऊबंदकी करत मरतात, पण गोडीनं राहात नाहीत... बाईजी, या बरबादीच्या कहाण्या ऐकवत नाहीत... बहुत दबाव उरात दाटतो. हे तालेमालेपण सुद्धा खुपाया लागते. इथे तर पदोपदी हिरमोड, मानभंग, तहगिरी, बडतर्फी... काय काय घडेल न कळे! त्यातून स्वामी यांत कुठेही कर्ते नाहीत... आपणा उभयंताचं छत्र मजवर आहे तोवर मार्तंड निभावेल... पण पुढे? स्वामींची बद्‌नियत... कुठवर सांभाळू बाईजी? दोन यवन कंचनी, सवती, पुन्हा हल्ली मद्यघुटी बळावली... लूट मिळाली ना? वित्तविषय आला तो या कारणी लागला. ... कुणाला सांगावी ही गाणी?''

तिला जवळ घेत बाईजी म्हणाल्या, ''अहिल्ये... म्हणून तर स्वामींनी दूरदेशी ठेवून तुजला सर्वतत्पर केले ना? ... ही अवघी दौलत तुझ्याच नावे चालायची असे खुद्द ब्रह्मेन्द्रस्वामी बोलले... आणि अहिल्ये, ते पुढे म्हणाले, 'ही मुलगी त्रिलोकी होळकरांची कीर्ती करील...' त्या भरोसे राहा मुली... कधी कधी वाटते, खंडेरावांचे बालंबारल गुन्हे... आम्ही तुजला बहुत श्रमी केलं.

"छे छे बाईजी... ऐसे बोलून मज लाजवू नका. तुमच्या छत्राखाली मजला काय कमी... मातापित्यापरीस अधिक माया तुमची... ती उदंड राहू द्या ... ईश्वरे मज अभागिनीस एक पुत्र कन्या दिली... बहुत झाले...! ...मजला दुःख आता दुसरेच... स्वामींची आशा ईश्वर जाणे... पण... पण मालेराव आठाचे झाले... पण रक्त स्वामींचेच... शिकत नाहीत. विद्येत गती नाही... पंतोजीस आटपत नाहीत... खेळही असलेच... विंचू मार कुणाच्या शेंडीला बांधून ठेव... बेटकुळ्यांच्या पायांना दोऱ्या बांध... फुलपाखरांना टांचण्या टोचून मातीत त्यांची तडफड बघ... गाढवावर बसावं... मांजरकुत्र्यांचे प्राण घ्यावे... झुरळं पकडून मांजरीपुढे टाकावी... उंदीर टाकावे... त्यांना फाडून खाणारी मांजर पहिली की टाळ्या पिटाव्या... बाईजी... याने मी धसकून गेलेय... माझी अन्नावर वासना उरली नाही... मुक्ता चाराचीच ना? पण किती श्लोक म्हणते... गाणी शिकते, एक-दोन म्हणते...आणि मालेराव... मालेराव...बाईजी, असं कसं हो माझं दैव? ... मी काय उणे केले ईश्वराचे?"... बाईजींना तिची समजूत घालणं फार कठीण जात होतं.

अहिल्याने मालेरावांवर संस्कार करण्यासाठी पदर बांधला होता पण यश नव्हते. पहाटे उठून आपले सर्व आवरून ती दोन तास त्याला शिकवत असे... मग पंतोजींच्या हवाली करून जाई. अहिल्या गोष्टी सांगे त्या शौर्याच्या.... महाभारत... रामायण... पण त्याने लक्ष देऊन ऐकले ऐसे घडत नव्हते... त्याचं लक्ष इतरत्रच असायचं... मग अहिल्या फडणिशीत जाई... आणि तिथेच रमून जाई... भरपूर काम... शिस्त... वार्ताविभाग... न्यायविभाग... दिवसाचा वेळ कमी पडे. ती आता राजकारणात, कामकाजात पूर्ण मुरत चालली... गेली बारा वर्षे ती रोज सहा सहा तास काम करत होती. राजकारण व फडणिशी हेच तिचं जीवन होतं. आज मल्हाररावांचं पत्र बघून तिने तत्परतेने फोडले.

"चिरंजीव सौभाग्यवती अहिल्याबाई प्रति, मल्हारजी होळकरांचा आशीर्वाद. मल्हारमार्तंडच्या कृपेमुळे बादशाह आणि मराठे यांच्यात करार घडवून आला. या करारान्वये पातशाहीचे रक्षण मराठ्यांनी करायचे ठरले. बादशाही आता दुर्बळ... राजस्थानातील संस्थानिक विचारेनासे... जाटांनीही उचल खाल्ली. या करारान्वये सर्वांना थोपविण्याचे कार्य करणे आहे. श्रीमंत नानांच्या धोरणात सातत्य नाही. रोहिल्यांच्या टोळ्या काशी प्रयोगाकडे धूमधाम करीत होत्या. तेव्हा वजीर अन् सुरजमल जाटास संगे घेऊन फत्ते केली तेव्हा श्रीमंत लिहिते झाले, "शाबास तुमच्या हिमतीची... दिलेरी रुस्तूमीची! हे कर्म सान नव्हे." त्या स्वारीत पन्नास लक्ष अन् रोहिल्यांचा

मुलूख मिळाला. हे अवघे फौजेच्या जीवावर... त्यांची कदर श्रीमंत राखावी ते दूरापास्त होत चालले. स्वार्थापलीकडेही काही जिवावेगळे असते याची जाण नाही. आज अवघा महाराष्ट्र लष्करी छावणी झालाय... साधे धारकरी लोहार लढवय्ये होत आहेत. पण त्यांची उमेदी राखावयास हवी. अवघे पराक्रमाची शर्थ करतात. त्यांचे खिसे रिक्त ठेऊन कसे चालावे? खणाखणी होताहोताच निजाम तहास येतो... वेळ मारून नेतो... मग पैका देण्याचा वक्त आला की टाळटाळ... खलबते, लढाया व्यर्थ जातात. उत्तरेकडे नायनाट करावा तर ते काम अर्धेच ठेवून श्रीमंत दक्षिणेकडे हाकारतात... राजपूत मराठ्यांचे वैर विकोपास चालले. जयाजी शिंद्या मारवाडात गेला... त्याचे आमचे पटणे कठीण! कुणाच्याच मनसुब्यास सोहलत राहिली नाही. तुम्हांस हे सारे माहीत असावे एतदर्थ लेखन! काळा मोठा कठीण आला. मार्तंड निभावेल तेवढा काळ आपला!

...हे वाक्य वाचून अहिल्येच्या काळजात चर्रर झालं... मामंजी आपणांस किती दिवस लाभणार? पुढे काय? स्वामींचा भरोसा नाही... अन् मालेराव? तो काय करील? कसा वागेल? अहिल्या वाड्याकडे आली. खंडेराव हल्ली सवतींसह बाजूच्या महाला राहू लागले. अहिल्येची भीड... भीति कधीच संपली. अहिल्या म्हणजे कर्मयोगिनी... तिच्यातली कामिनी तर खंडेरावांनी कधीच मारून टाकली. त्यांच्या कामिनी पुष्कळ होत्या... आजही घुंगुरांच्या आवाजाने तिच्या काळजाचा ठोका चुकवला... महालात नृत्य सुरू होतं... दुपारचा प्रहर सरत आलेला... सायंकाळ होईल तसा महाल अधिकच रंगणार होता. मामंजी तलवार गाजवतात... मी रात्रंदिवस दौलतीस्तव... आणि स्वामी नर्तकी आणि मद्य!... मालेराव... मालेराव... ती आत आली तेव्हा मालेराव शांत झोपला होता. तिने त्याच्या अवतीभोवती रंगबेरंगी तक्ता पुस्तक... ढालतलवार... आणि घुंगरू ठेवले... आणि ती फटीतून पाहू लागली. मालेराव जागा झाला... उठला... आणि तक्ता पुस्तके तुडवित त्याने वेगाने जाऊन ते घुंगरू उचललेले... बाजूची ढालतलवारही पायानेच दूर सारली... अन् खाली बसून तो पायात घुंगुरू बांधू लागला... अहिल्या असले प्रयोग करी आणि मनास खंत करी! फडणिशीत जाणारा काळच सुखाचा... बाकी रात्रंदिवस मनाला धसका... 'कसा होणार मालेराव?' ... रात्र झाली... घुंगुरांचे आवाज थांबले... 'आता त्या मुसलमान दोन कंचनी आणि स्वामी... छी:' ... आपल्याला आता स्वामींची किळस येऊ लागली की काय?... कोण हे पाप!... हे पाप लक्षात येताच ती गडबडून गेली. दोन्ही हातानं गालावर चापट मारून घेत म्हणाली, "उद्या अंतोशास्त्रींना अभिषेक करायला सांगून, देवापुढे नाक घासायला हवं." ... मग पहाट झाली तरी अहिल्येचा डोळा लागला नाही... पहाटे पहाटेच दाराशी स्वार आला... सगळा वाडा झडझडून उठला... बुळे

सरदारांचा माणूस निरोप घेऊन आला होता. त्याने अहिल्येस मुजरा केला व म्हणाला, "मल्हाररावजी सुभेदार साहेब गाजीउद्दीनास संगे घेऊन दक्षिणेकडे गेले. उत्तरेस वजीरबादशहाचा गुंता आहे. ज्या मुलखाची जुम्मा घ्यावी त्याचे रक्षण कर्तव्य... परंतु ते अर्धेच टाकून दक्षिणेत त्यांना जावे लागले. उत्तरेत रोहिला मातणार असे त्यांचे अनुमान आहे. आता तंटे निर्गत होतील असा रंग नाही... आता तर शिरावर बरसात वारद आहे... बाद बरसातच आता येणे होईल असा संदेशा त्यांनी पाठवला आहे."... अहिल्येस कालच्या पत्राचा हा पुन्हा अनुभव आला. उत्तरदक्षिण धावणारे मामंजी... त्यांचे कष्ट तिच्या नजरेसमोर दिसू लागले... वरच्या महालाच्या महिरपी गवाक्षात स्वामींच्या कंचनींच्या ओढण्या कशा कोण जाणे पण लोंबत होत्या...! अहिल्येने डोळे बंद केले... ती आत आली. सगळ्या घरात उदासी दाटली... दुग्धपान करताकरता बाईजी म्हणाल्या, "आता स्वामींचं येणं दसऱ्याखेरीज नाही. श्रावणात शिवलिंगे व्हायची... ब्राह्मणभोजने... पुराणे हे सारे सणवार सुभेदारांखेरीज... अहिल्ये... त्याचीही सवय झाली गं पण दरवेळेस आशा वाटते... पोरी ही आशा मोठी चिवट!...

"आम्हांस या राजपूतांच्या तंट्यांनी दमवलंय बाईजी... त्यातून एक काम पुरतं निपटावं ते होत नाही..."

"अहिल्ये, त्यातून राधाबाईसाहेबांसारख्या महत्त्वाकांक्षी बायका काहीतरी अविचारे बोलून जातात... माणसास स्वत:ची हमी ना देता येत तर अवघ्या वंशजांची हमी कैसी द्यावी?"

"बाईजी... वंशजांची हमी देता येणे हे तो पुण्यफळ...

"ती टिकायला नको? राधाबाईसाहेब एकदा जयपुरास गेल्या, तेव्हा राजेसाहेबांनी आपली कन्या त्यांचे मांडीवर बसवली... ती पोर मोठी गोड... भावना उचंबळल्याही असतील... पण फार तर आपल्या गळ्यातला सुवर्णहार तिचे गळ्यात घालावा... पण राधाआईसाहेब म्हणाल्या, "राजे हो... माझ्या वंशातील कुणीही तुमच्या राज्याकडे वाकड्या नजरेने बघणार नाही." आता या वचनाची याद म्हणून जयपूरकर पन्नास हजार 'बाईजी भेट' या नांवे पेशव्यास देतात. तरी खणाखणी चुकली का? ज्या मुलखाची जुम्मा घ्यावी तिचे रक्षण नको करायला?"

"अवश्य बाईजी... पण यातूनच शिंद्यांशी वैर...

"हो ना! श्रीमंतांनी शिंद्यास लिहिले, "मल्हारबांशी द्वैत नसावे... दुर्लौकिक होतो... तो कार्यनाशास कारण... तरी जेष्ठांचा मनोदय रक्षून यशाची अभिवृद्धि करावी."... आता या अवघ्यास आम्ही कंटाळलो.

...जुलै सरला... श्रावणाची ब्राह्मणभोजने सुरू झाली. मालेरावास सोवळे

नेसवून बाईजी ब्राह्मणपूजेस बसवीत. ते पितांबरधारी रुपडे मोठे सुंदर दिसे. अहिल्या त्याचेकडे बघून जरा सुखावे...'' 'चला मुलगा निदान पूजेस बसतो' मग त्याचे लाडकौतुक करत मातृत्वाचं सुख घेई.

त्यादिवशी अशीच पूजा... सोवळे नेसलेले मालेराव ब्राह्मणपूजा करीत होता... ''बाईजी... पोर विद्येत प्रगती दाखवेना... पण धर्माची आवड लागलेली दिसते बरं !'' अहिल्या कौतुकाने म्हणाली. तोच मालेराव म्हणाला, ''मातोश्री... इथे सुपाऱ्या नाहीत... अत्तर नाही... पूजा कशी करायची आम्ही?'' बाईजी हाती गाल ठेवून नातवाकडे कौतुकाने बघत होत्या. अहिल्येसही हसू फुटलं. अंजना व रेणू वस्तू आणायला धावल्या. चार-पाच वर्षांची मुक्ता परकर चोळी नेसून ठुमकत ठुमकत चालत होती. बोबडं बोलून सर्वांना हसवत होती. हा सारा सोहळा बघायला अहिल्येच्या स्वामींना मात्र वेळ नव्हता. ते शंकराच्या नावे भांग घेत... मित्रांच्या कोंडाळ्यात... मामंजी दक्षिणेकडे...! ... पण तेवढ्यात ब्राह्मणांची पाने मांडली. मालेराव स्वतः जिलबी वाढत होता. आज प्रथमच मालेरावाने इतक्या उत्साहाने सगळं केलं. अहिल्येचा ऊर प्रेमाने दाटून येत राहिला. प्रत्येकास सव्वा रुपया दक्षिणा आणि विडा ठेवणाऱ्या मालेरावाकडे बघत अहिल्या चित्रे रंगवत राहिली... तिच्या डोळ्यांपुढे तिचा पुत्र तरुण होऊन सपत्निक पूजेस बसलेला दिसू लागला... मुक्ता जावयासह मुंडावळ्या लावलेली दिसू लागली. भविष्याचा रंगीत पट विणताना अहिल्या स्थलकाल विसरली. ब्राह्मणांनी तांबूल घेतला. अहिल्याबाईंनी ब्राह्मणास नमस्कार करून आशीर्वाद घेतले... आणि पुन्हा ती भविष्याच्या रंगीत चित्रात हरवली... तोच ब्राह्मणांच्या किंकाळ्या ऐकून तिची तंद्री मोडली. छातीत धस्स झालं... डोक्यात नाना शंका आल्या. ती धावत बाहेर गेली. पाच-सहा ब्राह्मण वेदनांनी हातपाय झाडत होते. 'मेलो... मेलो... धावा...' असे ओरडत होते... पितांबर नेसलेला मालेराव अत्यानंदाने टाळ्या पिटीत जल्लोष करीत होता... नाचत होता. हे घडतंय तरी काय? अन्नातून विषबाधा झाली की जाट रोहिल्यांनी मारलं? कुणी यवन आड आला की स्वामींनी अपमान केला? काय झालं तरी काय? अंजना, रेणू, राघोजी, भागोजी सगळे माना खाली घालून उभे... कुणीतरी धावत जाऊन राजवैद्यांना आणलं... तेही भराभर उपचार करताकरता थकून गेले. अहिल्या, बाईजी यांना कुणी काही सांगत नव्हतं... अखेर अहिल्येने गदागदा हलवत रेणूस विचारलं, ''अगं... झालं तरी काय या ब्राह्मणांना... हे काय आरिष्ट? कसली आपत्ति?'' पण सगळे चूप. बाईजी ओरडल्या... ''अरे... दातखिळी बसल्या का? बोला की...'' त्यावर रेणू चाचरत म्हणाली, ''मातोश्री... आम्ही कसं बोलावं... आपण ब्राह्मणासच पुसावं... आम्ही चाकर माणसं!... मालेराव उद्याचे मालक!''

''काय केलं मालेरावाने?'' अहिल्येने श्वास रोखत विचारलं.

''ब्राह्मणांच्या जोड्यात... जोड्यात...''

"काय टाकलं? झुरळ? माती? वाळू?" अहिल्येने घाबरत विचारलं.

"नाही आईसाहेब... विंचू... विषारी इंगळ्या...'

... अहिल्येला ऐकून चक्कर आली. डोक्यात ठणठण टोल पडू लागले. मघाची रंगीत चित्रे खळकन् फुटून गेली. ती ब्राह्मणांकडे धावली. त्यांच्या पुन्हा पुन्हा पाया पडू लागली... क्षमा मागू लागली. राजवैद्यांनी त्यांच्या जखमांवर लेप लावले... मात्रा चाटवल्या... त्यासाठी सातआठजण सहाण घेऊन बसले होते... खलबत्त्यात औषधे खलली जात होती... मधाच्या बुधल्यात मध खलात ओतला जात होता... अहिल्येला लाचार झालेली बघून मालेराव खुदखुद हसत होता... हसूनहसून पोट वरखाली होत होतं... सोवळं पण सुटलं तरी हसणं आवरत नव्हतं त्याला. तिचा संताप अखेर अनावर झाला. एका विव्हळणाऱ्या वृद्ध ब्राह्मणाची काठी तिने उचलली... आणि कुणास काही कळायच्या आत, मालेरावास हाती घट्ट धरून ती त्याच्यावर सपासप काठ्या ओढू लागली. मघाच्या स्वप्नांचे सप्तरंग आता तिच्या डोळ्यांतून वाहत होते. मालेरावाने सगळ्या ब्राह्मणांपेक्षाही उंच स्वर लावला... तो बेंबीच्या देठापासून ओरडू लागला. आता कुठे वरच्या महालाचं दार उघडलं. खंडेराव खाली आले. त्यांचा तोल जात होता. ओरडत अहिल्येस म्हणाले, "कुणावर हात उगारताय तुम्ही?... आमच्या कुळपुत्रावर?" असे म्हणत त्यांनी अहिल्येचा हात धरला... पुढे म्हणाले, "अहो, त्याचा गुजारा काही चौंडी परगण्यातून होत नाही... ही जायदाद त्यांची आहे. ते काही तुमच्यासारखी ब्राह्मण भोजने घालीत बसणार नाहीत... तलवारबाजी करतील... आमच्या पुत्रावर हात उगारायची हिंमत तुम्हाला आली कुठून? ऑं?... आमच्या पुत्रावर हात उगारता?" यावर बाईजी तिथे धावून आल्या, ओरडून म्हणाल्या, "खंडेराव... आधी हात सोडा तिचा... आणि वर चालते व्हा! गुणवंत पत्नीस सन्मानाचा तोडा चढवायची लायकी नाही तुमची! जा आपण... आपला जलूष आपल्या कंचन्यांना दाखवा... यापुढे अहिल्येशी अधिक उणे केल्यास तुम्हांस बदनक्षीचा बुरखा चढेल[१] याची याद ठेवा..." यावर खंडेराव तणतणत ओरडले, "त्यांना बहुत माथी मिरवता तुम्ही... डौल राखता... पण अखेर कुळपुत्र मीच... जायदाद आमचीच..."

"अहिल्ये... आत चल... यांच्याशी आपण बोलभाषण करावे इतकी यांची गणनीयत नव्हे."

खंडेरावांनी मालेरावाचा हात धरला. म्हणाले, "चल मालेराव... चल... आमच्याजवळ राहा... आम्ही तुज दौलतीचे लायख करू..." यावर बाईजी चिडून

---

१) बदनक्षीचा बुरखा चढेल - दुर्लौलिकामुळे तोंड दाखविण्यास जागा राहणार नाही.

म्हणाल्या... "न्या.. न्या त्यास... आणि तुमच्यासारखेच लायख त्यासही करा!"... अहिल्या तिथेच मटकन बसली होती. गडीमाणसे, सवती, कंचनी, राजवैद्य, ब्राह्मण इतक्यांसमोर झालेले हे प्रकरण उद्या इंदूरभर होणार... फडणिशीत जाणार.. सरदार... स्त्रियात चर्चिले जाणार हे ती पूर्ण जाणून होती. खंडेरावाने उघडउघड मालेरावाची बाजू घेतली. रात्रभर अहिल्या आणि बाईजी झाल्या गोष्टीचा विचार करत होत्या.

मालेरावाने आता रोज नव्यानव्या तऱ्हा सुरू केल्या. दोन-तीन दिवस बरे जात... की काहीतरी घडे... आईचं क्षमाशील असणारं मनही पुन्हापुन्हा उसवलं जात होतं. कधी तो ब्राह्मणांच्या पाटावर खाजखुजली टाकून ठेवी... तर कधी पाटाला डिंक लावे. कधी कुंकू म्हणून तिखट भरून ठेवी तर कधी अत्तर म्हणून गोमूत्र... कधी पाठीवर चिकट कणिसे टाकी. ब्राह्मण जेवणाचे आमंत्रणच नाकारू लागले. जे येत ते सुद्धा घाबरतघाबरत येत. तांब्याभांडी, पाट झटकून-फटकून बसत. ब्राह्मण असं सावधानतेने सारं बघू लागले की मालेरावास धबधब्यासारखं हसू फुटे. कधी तांब्यात मीठ टाके तर कधी साखर! याला या नाना तऱ्हा सुचतात तरी कशा?... अहिल्येस जाणवे की मालेरावास बुद्धी आहे पण ती अवघी विपरीत बुद्धी आहे. वाकड्या मार्गाने जाणारी... अशुभाचे संकेत देणारी... विनाशाकडे नेणारी... उद्ध्वस्त करणारी...

सणावाराचे दिवस असे धसका घेतच चालले. मालेरावांच्या चाळ्यांना ऊत आला होता. कुणाचाच धाक नसल्यासारखा तो वागत होता. मातीचे गोळे करून येणाऱ्या जाणाऱ्यावर लपून मारणे... गलोलगोफण लावणे... हे तर रोजचेच झाले. पंतोजींचा तर असा छळ की ते केवळ अहिल्येकडे बघून सारे सोशित... त्यांच्या शेंडीस डिंक लावून उभी करेपर्यंत त्याची मजल! पंतोजी मालेरावांच्या कागाळ्या सांगून अहिल्येचं मन दुखवत नसत पण इतरांकडून कानावर येतच! ते ऐकून रडत बसायलाही अहिल्येला वेळ नव्हता. फडणिशीच्या फडातला प्रचंड पत्रव्यवहार तीन जणांच्या मदतीशिवाय उरकत नसे. मल्हाररावांचे लखोटे सतत... फौजेचा, पैशाचा सरबरा...! आताशा त्यांचे पत्र आले की तिला धसका बसे... कारण पत्रानंतर प्रचंड काम असे... आणि आठवड्यास एक पत्र तरी ठरलेलंच! असंही दीड वर्ष लोटलं!... आजही लखोटा होताच!...

> "चिरंजीव सौभाग्यवती अहिल्येस आशीर्वाद... इंदोर सोडून बहुत दिवस लोटले. गंगेपासून सिंधूपर्यंत बादशाही रक्षणाची जिम्मा घेतली, अर्थ हा की, बलुचे, रजपूत, जाट, शीख, रोहिले, बुंदेले, कुणीही उठून बादशाही बळकावू म्हणेल तर मराठ्यांनी बंदोबस्त करावा... हे अवघे डोईजड... खणाखणी व्हावी तेव्हा चौथाई मिळावी ही तऱ्हा... रोहिले आवरले... गोविंद बुंदेले, नारो शंकर यांनी तलवारीची शर्थ केली. पन्नास

लक्ष मिळाले. पेशव्यांची हद्द उत्तर खानदेशापर्यंत भिडली. हे सारं संपले तरी अर्धे बाकीच आहे. दक्षिणेत मालकीचा तह पडला. गुजराथेत दमाजी रघुनाथराव झुंजत आहेत. वैशाखात अहमदाबादचा किल्ला हाती आला. तिकडेही उपराळ्यास जावे लागले. मराठ्यांचा अवघा जलूष प्राप्त झाला. दिल्लीस वजिराविरुद्ध कट चालू... बापूजी माधवाची अक्कल उघडी पडली. त्यास या कटात सामील व्हायची जरुरत काय? त्यामुळे पेशव्यांचे वकील अंतोजी माणकेश्वरांवर संकट पडले. बापूजी माधवांनी वजिराविरुद्धच्या कटात शिरणे हाच भेदाचा पाया... शब्दांचे पोच नाही... प्रतारणेची बुद्धी... किती लिहावे? सारेच संशयाने ग्रासले. वजीर स्वतंत्र होत अयोध्येस गेला. श्रीमंतास पैसा प्यारा! सरदारात एकवाक्यता नाही... छाती चालवून युद्धे करावी... बंड ठोकून भांडावे यात कार्यनाश... आता भाद्रपद अखेर इंदोरास वापस येत आहोत, तेव्हा समक्ष वार्ता... उत्तरेची जबाबदारी आमचे शिरी... मार्तंड समर्थ...''

...अहिल्येने पत्र वाड्यात पाठवून दिले. मामंजी येणार... फडणिशीचा फड बघणार... हिशोब, वसुली देखणार... पत्रव्यवहार बघणार तेव्हा सगळी प्रकरणे लौकर आटपावी म्हणून अहिल्या शिकस्त करीत राहिली. गंगोबातात्या, गोविंदपंत, गणेश विठ्ठल यास नाना सूचना... कामविसदार, मामलेदार यांना वसुलीची पत्रे... विठाजी बुळे, वाघ यांचेकडे निरोप... एक ना दोन... अहिल्या अगदी शिणून गेली... वाड्याकडे परतली... हातपाय धुवून देवघरात आली. तोच बाईजी म्हणाल्या, ''पोरी... किती शिणतेस गं! थोडंसं खा... दूध घे... आणि... आणि...

''आणि काय बाईजी... आपण थबकलात का? मालेरावाने काही...

''नाही गं... ते नाही... पण... पण तुझा महिना उलटून गेलाय... म्हणून वाटलं.''

''काय वाटलं? मी गर्भार आहे असंच ना? बाईजी, स्वामींची अन् माझी गेल्या दोन महिन्यांत भेट सुद्धा नाही... बाईजी, हे मी बोलावे ऐसे नव्हे!''

''नाही... आज निरोप आलाय... तुला बोलावलंय.''

''बरं... जाईन! मामंजीचा लखोटा वाचलात ना? आता दसरा डौलात होणार... त्या तयारीस लागायला हवं... पितृपक्ष तर सरायलाच आला.''

''ते सगळं बघायला आम्ही आहोत... तू बिनधोर राहा! बाकी तुझ्या मुक्ताचं लाघवीपण काही वेगळंच हो... अगदी तुझ्यासारखी... हुशार!''

''बाईजी... काळजी तिची नाही... मालेराव... तो कसा वागला... अभ्यास केला की नाही? स्तोत्रे म्हटली की नाही?''

''बाईजींचा चेहरा खरकन उतरला. त्या म्हणाल्या, 'आज तर नवलच केलं

त्यानी... दोन कोंबडे आणून दिवसभर त्यांची झुंज लावत बसले... मागच्या व्यायामशाळेत! पंतोजी आले अन् गेले... कुणाच्या दाबाखाली राहणारं पोर नव्हे ते... थेट आपल्या बापाच्या वळणावर...'' बाईजी उदासीने म्हणाल्या.

''असं म्हणून कसं निभावणार बाईजी... आता दौलतीची आशा तर तेवढीच !'' मध्यंतरी जरा बरे दाखवले मार्तंडाने... स्वामी स्वाऱ्यावर जाऊ लागले... कारभार बघू लागले... पण... पण पैसा हाती आला की...'' ... अहिल्या गप्प राहिली... पुढे काय अन् किती वेळा तेच ते बोलायचं? ... बाईजी सर्व समजत होत्या.

अहिल्येने अभ्यंग स्नान केले. जरीकाठी शुभ्र पातळ ती नेसली. कपाळी बोटभर आडवं कुंकू रेखलं. मल्हाराच्या भंडाऱ्याची हळद त्याखाली टेकवली. भांगात गुलाल भरला... गळ्यात मोत्यांची दुहेरी माळ... मंगळसूत्र... बाईजींना सांगून ती खंडेरावांच्या महालाकडे निघाली. बाईजी अहिल्येचं रूप बघत राहिल्या... सावळीच पण विलक्षण तेज... कपाळाभोवती कुरळ्या कुंतलांची महिरप... बोलके मोठे मोठे डोळे... ओठांच्या आकर्षक कोरी... ती शुभ्र साडीत सुंदर दिसत होती... बाईजी निःश्वास सोडत म्हणाल्या, ''मार्तंडा... पदरात सुख तेवढं घातलं नाही तिच्या... नवरा हा असा... मुलगा तो तसा... कसं होणार पोरीचं?...''

अहिल्येला बघताच खंडेराव सामोरे आले... अहिल्येने त्यांचं पदवंदन केलं... खंडेराव एकदम म्हणाले, ''वावा... आज जणू पौर्णिमा स्त्रीरूप घेऊन आमच्या भेटीस आली? चांदण्याचं शुभ्र पातळ...! की साक्षात् सरस्वती येथे पातली? अहिल्या... तुम्हांस हा आजचा साज बहुत खुलून दिसतो... ते आडवं कुंकू... हे कानातले मोतियांचे झुबके... गळ्यातले सर... आमचे डोळे आपल्या तेजावर खिळले!''

''स्वामी... आम्ही काही सुंदर नाही... आपण याद कराल तेव्हा येणे इतका आमचा पतिव्रता धर्म... आम्ही साध्या... चारजणींसारख्या!''

''मुळीच नाही... हे असंच तेज... हे तर हजारजणीतही विरळाच!... पण... पण... तुम्ही...''

''मजला आपण 'अहो जाहो' म्हणू नये इतकंही ऐकायचं नाही का?'' अहिल्येने विचारले. त्यावर हसत खंडेराव म्हणाले, ''यादच राहत नाही. तुम्हांस पाहिले की तेच तोंडी येते... बरे... आता नाही म्हणणार... अहिल्या, त्यादिवशी रागावला असाल आमच्यावर... सर्वांसमक्ष आम्ही अभद्र भाषणे केली... पण तू मालेरावास सपासप मारत होतीस... आमचा आमच्यावर काबू ना राहिला अहिल्ये!''

''स्वामी... मी तरी माझ्या काळजावरच मारीत होते ना? त्यांना दौलतीस लायक करणे असेल तर... तर हुकूमशिस्तीत वाढवायला हवे ना? आजही पंतोजी वापस गेले... दिनभर कोंबड्यांची झुंज...''

''ही तो मर्दाची लक्षणे... याचा किलाफ काय मानावा? ही तर शौर्याची

चाचणूक...''

''आम्हांसही असे वाटले असते तर किती बरे झाले असते... स्वामींशी वादविषय आलाच नसता... अवघा अध्याय, कसरत, पाठांतर करून झुंजी लावते तर आम्हांसही काही क्लेश नव्हते... पण पुत्र तोही वादविषय...''

''आम्ही खुद्दच वादविषय आहोत अहिल्या... तुझी प्राप्ती हे आमचे पुण्य... तुझ्या सौजन्यावर हे धागे टिकून आहेत... नाही तो आमची जलाली आम्हांसही आटपत नाही.''

''स्वामी... हे मंगळसूत्राचे धागे... जितके घट्ट, तितकेच लवचिक... मंगळसूत्राच्या वाटीत आमचा जीव... तो तर सदैव तुमच्या ठायी...''

''अहिल्या... किती प्रेम करतेस आमच्यावर! आम्ही असे नालायक तरी... आमची सारी चेष्टिते सहन करतेस... आमची बदनियत, युद्धास गेलो तरी ध्यान लूट मिळवण्याप्रति... लुटीचा वित्तविषय अक्लेश कधी जामदारखान्यात येत नाही... आमचा खर्चच महा... त्यासच अवघे लागते... पदरी बायका... त्यांचे परिवार... अहिल्या... कामगिरी आमच्याने होत नाही... तरीही पदर आम्हावर घालतेस! तुला खूष राखणे जमत नाही तरी... तरी प्रसंगी पाठीशी राहतेस...''

''स्वामी... आज हे काय आरंभलेत? आणि मज एक सांगा, आपणांस तर आपले गुन्हे जाणता येतात, हेच किती थोर कर्म... आपले गुन्हे जाणता आले तर निवारताही येतात ना स्वामी... प्रयत्नास अशक्य ते काय?... परवाचे प्रसंगीही आपण मालेरावास पाठीशी ना घालता त्यास दोन गोष्टी सुनावता तर ते अधिक इष्ट होते... आम्हांवर तर आपला थोर विश्वास... मग आमच्या कृतीवरही नको?''

''अहिल्ये... कधीतरी पतीचा अधिकार उफाळून येतो...''

''पतिचे अधिकार तर अपार आहेत... केवळ चार माणसांदेखता...

''पुरे अहिल्या... आमचे गुन्हे बहुत... अगणित... आता सुभेदार येणार... आमच्या अवघ्या अपराधांचा पाढा त्यांच्यापुढे मांडला जाईल...''

''मी मांडणार नाही... हा माझा शब्द, आणि शब्दासाठी प्राण देण्यासही मागेपुढे ना पाहणे हे ब्रीद मी जपायचे ठरवले आहे... आणि सुभेदारांसमोर मी केवळ शिष्या असते... ते सांगतील तो बुद्धिवाद जतन करावा इतकं जाणते. आपण निश्चित असा... या अहिल्येच्या मुखाने तक्रारीचा एक शब्दही येणार नाही... हा माझा श्रेष्ठ स्वधर्म...''

''तर मात्र अहिल्ये... पुढच्या स्वारीत वडिलांचे समागमे आम्ही बिनीच्या घोड्यावर होळकरांचे निशाण होती घेऊन मसलतीत उतरू! अशी तलवारबाजी करू की तुझा दिल खुषीने भरेल.''

''तर मग आम्हीही दारी उभे राहून स्वामींची पंचारती उतारू... मग तर

अवघा वादविषय नाहीसा होईल... दौलत मनोऱ्यास येईल... आमच्या मनी वाजंत्री वाजतील स्वामी... मालेरावास आदर्श लाभेल. त्याकडेही आपणास आता ध्यान देणे आहे... त्याचीही चिंता करणे आहे.''

"अहिल्ये... तुझा आवाज... बोलणे मंजुळ... मुरलीपरी ऐकावे... पण आम्हांस तर साधी फुंक घालणे जमत नाही... ईश्वराने नाहक तुला आमचे फाटके पदरी बांधले... पदर फाटका... दैव तुटके!''

"स्वामी... पतिव्रतेस पतिनिंदा रुचत नाही... आपल्या दैवास आणिक काय पाहिजे? सुभेदार पिता... कर्तबगार माता... पुत्र... कन्या... स्वामी... दैवाचे दानही राखावे लागते. निगराणी नसली तर दान विरघळून जाते... कोळपून जाते. आपण दान राखू लागलात तर पटींनी लाभते... आपण तलवार चालवा... दान आपल्याकडे चालत येईल...!''

"अहिल्ये... यावेळी तू ही स्वारी संगे चल. आम्ही पराक्रमाची शर्थ करू हे वचन... तू स्वतः समक्ष बघशील... यावेळी आम्ही कीर्ती करणार...''

"स्वामी... खरे तर बायकांचा लबेदा संगे न्यायचा शौक श्रीमंत पेशव्यांनी सुरू केला... मस्तानी प्रकरणामुळे राधाबाईसाहेब धास्तावल्या, अन् बायका संगे नेण्याचा हमामा सुरू झाला... स्वामी, शिलेदारांनी चढाई करावी की बायकांच्या छावण्या रक्षाव्या... या लबेद्यापायी एखादे थोरले अपयश आले की अवघ्यास याद राहिल. त्यातून कुणी सैनिकास लेप लावते, कुणी बारुद व्यवस्था देखते, औषधे देते तरी भले! नाहीतरी केवळ अंबारीत हौद्यात बसावे, मौज बघावी... पंगतीस बसावे, मिष्टान्ने खावी हे फळास येणे नाही... फौजा सड्या हव्या स्वामी...

"तुजला संगे येणे नाही का? मिश्र बोलणे कशास्तव?''

"स्वामी... आपल्या मनोभंगाचे पाप मज करणे नाही... येईन मी संगे... पण आपला बारुदखाना संभाळेन... तोफांचे गाडे संभाळेन...

"अवश्य अहिल्या... आमचा पराक्रम एकदा तुज दाखवणेच आहे... बहुत तलवारबाजी, बासंडे भाले आम्हीही शिकलो... सराव केले...''

"स्वामी... आपण शौर्यात कमी असे कुणीच म्हणत नाही...''

"...यापुढे तूही म्हणणार नाही... करून दाखवीन...''

" 'मार्तंड पावला म्हणायचे...''

... रात्रीचे अडीच प्रहर सरता अहिल्या खंडेरावांच्या महालातून वाड्यात आली. पुनःश्च पहाटे उठून स्नान, दैवतपूजा केली. नवरात्र दोन दिवसांवर ठेपले होते... आमंत्रिक ब्राह्मण सवासणींच्या याद्या करून झाल्या... नऊ दिवसांच्या नऊ पक्कान्नांच्या सामानाची व्यवस्था सांगून झाली. बाईजींजवळ बसून इतर किरकोळ याद्या उरकल्या. विजयादशमीच्या उत्सवाचे वाजंत्री चौघडे सजवण्याचे हुकूम गेले.

अंबारीचा चांदीचा हौदा, छत्रचामरे, हत्तीचे कडे घुंगुरमाळा, घोड्यांच्या गळामाळा, घुंगुरे, निशाणीकाठ्या उजळण्यासाठी सोनारास बुलावा धाडला. देवघरातल्या चांदीच्या छत्र्या, आडण्या, अभिषेक पात्रे, उपकरणी उजळण्यास्तव बाहेर निघाली. इंदुरातील देवळातील मूर्तीसाठी दसऱ्याचे पोशाख शिवायला किनखापी ठाणे रवाना झाली... मंदिरे रंगवण्यासाठी रंगारी रात्रंदिवस खपू लागले...! ही सारी कामे आवरून अहिल्या फडणिशीत गेली... तिथे बातमी होती की "रघुनाथराव... श्रीमंत नानासाहेब पेशव्यांचे धाकटे बंधू इंदुरास येत आहेत." ... म्हणजे मामंजी आजउद्या नक्कीच येणार' अहिल्या आनंदली. युद्धवार्ता, राजकारण, पराक्रम, बुद्धिवाद, मसलती, सल्ले, आखणी, गनिमा नीति, हे सारं ऐकणं ही अहिल्येला पर्वणी असे. हिंदुस्थानचा थोरला नकाशा... त्यावरच्या वेगवेगळ्या वाटा, तीर्थक्षेत्रांचे रस्ते... आपला मुलूख, अयोध्या प्रयागाच्या वाटा, राहिल्यांच्या मुलूख हे सगळं समजावून दिल्यामुळे आणि फडणिशीतल्या भिंतीवरच थोरला नकाशा रोजच बघण्यात येत असल्यामुळे तिला मुखोद्गत होतं. महाराष्ट्र, निजाम, राजपुताना, बिदर, विदर्भ, नेमाड, दक्षिण, उत्तर, याचं ज्ञान विकसित झालेलं होतं. डोंगरवाटा, नद्या याची माहिती मल्हाररावांनी तिला मुद्दाम दिलेली होती. त्यादिवशी तर कितीतरी वेळ अहिल्या नकाशाशीच उभी होती. तेवढ्यात गंगोबातात्या आले. अहिल्येने विचारले, "रघुनाथराव येणार ते कुठून? बातमी कशी आली?"

"बाईसाहेब, थाळेनेरीहून भाद्रपद त्रयोदशीस स्वाऱ्या डेरेदाखल होतील असे रघुनाथसाहेबांनी आपले मेहुणे गोपाळ बर्वे यांना लिहून पाठवले..." ते इतके बोलतात तोवरच इंदुरात तुताऱ्या निनादू लागल्या... ती सुभेदार इंदुरात आल्याची खूण!

अहिल्या लगबगीने वाड्याकडे परतली... वाड्यातही धावाधाव सुरू होती. पंचारत्या तयार होत होत्या. गेल्या वर्षी वैशाखात सोडून गेलेले मल्हारराव या वर्षी भाद्रपदात म्हणजे १६-१७ मासांनंतर परतत होते. त्यांच्या चारही बायका त्यांना मन:पूर्वक ओवाळत होत्या. अहिल्येला कालच पतीशी झालेले संभाषण आठवले. मल्हाररावांचे जागी तिला खंडेराव दिसू लागले... ती त्यांना ओवाळते आहे... खंडेरावांच्या पराक्रमाचे कौतुक गाईले जातेय असे चित्र मनापुढे पुन्हा पुन्हा येऊ लागले... तिने सासऱ्यांचे पदवंदन केले. येणाऱ्या, जाणाऱ्यांची गर्दी, घोड्यांच्या टापा... मुदपाकखान्यातली लगबग... उत्साह... जेवणे सगळं सरलं. मल्हारराव म्हणाले, "अहिल्ये... आता आम्ही पार थकलो... युद्धवार्ता आता उदयीक बरं का!"

ती प्रसन्नपणे हसली... जरीवस्त्रे नेसून, फुलमाळ्यांनी नटलेल्या सास्वांकडे बघत हसतच आपल्या शयनगृहाकडे गेली. तिला माहीत होतं... मामंजी इंदूरात असले तरच आपल्या सासवा फुले माळतात... शृंगार करतात... प्रसाधन

करतात... उत्तम वस्त्रे नेसतात!... खंडेरावही पित्याच्या अवतीभोवती फिरताना बघून तिच्या पंखात जोर आला.

दुसऱ्या दिवशी खंडेरावांना दुपारच्या बैठकीला बघून तिच्या आनंदास पारावार राहिला नाही. रामदासपंतांची निजामास मदत आणि पेशव्यांचा द्वेष, निंबाळकरांची पेशव्यांशी फितुरी, ताराबाईसाहेबांचा उपद्रव, निजामास होणारी बुसीची मदत हे सगळं सांगून मल्हारराव म्हणाले, "भालकी गावी तर सैन्याने रोजमुरा न मिळाल्यामुळे रामदासपंतांचा खून केला, पेशव्यांची अडचण अनायासे परस्परच दूर झाली. आता सलाबतजंग किंवा बुसी विरूद्ध गेले तरी त्याच्या छातीवर गाजीउद्दीनास आणायची पेशव्यांची ही सगळी योजना होती."... सगळे उत्सुकाने ऐकत होते. अहिल्या तर इतकी दंग झाली होती की तिच्या डोईवरचा पदर ढळला. हरकुबाई हसत म्हणाल्या, "सूनबाई... डोईवरचा पदर ढळला तुमच्या! असा पदर हरवून कसं चालेल? मामंजींची तलवारबाजी आपल्यावर ओढवून घ्यायची की काय तुम्हाला?" अहिल्या चमकली - सावरून बसली. मल्हारराव पुढे म्हणाले, "राजकारणाचे डाव चंचल वृत्तीने खेळून कसे चालणार? मनोदय सतत बदलून कार्य होते काय? सलाबतजंग आणि बुसी असे हैद्राबादकडून भालकीपर्यंत आले. आम्ही, शिंदे, पेशवे, भोसले, सर्वांनी मिळून त्यांस भालकीवरच रोखून धरले. सरदारांची भक्कम जूट बसून आली. तोफा, भाला, जेजालाचा लष्करावर असा मारा केला की सलाबतजंगास चोहोंकडून घेरून बसलो." नकाशा काढून दाखवत मल्हारराव सांगत होते. ते अहिल्येस म्हणाले, "अहिल्ये... लक्षात येतंय ना सगळं?"

"जी... जी मामंजी..."

"आता त्यांना दाणावैरण मिळेना तेव्हा कुठे हा तह पदरात पडला. या तहाने आपली हद्द खानदेशापर्यंत गेली. निजाम पेशव्यांचा सलूख आज तरी झाला... पण... पण पुढे फार दुःखद घटना." मल्हारराव किंचित थांबले. दुःखाचे कढ आतल्याआत जिरवत म्हणाले, "निजामअलीच्या आईने गाजुदीखानास थाळ्यास बोलावले... आणि... आणि विषप्रयोग!... मजसी तर अवघे देव याद आले. मजवर हे भलतेच अपेश त्यातून गाजुदीखानाजवळ पांच करोडोंची रोकड... त्यावर श्रीमंतांची बदनियत..."

"आई ग... मग... मग काय केलंत स्वामी आपण?" बाईजी म्हणाल्या.

"काय करणार? श्रीमंतास स्पष्ट सांगितलं, "श्रीमंत... म्या बेलभांडार हाती घेऊन गाजुदीखानास आणला... त्याचा असा धोका झाला... असा दुर्दैवी प्रकार घडला आता निदानपक्षी त्याची अवघी चीजवस्तू सुतळीच्या तोड्यासुद्धा दिल्लीस पोहोचवणे हे आमचे नेक कर्तव्य... ते करण्यास आम्ही चुकणार नाही." श्रीमंत

मुग्ध राहिले... मग सटवाजी राजोळे संगे पाचशे स्वार देऊन सारं पावतं केलं. नंतर पेशवे कर्नाटकात गेले... दमाजी गायकवाड खानदेश मार्गे रघुनाथरावाचे उपराळ्यास गुजराथेत गेले... तोही किल्ला हस्तगत झाला. अवघी मल्हारी मार्तंडाची कृपा... धनगराचे तलवारीस यश दिले...''

गरम दुधाचे पेले आले. युद्धवार्ता, रम्य कथा ऐकताऐकता दिवस सरत आला ते कळलेही नाही. भेटायला येणाऱ्यांची खंदळ[१] वाढली... आणि बैठक बरखास्त झाली.

सकाळ उजाडली. अहिल्येचं मन धसकत होतं. गेल्या दीड वर्षाचे हिशेब... पावत्या... बंदोबस्त... वसुली... त्याआधीचीही कागदपत्रे हे सर्व आज मल्हारराव बघणार होते. जणू आज अहिल्येच्या कारभाराची पूर्ण परीक्षा होती. गेली पाच-सहा वर्षे सुभेदारांचा पाय इंदुरात ठरतच नव्हता... आता काय म्हणतील मामंजी?... किती चुका निघतील? किती बोलणी खावी लागतील... काही चुकले असेल का? आपण तर सारं नेटकं ठेवलं आहे खरं... पण त्यांची दृष्टि अनुभवी... मामंजी चुका दिसल्या तर क्षमा नक्कीच करतील... कारण तेच नेहमी म्हणतात, ''जो काम करेल तोच चुका करेल!'... काम तर भरपूर केलंय... बघायचं आता... तेवढ्यात मल्हारराव आले. त्यांना आसन देत अहिल्या म्हणाली, ''मामंजी... आज आपण फडणिशीत येणार की कारभाऱ्यांनाच घरी बोलावू?''

''तू आमचे पत्राबरहुकूम अवघे नेकबंद केले असेल! ते कसे केले ते तर बघणेच आहे... काही गाठगुंते नसतील तर दसऱ्यापर्यंत येथे आमचे अक्लेष राहणे होईल...''

''मामंजी... मजला तर आपला दरार... एका शब्दासही मजकडून चुकले नाही. आपला अम्मल चोहीकडे फैल केला. रुपये मोहरांची भर घातली. हिसोब पैचाही बाकी ठेवला नाही... सर्वांस विजयादशमीची आवतणे दिलीत... अंबारी हौदा उजणायास दिला... जहागीरदार... इनामदार मात्रास तकादे लावून फौजेचा सरबरा केला... भांडाभांड न ठेवता सर्वांस लिहिले की, 'मी सान वयाची... आपल्या पायी लागेन... दंडवत घालेन... पण दौलतीतल्या दमडीची तूट आल्यास कठीण प्रसंग...' मामंजी... काही चुकलं का?'' अहिल्या घाबरून घडाघडा बोलत होती... जे केले ते सांगत होती. यावर मल्हारराव हसत म्हणाले, ''अगं अगं... केवढी ही यादी? आपण तर ही गुढी चौबुरुजी राखलेली दिसते. दौलतीचा नक्ष वाढवलेला दिसतो... पण मी खुद जाऊन बघेन तेव्हा म्हणेन... आज तू येण्याची तकलीफ घेऊ नको''...

---

१) खंदळ - वर्दळ

अहिल्येस माहीत होतं की आज आपणास ते 'येऊ नको' च म्हणणार! आपल्या माघारी आता पूर्ण चौकशी होणार... कारभाऱ्यांची मने आजमावणार... पत्रव्यवहाराची आपली भाषा कठोर तर खरीच... तीही बघणार... 'आता काय बोल येतो कोण जाणे' हा विचार येताच ती म्हणाली, ''मामंजी... काही चुका असतीलही... मी अज्ञअडाणी... मजला पटवून द्याव्या... पुनःश्च घडणे नाही.''

''ती तर आमची खात्री! तथापि कुठे बट्टा निघाला तर तुजसी निरोप देतो.'' मल्हारराव फडणिशीत गेले. अहिल्या धडधडत्या मनानेच कामकाज आवरत राहिली. अस्वस्थपणे फिरत राहिली. आज पूजेतही लक्ष नव्हतं. सगळं मन फडणिशीकडे... तिथून कोणी हाकारा देतं का? बुलावा येतो का? इकडेच चित्त होतं. सगळे कारभारी तर आपल्याहून थोर... हातून अनमान होऊ नये म्हणून वाचा सदैव चाळून वापरते... कधी जिभेस टाके घालते... पण काय सांगावे? कुणास कशाचा कधी क्रोध असेल... कधी मानखंडना वाटली असेल... काय बोलतील? काय सांगतील? म्हणून मज येऊ ना दिले का?

दुपारचे तीन प्रहर टळून गेले... सांजवेळ जवळ येऊ लागली... अन् मल्हारराव फडणिशीतून येताना अहिल्येस दिसले. तिच्या हृदयाचा ठोका चुकला... नाडी जलद धावू लागली... येतायेता ओरडतच म्हणाले, ''अहिल्ये, तुझ्या सासूस बोलाव... नवऱ्यास बोलाव... आणखी उदाबाई... सीताबाई... घरात जे असतील त्यांना बोलाव. रेणू... अंजना... राघोदास पुराणिक... अंतोशास्त्री...'' अहिल्येस काय झाले ते कळेना... ती चारी दिशा धावली. सगळे गरगर जमले. मग अहिल्येस पुढे बोलावले. ती घाबरत पुढे झाली. चाचरत म्हणाली, ''मामंजी... लेकीचा काही अपराध असेल तर सलाह द्यावा... रोष न धरावा.'' त्याबरोबर मल्हाररावांनी दोन टाळ्या वाजवल्या. त्याच क्षणी एक हुजऱ्या हातात तबक घेऊन आला. त्यात चार पदरी मोत्यांची माळ व त्या माळेत मध्यभागी एक पदक होतं! त्यावर होळकरांचा शिक्का होता. तो मोत्यांचा हार स्वहस्ते अहिल्येच्या गळ्यात घालत मल्हारराव म्हणाले, ''हे अहिल्या नावाचं रत्न मार्तंडाने आमचे कुळात टाकून आम्हांस वरदान दिले. आमच्या या पुत्र अहिल्योबाने असा कारभार चालवला की कुठे सिद्ध करण्यासही दोष नाहीत... दौलतीचा नक्ष प्रधान ठेवला. प्रजेचा अर्जी... विनवण्यांचा चोख निवाडा केला. कुठेही दौलत गळ्यापाट्यात आणली नाही. कोष वर्धमान राखला... पत्रव्यवहार बाकी न ठेवला... वसुलीची, पंचायतींची चिंता वाहिली. अहिल्ये... लहानलहान खेड्यापर्यंत त्वरित निवाडा न्याय, त्या छोट्या माणसांच्या दैनंदिन गरजा याचीही तू चिंता केलीस... सरदार इनामदारांपेक्षाही शेतकऱ्यास तू राजा मानलेस... बहुतच श्रेष्ठ कर्म हे.'' यावर अहिल्या संकोचाने म्हणाली, ''मामंजी... यश असेल ते आपल्याच बुद्धिवादाचे, विद्येचे! आपण मजला लायक

समजलात त्याचे... मार्तंडाच्या कृपेचे... आपल्या व बाईजींच्या वात्सल्यवृत्तीचे... मी केवळ एक नरद... आपण तिजला कटीवर बैसवली... रक्षण केले... चौदिशा देश समजावून दिला... राजकारण सांगितले... ममतापुरस्सर खलिते लिहिले... कुठे फाटा पडू दिला नाही... मुखत्यारी दिलीत... म्हणून दबाव न येता मी रफेदफे करू शकले. या थोर कारभाऱ्यांनीही मजला बहुत ममतेने सांभाळून घेतले. अवघ्यांचे पायी डोई ठेवावी अशी ही माणसे आपणच करून ठेवलीत. माझे कार्य आपल्या मनास आले... मी कृतार्थ झाले...''

''पण अहिल्ये... एक बात आम्हांस ना समजली. वाडा, पेठा, मजरे मौजे यांना तुम्ही काही तगावी मंजूर केली असं तात्या म्हणाले - ते काय म्हणून? त्यास सुविधा बक्ष केलेल्याच आहेत ना? हा रुपया अधिक खर्च का? कशास?''

''मामंजी आपण क्रोधास न येता प्रथम ऐकावे... मग मी दोषी ठरेल तर हुकूम रद्द करेन... थोडा रुपया अधिक खर्च केला हे सत्य... परंतु त्यास लिहिले की, 'बगास पाण्याचे नहर जागजागी करून घ्यावे... उत्तम लावणी करावी... जातिवंत गाईबैलांची खिल्लारे वाढवावी... पाटांच्या डागडुजीत अंतर पडो ना द्यावे!' मामंजी, जमिन मळ्यात ऐवज झाला, तरच चढी पट्टी मिळणार ना? मामलेदाराने शिबंदी राखली तरच प्रजेचे, मालमत्तेचे रक्षण व्हायचे तैसेच हे पण !... काही चुकले तर सांगावे...''

''छे छे... अहिल्ये... तू तर आज आमच्या पुढे गेलीस. तुझी दूरंदेशी आम्हांहून अधिक... उगाच का होळकरांचा सिक्का आज तुझ्या गळ्यात घातला? आता तू इंदोरी आहेस तर आम्हांहूनही अधिक मोलाचे. अहिल्योबा... आम्ही आज मोकळे झालो... तुम्ही पुत्राहून थोर काम केले.''

अहिल्येस सर्वांनी वेढा घातला. जो तो हार बघू लागला. आजच्या आज एका तासात मोत्यांनी, माणकांनी, पाचूंनी, बांधून घेतलेला तो सिक्का मोती बघून सगळे चकित झाले. अहिल्येच्या चोख कारभाराची ती पावती होती. सर्वांच्या नजरेत अहिल्या नर्मदेपरी थोर झाली. हरकुआई हिंगमोहऱ्यांनी तिची दृष्ट काढू लागताच मल्हारराव म्हणाले, ''अहो... तिची दृष्ट सोन्यामोत्याने काढा... तिची योग्यताच तशी!'' ... खंडेराव अहिल्येजवळ आले. अहिल्येने त्यांचेही पदवंदन केले... त्यांच्या डोळ्यांतून कौतुकाची फुले सांडत होती. ते म्हणाले, ''अहिल्ये, जे आम्ही करायला पाहिजे होते, जे आम्ही करू शकलो नाही, ते तू केले. बुद्धीची शर्थ केलीस... आमच्याहूनही दौलतीस तुझी जरुरत जास्त आहे. ईश्वरे आमचे एक तरी ऐकावे... आमची उमर मार्तंडे तुजला द्यावी.''

त्याक्षणी पतीच्या मुखावर हात ठेवत अहिल्या म्हणाली, ''काय हे भयंकर बोलणे? इडा पिडा टळो... असली अमंगल भाषा बोलू नये! आपण स्वारीवर जातांना माझा जीव भारी करून जाणार? आता हे डोळ्यांतले धो धो पाणी कुणी

पुसावे?'' तिला बोलवेना... हुंदके आवरेनात... त्या कल्पनेने सुद्धा ती कासावीस झाली. पतिव्रतेचे संस्कार रक्तातून सुस्कारे सोडू लागले. काहीतरी अभद्र भाषा ऐकून तिच्या मेंदूस झिणझिण्या आल्या. वडीलमंडळी भोवती धावली. 'इतके झाले तरी काय अचानक? आता हसणारी अहिल्या एकाएकी इतकी कष्टी का झाली? बाईजी ओरडतच म्हणाल्या, ''खंडेराव, काय बोललात पोरीला? इथे अत्यानंदाची तोरणे लागलीत अन् तुमचा वर्ताव हा असा?''

''काही नाही बाईजी... तुम्हांस आमचा भरवंसा नाही... आम्हांस हिच्या कौतुकाचे काही दुःख नाही! आम्ही म्हणालो की...

''पुरे पुरे स्वामी... पुन्हा तरी ऐसे अभद्र बोल ना बोलावे'' अहिल्या कळकळून म्हणाली. तोवर उदाबाईने हरकुबाईच्या कानात 'ते बोल' सांगताच त्या म्हणाल्या, ''खंडोरावजी... ती धार्मिक पतिव्रता... असं का दुखवलंत तीज? ही नाती काही वर्खाची नव्हेत! जीवाची असतात.'' हरकुबाईचं हे बोलणे ऐकून अहिल्या अंतर्मुख झाली. मनास तर कधी तसं वाटलं नाही अन् पडलंही नाही... मग... मग हे अश्रू? इतके अश्रू? ते खोटे तर नव्हेत! मग कशाचे हे अश्रू? वैधव्याला घाबरणारे की सती जायच्या दिव्याला, मरणाला घाबरणारे? वैराग्य लादले जाईल या धास्तीचे की सौभाग्य हिरावले जाईल या भीतिचे? आपल्या मुलांना पिता असावा या इच्छेतून आलेला की पती नसलेले भीषण भविष्य समोर आल्यामुळे आलेले? तिला कशाचंच उत्तर मिळत नव्हतं. आनंदाबरोबरच मन उदासीनतेने लपेटून गेले. हा आनंद खरा की ही उदासीनता खरी? आईने वर्णन केलेलं ते दिव्य प्रेम... ती शक्ती... तो शिव... ती प्रकृती... तो पुरुष हे तर कधी वाटेत भेटले नाहीत... जे पदरी आले ते काय होते मग? मनात प्रेम उमलायला लागायच्याही आधी होणारा केवळ अत्याचार?... याला बलात्कार का म्हणू नये? कारण इतकंच की तो पतीने त्याच्या हक्काच्या स्त्रीवर... छीः... मन कुठेही भरकटू लागलं की अहिल्येचा उद्‌गार ठरलेला असे, ''ह्या मेल्या मनाला मेखसूने बडवायला हवं...'' ... ती देवघरात गेली... त्याच्यापुढे माथा टेकला, म्हणाली, ''हे मार्तंडा... आज होळकरांचा शिक्का भर गृहदरबारी माझ्या गळाकंठी टाकलास... त्याचा जिम्मा आता तुजवरच ! एका छोट्या घरची, छोटी पोर... अज्ञानी... तिला तूच बोटी धरून आणलंस ना इथे? मी काय देखले होते? आता मजला हजारहस्ते आसीरवाद देणे... आता मजसंगे बदमामलीस[१] येऊ नये. माझी डोई सांभाळणे आता तुजलाच प्राप्त आहे मार्तंडा! मी तर भाग्याची स्वप्ने सुद्धा देखिली नव्हती. तूच ना मामंजीच्या हस्ते हा बाज गळी टाकलास? माझे पदरी तो इतके पुण्य नव्हते... देणारा तू... निभावणारा

---

१) बदमामली - उलटणे

तू!'' ... अहिल्येस अशी देवासमोर बसलेली बघून बाईजी म्हणाल्या, ''भारी हळवं मन... पतिव्रता ती खरी! ... अभद्र बोलांनी खंडेरावाने दुखवलं... देवाजवळ त्यांच्या औक्षाने दान मागत बसली हो पोर!''

अहिल्याबाईस मल्हाररावांनी केलेलं हे कौतुक फार जड वाटू लागलं. 'आपण इतकं काय मोठं केलं? मामंजींनी सांगावं तसं करावं यात इतकं मोठं ते काय?'... पण या प्रश्नाचं उत्तर मल्हाररावांनाच माहीत होतं. अहिल्या तैलबुद्धी होती, तीव्र स्मरणशक्ति असणारी अहिल्या सारं ज्ञान सहजपणे आत्मसात करीत होती. एखादा दुधाचा पेला पिऊन टाकावा तसं घटाघट पीत होती. प्रत्येक अनुभवाच्या थेंबाथेंबातून शक्तिसंचय करणारी, त्याचा व्यवहारात उपयोग करणारी ही अहिल्या म्हणजे ईश्वराने निर्माण केलेली एक अलौकिक कलाकृति होती.

नवरात्र बसलं... तेव्हापासून दसऱ्याच्या उत्सवाची तयारी चालू होती. अंबाऱ्या, घोडे, तुताऱ्या, कवायती पथक, नृत्यांगनांची रिंगणे सगळं सज्ज होतं. नवरात्रीच्या सवाशणी झाल्या, नवमीचा कुळधर्म आटोपला आणि दसऱ्याचा दिवस उजाडला. दिवसाचे तीन प्रहर सरताच दसऱ्याच्या शिलांगण सवारीची तयारी सुरू झाली. मल्हाररावांच्या अंबारीत बाईजी, आणि दुसऱ्या अंबारीत उदाबाई, सीताबाई, बनाआई, द्वारकाआई, हरकुआई आणि अहिल्या! मल्हारराव इंदुरात असले तर अशीच सवारी निघे. अहिल्याबाई दुसऱ्या अंबारीकडे निघताच बाईजी म्हणाल्या, ''अहिल्ये, आज तू आणि खंडेराव आमच्या अंबारीत बसा'' ... यावर अहिल्येने खंडेरावांकडे पाहिले. ते म्हणाले, ''आम्ही तर होळकरांचे निशाण घेऊन घोड्यावर सवारी करणार'' ... होळकरांची पिवळी लाल पगडी व शिरपेच खंडेरावास शोभून दिसत होता.

''तेही सौभाग्याचेच! आपल्या हाती निशाण उंच जात राहावे ही तो आमची मनीषा!'' मल्हारराव म्हणाले, अहिल्या सासूसासऱ्यांबरोबर त्यांच्या अंबारीत बसली. तिच्या गळ्यात होळकरांची शिक्क्याची चौपदरी मोत्यांची माळ डौलाने डोलत होती. सोबत मालेराव, मुक्ता! मालेरावांची पगडी मात्र वयापेक्षा अंमळ भारीच दिसत होती. त्यावरचा मोत्यांचा झुपकेदार तुरा हलत होता. हातातल्या काठीने मधूनमधून हत्तीला टोचण्याचं त्याचं गुप्त कार्य चालू होतं. अहिल्येने ती काठी हिसकावूनच घेतली. अंबारीसमोर घोडदळ... पायदळ... व पुढे वाजंत्री चौघडे त्यापुढे नर्तकीचा ताफा व त्याच्यापुढे तुताऱ्या... अंबारीमागून आणखी काही मानकऱ्यांचे हत्ती होते... होळकरांचे निशाण वाऱ्यावर फडफडत होते. अहिल्येच्या नजरेसमोर त्या निशाणाच्या सावलीमागील अनेक घटना जिवंत झाल्या. मनात फडफड करू लागल्या. 'शिक्का कागज घ्यायला गेलेली चिमुरडी अहिल्या फार दिवस लहान राहिलीच नाही. धडाधड घडणाऱ्या लढाया! मामंजींची तलवारबाजी तर इतकी गाजली की 'मल्हार आया' अशी नुसती आरोळी घुसली की शत्रूसैन्य सैरावैरा धावत सुटे.'

चौकाचौकातून दसऱ्याच्या स्वाऱ्या मिरवत होत्या. सौधावरून, गवाक्षातून स्वाऱ्यांवर फुले उधळली जात होती. तुताऱ्यांच्या निनादात मल्हाररावांचा जयजयकार घुमत होता. यशवंत होऊन इंदूरचा राजा विजयादशमी साजरी करत होता. अहिल्येस हळूहळू कर्तेपणा लाभत होता. ती पण कर्तृत्ववान अशा तिशीच्या पक्व बुद्धीच्या वयात पोहोचली. सर्वांवर दाब राखून होती. घरात तितकीच लीन, आज्ञाधारक... धार्मिकता आणि राजकारण घरअंगणाप्रमाणे सांभाळत होती. हे ही झालं पाहिजे... तेही झालं पाहिजे! अशी सर्वत्र कीर्ति!

अहिल्येचे लक्ष निशाणाकडे पुन्हापुन्हा जात होतं. कहाण्यावर कहाण्या... आठवणीवर आठवणी! हत्ती झुलत होता... अंबारी हलत होती. मनात नुसती कारंजी उसळत होती... अहिल्या या आनंदात चिंब... तोच मालेराव खिशातून काहीतरी काढून नेम धरून खाली फेकत होता. कुणीतरी वर बघे! अहिल्येने मालेरावाच्या खिशात हात घातला. त्याच्या जरीअंगरख्याच्या दोन्ही खिशात खडे भरलेले होते. अहिल्येला फार जुनी आठवण झाली... गळ्यात उंबराची माळ... त्याच्याशी चाळा करताकरता उंबर फुटलं... त्यात किडेच किडे...! अहिल्येने घाबरून ते उंबर दूर फेकलं! ... पण मालेराव...? खंडेराव? ... आपलं भविष्य काय? ... मग मुक्ता? लेकीची आशा धरायची?' तिनेच मनाला प्रश्न केला... तिनेच उत्तर दिले... 'हो... धरायची! दौलतीसाठी जावई शूर बघायचा... निरखून पारखून घ्यायचा... शौर्य... जबाबदार शौर्य हा एकच निकष... त्याच्याकडून ही दौलत उभी करू आपण! शूर जावई...' अहिल्या स्वप्नात हरवली. तेवढ्यात बाईजी म्हणाल्या, "अहिल्ये... आता वस्तीतून जातोय आपण... गवाक्षातून सुवासिनी नमस्कार करीत आहेत... हात जोड बाई... प्रति नमस्कार कर... सर्वत्रास दो कर जोडून ठेव! ही प्रजा म्हणजे बहुत जपायची बात असते अहिल्ये." अहिल्येने तत्परतेने तसे केले. तिच्या मनी आले, 'इतक्या कशा हरवलो आपण. प्रतिनमस्काराची साधी गोष्ट... बाईजींना सांगावी लागली,' याची तिला लाज वाटली.

वाड्यात परतल्यावर, खंडेरावांना मालेरावांना ओवाळतानाही ती भविष्याच्या चित्रांशी खेळत राहिली... पुन्हा मालेरावांचे चाळे आठवत... ती अणकुचीदार काठी... खडे भरलेले खिसे... या मुलास हे भलते सुचते तरी कसे? चंद्रावर ग्रहणाची सावली यावी तशी तिची स्वप्न दृश्ये काजळून जात.

पुढचे दोन दिवस तर विलक्षण गडबडीचे गेले. अहिल्येला वाड्यातल्या कुठल्याच कामास हात लावता आला नाही. फडणिशीतच सासऱ्यांबरोबर पत्रव्यवहार उरकायला, निरखायला तिला जावं लागलं. चोपन्न साल लागता लागताच सूरजमल जाटासंगे मसलतीस आरंभ होणार हे जवळ जवळ

ठरल्यासारखं झालं. अहिल्येने विचारले, "मामंजी.. हे एकाएक कसे उत्पन्न झाले?"

"अहिल्ये... ती रजवाड्यांची जुनी बात... गादीवर वारसाचे तंटे."

"बाईजींकडून थोडीफार ऐकून आहे मी...

"आम्ही माधोसिंहास गादीवर बसवले पण तो माजला... बहुत बेइन्साफी केली. त्यातून आम्ही चौथाई वसूल करतो... खंडणी वसूल करतो ते त्यास खुपते... पुरता बीमोड करायला जावे तो दक्षिणेतून बुलावा येतो. श्रीमंतास नाराज कैसे करावे? मनसबे तर कठीण... नाना वर्तमाने उठतात. राज्यकारभारात दुरंदेशीचा इतबार बहुत राखावा लागतो... शब्द पाळावे लागतात..."

"रघुनाथराव येणार ऐसी हूल होती..."

"तेच म्हणतो आम्ही... बातम्या एक तर धाडू नये.. धाडाव्या तर त्याप्रमाणे वर्तन असावे. उगाच इकडे तिकडे काळ काढायचा तर फौजेचे रोजमुरे चढत जातात.. हिसोब कठीण होतो. ... बरे आता आपल्या सरदारांना खलिते लिहा... संक्रांतीचे सुमारास कूचाचे नगारे झडतील. तोवर तजविजीत राहावे."

"मामंजी... खलिता... रघुनाथरावांचा!"

मल्हाररावांनी वाचण्यास सुरुवात केली.

तीर्थरुप सुभेदारजीस अपत्यवत रघुनाथाचा दंडवत...

सांप्रत आमचे मुक्कामी खंडेरावांना बिनीच्या फौजेसह रवाना करणेची विनंती... दत्ताजी शिंदेही येतच आहेत. अजमेर प्रांती जाऊन राजपुतान्याची खंडणी अजून वसूल नाही ती आम्ही करतो. तिथून तिळसंक्रांतीचे सुमारास भरतपूर मुक्कामी सर्वांनी एकत्र यावे. आपणही तमाम फौजेसह येऊन मिळावे. बादशहाने जाटास मोठा तोफखाना उपराळ्यास देणेचा करार केला आहे. आपणही सावध असावे. आपली गाठ आता भरतपुरास वा कुंभेरीस... तसा संदेश देत राहीनच. खंडेरावांनी त्वरित कूच करावे. दूरपथ आहे. कैलासवासींनी फौजेनिमित्याने केलेली कर्जे निवारणे हेच एक उदंड काम जाहले आहे. मी तो सान... पण जे संकट पडले ते कानी टाकले. निवारणारी, आपल्यासारखी दौलतीची ज्येष्ठ स्तंभांवरच दौलतीचा इतबार... बालकामुखी अवाक्षर असल्यास क्षमा केली पायजे... कृपा असो दीजे... हे विज्ञापना!

... या पत्राने फडणिशी गजबजून गेली. स्वारीची तयारी म्हणजे कामे तर बहुत प्रकारची... मल्हारराव म्हणाले, "अहिल्ये, तू आता वाड्यात जावे. खंडेरावास ही बात बोलावी. ... सुनबाई, पण मी माझ्या अंतरीचे गूज बोलावे काय?"

"मामंजी... आपणास माझी मंजुरी हवी? मी तर उदाबाईसमान... आपण दोन चाबूक ओढले तरी प्रसाद मानेनं मी... आपल्या मनचं बोलण्यास क्षणभरही अनमान

करू नये मामंजी...''

''अहिल्ये... आम्ही खंडेरावास स्वारी फौजेस इतल्ला देण्यास मागेपुढे करतो... काहीतरी नादान गोष्टींची कारणे करून त्यास संगे नेत नाही. भलती गोष्ट बोलावी कशी?''

''कारणे मी जाणून आहे मामंजी... ते तर रंगबाजीत, मद्यघुटीत मग्न! कामगिरी कशी करणार? असे जर आपले मनी असेल तर त्यात वावगे अवाक्षर नाही. दुर्दैवे अवघे सत्यच!''

''तसेच नव्हे पोरी! ते रणांगणी आले की तलवार तो अव्वल चालवतात... पण जुवामर्दी करून यश येतेच असे नव्हे. बुद्धिवादाने काम करावे लागते. तिथे ते मानत नाहीत. मनास येईल तसे फिरतात. अगदी दराबी[१] भोवताली सुद्धा जातात ! ... अहिल्ये, हे तो अनाठायी धाडस... त्याचे काम शिकारीत... युद्धात तर काव्यास, बुद्धीस प्राधान्य... मोर्चे, मसलती, व्यूह रचावे लागतात. पोरी लढाई म्हणजे शिकार नव्हे, हे खंडेराव जाणत नाहीत! म्हणून... म्हणून... मी त्यांना रणांगणापासून दूर... मुली, त्यांच्या चुकीमुळे मला होळकर कुळास गवसलेले हे सौभाग्य हरवणे नाही...'' अहिल्येच्या सारं लक्षात आलं... तो अभद्र अर्थही ध्यानात आला. मामंजीच्या काळजीचं कारण लक्षात येऊनही न आल्यासारखं दाखवत ती म्हणाली, ''पुरे हं मामंजी... आपण तर उदाबाईपरीस माझे लाडकौतुक करता. मजसारखा नर्मदेचा गोटाही आपण कामी लावला. ...तर आपल्या कुळपुत्रास कामी लावणे काही अवघड का?''

अहिल्येस आपण किती कृत्रिम बोलत आहोत याची जाणीव होती. मल्हाररावांनी निःश्वास टाकला... म्हणाले, ''काही शल्ये उरीच ठेवावी हेच बरे असते... तुजसारख्या बुद्धिमान पोरीसही माझी व्यथा ना कळली... ना कळली तेही बरेच... जा तू... खंडेरावाशी स्वारीची बातचीत कर... हा लखोटा त्यास पावता कर...!'' अहिल्येच्या मनात या साऱ्या संभाषणाने थरथर होत होती. ती धीर करत म्हणाली, ''मामंजी, यावेळी मलाही 'संगे चल' अशी स्वामींची आज्ञा आहे. कसे करावे? मजकडे काही कामगिरी द्याल तर येण्याचे सार्थक!''

''दारुबारुद सांभाळणार की तोफा?'' मल्हारराव हसत म्हणाले.

''आपण ज्ञान द्याल तर तेही करेन... जिवाचीही पर्वा नाही. दौलतीचे कामी येणे इतक्यासच मी भाग्य समजते मामंजी!''

''खंडेरावास सांगा, 'शिवाजीचे काळी बाई डेऱ्यात दिसली तरी चाबूक ओढले जात. पेशवे आले. काळ बदलला. आम्हीसुद्धा पालखेडच्या लढाईत गौतमेस संगे

---

१) दराबी - तोफेचा स्टँड

नेले होते. पण स्त्रियांचा लबेदा सांभाळणे सोपे नव्हे. आपण आता खंडणीचे वसुलीस जात आहा... तिथे सडे जावे. तिथे रोज नव्या मसलती... नव्या चिंता... आम्ही जेव्हा पौषात कुंभेरीस जाऊ तेव्हा तू आणि बाईजी यांना संगे आणू म्हणून त्यांना सांगा... आणि दूरपथ आहे... आजचा मुहूर्तही उत्तम असं आत्ताच तात्या सांगून गेले. आज सायंसमयी कूच करणे, अशी आमची आज्ञा त्यांना द्या!''

''जी''... असे म्हणतच अहिल्या वाड्याकडे आली, आणि मग तिथे एकच तारांबळ उडाली. खंडेरावास बरोबर देण्यासाठी मुदपाकखान्यात वस्तू तयार होऊ लागल्या. राघोजी, भागोजी, रेणू, अंजना यांचेकडून भराभर सामान एकत्र होऊ लागले. खाशा घोड्यांना खरारा सुरू झाला. दाणाचंदीची पोती भरली गेली. धोबी कपड्यांची व्यवस्था करू लागले. औषधाचे बटवे, लेप, यांच्या पिशव्या राजवैद्यांनी तयार केल्या. अंतोशास्त्रींनी अंगारा दिला. शुभमुहूर्ताचा ताईत मंतरून गळ्यात घातला गेला. बाईजी लेकापाशी बसून 'सांभाळून मसलत करावी... भलते धाडस करू नये... काव्याने लढावे' ऐसा बुद्धिवाद ऐकवू लागल्या. अखेर अहिल्या ज्यास भीत होती तो प्रश्न पुढे आलाच. खंडेराव अहिल्येकडे पाहत म्हणाले, ''आपण शब्दाच्या पक्क्या असं ऐकून आहोत आम्ही! मग तूही शब्द दिल्याप्रमाणे आमच्या संगे येणार असे आम्ही मानतो!'' अहिल्या गप्पच! कसं सांगावं याचा विचार करीत! हे बघताच खंडेराव चिडक्या स्वरात म्हणाले, ''नाही... आमची आज्ञा मोडणे म्हणजे पाप असं वाटत होतं ना तुला?... तू तर बहुत नेकबंद... मग आम्हीच असं पाप केलंय का की आमच्यासंगे तू शब्द पाळू नये... आमच्याशीच असं तेढं वागणं का? आम्ही असे बिनकामाचे...''

''असं काय बर बोलावं स्वामी... जरा ऐकून घ्या... मी 'नाही' हा शब्द तरी मुखावाटे काढला? आता आपणास अजमेर प्रांती जाणे आहे ना? तिथून आपण भरतपुरास याल तोवर पौष उजाडतो... आम्ही आपणांस तीळशर्करा देण्यास त्या स्थळी जरुर येतो. आम्ही येऊ, आपले शौर्य डोळा भरून पाहू... आपल्याला मार्तंडाजवळ दीर्घायु मागू... आता तर दासीवर राग नाही ना?''

यावर खंडेराव हलक्या आवाजात म्हणाले, ''याल तेव्हा आपल्या सवतींनाही संगे आणा... त्यांना... त्यांनाही धूमधाम देखणे आहे.'' अहिल्येने मान हलवली खरी, पण मग स्वामींच्या आग्रहाचे मूळ लक्षात येताच ती विलक्षण उदास झाली. परवाच्या भेटीचं प्रयोजनही लक्षात आलं. तिचं मन विटून गेलं. 'स्वामींचे अवघे लक्ष कंचनीत आणि मद्यघुटीत... आपलं प्राक्तन दुसरं काय!'... स्वामींचा सगळा तनखा सवतींचे विलासी थाटमाट, वस्त्रेप्रावरणे, दागदागिने यात तर जातच होता... पण स्वामींबरोबरच मुस्लीम कंचनी सुद्धा या श्रीमंती आणि खर्चिक व्यसनात बुडालेल्या होत्या. कुठे काही थोडे दुरुस्त करावे तर पुन्हा चार दिवसातच

अवघे कोसळून पडावे... राग तरी कुणाकुणावर धरायचा? कशाकशाचा धरायचा? सवतींचा? स्वामींचा? मद्याचा? कंचनींचा? अश्रूंचा? जलाली स्वभावाचा, की या सर्वांसंगे सांगड घालणाऱ्या आपल्या दैवाचा?

...पद्धतीप्रमाणे अहिल्येने खंडेरावास ओवाळले. तिलक केला. पण आज खऱ्या अर्थाने तिचे मन कशातच नव्हते. हे सगळे नाते तर केवळ शरीराचे... मनाचा संबंधच होता कुठे? आपल्या सवती कशा यात आनंदाने सामील होऊ शकतात? सहजीवन जगतात? नृत्यघुंगरात रंगतात... मद्यघुटीत भाग घेतात... आणि मलाच कसा या अवघ्याचा तिटकारा? कसले मनोमीलन अन् कसले सातजन्माचे नाते? या तर साऱ्या भाकडकथा! मद्य, मांस, जुगार, घुटी, भांग, झुंजी, साठमारी, शिकार या माझ्या साऱ्या नावडत्या गोष्टींचा एक माणूस तयार करून ईश्वरे माझेपुढे ठेवला... 'हा तुझा पती... हा तुझा देव... याची सेवा, याचे आज्ञापालन हा तुझा पतिव्रता धर्म... धर्म न पाळल्यास तुला नरक... रौरव... पाप... प्रायश्चित्त'! हे पतिव्रतेचं वाण माझे हाती देऊन ईश्वरास कठीण दिव्य करावयास लावणे असेल, त्यास कुणी काय करावे? मार्तंडा प्रयत्न करते आहे... यश दे!

... खंडेराव स्वारीवर गेले आणि घुंगुरांचा तो जीवघेणा नाद बंद झाला. दोन महिने अहिल्या तोफांच्या कारखान्यात जात होती. तोफा, जंबूरे, जलाली तोफा, यांची कारागिरी निरखीत होती. गोळा कसा भरायचा, नेम कसा घ्यायचा... बत्ती कशी द्यायची... गाडे कसे व कोणत्या ठिकाणी हलवायचे, दिशा कशी द्यायची... या सगळ्या गोष्टी रामाजी राघव, गणेश विठ्ठल हे तिला शिकवत... मल्हारराव तिला म्हणाले, "अहिल्ये... तू म्हणालीस ना की ज्ञान द्याल तर गोळाबारुदही सांभाळेन... बघ... तुझ्या बारुदशिक्षणाची सर्व व्यवस्था केली... सांचे, बत्ती, ठोसे, गोलंदाज या सर्वांच्या माहितीत कुठे कसूर वाटली तर यांसी पुसून घे... जी शंका मनी उपजेल ती मजला कधीही, केव्हाही विचार!"

अहिल्येस धन्य वाटलं. ती कृतज्ञतेने म्हणाली, "आपण केवळ मामंजी नव्हेत... गुरू... गुरुहूनही काही थोर असल्यास तेही... या शिष्येकडून अवघ्या जन्माची गुरुदक्षिणा घ्यावी असा आपला बुद्धिवाद... मी आपणास काही द्यावे अशी माझी लायकी तर नाही, पण मग मनातले ऋण दावावे तरी कसे?"

"अहिल्ये... तू आमचा लौकिक राखतेस... त्यात बढावा घालतेस ते तर आम्हांस कोटी कोटी सुवर्णहोनाहूनही अधिक आहे. गुरुदक्षिणेचं म्हणशील तर आम्ही कधीही मागून घेऊ... त्यावेळी मात्रं देत नाही असं म्हणू नका... नाहीतर शब्द फिरवाल."

"मामंजी... गुरुदक्षिणा मी स्वत: होऊन देणार... आणि दिलेला शब्द आणप्राण राखावी ही तर आपलीच शिकवण... आम्ही शब्द दिला... तो कदापि फिरणार

नाही...'' तेवढ्यात कासीदाबरोबर खंडेरावाचा लखोटा आला. सूरजमल जाटासंगे खंडणीचा गुंता... रघुनाथराव एक करोड मागतात... तर जाट चाळीस लक्ष देण्यास तयार... चाळीस लक्ष घ्यावे नाहीतर युद्धास ठाकावे असा जाटाचा जवाब... रघुनाथरावांची दृष्टि थोर वाढली. जिवामाफक खंडणी घेत नाहीत... आता आम्ही किल्ल्यास म्हासरा[१] घालून बसलो आहोत. त्वरित उपराळ्यास यावे...''

मल्हाररावांनी पत्र ठेवताठेवता म्हटले, ''आता त्वरित कुंभेरीस पोहोचणे आवश्यक... शिंद्याने अटकाव करू नये काय? रघुनाथराव केवळ वीस वर्षांचे... अनुभव तो काय? तो दुर्ग सलाबत... घेण्यास असाध्य इतके तो सिंद्यास मालूम असावे ना? ... आम्ही जहागीरदार, सरदारांच्या फौजा संगे घेत आजच कूच करतो... तुम्ही बायकामंडळी संक्रांतीनंतर निघा... पन्नासाचे पथक तुमच्यासंगे राहील...''

...सायंकाळीच कूचाची नौबते झडली आणि बाईजींची पुढची तयारी सुरू झाली. संक्रातीची वाणे दिली गेली. दानधर्म झाला. हळदीकुंकू सभारंभ साजरे झाले आणि रथसप्तमीच्या मुहूर्तावर मेणे - पालख्या निघाल्या. बनाआई व हरकुआई वाड्यात मुलांजवळ राहाणार होत्या. बाईजी, द्वारकाआई, उदाबाई व अहिल्या या एका पालखीत होत्या. दुसऱ्या मेण्यात खंडेरावांच्या दोन मुसलमान कंचनी होत्या. सृष्टिशोभा बघताबघता अहिल्या रस्ते निरखीत होती. आपले राज्य, परिसर, शेतजमिनी, झाडेलागवड, नद्यानहर, किल्ले कालवे याकडे बघत होती. गावागावातले अधिकारी सजग आहेत की नाही, महत्त्वाच्या नाक्यावर नजरबाज[२] राखलेले आहेत की नाही याचाही तपास घेत होती. जिथे असे आढळत नव्हते तिथे स्वार पाठवून अधिकाऱ्यास समज देत होती.

तिच्या सवतींच्या मेण्यात सोंगट्यांचा डाव पडला होता. उदाबाई त्यांच्यासंगे खेळण्यास तिकडे गेल्या होत्या. सोंगट्यात रमल्या होत्या. द्वारकाआई अन् बाईजी मल्हाररावांच्या शौर्याच्या गोष्टीत, भूतकाळात रमल्या होत्या. एकटी होती ती अहिल्या! तिच्या मनात दौलतीच्या भल्याखेरीज इतर कुठलीच चित्रे उमटत नव्हती. ईश्वराने त्या कर्मयोगिनीसाठी एकच कर्तव्याचा करडा रंग ठेवलेला होता. पतिव्रताधर्म, सुनेचा धर्म, दौलतीचा कर्तव्यधर्म... कर्मधर्म... जोडीला मालेरावाची काळजी... मुक्तेची आशा तर अजून तरी धूसरधूसर!

छावणीचा मुक्काम जवळ आल्याच्या खुणा दिसू लागल्या... कुंभेरीनजीक... धूमसान लढाईची भेसूरता आपल्या खुणा कोरून ठेवत होती... दुर्गंध... तुटलेले हातपाय... घोडे... माणसांची वर्दळ.

... सोबतच्या घोडेस्वारांनी चौकशी करून वाट बदलली... आणि दुसऱ्या

---

१) म्हासरा - वेढा २) नजरबाज - हेर

वाटेने ते आपल्या छावण्यात पोहोचले. लढाईच्या त्या खुणांनी सर्वांची मने कातर... विव्हळ झाली होती. मल्हारराव, खंडेरावांना बघून सर्वांनी नि:श्वास सोडला... भेटीचा आनंद काय वर्णावा? युद्धाच्या भीषण पार्श्वभूमीवर होणाऱ्या त्या भेटींचा एक आगळाच रंग होता.

आता छावणीचा दिनक्रम सुरू झाला... कुंभेरीच्या किल्ल्यास मोर्चे लागलेले... सारं वाळूचं रान... दिवसभर खणाखणी, किंकाळ्या, घोड्याचे खिंकाळणे... रक्ताच्या चिळकांड्या... दैवतांचे गजर...

दिवसभर तोफखाना... हस्तनाले, सुरतनाले, जेजाल, बंदुकी यांची कामे करावी... बारुद पुरवावी... गोलंदाजांचे काम बघावे. स्वत: रणांगणी हजर असावं! दिवस सरला की स्नान करून शंकराची, मार्तंडाची आरती करावी... अवघ्यांचे अभिष्ट चिंतावे... अंगारा मल्हाररावांस, खंडेरावांस, रघुनाथरावांस द्यावा. शिंद्यांच्या राहुटीत पोहोचवावा! रघुनाथराव, मल्हारराव, जयषा सिंदे यांची राहुटी एक होती. सगळे मसलतकर्ते एका ठायी राहात... बायकांची छावणी अलग... खंडेराव आपल्या दोन्ही मुसलमान कंचनीसह वेगळी राहुटी उभारून राहातात याचाही अहिल्येस विषादच दाटला होता... पण जणू 'मनासारखे संसारात काही घडणार नाही' असा शाप घेऊनच ती आली होती. असाही दीड महिना सरला. सलूख व्हायची चिन्हे दिसत नव्हती. कुणी किल्ल्यातून बाहेर येईना की कुणी आत जाईना... वेढा उठेना की फिटेना... जो तो आपल्या जागी घट्ट!

त्या दिवशी अशीच अहिल्या सुस्नात होऊन शंकराची पूजा आरती करीत होती. अंगाऱ्याची वाटी तिने हुजऱ्याजवळ दिली आणि सांगितलं, 'स्वामींचे राहुटीत पोहोचवा'... अलीकडे ती स्वत: कुठेच जात नसे... मग बाईजीच म्हणाल्या, "पोरी... तूच जाईनास... तेवढाच जरा बदल... बरं वाटेल तुला..." यावर अहिल्या म्हणाली, "बाईजी, माझं मन तुमच्याइतकं थोर नव्हे... आपणास सवती बहिणीसमान... पण मजला तर तेवढे मनोस्वास्थ्य नाही... ते दृश्य नकोसे वाटते!"

"आपल्या वस्तूसाठी तिकडे कानाडोळा करायचा बाई... स्त्रीच्या दैवाचे हे भोग कुणाला सुटलेत? ... त्याच्या नऊजणी आहेत ही बात काय आम्हापासून गुप्त नव्हे!... पण त्यापैकी एकही तुझी जागा घेऊ शकत नाही... हे तर खरे?... तेवढेच आपल्या तिळी प्राक्तनी... जा! स्वहस्ते त्यास अंगारा लाव..."

...अहिल्या गेली... तर... स्वामी मद्यधुंदी... बायकांच्याही हाती मद्याचे पेले होते... ती तशीच परत आली. या बायकांना इथे आणण्याचा हा प्रपंच आपण कासया केला? हा प्रश्न ती पुन्हापुन्हा मनात विचारत राहिली. "मी दुसरे काय करू शकत होते? कंचनीस ना आणते तर स्वामींची आज्ञा मोडल्याचे पाप... पुन्हा त्यांनीही मजसंगे अबोला धरला असता किंवा छावणी सोडून इंदुरी गेले असते तर त्यास जाब पुसणार कोण होते?"

...रात्रभर अहिल्येस दुःस्वप्ने पडत राहिली. त्या रात्री तिला दिसलं तिच्या सवती तिचं कुंकू पुसत आहेत... अन् त्या मात्र सन्मानाने मळवट भरून घेत, दागिने घालत उभ्या... हातात पूजेची ताटे... ओट्या भरलेल्या... सगळे त्यांच्यावर फुले उधळत आहेत... एकीच्या हाती मद्याचा थोरला बुधला... खंडेराव केवळ दारुने झिंगून एका कंचनीच्या संगे झोपलेले... ... अहिल्या जागी झाली. तिचे सर्वांग भीतिने थरथरत होते. अंग घामाने चिंब... हृदय थडथड करत होते! 'देवा... काय हे भयंकर स्वप्न? माझा धर्म खरा की सवतींचा पतिधर्म खरा?... माझं कुंकू या कंचनींनी पुसावं इतकी मी हीन झाले?...'

सकाळ होताच स्नान करून ती खंडेरावांच्या तंबूकडे निघाली. जाताना तिने रोजच्यापरीस अधिकच गडद कुंकू लावले... भांगात गुलाल भरला... भंडाऱ्याचे ठिपके कुंकवाखाली रेखले... त्याखाली काळा अंगारा लावला... तिला बघताच स्त्री कामदार, पहारेकरणी बाजूस झाल्या. आतला किनखापी पडदा बाजूला सारून दूर केला... तिच्या दोन्ही सवती अस्ताव्यस्त, उघड्यावाघड्या पसरलेल्या होत्या... खंडेराव अर्धआवृत्त स्थितीत निद्राधीन होते. बायका तर केवळ बेहाश... कांचपात्रे, सुरई बाजूस वाकडी झालेली... अहिल्येने दोघींची वस्त्रे नीट केली. मोठ्यांदा म्हणाली, "स्वामी, जागे व्हा स्वामी... उठा... उठा लौकर!" अहिल्येचा कणखर आवाज ऐकताच खंडेराव एकदम उठून बसला... त्यांचे वस्त्र नीट करीत ती म्हणाली, "स्वामी... हा का रंगमहाल आहे? ही तो धूमसान लढाईची छावणी... शत्रू द्रव्यबळे, माणूसबळे बलवान... ही बेहोशीची वेळ नव्हे... हे बघण्यास का आम्ही आलो?" अहिल्येचा आवाज ऐकताच त्या दोघीही गडबडून उठल्या... वस्त्रे सावरत आत गेल्या. अहिल्या त्यांच्या मागोमाग गेली. त्या दोघी भरभर मद्याचे बुधले झाकीत होत्या. अहिल्येने ते वस्त्र खसकन ओढले... मद्याचे बुधले उचलले आणि सरळ मातीत ओतून दिले. संतापे म्हणाली, "मेल्यांनो... तुम्ही स्वामींची सेवा करायची ती अशी? ही वेळ कशाची... काळ कोणता... आणि स्वामींना मद्यात बुडविता की काय? तुम्हांस मद्य घेणे असेल तर घ्या अन् बाजूचे डेऱ्यात प्रेतावानी बेहोश मरा... पण पाया पडते बायांनो तुमच्या... स्वामीस भरीस ना टाकावे... आणखी कोणती द्रव्ये आणलीत? अफूचे गाळवे की भांगाचे गोळे?... मेले हो इथे बरी अक्कल चालते तुमची... द्या... द्या... ते सारे इकडे... तुमच्यासमोर चुलाण्यात फेकते... तुम्हांस स्वामींच्या पराक्रम देखणे आहे की मरण?"... अहिल्या बोलून तर गेली. मग एकदम चपापली... तशीच डेऱ्यात परतली... देवापुढे माथा टेकून बसून राहिली... मनास फटके मारू लागली, "छीः काय हे बोलून गेलो आपण? या मेल्या मनास मेकसून बडवावे..." ...बसून चालणार नव्हते. आज सुरुंगाचाही यत्न करणे होते. जाटाची तटबंदी रेतीत असल्यामुळे अवघे कठीण

होत चालले. तेवढ्यात खंडेरावांकडून निरोप घेऊन हुजऱ्या आले. ''आज अहिल्येस इकडेच थाळ्यास पाठवावे.'' आता तिला उल्हासच नव्हता. काय जायचे? काय बघायचे?... केवळ मद्य... बेहोशी... भांग... अश्रू...! इथे छावणीतही रंगमहाल सजवला... बोलणेच सरले... जिथे शौर्याची शर्थ करायची... तिथे... तिथे ...तिचे मन दाटून आलं. मल्हारराव, रघुनाथराव, जयाजी हे सगळे मसलती रचण्यासाठी रात्री खलबतखान्यात बसत... तिथे स्वामींनाही बुलावा येतो... पण... पण... आपण हे बघण्यास तर खासच आलो नाही!... मार्तंडा... तुझे मनी काय?

...मनात नव्हतं तरी अखेर अहिल्या थाळ्यास गेली. खंडेरावांचे डोळे तांबरलेले... पुढे आले ते गिळीत ती गप्प राहिली. जेवणात आता काडीमात्रही रुची नव्हती. अहिल्येसमोर व्रतस्थ असणाऱ्या, राहाणाऱ्या, ती यायची असली की मद्यमांस न घेणाऱ्या खंडेरावातला हा आता झालेला दुःखकारक बदल तिला सोसवत नव्हता. खंडेरावांनी आता तिची भीड झुगारून दिली होती. तिला गप्प बघून अखेर खंडेराव म्हणाले, ''अहिल्ये... आमच्याशी बोलणे सरले की काय? की आमचेसंगे अबोला?''

''काय बोलावं स्वामी? रणांगणावर तर पंचेंद्रिये सावध असावं... पण ... पण आपण ...आपण हे काय बरं करता? आपण मद्य... घुटी... भांग... आम्ही आपला पराक्रम देखण्यास आतुर होऊन इथे आलोत...''

''आम्हीही गेले आश्विनापासून तर माघापर्यंत तलवार गाजवतच आहोत.''

''ते विषयी तो आम्हीही ऐकलेच... म्हणून तर आसक्त ना व्हावे ऐसी आमची प्रार्थना... वाचेचा... देहाचा... बुद्धीचा होश सुटेल ऐसी द्रव्ये घेऊन केवळ बेहोश राहणे यास काय म्हणावे?''

''कोण म्हणतो आम्ही बेहोश? कोण म्हणतो? तुम्हांस वाटते?''

...अहिल्या मुग्धच राहिली. तांबरलेले डोळे... तोल जाणारे शरीर अवघी कथा सांगत असतांना मुखाने काय बोलावे? त्यावर पुन्हा खंडेराव दरडावून म्हणाले, ''सांगा ना... कोण म्हणतो आम्ही बेहोश? आत्ता... या क्षणीसुद्धा आमच्यात मोर्च्यातील जेजालीच्या तोफेपर्यंत जायची हिंमत आहे... शूराची छाती आहे ही अहिल्या... नामर्दाची नव्हे! ... हे... हे... आम्ही निघालो!''

अहिल्या जीव झोकून आडवी पडली... पाय धरत म्हणाली, ''मामंजी काय म्हणाले होते? ऐसे धाडस शिकारीत... इथे तो अवघ्या बुद्धिवादाच्या मसलती... कुणी निशाणावर टपून असेल... कुणी तोफखान्यावर नजर लावून असेल... कुणी हतियार सरसावून असेल... पाठीराखे कुणी संगे नाहीत... ना रघुनाथराव... ना जयाजी... ना मामंजी... ना कुणी घोडेस्वार! एकला कुणी ऐसा रणांगणी जातो स्वामी?''

''जे कुणी करत नाही... करू शकत नाही तेच करण्यात तर आमचे वेगळेपण...

आमचा पुरूषार्थ!'' असे म्हणत अहिल्येस बाजूस करत खंडेराव निशाणीमोर्च्याकडे धावत सुटले... केवळ बेहोश... अहिल्या त्यांच्या मागे धावत होती... तोच कुंभेरीगडाहून जेजालीची गोळी प्रळयी वीज पडावी तशी खंडेरावांच्या देहावर येऊन पडली. अहिल्येने किंकाळी फोडली... तिच्या सवतींनी उर बडवून घेण्यास सुरुवात केली. अहिल्येची किंकाळी वातावरण चिरीत राहुट्यातून गेली... सगळे बाहेर येऊन बघू लागले... अहिल्या खंडेरावाच्या देहावर पडून असह्य विलाप करत होती... ''मामंजी या... बाईजी या... धावा श्रीमंत... धावा... हे बघा... काय झालं... कुणी केलं... कसं केलं...? स्वामी... किती विनवलं... पाया पडले... मार्गात आडवी झाले... मज तुडवून गेलात.''

... अहिल्येचा विलाप ऐकून उभय बाजूचे लोक लोटले... लढाई विसरून गोठून उभे राहिले... खंडेरावांचे डोळे पांढरे झाले... ते गतप्राण झाले होते... त्याच क्षणी! बाईजी धावत आल्या... मल्हाररावांची तर शुद्ध हरपली! पाणी शिंपताच खंडेरावांचे मुख कुरवाळत ओरडून म्हणाले, ''अरे जाटा... ऐकून ठेव... माझ्या एकुलत्यास तू ऐसे युद्धनीति सोडून मारलेस... अरे... त्या एकट्या कोकराने तुझे काय रे केले...? अरे या कुंभेरीची माती यमुनेत टाकीन... तरच जन्मास आल्याचे सार्थक नाहीतर प्राणत्याग करेन.''

घोर प्रतिज्ञा... अखंड विलाप... 'अरे एवढाच पुत्र होता आम्हांस... आता तुझाही वंश समूळ निपटेल,... बाईजींचा... मल्हाररावांचा... अहिल्येचा शोक ऐकून सारी छावणी विव्हळ झाली. घायाळ झाली.

दोन सांडणीस्वार इंदोरास खंडेरावांच्या इतर बायकास आणण्यासाठी द्वारकाबाईंनी पाठवून दिले... अहिल्येच्या शोकास पारावर उरला नाही. 'आपले पतिव्रताधर्माचे पुण्य अर्धेच राहिले... सदैव पतिआज्ञा मोडण्याची पातके घडली याचे दुःख वाटू लागले. निदान आता संगे तरी जाऊ...' तिला आठवली वाड्यातली ती शेवटची रात्र! तिच्या मनी स्वामींचे बोल उमटू लागले. 'आम्हीच खुद्द वादविषय आहोत. तुमची प्राप्ती हे आमचे पुण्य... आपल्या सौजन्याने आपले धागे टिकून आहेत.'' त्यावर आपण उत्तर केले,''स्वामी... मंगळसूत्राच्या वाटीत आमचा जीव'' ... मग स्वामी म्हणाले, ''अहिल्ये... किती प्रेम करतेस? आमच्या अवघ्या दोषांवर हा पदर घालत राहतेस?''... मधेच तिला याद आली, स्वामी म्हणाले होते, 'पुढच्या लढाईत अशी तलवारबाजी दाखवू की तुला खुषी होईल... वादविषय उरणार नाही'... खरंच आता स्वामी वादविषय संपवलात तुम्ही... पण हा असा? या तऱ्हेने?... मधेच तिला त्यांचा तो स्पर्श जाणवला, 'आपल्याला ही शुभ्र वस्त्रे बहुत शोभून दिसतात... या मुक्तमाळा... हे आडवे कपाळभर कुंकू...' हे आठवत आठवत रडून रडून अहिल्येचं रडू आटलं. ती डेऱ्यात गेली. स्वामींना आवडले

म्हणून तिने ते पांढरे पातळ संगे आणले होते. ती ते वस्त्र नेसली... कपाळी मळवट भरला... मोत्यांच्या माळा घातल्या. तिच्यामागून बाईजी, द्वारकाबाई, अंजना, रेणू... सगळ्या धावत होत्या... रडत होत्या. खंडेरावांचं प्रेत छावणीत आणलं तिकडे ती चालू लागली... खंडेरावांचं मस्तक मांडीवर घेऊन ती त्यांच्याकडे टक लावून बघत राहिली. तिला आता इकडेतिकडे बघायचे नव्हते. इथले सारे धागे तटातट तोडून ती मुक्त झाली. कुणाकडे बघेना, बोलेना. अहिल्या सती जाणार ही बातमी वाऱ्यासारखी पसरली. बाईजी म्हणाल्या, "पोरी... मुक्ता, मालेराव यांना आई कशी देणार मी? ती पोरं तुझ्या वाटेकडे डोळे लावून असतील..."

"तुम्हीच साऱ्यांची माऊली आहात... माझ्या सुद्धा आई झालात तुम्ही! मी तर कोण? कुठली?... ती तर तुमची नातवंडे!"

"आता आमचा तरी काय भरोसा मुली? अगं, कुणावर सोडून चाललीस तू आम्हांला?"

"बाईजी... आजवर पतिव्रता धर्मात चुकले असेन... अंतर पडले असेल... पण आता तरी... या शेवटच्या क्षणी तेवढा धर्म पाळू द्या... जाऊ द्या मला संग!"

इतक्यात सारी गर्दी फोडून मल्हारराव धावत आले... अहिल्येच्या पायावर कोसळत म्हणाले, "बाई... तुझे पायी डोई ठेवतो... जाऊ नकोस माये! अगं कुठे जातेस? मला म्हताऱ्याला उन्हाळा करून माझा अहिल्योबा जाणार?... अगं तू आहेस माझ्या पाठी तर माझा खंडेराव आहे हा मजला भरोसा... माझा मुलगा व्हायचं सोडून चाललीस कुठं?... तुला या घरात आणल्यापासून तुजला खंडू समजलो मी... सारी कारभाराची समज दिली तुला... आणि तू जातेस? दौलतीची काळजी कुणी वहायची? तुजला कुळपुत्र समजून सारे केले... अगं, ते माझे पुण्य क्षणात बाजूस सारलेस? आम्हाला वणव्यात लोटतेस की काय?"...

... अहिल्या काही बोलत नव्हती. तिचा निश्चय पक्का होता. ती म्हणाली, "मामंजी... माझ्या प्राक्तनी जितकी सेवा होती तेवढी घडली"...

यावर मल्हारराव गळा फोडून रडू लागले... बाईजी तर बेशुद्धीत गेल्या... कुणी पाणी आणले... कुणी वैद्यास आणले... मल्हारराव रडतारडता तिरमिरीतच अहिल्येपुढे जात म्हणाले, "माझी गुरुदक्षिणा ना देता कुठे चाललीस ग? ऑ?... मग पुन्हा त्यांना उमाळा आवरता आला नाही. डोळ्यातून घळाघळा आसवे वाहत होती... दीनवदनाने म्हणाले... "माझी... गुरू... दक्षिणा... दे... दे... एवढी भीक दे... मुली... तू जाऊ नकोस..." मग तिचे हात धरत म्हणाले, "माझा अहिल्योबा तू... तूच पुत्र आम्हांस..."

"मामंजी... आपण शोक आवरा... आपण तर थोर गुरू... आपणांस मी काय सांगू? ...पण पतिव्रतेने सतीच जायचे असते ना?... मग माझी अपकीर्ती व्हावी...

लोकांनी माझ्या धर्माची चेष्टा करावी अशी इच्छा तर आपण कधीच नाही करणार !''

"मुली... अगं सती जाऊन फार तर तुझा 'सती' म्हणून लौकिक होईल... तितकेच का तुला हवे? दौलतीचे काय? या साऱ्या प्रजेची आई हो मुली... दौलतीस तारता उरणार नाही... यवन... रोहिले आपला देश बळकावतील सारे... प्रजेस पिडतील... जीव द्यायचा तर या प्रजेसाठी दे... तुझा जीव गोरगरीबांसाठी कारणी लाव... राज्यकारभारासाठी दे... अगं, याच आरिष्टास्तव मी खंडूस तलवारबाजीस पाठवत नव्हतो... तुला कारभारातले सारे पदर शिकवले... कशासाठी?... जळून जाण्यासाठी?... उठ मुली... उठ इथून अगं, त्याच्याबरोबर जायला नऊजणी आहेत... पण राज्यकारभारास, या प्रजेला... या गोरगरीबांना फक्त तू एकटीच आहे... आज अहिल्या मेली अन् खंडू तुझ्यासवे जिवंत आहे इतकं मानायचं भाग्य या फाटक्या पदरात टाक...'' ते कंठ मोकळा करून रडू लागले... अहिल्येच्या पायावर डोके ठेऊनठेऊन विनवू लागले... तेवढ्यात बाईजीही सावध होऊन अहिल्येचे पाय धरू लागल्या... त्या माऊलीने... मामंजीने आजवर किती जपले... शिकवले, ते दोघेजण आपले पाय धरताहेत हे बघून अहिल्या लज्जित झाली. त्यांचे कंठ फोडून रडणे बघून घाबरून गेली... ते आपल्या मुलासाठी नाही पण सुनेसाठी रडत होते हे आश्चर्य बघून थक्क झाली. मन करुणेने, त्यांच्या प्रेमाने भरून गेले. खंडेरावांच्या इतर बायकांच्या आठवणी... त्यांचे जलाली वागणे... उपेक्षा... व्यसनाधीनता... कंचनीचं आकर्षण... मनात विचारांची नुसती गर्दी उठली... नेहेमी नेकमति सांगणारे मामंजी अन् बाईजी आज तिला "जाऊ नको" म्हणत होत्या... अहिल्या विरघळली... हे सारे होईपर्यंत चोवीस तास सरले... दुसरा दिवस उजाडला... लढाई मधेच थांबली... आणि हे भलतेच...

इंदोरहून खंडेरावांच्या बायका रडत ओरडत आल्या... हरकुआई... बनाआई... सगळेच एकत्र झाले... खंडेरावांच्या काही बायकांना सती जायचं नव्हतं...[१] पण... पण तरी त्यांना सतीवस्त्रे नेसवली गेली. बायकाच बायकांशी क्रूरपणे वागत होत्या... अहिल्येस ते दृश्य बघवत नव्हतं... गळ्यातल्या फुलांच्या माळा त्या तोडत होत्या... ओरडत होत्या... "आम्हांला नाही जायचं सती... नका हो... आम्हांला जगायचंय... आम्ही काही मागणार नाही... नको आम्हांला काही!'' ... पण समाज हे ऐकत नव्हता. त्यांच्या त्या मुसलमान कंचनी मात्र सतीवस्त्रे नेसून आल्या... खंडेरावाच्या आवडत्या! त्यांनी अहिल्येच्या पायी प्रथमच डोई ठेवली. अहिल्येने त्यांना हृदयाशी धरले... मग अहिल्या त्यांना हाती धरून खंडेरावांच्या

---

१) खंडेरावाबरोबर त्याच्या ९ स्त्रिया सती गेल्या.
-मराठी रियासत - पेशवा बाजीराव २ (पृष्ठ क्र. २४७ / सरदेसाई)

प्रेताजवळ गेली. त्यांचे मुख हाती घेत म्हणाली, "स्वामी... संगे येते म्हणाले... अन् निघालेही... पण इथले सारे आपणही तर ऐकत असाल... स्वामी, ज्यांच्यासंगे आपण रमत होता त्या या आपल्या सख्या आपल्या संगे आहेत!... माझे तर काय... स्वामी, मी तर तशीही नावडतीच होते. एकदा, त्या शेवटच्या रात्री आपणांस मी या शुभ्र वस्त्रात भावले होते ना?... स्वामी, माझ्या या पवित्र निष्ठेची शपथ घेऊन सांगते की, आजपासून केवळ शुभ्र वस्त्रेच नेसेन... थाटमाट, सुख, अलंकार, सप्तरंग... सारं तुमच्यासंगे... स्वामी... दासीकडून अवाक्षरे उच्चारली गेलीत... त्याची जाताना तरी क्षमा... स्वामी क्षमा... या क्षणापासून हे जीवन देशार्पण... धर्मार्पण..." अहिल्या खंडेरावांच्या पायी डोई ठेवत रडत होती... क्षमा मागत होती... तिने आपले सर्व अलंकार काढले... मंगळसूत्र, मोत्यांचे हार, गोफ, गोठ, पाटल्या, कांकणे, नथ, कुड्या... सगळं उतरवून खंडेरावांच्या शेल्यात बांधलं... आणि ती सर्व सतींच्या पायावर डोके ठेवू लागली... बाजूस मोठी प्रशस्त चिता रचली जात होती आणि वेळोवेळी अनावर होणाऱ्या अहिल्येस धरून बाईजी आणि हरकुआई राहुटीत बसले होते... चितेला अग्नि दिला आणि सतींच्या किंकाळ्यांनी सारा आसमंत भरून गेला... अहिल्या कानात बोटे घालून डोके थाड थाड भिंतीवर आपटून घेत होती... तिला आवरणाऱ्या हरकुबाई थकून गेल्या! अहिल्येच्या मनी त्या मुस्लीम कंचनी फिरत होत्या... मरणालाही हसत पत्करणारं प्रेम खरंच का यांच्या वाटेला आलं?... मग मलाच ते का लाभलं नाही? पतीला वाममार्गापासून वाचवणं, सरळ मार्गावर आणणं हा खरा धर्म की त्याचेबरोबर चिखलगर्तेत वाहत जाणं हा धर्म?... यांना ते शिवशक्तिचं प्रेम मिळालं असेल? यांना जगावंसं वाटतच नसेल? त्यांचं सती जाणं सर्वांनीच गृहीतच धरलं होतं का? त्यांना सतीवस्त्रे न मागता दिली गेली... फुलामाळांनी शृंगारलं गेलं... मळवट भरला गेला... हातापायांना आळता लावला गेला... भांगात शेंदूर... आणि त्यांचा जयजयकार करत सगळे त्यांचे जळणं शांतपणे बघत होते. वाद्यांच्या असह्य कलकलाटातूनही त्यांच्या किंकाळ्या माझे कान फोडून मेंदूपर्यंत पोहोचत होत्या... बाकीच्यांना काय ऐकू येत नव्हते?... सगळ्यांच्या मुखी एकच गर्जना होती, सतीदेवीचा विजय असो... विजय असो...

मल्हाररावांची प्रतिज्ञा ऐकून जाट हादरला. त्याने जयाजी शिंद्याशी संधान बांधले. जयाजीकडे आपली पगडी दूतामार्फत पाठवली. त्याचा अर्थ जयाजीशी भावाचं नातं जोडलं. भाईचारा केला... आणि जयाजीने तो स्वीकारताच मल्हाररावांच्या तळपायाची आग मस्तकी पोहोचली. ते रघुनाथरावास म्हणाले, "आमच्या अस्तनीतच अग्नि निघाला... आमचे वर्षोवर्षीचा भाऊपणा त्यास डाग लावला... मजसी येथे क्षणही थांबणे नाही... आपण धनी... शिंद्यास मुखत्यारी दिलीत... आम्ही काय? कैलासवासींनी

आमच्याशी आणक्रिया करून भाईपगडी केली... आता आम्ही पोरके... सांगाल ती चाकरी करू. आमचेजवळ नमकहरामी नाही... आमची प्रतिज्ञा आमचेजवळ... आमच्या सामर्थ्यावर तडीस नेऊ... जाट कुठे जात नाही... आम्ही आहोत आणि जाट आहे... थोडे कालहरण... तुम्ही खावंद... आपणास सलूख करणे... करा'' संतापाने खदखदत मल्हारराव डेऱ्यात आले. अहिल्येकडे त्यांना बघवेना! सर्वालंकार, कुंकूमविरहित, शुभ्र वस्त्रे लेवून ती गुढघ्यात मान घालून... तिच्याकडे न पाहताच मल्हारराव ओरडले, ''अहिल्याबाई... तुम्ही आम्हांवर बहुत कृपा केली... आज तुम्ही थोर झालात... आम्हीही जाटाचा पुरेपूर बदला घेऊन मगच मरू... आमची प्रतिज्ञा आहे ही!''

...अहिल्येस रडू फुटले. तिला बाईजींचे स्वाधीन करत म्हणाले, ''आमच्या वसतीस वणवा लागला... प्रळयवीज पडली... पर्वत कोसळला... त्यातून हे रत्न तेवढे आम्ही वाचवले... त्यांच्या पतिव्रता धर्माच्या आड आलो... त्याचा जाबसाल, अहिल्याबाई, ईश्वराचे दरबारी आम्ही देऊ... बाईजी हे रत्न जीवापरीस सांभाळा''...

तेवढ्यात रघुनाथराव स्वत: आले दहा हजारांच्या थैल्या मल्हाररावांचे पायी राखत म्हणाले, ''आम्ही बहुत दोषी झालो... अपयशी ठरलो... मी तर आपल्या लेकरासारखा... या पैक्यातून छत्री बांधावी... जास्त काय बोलू?'' यावर चिडून मल्हारराव म्हणाले, ''आपणास सिंदे जवळचे... जाट जवळचा... आमचे काय?... आपण आधीच बहुत उपकृत केले आहे... आता अधिक उपकार न करावे...'' यावर सामोपचाराच्या दोन गोष्टी बोलून रघुनाथरावाने काढता पाय घेतला.

सर्व डेरे, छावण्या, पालख्या, नालख्यांसह इंदोरी धाडून मल्हारराव क्रियाकर्मासाठी मथुरेकडे गेले. येताना उदाबाईस, अहिल्येस सतत त्या दुसऱ्या मेण्याची याद येत होती... आज सोंगट्यांचा पट बाजूस पडला होता... अहिल्येचे डोळे त्या कंचनींच्या आठवणींनी पुन्हापुन्हा भरून येत होते.

इंदोरास तर सर्व वातावरण शोकव्याकूळ झालं. पालख्यांमागून शोकाकुल जनता खंडेरावांचा... सतींचा जयजयकार करीत होती. 'आपण सती गेलो नाही' याचे शल्य आता अधिकच टोकदार झाले. ते शल्य प्रजेच्या मनी असणार... आता त्या टोकांचे भाले होऊन ते सर्वांच्या डोळ्यांत उतरणार आणि आपल्या पाठीवर रुतणार याची अहिल्येस जाणीव होती. सर्वांच्या तिरस्कृत नजरा आता आपणाकडे तुच्छतेने बघणार याची खात्री होती... त्या नजरेपासून बचाव करण्यासाठी अहिल्येने पदर डोक्यावरून पुढे ओढला. पालख्या थांबताच अहिल्या पदराने तोंड झाकूनच वाड्याकडे जाऊ लागली. सर्वांचे डोळे तिच्याकडेच होते... कुणीं म्हणाले, ''असं तोंड झाकून घेण्यापेक्षा, मळवट भरल्या कपाळाने सती... सती...'' अहिल्येने स्वत:ला दारातून आत लोटून दिलं. त्या शब्दांचा फटका बसल्याप्रमाणे ती रडू लागली. बाईजी, द्वारकाआई, बनाबाई, हरकुबाई कुणासच ती आटोपेना. मुक्ता,

मालेरावास जवळ घेऊन पुन्हापुन्हा रडत होती... सगळा भूतकाळ तिच्या डोळ्यातून वाहात होता. जहागीरदार, सरदारांच्या स्त्रिया सांत्वनास आल्या होत्या. प्रत्येकीच्या चेहऱ्यावर जणू हाच प्रश्न होता, 'अहिल्या सती का गेली नाही... कशी गेली नाही? ती तर मुख्य स्त्री... उपस्त्रिया, कंचन्या सुद्धा सती गेल्या... स्वामीसंगे गेल्या आणि ही? ... जणू अवघं पातिव्रत्य एकमेव सती जाण्याशीच बांधलेलं होते. बाईजींनी अन् मल्हाररावांनी अहिल्येची केलेली याचना प्रत्येकीला सांगूनसांगून बाईजी थकून गेल्या. काही बायका अहिल्येचे डोळे पुसण्याचे निमित्त करून तिचे पांढरे कपाळ, तिचा अलंकारविहीन चेहरा पाहून घेत. प्रहररात्र संपेपर्यंत हे असंच चाललं. अखेर अहिल्या म्हणाली, "बाईजी... आता या स्त्रिया माझं अधिक निर्वाण कोठवर पाहणार? बाईच बाईशी असा बर्ताव का करते बाईजी? सर्वांना माझ्या वैधव्याचं दर्शन घेण्याची हौस का? आपला तर पोटचा गोळा गेला! माझी संगत तर अलीकडची... पण आपले सांत्वन करणे सोडून सर्व्या मजकडेच! मी सती गेले असते तर यांनीच माझा जयजयकार केला असता... मी सतीधर्म पाळला नाही म्हणून चेहऱ्यावर नाराजीचे भाव चिकटवूनच या मजकडे येत होत्या! त्या दोन कंचनी... इतर सवती, यानी ना कधी देखल्या ना पाहिल्या... त्या कंचनींनी तर स्वामींना दारूत बुडवून, घुटीत घालून बेहोश करून ठेवलं... त्यातच स्वामी गेले... पण आज त्यांचा गौरव प्रत्येक स्त्रीच्या मुखातून मी ऐकला... त्या प्रत्येक क्षणी मन मला फटके मारून जाब विचारत होतं बाईजी, "का अहिल्ये, तू का जगलीस? तू का सती गेली नाहीस? बाईजी, माझं चुकलं का? ... यावर बाईजी शांतपणे म्हणाल्या, "अहिल्या... अगं हे विचार सोड पोरी... दौलतीत असा वाढवा घाल, प्रजेस असे सांभाळ, असा न्याय कर की स्त्रिया तुझा जयजयकार करतील. माझं वेडीचं एक भविष्य ऐकून ठेव... तू असं जीवन जगशील की हेच इंदूर एक दिवस तुझ्या जयजयकाराने दुमदुमून जाईल. मी तेव्हा असेन नसेन... पण तेव्हा तुला आमची याद अवश्य येईल. चिरंजीव कसे होते, काय होते हे आम्हांलाच माहीत... त्यांच्यासंगे तुझी फरफट कशी चालली होती हे सुद्धा मीच जाणते... लोकांचे स्मरण चार दिवसांचं!"

...अहिल्येचं लक्ष खंडेरावांच्या महालाकडे गेलं. तिथे अंधार होता. अहिल्येला वाटलं, घुंगुरसंगे का होईना पण तिथे स्वामींचा साचूल हवा होता... आणि मग दुसऱ्याच क्षणी वाटलं, छी: नकोच ते! जे झालं ते आज ना उद्या होणारच होतं... बरं झालं!" अन् ती विजेचा लोळ पडल्यागत चमकली. 'हे काय बरं?... हे काय आलं मनात? बरं झालं? कशासाठी? मालेरावसमोर असले उदाहरण नको म्हणून? मुक्ताच्या प्रश्नांना उत्तरे द्यावी लागतात म्हणून? दौलतीच्या कामाला आपण मोकळे झालो म्हणून? तिला मुक्ताचे प्रश्न आठवले, "मातोश्री...

बाबासाहेब तिकडे का राहातात? तिथे रोज कोण नाचतं? गाणं कोण गातं?... त्यांनी किनई मला एक दिवस तिकडे नेलं होतं... तुम्ही फडणिशीत गेला होता. मला म्हणाल्या, "आम्ही पण तुमच्या माॅ आहोत"... किती सुंदर आहेत त्या... पण पण मातोश्री आम्हांला किनई... तुम्हीच आवडता. बाबासाहेब तर कित्ती उशीरा उठतात... अभ्यास तर मुळीच करत नाहीत... खेळायला पण जात नाहीत... मग बाईजी त्यांना शिक्षा का नाही करत?"... असले अवघड प्रश्न! कशी उत्तरे द्यायची? अहिल्येने मान झटकली. तिला या सगळ्या विचारातून मुक्त व्हायचं होतं. आता फक्त मालेरावांना दौलतीच्या लायक करणे... पण तिच्या नशिबाचे कठीण, विचित्र लेख फक्त नियतीलाच माहीत होते.

मल्हाररावांचे पत्र अहिल्येस होते... अहिल्या पडूनच होती... पण पत्र देखताच वाटले, आत काही नवी मसलत की काय?

श्रीमती अहिल्याबाईस सप्रेम आशीर्वाद...

चिरंजीव खंडेरायाच्या अस्थि घेऊन फौजापेंढरीसह वर्तमान यमुनेकडे कूच केले तर वाटेतच बादशहाचे सैन्य जाटाचे सहाय्यार्थ चालल्याचे बघून अवघ्या देहाची हत्यारे झाली. यश अपेश शूराचा वाटा... त्याची क्षिती काय? फौजमात्र लुटून फन्ना केली. 'मल्हार आया' आरोळ्या घुमल्या आणि पुरुषामात्रांनी दिल्लीचा रस्ता धरला. पातशहाची बेगम, मलकाजमानी ओरडून म्हणाली, "मल्हार कहाँ है?" आम्ही धावलो.पेंढारी, लुटारी दूर करून पाचशे स्वारांची चौकी दिली. मलकाजमानी मातोश्रीस बहुत श्रम झाले. पेंढाऱ्यांनी बायकांना हात लावताच त्यांना कापून पुढे गेले. रक्षणास पहारे बसवून आलो.

अहिल्याबाई... आम्ही जाटांविरूद्ध झुंज घेतो... तिकडे दादासाहेब साठ लक्ष घेऊन जाटाशी सलूख करायचे मनसबे करतात... माझ्या प्रतिज्ञेस सहाय्य करणे सोडून सिंदे जाटाशी भाईचारा करतात... यास काय म्हणावे? ज्यास आम्ही माणूस केले त्याने, माझ्या खंडूचा घास घेणाऱ्यास, शासन ना करावे हे विचित्र आश्चर्यच !

तुम्ही स्वस्थ चित्ते असावे. आता तुम्ही आम्हांस पुत्रासमान... अतएव आदरार्थी वचन वापरणार... यापुढे निरंतर! तुम्ही सालंकृत फिरत होता तेव्हा लक्ष्मीरुप घरात वावरते ऐसे वाटायचे... आता आपणास ऐसे देखणे, या दशेत बघणे कष्टप्रद याची जाणीव यावी... रात्र रात्र निद्रा लागावी... तो एका रात्री स्वप्नात सरस्वतीने रुप दाविले. ती शुभ्रा बघून मनी आले, "ठीक आहे... आता तुम्ही सरस्वतीरूपे आहात. प्राक्तने जे केले ते भले मानावे यातच सुख! सहामासी श्राद्धास इंदुरास येत आहे. तुम्ही आहात तर

अवघी दौलत आहे, हे ध्यानी घेऊन वर्तावे. सर्वत्रास लोभ, आशीर्वाद सांगावा...''

बाईजींनी पत्र वाचले. स्वारासंगे पत्रे रवाना केली. त्यात बादशहाने हिंगणेमार्फत लिहिलेले सांत्वनाचे पत्र, सुरजमल जाटाचे क्षमायाचनेचे पत्र, श्रीमंतांचे सांत्वनपत्र अशी अनेक पत्रे होती... त्या क्षणापासून बाईजीही अहिल्येस, 'अहिल्याबाई' म्हणू लागल्या. अहिल्येस विलक्षण जड वाटले.

चौंडीहून माहेर लोटलं होतं. कढउमाळे आवरता आवरत नव्हते... आईला बघून अहिल्येच्या आठवणींना खळ नव्हता... अगदी पहिल्या रात्री आईने वर्णन करून सांगितलेले प्रेम... जे कधी भेटलेच नाही!... तेथपर्यंत आठवणी... ते बाळंतपण... चौंडी... देवालय... नदीकाठी... वाळूची शिवलिंगे!

...सहामासी श्राद्धाचा विधी सुरू झाला. मालेरावास श्राद्धविधिस बसलेला बघून अवघ्यांचे मनीपोटी कालवत होते. अहिल्या... शुभ्र वस्त्रे नेसून पांढऱ्या घोंगडीवर बसलेली... श्राद्धविधी ऐकत होती. खंडेरावांच्या मृत्यू पावलेल्या पूर्वजांची नावे घेऊन झाली... मग खंडेरावांबरोबर सती गेलेल्या बायकांची नावे घ्यायला सुरुवात झाली... नावे घेऊन संपली तरी शबनम, शकीना यांची नावे आली नाहीत. अहिल्येने शास्त्र्यांना थांबवून विचारले, ''स्वामींबरोबर ज्या मुसलमान कंचनी, शबनम, शकीना सती गेल्या त्यांची नावे श्राद्धविधीत कशी नाहीत अंतोशास्त्री?''...

सगळे एकदम चूप झाले. मंत्रघोष थांबला. ब्राह्मण एकमेकांकडे टकमक बघू लागले. अंतोशास्त्री, राघोदास, पुराणिक, अंबादास पुराणिक मुके झाल्यासारखे गप्प झाले. अहिल्येने विचारलं, ''काय झालं हे? एकदम असे गप्प का सगळे? थांबलात का? बाईजी... हे असे गोठून का बसले?'' त्यावर अंतोशास्त्री बाईजीजवळ जात काहीतरी हळूहळू बोलले. बाईजी अहिल्येजवळ आल्या म्हणाल्या, ''अहिल्याबाई... त्या... त्या बायका यवन... अन्य धर्माच्या...''

''मग? म्हणून काय झाले? त्या स्वामीसंगे जळून गेल्या इतके आपल्याशी नाते पुरेसे नाही? मरण पत्करणाऱ्या त्या थोर नव्हेत? नाती काय केवळ धर्मानीच बांधली जातात? चराचरात ईश्वर बघायला सांगतो ना धर्म? मग? ज्या स्वामीसंगे जळून राखचिमूट झाल्या, त्यांच्या नावे दोन पळ्या पाणी सोडणे जमत नसेल तर... तर बंद करा हा श्राद्धविधी... बंद करा! त्या यवन कंचनींचंही श्राद्ध होणार असेल तरच...

बाईजी, मल्हारराव शास्त्री - पुराणिकांकडे बघू लागले. ते पुढे होत धीराने

म्हणाले, "देवी... यवन स्त्रीचे श्राद्ध आपल्या धर्माज्ञेत बसत नाही..."

"कुणी केल्या या धर्माज्ञा? ईश्वराने तर नाही ना?... मग शोधा मार्ग त्यातून. त्यांनाही जीव होता... आत्मा होता... हे तर मान्य? आपली जातपात सोडून त्या स्वामीसंगे गेल्या हेही मान्य?... मग त्यांच्यासाठी दोन पळया पाणी सोडणे तुमच्याने होत नसेल... तर... तर... मला असेच मौलवीच्या दारी जावे लागेल. त्या पोरींचे श्राद्ध केल्यावाचून मी अन्नाला शिवणार नाही."

सगळं वातावरण तंग झालं! कुणी काही बोलेना. ब्राह्मण हातातल्या पळया पंचपात्रात ठेवून रिक्त बसले. अखेर अहिल्या उठली... मल्हाररावांकडे जात म्हणाली, "मामंजी, आपणच यातून बुद्धिवाद सांगावा. नाहीतर मालेरावास संगे घेऊन मौलवीच्या दारी जावे... आपल्या ब्राह्मणांना श्राद्ध करणे होत नसेल तर दुसरा रस्ता बघणेच आले."

मल्हाररावांना अहिल्येचे काही पटत होतं... काही पटत नव्हतं... ते दुग्ध्यात पडले. त्यावर अहिल्या पुढे म्हणाली, "मलकाजमानींना आपण 'मातोश्री' म्हटलंत ! धर्म नाती जोडतो की तोडतो?"

ती याद येताच मल्हारराव ओरडून म्हणाले, "अंतोशास्त्री, त्या दोघी यवन स्त्रियांची श्राद्धे करा... घ्या त्यांची नावे... सोडा पाणी त्यांच्या नावे..."

"आणि ईश्वरास धर्माचा जवाब काय देऊ?... उद्या इंदुरातले ब्राह्मण मज वाळीत टाकतील... मारतील..." अंतोशास्त्री असे म्हणताच, मल्हारराव म्हणाले, "तर मग तेव्हा तडक या वाड्यात वसतीस या... कुटुंबासह? बघू या तुम्हांस कोण काय करते ते!... आणि ईश्वरास काय जाबसाल देणे असेल तो आमच्या नावे टाका... अहिल्याबाईंचे बोलणे खरे तर आहेच... धर्माचे रुप क्षुद्र नव्हे... अहिल्याबाई... सांगा बरे त्यांची नावे..." ... अहिल्या या पाठिंब्यामुळे सुखावली. ती तृप्ततेने म्हणाली, "हं म्हणा... शबनम खंडेराव होळकर... सकीना खंडेराव होळकर... अहिल्येचे हे रूप बघून ब्राह्मण चर्चा करीत राहिले... नातेवाईकांनी नाके मुरडली... दुसरे दिवशी इंदुरात चर्चेस अनेक फाटे फुटले. बाईजी, हरकुबाई यांना मनातून आनंद झाला. राघोदास पुराणिकाचा मुलगा अंबादास पुराणिक हे तेज बघून चकित झाला... आपल्या या भावी यजमानिणीचे अभिष्ट चिंतू लागला... त्यांना यश मिळावे अशी प्रार्थना करू लागला.

जयाप्पाच्या इरेमुळे मारवाडातले राजकारण बिघडत चालले. रामसिंग हा दुबळा होता. त्याचं राज्य त्याचा चुलता बखतसिंह याने पाच वर्षांपासूनच बळकावले होते. तेव्हापासून रामसिंगाने शिंद्यांच्या मागे निकड लावली होती. परंतु कुंभेरीस खंडेरावांच्या मृत्यूनंतर प्रतिज्ञाबद्ध झालेल्या मल्हाररावांच्या पाठीमागे उभे न राहता जयाप्पा शिंदे मारवाडकडे निघून गेले. परंतु तरी रामसिंगाचे काही

चालेना. शिंदे त्याच्या बाजूने ठाण मांडून बसले तरी! बखतसिंह हा शूर लढवय्या होता. अखेर रामसिंगाच्या सासूने त्याच्यावर विषप्रयोग केला व त्यास मारले. त्या कृत्यामुळे चिडलेल्या रजपुतांनी बखतसिंहचा मुलगा विजयसिंह यास गादीवर बसवले व रामसिंगास हाकलून दिले. विजयसिंहाचा सासरा म्हणजे जयपूरचा माधोसिंह. त्याला मल्हाररावांनी गादी मिळवून दिली होती. मल्हाररावांमुळे मराठे त्याला मदत करतील ही त्याची अपेक्षा... परंतु जयाप्पा शिंदेवर शिंदेने रामसिंगाची बाजू घेतली. होळकरांविषयीच्या चुरशीने व पैशाच्या लालचीने त्याने हे वैर घेतले... अन् मेडत्याजवळ तुंबळ युद्ध... हे सर्व राजकारण अहिल्याबाईस समजावून देत मल्हारराव म्हणाले, "विजयसिंहाचे वकील पेशव्यांकडे गेले... पण श्रीमंतांचा जयाप्पा शिंदेवर अति विश्वास... ते शिंद्याविरुद्ध काही करणार नाहीत... अवघे पैशांचे लालची... अहिल्याबाई, आता आपल्या दरबारी त्यांचे वकील आले आहेत. त्यांनी आपली मदत मागितली... त्यांच्या गुप्तचरांचे हाती श्रीमंतांनी शिंद्यास लिहिलेले पत्र पडले... ते पत्र असे आहे, "जयाप्पा शिंदे यांस... आपल्या इरेमुळे रजवाड्यांचे राजकारण बिघडत आहे. युक्तीने कार्यसिद्धी करावी. मल्हाररावजी होळकरांना हरप्रकारे आपल्या मायेत राखून ठेवावे. जास्त वैर ना वाढवणे... सरदारांनी एकमुठीने राहणे अवश्य!"... अहिल्याबाई, खाली श्रीमंत नानासाहेबांचा सहीशिक्का आहे... नागोऱ्यास धूमसान लढाई आजही चालू आहे. मी शिंद्यांविरुद्ध कसा लढू? शिंदे आणि आम्ही एका श्रीमंतांचे सरदार... त्यांनी लाज सोडली... आपणही कशी सोडावी?" अहिल्याबाई सारं जीवाचे कान करून ऐकत होत्या. मल्हारराव पुढे म्हणाले, "तिकडे अयोध्येतही सुजाउद्दौला गादीवर आला. माझ्या मनी काशी प्रयाग ही आपली क्षेत्रे आपले हाती घ्यावी ऐसे... पण ही क्षेत्रे मऱ्हाठीयांची शेंडी इतका बुद्धिवाद तर शुजाही जाणतो. थोडी चाल करताच काशीच्या ब्राह्मणांच्या सुंता करीन म्हणाला... हे नुसतं ऐकलं मात्र अन् काशीचे अवघे ब्राह्मण शेंड्या ओढत पेशव्यांच्या दरबारी पोहोचले असे तर यांचे शौर्य!" यावर अहिल्याबाई हसत म्हणाल्या, "अहो, निःशस्त्र ते बिचारे... काय करतील?" यावर चिडून मल्हारराव म्हणाले, "त्यांनी सुंता केल्या तर आपण त्यांच्या दाढ्या कापून घेऊ इतकी खात्री नको?"

"मामंजी... आपले मंदिर पाडून औरंग्या तिथे मशीद बांधतो... जनलोकांस खात्री यावी कशी?... त्यांना आधार वाटायला नको?"

"अहिल्याबाई, रोहिल्यांचे स्वारीचे वेळीसच आम्ही तिथे पुनःश्च मंदिर बांधायचे कामास सुरुवात केली... तर अवघे आपले तालेमाले सांभाळून पेशव्यांचे आम्हांस त्वरित पत्र, "काशी जिकण्यांचे भरीस ना पडावे अन्यथा लक्ष ब्राह्मण मरतील."... अहिल्याबाई, आम्ही काय बांगड्या लेवून बसलो होतो?" अहिल्याबाईस

हे धर्माचे कोडे सुटता सुटत नव्हते... मंदिर पाडायचे, मशीद बांधायची... मशीद पाडायची, मंदिर बांधायचे... 'मेले हो... पृथ्वीचे पाठीवर तेवढी एकमात्र जागा की काय? तिची पाठ तो उदंड... पण लेकरांचे हे धर्म... लढाया शिकवणारे!

एक दिवस मुक्ताने अहिल्याबाईपुढे दोन सुंदर वस्त्रे आणून टाकली. एक अबोली रंगाचं... त्यावर जरीच्या मोहक कोयऱ्या होत्या. अन् दुसरं पोपटी रंगाचं, त्यावर बारीक गुलाबाची फुलं भरलेली होती... वस्त्रांचा तलम रेशीमपोत अतिशय मृदु, मुलायम होता. फार किंमती कापडे होती ती! ती कापडे नाचवत मुक्ताबाई म्हणाली, "मातोश्री... आम्हांस याची चिरडी चोळी करा... कराल ना?..."

"हे काय? कुणी दिली ही तुम्हाला? कधी दिली? तुम्ही का घेतली?"

"वा, वा... आमच्या भावाने दिली... मग घ्यायची नाही वाटतं आम्ही?"

"काय सांगता? मालेरावांनी दिली?" अहिल्याबाई आश्चर्याने म्हणाल्या.

"मग होयच मुळी! पुसा हवं तर... आम्ही झूट नाही काई बोलत!"

मुक्ता गाल फुगवत म्हणाली... अहिल्याबाई तशाच बाजूच्या वाड्यात गेल्या. मुख्य इमारतीच्या एका बाजूस खाशांच्या खोल्या होत्या. तिथेच मालेरावासही आता खोली देण्यात आली. अहिल्याबाई अचानक आलेल्या बघून मालेरावांचे मित्र घाबरून उभे राहिले... काही पळून गेले... समोर सोंगट्यांचा पट होता... बाजूस कवड्यांचे दान टाकलेले होते. अहिल्याबाई हे बघून थक्कच झाल्या. मालेरावास म्हणाल्या, "वा मालेराव... वा तुमचे मित्र! तुम्हांस एकटे टाकून पळून जाणारे हे तुमचे मित्र? मित्र काय फक्त मजा करण्यापुरते?... आणि हे काय मांडलंत तुम्ही? या सोंगट्या... हा पट... मुक्ताबाईस दिलेले कापड... कुठून आणलेत तुम्ही?... बोला ना? कुठे मिळालं हे सारं?"... अहिल्याबाईंना उत्तर देण्याच्या ऐवजी मालेराव धूम पळून गेला. अहिल्याबाईंनी राघोजीस पाठवून त्यांना पुन्हा परत आणलं. त्याला जवळ घेत म्हणाल्या, "आईस... मातोश्रीस असं भितात का कुणी?"

"पण आम्हाला भीति वाटते... बाबासाहेब सुद्धा तुम्हाला भ्यायचे!"

"पण कुणी सांगितलं मुला तुला?... बरं... तू मला भ्यायचं नाही... अगदी खरं खरं सांगायचं... काही वाईट असेल तरी सांगायचं! चुका सुधारायच्या असतात... मालेराव... तुम्ही नीट मार्गी लागावं... हुशार व्हावं... खोड्या करू नये... म्हणून रागावते मी! तुम्ही जर छान छान वागाल तर कशाला रागवेन? सांगा बरं कुठून आणलं हे सगळं?"

"आम्हाला मेण्याच्या गादीखाली सापडलं. पट आणि सोंगट्या!"

"आणि कापड? ते कुठे मिळालं?"

“कापडे मला त्या आयांनी दिली होती... मुक्ताबाईस देण्यासाठी!”

“मालेराव... मग त्यांनी कापडे मुक्तालाच का दिली नाहीत? तुमच्याजवळ का दिलीत?”

“आम्ही रोज त्यांचे महाली जायचो... आम्हांस त्या मातोश्री आवडायच्या...

“मुक्तेसही घेऊन जायचे तुम्ही?”

“ती येत नसे... तिला तुम्हीच आवडायच्या... मग बाबासाहेब म्हणायचे... की आमच्या पुत्रात आमचं रक्त आहे...”

अहिल्येला मनी किळस आली... छी:... काय हे बोलणं... निरीक्षण करत होती तोच तिला काहीतरी लपवल्यासारखं दिसलं. तिने तडक जाऊन पाहिलं... तो... तो मद्याचा बुधला होता. तसे बुधले तिने रणांगणावर रिकामे केले होते... तो वास... आकार, रंग! ती मटकन खाली बसली. तिच्या घशातून आवाज निघेना... कशीतरी म्हणाली, “मालेराव, खरं सांगा मी शिक्षा नाही करणार... खरंच नाही हो... यावेळी माफ करेन... पण पण कुठून मारुन आणलंत हे अवघं? स्वामींच्या महालातून? हे कापडही तेथूनचे ना? बोला ना मालेराव... का हरदुतर्फेनं छळता?”...

पण मालेराव एक शब्दही बोलेना... आणि अधिक निरीक्षण करताना अहिल्याबाईंना आता तर सारा सरंजाम तिथे दिसला. तबल्याची जोडी, सारंग, घुंगरू...! त्यांनी दचकून घुंगुरू उचलले.

“हे... हे कशासाठी मालेराव?”

“सहज... आम्हांला त्याचा नाद फार आवडतो मातोश्री!”

“आणि... आणि या बुधल्यातलं सरबत... ते... ते... घेता तुम्ही?”

“मातोश्री... ते काही सरबत नाही... मद्य... मद्य आहे म्हणे... म... म... माझे मित्र... मी... मी नाही... मला आवडत नाही!”

“म्हणजे तुम्ही ते चाखलंत? कधी... अहो... अजून दहा वर्षं वय तुमचं... आणि तुम्ही चाखलं?”... मग तिला तो दिवस आठवला... ज्या दिवशी होळकरांचे राज्य स्थापन झालं... तेव्हा तेव्हा आपण होतो... किती बरं... नऊ दहाच्या आणि स्वामी? ते असतील बारातेराचे... पण त्या दिवशी दिवसभर... दिवसभर झोपून होते...

...ही याद येताच ती तडक निघाली आणि मल्हाररावांना आणि बाईजींना घेऊन आली. त्यांना अवघ्या चीजवस्तू दाखवत म्हणाली, “बाईजी... केवळ सहा महिने... केवळ सहा महिन्यात हे इतकं भयंकर घडू शकलं... हे असे दुर्गुणाचे कंद होऊ लागले. महालातील नको ती चीजवस्तू इथे आली.... कुणीतरी जबरदस्त आहे मामंजी... हे सारं आपोआप तर येऊन ना पडले... मला चिरंजीव आटोपणे नाही... आपणच त्यांचा जाबसाल घ्यावा... मी मुक्तास

घेऊन वाड्यात जाते... माझा जीव संतापाने कोळसा होईल... मजला शेकत शेकत मऊ बोलणे अशक्य आहे मामंजी...'' ...आपण काय ते करा.''

अहिल्या निघून गेली. मल्हाररावांनी, बाईजींनी मालेरावांना खूप उपदेश केला. मुक्तेसाठी वस्त्रे, मद्य, वाद्ये हे अवघं कुणालाही न पुसता सवरता मालेरावांनी व त्यांच्या मित्रांनी आणलं तरी कधी?... इतकंच नव्हे तर एका चांदीच्या डब्यात घुटीसुद्धा होती. 'ती एवढीशी खायची असते' हे मित्रांनी पाजळलेलं ज्ञानही मल्हाररावांस कळलं. हल्ली झोपेचं प्रमाण का वाढलं हे लक्षात यायला वेळ लागला नाही. बाईजी म्हणाल्या, ''अवघी बापाची लक्षणे... अरे आईचा एखादा अंश घेता तरी कल्याण होते बाबा तुझे!.... मालेराव... आता तरी जाणते व्हावा. अहिल्याबाईस आधार तुम्हीच... तुम्हीच ऐसे वागलात तर वेल मांडवावर जाणार कशी? अहो, तुमचा जन्म झाला तेव्हा हत्तीवरून पेढे वाटले ते का अशासाठी?''

मल्हाररावांनीही बहुत प्रकारे बोलणे केले. त्यांच्या खोलीस ताळा ठोकून मल्हारराव त्यास घेऊन मुख्य इमारतीत आले. मालेरावांची खोली बदलली. मित्रांना बंदी घातली... ज्या सुदाम्या नावाच्या मित्राने मालेरावास हे मंत्र दिले, त्यास बोलावून मल्हाररावांनी भरपूर चोप दिला. 'पुन्हा वाड्यात पाऊल टाकशील तर तंगडी मोडीन' म्हणून सांगितलं. सर्वांनी कंबरा कसल्या. मालेराव ही एकमेव आशा... अहिल्येस तिथे पराभव घेणे नव्हते. ती झडझडून कामाला लागली. तालीमखाना, खुराक, शिक्षण, त्याच्यावर निगराणी ठेवण्यासाठी अंजना, रेणूची नेमणूक केली. राघोजीस सर्व सूचना दिल्या. मालेरावांना दौलतीलायक करणे हेच प्रथम कर्तव्य प्राप्त झालं... अहिल्येने मालेरावांचा धसका घेतला... मनात पुन्हापुन्हा विचार येई, 'आपल्या दैवी काय आहे'... याचं उत्तर इतर कुणाला नाही तरी, नियतीला पूर्ण माहीत होतं!

वर्षश्राद्ध पंधरा दिवसांवर आलं... आणि मल्हाररावांनी एक लखोटा अहिल्येपुढे ठेवला... ''घ्या... तुमच्या बंधूंचा लखोटा... आम्हांस होता... अतएव वाचला. अहिल्या वाचू लागली... मजकूर श्राद्धाबाबत होता... 'सहामासी श्राद्धाप्रसंगी मुसलमान कंचनींचेही श्राद्ध झाले... त्या मुस्लीम स्त्रियांचा प्रसाद आम्ही सर्वांनी खावून बाटावे असे का तुमचे मनी? वर्षश्राद्धही त्यांचे होणारच! ताईसाहेबांस आपण काही अपूर्व करतो याचेच समाधान हवे असेल तर त्यांनी धर्मही स्वीकारावा... आम्हांस श्राद्धास येणे नाही!...

... हा मुख्य मजकूर... खाली शहाजी चौडीकर ऐसी सही!...

... अहिल्येने लखोटा मल्हाररावांच्या हाती दिला. त्यांनी विचारले,

“अहिल्याबाई... आता कसे? ... काय जवाब धाडायचा?”

“त्यांस कळवावे, ‘आमच्या कृत्यात फरक होणे नाही... ही केवळ माणुसकीची बात आहे... अन्नास बाट कसा येतो हे आम्हांस कळत नाही... ज्या स्वामींसंगे जळून गेल्या त्यांचे श्राद्ध होणारच... आपली मते कवटाळून आपण यावे ना यावे... तुमच्या मनी येईल तैसे करावे... आम्ही काही अपूर्व करतो ऐसा आमचा दावा नाही... धर्म माणुसकीस्तव आहे इतके आम्ही जाणतो... कळावे...”

... मल्हाररावांना अहिल्येचा कणखरपणा पाहून मनातून आनंद झाला. ‘माहेर’ ची बात आली की स्त्री नरम येते हे त्यांना माहीत होतं... ... पण ‘अहिल्याबाईंची अवघी बात अलग’ असं म्हणत ते फडणिशीकडे गेले.

श्राद्धासाठी अवघे कुळगोत जमले. चौंडीतून आई आणि महादजीमामा आले. शहाजी आणि वडील आले नव्हते. मुस्लीम स्त्रियांसकट श्राद्धविधी पार पाडला... अंतोशास्त्री, राघोदास पुराणिक व त्यांचा पुत्र अंबादास पुराणिक यांनीच श्राद्धविधी पार पाडला. इतर ब्राह्मण आले नाहीत... कुणी आजारी... कुणी गावास गेलेलं... कुणाच्या घरी अडचण... पण अहिल्या जाणून होती. नातलगांनी सरळ प्रश्न केला, “अहिल्याबाई... धर्म बुडवायला का निघालात तुम्ही? अहो, साक्षात श्रीमंतांच्या मस्तानीबाईंचंही श्राद्ध आम्ही ऐकलं नाही अन् या कोण कुठल्या शबनम... सकीना... अहो, आम्ही तर तुमच्या धार्मिकतेचे डांगोरे ऐकत होतो!” यावर अहिल्याबाई शांतपणे म्हणाल्या, “हे बघा, तुम्हा सर्वांना मी एकदाच आणि शेवटचे सांगते... मी धार्मिक आहे... धर्मांध नाही... म्हणूनच शबनम... सकीनाचं स्वामींशी असणारं नातं मला अमान्य करता येत नाही... ज्या स्वामींसंगे जळून गेल्या, ज्यांनी त्यांच्यावर जीव झोकला... ज्या सती गेल्या त्यांचं नातं तुम्ही तरी अमान्य करता का?’...

यावर घोळक्यांनी ठिकठिकाणी चर्चा होतच राहिली. त्यात कुणीतरी ठासून म्हणालं, “खरं तर सती जाण्याचा खरा धर्म अहिल्याबाईंचा होता... तो पतिव्रताधर्म कुठे गेला?”...

हे ऐकलं मात्र आणि मल्हाररावांनी रुद्रावतार दाखवला. अहिल्येनेही आजवर कधी ना पाहिला, ना देखला. ते ओरडून म्हणाले, “खबरदार... यापुढे ही चर्चा झाली तर... अहिल्याबाईंना आम्ही सती जाऊ दिलं नाही... पुन्हा कुणी ‘सती’ हे अक्षर जीभेवाटे काढले तर त्या व्यक्तिस मी आग लावून देईन... आग..!” ...

मग सगळा वाडा चूप झाला. पाहुण्यांनी गाशा गुंडाळायला सुरुवात केली... हळूहळू वाडा रिकामा झाला... आणि त्याच दिवशी भूमका उठली की, ‘खंडेरावांच्या महालात अमावस्येला रात्री भर बारा वाजता घुंगरांचा आवाज येतो.’... सगळं घर हादरलं. खंडेरावांच्या पिंडाला कावळा शिवला नव्हता या घटनेनं आधीच धास्तावलेलं घर एकदम भयग्रस्त झालं. रेणू, अंजना, राघोजी, भागोजी... सर्वांनीच घुंगुरांचा

आवाज ऐकला. ही सगळी विश्वासातील माणसं, खोटं तरी कशासाठी बोलणार? अहिल्याही हे ऐकून चरकली. सगळ्या इंदुरात ही बातमी वणव्यासारखी पसरली. त्या बाजूस कुणी फिरकेनासं झालं.

तोवरच दोन अशुभ बातम्या इंदोरात येऊन थडकल्या. जयप्पा शिंदे सारख्या शूर सरदाराचा विजयसिंहाने खून करवला होता. आंघोळ झाली की क्षणभर डोक्यावर धोतर टाकून डोळे मिटून तो उभा राहात असे. तो क्षण साधून, भिकाऱ्याच्या वेषात आलेल्या मारेकऱ्याने, टपून बसून जयप्पावर घाव घातले... आणि दुसरी कटू बातमी होती, माधोसिंहाने पेशव्यांचे वकील गोविंद तमाजीस विषप्रयोग केला होता.

दोन्ही बातम्यांनी मल्हारराव श्रमी झाले. 'आमचे अन् शिंद्यांचे जुग फोडून नरद मारवली... शूर मोहरा गेला' असे म्हणत बहुत कष्टी झाले. अन्नपाण्यास शिवेनात की बोलेनात... अहिल्या, बाईजी आग्रह करून थकल्या... केवळ दूध घेतले... एकाएक मल्हारराव एक दिवस उठले. अहिल्येस म्हणाले, "अहिल्याबाई, आता आमचे मन लागत नाही आम्ही वाफागावास जातो. तिथून चांभारगोंदियास जाऊ... शिंद्यांकडे मातंगपोशीस[१]... आमच्या मनी उदासी... भाऊपण मोडले."

"मामंजी... एक बोलू? शिंदे नागूऱ्यास एकलेच पडले. आपण वा रघुनाथदादांनी उपराळा केला असतात तर ही वेळच येती ना..."

"कुंभेरीस त्यांचे जाटास अभय देणे त्यास शोभले की काय? ते उचित होते? आमचा पुत्र त्यांचा कुणीच नव्हता? आमची घोर प्रतिज्ञा ऐकून त्याने आमच्यापाठी राहायचे की रामसिंगाचे पगडीभाई बनण्यास जायचे? जाटाशी भाईचारा करायचा? मित्रद्रोह करीत कूचाच्या नौबती दिल्या. आमचे मनी हजार इंगळ्या डसल्या. कुणास बोलावं? आम्हांसही विजयसिंहाचे वकीलाचा संदेश आला होता. अहिल्याबाई, त्यास आम्ही हेच उत्तर दिले की, आम्ही एक्या खावंदाचे चाकर! त्या द्रोही शिंद्यांच्या विरुद्ध लढलो नाही हेच बहुत केले. ज्यास आग लागली त्यासच कळते... तरीही जीव नाही. सखारामबापूंसह आम्ही 'पुष्कर' पर्यंत गेलो. निरोप सिंद्यास दिला की, 'उपराळ्यास येतो... राठोडांचा फडशा करू!' पण आमचे दैव असे की त्यातही सिंद्यांना दगाबाजी वाटली... कपट वाटले. फेरनिरोप दिला, 'आता सोबत्यांशी[२] तिळमात्र प्रपंच करणे नाही.' त्यानंतरही पेशव्यांनी कळवले, 'मल्हाररावांस मायेस घेऊन तह करा. वाळूचा प्रदेश, उन्हाळा पुढे ठाकला... तेव्हा तह करा'... पण जिद्दी... अहंकारी... छाती फुटोन गेला." ...मल्हारराव, आणखी उदास झाले. आपली मैत्रिक तोडणाऱ्या दैवाचा राग आला. 'शिंदे-होळकर दोघे एकत्र येतील तर यशाचेच झेंडे लागतील'... सारे ऐसे वानीत... पण पंखावर वार करून गेले...

---

१) मातंगपोशीस - दुखवट्यासाठी २) सोबत्यांशी - होळकरांशी

उडावे कसे? ... गौरी-गणपती झाले आणि मल्हारराव अहिल्याबाईंवर सर्व कारभार सोडून दक्षिणेकडे निघून गेले.

"आता हे राजपूत मराठ्यांचे वैर समूळ मोडणारे कुणी मातब्बर माणूस दैवाने इकडे धाडावे... अन्यथा महाप्रलय होणे चुकत नाही. रजवाडे आता कपटनीतित वाकबगार झाले... लबाडीस लागले. गोविंद तमाजीस मारले... आणखी मनी केव्हा कपट उठेल... दैव जाणे!... रघुनाथराव उत्तरेत... पश्चिम किनाऱ्यावर तुळाजी आग्र्याचे प्रकरण... औरंगाबादेत मातलेला बुसी... हे सारे कसे आवरायचे? निजामशाहीत तर चित्तशुद्ध स्वच्छ भाषा, सत्य, औषधालाही ना उरले. पाच वर्षांपूर्वी तर पेशव्यांच्या पाच लक्षाचा खजिना अब्दुलखैराने लुटला... अन् रामदासपंताकडे पोहोचवला होता. गाजीउद्दीनचे राजकारण बनताबनता बिघडले..." अहिल्येचे विचार चालूच होते.

आज वैधव्यदशेनंतर प्रथमच बाईजींच्या परवानगीने अहिल्या फडणिशीकडे निघाली. हरकुबाई म्हणाल्या, "अहिल्याबाई... मन स्वस्थ नसेल तर विश्राम करा..."

"हरकुआई... मनाचे लाड आता कुठवर पुरवावे? वरीस सरून गेलं... हिसाब-किताब पाहिले नाहीत. कुऱ्हाडीचा घाव तर अवघ्यांवर... त्यातून मामंजींचे जिव्हारी शिंद्यांच्या मृत्यूचा घाव... तरी कर्तव्य जाणून गेले. मी तर आता केवळ दौलतीसाठीच जगले... तेच आता करणे आहे... नाहीतर डेऱ्यांचे केवळ दांडे उरतील. मालेरावकडे विशेष लक्ष द्यावं... इतकं अंगावर घ्या... मी निघते बरं !"

अहिल्येसाठी पांढऱ्या घोंगडीचं आसन होतं तिला अलंकारविहीन पाहून सगळी फडणिशी कासावीस झाली. पण ती नेकबंद कामास लागली. सायंकाळपर्यंत खतावण्याचा चार वितींचा ढीग तिने तपासला.

सायंकाळी घरी येताच तिने स्वच्छ हातपाय धुवून देवाचं दर्शन घेतलं. आज राघोदासांचा मुलगा अंबादास प्रथमच महाभारत वाचणार होता. ते ऐकून हरकुबाई म्हणाल्या, "अहिल्याबाई, यापरीस रामायण बरे की! महाभारत म्हणे देवळीच वाचावं... घरात वाचू नये."

"का? ज्ञान कुठेही निषिद्ध नव्हे आई!"

"महाभारत म्हणजे अवघी भाऊबंदकी... घरातलेच कज्जे... घरातलेच बखेडे... जायदादीचे कलह..."

"आपले बोलणे तर खरेच... पण कलह, खणाखणी, मसलती, कोचवणी, हे तर अवघे राजकारणांचे खेळ! त्याखेरीज राज्ये चालणार कशी?"

"पण महाभारताची बाधा ग्रासते म्हणे घराला... आम्ही आपलं ऐकलं ते बोलतो..."

"आपण त्यास महाग्रंथ म्हणून गौरवावे अन् त्यावर ऐसा कलंक लावावा

हे खरे नव्हे. ही तो अज्ञांनी उठवलेली भूमिका! त्यात राजकारणी ज्ञान पानोपानी! मी तर समग्र वाचून बसले. हे वाचन तर आपणासाठी!''

''वाचिलेस की काय तू? मग त्याचे मर्म तरी काय म्हणायचे?'' हरकुआईंनी उत्सुकतेने आणि कौतुकाने विचारले.

''आग लागण्यापूर्वीच काष्टे उचलून फेकावीत... लढाईस तोंड लागण्यापूर्वीच समेट करावे... समेटाने, सलूखाने, एकमुठीने राहण्याने सुख लागेल... एकदा मात्र आग लागली, खणाखणीस तोंड लागले, तर केवळ मनुष्यसंहार!''

''शहाण्या हो अहिल्याबाई तुम्ही! औक्षवंत व्हा'' हरकुआई समाधानाने म्हणाल्या. तोवर अंबादास पुराणिक आले. त्यांचे सोबत एक मांत्रिक होता. अहिल्याबाईंनी आश्चर्याने त्याजकडे पाहिले. अंबादास म्हणाले, ''मातोश्री... हा मांत्रिक! भूतपिशाच्च... बाधा बहुत जाणतो.''

''मग हा इथे कासया आला? आम्ही तर काही कुणास बुलावा दिल्याचे आम्हांस स्मरत नाही. मांत्रिकाचे इथे कामच काय?''

यावर चाचरत अंबादास म्हणाले, ''मातोश्री, कैलासवासी खंडेरावजींच्या महालाविषयी शहरात काही भयंकर अफवा... खरेखोटे आपणास काय कळते? काही अनर्थ असल्यास तो निवारावा एतदर्थ...''

''त्याची तजवीज आजच नको! आम्हांस वाटेल तर आम्ही बुलावा धाडू... थोडे दिवस अजून जाऊ द्या!

''मातोश्री... यांची शक्ति बहुत तेज... अप्रतारणीक अवघे सिद्धीस नेतील. यांचे अंगी साक्षात मल्हारी मार्तंड अवतरतो! आपण तर परम धार्मिक...''

''अंबादास... गीता काय सांगते? नैनं छिन्दन्ति शस्त्राणी...

मग आत्म्याची गती जर अशी आहे... तर.... तर या गोष्टींची सूत्रे जमावी तरी कशी?''

''मातोश्री... ही अभद्र योनी अमलात आहे... अस्तित्वात आहे... म्हणूनच ना श्रीमंतांनी दोन पगारी अंमलदार या भूताखेतांच्या बंदोबस्तास राखले आहेत.''

''अंबादास... श्रीमंतांचे पदरीही बदसल्ला देणारी माणसे नाहीत असे नाही. आम्ही तर हे सारे भयग्रस्त मनोरुग्णांचे किंवा कच्च्या काळजाच्या लोकांचे खेळ समजतो. स्वार्थासाठी बळे पिकवलेल्या घटना मानतो. त्यातून आमचा समज जर झूट निघाला तर आम्ही जरूर यांना बाइज्जत पाचारण करू! आज मात्र यांना रजा द्या आणि महाभारतास प्रारंभ करा''... अहिल्याबाई आत आल्या. त्यांचे मनसामर्थ्याचे ओझे जणू अंबादासांवर येऊन पडले. त्यांनी बिचकत बिचकत कथेस प्रारंभ केला..

चार दिवसांनी अवस होती. अहिल्याबाई हरकुआईंना म्हणाल्या, "आई... तुमचं मन पक्कं आहे ना? तुम्ही मजसंगे स्वामींचे महाली येणार हे तर नक्की ना? बघा हं... विचार पक्का केला ना? मी तर जाणारच आहे... स्वामी भेटले तर बरंच... सरळ त्यांनाच प्रश्न करते सगळे! आणि त्या कंचनी भेटल्या तरी विचारते, "बायांनो... तुमच्यासाठी आणखी काय करू? सांगाल ते करीन...! त्या रात्री कुणास ना कळता सवरता... ही वार्ता यत्किंचितही फुटू ना देता... आपण दोघींनी तिथे जाऊन झोपणे आहे... फक्त बाईजींस सावध राखणे..."

"अहिल्याबाई... मी आहे हो तुमच्या पाठीशी... माझं मेलीचं आता काय व्हायचंच? ना पोटी ना पाठी... सर्व तजवीज गुप्तपणे करते... तुम्ही निश्चिंत राहा... बघू तरी एकदा ही भूते!"...

अवसेची रात्र... अहिल्या आणि हरकुआई देपाळेश्वरी जाण्याचे निमित्त करून बाहेर पडल्या... आणि खंडेरावांच्या महाली, किनखापी पडद्यामागे मुग्धपणे बसून राहिल्या. अवतीभोवती हळूहळू किर्र काळोख दाटू लागला. जवळ मेणबत्त्या, काडेपेटी, काठ्या, मार्तंडाची उदी, देवाचं तीर्थ, गोमूत्र... सगळी व्यवस्था करून दोघी बसल्या. किनखापी पडद्यातून बाहेरच्या महालाचे दृश्य सहज बघता येईल असे होते. पडद्यामागे मात्र अंधार... एक मोठा पलंग... त्याखाली या दोघींना लपायला भरपूर जागा... बाईजींनी ठरल्याप्रमाणे बाहेरून कुलूप लावले होते. रात्री बारा वाजता काय घडते तेच बघायचे होते... वेळ जाता जात नव्हता. या महालाच्या अनेक आठवणी... ऋतुशांतीच्या त्या पहिल्या रात्रीपासून तर शेवटच्या शुभ्र पातळातील ती अखेरची भेट... अनेक आठवणींची दाटी... खरंच का स्वामींचं... त्या कंचनीचं भूत बघावं लागेल? भूतयोनी असेल?... दोघीजणी मार्तंडाचा जप मनचे मनी करत स्वस्थ होत्या. ११।। झाले... हृदयात ठकठक सुरू झाली... डोक्यात गरगर... डोळ्यांत काजळी अंधार... रातकिड्यांची किरकिर... मधूनच घुबडाचा घुत्कार... एखादा पिंगळा वातावरणावर ओरखडा काढत चित्कारत जाई...! या दोघी कानात प्राण आणून साचूल घेत होत्या... आणि कुठून तरी सर्र... सर्र आवाज आला.. अगरबत्तीचा, धुपाचा धूर आल्यासारखा वाटला... दोघींची छाती धस् धस् करू लागली. त्यांनी एकमेकींचे हात दाबले... थंड थंडगार... हात... पाय ! बारा वाजायला आले... अन् हळू... हळू... हळू... घुंगराचा आवाज येऊ लागला. आधी चालत चालत आल्यासारखी लय होती... छुम् छुम्, छुम् छुम् ... ती हळूहळू वाढत चालली. आता तर दोन आवाज घुमू लागले... "सबनम... सकीना... नृत्य करा नृत्य" ... आवाज घुमला आणि या दोघींना दरदरून घाम सुटला. अंगावर सरसरून काटे आले. अहिल्येने विचार केला... 'तसेही आपण सती ना गेलो. आयुष्यात पतिव्रता धर्म पाळणे होते म्हणून स्वामींना कधी अधिक उणे बोललो नाही.

स्वामींचे रंगढंग सगळे यथास्थित चालले. मनाचे सारे शौक पुरे केले... तरी तृप्ती ना होता, पिशाच्यरूपे मज त्यांचे मनी छळणेच असेल तर आम्हीही जुम्मस[१] ना खावी. काय तो वोळंबा[२] मजवर देणे असेल तो स्वीकारू! पण आता मागे फिरणे नाही... काय तो सोक्षमोक्ष'... असा पक्का विचार करून त्या मेणबत्ती पेटवण्यास धडपडल्या आणि काडेपेटी हाती घेतली. घुंगरांचे आवाज टिपेस गेले होते. वाड्यातले रेणू, अंजना, राघोजी, भागोजी सारे अवसेस खाली गोळा होतात हे अहिल्याबाई जाणून होत्या. आजही ते असणार! हे खलबत जाणणाऱ्या फक्त बाईजी... त्यांचा होश उडालेला असणार... काळजीने त्या अर्धमृत होणार ही सगळी चित्रे मनात येऊन अहिल्येस आणि हरकुआईस ताण असह्य झाला. अहिल्याबाईंनी निमिषार्धात मेणबत्ती पेटवली अन् त्या धैर्याने पडद्याबाहेर आल्या... हरकुआई श्वास रोखून बघत राहिली...पडद्याबाहेर जाताच समोरचे दृश्य अहिल्या डोळे विस्फारून बघत राहिली...अहिल्येच्या तोंडून चित्कार निघाले, अन् तिची शुद्ध हरपली... हरकुआईची दातखीळ बसली... घुंगरांचे आवाज थांबताच बाईजी सर्वांना घेऊन वर आल्या' महालाचे कुलूप काढले... बेशुद्ध पडलेल्या अहिल्याबाईंना आणि हरकुआईंना घेऊन सगळे मुख्य इमारतीत आले. राजवैद्यास बोलावू गेले. पिशाच्ययोनी, भुताखेताच्या कथांना ऊत आला... हे धारिष्ट्य म्हणजे अगदी अतीच झाले असे जो तो बोलू लागला. द्वारकाबाई म्हणाल्या, "अहिल्याबाईंना स्वामींनी काही महाकारणे रक्षिले... त्यास जर भूतबाधा झाली तर सुभेदारांना उत्तर काय द्यावे बाईंनी? हे कसले भलते साहस?"

बनाआई तर अतीच चिडल्या, म्हणाल्या, "आधीच त्या मुस्लीम रांडांची सुद्धा श्राद्धे झाली... देव कोपणार नाही तर काय? अहो धर्म लिहिणारे काय मूर्ख होते की काय?... यांना आता एखाद्या दत्तस्थानी न्यावे लागणार... महाराष्ट्रात गाणगापूर म्हणून ऐकले... त्याची कीर्त ऐसी की कसेही भूत असो ते तिथे निघते..."

भागोजी म्हणाला, "लै दिसापून अवसंला आमी ह्ये घुंगूर ऐकतो... आमची दातखीळ वाजाया लागते... पन मातोश्रींनी तर लई धाडस केलं जी! आमी पुरुष असून बी थरथर कापतो"...

राघोजी बोलला, "म्या रेणूजवळ धा डाव सांगितलं की, मातोशरीले सांग... आपण काही मंतरतंतर वाल्याले बलावू... काही निंबू... कोंबडं कापू... पण तिला बी लई भेव वाटे बोलाचं... अंजना बी तशीच!"

रेणू... अंजना तर नुसत्या थरथरत होत्या... बोलतानाही दात कडकड आपटत होते. एकीकडे राजवैद्यांची चाटणे चालू झाली. कांदा सुंगवणे, पाणी मारणे हे तर चार वेळा झाले... अहिल्याबाई उठून बसल्या... गर्दी दचकून चार पावले मागे

---

१) जुम्मस खाणे - घाबरणे   २) वोळंबा देणे - दोष देणे

सरकली... त्या उठल्या, अन् भिंतीशी डोळे मिटून, मान टाकून बसल्या. त्यांना बोलावंसं वाटत नव्हतं. ''लई पक्क धरलेलं दिसतंया'' कुणीतरी बोललं. नृत्य आणि घुंगरांचे ते आवाज अजूनही अहिल्याबाईंच्या कानात घुमत होते... अन् ते आवाज करणारी पिशाच्चे... ती घरातीलच होती... मालेराव आणि त्याचा तो नतद्रष्ट मित्र सुदामा... हे त्या कुणाला आणि कसं सांगणार होत्या? हरकुमावशींना तर हे काही कळलंच नव्हतं. अहिल्येची किंकाळी ऐकूनच त्यांची दातखीळ बसली. अहिल्येस बघताच हे दोघेही खिडकीचे दार उघडून, मागच्या मागे पळून गेले... अहिल्येच्या मनी आले, ''मेले हो... हेका पुत्र म्हणायचे? राक्षस पोटी आला... कुणी पाठी येऊन छळावे... कुणी पोटी येऊन छळावे... आमचा योग ऐसाच असावा!... अहिल्याबाई - हरकुबाई सावरल्या. गर्दी कमी झाली. फक्त बाईजी तिथे तेव्हा कुठे हरकुबाईंनी विचारलं, ''अहिल्याबाई... तुम्हाला खंडेराव, शबनम... सकीना तिघंही दिसले?''

अहिल्याबाईंनी निःश्वास सोडला... आणि फक्त त्या दोघींनाच घडली दिसली हकीगत सांगितली... हे शल्य सांगतांना त्यांच्या मनास पिळवटा पडला...!

इंदुरभर या गोष्टी गेल्या. महालातले घुंगूर... त्याच्या कथा, या साऱ्याशी अहिल्येचे 'सती' न जाणे जोडले गेले. पण त्या बिचारीचे मन रोज सती जात होते... पुन्हा जिवंत होऊन दौलतीचे व्यवहार सांभाळत होते, हे फक्त बाईजी जाणत होत्या. अहिल्येचं मन विटल्यागत झालं. कशालाच अर्थ उरला नव्हता. बाईजी आणि अहिल्याबाई, दोघींनीही मालेरावास आणि सुदाम्यास सज्जड दम भरला. त्यांना कृतकर्माची लज्जा वाटेल ही भाबडी आशा धरून त्या तिघींनी मालेराव अन् सुदाम्याचे हे कृष्णकृत्य झाकून ठेवले. कुठे शब्दाचाही बोभाटा केला नाही. त्यांनी ठिकाणशीर बसावे म्हणून नाना तऱ्हांनी समजावले. त्यांच्या जबाबदारीची जाणीव दिली. त्यांना पंतोजींच्या आणि बाईजींच्या स्वाधीन करून अहिल्याबाई पुन्हा कामकाज पाहू लागल्या.

असंही दीड वर्ष गेलं. महालातले घुंगुरांचे आवाज बंद झाले. 'मंत्रतंत्राशिवाय पिशाच्चे गेली हे अहिल्याबाईंचे पुण्य' असं आता इंदोरात बोलले जाऊ लागले. घुंगुर वाजले... 'तर अहिल्या सती गेली नाही म्हणून!' बंद झाले तर 'अहिल्येचे पुण्य म्हणून!' ''जनलोकांचं मन कळणं बहुत कठीण... मेल्याचं काही उमजायचं नाही... केव्हा कौतुके करतील अन् केव्हा शेणगोळे फेकतील... आपण नेक चालीनं चालावं इतकं खरं!'' अहिल्याबाई मनाशी म्हणत... कामास लागत.

मल्हाररावांचं पत्र आलं अन् फडणिशी अहिल्याबाईंप्रमाणेच तरतरून आली. पत्रात मजकूर होता...

'श्रीमती अहिल्याबाई प्रति, मल्हाररावांचा आशीर्वाद...

जयप्पा शिंदेच्या दुःखाने छाती फुटून आम्ही दक्षिणेत आलो... तो सावनूरकर निजामाने आमच्या पक्षातला मुझफ्फरखान आणि मुरारराव घोरपडे यास फितूर केला व आमच्या कर्नाटकाच्या अवघ्या कामगिरीवर पाणी फिरवायचे मनी आणले. आम्ही कळवले, 'त्या दोघांना काढून लावा अन्यथा सावनूरचा फडशा करू' ... अखेर? अखेर तेच! भीषण संग्राम... दोन महिने मोर्चे लावले आणि एक दिवस एकाएकी हल्ला करून चारशे गारदी कापले. तीनही गढ्या हस्तगत केल्या. अहिल्याबाई, ते समयी आम्ही बुसीच्या विलायती तोफांची करामत देखली. सावनूरवर १। लाख गोळा मारला. सारा तट जमीनदोस्त... मुराररावास सावनूरपक्षात अलग केले. गुत्तीची जागीर दिली. दहा लक्षाचा मुलूख लाभला.

एक कथा दिल फोडणारी... सोबत्यांसंगे दिलजमाई करावी एतदर्थ आम्ही चांभारगोंदियास गेलो. दत्ताजी शिंदे घरास आला होता, त्यास संदेश दिला, जयप्पा शिंद्याचं दुःख मनी मावेना, वाटलं पोटाशी धरून लहान थोराचं समाधान करावं... सांगावं... सांगावं 'दत्ताजी... जयप्पासारखं रत्न आता होणे नाही' ... पण आमचं मन कोणाला कळतं? सिंद्यांकडून निष्ठूर जाबसाल आला' "आता तुमची भेट स्वर्गीच होणे आहे"... बहुत श्रमी झालो. श्रीमंतांनी मध्यस्थी करून, शिंद्यास समज देऊन समेट घडवावा ते ना घडले. उरी जखम बहुत खोल झाली. चित्तशुद्धि होणे कठीण! पीळ अधिक घट्ट झाला. मार्तंडाची इच्छा !

'गौतमाचे मनी नातवांच्या सोयरिकीचे असेलच! आता मालेराव बाराचे तर मुक्ताबाई नऊ वर्षांच्या झाल्या. उभयता मसलत करून ठेवावी.'

... पुढे रणनीतिचा मजकूर होता... तो अहिल्याबाईंनी कसातरी वाचला. परंतु मालेरावांचं लग्न म्हणताच छातीत धसधस झालं. ती भीतिने थरकून गेली. कुण्या अश्राप, निरागस पोरीचा गळा या पोराबरोबर बांधावा? तिच्या सर्वांगावर भीतिचा काटा उठला. तेवढ्यात गंगोबातात्या म्हणाले, "बाईसाहेब... भिल्लाचा उपद्रव तो बहुत असह्य झाला... मुसाफिरास आणतात... यात्रेकरूंच्या कुटुंबकबिल्यावर केव्हाही हल्ले होतात. डेरे राहुट्या लुटतात... माणसांस प्रवासाचा भरवसा नाही..."

"गंगोबातात्या... या भिल्लांची इतकी हिंमत कैसी?... यास सरंजामदारांची साथ आहे... लुटीतला हिस्सा त्यास मिळतो तात्या... आमच्या गुप्तचरांकडून उदईकच ही वार्ता आम्हांस कळली. ... तात्या... सर्व सरंजामदारास खलीते द्या... लिहा, 'कुणाचाही भिल्लांशी संबंध आहे ऐसे लक्षात आल्यास सरंजामी रद्द होईल... मग कुठलीही सबब ऐकली जाणार नाही. आमचे गुप्तचर याचा शोध घेत आहेत आणि घेत राहतील."... आणि वाटा वाटांवर गस्ती फौजा, प्रत्येकी सहा

स्वारांची ठेवा... त्यांचे काम एकच, वाटसरुस विनात्रास पुढच्या गस्तीफौजेच्या हद्दीत पोहोचवणे. तशी नाकी व ठाणी बांधून घ्या... याविषयी चर्चेसाठी दोन प्रहरी बांधकाम... बांधकाम प्रमुख आणि भारमलदादा आणि गोविंदपंतांना बुलावा धाडा...''

''पण भारमलदादा आज इंदोर मुक्कामी नाहीत...

''तर विसाजीस बोलवा... पण हे कार्य अविलंब अमलात यायला हवे... हे मेले भिल्ल... आमच्या राज्यात यात्रेकरुस लुटतात? लाज वाटली पाहिजे आपणास याची तात्या... शरम वाटली पाहिजे! ... यात्रेकरुंना लुटणारे कुपूत या राज्यात आहेत... शिवशिव!'' ...अहिल्याबाई बोलल्या अन् त्याच क्षणी त्यांना जाणीव झाली... 'आपल्याही पोटी कुपूत'...

अहिल्याबाई उदास होत्या. गस्ती फौज ठेवूनही भिल्लांचा उपद्रव सरत नव्हता. त्या बाईजींना, ''भिल्लांचा उपद्रव बहुत मातला बाईजी... किती मसलती केल्या त्या व्यर्थ झाल्या. कुणी शौर्याला साजेसा उभा राहात नाही. मामंजी सदैव परमुलुखी... इथले सरदार एकतर मसलतीत गुंतलेले किंवा भिल्लांना अभय देऊन लुटीचा वाटा घेणारे... हा गुंता कसा सोडवावा?''

''आम्ही काय सांगणार? चार पक्वान्ने सांगा... करून टाकू.'' बाईजी हसत बोलल्या.

यावर अहिल्याबाई विचार करून म्हणाल्या, ''माझे मनी एक कल्पना... आपण मामंजीचा लखोटा तर वाचलात. मुलांच्या लग्नाच्या कल्पनेनेच मी हादरले बाईजी... पण एक तरतूद मनी आली. पूर्वी कन्येच्या विवाहात 'पण' लावत... तसा आपणही लावावा.' 'जो भिल्लांचा उपद्रव नाहीसा करील... त्याचेशी मुक्ताचे लगीन होईल.' ... म्हणजे निदान एक तरी साधेल... बाईजी, जावई तरी शूर मिळेल. दौलतीचे कामी उपयोगी येईल!''

''गोष्टी तर मोठी नेकसल्ल्याची! आम्ही अवश्य विचार करतो. उदयीकच आपणास सांगतो! काही मातब्बर घराणी पण नजरेपुढे आहेत.''

''बाईजी... घराणे मातबर पण माणूस बरे हवे ना? प्रतिष्ठेशी का लगीन लावायचं? त्यापरीस शूर माणूस देखणे... मुक्तेशी लग्न झालं की तो होळकरांचा जावई... त्यास प्रतिष्ठेस काय कमी बाईजी?

''तुमचे खरे अहिल्याबाई, पण जनलोकांत घराण्याची प्रतिष्ठा मानतात. लोकांत असेच होणार की सुभेदारांचा नातजावई घरादाराचा नव्हे... यांनाच जावयास कामास लावावे लागले. त्यास अंकित करून ठेवले!''

''बाईजी... आपले लगीन आपल्या वडिलांनी शौर्याशीच केले ना? तेव्हा त्यांनी कुठली प्रतिष्ठा देखली? कुठले घरदार देखले? पोरक्या भाचाचे निधडे

शौर्यच देखले ना? कदर गुणांची करावी की धनाची?''

''अहिल्याबाई... आम्ही हरकुबाईंचा सल्ला घेतो... तुम्ही सासऱ्यास लखोटा पाठवा... त्यांची सलाह घ्या. त्यांसी मसलत करा!''

''ते तर बादशहा, पेशवे यांचा जिम्मा घेऊन बसलेले. 'आम्ही लौकरच येत आहोत' ऐसे लिहितात, त्यात खरे किती मानावे? तलवारबाजी तर हमेश पाठीशी लागली आहे. बाईजी तलवार गाजती अन् तेज असेल तर प्रतिष्ठा मागती चालतच असते. म्हणूनच एखादा शूरवीर...''

''आम्ही समजलो अहिल्याबाई, तुमच्या मनीचे... तुमच्या मनी आहे तैसेच होईल. मामंजीना पुसा म्हणजे अवघे नीट पडेल.''

''आता समक्ष येतील तेव्हाच! ही बात पत्रोपत्री कैसी लिहावी?''

दुसऱ्या दिवशी फडणिशीत जाताजाताच अहिल्याबाईंनी राघव, लक्ष्मण, गंगोबातात्या, सामाजी यादव, गणेश विठ्ठल, भारमलदादा, गोविंदपंत या सर्वांस एकत्र बोलावून, सुभेदार लौकरच येणार असल्याची वार्ता दिली आणि ती गणेश विठ्ठलास पत्र सांगू लागली... ''गणेशा विठ्ठला, घ्या लिहून...'' चिटणीस, कारभारी लिहून घेऊ लागले.

> अखंडित लक्ष्मी अलंकृत, राजमान्य राजेश्री सरदार विठाजी बुळे यांना आदरपूर्वक सांगणे की,
>
> मुलुखाचे आसपास यात्रेकरूंची तक्रार हमेशा आहे. ते तर सुरक्षित नाहीत. भिल्लांची धामधूम बहुत मातली. उपद्रव करतात. स्त्रीमात्रांचीही भीड मर्यादा, मुर्वत लाज ना ठेवते झाले आहेत. ज्या मातीत धार्मिक यात्रेकरूस वा सामान्य प्रवाशास एकाएकी लुटारूस तनधन देणे पडते त्या मातीत दुर्लौकिक चारी दिशा जाणार! दगाबाज भिल्लांचा पुरा बीमाड करणे बाजूस ठेवून काही सरदार लुटीचा हिस्सा घेतात ही दुर्दैवी बाब आमचे कानी आली. त्यात आपण नसाल ही खातरजमा तर आहेच! परंतु यापुढे अधिक दक्षता घेऊन अविलंब सिताबस्वार ठेवावे. मुसाफिर वा यात्रेकरू ज्या भागात लुटला जाईल त्याची जिम्मा त्या भागातल्या मातब्बरावर राहील. त्यास लूट तर भरून द्यावी लागेलच वर सरकारास दंड भरावा लागेल हे बोलणेसही कटू, परंतु कर्तव्यास अन्य पर्यास नसे... अधिक उणे क्षमस्व! आज्ञा सुभेदारांची... लेखनिक अहिल्याबाई... लेख सीमा!

''गणेश विठ्ठल या पत्राच्या प्रति काढा आणि सरदार वाघ, लांबाहाते, चितरकर, ढमढेरे, भागवत, कदम, सितोळे, पुरंदरे वगैरे पंधराही सरदारास जाऊ

द्या. जो तो उपद्रव देतो. दगाबाजीचा हुन्नर चालवतो. ऐशा वर्तावाने राज्य कसे चालावे? तलवारीच्या शौर्यावर लाभलेले राज्य राखणे हो तो साऱ्या कर्तव्याची एक बात... एक ध्येय... एक काम!''

''आजच सांडणीस्वार रवाना होतील. चिंता ना करावी. सुभेदार तर आपणास जाबसाल पुसणार... आपण भरोसेदार राहा... पत्रे रवाना करतो! '' गणेश विठ्ठल म्हणाले.

अहिल्येस समाधान वाटले. तिने हिशोबाची खतावणी पुढे ओढली. ... थोडा वेळ लोटला असेल... आणि तेवढ्यात एकदम गर्दीचा कोलाहल ऐकू आला. ती चमकली... उठून गावाक्षातून पाहू लागली तर अवघा जमाव वाड्याच्या मुख्य इमारतीच्या बाजूसच होता... ती कागद आवरून तशीच निघाली. येण्याचा रस्ता फारतर चाळीस वारांचा... पण तिला मैलाप्रमाणे दूरचा वाटला. वाड्याच्या पुढील प्रशस्त अंगणातच मालेराव एका मित्रास चाबकाने फोडीत होता... जिथे एकदा तिनेही मालेरावास चाबूक हाणले होते... आणि वरच्या महालातून स्वामींनी... अहिल्येने मान झटकली... मालेरावाचा चाबूक चालू होता... फटाक्... फटाक्... बाईजी, हरकुआई, रेणू, अंजना सगळे भवती... पण कुणीच कसं त्याला आवरत नाही? अहिल्या धावत आली... मित्रास दूर ओढलं... एक चाबूक तिच्यावरच ओढला गेला... फटक्...! धक्का बसल्यासारखा मालेराव थांबला.

''मातोश्री... म... मातोश्री आपण?'' आणि अहिल्या काही बोलायच्या आत सर्व गर्दी फोडून धूम पळून गेलासुद्धा! अहिल्येचा स्वत:वर काबू राहिला नाही. संताप आटोक्याबाहेर गेला. तिचा आवाज पिचला तरी ओरडत ती म्हणाली, ''काय? इथे अवघे नामर्द आहेत? एकालाही या द्वाड मालेरावास तन देणे जमले नाही? त्याचा हात धरणे जमले नाही? या दुर्दैवी पोराचा मार थांबवण्यास कुणी समर्थ नव्हते? अवघे काय केवळ देखत राहिले? हा दुर्निवार बालहट्ट की अनाठायी मानमरातब? मला तर बहुत किलाफ उपजला. मग त्या दुर्दैवी पोरास धरून ती बाईजींजवळ आली. आज तिचे मनी बाईजींचाही क्रोध दाटला. म्हणाली, ''बाईजी... आपण तर दोन चाबूक मालेरावास ओढू शकत होता ना?''

हरकुमावशी होत्या... द्वारकाआई... बनाआई... सारे इथे! मी फडणिशीत क्षोभ ऐकला अन् धावत सुटले. याचा गुन्हा तरी काय?''

''मालेरावाची विट्टी याचे हातून तुटली इतकेच घडले...''

''मालेराव कसला?... त्याची लायकी काय? नुसता राक्षस... दोन सणसणीत हाणायच्या की जन्माची याद राहिली असती!''

''तेवढं होत नाही आमच्याकडून... तेवढाच एक दिवा घरचा!''

''बाईजी... ज्यास तुमच्या दिवट्याने मरेइतके बडवले तोही कुण्या घरचा

दिवाच आहे. दिवा काजळला तर घासावा लागतो ना? मी आज त्यांसी अन्न देत नाही. विट्टीसारख्या नादान गोष्टीसाठी इतकी जरब? ही खोड बरी बाईजी? ज्याचे हाती सत्ता आज उद्या येणे आहे त्याची असली जलाली हजारो माणसे मारील... ही आग वेळीच आवरणे असेल तर यास कडक शासन होणे अवश्य... माझा क्षोभ आपण समजून घ्या बाईजी... त्यास आधी माणूस केले पाहिजे, त्यास्तव शिस्तीत राखले पाहिजे... एक कृपा करा बाईजी... मजवर किलाफ न करावा... आम्ही मजबूर आहोत...'' असं म्हणत अहिल्या बाहेर पडली ती चाबूक घेऊनच! मालेराव पळालेल्या खोलीकडे ती नजर ठेवून होती. ती आत गेली, अन् चाबकाच्या फटक्यांचा आणि मालेरावांच्या किंचाळण्याचा आवाज वातावरणात घुमत राहिला. बाईजी म्हणाल्या, ''अहिल्याबाई झाल्या तरी काय करतील... मेला राक्षस पोटी आलाय त्यांच्या! मार्तंडा... कुठे ही गुणाची खनी आणि कुठे हे कुलांगार कार्ट ! तुझ्या दरबारी न्याय नाही रे मल्हारी, न्याय नाही!''

मल्हारराव आले ती आनंदाची वार्ता घेऊनच! आल्याआल्या ते म्हणाले, ''अहिल्याबाई... प्रथम साखरपेढा आणा... आम्ही मालेरावांसाठी मुलगी बघून आलो. बादबरसात लग्ने उरकून जाणार! तुम्हांस सून आणि जावई देऊन जाणार !...म्हणजे आमचा बोजा हलका!''

''आणि आमचा बोजा भारी!'' अहिल्या हसत म्हणाली खरी, पण त्या कुठल्या न पाहिल्या न देखल्या पोरीसाठी तिचा जीव आक्रंदन करू लागला. आपलेच प्राक्तन सुनेच्याही कपाळी... छे: असं ना घडो! पण वरवर म्हणाली, 'मुलीचं वय काय? कुणाच्या घरची?

''अहो, आपल्या बाहाडाची लेक मैना[१]... ते सगळं आम्ही अजमावून आलो. आम्ही तुम्हांस पाहिलं तेव्हा काय पाहिलं होतं अहिल्याबाई? ... फक्त डोळ्यातलं तेज... बस्स... तसंच डोळ्यातलं तेज... टपोरे कमळासारखे निर्व्याज, निरागस स्वच्छ, नितळ डोळे!''... तेवढ्यात बाईजी आता नातसून येणार या आनंदात पेढ्यांचं ताट घेऊन आल्या. त्यांच्याकडे बघत मल्हारराव म्हणाले, ''मुक्तेचं आधी आणि नंतर मालेरावांचं... दोघांची एका पाठोपाठ करायची लग्ने ! मुक्तेच्याच वयाची मैनाबाई असेल... मुक्ता द्यायची मैना आणायची इतकंच! नावं काहीही असो... आम्ही तिला लक्ष्मीच म्हणणार! सोयरे उदयीक येत आहेत... सगळं

---

१) मालेरावांच्या दोन स्त्रिया - मोठी बाहाडांची मैना आणि दुसरी वाघ यांची पिरता मल्हारबा लग्नासाठी निरोप घेऊन गेले - बाळाजी राव २ (मराठी रियासत पा. १४२)

नक्की करून, मग मुक्तेसाठी एखादं मातब्बर घराणं...''

तेवढ्यात अहिल्याबाई म्हणाल्या, ''मामंजी, मी आपल्या स्नानादिकाचं बघते.''... अहिल्या त्या नितळ, टपोऱ्या डोळयांच्या त्या मैनेच्या प्राक्तनाचा विचार करीत राहिली... डोळे भरून येत होते... ती आतच कामे उरकीत राहिली.

बाईजी हळूच मल्हाररावास म्हणाल्या, ''अहिल्याबाईंचे मनी तर मुक्तेविषयी काही वेगळंच...''

''आमचा आमच्या सुनेवर भरोसा... जशी धुणीपाणी असतील तसे होईल... अहिल्याबाई वावगे काही करणार नाही. आम्ही येताच त्या सरबराईस लागल्या. कामात कुठे कुचराई नाही... ना घरात ना फडणिशीत! बोला काय आहे त्यांचे मनी? कुणाचा लेक? कुठलं घराणं?''

''लगीन घराण्याशी नाही... शौर्याशी करायचं असं त्याचे मनी उमेदीच्या शूरासंगे करायचं... जो भिल्लांचा उपद्रव रोखण्याचं शौर्य दावेल त्याच्यासंगे करायचं... आपण माळव्याचे सुभेदार... आपली सोयरीक सरदार घराण्याशी असावी... पण अहिल्याबाईंचे मनी असे खूळ आले.'' बाईजी थांबल्या... पतीच्या मनाचा अंदाज घेऊ लागल्या. मल्हाररावांचे चेहऱ्यावर तर आनंदाचे कारंजे! त्यांनी ओरडून हाक मारली, ''अहिल्याबाई''... मग टाळी वाजवताच आलेल्या रेणूस म्हणाले, ''कुणीतरी अहिल्याबाईस बुलावा द्या''... मग बाईजींना म्हणाले, ''अहो, इतकी मोठी मसलत सुचायला जातीवंत मुत्सद्याचं मन लागतं ! हे तर आम्हांसही कधी सुचलं नाही. शूर जावई कसा कळायचा? मातब्बर घराण्यातले मूल शूर असेलच अशी खात्री असते? आपले मालेराव... आहेत शूर? आम्ही तर आमचा हा कंठा आज अहिल्याबाईस देणार! आमची दौलत त्याच नमुदास आणतील.''

''आणि तो भिल्लांचा दरोबस्त करणारा जर म्लेंछ, रोहिल, पठाण निघाला तर? धनगर समाजाचा नसेल तर?'' बाईजींनी विचारलं. मल्हारराव किंचित विचारात पडले. ... मग त्यांनी बाईजींनाच विचारलं, ''हा प्रश्न अहिल्याबाईंनाच विचारायचा तुम्ही! नाही विचारला?''

''विचारला ना?... त्या... त्या म्हणाल्या...''

''काय म्हणाल्या?'' मल्हाररावांची उत्सुकता शिगेस पोहोचली.

''त्या म्हणाल्या, 'सद्‌गुणास जात नसते... शौर्याला जात नसते. अन्‌ पुढे मलाच विचारलं, 'सांगा प्रकाशाला जात आहे? सूर्यचंद्रांना जात आहे? पाण्याला जात आहे? आकाशाला जात आहे? वाऱ्याला जात आहे? पंचमहाभूतांनाही जात नाही... त्यांच्यापासूनच हा देह... आपले निर्माण!'' ... आता याला आम्ही काय उत्तर देणार? त्यांच्या बोलण्यापुढे आमचा तरी मुकाबला चालत नाही. अवघे बिनतोड बोलणे. आम्ही तरी काय बोलावं? आता आपणच हे घर पाहावे... त्यांना

समजावीस द्यावी कुठेतरी समेट घडवावा. आम्हांस यवन वा रोहिला नातजावई म्हणून चालणे जरा कठीणच!''

''तुमचेही बरोबर... आम्ही तजवीज करतो. पण अहिल्याबाई 'आभाळ' आहेत हे तुम्ही जाणून असा. त्यांच्या मुत्सद्देगिरीशी आमचाही मुकाबला नाही... आम्ही हे रांगडे धनगर... 'अडाणी' याअर्थी जनलोक धनगर शब्द योजतात.. पण आता त्याचा अर्थ बदलावा लागेल तो अहिल्याबाईंमुळे! मुत्सद्दी म्हणजे धनगर असा शब्द रुढ होणे अदृष्टात आहे. तेवढ्यात अहिल्याबाई आल्या. पाठीवर चाबकाचा वळ ठुसठुसत होता... मनात मोठमोठ्या डोळ्यांच्या त्या मैनेचे भविष्य ठुसठुसत होते. अहिल्याबाईंच्या हाती आपला कंठा ठेवत मल्हारराव म्हणाले, ''अहिल्यादेवी... आम्ही तुमच्या मनसुब्यावर खूष आहोत. आमचा नात जावई 'अर्जुन' असेल.'' अहिल्येचा आनंद थोर होता.

पुढचा बराच वेळ स्नान, पूजा, जेवण, माणसांची खंदळ यात गेला. दुपारची विश्रांती झाली. अहिल्याबाई दुधाचे पेले घेऊन आल्या. म्हणाल्या, ''आपली मर्जी असेल तर सावनूरची वार्ता ऐकण्याची मनास घाई झाली आहे... पत्रातून काय कळते?''

''अहो, उद्या सोयरे यायचे... त्याविषयी काही विचाराल असं वाटलं. वधू येणार, तिजविषयी काही पृच्छा असेल असं वाटलं.''

''ते तर आपल्याच शिरी आहे. आपण नातसून पाहिली... आता आम्ही काय विचारायचं?''

''बरं बरं!'' मल्हारराव हसत म्हणाले... ''सावनूरला तंटाच असा झाला. आमची दोन माणसं मुझफरखान आणि मुरारराव घोरपडे निजामाने फितूर केले... आमचा कर्नाटकाचा मनसबा बुडीत होऊ लागला... मग पेशव्यांनी सज्जड ताकीद केली. विठ्ठल शिवदेव, जानोजी, मुधोजी, भोसले, आपल्या शेट्याजी खराटे, आम्ही, स्वत: श्रीमंत... फडशा पाडला सावनूरचा! मुरारराव तर आजकाल बहुत मुखत्यारी करून श्रीमंतांचे चाकरपण झुगारू लागले, मग कारवाई प्राप्तच!''

''मुख्य खांबास भोवताली तुम्ही खेळ खेळा... पीळ पक्काच होणार! खांबाशी फटकून खेळ करणाऱ्यास हाकलणे प्राप्त!'' अहिल्याबाई म्हणाल्या. बाईजींच्या डोळ्यात सुनेच्या कर्तृत्वाचं, शहाणपणाचं कौतुक उजळलं.

''आम्ही विलायती तोफखान्याची अन् हैद्राबादकरांची वाट बघत राहिलो. आपली फौजही मातब्बर... सलाबतजंग आणि बुसी आले मात्र अन् असा मारा केला की मार्तंड जाणे! त्रिवर्ग शत्रू क्षीण झाले. दहा लक्षाचा मुलूख.''

''मामंजी, हे सारे पत्राद्वारे आम्ही जाणतो... आम्हांस हव्या काही विशेष कथा... खास गोष्टी... त्याचा आम्हांस भविष्यात फायदा होईल.''

“तेच सांगतोय अहिल्याबाई, आम्ही दोन गोष्टींचा चमत्कार देखला...”

“आम्हांस सांगा... असे चमत्कार करणे आम्हांस बहुत भावते!”

“मार्तंडाने आपल्या हाते घडवावे हेच तर आम्हीही वांच्छितो. पहिला चमत्कार म्हणजे अनुबाई घोरपडे!... त्यांचं स्वत:चं पथक होतं, अहिल्याबाई आणि त्याचं नेतृत्व त्या खुद्द करीत होत्या... म्हणजे स्त्रियांनीही आता पथक तयार करावं... मसलतीत भाग घ्यावा... पथकप्रमुख व्हावं... यास अटकाव नाही!”

“आपल्या कृपेने आम्ही ते अवश्य करू. त्वरित स्त्रियांचे वर्ग इंदोरमध्ये चालू होतील याची खातर बाळगावी... दुसरा चमत्कार?”

“तो चमत्कार म्हणजे बुसीच्या ताकदवान तोफा! आम्ही स्तंभित झालो. त्याची कारागिरी शिकण्यासाठी आपला एक अव्वल हिरा तेथे ठेवून आलो.”

“भले! त्यांनी ताशेरा सरबत्तीचा तपशील आणि धातुगोळ्याच्या बनावटीची अक्कल आणली तर आपणही इथे एकाचे शंभर हिरे कराल! ‘माणूस तयार करावा तो आपणच’ अशी आपली ख्याती काय उगाच आहे?”

... इतके बोलणे होतच आहे तोवर तात्याजी, सामाजी यादव, गणेश विठ्ठल, भारमलदादा, वगैरे कारभारी आले. सायंकाळी सरदार मंडळी सुभेदारांच्या मुजऱ्यास येणार होती. हा निरोप व भेटण्याची व्यवस्था पण सिद्ध करूनच ते आले होते. अहिल्येला आपण सरदारांना धाडलेल्या पत्रांची आठवण आली. पण ती काहीच बोलली नाही. आता तिचं सगळं लक्ष त्या सून म्हणून येणाऱ्या दुर्दैवी मुलीकडे लागलं. तिच्याकडे बघताबघता आपल्या डोळ्यांत पाणी तर येणार नाही ना अशी चिंता लागली. किती स्वप्ने उराशी घेऊन येत असेल ती पोर! आपण सुभेदारांच्या वंशातील राजपुत्राची राणी होणार... मल्हाररावांची नातसून! हा वाडा... हे ऐश्वर्य! सारं बघून वेडावून जाईल पोर! मालेराव सद्वर्तनी असते तर आज आपल्या आनंदास पारावार नसता... पण पोटी हा दिवटा आला... तिच्या भरल्या छातीतला दीर्घ निःश्वास तिला अनेक प्रश्न विचारीत होता. ती उद्याच्या तयारीस लागली. बाईजी दागिने, परवंट बघू लागल्या. हरकुबाईंनी चाकरांना हंड्या, झुंबरे पुसायला जोडले. गालिचे झटकले गेले. लोडतकियांच्या खोळी बदलल्या गेल्या. मखमली पायघड्या अंथरण्यात आल्या. अत्तरांनी दिवे भरले गेले. गुलाबदाण्या तयार झाल्या. फुलवाल्यास निरोप गेले.

रात्रीच्या जेवणानंतर मल्हारराव म्हणाले, “सरदारांना तुम्ही पाठवलेली पत्रे पाहिली अन् तुमच्या मनसुब्याची याद आली. अवघ्या सरदारात तुमचा मनसुबा जाहीर करून टाकला. ‘भिल्लांचा उपद्रव निवारेल तो आमचा नातजावई होईल’... आता कानोकानी वार्ता फैलेल - जावई घरी चालत येईल.”

“पण मामंजी, येक गोस्ट आमचे ध्यानी नाही आली... मुक्ता नऊ वर्सांची

म्हणजे जावई १५-१६ चाच असणार! तो काय दरोबस्त करणार?''

"मग आपण थांबू थोडे दिवस... आम्ही तलवारीस लागलो ते वीस वर्षांचे... आणि गौतमा तर चिमुरडीच होती... अशीच बारातेराची! आपणही वीस-एकवीसचा जावई बघू... काय बिघडते?'' ... यावर अहिल्या मुग्धच राहिली. जावयापेक्षा सुनेच्या विचारानेच तिचं मन खिन्न झालं होतं. मालेराव दुपारपासून झोपून होते. गुटीचा मंत्र सुदाम्याने भरपूर दिला होता. ना लढाईचं आकर्षण ना युद्धकथांचं! 'बापापेक्षाही सर्व दुर्गुणात अग्रेसर आहे हे मेलं कार्ट... याचं कसं लग्न करावं?'... अहिल्याबाई उदास बसून राहिल्या. बाईजी हातात एक लिंबोळी रंगाचं सुंदर परवंट घेऊन आल्या. त्याला गर्द हिरवा जरीपदर, काठ होते. अंगभर जरीच्या कुयऱ्या होत्या. वेलबुट्टी तर नजर ठरू नये अशी मोहक... तेजस्वी! ते अहिल्याबाईंपुढे टाकत त्या म्हणाल्या, "ओळखा बरं हे कुठलं परवंट?''

अहिल्या आलटूनपालटून पाहू लागली... अन् लगेच खूण पटली... तिला आठवला तो दिवस... ज्यादिवशी हेच परवंट नेसून, मामंजीचं बोट धरून तिने कागजशिक्के आणले होते. तो दिवस जणू जिवंत झाला. अहिल्येस वाटलं, "किती सुंदर होतं ते जग!... काही काही जाण नव्हती... पति, पतिसुख... पुत्र... राज्य... लढाया... लुटालूट या सर्वांपासून खूप खूप दूर... फार मागे राहिलेला तो सुंदर दिवस!''...

बाईजी म्हणाल्या, "मुद्दाम हे परवंट काढलंय हो शकुनाचं म्हणून... तुमच्या सुनेसाठी!'' यावर मुक्ता एकदम फुरंगटून म्हणाली, "आम्हाला वाटलं, आमच्याचसाठी !''

यावर बाईजी अन् अहिल्याबाई हसतहसत तिला आत घेऊन गेल्या... तिच्यापुढे वस्त्रांचा ढीग टाकत म्हणाल्या, "घ्या... तुम्हाला हवं ते... हवं तसं!'' ... ती पोर त्यात रंगून गेली... तेवढ्यात मल्हारराव आले. म्हणाले, "आम्ही जेजुरीस गेलो तर तिथे ही चिमुरडी पोर कथा सांगत होती... आम्ही तीस विचारले, पोरी, तुझे वडील कुठे?... तर ती म्हणाली, "ते काय समोर!'' आमची ओळख पटताच अवघी लोके उभी राहिली... पुजारी आले... ओळखपाळख झाली. आम्ही जातकुळाची चौकशी करता कळले की ते आपले बाहाड... त्यांचीच ही लेक! मनी आले सुनेची भेट देवळापाशी होणे हे तो भाग्याचे ठरले... मग घातली सरळ मागणी! पोर चांगली शिकली सवरली आहे... स्तोत्रे पाठ... भरदेवळात कथा सांगत होती... खणखणीतपणे!''

"अगंबाई, कथा? म्हणजे आपल्या अंबादासांसारखी दोन तास? आख्यान तरी कोणतं करत होती बाई?'' बाईजी कौतुकाने म्हणाल्या.

"आता इतकी थोर का आहे ती? अर्धा प्रहर सांगितली कथा... रुक्मिणी

स्वयंवराची... अप्पासाहेब बाहाड म्हणाले, नलदमयंतीसुद्धा सांगते... पण आमचेकडे ही रीतच! मुलगी लग्नाची झाली की कथा सांगायला लावायची... जशी येईल तशी... पण हिची वाचा रसवंती... बहुत गुणवंती ही! म्हणूनच ना मल्हारीने आपल्यासारख्या थोरास वाट वाकडी करून देवळी पाठवले... पोरीस इथे कथेस उभे करवले... अवघे मल्हारीचे खेळ!... आणि अहिल्याबाई पोरीकडे बघाल तर देवीस्वरूप भासेल तुम्हाला! गोल चेहरा... गोरीभुरकी... कुरळे भले कुंतल... त्यांची चेहऱ्याभोवती महिरप... लालचुटुक ओठ की जणू आताच तांबूल खाल्ला...''

''आपण उद्या तिची कथा ठेवू या?'' बाईजींनी उत्सुकतेनं विचारलं.

''आपणांस हवं ते करावं बाईजी... मला रीतीभातींची जाण ती काय?''

... असं म्हणता तिचं मन जड जड होऊन गेलं. रुक्मिणीस्वयंवर, नलदमयंती यांची प्रेमकथा रंगवून रसाळ वाणीने कथन करणारी ही पोर... आपण तर हे काही जाणत नव्हतो... आपलं शिक्षण इथेच झालं. पण प्रेमकथा जाणणारी, खरे प्रेम काय असते, कसे असते याच्या कथा सांगणारी ही मुलगी... आणि मालेराव असे ! खरंच... मल्हारमार्तंडाचा हा खेळ खरा म्हणायचा? आपल्याच सुनेला 'दुर्दैवी' म्हणायला लागावं यापरता अधिक यातना ती कुठली? रात्रभर अहिल्येचा डोळा लागला नाही. सकाळी बाईजींनी मालेरावास ही बातमी सांगताच त्यास फार खुशी झाली. ते आनंदाने डवरून गेले. आपलं लगीन, म्हणजे एक हक्काचं माणूस... इतकेच त्यांचे मनी!

दिवसाचे दोन प्रहर झाले अन् अप्पासाहेब बाहाड आपल्या कुटुंबासह येऊन पोहोचले. वाड्यात रेणू, अंजनाची अन् वाड्याबाहेर राघोजी भागोजीची तारांबळ उडाली. आगतस्वागत झालं. जेवणीखाणी आटोपली. पोर पुढे होऊन कामे करीत होती. अहिल्याबाईंच्या हातातून घेऊन वाढप करत होती. परकरपोलक्यातील ठुमकठुमक चालणारी ती गोंडस, सुंदर पोर ईश्वराने मालेरावासारख्या नाठाळासाठी घडवली, हे मान्य करणं अहिल्येस फारच कठीण जात होतं. तेवढ्यात अंबादास दोन्ही पत्रिका हाती घेऊन आले. सुभेदारांपुढे उभे राहत म्हणाले, ''पत्रिकांचं तर बत्तीस गुणी गुणमेलन आहे...भाग्यवंत... पतीचा, पतिगृहाचा उत्कर्ष करणारी पत्रिका... अतराव वाटाघाटीस अनुकूल आहे आणि मग तर घरादारास पाय फुटले. उदाबाई सकाळपासून होत्या. वाघमारेही आले होते. सीताबाई, लांबहाते व्याही हजर होते. अहिल्या आता फारच उदास झाली आणि तिने रेणूकडून मुलीच्या आईवडिलांस वरच्या एकांत असलेल्या खलबतखान्यात बोलावलं. ते दोघे भीतभीतच वर आले. दबत दबतच बसले. काय मागणार या नजराणा? आपण तो तैसे निर्धनच... मार्तंडे सोयरीक घडवली... पोर ऐश्वर्यात पडणार... सोन्यांनी मढणार... वाड्याची मालकीण होणार... पण या अहिल्याबाईंच्या मनीचे कुणास कळते... बाई बहुत करारी! त्यांच्या हातापायास थरथर सुटली. अहिल्याबाईंपर्यंत पोहोचले... कसेतरी! त्या म्हणाल्या, ''आपण उभयता आधी शांतपणे

बसा... हे सरबत घ्या. आपण असे जड का झालात? आपली कन्या तर केवळ चंद्राचे बिंब! तिच्यात तिळमात्र उणे नाही आणि देणेघेणे म्हणाल तर आम्हांस सुतळीचे तोड्याचीही आशा नाही. परंतु बेलभांडार उचलून आमच्या काही उणीवा आपणांस स्पष्ट करणे हे माझ्या प्राक्तनी आहे. आपली लेक केवळ लक्ष्मीरूप... पण... पण... माझा मालेराव...

"ते ही तो बहुत सुंदर... नारायणस्वरूप... राजबिंडे... खानदानी चाल, विनम्र बोलणे... आम्हांस तर बहुत भावले. गुणवंत तर असतीलच!"

"तसे असते तर माझे नशिबी ही बैठक घेणे येतेच ना! आम्हांवर तर हा कठीण प्रसंग... पण स्पष्ट सांगते, मालेराव बहुत व्रात्य, टवाळ, चहाडखोर आहेत." अहिल्याबाईंनी धीर करून बोलून टाकलं.

"मातोश्री... तो तर बालपणा... थोर होतील तसे..."

"बालपणा?... कुठला बालपणा? ते मद्य घेतात... घुटीची गोळी घेतात... आम्हांस जुमानित नाहीत. रागाचे आहारी जाऊन हात, चाबूक उठवतात. ब्राह्मणांचे पाठी सापविंचू सोडतात. कोंबडाझुंज, साठीमारी, अवघे क्रूर खेळ."

"सुभेदारांचे वंशज युद्धक्षेत्रावर जाणारच ना? क्रूर ना होतील तर शत्रूस खडे कैसे चारतील? ते काय लपाछपी खेळणार की काय? सिंहाचा छावा शिकारच करणार! तो काय मांजरागत दबून बसणार?" अप्पासाहेब म्हणाले.

अहिल्याबाई मन आवरीत पुन्हा म्हणाल्या, "अप्पासाहेब, माईसाहेब आम्हांस रंगात रंग मिसळणे बहुत कठीण! जे दुर्गुण आहेत ते स्पष्ट केले! रुक्मिणीचं, दमयंतीचं स्वप्न बघणारी आपली कन्या... मालेरावांची तो आम्हासच शाश्वती नाही तर ती आपणास कोणत्या मुखे देऊ? मातृप्रेम म्हणाल तर त्याचे तीस या वाड्याात उणे नाही. माझ्या सासूबाई आणि आम्ही तिज फुलासमान जपू... एवढे शब्द आम्ही देऊ शकतो."

"आणि आमची ही कन्या आपल्या पुत्रास स्वप्रेमे आकर्षून घेण्यास समर्थ आहे. लग्न लागले की सुतापरी सरळ मार्गी लागतील."

"आपल्या मुखी साखर पडो! ऐसे घडले तर आम्ही भाग्यवान... परंतु माझ्या पुत्राचे वागणे आपणांस अवघे स्पष्ट केले हे मजसी समाधान. ... मग मी हे सारे सांगूनही आपणास हा संबंध मान्य आहे? काहीही किलाफ मनी ना ठेवता, कशाचीही धास्ती ना ठेवता जवाब द्यावा. आपण 'मान्य नाही' म्हणालात तरी आपल्या जाण्यायेण्याच्या खर्चासह बाइज्जत पाठवणी करू. आमचे मनी कणभरही रोष येणार नाही... आपल्या कन्येच्या जीवनाचा सवाल..."

तोवरच तिची आई म्हणाली, "बाईसाहेब... तशी पुरुषाची खात्री कुठेही गेलो तरी आहे का? त्यास तर अवघे मुक्तद्वार पुराणापासून आहे. इथे तिच्या

भाग्यास सीमा नाही. आता अधिक वादप्रपंच करू नये ही विनंती आपणास! तिज पदरी घ्यावी... होळकरांची कुळवधू करून घ्यावी...''

''तर मग आता नजिकचाच मुहूर्त धरू! समारंभ साधा होणेच उचित. कारण की छावणीचे दिवस सतत... मामंजींची उत्तरदक्षिण धावाधाव...

आणि बादबरसात पहिल्याच मुहूर्तावर मालेरावांचं बाहाडांचे मैनेसंगे लगीन लागलं. सारे चार मास तयारी सुरू होती. उत्तमोत्तम वस्त्रे, दागिने वधूसाठी केले गेले... त्यातच पाचूचे बाजूबंद अहिल्येस नको ती आठवण देऊन गेले. सर्व सरदार कुटुंबांसकट लग्नास आले होते. पेशव्यांतर्फे मूल्यवान आहेर होता. मैना लक्ष्मीसारखी साजरी दिसत होती. तिला बघूनबघून अहिल्येचं मन भरून येत होतं. सोन्याचांदीची मापे लवंडून मैना घरात आली. नजराण्यांनी कडीकपाटे भरून गेली. परतीचे आहेर देऊन बाईजी थकून गेल्या. देवदेवक लग्न अवघे विधी... यात अहिल्येस कुठेही स्थान नव्हतं. त्यांचं वैधव्य... त्या फक्त आठवणीत बुडून गेल्या होत्या. आठवणी... लिंबू रंगाच्या परवंटाची... गुलाल शालूचा पदर केशरी दुधात चिंब भिजला त्याची... पाचूचे बाजूबंद हरवले त्याची... पांढरी शुभ्र साडी नेसून आडवे कुंकू लावून गेल्या त्या शेवटच्या रात्रीची... सगळ्या आठवणी या अशा... तोच मालेराव-मैना नमस्कारास वाकले... जीव व अंत:करण ओतून त्यांनी आशीर्वाद दिला... कृष्णरुक्मिणी... नलदमयंती... बाजीराव-मस्तानी यांच्यासारखी प्रीत तुम्हांस लाभो... चिरंजीव व्हा... भाग्यवंत व्हा... यशवंत व्हा!

मालेरावांच्या लग्नात मुक्तेच्या लग्नाचा 'पण' कानोकानी गेला. मुक्ताला आता ही नवीन मैत्रीण मिळाली... वहिनीसाहेब... सुंदर, मोहक, कथा सांगणाऱ्या, शिकणाऱ्या, शिकवणाऱ्या, अभंग म्हणणाऱ्या! ... मुक्ता आणि मैना नियमाने पंतोजीजवळ शिकू लागल्या. मैनेच्या ओढीने आताशा मालेरावही पंतोजीजवळ बसू लागले. अहिल्याबाईंस वाटले, खरंच... या पोरीच्या पायगुणाने मालेरावात फरक पडेल तर दोघांसह वर्तमान जेजुरीस जाऊ... मल्हारीचे द्वारी माथा घासू... उभयतांस औक्ष मागू... वेल मांडवी जावा ऐसे दान मागू...

सावनूरला तोफांच्या शिक्षणासाठी मल्हाररावांनी ठेवलेला आबाजी सदाशिव परतला होता. त्याच्या हाताखाली तोफा बनवण्याचा कारखाना अधिक सुधारित केला. त्या कामात अहिल्याबाई व मल्हारराव लागले. मैनेचे सणवार बाईजी, द्वारकाबाई, बनाआई, हरकुआई या सगळ्या मिळून थाटाने करत होत्या. आज काय संक्रांत, आता काय रथसप्तमी, मग काय रंगपंचमी, मग काय पाडवा, जेष्ठीपौर्णिमा. ... एक वर्ष दोन महिने कसे अन् कुठे गेले

हे कळलेही नाही. मैना-मुक्ता यांची जोडी तर अशी जमली की अहिल्याबाई समाधान पावल्या. फडणिशीत अंताजी माणकेश्वरची कासीदजोडी दिल्लीहून सतत येत होती. "अब्दाल्ली येणार अशी खबर दाट... तरी बिनीच्या फौजेसह येऊन दिल्ली राखावी." आता या लखोट्याचाच विचार चालू होता... तीनचार पत्रे आली... मल्हाररावांची तयारी सुरू... तेवढ्यात रघुनाथराव इंदुरात आल्याची खबर आली. सुभेदार, बाईजी सामोरे गेले. त्यांना व आत येताच अहिल्याबाईंना दंडवत करून ते आसनावर बसले... तेवढ्यात मालेराव व मैना दोघांनी त्यांना जोडीने नमस्कार केला... त्यांच्या हाती स्वत:ची सुवर्णमुद्रिका देत म्हणाले, "औक्षवंत व्हा... आजोबांपरी व मातोश्रींपरी कीर्ती करा."

जेवणे झाली. मेजवानीचा बेत... हरकुआई अशा वेळी सर्व जातीनं करवून घेत. त्या अनेक पक्वान्ने करण्यात वाकबगार होत्या. खलबतखान्यात रघुनाथराव, मल्हारराव व अहिल्याबाई हे तिघेही होते. रघुनाथराव म्हणाले, "अहिल्यादेवी... आपल्या कारभाराची बहुत कीर्ती आम्ही ऐकली."

"पंडितानं हात हाती धरून बालकाकडून अक्षरे काढून घ्यावी, तैसा हा मामंजींचे कृपेचा प्रकार... ते असो, पण दिल्लीकडील वार्ता बऱ्या नाहीत. मीरमन्नूरनंतर पंजाबाचा पत्कर आपण घेतला. वायव्येकडील पंजाब म्हणजे परचक्राचे द्वारच! दिल्लीच्या वजीराने पंजाबात दिवे लावले. वजीराच्या बेगमांनी आता नजीबखानास हाती धरले. तिकडे कारस्थान शिजत आहे की शुजाउद्दौला, बिजयसिंग, रजपूत यांचेशी संधान साधून अब्दालीस पाचारण करावे, आणि गाजीउद्दीनची वजीरी काढून घेऊन नजीबखानास बक्ष करावी व त्याने मराठ्यास दिल्लीतून हाकलण्याचे कृत्य करावे."

" हा... हा सर्व बनाव... मातोश्री... मातोश्री आपण जाणला कसा?" रघुनाथराव आश्चर्याने म्हणाले.

"आमचे नजरबाज हेर सगळीकडे आहेत... मामंजीस अवघे विदित केले... तेच आपणासही..."

"अहिल्याबाई... आम्ही पेशव्यांना सांडणीडाक पाठवली म्हणूनच रघुनाथराव आले हे आपल्या नजरबाजांच्या नजरेतून सुटले वाटते?"

अहिल्याबाई हसल्या... म्हणाल्या, "ही तर घरचीच बात... पण तिकडे लाहोराची बहुत लूट झाल्याची वार्ता आहे. सरहिंदवरून अब्दाली निघाल्याची वार्ता... दिल्लीचे लोक जीव वाचवून मथुरा-वृंदावनी पळत आहेत... आपण सारे आता वाट कशाची बघता? इतके कालहरण कैसे?"

"दिल्लीस अंताजी माणकेश्वर काय करीत आहेत?" रघुनाथरावांनी क्रोधाने विचारले.

"त्यांचेपाशी पुरेसा फौजफाटा नको? जाट आणि दरोडेखोर पळपुट्यांना

नागवत आहेत... कुठे चिरेबंद आसरास्थाने नाहीत. अब्दालीची मागणी दोन कोटी आणि सरहिंदपर्यंतचा पंजाब तेसी थोर आहे आणि नजीबखान रोहिला अब्दालीस मिळण्याच्या विचारे वागत आहे. तिथे कुणाचा पायपोस कुणाच्या ताब्यात नाही. अशी स्थिती... सबब आपण उभयता जलदीने कूच करणे अवश्य!''

''मातोश्री... आपण तर अवघे राजकारण जाणता!''

''माझे जीवितकार्य आता तेवढेच! त्यासाठीच मामंजींनी मज रक्षिले! आता दौलतीशिवाय मज अन्य जीवन नाही.''

... दुसरे दिवशी प्रचंड फौजेसह रघुनाथराव व मल्हारराव उत्तरेकडे निघाले तेव्हाच अहिल्येची तगमग शांत झाली. आता ते दिल्लीत जातील आणि प्रजेस थोडा आसरा मिळेल असं तिला वाटलं... पण तिच्या मनाप्रमाणे राजकारण व्हावे हे सुद्धा तिच्या प्राक्तनी नव्हते!

फौजेच्या खर्चासाठी खंडणी वसूल करायला मल्हारराव राजपुतान्याकडे वळले. ''दिल्लीस चलावे... मातोश्रींचे सल्ल्याप्रमाणे प्रथम दिल्लीस जाऊ.'' हे सांगून सांगून रघुनाथराव थकले. पण मल्हाररावांनी मनावरच घेतले नाही. अखेर रघुनाथराव चिडून म्हणाले, ''आपण तर मजहून ४४ वर्षांनी वडील - काय बोलावे आम्ही? पण आपण ही लटकीच लंचाडे काढून तीन महिने गुजरले. खंडणीस वसूल करत फिरता - तिकडे अब्दाली सारा देश लुटून गेला...'' अखेर मे महिन्यात उभयता आग्र्याजवळ येताच सूरजमल जाटाने आदल्या वर्षीची खंडणी मुकाट पुढे केली. म्हणाला, ''आपण आता येता? हे कैसे? अब्दालीने तर जानेवारीतच आपल्या नांवे खुल्बा पढवला. आलमगीर याचीही बादशाही गेली. राजवाडा सोडला. त्यालाही अब्दालीने खणत्या लावल्या. अमीरांच्या हवेलीतून पंचवीस कोट जवाहिर लुटले... माणसे बहुत मारली. हिंदुंच्या सुंदर स्त्रिया बाटवून संगे नेल्या. घर न् घर लुटले... पैका नेला. कित्येकांनी विष घेतले... जाळून घेतले. नुसता सगळीकडे वणवा... एक अंताजी लढला! मनुष्यमात्र आपले ठायी चिंताक्रान्त... आपण उभयता काय करीत होता? अंताजीने किती सांडणीडाक पाठवली?... बहुत अपयश हे बहुत अपयश!''

रघुनाथरावांना अहिल्याबाईंचा नेकसल्ला आठवला... तेव्हाच येतो तर अब्दालीस लाभली ती लूट... ते असो पण निदान माणसे तरी वाचली असती.

सूरजमल पुन्हा म्हणाला, ''अब्दालीची फौज भारी मल्हारबा, दिल्लीतील फितुऱ्यांसुद्धा एक लाख स्वार त्यांच्याकडे... आमच्याकडे वरचेवरी लखोटे आले... आम्ही आमच्यापरी यत्न केले. तमाम अमीर राजे शंभर कोस पळाले तिथे आमची कथा काय? माधोसिंह, ब्रिजेसिंह समस्त अब्दाल्लीच्या पक्षात... दत्ताजी व जनकोजी मारवाडची मोहीम आटपून नुकतेच परतलेले... श्रीमंत पेशवे श्रीरंगपट्टणकडे...

पण आपण अन् रघुनाथराव जर येता तर इतकी दशा होती ना! आम्हांसही अब्दालीचा खलिता होता - "एक करोड खंडणी घेऊन भेटीस यावे!" आम्ही त्यांस लटिकेच कळवले की गनिमांच्या फौजा नर्मदा उतरल्या... मेजवानीस्तव दहा लक्ष देतो ते घ्यावे व स्नेह ठेवावा अन्यथा झुंजीस ठाकावे... तोवर गनीम पण आम्हांस येऊन भिडतील. आम्ही तरी एकटे काय करणार?" रघुनाथरावांस मनातून मल्हाररावांचा तीव्र संताप येत होता. जाट पुढे सांगत होता, "प्रांतात पळ सुटला. घर न् घर लुटले. अंताजी माणकेश्वर बिचारा पाच हजार फौजानिशी जमेल तेवढे करत होता. मथुरेत तर कहर... २८ फेब्रुवारीपासून ६ मार्चपर्यंत हिंदूंच्या रक्ताची रंगपंचमी... रस्त्यातून प्रेतांचे ढीग... यमुना नुसती लाल... मथुरेस तर बंदिस्त जागाच नव्हती... अब्दाल्लीला ही मोकळी जागा मिळाली. 'हे हिंदुंचे क्षेत्र... खुशाल कत्तल करा... मुंडक्यांच्या राशी घाला... प्रत्येकास शिरास पाच रुपये."

...वर्णन ऐकवेना... रघुनाथरावांनी कान दाबून धरले... तेव्हा जाट चिडून म्हणाला, "कान दाबून काय होते? ... महामारीने अब्दालीची दुर्दशा झाली... तेव्हाच सगळे मिळून त्यास चेचतो तर फत्ते झाली असती. आता अवघी पश्चातबुद्धी... डाग तर बहुत झाला. हा धुणे शक्य नाही... आपणांस इतके राजकारण उमजू नये मल्हारबा? आपले केस काय उन्हाने पांढरे झाले?"

यावर मल्हाररावांस राग आला.

जूनच्या अर्ध्यावर मराठे यमुनेपलीकडे दुआबात उतरले. गाजीउद्दीन यास अब्दाली वजिरी देऊन गेला होता. नजीबखानास बक्षीगिरी व आलमगीरास बादशाहाचे तख्तावर बसवून गेला होता. गाजीउद्दीनास नजीबखान नको होता म्हणून वेगळेच राजकारण सुरू झाले. त्याने मराठ्यांस कळवले, "मी आपला दोस्त... नजीबखानास काढून लावावे." मराठ्यांनी नजीबखानाचा प्रदेश हस्तगत करण्यास प्रारंभ केला. अंताजी माणकेश्वरांनी पुन्हापुन्हा सांगितले की, 'वजीर बादशहा, शुजा आपल्या पक्षात येतील पण नजीबखानास साफ उखडून फेकावे. नजीब दुष्ट आहे.'

गाजीउद्दीन मराठ्यांस मिळाला असे कळताच नजीबखानास संताप आला. मराठी फौजा यमुनेच्या उभय काठांनी श्रावणात दिल्लीस आल्या व रघुनाथरावाने बादशहाकडे चौथाईची मागणी केली. बादशहा म्हणाला, "अहो, अवघे अब्दाली घेऊन गेला... आणि आता चौथाई कशाची देऊ?" या उत्तराने क्रोधित होऊन मराठ्यांनी किल्यास वेढा घातला. नजीबखानाने पंधरा दिवस किल्ला लढवला... अखेर विठ्ठल शिवदेवने नजीबखानास साथीदारांसह अटक केली.

नजीबखानास ठार करावे असे सर्वांचे मत झाले, तोवर नजीबखानाने मल्हाररावांस कळवले, "मी तुमचा धर्मपुत्र जाणून माझा बचाव करावा... हे उपकार जन्मजन्म विसरणार नाही... राजधानीतील सर्व अधिकार सोडतो.

अंतर्वेदीतील ठाणी सोडतो.'' सर्वांचे मत पडले यास ठारच करावे.

मल्हारराव म्हणाले, ''जरा आमचा बुद्धिवाद ऐका - यास आज रक्षिले तर याचकडून शुजामार्फत आपण आपली तीर्थक्षेत्रे ताब्यात घेऊ... या बचावाबद्दल तो भलीमोठी खंडणी देतो आहे... आपला खर्च बाहेर पडेल. दौलतीस कर्ज आहे - ते निवारायास मदत होईल.'' मग कुणी बोलले नाही. गाजीउद्दीनास वजीरी व अहंमद बंगश यास मीरबक्षीगिरी देऊन सारे कुरूक्षेत्राकडे गेले. सैमदखान कतलबाज लाहोरकडे पळून जात होता. त्यास होळकर पेंढाऱ्यांनी लुटून घेतले. मजल दरमजल करत शतद्रू, बियास व चिनाब उतरून सगळे लाहोरास आले. अब्दालीही लाहोरहून तोवर पळून गेला होता. सादीक बेगास तिथे चाकरीस ठेवले. लक्ष्मीनारायणास दिवाण नेमले. लूट तर खूप मिळाली... या तऱ्हेने अटकेपर्यंत काबीज मिळाली... हे यश होते... पण त्याने जानेवारी ते मार्चपर्यंत अब्दालीने केलेला प्रलय व त्याचा डाग निघणे अशक्य होते. नजीबखानाचे एकेक ठाणे घेत... त्याचा प्रदेश लुटीतलुटीत मल्हारबा गेले. थोडे अंतर जाईपर्यंत रघुनाथराव त्यांचेबरोबर होते... मग रघुनाथराव गडमुक्तेश्वरी गेले. या लुटीत पेंढारी व लष्कर कुबेर झाले. रघुनाथ व मल्हारबांस यश मिळाले... पण ते धवल नव्हते.

औरंगाबादेस शिंद्यांनी पराक्रम गाजवल्याची वार्ता ऐकून अहिल्याबाई आनंदल्या. ''कुणाच्याही हस्ते व्हावी पण श्रीमंताची फत्ते व्हावी''... परंतु उत्तरेतून येणाऱ्या वार्तांनी ती मनी चिंतित होती. ''मामंजी येथून रथसप्तमीचे समयीच निघाले... आज अडीच महिने उलटले... यांना राजपुतानातल्या खंडण्यांचा सोस महा... तलवार अव्वल... पण... पण मग अब्दालीला सरळ भिडावे की राजपुतान्यात फिरावे? फौजा पाण्यावर चालत नाहीत हेद खरे... पण भलत्या वेळी कालापव्यय कैसा करावा? नजरबाजांच्या पत्रावरून थोडेफार कळत होते... अहिल्याबाई अत्यंत अस्वस्थ होत्या... तो मथुरा-दिल्लीस नेमलेले दोन नजरबाज स्वत:च भेटण्यास आले होते. अहिल्याबाईंनी त्यांना त्वरेने आत बोलावले. त्यांनी मुजरे केले... डोळ्यांत पाणी आणून सांगू लागले, ''मातोश्री... बहुत आपत्ती... मनुष्यमात्रास अब्दालीने जेर केले... अमीरांच्या हवेल्या खणल्या... कुल शहरात व बाहेर पठाण ज्या त्या घरात घुसतात... स्त्रिया भ्रष्ट करतात... कितीक जणींनी विष भक्षिले... कुणी जलप्रवाही झोकले... कुणी हिरकण्या खाल्ल्या... कुणी छातीत भोसकून घेतले... जी सुंदर बाई दिसली ती आपल्या घरात घातली. घर न् घर लुटले. माणसांचे झाडे घेतले... कहर झाला... एकटा अंताजी माणकेश्वर... काय करणार बिचारा!...'' यावर मथुरेचा नजरबाज सांगू लागला. ''मातोश्री... मथुरेत तर मुंडक्यांच्या राशी घातल्या गेल्या. कुणास लपण्यास वा

आश्रयासही चिराबंद जागा नाही... मुंडक्याप्रत पाच रुपये बक्षिसी जाहीर झाली... होळी, रंगपंचमीचे दिवस... मातोश्री, अवघी रक्ताची रंगपंचमी... रस्ते लाल... यमुनेचं पाणी कसलं ते? यमुनेतून रक्त वाहत होतं रक्त! 'हे हिंदुंचे क्षेत्र आहे... खुशाल लुटा' असे म्हणत त्यांनी मूर्ति लाथांनी तुडवल्या... फोडल्या...! घरे लुटली... जाळली. एक जाट शूर निघाला. त्याने मथुरेच्या उत्तरेस निकराची लढाई करून हजारो सैनिकांस यमसदनास पाठवले. मथुरेस पठाणांनी जे केले तेच आग्रा येथे... गोकुळवृंदावनात... मातोश्री, तेवढ्यात जयनगर येथे मराठी फौजा आल्याची बातमी... तर मोर्चे उठवून वापस गेले..."

... अहिल्याबाईंचे डोळे भरून येत होते... पुन्हापुन्हा! काय ही आपल्या तीर्थक्षेत्रांची अवहेलना... दैवतांचा अपमान!... हिंदुंच्या कत्तली!... आणि अजून मामंजी काय करीत आहेत? अब्दालीची धास्ती खाल्ली की तलवारबाजी संपली?... आपणास वयोमानाप्रमाणे कामगिरी जमत नसेल तर जागी कुणी दुसरा मातब्बर उभा करा... दावू द्या त्यास शौर्य... त्याचे खिसे भरून टाका... आपण बुद्धिवाद तरी नीट सांगावा!... इतका अनर्थ घडल्यावर जाण्याने अब्रू राहते? रयतेसाठी अजून बंदिस्त जागा नाहीत... धर्मशाळा नाहीत... आसरा नाही... आज मथुरेत चिराबंद स्थान असतं तर तिथे आश्रय नसता घेतला? यमुनेत पडायची, विष घ्यायची कुणास हौस असते?'... अहिल्येचा संताप अनावर होत होता. ती तडक वाड्यावर आली. बाईजींना या सगळ्या हकिगती सांगत म्हणाली, "बाईजी... माझे मनी तर ठिणग्या उडतात! मामंजींना माणसांपेक्षा राजपुतान्यातली खंडणी अधिक होती? तीन महिने रघुनाथराव व मामंजी राजपुतान्यात फिरतात अन् तिकडे दिल्ली, मथुरा, गोकुळा, वृंदावन... सगळीकडे आग लागू देतात यास काय म्हणायचे? आमच्या नजरबाजांनी आणलेल्या बातम्या आम्ही त्याच वेळी उभयतांच्या कानावर घातल्या, त्याची काहीच मातब्बरी नाही? नजरबाजांवर काय आम्ही वृथा पैसा वेचतो? त्यांच्या वार्तांचा उपयोग करून घेणं याजला का जमलं नाही? का फिरले हे राजपुतान्यात? तलवारबाजी होत नसेल तर तसे सांगावे... पण हे असे राष्ट्राचे नुकसान? माणसांचे नुकसान? श्रीमंत पेशवे होळकरांच्या भरोश्यावर... आणि होळकर... बाईजी, बोलावं तरी कुणाशी? पंजाब म्हणजे हिंदुस्थानचे महाद्वार... ते आणप्राण रक्षावे इतकी मसलत कुणी जाणू नये बाईजी? आजपर्यंत तीर्थक्षेत्री बचावार्थ स्थान नसावे? ही रयतेची सोय कुणी करायची? कितीजणींनी जीव दिले म्हणजे करायची?" अहिल्या संतापून-संतापून बोलत होती. बाईजींनीही तिला इतकी चिडलेली अजून पाहिली नव्हती. त्या म्हणाल्या, "आता ते सोता आले की समक्षच बोला. तेव्हा तर कौतुके गाता तुम्ही!... आता बोलून काय उपेग?"

"बाईजी... त्यांच्या शौर्याची कौतुके तर मी आताही गाईन... पण कधीकधी पैशाच्या मोहात ते पडतात हे तर सत्यच! आम्ही कितीतरी वेळा त्यांना

स्पष्टपणे बोललो... जातांनाही बजावले की आधी दिल्ली गाठा...'' तेवढ्यात मैना मधेच म्हणाली, ''सासूबाई... आपणांस हे एवढं मोठ्ठं कसं कळतं? आम्हांला, बाईजी सासूबाईंना, मुक्ताबाईंना, स्वामींना कुण्णाला माहीत नाही ते तुम्हांस कसं समजलं?''

त्यावर तिला कुरवाळत अहिल्या म्हणाली, ''थोड्या थोर व्हा... मग गाठ राजकारणांशीच बरं!'' मैनेच्या रुपाने अहिल्येस थोडी शांतता लाभली... मुक्ताची तिची गट्टी जमल्याने काळजी मिटली. ती अधिकाधिक निश्चिंत होत गेली...

लग्नाला दोन वर्षे होऊन गेली तरी मालेरावात सुधारणा नव्हती. तो अधिकाधिक टवाळ होत चालला. आता आणखी मैनेसारखी सुस्वरुप गोंडस पोर त्याच्या मालकीची! तिच्या खोड्या काढणे हा तर जणू छंदच! मैनेला मालेरावांपासून सुरक्षित ठेवणं हा एकच उद्योग आताशा घरातल्या वडीलधाऱ्यास होता. तिला कुठेही गाठावे... एकांती बोलवावे... अन् ही पळून आली की तिजला भेटेल तिथे मुक्ताबाईसमक्ष गालात मारावे, हा प्रकार हमेशा चाले. अहिल्याबाई आल्या की बाईजींकडून, मुक्ताकडून या कथा कळत. अखेर एक दिवस अहिल्याबाई म्हणाल्या, ''बाईजी, मैना अजून अकराची... ती मोठी होईपर्यंत तिज माहेरी ठेवावी. या मालेरावाचा, मेल्याचा मजला क्षणही भरोसा नाही. कच्ची कळी कधी खुडली जाईल तर तेही बरे नाही.''

''बरे बोललात हो! कुठंवर जपावं हिला? पदरास बांधून का फिरावं? मालेरावांचं लक्ष ना अध्यायात, ना खेळात, मैनेसंगे खेळावं इतकीच आस, इतकाच चाळा! तुम्ही फडणिशीत... स्वामी स्वारीवर... आम्हांसही हे आता आटोपत नाही. तिजला जाणती होईपोत्तर माहेरी राखावी हे उत्तम!'' यावर उदाबाईंचाही सल्ला घेतला. त्यांचंही मत असंच. उदाबाईंनाच तिच्या संगे पाठवावे हे ठरले. मग तिच्या आईवडिलांस मानवस्त्रे, सविस्तर पत्र, मेवामिठाई दिली आणि उदाबाईसंगे मैनेची पालखी माहेरच्या वाटे गेली. संगे रामाजी यादवांसह घोड्यांचं पथक होतं. चार दिवस मालेराव देपाळेश्वरी गेले होते तेवढ्यात हे काम अहिल्याबाईंनी करून टाकलं.

मालेराव येताच त्याने घरात हमामा घातला. उच्छाद मांडला... ''मला न विचारता मैनेस माहेरी धाडणारे तुम्ही कोण?'' मालेराव चिडून अहिल्येस विचारत होते. जेमतेम चौदा वर्षांच्या त्या मालेरावाकडे तुच्छतेने पाहत अहिल्याबाई म्हणाल्या, ''आम्ही कोण ते आत जाऊन तुमच्या आजीस विचार जा... जा इथून!'' असं उत्तर देतच त्या फडणिशीत गेल्या. तिथे जाताच तिच्यासाठी गुप्त लखोटा तयारच होता. लखोटा देणारा थांबवून ठेवला होता... पण... पण तो निघून गेला न सांगता... म्हणजे हे पत्र मामंजीचं नव्हे... अहिल्येने लखोटा फोडला... सहीची जागा रिकामी

होती. छातीची धडधड वाढली... मजकूरावरून डोळे झरझर फिरू लागले.

"मातोश्रींना राजकारणाची समज बहुत म्हणून लिहितो की हिंदुंची तीर्थस्थळे लुटून, मूर्ति फोडून, मुंडक्यांच्या राशी घालून अब्दाली गेल्यावर मग गनीम आले. आता मजल दरमजल करीत अटकेपर्यंत मुलूखगिरी केली. लूट तर बहुत मिळाली. मल्हाररावाने बहुत पैका घेऊन नजीबखानासारखा काळसर्प राखला व त्या दुष्ट मात्रागमनीस अभय दिले हे बहुतच उफराटे कृत्य घडले. रघुनाथरावांस आटोपणारे मल्हारराव नव्हतात. शिंदे औरंगाबादेत गुंतले नसते तर ऐसे होतेच ना ! नजीबखानास जीवे मारण्यात भले होते. त्यास धर्मपुत्र करून बसले. त्यास अजूनही धर्मपुत्र बहुत! माधोसिंह... बिजेसिंह... आणि हा तिसरा! यास रक्षिले त्याचा भोग अवघ्या मराठ्यांस भोगावा लागेल. खरे तर कुरूक्षेत्रावरून हे उभयता दिल्लीस ठासून बसते तर अवघा गुंता मार्गी लागून घडी बसती. पुरुषोत्तम महादेव, अंतोजी माणकेश्वर यांनी हात जोडून विनंती केली की इथेच ठाण मांडून बसावे, पण द्रव्यलोभाने अवघ्या जाणत्यांचा सल्ला उधळून दक्षिणेत गेले. खंडणी वसूल करणे, लूट मारणे हीच कामे! दौलत नमूदास आणण्यासाठी घडी नीट बसवावी तो विचार नाही. यांचे जितके म्हणून धर्मपुत्र आहेत त्यांचे फलादेश आधीच भोगावे लागत आहेत... आता नजीबखानास पुत्र करून अंतर्वेद, कुंजपुरा प्रांताची मामलात त्याच्या स्वाधीन केली, हे कृत्य मराठ्यांच्या नाशास कारण होणार... आपण जाणत्या म्हणून बोलणे की मल्हाररावांस आवरा. वय ६६ झाले... बुद्धी नाठी झाली आहे... आपली खाजगी आज दूषित झाली.

कळावे... आपला विश्वासू पुत्र!"

...पत्र वाचून अहिल्याबाई थरकल्या... खरंच मामंजींची बुद्धी नाठी झाली... 'खाजगी दूषित झाली' या वाक्याने तर अहिल्याबाईंचे अंगी काटे आले.

दिल्लीकडून बातम्या तर रोज होत्या. उत्तरेची रयत त्रस्त होती. ज्याने त्याने लुबाडावे. असेल नसेल ते घेऊन यावे... घातपात करावा. कधी वजीर तर कधी पठाण... कधी जाट तर कधी मराठा. कधी अंमलदार तर कधी त्याचा तोतया. खरे कोण? भामटे कोण? कळेनासे झाले. कधी विष घ्यावे लागेल, पाण्यात उडी घ्यावी लागेल, खून होईल त्याचा नेम नव्हता. या राज्यात कुणी शास्ता नव्हता, कुणी पुरवता नव्हता की आवरता नव्हता...

दादासाहेबांनी कुंजपुरा, सरहिंद घेतलं... तीर्थविधी केले म्हणून जरा समाधान मानावं तोच कुरूक्षेत्रावर होळकर मराठ्यांचा यात्रेकरुंचा जनानखाना अब्दुस्समखानाने लुटल्याची बातमी यावी. होळकरांच्या आश्रयाने असलेल्या माणसांना शहाबाद येथे कैद केल्याचे समजावे. त्याची चिंता करावी तोवर होळकरांच्या वीरांनी पठाणांना कापून

सर्वांची सुटका केल्याचे कळावे. श्रीमंतांनी अब्दालीची दहा हजार फौज बुडवल्याचे कळावे... हे सारे होते तो नजीबखानास अभय दिल्याचे असले निनावी पत्र!...

अहिल्याबाई सचिंत! भिल्लांचा उपद्रव अधिकच वाढलेला... सरदार उत्तरदक्षिण पांगलेले... उत्तरेत ही दशा... दक्षिणेत निजामाचे कपटकारस्थान चालू! चोहोकडे खणाखणी, मारामाऱ्या! ती कारभाऱ्यास म्हणाली, "तीर्थक्षेत्री भक्कम आश्रयस्थाने धर्मशाळांच्या मिषे बांधायला हवीत. प्रसंगास रयतेने काय मरून जायचे? भक्कम मंदिरे हवी. प्रसंगी आश्रयास उपेगी येतील ऐसी... भक्कम दरवाजांची! सडका पक्क्या हव्यात. जागोजागी विहिरी... माणसास कठीण समयासच अन्नपाणी निवारा प्रकर्षाने लागतो ना?"

"आपण योग्य तेच बोलला मातोश्री... आपणांस सामान्य रयतेचा कळवळा!"

"कळवळा आम्ही न करावा आणि खाजगीची दौलत वाढवावी काय? मी तर उत्तरेचा प्रलय ऐकून बहुत श्रमी... मुक्ताबाईंच्या लग्नाचा पण करुनही दोन तीन वर्से लोटली. अजून भिल्लास कुणी तन देण्यास येत नाही. इथे काय कुणी शूरवीर उरला नाही?"

...पण या प्रश्नास कारभाऱ्यांजवळही उत्तर नव्हते.

श्रावण महिन्याचे सणवार सुरू झाले अन् मालेरावास जणू ऊत आला. ब्राह्मणांना छळण्याच्या एकेक युक्त्या शोधण्यात त्याची बुद्धी खर्च होई. नागपंचमीला झाडांना बांधलेल्या झोक्यांच्या अवघ्या गाठी याने सैल करून ठेवल्या. मुक्ताबाईंच्या मैत्रिणी झोके घेता घेता पडल्या तेव्हा यास मनभरून आनंद... अगदी लोटपोट हसणं! अहिल्याबाई हे चाळे बघून घाबरून जाई. "मेला कुठला हा हिरण्यकशिपू की दुर्योधन माझ्या पदरी घातला... यासाठी का मी जगले? इथे कसले कर्माचे सार्थक करू? या पिशाच्चवत पोरास दौलतीच्या लायक करावे तरी कसे? या अपयशाचे धनीपण माझ्या ललाटी..." यावर बाईजी दिलासा देत, "अहिल्याबाई... असेच मूल पुढे थोर झाल्याचे दाखले मौजूद आहेत..." पण यातला फोलपणा दोघींनाही कळे.

भाद्रपदात सुभेदार आले. पार थकलेले... दमलेले. कुठे कुठे जखमांच्या खुणा... संगे अपार द्रव्य! अहिल्येच्या मनी हल्ली तर ते वाक्य सतत घुमे "मातोश्री... तुमची खाजगी दूषित झाली"...

ते द्रव्य, जवाहीर, सुवर्ण ठेवताना आज तिला आनंद नव्हता... यावेळी युद्धवार्ताही ऐकाव्या असं वाटलं नाही. या धडपडणाऱ्या, कष्टणाऱ्या म्हाताऱ्या सासऱ्याविषयी अनुकंपेनं तिचं मन भरून आलं. ती म्हणाली, "मामंजी... बहुत श्रमलात... अपार कष्ट केले... आता हे वरीसभर विश्राम करा... आपले वय थोरले झाले... जन्मभर धावपळ पाठी लागली... मसलती... तलवार... आता पुरे झाले... तुमच्या नावे कुणासही धाडू... तुकोजी आहे... संताजी आहे... पण

तुम्ही आता ना श्रमावे!''...

मल्हारराव फक्त ऐकत होते. त्यांच्या चेहऱ्यावर काळजीची दाट छाया...मन अस्थिर... बोलणे अशक्त... फडणिशीत जायची तर इच्छाही नाही अशी अवस्था. पण तेवढ्यात पुण्याहून होळकरांच्या वकीलाचा खलिता आला.

पितृतुल्य सुभेदारांना दंडवत... आपले ठायी श्रीमंताची नजर ठीक नाही. तुम्ही सावध असावे. नजीबखानास धर्मपुत्र करून अभय दिलेत त्याचा जाबसाल देणे आहे. लुटीची बेरीजवजाबाकी बहुत. नजीबखानाकडून पैका ओढला ऐसाही डाग... धर्मपुत्र केल्याचा संताप भाऊसाहेब व नानासाहेब उभयतांचे मनी... हिशोबांची, लूट व त्याच्या हिस्सावारीची पै पै दावायची आहे. तेव्हा सर्व हिशोबानिशी सावध असावे. कागज खतावण्या घेत यावे... कळावे...

...अहिल्येने हे पत्र वाचले. ''आमचे दैव खरेच फिरले की काय?'' तिने मल्हाररावांकडे पाहिले. त्यांचा खरकन उतरलेला चेहरा बघून अहिल्येस अधिक काही बोलण्याचा धीर झाला नाही. मग तेच म्हणाले, ''मैना दिसत नाही ती?'' मग बाईजींनी हलक्या आवाजात सारे सांगितले. त्यांनी कर्मास हात लावला. अहिल्याबाईनी गंगोबातात्या व अन्याबा पळशीकरास फडणिशीत निरोप पाठवला. मग जेवण सोडून मल्हारराव त्यांना हिशोब सांगत राहिले. खंडण्या, नजराणे, लूट, पैका, सुवर्ण, यांचा अन् फौजखर्चाचा हिशोब काढून हिस्सेवारांची रक्कम काढली. अहिल्याबाई एका नजरेनं हिशोब जोखण्यात वाकबगार झाल्या होत्या. 'तुमची खाजगी दूषित झाली' हे वाक्य तर स्वप्नातही त्यांना छळत होतं. अवघे घर जेवणखाणाविना... सारे हिशोबात मग्न! अहिल्याबाई म्हणाल्या, ''मामंजी.. जे काही मिळवले, खर्चले ते सारे सुभेवारी आणि तलवार यांचे संगे... यांची शोभा श्रीमंतांच्या भक्कम पायावर... काही कर्जे असेल तर ते निवारणे आपल्यासारख्या वडील सरदारास शोभणारेच!... कशास हवे हे सरत्या वयाला अपयश? जे कर्ज असेल त्याचा तिसरा हिस्सा निवारुन टाका.'' ...

अहिल्येने नेकसल्ला दिला... मनात म्हणाली, ''खाजगी दूषित झालीच असेल तर या मिषे मुक्त होईल.''

अन्याबा आणि गंगोबातात्या सर्व हिशोब घेऊन उदयीकच पुणे येथे जाणार होते. त्यांना निरोप दिला. जेवताना मल्हारराव म्हणाले, ''येताना शिंद्यास भेटून आलो. त्यांची आमची जन्माची सांगड होती तोवर श्रीमंतासही आमचा वचक होता. कित्येक कामे केवळ असाध्य ती केली. पण अलीकडे चित्तशुद्धता ना राहिली. किलमिष निवारावे ऐसे मनी आले. आमचे एकच मूल तेही पिशाच्चावत्... ते त्यांचे हाती सोपावे म्हणून वार्धक्यास विसरून गंगोबास निरोप देऊन पाठवले... तर नकार देऊ लागले. फार यातना झाल्या अहिल्याबाई!''

''मामंजी... मालेरावासाठी आपणास पदर पसरावा लागतो, हे तर कुळाचेच दुर्दैव.''

''ईश्वरे जे घडविले त्यावर कुणी बोलावे? अखेर सिंदेही मूल आहेत असे समजून आठ दिवस त्यांचे डेदियास राहून मुलास त्यांचे हाती सोप केले. विकल्प किलाफ दूर करून निरोप मागितला. आणि म्हणालो, ''नजीबखानास हाती धरून भागिरथीस सेतू बांधावा म्हणजे अयोध्या, ढाका, बंगाल, काहूर व माहूर देशापावेतो मोहीम करावी. शुजास तंबी भरून अर्धा मुलूख घ्यावा. किल्ले भारी त्यात ठाणी ठेवावी म्हणजे सेतूबांधासारखे जाणेयेणे सुलभ होईल.'' यावर शिंदे म्हणाले, ''तुमची ही मसलत आणि खावंदानी तर आम्हांस सांगितले की नजीबखानाचा शिरच्छेद केल्यास तुमची सेवा दौलतीस पूर्ण पावली... आता तुमचे ऐकावे आणि स्वामींशी द्रोह करावा काय? यावर आम्ही म्हणालो, ''बाबा, तुमचा बालस्वभाव... अटकेपासून रामेश्वरापर्यंत एकछत्री अंमल पेशव्यांचा! त्यात नजीबखान एकमात्र शल्य राखले. त्याचेही पारिपत्य केल्यास आपण निर्माल्यवत होणार हे तुमचे ध्यानी येत नाही. पेशवे आपणांस धोत्रे बडवण्यास लावतील. कुणी पुसणार नाही. पेशवे जासूदाचे हाती पैसा आणवतील. एतदर्थ एवढे नजीबाचे क्षूणही ठेवले व त्याचे हातून कार्य करून घेण्याचीही मसलत आखली. हेच दत्ताजीस सांगितले. त्यास मात्र पटले. ... अहिल्याबाई, तुम्हांस काय वाटते ! आम्ही केले ते भले ना?'' यावर अहिल्याबाई चिडूनच म्हणाल्या ''आम्हांस ना पटले तर तसे स्पष्ट बोलायचा हुकूम आहे का? आपण थोर... आपणच तर आम्हांस माणूस केले...''

''बोला बोला... कमअधिक अठरावर्षे राजकारण करताय... आता तुम्ही कर्त्या झाला... जाणही अव्वल... बोलाल ते ऐकू.''

''तर मग स्पष्टच सांगतो आम्ही... आम्हांस आपली मसलत क्षणभरही रुचली नाही. उत्तरेतल्या अनेक वार्ता आम्हांस आमच्या नजरबाजांनी सांगितल्या. निनावी पत्रांनी कळल्या. आपणास या पिकल्या वयात पेंढारीपणाचा, लुटीचा मोह कासया? आजपर्यंत उदंड कीर्ती मिळवली... लौकिक मिळवला...''

''आजही अटकेपावेतो झेंडे लावून, लौकिक करूनच आलो... पराजय घेऊन नव्हे!''

''पराजय वा जय यावर आम्ही यश मोजत नाही मामंजी! यश मोजायचे खरे माप दौलतीवरची निष्ठा ! दौलतीकरता झुंजणे हे खरे ! यश, अपयश ही बात अलग !''

''मग आम्ही दौलतीसाठीच मरत आहोत... आता थोडाफार स्वार्थ त्यात आलाच!''

''आम्ही ते विषयी नाही बोलत मामंजी... दौलतीपेक्षा व्यक्तिगत स्वार्थ अधिक आहे काय असा स्पष्ट सवाल आहे आमचा! नजीबखानास धर्मपुत्र करण्याचा

मतलब? जीवे ठार मारावे अशी ज्याची लायकी, त्यास पुत्र करणे आम्हांस रुचले नाही. त्यातून आपण बुध्याच हे दुखणे ठेवून आलात ... त्यात दत्ताजीस सामील करून आलात..."

"अहिल्याबाई... हे तो राजकारण! इथे शह ठेवल्यावाचून कोणाची थोरवी वाटत नाही... आम्ही हे केले नाही तर उद्या आम्हांस हुजऱ्याची दशा येईल... पाणके होऊ आम्ही... धोत्रे बडवावी लागतील पेशव्यांची!"

"पण म्हणून दौलतीत शत्रूचे क्षूण रक्षायचे? त्यास जागा करून द्यायची? नाही मामंजी... आम्हांस हे सहन होणे असकत! आज भिल्ल माजला तर आटोपत नाही... उद्या शत्रू माजला तर? तर आपणांस हुजरेपण करण्यासही जिवंत ना ठेवतील... नजीबखान पाताळयंत्री, ठग, कपटी... पिसाळलेल्या कुत्र्यागत त्यास जीवे मारायचे... रघुनाथरावांसही जे पटले ते आपल्या पिकल्या केसास पटले नाही हे कसे?... मामंजी, नजीबखानाचे जीवदान मराठी दौलतीस बहुत महाग पडणार... आता तो कुत्रा, अब्दाली, रोहिली, राजपूत, शुजा या सर्वांस एक करून आक्रमण केल्यावाचून राहाणार नाही... मामंजी ही दुरंदेशी आपणापाशी असूनही... मामंजी बहुत अनुचित... त्यातून लुटीचा पैसा व खर्च, त्याची हिस्सेवारी पै पै राखावी तेही गेल्या चार-दोन वर्षात... मामंजी, अवघी हयात वेचून कीर्ती मिळवली... उगाच या वयाला अधिकउणे ऐकणे भाग आले."

"आम्ही जीव धोक्याचे तोंडी देऊन तलवारबाजी करतो तेव्हा लूट येते... ती आमची नव्हे? फौजेचा खर्चवेच पाण्यावर नाही चालत!"

"आपण सुभेदार... पेंढारी नव्हेत! आपल्या लुटीतील हिस्सेवारी श्रीमंतांची!" फौजेचा खर्चवेच काढूनही बरेच काही खाजगीत जाते... याचा तीन हिस्से भाग पुणे दरबारी जायला नको? श्रीमंतांचे सरदार श्रीमंत होतात. करोडोंची मिळकत करतात आणि श्रीमंत पेशवे कर्जबाजारी होतात हे कसे? पुणे येथून वार्ता आहे... श्रीमंतांचे दौलतीस एक करोड कर्ज... मामंजी, ज्या दौलतीवर रुपया येतो, त्यासच इतके कर्ज? याचा मतलब? धणियास पदर पसरावा लागत असेल तर रुपयांची नदी कुठेतरी जिरते... कुणाच्यातरी खाजगीत शिरते ते उघड!... मग ते कुणीही असोत !"

...मल्हारराव मुग्ध झाले. बाईजी जागीच खिळल्यागत. सासरे आणि सून यांचा तिखट संवाद ऐकत राहिल्या. मधे शब्दही बोलून त्यात खंड पाडावा, त्या बुद्धिवादास धक्का लावावा असं त्यांना वाटलं नाही. त्या मल्हाररावांकडे पाहत राहिल्या... त्यांनी डोळे मिटून घेतले होते...

...मग ते एकदम म्हणाले, "अहिल्याबाई... मोलाचं बोललात. आम्ही उद्याच पुणे इकडे कूच करतो. स्वतः निर्वाळा देऊन येतो."

...पण तसे घडायचे नव्हते. मल्हारराव आजारी पडले. दीडदोन महिने जाणे लांबले. तोवर अहिल्याबाईंनी पुनःश्च जातीने सर्व खाजगीची तलाशी घेतली. हिशोब, कीर्द खतावण्या तयार ठेवल्या...

...मल्हाररावांसाठी फळांचा रस पुढे ठेवत अहिल्याबाई तिथे टेकल्या.

"अहिल्याबाई... बहुत श्रमता... आमचे पुत्रच झालात... तर श्रमणेच नशिबी... हिशोब देखलेत? कुठे बाट आढळला?"

"बघून आले... सहा महिन्यांपूर्वीपर्यंत तर आढावा आम्ही घेतला होता... तेव्हा फारतर हजारीवारी अधिक होते... ते आम्ही मनावरही घेतले नाही... वेळ आहे प्रसंग आहे... पैका लागतो..."

"मग? आता काय झालं?"...

"मामंजी... कारभार आहे तर काही अधिकउणे मुखातून जाऊ नये ये विषयी बहुत दक्ष राहते... पण विचारताच आहात तर त्याचे उत्तर... राग नसावा... पण लक्षावारी अधिक आहेत. नजीबखानास धर्मपुत्र केले त्याचा नजराणा बहुत मिळाला की काय?"

...मल्हारराव बोलले नाहीत... अहिल्याबाईंची दृष्टी चुकवण्याची वेळ आली. तोच अहिल्याबाईच म्हणाल्या, "मामंजी अपकीर्तीपरीस मरण पत्करावे असे आपण शिकवित आलात... फुकटची तनसडी नको हे आपलेच बोल... हरामाचा पैका नको... हे सान होते तेव्हापासून शिकले... आता तर आपलीही गेली तितकी वर्षे तर उरली नाहीत... या वार्धक्यात आपल्या हातून काही अनुचित घडले तर त्याचा डाग मजवरच ना? आधीच नजीबासारख्या सर्पास दूध पाजण्याचे महापातक... त्यात भर नसावी. क्षमा करावी... आपलं वय झालं... एकाएकी कधी नव्हे तर आपण ऐसे केले. आपण अखेरपर्यंत अवघ्यांचे दंडवत, सन्मान, मरातब घेतच गेलं पाहिजे. यासाठी आता मजसीच सावध राहणे आहे. आपली उच्च पायरी एक तसूही खाली येऊ नये हे डोळ्यांत तेल घालून देखणे हे माझेच कर्तव्य! कटु असले तरी सत्य भाषण पुत्रच करणार ना? लगोलग पुण्यास जाऊन पै पै पावती करावी. मामंजी, मी सती जाण्यास निघाले तेव्हा आपणच मला हे ज्ञान दिलेत की व्यक्तिगत स्वार्थापेक्षा दौलत अधिक, दौलतीपेक्षा हा देश... श्रीमंतांचे राज्य हे अधिक..."

"अहिल्याबाई, आता तुम्ही कर्त्या झालात... मज म्हाताऱ्यास..." त्याबरोबर मल्हाररावांचे पायावर डोई ठेवत अहिल्या म्हणाली, "चूक असेल तर चार धापटे मारावे... पण... पण अशी कठोर भाषा ना करावी. लेकुरपण असेल तर दावा... शासन करा... पण मी बोलले ते लटिके नव्हे ते आपणही जाणता."... यावर बाईजींनीही अहिल्येचे बोलणे उचलून धरले... आणि मल्हारराव पुणे येथे रवाना

झाले. बाईजीही संगे गेल्या. पुणे येथे शनिवारात होळकरांची हवेली... तिथे दोनतीन महिने मुक्काम करायचा विचार करूनच गेले. ... ते गेल्यावर अहिल्येस आपल्या मामंजीसवे बोललेल्या कठोर भाषेचे दु:ख होत राहिले... पण ते सर्व भल्यासाठी, नाईलाजाने करणे भाग पडले असे मनाचे सांत्वन करे ती... पण फार हुरहूर दाटून राहिली. तलवारबाजी करणारे आपले शूर मामंजी... त्यांचा जयजयकार घुमायलाच हवा होता! चुका कुणाच्या हातून होत नाहीत?... पण त्या सुधारल्या की त्याचे तेज उजळून येईल या आशेनेच हे सारे घडवले अहिल्येने!

दोनतीन महिने तर कसे गेले ते कळलेही नाही. कामे भरपूर होती... पण पुण्याहून लखोटा नव्हता... सगळी चिंता त्याचीच होती... आज उद्याकडे मामंजी इंदुरी येणार इतकीच वार्ता... काय घडले असेल... तोच तुताऱ्यांचा निनाद कानी पडला. सुभेदार इंदोरात प्रवेश करते झाल्याची ती खूण! अहिल्या मुक्तेच्या हाती आरती देऊन वाट बघू लागली...

"अहिल्याबाई... तुमच्या सुनेस भेटून आलो बरं का? अगदी आनंदात आहे ती... आज बहुत बोलणे आहे... फडणिशीत तुमची रजा!"

अहिल्याबाई हसल्या. म्हणाल्या, "आम्हीच जाणार नाही. आम्हांसही सारे ऐकणे आहे... गेल्यापासून एकही कागद नाही... आम्हांस आपल्या प्रकृतीची चिंता!" असे म्हणत अहिल्याबाईंनी त्या उभयतांची स्नानादिकाची तयारी केली. नास्ता... दूध झाले आणि मल्हारराव एकदम म्हणाले, "अहिल्याबाई... तुमचा होरा खरा निघाला. बसा. तुम्हांस अवघे सांगतो... फक्त श्रवणभक्ती करा... मधे बोलणे नाही. आमचे बोलणे संपले की बोलाल ते ऐकू... चित्रागत अवघं सांगता !"

"बरं... आम्हांस कबूल... सांगावे..."

"श्रीमंत नानासाहेब आणि भाऊसाहेब सकाळी तालीम करून येईपर्यंत आम्ही माणसात बसून होतो... देवडीवर! ते येताच आम्ही हात जोडून, कमरेत वाकून त्यांच्यापुढे असे उभे! श्रीमंत एकदम दचकून बाजूस होत म्हणाले, "कोण? सुभेदार मल्हारबा?"

आम्ही म्हणालो, "होय... तेच आम्ही... आपणापुढे हात जोडून आहोत!"

"मल्हारबा... आज हे काय नवीन? आम्हांस रामराम घालता? अहो, तुम्ही तर आम्हांस वडिलांचे ठाई...!" श्रीमंत म्हणाले.

"आपल्या हुकूमाप्रमाणे हाजीर आहोत... काय कैद करणे, मारणे असेल ते कर... बाबा, तुमच्या तीर्थरूपांनी आम्हांस या मरातबास आणले. नाही तर काय? आम्ही तर चाकरच! त्याच्या लोभावरच इतहड्यावाचूनही कितीक राजकारणे केली.

रुकार मिळत गेले. त्यांचेच वंशज आपण... तेव्हा तसेच चालेल हा भरंवसा... पण सांप्रत आपली वक्रदृष्टी बघून डोळे उघडले. बालंबाल गुन्हे आहेत. काय पारिपत्य करणे ते करा! हातापायांत बिड्या ठोका, किल्ल्यावर टाका... प्राण घ्या... हजर आहोत.'' हे ऐकून नाना डोळियास पाणी आणत म्हणाला, ''आपणच अशा गोष्टी बोलाल तर काळच फिरला म्हणावे!'' त्यावर आम्ही म्हणालो, ''भाऊसाहेबांनी आज्ञा केली... हिसेब संगे आणलेत. आजवर श्रीमंतांनी कधी देखले नव्हते.'' यावर भाऊसाहेब म्हणाले, ''माझ्या गळी हे हिसोबांचे लोहोडणे - नाना धनी आपण सरदार ... देणेदारांची कोचवणे किती याचे रफेदफे करा आणि मला मोकळे करा, मग मी उभयतांपेक्षाही गोड, मिठ्ठास बोलेन... दौलत कर्जभरित... सरदार श्रीमंत होतात आणि धणियाचे हाती झोळी येते हे घडते कैसे?''

यावर आम्ही म्हणालो, ''खरेच सांगा... दौलतीवर कर्ज किती?'' ते म्हणाले, ''कमअधिक पाऊण करोड...''

यावर आम्ही त्वरित म्हणालो, ''अस्सं? दऊतलेखणी आणा... बंद आणा.'' ... तत्क्षणी तीस लक्ष आमच्या नावे लिहिले... तीस लक्ष शिंद्यांचे नावे लिहिले, विचारले, ''अजून लिहू काय?''

तर म्हणाले, ''आपल्यासारखी नेक माणसे दौलतीत आहेत हे आमचे मातब्बर दैव... पण मजकडे नाहक वाईटपणा आहे. पण हे साठ लक्ष कधी पटतील?'' आम्ही म्हणालो, उदयीकच उंट पाठवावे.'' मग हवेलीत येऊन अन्याबा अन् तात्यास झाले वर्तमान बोललो... तर अहिल्याबाई, साठ लक्षाचा भरणा उदयीक केला... आता तर आमच्यावर आपला काही कोपराग नाही ना? दौलतीचे कर्जफेडीस हातभार लावून परत फिरलो.'' अहिल्याबाई अतिशय समाधानाने प्रसन्न हसल्या. बाईजी म्हणाल्या, ''आज किती वर्सांनी आपले ते प्रसन्न हसणे आम्ही देखले... जसा मोतियांचा... चांदण्यांचा सडा...''

''आज होळकरांच्या झेंड्याची मान उंच झाली मामंजी!'' अहिल्या म्हणाली. मल्हारराव अहिल्येचं हे तृप्त रुप, वात्सल्यभरे पाहत राहिले. तोच अहिल्या म्हणाली, ''नजीबखानाविषयी काही बोलणे निघाले?''

''ते काम श्रीमंतांनी सिंद्यांकडे सोप केले हे स्वत: सिंदाच मज बोलला. दौलतीचे कर्ज निवारले यातच अवघी मसलत सरली. कुणीच मग अधिक उणे भाषण ना केले. मात्र नाना आणि भाऊसाहेब जीव पाखडून एकच एक बोलू लागले. ''शिंद्यांसी संगनमते वागा... तुम्हीच आमचे भीम-अर्जुन... डावेउजवे हात... आम्ही शिंद्यांसी हेच बहुत मिषे सांगतो... उत्तरेतलं राजकारण तुमच्या भरोसे चालतं... तुम्हा दोघांतलं मनकिलमिष काढा.'' ... अहिल्याबाई, आता शरीर जर्जर... साथ देईना... देहाचे ताण सोसत ना, मनाचे ताण तर अधिकच

कठीण! कुठंवर सोसू? पण जीव आहे तोवर तलवार तर सुटत नाही... असेच कुठेतरी एकाकी पडायचो आम्ही! आता आमचा भरोसा ना धरावा.'' तोवर बाईजी म्हणाल्या, ''मजला आहेरापणी पोहोचवा... मग जा कुठेतरी! मी मार्तंडाजवळ तेवढं एक मागते!'' तेवढ्यात उदाबाई, वाघमारे, हरकुआई, भारमलदादा सगळे आले... अन् मग तो विषयच सरला. नंतरचे दोन महिने तर मल्हाररावांस शीण बहुत होता. अहिल्या फडणिशीत जात असे... त्यादिवशी दत्ताजी शिंदे यांच्या शिक्क्याचा लखोटा बघून आनंदाने ती वाड्यात आली. मामंजींना बहुत हर्ष होणार हे जाणून ती म्हणाली, ''मामंजी... घ्या... तुम्हांस हवाहवासा वाटणारा, तुमच्या सोबत्याचा लखोटा!'' मल्हाररावांनी खरंच अत्यानंदाने उघडला.

तीर्थरूप मल्हारकाकांचे सेवेशी दंडवत दत्ताजीचे,

आमचा लेकुरपणा माफ करून आपण, किलाफ दूर केलेत... चित्तशुद्धीचे सौख्य लाभले. आपण ओटीत घेतले, वाढवले, समाधान पावलो. नजीबखानाचे पारिपत्य आणि बंगाल, बिहार, ओरिसाची खंडणी वसूल करणे या कामगिऱ्या आहेत. आपल्या सलाहानुसार नजीबखानास हाती धरून पूल बांधण्याचा यत्न चालवला, तर केवळ आमिषे दाखवत भूलथापा देत असतो. त्यातून पंजाबात तुम्ही व रघुनाथरावाने नेमलेला अदिनबेग मृत्यू पावला. तिथे सर्व व्यवस्था लावून आपल्या कृपे साबाजी शिंदेस ठेवले. रेवाडीपासून सर्व गेली दोन वर्षे बेदिली माजली. आता जनकोजीसही संगे घेतले. बहुत थोर थोर कामे निभावतील तेव्हा खरी! नजीबास हाती धरून पूल बांधावा व अयोध्येस शुजाउद्दौलावर चालून जावे ऐसा विचार, पण नारोशंकर, जनकोजी व अंताजी 'आधी पारिपत्य करा' अशी ओढ देत आहेत - नजीबखान पुरा हरामखोर बाट आहे. तो आहे तर अब्दालीचे ठाणेच आहे ऐसे समजावे, असे सर्वत्रांचे म्हणणे! गाजीउद्दीनने सर्व बादशाही कुटुंबावर सक्त पेहेरवी ठेवली असे बहुतच राजकारण! पण आपण सर्व सरदार, जाट, राजपूत, एकमूठ झालो तर अब्दाल्लीचा फडशा करण्यास देर तो काय? बादशाह पोचट! कधी इकडे, कधी तिकडे, तरते बुडते पाहणार! नजीब आणि बादशहाचे अब्दालीस खलिते गेल्याची वदंता... आपण राजपुतान्याकडे ना जाता सरळ इकडे यावे, ही विनंती!

आपला आज्ञाधारक,

दत्ताजी सिंदे

पत्र अहिल्याबाईनेही वाचले. चिंतेने म्हणाली, ''ही एवढी कार्ये अंगावर... कशी निभावणार? त्यातून नजीबखानाचे कपटी क्षूण आपण रक्षून आलात... आता तरी

त्याचे पारिपत्याचा सल्ला त्वरित लावून द्यावा. अन्यथा सिंदे आपल्या सल्ल्याबरहुकूम वागतील तर नजीब त्याचे बरेवाईट करण्यासही कचरणारा नव्हे! दौलतीचा नेक माणूस फुकाच गमावेल व तोही आपल्यामुळे... हे शल्य बहुत शरीर पोखरेल मामंजी!''

''आम्हीही आता पश्चाताप पावलोत... आमच्यातले अवसानही रोजरोज कमी होत चालले... आजच स्पष्ट सल्ला देतो, 'सर्पास दूध ना पाजावे. क्षूण ना रक्षावे. नष्ट करावे.' असा खलिता देतो. मग तर झाले? आता दुसरा लखोटा कुणाचा?... उघडा.'' अहिल्याबाईंनी उघडला. वाचून दाखवू लागल्या.

तीर्थरूप मल्हारराबांचे सेवेशी बालके तुकोजीचा दंडवत...

आपल्या आसीर्वादेकरून लाहूरात ठासून बसलो. लाहोर प्रांतीचा मुलूख थोर ! पठाणांची ये जा... शीखांचा दंगाही नाटोपे ऐसाच! फौजेचे बळ हवे. मातब्बर मर्द ठेवले पाहिजे. साबाजी सिंदे पण येऊन दाखल झाले. सिंद्यांना निदिध्यास मातब्बर कामाचा! खावंदास संतोष व्हावा ऐसी कामगिरी शोधतात. सरहिंद, दुआब, लाहूर, मुलतान, अटक या प्रांतातील अवघा वसूल साबाजीने लाटला. आम्ही श्रम बहुत केले. पण सार्थक नाही. आम्ही येथे असावे की परतावे त्याची आज्ञा द्यावी. गाजीउद्दीन नेभळट... वजीर केला पण दिल्लीचा बंदोबस्त राखील असा मर्द गडी नव्हे! घडी बसावी कशी? नजीबखान आपला धर्मपुत्र, पण कोणी त्यावर विश्वासास धजत नाही. एक दत्ताजी त्यास गोंजारून आहेत. शुजाउद्दौला, रोहिले, जाट सरदार, जे ते आपल्यापुरते बघतात. नजीब सिंद्यांना 'माझे रक्षण करा' म्हणून पुन्हापुन्हा सांगतो. तेथे महानम्र होतो अन् एकीकडे मराठे-शिंदे यांना हाकलून काढण्याचे बेत करतो. आता तर चातुर्मास काल. गडमुक्तेश्वरी तीर्थदाने चालू आहेत. आपण जर सिंदे यांच्यासंगे राहाल तर बहुत दाबाचे व चांगले होईल. शिंद्यांने श्रीमंतांस कळवले आहे की, 'नजीबखानाने फौजेसुद्धा आम्हांस साथ देण्याचा करार केला, यथास्थित वागला तर ठीक, नाहीतर लुटून टाकू' असे ऐकतो. मातोश्रीस, सौ. बाईजींस साष्टांग दंडवत. मुलांना आसीर्वाद.

आपला पुत्र,

तुकोजी होळकर

पत्र वाचून अहिल्याबाई म्हणाल्या, ''तुकोजीने आपणांस आवतण दिलं तेच खरं. आपल्यासारख्या मातब्बरावाचून या गोंधळाचा निपटा होणं कठीण. बादबरसात तरी आपण तिकडे जाण्याची मसलत करावी.''

''आम्हांस तर उदेपूर-जयपूरची कामगिरी आहे. दौलत चारी ओर पसरलेली सर्वांनी एके ठायी मसलत करून कारभार कसा आटोपावा?''

''पंजाबाचे महाद्वार शत्रूस उघडे टाकून आपण मसलती कसल्या करता?

अब्दालीस नजीबची आवतणे जात आहेत - दिल्ली उस्कटलेली - नजीब बोलेल तैसा चालेल ऐसा नव्हे - त्यास धर्मपुत्र तर करून बसलात... आता या मेल्यांना मेखसूने बडवायचे सोडून उदेपूर-जयपूर काय मसलत?''

''चातुर्मासात या अवघ्यांच्या दानधर्मास पूर येतो. दर प्रांती तीर्थक्षेत्रे... तुळादाने काय... तीर्थस्थाने काय... मुहूर्ताच्या वाटाघाटी काय... अवघा काळ बर्बाद... श्रीमंत आले की त्यांच्या बायका... त्या आल्या की सरदारांच्या बायका... त्या आल्या की त्यांच्या परिवारातल्या... नुसती झुंबड! आमचा दिमाख तापतो अहिल्याबाई! वेळ कोणती? काळ कोणता? आणि यांचे हे बायकांचे लबेदे... सहन होत नाही... काळ बर्बाद करण्यापरीस माधोसिंहाचा गुंता मार्गी लावतो.''

''जरा अधिक बोलतो आम्ही... पण बादशाही रक्षणाचे सालीना पन्नास लक्ष घ्यायचा जर ठराव केला तर श्रीमंतांनी मोक्याची ठिकाणे ठासून रक्षाया नकोत? रयतेस सलामत ठेवणे, त्यास निश्चिंत राखणे हे करणे सोडून इतरच मसलती फार ! देवधर्म करू नये ऐसे नव्हे... पण मसलतीचे वेळी तर तीर्थस्थाने राखावी... भले त्यात स्नान ना केले तरी बेहेतर! दौलतीच्या पैशाने देवधर्म करणे हे तो पाप... ते श्रीमंतांस बाधणार... आपण वडील... आपला सल्ला श्रीमंत मानणार नाहीत ऐसे नाही... सांगून बघावे!''

''ते दिवस सरले अहिल्याबाई, आता भाऊसाहेबांचे सल्लागार अलग आहेत. पांढऱ्या केसांचा वचक कुणास राहिला नाही... बाजीराऊ होता ती बातच अलग !... आता आम्ही अधिक बोलण्याची शोभा नाही.''

''ते असो... पण बादबरसात आपण दिल्ली-लाहूर इकडे जावे असा सल्ला.''

''आपला तर आवाकाच मोठा अहिल्याबाई! आपणांस अवघे राजकारण समजते. आपण आहात तर दौलत आहे. मालेराव तर पार बापाच्या वळणी गेला... माझे कुळपुत्र अैसे कैसे अहिल्याबाई? मी ईश्वरादारी काय पाप केले? आमच्या कुळी तुमच्यासारख्या बुद्धिमान रत्नास काही सौख्य ना लाभले... आम्ही तर मनी लज्जित! तुम्हांस पोरवयात या कुळी उचलून आणली... आणि जन्मभर नुसती कामास जुंपली... काही काही सुख नाही... खंडेराव ते तसे निघाले... मालेराव हे असे...'' मल्हाररावांचे म्हातारे डोळे पाण्याने भरून आले. अहिल्येस बोलणे सुचेना.

ती म्हणाली, ''मामंजी... आपण श्रमी ना व्हावे. मजहाते दौलत नमुदास आली, राखली गेली, रयत समाधान पावली, तरी ईश्वरे सारी काही पोच दिली, असं समजेन मी! आपण अश्रू गाळावे हे आम्ही बघू शकत नाही.'' तेवढ्यात फडणिशीतले कारभारी आले. मल्हाररावांना डोळे पुसणे भाग होते.

बुसीकडून तोफांची विद्या घेऊन आलेल्या रामाजी यादव यांच्या मदतीने, त्याच्या मार्गदर्शनाखाली इंदुरात कारखान्याची उभारणी झाली. ही विद्या स्वत: आत्मसात करावी म्हणून गेले कित्येक दिवस त्या स्वत: कारखान्यात जात. आज मल्हारराव, बाईजी व फडणिशीतले काही लोक यांच्यासंगे कारखाना दाखवण्यास जायचे होते.

कारखान्यात गेल्यानंतर अहिल्याबाई सर्वांना माहिती देत होत्या. रामाजी यादव पण बरोबर होते. मिलाफ, हस्तनाला, सुरतनाला, जेजाल, सुरुंग यातला आणि या तोफातला फरक, बारकावे अहिल्याबाई सर्वांना समजावून सांगत होत्या. त्याचे वेगवेगळे नमुने, गोळ्यांचे प्रकार, बत्तीबांस... गाडे हे सगळं दाखवून या तोफांचं महत्त्व सांगत होत्या. यातून एकाच वेळी एकामागोमाग गोळे सोडता येतात हे वैशिष्ट्य नीट दाखवत होत्या. मल्हाररावांचं मन अहिल्याबाईंची हुशारी बघून आकाशाएवढं होत होतं. ते म्हणाले, "आम्ही तर केवळ खणखणा तलवार चालवावी, मेखसूभाले सोडावे इतके जाणतो... हे ज्ञान आपल्या बुद्धिपलीकडले! आम्हांस मार्तंडे एक बुद्धी मात्र दिली आणि तुम्हांस पतिसंगे सती जाऊ देण्यास आम्ही रोखले... त्याचा जाबसाल आम्ही ईश्वरास देऊ... पण तुम्ही आहात तो आम्ही पुत्रवंतच... अपार भाग्यवंत ठरलो."...

अहिल्या संकोचली... पण तिच्याही मनी आले, "खरंच... कधी शिकलो आपण हे सारं? घरात अवघा उन्हाळा, म्हणून इकडे जीव लागला की दौलत हेच आपलं जीवितकार्य ईश्वरे नेमलं? मामंजीचा आता भरोसा नाही. पुढे काय? मालेराव? ... त्यांचेकडून काय आटोपणार? की अजूनही ते शहाणे होण्याची आशा धरू? सटवाईने काय लेख रेखलाय माझ्या भाळी?"

... याचं उत्तर देणे नियतीलाही किती अवघड होते हे तीच जाणे!

गेले सातआठ महिने बाईजींचा दमा उसळला होता. अनेक औषधे, इलाज चालू होते. वैद्यांचे खलबत्ते औषधे कुटीत होते. त्याची मिश्रणे, अनुपाने, पथ्य, मालीश, शेक, यांची नुसती गर्दी... त्यातून भेटायला येणाऱ्या बायका, परिचित व्याहीमंडळी! ... आणि मालेरावांचे मर्कटचाळे! कुठे खाजकुयली टाक... माणसं खाजवू लागली की बाहेरुन बघायचे अन् हास हास हासायचे. माडीवरून जाणाऱ्या येणाऱ्यांच्या डोक्यावर सागरगोडे, बिट्ट्या, गोट्या टपकन टाकायच्या... कोळशाची भुकी फेकायची! कुणी स्वच्छ पांढऱ्या वेशात आले तर गुलाल टाकायचा! माणसांची कुठूनतरी फजिती करायची अन् हसायचे! या सगळ्यांस अहिल्याबाई तोंड देत होत्या. मल्हारराव कधीच निघून गेले होते... कुठल्यातरी मसलतीवर... जाताना तरी 'बघतो आता' असं मोघम ठेवूनच गेले.

अजून ना कागद ना लखोटा ! या काळजीत असतानाच एक स्वार धापा टाकत आला. घोड्यावरून उतरला... सगळा वाडा सावध झाला. त्याच्याकडे मराठ्यांचा भगवा पटका व खुणा होत्या. त्याने अहिल्याबाईंस मुजरा केला. म्हणाला, "एकांती काही सत्य बोलणे आहे... मजला अभय द्यावे... बहुत वार्ता आहेत. आपल्या पायाशी आलो."

"अहो पण तुम्ही कोण समजायचे? कुणाची हेरगिरी करण्यास आलात? मराठ्यांच्या वस्त्रखुणा दावून मजसंगे कपटमनी आणाल तर मेले हो, आमचे भाले दूर नाहीत... मेखसू खुपसून मारून टाकीन याची याद ठेवा."

"मातोश्री... आपणाशी कपट करेन तर मार्तंडाची आण... क्षण क्षण आता मूल्यवान आहे. मातोश्री मी मालोजी शिंदे[१]. अब्दालीच्या फौजेचा पूर देखून धावत आलो. उत्तरेस प्रलय होणार आहे. मल्हारबांना घेऊन जाण्यास आलो... त्यांना उपराळ्यात यावे तर ते म्हणे जयपूर उदेपूर प्रांती..."

"माधोसिंहाचे गुंते तुटता तुटत नाहीत... दहा महिने काय तिकडेच आहेत?" अहिल्याबाईंनी आश्चर्याने विचारले."

"मातोश्री... मल्हारबांस बळेच तिथूच गुंतवून ठेवण्याचा सलाह माधोसिंहास सुजाऊद्दौला व नजीबखानाने दिला. एतदर्थ मी येथे धावलो. नजीबखानास मल्हारबांनी धर्मपुत्र केले... पण त्याने बहुत कपटजाळ केले. दत्ताजीकाकांस करोडो रुपयांच्या आशादुराशेवर ठेवून अवघ्यांशी विरोधात संधान मांडले. आमच्यासंगे कपटाचे लटके सलूख करत आम्हांस रोखून धरले. अब्दालीची वाट बघत दबा धरून बसला."

"अंताजी माणकेश्वर व हिंगणे काय करीत आहेत? इतर सरदारास तरी कपट कळो नये?" अहिल्या स्तंभित होत म्हणाली.

"वकील तर कजिये करीत बसले. सरदारांनी जाणले... नजीबच्या पारिपत्याची सलाह पदोपदी दिली. पण सिंदेराव बोलले की, 'कार्यासाठी वैऱ्यासही मित्र करणे प्राप्त... आम्ही काय खावंदांचे वाईट करणार की काय?"

"ही मामंजीचीच सलाह... आता त्वरेने जावे तरी!"

"मातोश्री... म्हणूनच मी रण सोडून धावलो. मी मृत्यूस भीत नाही... आपल्या पराजयास भितो... आपण स्वत: चलावे... मल्हारबास मार्गी लावावे."

"ते वृद्धत्वाने हटातटास येतात. आम्हांस तर ते जयपूरकडे गेले हे सुद्धा मान्य नव्हते... आम्ही त्यास सरळ 'दत्ताजी समवेत जावे' असे म्हटले, पण आजकाल हटास येतात."

"ही हटातटाची वेळ नव्हे... शुक्रताळावर प्रळय आहे. अब्दालीची चाळीस हजार फौज लाहूरास लगडली. लंगडा पठाण पंधरा हजारी आला. सुजाने

---

१) मालोजी शिंदे गायब झाले. त्यांचे प्रेत व घोडा मिळाला नाही. (भाऊसाहेबांची बखर पान ८९)

पन्नास हजार फौजा आणि दीडशे तोफा पुरविल्या. नजीबखानाने तीस हजार फौज उभारली. या तमामांची दैत्यकुळी. सिंद्यांनी शर्थ केली. नजीबखानावर हल्ला मारला तेव्हाच हस्तगत होता. पण गोविंद बुंदेलामध्ये आला. पाच लक्ष घेऊन बाजू मारून नेली... नको तिथे सलूख केला... नको तिथे तडजोड...!''

''अवघ्यांची मति फिरली की काय? एक नजीब आधीच मरता तर...''

''तर ही वेळच येती ना मातोश्री... अवघी मोगलाई मसलत. कणसे कापावी तशी माणसे कापली. शिरांचे ढीग रचले कित्येक गंगेत वाहिले... दहा हजार घोडी लहानथोर पडली, त्र्यंबक बापूंचे पंजाबात आपण ठेवलेले पाचशे स्वारांचे पथक तर नागवे करून हाकलून लावले. सगळी उत्तर गडबडली. चीजवस्तू लुटली.''

''सिंद्यांची मुलेमाणसे कुठे आहेत?''

''त्यांना तर हुलकाबादेस बारा कोसावर कधीच धाडले. मातोश्री, आता त्वरा करा... नाही तर दत्ताजीकाका डोळियास दिसणार नाहीत. त्यांच्या पराक्रमाची शर्थ... पण भल्याबहुतांवर टीका करतात... त्यास आम्ही तोंड कसे दावावे? आम्ही रणातून गायब झालो ते यासाठी! आमचे नाव गुप्त ठेवावे व आम्हांस मल्हाररावांसाठी लखोटा द्यावा...'' यावर अहिल्याबाई त्वेषाने उठल्या. म्हणाल्या, ''आता लखोट्याने होणारे काम नाही... आम्ही स्वतः घोडेसवारी होतो... बाईजींची पालखी मागुती येईल...''

...सगळीकडे निरोप गेले. दोन प्रहरात सेना सज्ज झाली. अहिल्याबाई, मालोजी शिंदे आणि हजार घोडे जयपूरकडे दौडू लागले. बाईजींची पालखी मागून शंभर स्वारांसंगे निघाली... खांदाबदलासाठी अठ्ठावीस भोई होते. जयपुरास त्वरित पोहोचणे होते.

...मल्हारराव आपल्या सैन्यासकट शहाजणे वाजवीत पोहोचताच, शिंदे लष्कराचे राऊत तिथे पोहोचले. शिंद्यांनी केलेल्या पराक्रमाची समग्र वार्ता कळली. तोवर बाईजींनाही अहिल्येने घोड्यावर आणले, त्यांचा डेरा लगतच होता... अजून सजामे, जाजमे अंथरायचीच होती... तोवरच मल्हारराव आले... दुःखाने मातीवरच कोसळले... गळा फोडून रडत म्हणाले, ''बाईजी... आमचा शिंदा गेला हो... दत्ताजी... आता तुजला कुठे बघू मी... आत्ताच तर त्याचे खत वाचले ना तुम्ही. अहिल्याबाई लिहिले होते, किलाफ दूर केलात... चित्तशुद्धीचे सौख्य लाभले... ओटीत घेतले... वाढवले... लेकुरपणा माफ केला...' अरे माझ्या लेकरा - बाईजी... गेला... शूर दत्ताजी गेला...'' आणि ते हुंदके देऊन रडू लागले.

अहिल्येस मुळीच बोलावेसे वाटले नाही... मामंजींना उपराळ्यास जाणे अगत्य

होते... आता रडून काय फायदा असे मनी म्हणत ती कामाच्या बहाण्याने निघून गेली. ... पण बाईजींनी तिला हाक मारली... मल्हारराव रडे आवरुन सांगत होते, "जनकोजी घायल झाला... त्याची वार्ता ऐकून असा त्वेष की दहा हजार घोड्यांवर चालून गेला. घोड्यांची तोंडे आत शिरतात तोच जगदाळे पडला. त्याचा मुडदा ओढ ओढ करत असतानाच दत्ताजीस गोळा बसला..." पुन्हा उमाळा इतका भरून आला की मल्हाररावांस शब्द फुटेना... मग तिथे राऊत होते... ते पुढे सांगू लागले, "मातोश्री, तो कुतुबशहा दैत्य पुसता झाला, "क्या दत्ताजी पटेल और लढेंगे?" तर मातोश्री अशा मृतवत अवस्थेत जबाब दिला, "बचेंगे तो और भी लढेंगे" ... मल्हाररावांना रडणे आटपत नव्हते. बाईजी त्यांना शांत करीत होत्या. ... अखेर उसळून म्हणाल्या, "अहो शिंदे तर एवढासा पोर... अजून तोंडाचा जार ना वाळला तो ही हिंमत दावली. आता निदान घायाळ जनकोजीस रक्षावे... तर तुमच्या मैत्रिकीची शोभा... नाहीतर आजवर तर मैत्रिकी बहुतच गाजली की... शिंदे इकडे एकटा झुंज घेतो आणि आपण माधोसिंहाचे गुंते सोडवत बसता? आता रडून उपेग आहे? इहलोकीची कीर्ती जर मेली तर माणूसच मेल्यागत... खेद तो स्त्रीजातीने करावा... हिंमत धरुन मुलामाणसांचे समाधानास जावे... कुतुबशहास चेचावे... बदला घ्यावा... कीर्ती करता करता मरावे!" अहिल्येस बाईजींचा अभिमान वाटला. त्या खरे तेच बोलत होत्या.

मग अहिल्येस हिंमत आली. म्हणाली, "आपण दोन महिने आधी येता तर चित्र कदाचित बदलते... आम्ही आपणांस सलाह दिली होती... उदेपूर अन् जयपूरचे गुंते तर जन्मवेरी अजून सुटले नाहीत. प्रथम इकडेच..."

यावर मोठमोठ्याने ओरडत मल्हारराव म्हणाले, "तुम्हा दोघींचे मनी आम्ही मरावे ऐसे आहे. तुम्ही कर्त्या झालात आणि यांची आमची तलवारीवर खातर नाही. वृद्धपणी कुणीही काही बोलावे... म्हाताऱ्या सिंहासही खडे मारावे ही तो जनरीतच..."

"वैधव्याची आस धरणारी चांडाळीण कोण असेल स्वामी? आपण लौकिक बहुत केला... वाटा तर शूराचा उचलला म्हणून बोलले. घोंगड्या विणायचे स्वकर्म करीत राहता तर वादाचे कारण काय होते?"... हे ऐकताच त्वेषास येऊन हजारो फौजेसकट शिंद्यांच्या डेऱ्यावर कूच करते झाले. शिंद्यांच्या फौजेत मिळाले. तोच नऊ महिन्यांची अवघडलेली दत्ताजीची भागिरथी फौजेत कशीबशी येऊन पोहोचली. अहिल्याबाईंनी तिजला कुशीत घेतले. गौतमाबाई पाठीशी उभी... सर्वांच्या शोकाचा एक कल्लोळ उसळला... भागिरथी मटकन खाली बसली... दुःखाने तोंडी माती भरू लागली... डोके आपटू लागली. तिला आवरणाऱ्या बाईजींना म्हणाली, "आम्ही काय पाप केले तो ईश्वरे या शोकार्णवी लोटले... मल्हारीकाकांची बहुत राह देखली... सतत लक्ष धुरोळ्याकडे... कुठेही धुरोळा उठला की म्हणावे, 'काका उपराळ्यास आले... आता कुणाची

हिंमत?''

मल्हारराव ते ऐकत होते... रडत होते... रडण्यावर त्यांचा ताबाच उरला नव्हता. बाईजी म्हणाल्या, ''भागिर्थी... आला माणूस राहतो काय? याचं नांवच मृत्यूलोक बाई! पाटील कीर्ती करून गेले... कीर्तीहून थोर दुसरं काय? 'बचेंगें तो और भी लढेंगे' हे उत्तर, ही धिटाई, हे शौर्य, हे तेज गाजत राहाणार भागिर्थी... माणसाचे काही कर्तृत्व असेल तरच नांव... नाहीतर काय? हजारो माणसे जनमतात हजारो मरतात... त्यांची नावें कोण जाणतो पोरी?''

''माझा तर अवघा उभाड झाला सासुबाई... आता स्वामींना कुठे पाहू?''

''तुझ्या पोटी पोर येईल त्यात बघ मुली... त्यास सवाई दत्ताजी करू! उगी बरं! रडू नको... दिवस भरलेत... उगा कळा सुरू व्हायच्या!...

अहिल्या जातीने सर्व कार्य करवून घेऊ लागली. दांड्या, कनाती, खांब जाजले... तिथे शिंद्यांचा डेरा उभा राहिला. मल्हाररावांच्या येण्याने फौजेत नवा जोम आला. जनकोजीच्या जखमा खोल.. त्यास वैद्य उपचार करीत होते. सर्वांगास ठणका होता.

सकाळ उजाडताच जाटाने सावधानीचा इशारा पाठवला होता, ''मित्र हो स्वस्थ ना राहणे... दुराणीची फौज तुमच्या रोखे निघाली.'' यावर मल्हारराव जनकोजीस म्हणाले, ''बाबा, तुम्ही जखमी, भागिर्थी पोटुशी... दत्ताजीचा वंश जतन करणे महत्त्वाचे! तेव्हा तुम्ही आम्ही चमेलीपार जाऊ. मधे रामाजीपंत व आमचे गंगाधरतात्या अशी खडी फौज ठेऊ.''

''नाही मल्हारबा... काकांचा देह पडला तिथेचा माझा पडावा. तुम्ही वडील. बायकामुलांसंगे जावे. मी कामगिरीवर राहाणार. जे होणे ते होवो.''

''आम्ही आपणांस अकेले सोडू काय? तुम्ही कामगिरीवर निघाला तर आम्हासही अवघडल्या बाईसह निघणे भाग आहे. पण असे मूलपण करो नये.''

मल्हाररावांनी खूप सांगितले, पण जनकोजी ऐकत नव्हता. मल्हारराव अखेर चिडून आपल्या डेऱ्यात आले. तिथे अहिल्याबाई, बाईजी औषधे करवून घेत होत्या. चिडून म्हणाले, ''जनकोजीस गनिमी कावा उमजत नाही. तुम्ही आम्ही मुलेमाणसे घेऊन चमेलीपार होऊ म्हटले तर ऐकत नाही. आम्हा सर्वांस घेऊन बसण्याचा मूलहट्ट मांडला आहे.'' बाईजी हिंमत बांधत म्हणाल्या, ''सुभेदार... जनकोजी शिंदे मूल असून हिंमत बांधतो... उदंड धैर्य दावतो, आणि आपण हिंमत सोडता? इतका अनुभव पाठीशी, आपल्या फौजेने तुमच्या नाही तर कुणाच्या तोंडाकडे बघावे? आपणांस खरेच आता वृद्धचळ झाला की काय? कीर्ती मिळवून अजून किती

पन्नाशा जगणे आहे? गेली तितकी वर्षे थोडीच जगायचे आहे? मग अपकीर्ती का पदरी घेता?'' यावर अहिल्याबाईंकडे बघत मल्हाररावांनी विचारले, ''तुमचा काय सल्ला? आम्ही यावेळी काय करणे योग्य?''

''अवघा आकांत झाला. आपल्याविना आटोपेल ऐसे उरले नाही. दत्ताजीराव पडले. जनकोजीस आपल्यावाचून आसरा कुणाचा? मुलंमाणसं व बायका यांच्याकडे बघण्यास आम्ही मातब्बर आहोत. त्यासाठी आपला वेळ का खर्ची टाकता? ... आम्ही सर्वांस बरोबर नेऊ!''

''म्हणजे आम्ही जावे ऐसेच ना? आमच्या वृद्धत्वाची कुणास चिंता?''

''आपली तलवार आणि खुद्द आपण फौजेचा आधार! आपणा क्षत्रिया स्वधर्म हाच की रणी विन्मुख ना व्हावे. रण सोडल्यास दोहोंसही मुकावे. इकडे अपेश तर तिकडे नर्कसाधन! अपेश तर मरणाहूनही नकोसे.'' अहिल्याबाई म्हणाल्या.

''उत्तम... उत्तम! आता मार्तंडे भेट घडविली तर भेटू'' मल्हारराव म्हणाले. तोच अहिल्याबाईंस अश्रू आले. पायी लागत म्हणाल्या, ''पाठी मार्तंड आहे... उदंड रक्षील... नाहीतर माझी उमर भगवंते आपणांस द्यावी.''

''हे काय बोलता अहिल्याबाई? शब्द मागे घ्या... आम्ही निघालो''...

मल्हारराव शिंद्यांच्या डेऱ्यात गेले. पाठोपाठ बाईजी व अहिल्याबाई पण पोहोचल्या. जनकोजीची पत्नी काशीबाई म्हणाली, ''इतके घाव घेऊनही स्वामींनी रणांगणी जाणे आहे. मल्हारजी मामंजींचेही मानत नाहीत... जतन करून येथवर आणले. स्वामींना जखमा सोसेनात. कुणीतरी म्हणाले, ''भरतपूरला, कुंभेरीला जाटाकडे जाऊ. मी ती मसलत ना मानली. अहिल्याबाई, जाट म्हणजे राजकारणातला मित्र... आज मित्र तर उद्या शत्रू! तो काय कुणी आपला बापभाऊ नव्हे! त्यांनीच आम्हांस बंदीत घातले तर पेशवे आमचे अगत्य करतील काय? दक्षिणचे लोक आमच्यासाठी आडरानी आले. त्यांना सोडून आपला जीव जगवायचा का? बत्तीस भोई लावले... म्हणाले, ''बाबांनो, आता तुम्हीच माझे भाऊ. तुम्हांवर घाव पडेतोपर्यंत पालखी ना टाकावी. एकेक आसामीस शेरभर सोन्याचे कडे देऊन त्यांनी रक्षिले. बडे बडे लढवय्ये घोडे सोडून पहाडी पळाले. जीवापरीस जिगाब कोण बघेल? पण आम्ही असा स्वामीचा जीव जगवला. तरी आता रणांगणी निघाले. ... आता कुंकू बळकट असेल तर सुधरेल!''

काशीबाईस रडू आवरेना... जिवापरीस जतन करून आणलेला आपला जखमी पति पुन्हा रणांगणी निघालेला बघून तिचा धीर सुटला. अहिल्येसही बोलणे सुधरेना... काय बोलावे कळेना. तोवर मल्हारराव व जनकोजी आत आले. मल्हारराव बोलू लागले, ''लेकीबाळींनो जो रणात उतरतो त्याने कुंकवाकडे कसं बरं बघावे? सिंदे ज्ञानाचे शाबूत. आम्ही सडी फौज घेऊन गनिमी काव्याने गिलच्यांना हारीस आणू... जनकोजीस दिवा ओवाळून तिलक करा... मार्गी

लावा ! या पांढऱ्या केसांची आणशपथ... त्यास रक्षीन! अहिल्याबाई, तुम्ही सर्वांनी केरोलीच्या वाटे चमेलीपार व्हावे. बाईजी संगे आहेत... दत्ताजीच्या भार्येस सुखरूप पुत्रप्राप्ती होऊ द्या... त्यास सवाई दत्ताजी करू! जाऊ द्या आता, द्या निरोप!'' तिलक औक्षण झालं... निरोपाचे विडे दिले गेले... मल्हाररावांना, जनकोजीला बाईजींनी तिलक लावला... कूचाची नौबत झडली... सैन्याचा धुरोळा दिसेनासा होईपर्यंत सगळ्या बघत होत्या!

निवडक स्वार मागे ठेवले होते. त्यांच्यासमवेत अहिल्याबाई, बाईजी, काशीबाई, भागिरथीबाई यांचा परतीचा प्रवास सुरू झाला. वाटेतच कुवारी नदीच्या तिरी दत्ताजीचा दहावा, बारावा केला. भटब्राह्मणांची गर्दी होती. पिंडास कावळा शिवेना. हारीने बसलेले... पण कुणी चोच उघडीना.

अहिल्याबाई पुढे होत बोलल्या. ''दत्ताजी पाटील, आपण बहुत कीर्ती केली. 'बचेंगे तो और भी लढेंगे' चा ताम्रलेख कोरून गेलात. परलोकांत आपणांस सन्मानभूषणे मिळतील. या मृत्यूलोकीचे काय? रणी लढणारे मृत्यू पाठीशी घेऊनच असतात... भागिरथीबाई माझी लेकबहीण, तिची प्रसूति करेन... अक्लेश राखीन... रात्रंदिन पायथ्याशी बसेन. आपले मूल आणि भागिरथी सुखरुप उज्जेनीस पोहोचती करेन''... असं म्हणताच कावळे पिंडावर तुटून पडले. भागिरथीच्या रडण्यास तर खीळ नव्हती. सारा सहवास तो किती एखाद दीड वर्षाचा! पण किती गुण सांगावे तिने? किती प्रेम! जीवावर, आत्म्यावर... केवळ शरीराचे नव्हे! रडत रडत एकेक गुण सांगताना ती थकून गेली. अहिल्येच्या मनी अंधार होता. 'असं प्रेम सटवाईने मज अभागिनीच्या भाळी रेखलंच नाही... स्वामींचे आठवावे तर काय आठवावे? मद्य? कंचनी? घुटी? बेहोशी? विलास भोग? लुटालूट?... खरंच, माझे हाती सत्ता येईल तेव्हा हे मद्याचे हौद आधी ओतून देईन... त्यापायी अवघा गर्दशीचा प्रसंग... मद्यापायी आदिपश्चात सर्व मसलत बुडली. तलवारीचा स्फुंद चढला. ती तलवार तरी दौलतीच्या कामी यावी, तेही दैवी नव्हते... बेहोशीत मृत्यू भिडला. अवघी नामुष्की... अहिल्या विलक्षण उदास झाली. मालेराव, मुक्ताबाईच्या आठवणीने इंदोरास जायची ओढ लागली. मालोजी शिंदे येतो काय अन् उदाबाईंवर सर्व सोडून आपण निघतो काय! उदाबाईंनी जयपूरास जासूद धाडल्याचे कळल्यापासून चित्त अस्वस्थ होते. खास काहीतरी कारण घडले असेल... ती सायंकाळ तशीच गेली. बाईजींचा दमा या प्रवासाने, मनस्तापाने पुन्हा उसळला होता... तोच काशीबाई धावत आल्या. भागिरथीस प्रसुतिवेदना सुरू झाल्या होत्या. दत्ताजीची आठवण दाटून रडतरडत कळा देणं जमत नव्हतं. मूल खाली सरकतच नव्हतं. हुंदक्यांनी वरती श्वास खेचला तर होणार तरी कसं? अखेर बाईजींनी रुद्रावतार धारण केला. रागावून म्हणाल्या, ''पोरी, हुंदकून रडतेस, पोर काळजाकडे सरकतं...

दत्ताजी शूराचं लेणं लेवून गेला. त्याच्या पुत्राचा सुखरुप जन्म ही प्रधान गोष्ट!... दत्ताजीचा वंश सुखरूप राखणे असेल, जिवंत ठेवणे असेल तर एकदम चूप... आवाज नाही काढायचा! कळा खाली रेट... गप्प राहा अगदी!''...

मग अहिल्या जरा प्रेमाने समजावत म्हणाली, ''भागिरथी... तुझे ओटीत पोर घातले... ते सुखरूप कर गं पोरी... झाली गोष्ट मनातून काढ... भविष्याकडे बघ...!''... दटावणी, समजावणी या दोन्ही मार्गांनी आपलं काम केलं. भागिरथी नीट कळा देऊ लागली... तास दीड तासातच टॅहॅ... टॅहॅ च्या अमृतवर्षावानं तो दु:खी डेरा आनंदित झाला. दत्ताजीस मुलगा झाला होता. ऐन थंडीचे दिवस होते. अहिल्येने उष्ण पाण्याने बालकास, बाळंतिणीस न्हाऊ घातलं. उबदार वस्त्रे गुंडाळली. बाजेखाली शेक ठेवला. भागिरथीच्या डोक्यास रुमाल बांधला. बाईजींनी बटव्यातून सागरगोटा, बोळ, सफेदमिस्त्री, पिंपळी, गाठीपिंपळमुळ, मायफळ वगैरे औषधे काढली... काढा आणि औषधांचे चूर्ण गुळातून भागिरथीस दिले... पुत्रमुख बघण्यास दत्ताजी नव्हते... अखेर अहिल्या उठली... व काशीबाईंकडून तिने पुत्रजन्माचा शंख वाजवला. बुणगे जमले त्यांना पुत्रजन्माची वार्ता देत म्हणाली, ''दत्ताजीचा वंश प्रस्थापित झाला. हत्तीवरुन नजिकच्या गावी साखऱ्या वाटा. तोफायंत्रे हवेत सोडा. अवघा उत्सव करा.''

पाचवीची पूजा होताच पालख्या निघाल्या. बाळबाळंतिणीस हवा लागू नये म्हणून सर्व काळजी घेण्यात आली. संगे काशीबाईस बसवले. तुरेडेरे देऊन पुत्राचा सन्मान केला. एक हजार एक भागिरथीच्या ओटीत घातले. काशीबाईंच्या सौभाग्याचा उदंड आशीर्वाद दिला आणि मुद्दाम उज्जनेला भागिरथीस सुखरुप पोहोचवल्याचा शब्द खरा करण्यासाठी गेलेल्या बाईजी व अहिल्याबाई इंदोरकडे निघाल्या. सगळ्या उराउरी भेटल्या. रडणाऱ्या काशी, भागिरथीस अहिल्या म्हणाली, ''वियोग रामासही चुकला नाही... तिथे आपण कोण पामर? पण कधी आमचीही याद करा. आपली एक बहीण इंदुरी आहे असे जाणून बेलाशक वाड्यात या. आता शिंदे-होळकरात किलाफ ना राहिला... मन:शुद्धी झाली... निरोप घेऊन होळकरांची भारदुडी इंदोरकडे निघाली. रथसप्तमीसारखे सौभाग्यवासने देण्याचे सण आले की बाईजी पुन्हापुन्हा उदासून जात. अहिल्येच्या फटफटीत कपाळाकडे बघून त्यांना काही करावेसे वाटत नसे. त्यातून सुभेदारही इथे नाहीत... फक्त तिळगुळाचे लाडू बाईजींनी सरदारांकडे पाठवले. फडणिशीत पाठवले. संक्रांतीस त्या इथे नव्हत्या... तीळशर्करा तर सर्वांना द्यायला हवी... रथसप्तमीस दिली! बाईजींच्या सवतींनी वाडा सांभाळला... आणि उदाबाई रोजच एकदा येऊन जात.

आज उदाबाई आल्या तर बाईजी अन् वहिनीसाहेब आल्याचे बघून एकदमच आनंदित झाल्या... पायी लागत उराउरी भेटल्या. अहिल्याबाई म्हणाल्या, ''ताईसाहेब...

आपला पदर माहेरावर आहे तर आम्ही बिनघोर हिंडतो... मुक्ता, मालेराव तर आपल्याच पदरात टाकलेत आम्ही... आपली ही माया तर केवळ अजोड...''

''वहिनीसाहेब, हे मोठेपण आम्हांस पेलवेनासे झाले. आमच्या नजरेपलीकडे मालेराव हुंदडा घालतात... ते विषयी आपल्यासंगे बोलणारच आहे... पण आपल्याही मनास त्रास... त्यातून आपणास रुचेल ना रुचेल... ते असो... पण सुभेदारांची प्रकृती ठीक ना? मसलतीस गेले का? कुठे? बाईजीस काही तकलीफ तर नाही ना?'' उदाबाईंना सारी हकिकत संक्षिप्तात सांगून अहिल्याबाई पुन्हा मूळ प्रश्नाकडे वळल्या. ''ताईसाहेब... आम्हांस रुचते ना रुचते हा प्रश्न आपण आजच का काढला? मी आई आणि तुम्ही मालेरावांच्या कुणी नव्हेत की काय? तो आमच्याइतकाच तुमचाही आहे... आपण उदेपूरजयपूरास जासूद पाठवल्याचे कळले... जरुर काहीतरी घडले... ताईसाहेब, बेलाशक सांगा...!''

''तुम्ही आमच्यावर जबाबदारी टाकलीत. तुम्हांस जाबसाल कसा द्यावा?''

''आपणावर त्याचा दोष नाही... आम्ही आई आहोत तरी घडणारे घडतच आहे. त्यावर रात्रंदिवस पहारा कसा अन् कोण राखणार? त्यांचे प्रताप आम्ही जाणतो.''

''ही मुक्ता कशी... मोत्यासारखी! ...गोड लाघवी पोर ! आणि तेच मालेराव... तुमचे आणि आमचे प्राक्तन, दुसरे काय?''

''ताईसाहेब सांगा... मन घट्ट करून ऐकू आम्ही... काय केलं त्यांनी?''

''वहिनीसाहेब, घोड्यावर सवार व्हावे... वृद्धामागे घोडा उडवावा... बायकामुलींमध्ये घुसवावा! ते धावू लागले, ओरडू लागले की खदाखदा हसावे...वर त्यांच्या अंगावर विडा खाऊन पिंका टाकाव्या... सुभेदारांचा पौत्र... कोण काय बोलणार वहिनीसाहेब? सारखा एक हट्ट... बाहाडांकडे मूळ धाडा. मैनेबाईंना आणवा ...अजून तर सोळावं वरीस लागलं...'' उदाबाई म्हणाल्या. फार उदास होत्या.

''आपण तर मायेची शर्थ करीत आहात... आता आम्ही बघतो. बाईजींचा नेकसल्ला घेतो.'' तेवढ्यात मुक्ताबाई पैंजणे नाचवत आली. आईच्या गळ्यात मिठी घालत म्हणाली, ''सारख्या सारख्या काय परदेसी जाता? आम्हांस दादासाहेबांची भीति वाटते. आत्याबाई कशा घरी असतात?''

यावर उदाबाई म्हणाल्या, ''मुक्ताबाई... तुमच्या मातोश्रींना राज्य करायचे... मग वाटावळणे, डोंगरनद्या, तीर्थदेवळे, चोरवाटा, गड किल्ले हे सगळं बघायला नको? म्हणून किनई आजोबा त्यांना मुद्दाम नेतात... खानदेश, नेमाड, जयपूर, उदेपूर अवघं दाखवतात.''

''मग आम्हांलाही दाखवा... आम्ही पण राज्य करू!'' मुक्ता म्हणाली. जवळचा पेढा तिच्या मुखी घालत उदाबाई म्हणाल्या, ''वहिनीसाहेब, मुक्ताच्या

तोंडी पेढे पडो... भाग्याचा जावई मिळो... राज्य करणारा!''

''मुक्ताबाई... तुम्हांस मजवाचून काही उणे नाही. आत्याबाई आहेत.

मुक्तेला कुशीत घेत उदाबाई म्हणाल्या, ''यांचा जिम्मा तर आम्ही हौसेने घेऊ... पोरी... वहिनीसाहेबांचे हाती तर सतीचे वाण! ... नाहीतर वहिनीसाहेब, आपण हिला आता नवऱ्याकडेच धाडून देऊ... बारावं वरीस सरलं... म्हणजे तसा उशीरच!''

''ताईसाहेब... तेवढी भीड मजला ना घालावी. तिला शिकू द्या... खेळू द्या... भालाबरचीत, घोडेस्वारीत तयार होऊ द्या... होऊ द्या थोर! लग्नाची गर्दी काय करावी? हीच काय ती सुखाची वर्षे... दिवस म्हणाल तर हे असे...'' अहिल्याबाई म्हणाल्या. मग उदाबाई पण बोलल्या नाहीत. तेवढ्यात मालेराव आले. गेल्या चार महिन्यात एकदमच थोराडले... दुसरे खंडेरावच... तीच चाल... तीच ढब... त्यांना बघताच अहिल्या उभी राहिली... संतापाने तिचे डोळे लालबुंद झाले.

''मालेराव... या क्षणापासून तुमचा घोडा जप्त केलाय आम्ही!''

''आत्याबाईंनी चुगली केलेली दिसते... पण फडक्यांचा म्हातारा...

''हा कोण फडक्यांचा म्हातारा? काय झालं त्यास?... ताईसाहेब हे प्रकरण काय आहे... आपण का नाही सांगितलं?''... अहिल्याबाई म्हणाल्या...

''वा मातोश्री... अभिनय तर बहुत साधतो? तुम्हांस ते कळल्याखेरीज घोडा जप्त करण्याची भाषा आलीच कशी? अवघी नाटके!''

''मालेराव... जबान सांभाळा... रेणू... रेणू...'' अहिल्याबाईंनी हाक मारताच रेणू आली... अहिल्याबाई म्हणाल्या, ''मालेरावास घेऊन राणोजीचे स्वाधीन कर... मालेराव जा... आम्ही हाक मारू तेव्हा या... ताईसाहेब आता सांगा काय झाले?''

''माझा धीर ना झाला... बहुत दुःखाची बात... आपल्या दिलास ढका लागेल एतदर्थ ना बोलले... फडके यांचे घरचा एक वृद्ध यांचे टापेखाली आला... तिथेच मृत्यू पावला... तो आकांत काय सांगावा?''

अहिल्याबाईंचा संतापाने लाहीलाही झाली. त्यांनी मालेरावास बोलावले. तो येताच त्यांचा हात धरत म्हणाल्या, ''चला मजसंगे!''

''कुठे? कुठे नेता आम्हांस? तुरुंगात घालता की विहिरीत लोटता?'' मालेराव अतिशय उद्दामपणे म्हणाला.

''फडक्यांच्या घरी! ज्या वृद्धास तुम्ही मारलेत त्यांच्या घरी! त्यांच्या पायी माथे टेकायला... माफी मागायला... चला!''

''आम्ही साफ माफी मागणार नाही...''

''ठीक आहे... तर मग आम्ही माफी मागू... ते तुम्ही स्वतःच्या डोळ्यांनी पाहत राहा. आपल्यापायी आपल्या आईस कुणाचे पाय धरताना, कुणापुढे पदर

पसरताना, क्षमा मागताना डोळे भरून पाहा... चला... तुमची हिंमत कळली... दुर्बळाची शिकार करणार तुम्ही... वृद्धांची... पोरींची!''

मालेराव आत्याकडे दातओठ खात पाहत म्हणाला, ''आत्याबाई... आज कळले... तुमची माया... अवघे नाटक... बघून घेईन!''

त्यावर अहिल्याबाईनी फाडकन त्याच्या मुस्कटात दिली. आत्याच्या पायावर त्याला लोटत म्हणाल्या, ''ताईसाहेब... हा कोण हो माझ्या पोटी आला?''...

बाईजी हे सगळे बघत होत्या... ऐकत होत्या. त्या उठल्या... खाजगी तिजोरीतली पाच हजारांची थैली अहिल्येच्या हाती देत म्हणाल्या, ''त्याच्या विधवा वृद्धेस दे... अहिल्याबाई, कुपुत्र होण्यापरीस वांझोटेपण पत्करले... चला बाई... देव तरी तुमचा अन्त बघतोय!''

बाईजी, अहिल्याबाईंची पालखी मालेरावांसह फडक्यांच्या दारी थांबली... अन् रडण्याचा एकच आकांत उठला. अहिल्याबाई उतरल्या. त्या वृद्धेच्या पायाशी कोसळल्या. सगळे थक्क होऊन बघत होते... केवळ अश्रू... अश्रूंचेच शब्द... अश्रूंचीच भाषा... पदर पसरून अहिल्याबाई पायाशी...! मालेरावासही लज्जा उत्पन्न झाली. त्या वृद्धेच्या पायाशी वाकत ते म्हणाले, ''आम्हांस माफ करा!'' असे म्हणतात त्या वृद्धेचा तोल ढळला... संयम तुटला... त्याला लाथेने उडविलं तिने... आणि अहिल्येच्या गळ्यात पडून रडू लागली. बाईजींनी पुढे होऊन तिला शांत केलं. धडपडून उठलेला मालेराव मान उडवत म्हणाला, ''अगं फडके... म्हातारे... तुझं घर मातीत मिळवीन...'' आणि असे बोलतच तीराप्रमाणे निघून गेला. फडक्यांची वृद्धा म्हणाली,

''आता मातीत मिळायचं अजून काय बाकी आहे बाबा?''

अहिल्येने पाच हजारांची थैली तिच्याजवळ ठेवली. ''मातोश्री... आपले नुकसान तर गगनास भिडणारे... कुणी पाठी येऊन छळतात कुणी पोटी छळतात. मी काय करावे तरी काय? आपले पाय धरून स्थळ मागण्यापलीकडे माझे हाती काय?'' त्यावर अश्रू पुसत ती थोर मनाची वृद्धा म्हणाली, ''बाये हो... तुम्ही एवढे झुकलात त्यात सारं आलं! माझे प्राक्तन... माझे सौभाग्य ईश्वरे त्याचे हातून मारिले. आपण खंत ना करावी. आपली कीर्ती दाही दिशा जाईल हा माझा दुबळीचा मनापासूनचा आशीर्वाद आहे...''

अहिल्या विलक्षण शरमिंदी झाली. पालख्या परतल्या!

फडणिशीत तीन महिन्यांचा व्यवहार तुंबला होता. बनाआई, द्वारकाआईस नर्मदाप्रदक्षिणेस जायचे होते... त्याचीही तजवीज करायचे काम होते. काही

सरदारांकडे बाकी थकलेली... एकादोघांची सैन्ये अजून आलेली नाहीत अशी स्थिती... सैन्य पाठवण्यात चाललेली ही कुचराई त्यांच्यापर्यंत पोहोचवायची... त्यांना खलिते पाठवायचे... न्यायदानावर नजर टाकायची गेल्या तीन महिन्यांतले अहवाल पाहायचे... अनेक कामांचा विचार करीतच अहिल्या फडणिशीत पोहोचली. आज तिचे शुभ्र घोंगडीचे आसन सिद्ध होते.

आधी पत्रव्यवहार पाहिला. खानदेश, नेमाड प्रांतातली पत्रे... भिल्लांनी प्रजेच्या छळास सुरवात केली होती. जामघाटाच्या पठारावर गणपतराव मराठा हा दरोडेखोर जबर दहशत बसवून होता. सैन्य अन् फौजा सतत युद्धात गुंतल्यामुळे प्रजेच्या सुखाकडे, सुरक्षेकडे लक्ष पुरवले जात नाही हे तिच्या लक्षात आले... युद्धाचा तिटकारा तिच्या मनात भरून राहिला. आपले राज्य आहे तेवढे अपत्यवत रक्षावे ते सोडून मेले आक्रमणास धावतात... या मेल्यांना कांडून मारावे... प्रजेचे रक्षण सोडून केवळ लालसा... युद्धे... छी:... वेळप्रसंगी प्रजेलाच लुटणारे हे का राजे म्हणायचे?... प्रजा सदैव भेदरलेली... अस्वस्थ...! स्वार्थाचे किडे बुजबुजलेले... जिकडेतिकडे तेच!... ती उदास झाली. मनात पुष्कळ काही करायचे होते पण प्रत्यक्षात उतरत नव्हते. भलत्याच कारभारात गुंतावे लागे. आतासुद्धा माधोसिंगाने दरवर्षी कबूल केलेली पंधरा हजार खंडणी दिलेलीच नव्हती. सदैव टाळाटाळ... बुंदीच्या सरदारांकडे खंडणी थकली होती... संताजी वाघ, लांबहाते या आप्तव्याह्यासही वसुलीची आठवण करावी लागे. चितालकर, ढमढरे, कदम ह्या सरदारांचे चित्रही काही अलग होते असे नाही! या कामांसाठी कारभारी जातीने पाठवणे आवश्यक झाले होते. युद्धास पैसा कधी लागेल त्याचा नेम नव्हता. चांदवडच्या किल्ल्यावर बांधकाम करायचे आहे असे पिताजी ढमढरेचे खत होते. तिकडेही कुणाला तरी पाठवणे अगत्याचे होते. आजचा अर्धा वेळ तर या कामांचे आराखडे करण्यात गेला. यात्रेचा विषय तसाच होता.

न्यायदानाचे काम बघावे... मागच्या कामावर नजर टाकावी, म्हणून अहिल्याबाई त्या कक्षात आल्या... कागद पुढे ओढले तर पहिलाच अर्ज फडक्यांच्या विधवेचा होता. "आपल्या पौत्रास काय शिक्षा करणार? फाशी देणार की हत्तीचे पायी?"असा ज्वलंत सवाल ह्या अर्जात होता. आपण त्यांचे दारी जाऊन आलो हे किती योग्य झाले ते तिला या क्षणी प्रकर्षाने जाणवले. मनातल्या मनात मार्तंडाचे स्मरण करत त्या म्हणाल्या, मार्तंड, तूच हाती धरून मजहाती सारे करवून घेतलेस?... एकदम उर्मी माझे मनी तूच घातलीस की, जा बाई... त्या दुर्दैवी घरी जा'... नाहीतर मज हे सुचले तरी कसे?.... मी तर एक दुबळी आई आहे मार्तंडा... तूच मजकडून कार्य करवून घे... पोटी भूत घातलेस... आता निभावून तरी ने..."

दोन महिने ही कामे पुरवली. बनाआई, द्वारकाआई यात्रेस गेल्या. हरकुआई खानदेशात त्यांच्या आप्ताकडे गेल्या. अशातच बाईजींचा दमा पुन्हा उसळला. अहिल्याबाईंनी उदाबाईंना इकडे राहण्यास बोलावले. सकाळी आणि रात्री अहिल्याबाई बाईजींची पाठ शेकत... दुपारच्या वेळी उदाबाई सारे करीत... अहिल्याबाईना फडणिशीत डोंगराएवढी कामे होती.

अशातच बाहाडांकडून निरोप आला, "मैनेस ऋतुप्राप्ती झाली" तिला मूळ पाठवणे अगत्याचे झाले. अहिल्येने चिठ्ठीकागद नणंदेपुढे टाकला. चिंतीत झाल्या. त्यांना म्हणाल्या, "ताईसाहेब, मुलगा या प्रकाराचा... नुसते राक्षसभूत... सुनेस आता तर आणणे भाग आहे... जनलोकांत व्यर्थ चर्चा!"

"तो तर कधीचा यासाठीच माझा पिच्छा पुरवत होता... फडके प्रकरणापासून माझ्यासंगे भाषण नाही..."

"ताईसाहेब... मैनेच्या नशिबाचे फळ तर कळतेच आहे. शहाजणे, शंख, वाजंत्री, चौघडे वाजवत इथे आणावं आणि बुधल्यात या मूर्खाहाती लोटावं का? अवघा बदनक्षा व्याह्यांपर्यंत जाणे... मी तर या पोराची दहशत खाली. बाईजी... काय करावे? सुनेस इथे आणावे कसे?"

"अजून मालेराव तसे लहान... त्यातून ते असे जलाली. अहिल्याबाई, सुनेस आणून तुमचाच डोईभार अधिक भारी होणार. या एवढ्या थोरल्या वाड्यात पोरीस जपावे तरी किती? पदरास बांधून तर फिरता येत नाही ना?"...

सगळ्या विचारात पडल्या. या आपत्तीतून मार्ग कसा काढायचा?... तेवढ्यात उदाबाई म्हणाल्या, "मजला एक राह दिसते... वहिनीसाहेब, तुम्ही व्याह्यांना खुलासेवार खोलून पत्र लिहा. तिला अजून दोन वर्षे तरी तिकडेच असो द्या... तोवर ती पण थोडी मोठी... आम्ही स्वतः पत्र आणि आहेर घेऊन जातो. मालेरावास शब्द कळो ना द्यावा. मी बात फत्ते करून येते. वहिनीसाहेब, तुम्ही कशाकशाचा जिम्मा घेणार? कशाकशाच्या चिंतेत जळावे तुम्ही?"...

अहिल्येस नणंदेच्या प्रेमाचा आधार वाटला. मन भरून आलं. तिला जवळ घेत म्हणाल्या, "ताईसाहेब, या घरी आल्यापासून आमची पाठ राखत आलात. आज हा नेकसल्ला दिलात. मालेरावाची झक्कली वृत्ती... त्या गोंडस पोरीस क्लेष नकोत. आता मसलत पार लावा... भार तुम्हांवरच!" बाईजी हे कौतुकाने बघत होत्या. उदाबाई - अहिल्याबाईंचं हे प्रेम त्यांना सुखावत असे.

दुसरे दिवशी नथ, बुगडी, शेले, पैठण्या, मेवामिठाई घेऊन उदाबाई बाहाडांकडे रवाना झाल्या. त्यावेळी मालेराव सर्प पकडायला रानामध्ये गेल्याचं कळालं. अहिल्याबाईंना त्यानेही हायसं वाटलं. बाईजींना म्हणाल्या, "बाईजी, निदान आठाचाराचा प्रसंग टळला. नसत्या जुजरसी झाल्या नाहीत. आता

मेल्याला सर्प कशास पाहिजे एवढी चिंता राहिली.''

अहिल्येच्या केसावरून हात फिरवत बाईजी करुणेने म्हणाल्या, ''हे पोरटं बरं असतं तर उद्या सून घरी आली असती... पण मार्तंडानं उजाड रान पदरी टाकलं... पोर रोज नवा गुंता काढतं...''

''असं का म्हणता बाईजी?... आपण आणि मामंजी हे दोन कल्पवृक्ष माझ्या रानी आहेत तर मजला काय कमी?''

''अहिल्याबाई... पण वृक्ष आडवे झाले... की... की.''

अहिल्याबाईंनी त्यांच्या तोंडावर हात ठेवला. पुढचं बोलू दिलं नाही.

मल्हाररावांचा पत्ता नजरबाजांनाही लागत नव्हता. आत्ता इथे आहेत असं कळायचं तर दुसऱ्या दिवशी भलतीकडेच आहेत असं कळायचं... नाना तऱ्हेच्या बातम्या... पण आज प्रत्यक्ष मल्हाररावांचं पत्र...

श्रीमती अहिल्याबाईंस, मल्हारबांचा आशीर्वाद.

आपणांचा निरोप घेऊन निघालो तो कागजखत लिहिण्यास आज १४ मार्च उजाडली. आम्ही प्रथम मारवाड प्रांती गेलो, तो दुराणी पाठ सोडेना. मग कुमक घेऊन पाणपत, कनलिकडे गेलो, तो तिथे गिलच्यांची धाड! ... मग दिल्लीहून आग्र्यास आलो. जयनगर, उदेपूर अशी गनिमी हुलकावणी देत गिलच्या हारीस आणावा म्हणोन पण दुराणीची सलाबत, हिकमत अधिक भारी. शिकंदऱ्यास हुताशनी केली तोच जाटाने बातमी पसरवली की दुराणीची फौज तुम्हांवर सुटली. आमच्या पळापळीत जनकोजीबाबाच्या जखमा सेंजेस आल्या नाहीत तेव्हा बाबास बोललो, ''दुराणी आकाश फाडून नाही आला. उगेच व्यर्थ पळत आहोत आमच्या मर्द फौजेसही हुरहुर आहेच की येक वेळ झुंज करावी'' शिंदे म्हणाले, ''काकाजी, आमच्या फौजेने तर हबक खाल्ली तेव्हा दुराणीचा मुकाबला तुमच्या फौजेस करू द्यावा.'' यावर गंगोबातात्यास फौज देऊन गिलच्या-दुराणीवर रवाना केले व जनकोजीस घेऊन आग्र्यास आलो. इकडे गिलच्यांचा कावा मराठ्याहून अधिक - झुंजीस आरंभ होताच प्रथम पाठ दाखवून गिलच्यांनी पळावे, मग त्या धुंदीत, आनंदात मराठे वळले की, परत येऊन कणसापरी माणसे कापावी. धुमसान झुंज झाली. 'बेजान करो - अल्ला का डेरा दिखाओ' म्हणत माणसं मारली. आपले महिपतराव दिवाण व शेट्याजी खराटे कामास आले. त्यांचे घरी जाऊन शांतवन करावे, गंगाधरतात्यांचे वृषण घागरीएवढे झाले. त्यास संगे घेऊन जयनगराच्या रोखे आहोत. आमचा तलाश ना घ्यावा. काळ कठीण आहे. इंदूर राखावे. पैका तयार हवा... कधीही लागेल. काळजी

चिंता ना करावी. सीर उखळात आहे...

मल्हारबा होळकर...

अहिल्याबाई पत्र वाचून चिंतेत... त्यांनी कारभारी बोलावले. शेट्याजी खराटे, महिपराव दिवाण वीरगतीस गेल्याची दुःखदवार्ता सांगितली. गोविंदपंतांना रक्कम काढण्यास सांगितली. गणेश विठ्ठलांना मृतांचे घरी निरोप देण्यास पाठवले, आणि आपण स्वतः बाईजींना संगे घेऊन शांतवनास गेल्या. तो पूर्ण दिवस व रात्र खराटे व दिवाण यांचे घरीच होत्या. घरी आकांताचा कल्लोळ उसळला होता. तो आवरणे महाकठीण होते. हळूहळू सरदारांच्या बायकाही मातंगपोशीस आल्या. लाख गुण आठवून, आठवून साऱ्यांना उमाळे येत होते - आवरता आवरत नव्हते. त्यातून शेट्याजी आणि दिवाण यांच्या बायकांनी सती जायचा हट्ट चालवला. त्याची समजूत घालताना अहिल्या थकून गेली. दिवाणाच्या बायकोने तर मोरीत जायचे निमित्त केले आणि पेटवून घेतले. धूर येताच सगळे धावले... तीस विझवले... तिच्यावर बायका पहाऱ्यास ठेवल्या... इकडे शेट्याजीची बायको परसातल्या विहिरीकडे धावत सुटली. ती रात्र, तो दिवस... भयंकर शीण! दोघींचं दुःख अफाट... युद्धाची चीड पुन्हा अहिल्येच्या मनी भडकली... फार शीण आला. सारे सोडावे... कुठेतरी दूर हिमालयात जाऊन राहावेसे वाटले. नको हे क्षणभंगुर जीवनाचे दर्शन... नको ही संसारी दुःखे! डोळ्यांपुढून शेट्याजी आणि दिवाणाच्या विधवा हलत नव्हत्या... अहिल्येने सविस्तर पत्र जासूदाहाती दिले आणि दिवसभर वाड्यात स्वस्थ पडून राहिली.

एप्रिल-मेचा कडाका. नर्मदाप्रदक्षिणेच्या यात्रेवरुन निश्चिंत परत आलेल्या द्वारकाआई, बनाआई यांचा तिला हेवा वाटला. आपणही कुठेतरी दूर जावे अशी आस लागली. वर्षाच्या साठवणीची कामे वाड्यात सुरू झाली. कुरडया, चिकोड्या, पापड, सांडगे! गव्हाची वाळवणं... तिखट, मीठ मसाले... निवडण टिपण... डाळी... कुळंबिनी राबत होत्या. रेणू, अंजना नुसती देखरेख करून दमत होत्या. तर सास्वा त्यांची भरवणी, ठेवणी, पिंपे, बरण्या यांची व्यवस्था करण्यात बेजार होत्या. अहिल्याबाईंचं लक्ष गुप्त नजरबाजांच्या बातम्यांनी उडून गेलं! त्या बाईजींना बोलत नसत. त्यांचा दमा उसळता होताच. शुजाउद्दौला, अब्दाली, नजीबखान यांची अनिष्ट युती होत होती. जयपूर उदेपूरवालेही मराठ्यांचे वैर आताच उकरुन काढत होते. सुभेदार नाउसंत धावत असल्याची वार्ता होती. भाऊसाहेब दक्षिणेतून मातब्बर फौज घेऊन निघाल्याचेही समजले. संगे बायकांचा हा मोठा लबेदा. अहिल्याबाईंना याची चीड आली... त्या

गोंविदरावांना म्हणाल्या, "यांनी बायका संगे न्याव्या... बाजारबुणगे न्यावे... यात्रेकरू न्यावे... मग मेले हो, तलवार केव्हा चालवणार? अब्दाली सांभाळावा की बायका? शिवकालात तो बाई डेरियात आणायची कुणाची हिंमत नसे... आताच ऊत आला... त्यातून कुणी अनुबाई घोरपडेसारखी कामाची असेल तर तेही ठीक नाहीतर अवघा अनिष्ट अनुषंग!"

"बाईसाहेब... श्रीमंतांच्या संगे गणगोताचाही लबेदा लागतो. तीर्थस्थाने, तीलतुला, दाने, भोजने यांचे पुण्य अनायसे जोडले जाते."

"कारभारी... प्रत्येक कारवाईची एक एक घडी असते. देवधर्म करणे तर उचितच! पण प्राप्त कर्तव्याच्या आड जर तो येईल तर त्याचे पुण्य कुठले? कर्तव्य सोळा आणे व्हावयास हवे... देवधर्म अलग, कर्तव्याची कारवाई अलग... दोनही ताजव्यात टाकले तर कर्तव्याचाच ताजवा भारी हवा. खाशांनीच असली चेष्टीते केली तर तीच वाट इतरही धरणार! अवघे झाडून येक झाल्याच्या वार्ता आहेत. अशा वेळी तरी बायका सुखरुप घरीच राहू द्याव्या ना? की संगे बांधून फिरावे?" यावर कारभारी मुग्ध राहिले. अहिल्याबाईंनी पत्रे सांगण्यास सुरवात केली.

श्रावण लागला आणि वाड्यात रोज ब्राह्मणभोजने होऊ लागली. पुराणकथा, शिवलिंगपूजन, बेलाचा लक्ष, प्राजक्ताचा लक्ष, गोकर्णाचा लक्ष, यात वडील बायका दंग होत्या. अहिल्याही दौलतीचे काम सांभाळून जमेल तेवढे करी. पहाटे चार वाजताच उठावं, स्नानादिक आटोपून विधिपूर्वक बिल्वदळे वाहावी. त्यासाठी अंतोशास्त्री व अंबादास पुराणिक पहाटेच येत. पहाटेपासून वाडा वेदमंत्रांनी गुंजून जाई. रोज रात्री दानदक्षिणेची थैली तयार करून ठेवीत. यावर्षी बाराही ज्योतिर्लिंगांकडे अहिल्याबाईंनी थैल्या रवाना केल्या... अखंड नंदादीपासाठी! आपल्या कुलदीपकाने सुधारावे यासाठी जे मनी येईल ते करायचे असा विचार अहिल्याबाईंनी केला होता. रोज एकच प्रार्थना "मालेरावांना दौलतीच्या लायक करा." श्रावणाची धामधूम... आणि गुप्तचरांच्या चिंतातूर करणाऱ्या बातम्या! अहिल्याबाईंच्या मनाची चारीकडून कुतरओढ चालली होती. त्यातून उदाबाईंना बाहाडांकडे पाठवल्याचं मालेरावांना कळलं आणि त्यांनी वाड्यात हमामा घातला. अखेर बाईजी म्हणाल्या, हरतालिका, गणेशचतुर्थीच्या सुमारास मैनाबाईंना आणू बरं!" त्यावर मालेराव गुर्मीत म्हणाले, "श्रावण अखेर पालखी रवाना ना झाली तर तुम्हांलाही बघून घेऊ!"

"आम्हांस रे काय बघणार तू? काय कडेतोडे घालणार? काय पण पोरगं वित्तरलंय... लहानमोठ्यांचा धरबंध नाही... कुणाच्याही मनोभंगास संकोच नाही. लज्जा नाही... दिवसभर खावे... उंडरावे... पंतोजींना नाना युक्त्यांनी वाटे

लावावे... मालेराव, तुमच्या आईसाहेबांचे काहीतरी गुण घ्या... आईपासून शिका काहीतरी!'' बाईजी म्हणाल्या.

त्यावर खटाखट माना उडवत मालेराव म्हणाले, ''आईसाहेबांनी आमच्या वडिलांसंगेच जावे तर मागे राहिल्याच कशाला? एवढे पुण्यकर्माचे पोवाडे चालतात... मग सती जाण्याचा पतिव्रता धर्म? तो कुठे गेला? ते पुण्य का पारखे केले... इतर बायकांना सती लोटले अन् या?''

मालेराव इतके बोलले मात्र अन् बाईजींनी त्यांचे दोन्ही हात पक्के धरले आणि एका लाथेने त्यांना उडवत म्हणाल्या, ''आज बोललात ते शब्द जर पुन्हा बोललात तर जीभ हासडून टाकेन तुमची... कापून टाकेन...'' संतापाने बाईजींच्या डोळ्यांतून विस्तू पेटला होता... छातीचा भाता वरखाली होत होता... पातळ नाकपुड्या श्वासाने फुलत होत्या. लाथ मारल्यामुळे त्यांचा दुबळा पाय लचकला... आणि त्या खाली बसल्या. मालेराव कपडे झटकत उठले. चिडून बोलले, ''आज पांढऱ्या केसांच्या बळे तुमची शाबुती आहे. सुभेदारीचा शिरपाव आज ना उद्या आम्हांसच मिळणार हे न जाणण्याइतक्या तुम्ही अडाणी नाही... आम्ही आपल्याच कुळाचे आणि अधिक मळईखोर आहोत हे तर जाहीरच!''

'आपल्या स्वामींचा मृत्यू म्हणजे मालेरावांस सुभेदारी'... ही कल्पना मनी येताच त्यांच्या अंगी काटे आले... त्या देवघरात जाऊन डोके टेकून बसून राहिल्या. अहिल्याबाईंस ही वार्ता द्वारकाआई, बनाआईकडून कळाली. त्या तडक मालेरावांच्या खोलीत गेल्या. सुदामा तिथे होताच... तोच तो सुदामा... थोराडलेला... अवसेच्या रात्री मालेरावांबरोबर स्वामींच्या महाली घुंगरं वाजवणारा... मद्यघुटीत बुडणारा... सुदामा! आत जाताच अहिल्येने त्याच्याकडे रोखून पाहिले. तो तिथून पळालाच ! आणि मालेरावास अहिल्या काही बोलणार तोच मालेरावानेच अहिल्येचे दोन्ही हात गच्च धरले, अन् जरबेने म्हणाला, ''आल्यात तशाच इथून जा! आमच्या मित्राचा मनोभंग आमच्या मर्जीस येणार नाही.'' त्यावर त्याचे हात झटकून टाकीत अहिल्या म्हणाली, ''बाईजींसारख्या थोरल्या आजीचा अपमान करणाऱ्याच्या मुखी मित्राच्या मानापमानाची भाषा शोभत नाही. बाईजीपरीस घरात थोर कोण आहे? आणि तुमची ही हिंमत? सुभेदारीच्या शिरपावाच्या गोष्टी कशाच्या बळे बोलता? कोण देणार तुम्हांस सुभेदारी? काय शौर्य गाजवले की जुवामर्दी दावली? विद्या केली की अभ्यास केला? तलवार शिकलात की भाला? कशाची मिजास? कशाचा एवढा स्फुंद तुम्हांस? आम्ही सती गेलो नाही त्याचे वैषम्य तुमचे चित्ती? किती लढाया मारल्यात की घोडासवारी केलीत?''

''ज्यांनी आमचा घोडा जप्त केला त्यांनी हे बोलू नये!''

''मालेराव, तो फासला तुम्ही जाणता! वेड पांघरुन सवाल सुटत नाहीत.

यापुढे बाईजींचा मनोभंग केल्यास, अपमान केल्यास वाड्यातून हद्दपारीची सजा होईल हे पक्के लक्षात ठेवा... आणि आम्ही जे बोलतो ते करतो याची याद ठेवा ! मैनाबाईंना बाहाडांकडे मूळ धाडणेच आम्ही आता रद्द केले आहे... तुम्हांस बेलगाम जिभेची शिक्षा म्हणून!'' असं म्हणत अहिल्याबाई वळल्या. जाताजाता म्हणाल्या, ''बाईजींच्या पायात कळ आहे... अंगात ज्वर आहे. हे अवघं तुमच्या दुष्ट, अनिर्बंध वाचेचं अरिष्ट... दम्याने आधीच त्यांची दमछाक केलीय... त्यात तुमची बदचाल बोली... अशी भाषा की अवघ्या कुळास बदनक्षा!''

''म्हातारीस जल्दी खपू द्यावे तो सरबरा चालतो.'' मालेराव फुरफुरले... आता मात्र अहिल्याबाईंचा संयम सुटला. त्यांनी तिथलाच घोड्याचा चाबूक उचलला... आणि दोन चाबूक ओढले. यावर त्यांचेच हात पकडून चाबूक आपल्या हातात हिसकावून घेत मालेराव म्हणाले, ''आम्हांसही हे कठीण नव्हे.''

अहिल्याबाईंनी क्षणभरच त्यांच्या त्या भयंकर पुत्राकडे पाहिले... अन् त्या खोलीबाहेर गेल्या व बाहेरून कडीखिळा घातला. मटकन तिथेच बसून राहिल्या. पण बसून चालणार नव्हते. बाईजींना ज्वर तेज होता. वैद्यास बोलावणे धाडले. तोच मालेरावाने आतून धडका द्यायला सुरुवात केली. मालेरावास शिक्षा केल्याची वार्ता कानोकान पसरली. मालेरावाने तोडलेले तारे, शब्दांचे फटकारे अहिल्याबाई कोणास सांगू शकत नव्हत्या. सुनेविषयीची करुणा त्यांच्या डोळ्यांत दाटली. त्या बाहाडाच्या मैनेस या राक्षसाच्या स्वाधीन करायची? रुक्मिणी, दमयंतीचं प्रेम आपल्या टपोऱ्या डोळ्यात भरून आणणारी ती हरिणी या लांडग्यापुढे टाकायची? जो आजाआजीचं, आईचं मरण चिंततो तो त्या पोरीस सोडेल?... खरंच आम्ही का सती गेलो नाही... ते एकदाच सती जाणं किती सुखाचं... आम्ही तर हररोज अग्नीशी मुकाबला करीत आहोत... रोज सती जात आहोत! पुत्राचं तारुण्य वृद्धास फळ पावत नसेल तर साऱ्या कुळाचा गळाठा! जवानीचे दिवे बुजुर्गास जाळायास नसतात हे यांजला ईश्वरेच सांगावे... आम्ही तर याजपुढे शक्तिहीन... हात टेकून बसलो.

अहिल्याबाई उदासूनच फडणिशीत आल्या. नजरबाजांची बातमी होती की मराठ्यांचे निशाण श्रावणाच्या अर्ध्यावर दिल्लीच्या किल्ल्यावर लागेल. ती मल्हाररावांच्या लखोट्याची वाट बघू लागली. थोडा उत्साह तरारला. त्या भरात न्यायदानाचं काम केलं... मनावर भयंकर ताण... गोविंदरावांना कधी नव्हे ते पुसलं, ''आमचा न्याय योग्य झाला ना? काही बाट असल्यास मला कृपया सांगा... माझे मनचित बहुत अस्वस्थ आहे... मी काय अन् कैसी कामे रेटते ते मजला समजत नाही!'' त्यावर गोविंदराव प्रसन्नपणे म्हणाले, ''बाईसाहेब... आपणांस तो विक्रमादित्याचे आसन लाभले ऐसे अवघ्यास वाटते... उभय बाजू निवाडा ऐकून समाधानाने आपल्या घरी जातात... आपली विद्या न्यायदानातही हिशोबाइतकीच तत्पर...

प्रामाणिक... सत्वर... ! आम्ही तर अचंबित होतो आपला हा कामाचा उरक बघून...! त्यातून मन:स्वास्थ्य... बाईसाहेब, मालेरावांचे वर्तन बघून वाटते आम्हांस... आपले श्रम व्यर्थ जातात.... त्यापरीस त्यांना काशीक्षेत्रीच एखाद्या विद्वानाकडे अध्ययनासाठी ठेवले तर...? ... अहिल्याबाईंनी केवळ एक नि:श्वास सोडला... "मार्तंडाचे मनी असेल तर घडेल गोविंदराव... माझे नशीब कुठे धड आहे कारभारी?..." गोविंदराव मग गप्प राहिले.

हरतालिकेच्या कडकडीत उपासाने अहिल्याबाई सायंकाळपर्यंत अगदी गळून गेल्या. पित्त चढून त्यांना उलट्या होऊ लागल्या. "कशासाठी करतो आपण हा उपास? आमचे तर नशीब उमजून पालथेही झाले... तरी उपास करत राहायचं? हे काय विधवेचं व्रत? कशासाठी? हे तर जिचे मनी सुंदर भविष्याची स्वप्ने आहेत त्या मुक्तेने करायचं... जिला रुक्मिणी... दमयंतीची प्रीती माहीत आहे... तशी प्रीती लाभावी अशी मनिषा आहे त्या मैनेने करायचं... ईश्वर प्रसन्न होतो की नाही हे तरी कोण बघणार? कसं ठरणार?... सायंकाळी त्यांनी रेणूस जेव्हा दूध आणि फळे आणावयास सांगितली, तेव्हा सगळं घरदार चकित झालं... हरताळिकेला पाण्याचा थेंब मुखी न घालणाऱ्या अहिल्याबाई आज... आज हे असे करत होत्या. बाईजी हरकुआईस म्हणाल्या, "देवाने खरंच पोरीच्या पदरी काही घातलं नाही... कोणी बोलू नका... खाऊ दे तीस दूध-फळे!... उपास कडकडीत करुनही काय लाभलं? मग जणू सगळ्या घरालाच अहिल्याबाईंच्या मनातील आंतरिक उलघाल समजल्याप्रमाणे सगळे वागत राहिले. करुणार्द्र दृष्टीने बघत राहिले.

ऑगस्ट १४ तारखेपासून गणेशचतुर्थी होती. त्यासाठी म्हणून मालेरावांकडून अनेक कबुल्या घेऊन, अटीनिर्बंध घालून त्यांना मोकळे केले होते. त्या दिवशी मालेराव म्हणाले, "आता मी खरंच चांगला वागेन" असं म्हणतानाच ते हसू दाबत होते... तरी आतून हसू इतकं उसळत होतं की त्यांचं पोट गदगद हले. नीट वागेन हे सांगताना हसू दाबत सांगणारे मालेराव काय दिवे लावणार याचीच काळजी सर्वांना लागली. एकदाचे गणेश सुखरूप वाजतगाजत पोहोचवले म्हणजे सुटले... नाहीतर हे कार्ट मूर्तिसुद्धा... पण स्पष्ट बोलायचे कुणी धजत नसे.

गणेशचतुर्थी पूजा सकाळीच सुरू झाली. धुसपुसत का होईना मालेराव पूजेस हजर होते. घुर्रटासारखं सर्वांकडे पाहत होते. अहिल्याबाई, बाईजी पत्री काढून ठेवत होत्या. पत्रीचे करंडे रिकामे करीत होत्या, एकीकडे मोदकाची ताटे भरून ठेवलेली. फळांची आरास... मोठमोठ्या समया लावलेल्या... देवांचे मुकुट, माळा, चांदीच्या छत्र्या, सगळं आज काढलं होतं. समोरच अत्तराचा बुधला, तेलातुपाचे तामले ठेवलेले

होते... फुलांनी भरलेले चारपाच करंडे देवघरात होते. पत्रीचे करंडे रिकामे होताच अहिल्येने फुलांचा करंडा ओतला. सुंदर सुंदर फुलांच्या वासांनी हवा दरवळून गेली... आरतीला अंबादास हातात तबक घेऊन उभे राहिले... अंतोशास्त्रींनी घंटा घेतली... तेवढ्यात मालेराव रेणूला म्हणाला, "त्या मोठ्या करंड्यात सुंदर फुलं आहेत ती काढ..." आरतीला सुरुवात झाली... रेणूने तो करंडा दोऱ्या तोडून एकदम पालथा करताच... त्यातून वीसपंचवीस भेदरलेले लठ्ठ लठ्ठ उंदीर घाबरून बाहेर पडले... सगळ्यांच्या अंगावर चढू लागले. गर्दीस बिचकून देवघरात, मोदकांवर लडबडू लागले... अंबादासांच्या हातावर चढताच तबक पडले... हरकुआई आणि बनाआईच्या साडीच्या घोळात शिरले. अंतोशास्त्रीनी घंटा फेकली... पाटाखालून, मूर्तीच्या आगूनमागून, उंदराचे लोळ घाबरून धावत होते. आपले काट्यांसारखे पाय टोचत भरभर अंगावर चढत होते. चित्कारांनी खोली भरून गेली. इतका आरडाओरडा उठला की बाहेरचे कामकरीही गोळा झाले. सगळे हट् हट् हट् करीत टुणटुण, टणाटणा उड्या मारत होते. मुक्ताबाई तर खांबाला मिठी मारून उंच चढली. बनाआईच्या पदरावर वजनदार उंदीर करकर चढू लागला. आरती एकीकडेच राहिली. राघोजी अन् भागोजी काठ्या घेऊन उंदरांना हुसकू लागले. उलटीपालटी झालेली निरांजने... उधळलेली फुलेपत्री... उलटलेले पाट... सांडलेल्या अक्षदा! आणि मालेराव? ते पोट धरधरून हसत लोळत होते. "गणपतीचे वाहन आलं रे बापा... गणपतीचे वाहन आलं हो आलं... आलं आलं आलं आलं... आलं हो आलं!" असं म्हणत वेड लागल्यासारखं हसत होते. सर्वांची फजिती बघून त्यांना हसणे आवरता आवरत नव्हते. गडबडा लोळायचे... उठायचे... पुन्हा हसण्याचे मजल्यावर मजले...हसणे हसणे! हसणंच हसणं! कुणाच्याच अंगात मालेरावला जाब विचारायची शक्ति नव्हती... सर्वांनी पुन्हा स्थिरस्थावर करून आरती केली, तेव्हा मालेराव एका उंदराच्या पायाला दोरी बांधून, त्याला रेणूवर सोडत होते. अंजनावर सोडत होते. त्या ओरडल्या की दोरी ओढून घेत... जाताना एखादा घोडा दोरी बांधून न्यावा तसा त्यांनी उंदीर नेला... कुणी काही बोललं नाही... दिवे पडले... अपशकुनांनी सर्वांचं मन कातर झालं होतं. तेलातुपाच्या तामल्या सांडून त्याचे रेले चालले.

वीसपंचवीस दिवस गेले... अहिल्याबाईंनी मालेरावांशी अबोला धरला होता. गणेशचतुर्थीपासून त्या एक शब्दही बोलल्या नव्हत्या. दिवस उदासीनतेत चालले... आणि एक दिवस एक पालखी दाराशी थांबली... अवघा वाडा दचकून गोळा झाला. सुभेदार जखमी झाले की... की... काय झालं तरी काय? अहिल्याबाई, बाईजी, बनाआई, द्वारकाआई... सगळ्या धस् धस् धसकतच

बाहेर आल्या. पालखीतून मैनाबाई आणि तिच्या आई उतरताना बघून सगळ्यांच्याच मनाचा ताण दूर झाला. सर्वांना एकदम 'हुश्य' झालं! मैनाबाइसोबत घोडेस्वार होते. व्याही होते. त्यांचं स्वागत करून अहिल्याबाईंनी सर्वांना आत नेलं... दूध... सरबत झालं. कुशल प्रश्न झाले. हरकुबाईंनी मग मुदपाकखान्याकडे मोर्चा नेला. पक्वान्ने केली गेली. मुक्ताबाई आनंदाने नाचू लागली. तिला एकटेपणा फार जाणवत असे. "वहिनीसाहेब... कित्ती मज्जा... आता तुम्ही आलात!"... मैनाबाई हसल्या! जेवणे झाली. विडे घेताघेता व्याही म्हणाले, "कन्येकडे तिजला पुत्र होईपर्यंत भोजन ना करावे ऐसी जनरीत... पण आपल्या आग्रहाखातीर आम्ही मोडली! कुटुंबासही मोडायास लावली."

"बहुत उत्तम झाले. ऐशा रुढी... ज्या माणसास माणसांपासून दूर नेतात त्या रुढीस अर्थ तो काय? ज्या घरी आपल्या काळजाचा तुकडा नांदायचा तिथे भोजन ना घेणे ऐसी रुढी असेल तर ती व्यर्थ! आपण अन्नोदकावाचून जाणे आम्हांस किती क्लेशकारक? आपले एकाएकी येणे झाले, अन्यथा वेशीपासून वाजंत्री लावून आम्ही सुनेस आणले असते... आपणास आणले असते!"

"म्हणजे? मैनेस मूळ आपण नाही पाठवले? जावयांचे मित्र सुदामा मूळ घेऊन आले ते आपणास विदीत नाही? आम्हीही मनी म्हणालो, की मूळ पाठवण्याची ही रीत कुठली? आपल्याविषयी तर उदंड सत्कीर्ती ऐकली... मग हे ऐसे कैसे... संगे कुणी बायकामाणूस नाही... घोडे पालखी नाही... ती काही आता बाहाडांची पोर नव्हे! होळकरीण... आमच्या स्वप्नीही नव्हते... पण तिज जे लाभले, ते त्याच प्रकारे होणे उचित! म्हणून रोजमुरे देऊन अवघी ही शिबंदी आणली. मनी विकल्पाचे पर्वत... शेवट आम्ही संगे आलो" ... तोच विहिणी म्हणाल्या, "मुलीस ऋतुप्राप्ती झाली. आता मायबापे उगाच का ठेवावी? सासरचे वळण पोरीस लागाया नको का? आता लेक आपले पदरी टाकली. आपणच तिच्या आई... वडील! दोन्ही भार आपले अनामत... आणून पोहोचविली. सांभाळा आता!"...

अहिल्येला हा भार दौलतीपेक्षाही कठीण होता. मालेरावाने हा सारा कारभार आपणास न सांगता परस्पर सुदाम्याकरवी केला याचा तीव्र संताप मनी उफाळून आला... नुसता राक्षस... उद्धट... नतद्रष्ट दुष्ट मुलगा... कसं सांभाळायचं या नाजूक, चिमण्या मैनेला? अहिल्येच्या डोळ्यांत पाणी दाटले. ते कसे पुसावे ते तिला कळेना. "आपल्या नेत्री पाणी देखिले आणि आपल्या कारुण्य रुपाची खातर पटली विहिणी... आपल्या पदराखाली माझं हे चिमणं पाखरू सुखरुप राहील." मैनेची आई म्हणाली.

आहेराची देणीघेणी झाली. अहिल्याबाईंनी येतेवेळी आणलेल्या स्वारांचे पालखीचे रोजमुरे चुकवले. परतीच्या रोजमुऱ्याची व्यवस्था केली आणि व्याहीविहिणींना निरोप दिला. मालेराव आनंदले होते. 'मातोश्रींची जिरवली' या ऐटीत छान

वागत होते. त्यांनी जोडीने सर्वांना नमस्कार केला... पण अहिल्याबाई मात्र भीतिने अर्धमृत झाल्या. सर्वांगी घाम फुटला... चक्कर आल्यागत झालं... अवघा वाडा भोवती फिरू लागला... मनाच्या गुंफेत एकच प्रश्न दाही दिशांतून घुमत होता, "आता ही पोर कशी सुखरुप राखू?"

चार दिवसांनी ती अस्पर्श झाली अन् मग अहिल्याबाईंपुढे खरा पेचप्रसंग होता. मालेरावांना सोळावं वर्ष... अहिल्याबाईना आठवलं... ऋतुशांति करायची तर मालेरावांचं वय किमान सतरा-अठरा तरी हवं... अहिल्याबाईंनी ऋतुशांतीचा विधी वर्षानंतर करायचा असं ठरवलं खरं... पण हे पार पाडणं अतिशय अवघड होतं. मैनेला उदाबाईंकडे राहायला पाठवणं हा एकच मार्ग होता. स्वामीपेक्षा मालेराव अधिक निकृष्ट होते. स्वामी निदान वडिलांचे मृत्यू चिंतत नव्हते... असली नादान, मूर्ख चेष्टीतेही कधी नव्हती... इतरांची फजिती बघण्याची नीच वृत्ती नव्हती. मालेरावांना नीट समजूत घालण्याचा एकवार प्रयत्न करावा म्हणून अहिल्याबाईंनी मालेरावांस एकांती खलबतखान्यात बोलावले. बाहेरुनच उर्मटपणे ते म्हणाले, "आम्ही आत यावे का? आम्हांस अटक तर होणार नाही ना?"

"तुम्ही मनसोक्त गुन्हे करावे... आम्हांस ना विचारता पुसता बायकोस मित्राकरवी मूळ धाडावे... आमची अपकीर्ती करावी... तरीही आम्ही महानम्रपणे तुमच्याशी बोलावे हे आमचे प्राक्तन आहे... आमच्या पोटी तुम्ही जन्मास आलात... तुमच्या उपरण्यास गाठ घालून ती गोजिरी पोर घरात आली... मालेराव... आपण अजून सान वयाचे. एक वर्षाने अजून थोर व्हा... मग मैनेची आणि तुमची गाठ पडेल... ऋतुशांति तेव्हा होईल. हे आम्ही आरोग्याच्या शास्त्रास अनुसरून सांगतो."

"वा मातोश्री... आपण दाद देतो आपल्या बुद्धीला. बाहाणा तर मोठा नामी शोधलात... पण मातोश्री, आम्ही परस्पर मूळ धाडले त्याचा सूड घेणे हे तुमच्या मनी, हे न कळण्याइतके आम्ही अज्ञ नाही!"

"वा... हा अवघा उजेड आहे तो आपल्याच ज्ञानाचा... खरे तर तुम्हांस कैद करून ठेवावे असे गुन्हे करत आहात तुम्ही! गणेशचतुर्थीस काय केले? तिळमात्र लज्जा नाही. आम्ही अबोला धरला त्याची पर्वा नाही... वर मैनेस बोलावून ठेवले... अहो तुमचे वय काय?"

"त्याची चिंता तुम्हांस नको... आजपासून सोळाव्या दिवशी विधिवत ऋतुशांती ना झाली तर माझी दासी हिरा माझ्या शयनकक्षात मी आणीन... मग तुमचा बोल आम्ही ऐकणार नाही. आरोग्यबिरोग्य आम्ही जाणत नाही... मग आमच्या नावे शंख करू नका!"

"तुमच्याशी दोन शब्द बोलण्यास आम्ही तुम्हांस हाकारले हीच आमची चुकी... आजही तुम्ही आमचं ऐकता असा तुमचा दावा आहे? ...आमचे भोग आहेत हे...

तुमच्या रुपाने पूर्वजन्मीचा वैरी पोटी आलाय आमच्या... जा... काळं करा इथून...'' ... अहिल्याबाईंनी फणफणतच ही सारी हकिगत बाईजींच्या कानी टाकली.

''अहिल्याबाई... कुठे कुठे तोंड देणार तुम्ही? करून टाका ऋतुशांती! पोर ऐकणारे नाही. आता अधिक शोभा नको!''

... सोळाव्या दिवशी ऋतूशांति झाली. घरच्याघरी... साधेपणाने!... धार्मिक विधी फक्त केले. ना कुठला सोहळा ना आमंत्रणे. काही करावं अशी अहिल्येला इच्छाच उरली नव्हती. उदाबाई दिवसभर होत्या. मैनेला त्यांनी सजवले... दागदागिने... फुलमाळा... ओटीभरण... पण ना हरकुबाईंचा मृदुंगा... ना गाणी... ना बायका... ना शृंगार... ना आळता ना मेंदी...! तिच्या हाती केशरी दुधाचा पेला देताना अहिल्याबाई मनी म्हणाल्या, ''जा बाई मैने, तुला तुझ्या आईने माझ्या ओटीत घातले... माझा फाटका पदर... तुझ्या प्राक्तनावर सोडते तुला... नाहीतरी मी आता करावे तरी काय? आत्महत्या करून माझी सुटका करून घेऊ की हिमालयात जाऊ? कुठली आंगजणी करू सांग?... जा बाई... जा! तू अन् तुझे दैवभोग!''

दुसरा दिवस उजाडला, तोच सांडणीस्वार वाड्याच्या दारात! पहाटे पहाटेच मल्हाररावांचा लखोटा, आधी बाईजीसोबत अहिल्याबाई खलबतखान्यात गेल्या. लखोटा फोडताना हाताला थरथर सुटली. अहिल्या बाईजींना हलक्या आवाजात वाचून दाखवू लागली. पत्र वीस सप्टेंबरचे होते.

श्रीमती अहिल्याबाईंस मल्हारजीचा आशीर्वाद,

दक्षिणेहून सदाशिवराभाऊ मातब्बर फौज घेऊन निघाले... पण आमचा सल्ला न मानता येथवर आले. आम्ही सर्व सरदार असतांना मोहरा इरेस ना टाकावा, पुढे मसलत थोर आहे. रोहिला, लंगडा पठाण, शुजा दुराणी हे सामान्य नव्हेत असे कळवळून लिहिले, पण ना मानले. आम्ही केरोली मुक्कामी राहून राजकारणाचे बंद बांधतो तोवर भाऊसाहेब ग्वाल्हेरीस आले. तेव्हा संतापून आम्ही लिहिले, ''आमची बुद्धी काय साठीनाठी झाली म्हणून तुम्हांस माळण्यास मुक्काम करण्यास लिहिले? आजवर आम्ही काय अनहितच केले की काय? पेशव्यांच्या सुरक्षेची काळजी वाहतांना काळ्याचे पांढरे झाले निदान अत:पर तरी चंबळपार ग्वाल्हेरीस छावणी करावी. अनुभवाने आम्ही करपलो...'' ते बोल ऐकणे खावंदांच्या हिताचे... पण अहिल्याबाई, भाऊसाहेबांनी हे सुद्धा ना मानिले. आमचा सल्ला आता ते मानेना झाले हाच त्याचा अर्थ! मुचकुंद तीर्थावर आले. तिथे यथेच्छ तीर्थविध झाले. बायकांसह स्नाने, तूळदाने झाली. पार्वतीबाई व इतर बऱ्याच स्त्रिया संगे आहेत. वेळ कोणती? काळ कोणता?... तिथे जनकोजीबाबांसह जाऊन भेटलो. भरदरबारी भाऊस

बोललो, “मोहरा इरेस घातला पण काढण्याचे यत्न कुणाच्याने होणार नाहीत.”... तेव्हापासून तर आमचे मुळीच मानत नाहीत. बळवंतराव मेहेंदळ्यांचा सल्ला बहुत चालतो. आमची अप्रतिष्ठा होते. इब्राहिम गारदीचा तोफांचा पराक्रम देखला. तीन तोफात किल्ल्याचे बुरुज उडाले. याकूबने त्यास सुरक्षित राखण्याच्या अटीवर किल्ला दिला. किल्ल्यावर १ ऑगस्टला मराठ्यांचे निशाण लागले. दिल्लीच्या किल्ल्याचे चांदीचे अस्सल तख्त फोडून त्याचे रुपये करावे असा भाऊंचा विचार... जाट म्हणाला, आजवर बहुतांनी किल्ला जिंकला पण तख्ताचा बिघाड ना केला. आपणही या तख्ताची अवमर्यादा ना करावी, मी पाच लक्ष देतो... पण ना मानले. तख्त फोडण्याचे कुकृत्य केले. अवघे अपशकुनी अवलक्षण. यमुनेचे पाणी हाती घेऊन जाटाने इमान राखले त्याचे असे सार्थक? भाऊस आता स्फुंद चढला. इतकी अप्रतिष्ठा सोसूनही जाट म्हणाला, “छत पुन्हा स्थापित करावे. आपला जय होईल. आमचे इमान शिंदे-होळकरांशी. गाजूदीखानास वजिरी द्यावी. इथून मसलत करावी. मी सर्वस्वी तुमचा! फौजेस दाणावैरणीची जिम्मा घेतो. यावर तो गर्वोन्मदे उन्मत झालेला भाऊ म्हणाला, ‘आम्ही तुमच्या भरोवशावर दक्षिण सोडून आलो नाही... राहायचे तर राहा नाहीतर आपल्या ठिकाणसीर चालते व्हावे !’ असा निष्ठुर जाबसाल! मुत्सद्दीपणाचे अवघे दिवाळे!... जाट चिडला. तेव्हा त्यास तिथेच मारून टाकावे अशी नादान बेवक्त कारवाई शिजताच, आमचे त्याचे कुंभेरीचे वैर असूनही आम्ही त्यास सांगितले, “भाऊस कळो न देता निघून जा... धोका आहे! ’ अहिल्याबाई, वैर करायचे ते सुद्धा शूराशी शूरासारखे करावे. भाऊस कळताच आमचे पांढरे केसांची अवमर्यादा करत बोलला, “हे खेळ अवघे तुमचेच! इत:पर बोलावू तेव्हाच दरबारी या” माझे तळव्याची आग मस्तकी पोहोचली. चिडून म्हणालो, “आज्ञा शिरसावंद्य ! आम्हांस यापुढे मनसुब्याचे कारण नाही. सांगाल ती चाकरी करू”... हे ऐसे घडले. तुम्हांस सारे विदित असावे म्हणून विस्तारे लिहिले गेले. वर्षभर रानीवनी हिंडत आहोत ते व्यर्थच! आता अप्रतिष्ठा होणे काय बाकी आहे? मनास, शरीरास उभारी नाही. आम्हांस आमचा प्रांत बरा दिसत नाही. बहुत उदासीनता... आमच्या कीर्तीचे जाहीरपणे काळे झाले. उदासीन मन फाटते. जीवास अशक्तता.. तहाचे जाबसाल चालू... आम्ही आमचे डेऱ्यात पडून असतो. वय सांभाळणे कठीण! पार्वतीबाईंचा निरोप आहे... बाईजींना इकडे बोलावतात. पाठवा. वेळप्रसंग आहे. आमचेजवळ घरचे कुणी असावे... सर्वत्रास आशीर्वाद...

मल्हारबा...

पत्र ऐकून दोघीही स्तंभासारख्या गोठून गेल्या... डोळियात पाणी दाटले.

अखेर अहिल्या म्हणाली, ‘‘बाईजी... जास्त हबक खाऊ नये... मानी मनुष्यास मनोभंग अपमान मरणापरीस अधिक वाटतात... पण आपण जा... मनी उदासी दाटली तर देह उभारी कसा धरेल? वयही सहासष्ट सरले... तरी जुवामर्दी दावतात... पण अपमान शल्य भाल्याहून थोर जखमा करते आपण नजदीक राहावे हे उत्तम! या सांडणीस्वारासंगेच उंटावर हौदा बांधून त्वरित जावे. जलदीने सुखरूप व्हाल.’’... आणि मग एकदम तयारीला सुरुवात झाली. खलिता, औषधे, पैसा, मर्दनाची तेले, जडीबुटी, लेप काढे मात्रा ...एक ना दोन!

दोन प्रहरी बाईजी जायला निघाल्या. अहिल्येला काही सुचत नव्हतं. भावना आवरत नव्हत्या. त्यांच्या पायी डोई ठेवत म्हणाली, ‘‘मामंजीना सांभाळा.. सुखरुप कुशलवार्ता कळवा. बाईजी... तुम्हा दोघांविना मी अगदी अनाथ.. अगदी पोरकी होईन हो...!’’ अहिल्येचे डोळे पुसता-पुसता बाईजीच रडू लागल्या. उदाबाई, हरकुबाई, मुक्ताबाई, द्वारकाबाई, बनाआई... सगळ्यांचेच डोळे भरून आले होते... मालेराव मैनेसह आपल्या महालात होते. त्यांनी आजीस भेटण्याचे कष्ट घेतले नाहीत... बाईजी गेल्या... अन् भर दिवसा अहिल्येचं मन अंधाराने भरून गेलं.

दसरा होऊन गेला. दिवाळी आली. सर्वांचे लक्ष अब्दालीच्या स्वारीच्या बातम्याकडे होतं. सरदारही बहुसंख्येने कामगिरीवर होते बायकांना आमंत्रणे दिली. दिवाळीचा सण तर साजरा करणे भाग होते. शेट्याजी आणि दिवाण यांच्या घरी दुःखाची दिवाळी म्हणून फराळच्या वस्तू डाल्या भरभरून पोहोचत्या केल्या. फडक्यांचं घरही अहिल्याबाई विसरल्या नव्हत्या. मैनाबाईचा तसा पहिलाच दिवाळसण! मनावर दगड ठेवून तिचे साडेसोहळे केले. मालेरावांचीही तिच्याबरोबर न बोलता कौतुके केली. मालेरावांशी तर अहिल्याबाईंनी आजकाल बोलणे टाकलेच होते. आता जरा नीट वागत असत पण तेवढ्यापुरतेच आहे... एखाद्या मुलास नवे खेळणे मिळाल्यावर तो काही वेळ गप्प असतो... चाळे विसरतो तितकेच हे ! अहिल्याबाई जाणून होत्या.

दिवाळीचा खर्च, आवक, जावक, खतावण्या हिशोब! शेतमालाचा अंदाज घ्यायला आणेवारी काढायला माणसे रवाना करणं यात त्या गुंतल्या. दिवाळीची सर्वांना बक्षिसी... रेणू, अंजनास साड्या, कुणास पोशाख, कुणास फेटे, कुणास खण, कुणास मोहरा... ‘फडणिशीत सर्वांना कामगिरी व पदे यानुसार सोने... अंगठ्या शिरपेच, मोती, ... अंतोशास्त्री, राघोदास पुराणिक, अंबादास पुराणिक यांना सन्मानवस्त्रे... बाईजींच्या सवती... त्यांच्या इतमामाप्रमाणे पैठण्या... शाली... ! उदाबाई, सीताबाई पैठण्या... चिंचपेट्या! अनेक व्याप! बाईजी गेल्यामुळे हे

सारं अहिल्याबाईना सांभाळावं लागत होतं... चित्त तर मुळीच स्वस्थ नव्हतं! सारं उसनं अवसान! बाईजी... मामंजीच्या पत्राची वाट बघणं इतकीच दिवस उगवल्यानंतरची अपेक्षा! नजरबाजांनी आणलेल्या बातमीप्रमाणे विजयादशमीच्या सुमारास कुंजपुऱ्यास मराठ्यांनी बहुत यश संपादिले. विजयादशमी थाटेमाटे साजरी झाली. कुंजपुऱ्याहून सैन्याने कुरुक्षेत्राकडे कूच केल्याचीही वार्ता होती. अब्दालीने पानिपतावर ठाण मांडल्याचंही समजलं होतं... पण मल्हाररावांचं पत्र नव्हतं... आणि अखेर एकदाचं पत्र आलं... अहिल्येने उत्सुकतेने उघडलं. पत्र पानिपताहून आलेलं, तीन नोव्हेंबरचे होते.

श्रीमती अहिल्याबाईंना आशीर्वाद...

सौ. बाईजी सुखरूप पोहोचल्या. इथे अन्नाची टंचाई बहुत झाली. जाटास ना दुखवते तर दाणागोटा अक्लेश मिळता... पण भाऊस गर्वताठा भारी. नजीबखानास आम्ही रक्षीले ही चूक झालीच... पण नजीबाचा शह ठेवावा आणि त्याचेकडून दौलतीची व क्षेत्राची कामेही करवावी, असा आमचा दुहेरी डाव होता... पण आमचा होरा चुकला. त्याचा फक्त शह आम्हांसच राहिला. तो सर्प निघाला. राजकारण घडून गेल्यावर चूक कळते. आमची दूरंदेशी कमी पडली. आम्ही क्वचित थोडा स्वार्थ साधला असेल पण दौलतीचे अनहित कधी मनीही चिंतले नाही. सर्व आयुष्य पेशव्यांच्या उत्कर्षास्तवच! अयोध्येच्या शुजाउद्दौलास वजिरी हवी... त्याला नजीबखान नको! दिल्लीच्या शहाउद्दीनला शूजा व नजीब दोघेही नकोत. शुजाउद्दौलाचा प्रयत्न मराठे व अब्दाली यांच्या समेटाचा... तर नजीब मराठ्यांना उत्तरेतून खणून काढायला बसला. या त्रिकोणात तहाची मसलत बुडाली. कुंजपुऱ्यास चढाई झाली. 'बायका बुणगे संगे ना न्यावे' असे परोपरी सांगून ना ऐकले ना मानले, नको म्हटले तरी दौलतीची ओढ बोलावयास लावते. भाऊपेक्षा चाळीस पावसाळे आम्ही अधिक पाहिले. पण आमचे इमान उबवले नाही. कुंजपुऱ्यास खणाखणी झाली. माणसास माणूस दिसेना. आम्ही भाऊंची पाठ राखत होतो. तलवारीची आण घेऊन संगे होतो. गायकवाडास ते समयी दत्ताजीस मारणारे कुतुबशहा व सईदखान जिवंत हस्तगत झाले. ते दाती तृण धरून बोलले, "आम्हांस वाचवले तर दुराणी, रोहिला यांचा व तुमचा एकोपा करेन. पन्नास लक्ष खंडणी भरेन." यावर आम्ही आणि सिंद्यांनी अर्जी केली की, 'यास वाचवून याचे हातून महत्कार्य संपादून घ्यावे. यास मारले तरी दत्ताजी शिंदे उठणार नाहीत.' पण अहिल्याबाई, विस्तू हाती धरवले पण भाऊच्या रागाचे उपशमन ना व्हावे ऐसे झाले आहे. कुतुबशहा व सईदखान कतलबाज या दोहोंस तोफेच्या ढालेपाशी नेऊन सिरच्छेद करविला. काकजंबुकांनी खाल्ला! कुंजपुऱ्यात बहुत लूट

मिळाली. भाऊ आणि बळवंतराव मेहेंदळे गर्वस्फुंद आहेत. आम्ही त्यास बोललो, "महत्यश संपादिले, आता श्रीमंते दिल्लीस कूच करावे, अन्यथा मार्ग मिळणार नाही. अब्दालीची वार्ता आहे." तर मजसी चार लोकांत निष्ठुर बोलले, "सुभेदार, तुम्हांस दुराणीचा उमाळा येतो की गिलच्यांच्या नावे कापरे भरते?" त्यावर तरी बहुत संयम राखून आम्ही म्हणालो, "आम्ही श्रीमंतांची सुखरुपता बघतो तुम्ही ब्राह्मणजात निर्बल ... पंचननाशी गाठ पडत नाहीत तोवर वल्गना." अहिल्याबाई, कमअधिक चाळीस साल श्रीमंतांची चाकरी केली. पण असा उर्मट बोल ऐकला नाही. ... विनाशकाले विपरीत बुद्धी श्रीमंतास होते आहे. कुतुबशहा व सईदखानाचा सिरच्छेद ऐकून गिलच्या आता दातओठ खाऊन येणार हे ऐकून ठेवा. फडणिशी राखावी. वाडा सांभाळावा. सावध असावे. काळ बरा नव्हे.

समस्तास आशीर्वाद...

...अहिल्येच्या उदासीनतेला आता सीमा उरली नाही. आपले पराक्रमी अन् दौलतीचा विचार सदैव प्राधान्याने करणाऱ्या सासऱ्यांचा असा घनघोर अपमान भाऊसाहेबांनी करावा याचे वैषम्य तिचे मनी दाटले. दौलतीचे कर्ज वारण्यासाठी एकटाकी तीस लक्ष रुपये देणारे, लूट मिळाली ती प्रामाणिक मोजून त्यातले पंचेचाळीस टक्के श्रीमंतांकडे पोहोचवणारे, शिंदे, पवार यांचेकडे ठरल्या हिस्सेवारीप्रमाणे वसूल रक्कम देणारे, आपल्यापुढे काहीही हातचे, मनचे राखून ना ठेवता सर्व मान, अपमान, मनातले विचार स्पष्ट व ठासून बोलणारे, सांगणारे, शिष्याप्रमाणे हरेक गोष्ट शिकवणारे आपले सासरे या वृद्ध वयात भाऊसाहेबांसारख्या सदोतीस वर्षांनी लहान असणाऱ्या उद्धट माणसाकडून क्षणोक्षणी अपमानित होत आहेत या विचाराने तिचे अन्न तुटले. चित्त उकळू लागले. रक्त नसानसातून धावू लागले. सळसळू लागले. आता या क्षणी जाऊन भाऊसाहेबांस जाबसाल विचारावासा वाटला. नजीबखानास राखले ही चूक झाली हे खरे! राजकारणात चुका होतात. कधीकधी त्यात स्वार्थही असतो... परंतु या साऱ्यांपेक्षा दौलत, राज्य यास प्राधान्य असतं तसं नसेल तर तो द्रोह! आपले मामंजी द्रोही खचित नाहीत... अगदी एकशेदहा टक्का निष्ठा श्रीमंतांशीच!... भाऊंनीही कुतुबशहा व सईदखान यास जीवदान देऊन अवघा सलूख करण्याचा मोका घालवला ही कदाचित उद्या घोडचूक ठरेल.... अहिल्येचे चित्त शिणून गेले. अखेर तिने गोविंदपंताना निरोप दिला. चित्त हलके करावे असे सध्या तरी तेच एक होते. गंगोबातात्या आणि नारोशंकर, विठ्ठल शिवदेव सारे कामगिरीवर होते. गोविंदरावास अहिल्याबाईने पत्र दाखविले... वाचून होताच ते म्हणाले, "भाऊसाहेबात मुत्सद्देगिरी नाही... अवघे मूलपण! यांचे चित्तास स्फुंदगर्वे भ्रांती तर पडली नाही ना? कुतुबशहाचे बदल्यात सलूख करते तर लाहूरपर्यंत

आपला अमलाफैला होता... लढाईचे काम सरले असते... माणसांचा संहार होण्याचे कामच उरते ना! सुभेदारांस वृद्धत्व आले. अपयश सहन करणे आता रक्त फोडणारे! मजला तर त्यांच्या जीवाचीही शाश्वती वाटत नाही. ईश्वरे काय पुढे वाढून ठेवले हे तोच जाणतो... '' गोविंदपंत असे म्हणाले मात्र अन् अहिल्याबाईंचं कुठल्याच कामात चित्त लागेना. त्यांनी फडणिशीतले काम बंद केले... सरळ वाड्यात आल्या. देह कुठेतरी टाकून मनसोक्त रडावे असे वाटत होते. मामंजीच्या अपमानाने पोटात कालवाकालव होत होती... उमाळे येत होते. घशात घुटके अडत होते.

मैनाबाईला अहिल्याबाईंच्या आगमनाची कल्पनाच नव्हती... ती अहिल्याबाईंच्या खोलीत बसून पोटऱ्यांना काही लेप लावत होती... डोळे पाण्याने भरले होते. अहिल्याबाई चमकल्या... त्यांनी दार लावून घेतले ती तेरा चौदा वर्षांची पोर ... काय झालं हिला... अजून हिचं बालपणही सरलं नाही. त्यांनी हलकेच लुगडं बाजूस करून पाहिलं... तिच्या मांडीवर, पोटऱ्यावर, बोचकारल्याच्या, चावल्याच्या खुणा होत्या... दात उमटलेले... नखांच्या खुणा लाल झालेल्या... क्वचित कुठे पू होऊ लागलेला... अंग तापलेलं! अहिल्येने काही विचारायच्याआत ती अहिल्येच्या गळ्यास मिठी घालून म्हणाली, ''सासूबाई... मजला आपण जवळ घेऊन झोपा... मी आपल्या पायाशी झोपेन... पण ... पण... मी पाय धरते... पण स्वामींकडे मज धाडू नका... ते चावतात... ओरबाडतात... सासूबाई, मोरीत बसावे तर सर्वांगी आग उठते.'' अहिल्याबाईंना पराकाष्ठेचं दुःख झालं. आपल्या स्वतःच्याच गालात त्यांनी फाडफाड मारून घेतल्या. मैना त्यांचे पाय धरत म्हणाली... ''नको हो सासूबाई, असं काय करता हो? माझं काही चुकलं का?''

तिला कुशीत घेत रडत म्हणाल्या, ''पोरी... अगं माझं चुकलं तर मजला शिक्षा नको? कसं गं सहन केलंस येवढं माझे पोरी! अगं मला का नाही बोललीस गं?... मी पण या राजकारणाच्या व्यापात. मजला इतकी अक्कल नसावी... अगं तुज हरिणीस त्या लांडग्यापुढे मीच टाकले... मीच टाकले... असं म्हणत त्यांनी समईवर हात धरताच मैना तशीच धावत गेली... उदाबाईंना घेऊन आली... तिच्या मांडीवर त्यांनी मान टाकली.

''ताईसाहेब... काय दशा केली पोरीची... ज्वर भरलाय तिला... जखमा पिकल्या. आम्हांस बोलावे की नाही तुम्ही? नाहीतर हिने तरी?''

''वहिनीसाहेब... आम्हीच तिजला मना केले. तुम्ही आधीच गांजून गेलात. मी तिजला औषधपाणी केले... आणि वसतीस माझे घरी नेण्यास आले... तोवर तुम्हांस सारे कळले... आणि हा हात भाजला... आता फडणिशी कोणी बघावी?''

''मी महापापी असले पाहिजे ताईसाहेब... अहो ही रुक्मिणीचं आख्यान

सांगणारी... दमयंतीचं... बोल गं मुली... अगं कुठंय ती शक्ति? तो शिव? तो पुरुष? ती प्रकृति... मैनाबाई... किती सोसलंस... आता झोप बरं... तुला एक क्षण दूर नाही करायची मी!''

वैद्य आले... रात्रीपर्यंत औषधांनी जखमा धुतल्या... त्यास लेप लावले... तिच्या गुप्त अंगासही सर्व लेप लावले... स्वत: अहिल्याबाईने सारं सारं केलं. उदाबाई म्हणाल्या, ''वहिनीसाहेब... हिजला घेऊन मी देपाळेश्वरी जाऊन राहाते... कुणास कळू देऊ नका. स्वामी पण इथे नाही. घरी माणसे आहेत. दहा घोडेस्वार घेते व हिजला पालखीत घालून तिकडेच जाते...''

''आपण हरवक्तास आमच्या पाठी... खऱ्या पाठराखीण झालात... जा... सुखरुप राखा तिजला. संगे वैद्य आणि रेणूस न्या...''

''पण वहिनीसाहेब... हातास उद्याही पट्टी करा बरं! मैनेची चिंता ना करावी...

''येतो आम्ही...''

अहिल्येने मैनेस कुशीत घेतले... तिच्या गालकपोलाचे चुंबन घेतले... मनात म्हणाली, ''पोरी गं... या दुर्दैवी आईला माफ कर गं... लांडगा पोटी आला माझ्या... लांडगा!... आता तुझे नख त्याचे दृष्टीस पडू देणार नाही मी!... तुझ्या आईने माझ्या ओटीत घातली तुला... रक्षू ना शकले मी... पोरी... माफ कर मला... जा... रुक्मिणी दमयंतीच्या कथा विसर पोरी... विसर!''

दीडदोन महिने मालेरावांनी घरात हमामा घातला. त्यांच्या बंडास अगदी ऊत आला. मित्रासंगे सोंगट्या मांडून बसू लागले. गंजीफाचा खेळ रात्र रात्र ... सगळा वचक, दाब, त्यांनी कस्पटाप्रमाणे फेकून दिला. आता एकतर त्यांना हद्दपार करणे नाहीतर मुकाट्याने बघणे इतकेच अहिल्याबाईंच्या हाती उरले. तिसरा पर्याय समोर दिसत नव्हता... दिसत होता तो फक्त कैद! पण तो तमाशा तरी किती वेळा करायचा? अहिल्या अगदी किदरून गेली.

अशातच एक दिवस फाटकेतुटके कपडे घातलेला माणूस वेगवान, जातिवंत घोड्यावरून उतरताना बघून अहिल्याबाई चकित झाल्या. हा कोण? याची दशा अशी का? हा योद्धा की भिक्षेकरी? गुप्तहेर का यात्रेकरी? तोवरच तो अहिल्येच्या पायी लागत म्हणाला, ''मातोश्री, ही सुभेदारांची मोहर... मातोश्री, तिकडे पाणिपतावर गिलच्यांनी झामडले. त्यांना आता आपली इभ्रत पडलेली नाही. अन्नाचा सर्वत्र ठणठणाट झालाय. दक्षिणेकडून अद्याप उपराळा नाही... कुमक नाही. अवघी कोचवणी मातली. सुभेदारांचा नेकसल्ला भाऊसाहेबांनी ना मानला. प्रसंग अवघड आहे. भिकाऱ्याच्या वेषे लपतछपत घेरा तोडला... अन् मिळेल ते घोडे घेऊन पळत सुटलो. सुभेदारांचा खलिता पोहोचवणे इतकी जिम्मेदारी

निभावणे होते... हा खलिता...! अहिल्याबाईंचे डोळ्यासमोर गणेशचतुर्थीची आडवीतिडवी पडलेली निरांजने आली, उधळलेली आरती आली. अशुभाच्या पाली चुकचुकू लागल्या. पत्र सत्तावीस डिसेंबरचे होते.

श्रीमती अहिल्याबाईस मल्हारबाचा आशीर्वाद,

आमचा होरा सत्य ठरला. गिलच्या एकाएक येऊन कोसळला. भाऊसाहेब तर गर्वाभिमाने पेचात आले. विश्वासरावाने श्रीमंत नानासाहेबांस लिहिले, "पन्नास हजार फौज व करोड रुपयांची कुमक पाठवावी. मजसारखा पुत्र होईल परंतु भाऊसाहेबांसारखे बंधू मिळणे कठीण!" हे भाऊसाहेबास कळताच तो गर्विष्ठ भाऊ म्हणतो, "विश्वासराव, दैवी असेल ते होईल, इत:पर ऐसे पत्र लिहिण्याचे धाडस ना करावे." बिचारा विश्वास... अंगावर कडा कोसळावा तसा कोसळला. जबाब ऐकला व मुग्धच राहिले. श्रीमंतांची कुमक दक्षिणेहून येईल हा आता केवळ भ्रम... जासूद पोहोचण्यासच आठ दिवस लागतात. आता गिलच्या बहुत मातून गनिमी करू लागला. आमचे होळकरांचे निशाण उभारून सैन्यात शिरले व गोविंदपंत बुंदेल्यांचे डोके मारून, भाऊसाहेबांस नजर केले. आपला गोट मराठ्यांचाच गोट आहे असे सांगून आमचा खजिनाही मारला. बुद्धिभ्रंश झाल्यागत भाऊसाहेब तिळमात्र ऐकेनासे झालेत. हेका केला, तो असा फळास आला. दुर्धर समय प्राप्त झाला. आमच्यासंगे फौज पोटास टाचे देत आहे. अब्दाली चारी बाजूने घेरून बसला आहे. हे पत्र पावता क्षणीच, घडीचाही विलंब ना लावता आपण जातीने खुद्द ग्वाल्हेरीस येऊन शिंद्यांचा तोफखाना राखून सज्ज ठेवावा. तोफांचे आणि जंबुरियांचे गोळे यांचा कारखाना लावून, सरंजाम पुरवता ठेवण्याची जिम्मा घ्यावी. इंदूरच्या विलायत कारखान्यातून हातीगोळे व तोफगोळे काढून घ्यावे. या कामी रामजी यादवाची मदत घ्यावीच. आपले कर्तव्यकर्म करणे उचित. इथे तर आमच्या मनोभंगाचा भाऊसाहेबांस संकोच राहिलेला नाही, पण आम्ही किलाफ ना ठेवता दौलतीसाठी देह झिजवीत आहोत. गिलच्यांनी आमचा गोल बांधून ठेवला आहे. कुणी निघण्याची शिकस्त केली तर कापतात, करिता जासूदास भिकारी बनवले... आता जगलो वाचलो तर भेट... नाहीतर वीरगती आणि कीर्ती दोन्ही! आपण दौलत नमूदास आणली ती आणप्राणे राखावी. आम्ही कधी जास्तकमी भाषेत गलबला केला असेल त्याची माफी करावी. तुमच्या भरोसे मरणासही सिद्ध आहोत... कळावे... समस्तास आशीर्वाद... बाईजींची प्रकृती दम्याने हैराण... प्राक्तनी असेल ते घडेल... इथे सर्व सैन्य गिलच्यांनी घेरलेले...

कळावे!

...पत्र वाचून रडायलाही वेळ नव्हता. तिने भिकारी वेषातल्या जासूदास पैका,

पोशाख दिले. जेवण दिले. तो पाणिपतापर्यंत पोहोचणार नव्हता. तिथे पोहोचणे अशक्यच झाले होते. सैनिकांना खायला नव्हते... घोड्यांना चंदी नव्हती... भुकेने मरण्यापरीस लढून मरावे असे बोलणे चालू होते. उपासमारीने अन्नान्न दशा झाली होती... अहिल्याबाईंना मामंजीच्या पत्रातील जाटाचा मजकूर आठवला. जाटाने दाणावैरणीची जिम्मा घेतली... पण त्यास भाऊसाहेबांनी दुखवले... काय साधले यात? खाऊनपिऊन तंदुरुस्त फौज असती तर जीव खाऊन लढली असती. विचारात वेळ दवडण्यात अर्थ नव्हता.

रामजी यादव येताच अहिल्याबाई कारखान्याकडे निघाल्या. मालेरावास ग्वाल्हेरीस न्यावे म्हणून त्यास निरोप दिला व उदाबाईंनाही देपाळपुरी निरोप दिला की, 'आम्ही ग्वाल्हेरीस जातो. तुम्ही मैनेस तिथेच सांभाळावे. अहिल्याबाईंनी कारागीर कामास लावले. जेवढे तयार गोळे होते तेवढे त्या वाड्यावर घेऊन आल्या. मालेराव तिथेच होते. "मालेराव... चला ग्वाल्हेरीस... मामंजींचं पत्र आहे. तुम्हांसही आता थोडेफार कळायला हवे चला..." यावर एक शब्दही न बोलता मान उडवून मालेराव निघून गेला. अहिल्याबाई मुक्तास द्वारकाआई, बनाआई, हरकुआईवर सोडून निघाल्या, मालेरावास त्याच्या प्राक्तनावरच सोडले होते...!

ग्वाल्हेरीस शिंद्यांच्या भागिरथीबाई, काशीबाईंची भेट झाली... पुन्हा एकदा सारा उमाळा अनावर झाला... कारण...कारण... दत्ताजी शिंद्यांचा पुत्र ...पुत्र त्यास काळाने उचलून नेले होते. भागिरथीस शांत करताना अहिल्याबाईच अशांत... अस्वस्थ झाल्या!

अहिल्याबाईंनी कामगारांच्या मदतीने कारखाना सुसज्ज चालू केला. सरंजाम पुरवता ठेवण्यासाठी व्यवस्था केली. तोफखान्यावर जातीने देखरेख करीत पुढील आज्ञेची वाट बघू लागली. तोवर नजरबाजांनी बातमी आणली की श्रीमंत नानासाहेब पेशव्यांनी पैठण मुक्कामी २७ डिसेंबरला बाखरे सावकाराच्या राधा नावाच्या मुलीशी लग्न केलं. ती भागिरथीस म्हणाली, "श्रीमंतास लग्नास याच वेळी फावते याचा मतलब आपली सेना सुखरूप आहे ऐसा घ्यावा की श्रीमंतांचे नजरबाज कामियाब नाहीत, त्यांना पाणिपतची लवलेश वार्ता नाही असा घ्यावा? मामंजींचे पत्रातील वार्ता वाचून आम्ही तर हबक खाल्ली. जासूद म्हणाला, "कुणास चार दिसापासून अन्न नाही... वार्तांचा मेळ तर मुळीच जमत नाही." यावर काशीबाई म्हणाल्या, "काय सांगावे? दत्ताजीभावोजी गेले... जयाजीराव गेले... आता स्वामी - महादजीभावोजी... अवघे कूळ पाणिपतावर!

चित्तात हरणाची काळजी... काय बोलावे?'' त्यांनी डोळ्यांना पदर लावला...कुणाला अन्न गोड लागेना. भुकेची वासनाच उडाली.

अहिल्याबाई चातकाप्रमाणे वार्तांची वाट बघत राहिल्या. पैसा, फौज, बारनद, गोळा सारे सज्ज ठेवले. स्वत: सिद्ध राहिली. तीळसंक्रांत आली अन् गेली. सणाचा उत्साहच नव्हता. श्रीमंत सैन्यासह निघाले ही पण वार्ता आली. लग्नाचीही वार्ता... काही कळेनासे झाले. अवघा कल्लोळ! तिकडे नारोशंकर जवळ सिंद्यांचा अन् सरकारी खजिना होता. सात आठ हजार फौज होती. पण तो दिल्ली सोडून, खजिनाही तेथेच टाकून पळाल्याची वार्ता ग्वाल्हेरीस येताच सर्वांचा ठाव सुटला. २०-२१ जानेवारीस श्रीमंत भेलसा येथे आल्याचे कळले. आता पुढे काय होते, त्याची वाट पाहत असताच एक दिवस मल्हाररावच फौजेनिशी ग्वाल्हेरीस बघून अहिल्येस आश्चर्य व आनंद झाला. त्या थक्क झाल्या. काशीबाई मल्हारबा आल्याआल्या त्यांच्या पाया पडत म्हणाली, ''मामंजी, स्वामींना कुठे सोडलंत? कुठे आहेत ते?... तुम्ही संगेच होताना? सांगा हो काही तरी... माझे प्राण आता राहत नाहीत खचित!'' मल्हारबांचा कंठ भरून आला... म्हणाले, ''कदाचित मागच्या जथ्यात असतील...''

काशीबाई अत्यानंदाने म्हणाल्या, ''म्हणजे स्वामी आहेत ना? येताहेत ना?'' याचं उत्तर देणं मल्हारबांना शक्य नव्हतं. जनकोजी शत्रूच्या कैदेत होता... त्यास ते जिवंत सोडणं अशक्य होते... आणि मल्हारबांना हे काशीबाईंस सांगणे अशक्य होते. मल्हाररावांनी दत्ताजीच्या पुत्राची चौकशी करताच पुन्हा एकदा आकांत उसळला.

मल्हाररावांबरोबर पार्वतीबाई पण मागोमाग आल्या. त्यांचा यथोचित सत्कार करून सगळ्या बसल्या खऱ्या, पण पार्वतीबाईंच्या डोळ्यांस खळ नव्हता. भाऊसाहेबांचा पत्ता नव्हता. त्या सतत त्यांचीच वाट पाहत होत्या. बाईजींची प्रकृती अर्धी झालेली दिसली.मल्हारराव सगळेच कसे कळाहीन वाटले. बाईजींकडून पाणिपतचा अवघा प्रळय कळला. वार्तांचे विजेसारखे लोळ कानावर पडले. जीव भाजून निघाला. मल्हारराव अहिल्येस म्हणाले, ''अहिल्याबाई, तुम्ही आता इंदुरास जा... गर्वस्फुंद नडला... लाख बांगडी पाणिपतावर फुटली. आम्ही पार्वतीबाईंना पोहोचवून येतो. अखेरची वर्षे अपेशाचे धनी होणे आमच्या कर्मी असेल..

अहिल्याबाई वाड्यात आल्या. वाड्यात धूम गर्दी होती... लोक अन्न अन्न करीत वाड्यात येऊन कोसळत होते... हे सारे युद्धातून पळ खाल्लेले योद्धे होते... भुकेमुळे

त्यांच्यात त्राण नव्हते... वाटा फुटतील तसे हे लोक इथे येऊन पोहोचले... सुभेदारांचा वाडा जाणून इथे येऊन पडत राहिले. सर्वस्व गमावलेले... निराधार... दीन... जखमी...कुणास ज्वर...कुणाचा पाय मोडलेला, कुणाचा हात कापला गेलेला... अहिल्याबाईंनी ताबडतोब पन्नास-साठ माणसांच्या नेमणुका केल्या. त्यांची सेवा, चाकरी करण्यासाठी ही माणसं आणली. वाड्याच्या बाहेरच्या बाजूस मोठा दरबारखाना होता... त्यात सर्वांना बिछाने टाकले. आधी प्रचंड कढया ठेवून सांजा भाजला, सर्वांना पोटभर खायला घातले. मुदपाकखान्यात शेकडो लोकांचे जेवण तयार होऊ लागले. सर्वांसाठी दोन दोन पोशाख, पांघरुणे यांची व्यवस्था झाली. राजवैद्य आपल्या चारपाच वैद्यांच्या ताफ्यासह आले. खलबत्ते, सहाण यावर औषधे तयार झाली. लेप लावले गेले. घावकणिसाच्या पेंढ्या येऊन पडल्या. अहिल्याबाईंना क्षणाचीही उसंत नव्हती. त्यांच्याशी बोलताना, स्वत: जातीने चौकशी करताना त्यांच्याकडून कळणाऱ्या पाणिपतच्या संहाराच्या बातम्या भयंकर होत्या. जनकोजी, इब्राहिमखान शत्रूच्या कैदेत मारले गेलेच असतील... असं कुणीतरी म्हणालं, अन् अहिल्याबाईंसमोर काशीबाई आल्या. जनकोजीची पालखी उचलणाऱ्या भोयांना शेराशेराची सुवर्णकडी देणाऱ्या!... सैनिक म्हणाले, "आई... रसद गिलच्यांनी मारली... दाणागोटा नाही... आम्हांस अन्न नाही... पाणी नाही... आम्ही कसे लढावे? आई, शुक्रतालावरूनच सुभेदार सांगत होते, दिल्लीस जाऊ, तिथून मातब्बर लढा देता येईल... दाणागोटा कमी पडणार नाही... पण पांढऱ्या केसाची सलाह ना मानली... एक लाख बांगडी फुटली... आई, दक्षिणेत आज एकही घर नसेल की ज्या घरातलं कुणीतरी पाणिपतावर मेलं नाही! घरोघरी बायका रंडक्या झाल्यात आई... मोठ्यांची युद्धे होतात... त्यांच्या चुका होतात पण प्राण आम्हां बिनीच्या लढणाऱ्यांचे जातात... आम्हाला ना घोडे, ना हत्ती... केवळ आमचे हे दोन पाय... आई... केवळ इतकं शरीर!"

अहिल्याबाई साऱ्यांना धीर देत होत्या... तोच आणखी एक कटू वार्ता... श्रीमंतांनी करू नये ते केलं... पवार, शिंदे यांचे महाल जप्त केले. पाणिपताच्या पराजयाचं अपयश त्यांच्या माथ्यावर थापून ही जप्ती आली. उद्या हीच वेळ आपल्यावर येणार हे न कळण्याइतक्या अहिल्याबाई आता कच्च्या नव्हत्या. बातमीपाठोपाठच मल्हारराव इंदुरात आले. पण आज तुताऱ्या वाजवणारे पण पाणिपताच्या लढाईत... मल्हारराव एकाएक येऊन उभे... बाईजी संगे घोड्यावर!... आत येताच अहिल्याबाईंस म्हणाले, 'पेशव्यांनी सिंदे पवारांच्या महालांची जप्ती केली. सिंधांकडील तर नक्त कापड, जवाहिर नेले... त्या घरचा एक महादजी लंगडा होऊन वाचला... बाकी सारे पुरुष दौलतीच्या कामी आले. तरी त्यांची श्रीमंतांनी ही दशा केली... आमचीही करतील. मनी हेच की आम्ही लढाईत न मरता वाचून कसे आलो? कशास आलो? पण आयुष्य ईश्वराघरचे, त्यास काय करावे? डुकरे खळीस येतात अशी का युद्धाची नीति असते?

अवघा गोल बांधला होता. मागेपुढे, आजूबाजू पट्टीचे योद्धे आणि मधे बायका... तो न मोडता तसेच्या तसे शत्रूस ओलांडून तोफांचा पराक्रम दावीत निघून जायचे असे पक्के ठरले असता भाऊसाहेबच एकाएकी मधे घुसले. सेनापतीनेच नियम मोडला तर बोल कुणास लावावा. अवघी दाणादाण झाली. एक बात ना ऐकली. एक सलाह ना मानला... आमची मेहनत वाया गेली... आता मोडल्या झुंजीच्या बाता सांगणार कशा? आम्ही जीवंत आलो याचा किलाफ श्रीमंतांचे मनी! आम्हीही जिवास खातच आहोत. सरत्या वयाला डाग लागला!''

यावर अहिल्येच्या उरी करुणेचा झरा फुटला. मल्हाररावांची उदासी तिला बघवेना. ''मामंजी... आजपावेतो दौलतीची फत्ते केलीत... जे चित्ति धरले ते घडवले. कठीण मनसुबे लीलया पार पाडलेत. आपल्या यशास तोड नाही... बहुत लौकिक केला... छातीचा कोट बांधला. जबरदस्तासही नेटून ठेवले. इकडून सुवर्णप्रवाह श्रीमंतांचे दारी नेला. दौलतीस कल्याण घडले. आपण चिंता ना करावी. तलवारीची धार तेज आहे... अपेश धुण्यास वेळ तो काय लागणार?''... तेवढ्यात श्रीमंतांच्या स्वाऱ्या इंदुरास निघाल्याचा निरोप आला... मल्हारराव वेशीपर्यंत जाऊन उभे राहिले... अहिल्याबाई, बाईजी तयारीस लागल्या. आज वर्षप्रतिपदा होती. पण पाणिपतच्या संहाराचा दुखवटा म्हणून कुठलाच उत्सव नव्हता. वाड्यावर तर गुढी सुद्धा उभारायची नाही असं निश्चित होतं...

श्रीमंत गोपिकाबाई, पार्वतीबाई यांच्या खाशा स्वाऱ्या दाखल झाल्यावर आगतस्वागतादि सत्कार झाले. भोजन समारंभ साधाच... पाणिपतचे दुःख अफाट... जिवाची माणसं गेली. श्रीमंत खचून गेले... उद्रेक वारंवार... प्रकृती तर अर्धी झालेली... त्यात संताप... राग...! बैठक कशी पार पडेल याची अहिल्याबाईंना चिंता. त्यातून सोबतच्या मंडळींनी सावधान केलेलं...मल्हाररावांबद्दल खऱ्या खोट्या अफवा श्रीमंताचे कानी!... तिने मनोमनी मार्तंडास बैठकीस आवतण दिले. 'ये बाबा मार्तंडा, तुजवाचून कोण निभवणारा? मामंजींचा मनोभंग ना व्हावा इतके तरी ब्रीद राख...'

दिवाणखान्यात बैठक बसली. श्रीमंत नानासाहेबांस उच्चासन होते. सौ. गोपिकाबाई व पार्वतीबाईसही त्या शेजारी उच्चासन होते. अहिल्याबाई आपल्या पांढऱ्या घोंगडीच्या आसनावर बसल्या होत्या. अहिल्याबाई छत्तीस वर्षांच्या... पण त्यांच्या सावळ्या चेहऱ्यावर स्वच्छ तेज होतं. कुरळ्या केसांच्या महिरपीने कपाळ सुंदर दिसे. डोळे टपोरे, भावदर्शी... चेहऱ्यावर आत्मविश्वास... ओठांवर तर ईश्वराने कोरीवकाम करून जिवणी म्हणजे जणू रांगोळी करून ठेवलेली होती! त्या बोलताना ऐकणाऱ्याचे लक्ष त्यांच्या ओठांकडे जावे व त्या ईश्वराचे कौतुक वाटावे अशी सात्त्विकता तिथे नांदत होती. दात सुंदर रांगेत... हसणे म्हणजे केवळ

प्राजक्ताचा सडा!...

सकलसौभाग्यमंडित असणाऱ्या गोपिकाबाई व पार्वतीबाई या दोघीही अहिल्याबाईंकडे स्तिमित होऊन बघत राहिल्या. गौतमाबाई व मल्हारराव रुजाम्यावर बसले होते. आणि कोणी नव्हते! विडा खात श्रीमंत म्हणाले, ''पाणिपतचे अपेश तर थोर आले. आता अवघे राज्य, भाऊशिवाय निर्माल्यवत्... एक तो वाचता तर तुमच्या तलवारीची शान होती... आपणासारखे बुजुर्ग वाचतात आणि विश्वासरावसारखा कोवळा पोर... भाऊसाहेबांसारखे पट्टीचे शूर... गायब होतात... याचा अर्थ काय? नजीबखानाशी आपली आणक्रिया झाली की 'कठीण प्रसंगी आम्हांस वाचवावे'... ऐसेही ऐकले... भाऊसाहेबांनी आण घालून सांगितले की 'आमची तलवार लागताच पार्वतीबाईस ठिकाणसीर करावे म्हणून'... पण त्यांना तर जानू भिंताडाने घोड्यावर टाकून आणले... मग खरे काय?... आपल्यासारख्या बुजुर्गांनी काय केले?...'' श्रीमंत संतापून म्हणाले. मल्हारराव शांत होते. ''आम्ही भाऊसाहेबांची बहुत पाठ राखली... आमची आम्ही शर्थ केली... आमचा नेकसल्ला एक ना मानला... युद्धनीति येकायेकी मोडून आत शिरले. श्रीमंतास चौघांनी चार लटिक्या गोष्टी सांगून फांदाफांदी करावी... आम्हांस मोडावे... आमचा बदनक्षा करावा, त्यापरीस तुमच्या वडिलांनी डाली बांधली ती तुम्हाजवळी सोडून, आज्ञा कराल त्या ठिकाणी जाऊन राहू. आजपावेतो मालमुलुख जिवानिशी हजर झालो. रक्ताचे टिळे लावून सेवा केली. दौलतीस जपले, अटकेपर्यंत तलवार गाजवली... हे सारे आम्ही स्वमुखे सांगावे ऐसे नव्हे पण आपण आमच्या वयाची गय ना करता बट्टा देत आहात. कृतकर्मे विसरत आहात एतदर्थ बोलणे आले. यशअपेश ईश्वराघरचे. अहिल्याबाईही स्वत: जातीने ग्वाल्हेरी तोफखाना सिद्ध करून होत्या. चाकरांनी सेवेत अंतर केले नाही.''

त्यावर श्रीमंत जरा शांत झाले. अहिल्याबाईंकडे वळून म्हणाले, ''आपणाविषयी बहुत ख्याती ऐकून होतो... आज प्रत्यक्ष तोफखान्यावर देखले.''

''श्रीमंत... मामंजीचे हे सारे इमान चोहीकडे उगवले आहे! त्यांचेच सारे शिकवणे... चाकरी कमीअधिक चाळीस वर्षांची...चित्ती आणले ते घडवले. त्यांच्या तलवारीची धार आजही तेज... अपेश धुण्यास वेळ तो किती लागणार?''

यावर मल्हारराव दु:खाने म्हणाले, ''अहिल्याबाई... खावंदांनी पूर्वलोभास अंतर केले... आता अपेशी झुंजीची, बिघडल्या मसलतीची शिफारस कशाला? आज्ञा दिल्यास महायात्रेस जाऊ... तीर्थक्षेत्री जाऊ... आपण आपली दौलत सांभाळा.''

पार्वतीबाईंना शोकाचा उमाळा अनावर झाला. डोळे पुसत म्हणाल्या, ''श्रीमान सुभेदार... आपण तर आमच्या कुटुंबियापरीस... आपण गेलात तर

स्वामींचा शोध कोण घेणार?... त्यांच्याविना आम्ही जगून काय करणार? त्यास धुंडून आणा... भारंभार शेर सोने आपल्या पाऊली वाहीन...''

''बाईसाहेब... सोन्याचे ते काय? आम्ही तर अवघी आमची दौलत देऊ... त्यांच्यापरीस इतर काय मूल्यवान? आम्ही तर आमचेकडून शर्थ केली... त्यांची पाठ राखली... पण विश्वासराव पडले हे देखून मधेच बाणागत शत्रूसैन्यात घुसले...''

...श्रीमंतास हे सारे सोसेनासे झाले... ''हाय भाऊ... हाय भाऊ...'' करत मान टाकू लागले. विश्वासरावास आठवून थोर विलाप मांडला... गोपिकाबाईंनी मग बैठक आवरती घेतली.

दुपारी विश्राम झाला. पुढील वाटाघाटी निश्चित झाल्या. श्रीमंतांनी बहुत ऐवज व तोफा मागितल्या. मल्हारराव म्हणाले, ''श्रीमंत... फौजेपायी आम्हीही बहुत लुटलो गेलो... आता आपणास एकरकमी इतका पैका कुठून द्यावा? तोफांचा कारखानाच ग्वाल्हेरीस लावलेला आपण स्वत: पाहिला...''

''सिंद्यांची चीजवस्तू आम्ही जप्त केली... तुमचेजवळ मागतो आहोत.''

श्रीमंत कधी नव्हे ते भ्रम झाल्यागत अत्यंत कटू बोलले.

मल्हारराव संतापून म्हणाले, ''बहुतच शतकृत्य केलेत आणि आमचे जवळ मागता हे तर परम उपकार... श्रीमंत आम्ही तुमच्याहून २५ पाऊस अधिक पाहिले. आम्हांस कुटुंबीय म्हणवावे... आणि पराभवाचे खापर माथी फोडून दंड मागावा हे तर अनुचित... आमच्या दिलास ठेच देणारे... कुटुंबीय म्हणून एकरकमी तीस लक्ष रुपये आपल्यादेखता लिहून दिले... कर्जफेडीसाठी! ते आमचे सारे पुण्य एका अपयशाने सरले की काय?... आम्ही काहीही देऊ शकणार नाही... मग तुम्ही हवे ते करा''...

यावर गोपिकाबाई म्हणाल्या, ''मल्हारराव... स्वामी दु:खाने पिसे लागल्यागत झाले आहेत... घटकेत एक घटकेत एक ...ज्वराने पिडले आहे... आपण कृतकर्मे दौलतीचे स्तंभ! श्रीमंताचे गादीशी एकनिष्ठ... स्वामीतर्फे मजकडून दिलगिरी घ्या... स्वामींचा राग ताब्यात नाही... क्रोध ना करावा... आम्हांस निरोप द्यावा.''

अहिल्याबाई म्हणाल्या, ''आईसाहेब... मामंजीही जीवास खात आहेत. अपयशाचे दु:ख तर अवघ्यांचे चित्ती...क्षोभ करून कसे निभावणार? श्रीमंतांची प्रकृती आम्हांस तर बरी वाटत नाही...त्यास ईश्वरे सलामत राखावे. आमची मल्हारीजवळ ऐसीच प्रार्थना...''

निरोपाचे विडे दिले गेले... जाता जाताच पार्वतीबाई एकदम माघारी वळल्या... मल्हाररावांचे पाय घट्ट धरत म्हणाल्या, ''आम्हांस शब्द द्या की आम्ही स्वामींना धुंडून आणू... त्याखेरीज आम्हांस निरोप कैसा देता?... निरोप कैसा देता सुभेदार?''

...मल्हारराव शब्द कसे देणार? हा भलताच पेच! अहिल्याबाईंनी, गौतमाबाईंनी त्यांची समजूत घातली. मल्हाररावांनी डोळे कोरडे केले. "आम्ही आसेतू हिमालय शोधून येऊ इतके सांगतो आपणास बाईसाहेब... इतका शब्द देतो..."

पार्वतीबाई डोळे पुसत पालखीत जाऊन बसल्या. गोपिकाबाई म्हणाल्या, "आता स्वामी अन् ही पार्वती... दोघेही भ्रमिष्ट... मजला वेड लागेल ऐसे सारे झाले... माझा पुत्र गेला... इतका रूपवान... की असा पुरुष अवघ्या कुलात झाला नाही... गौतमाबाई, मी कुणाजवळ रडू...?..."

गौतमाबाई तरी काय बोलणार? पालख्या निघाल्या! त्यांच्यासोबत पद्धतीप्रमाणे पन्नास पाऊले जाऊन मल्हारराव माघारी आले... संतापाने जिवाची लाहालाही होत होती... "पाहिल्यात ना? आमच्याबद्दल काय काय अफवा? आम्ही म्हणे नजीबखानास शपथ दिली की 'आम्हांस सुखरूप काढावे.' वा वा... म्हणे 'पार्वतीबाईंची जिम्मा आम्हांवर सोडली'...अहो... जो भाऊ आम्हांस सांगतो की 'आता बोलावू तेव्हाच दरबारी या... आमचा एक नेकसल्ला मानत नाही, तो काय पार्वतीबाईंचा जिम्मा आम्हांवर सोडणार?... तरी आम्ही चाकरीत अंतर ना केले..." अहिल्याबाई, बाईजी, सगळेच अत्यंत विमनस्क... कुणी कुणाची समजूत घालायची?

चार दिवसांनी आलेल्या खलित्याद्वारे होळकरांचे देशीचे महाल पेशव्यांनी जप्त केले होते. सुभेदाराची मर्जी कडू कडू होऊन गेली. गौतमाबाईंनी तर या धक्क्यानं अंथरूणच धरलं. पतीचा घनघोर अपमान त्या मानी स्त्रीला मृतवत करून गेला. मल्हाररावांना अपयश जलदीने धुवून टाकणे आता क्रमप्राप्त होते.

जूनपर्यंत मल्हाररावांनी शिकस्त करून माळवा, बुंदेलखंड, राजपुताना येथे पूर्ववत शह बसवला. गोहद, ग्वाल्हेर, दतिया, झाँसी, भदावर, भिंड येथले बंडावे मोडतामोडता दिवस पुरेनासा झाला. सप्टेंबर अखेरपर्यंत मल्हारराव वारं प्यायल्यागत धावत होते. दरम्यान २३ जूनला श्रीमंत नानासाहेब पेशव्यांचा दुःखद मृत्यू झाला. जुलैच्या १७ तारखेस माधवराव पेशवे झाले... पण मल्हाररावांचे मनी एकच, की आपली निष्ठा श्रीमंतांच्या गादीशी... गादीवर जो असेल त्याच्याशी! नानासाहेबांची दुर्वचने सोसूनही मल्हारराव दौलतीखातर धावत होते. तरवार गाजवीत होते. बंडांचा बीमोड करत होते... माधवराव गादीवर आले आणि त्यांनी सामोपचाराची पत्रे पाठवली. मल्हाररावांनी नानासाहेबांच्या मृत्यूनंतर त्यांना सांत्वनाची पत्रे पाठवली. त्याचे उत्तर माधवरावांनी त्वरित पाठवले. त्यातली भाषा वाचून अहिल्याबाईंस आनंद झाला. त्या वेळोवेळी बाईजींना पत्रे वाचून दाखवत... बाईजींची तब्येत दिवसेंदिवस उतरती होती. आजची शक्ति उद्या नाही...उद्याची परवा नाही... मधेच

शुद्धी... मधेच ग्लानी! कधी दमा बळावे तर कधी ज्वर!

त्यादिवशी श्रीमंत माधवरावांचा लखोटा येताच, फडणिशी सोडून अहिल्याबाई घरी आल्या. बाईजींकडे बघून हसल्या. "बाईजी... आम्ही म्हटले नव्हते की अपेश धुवून काढायला मामंजींना वेळ तो काय लागणार? हा बघा... श्रीमंतांचा स्वदस्तुरचा लखोटा... ऐका हं! आम्ही वाचतो!"

'तीर्थरूप मल्हारजीकाकांना'...

ऐकताय ना बाईजी? तीर्थरुप मल्हारकाका बरं का!...

साष्टांग दंडवत. आपण दौलतीची सेवा तो बहुत केली. शाबास तुमच्या तलवारीची... अवघी उत्तर मार्गी लावीत... तेही अवघ्या सात-आठ महिन्यांच्या अवधीत... हे कर्म लहान नव्हे... आपण तिळमात्र विश्राम घेत नाही हे सिद्धच झाले ! बंडावे मोडणे हे तो बहुत बुद्धिवादाअंती घडते... आपण ते घडवत आहात... आपल्यापरी पिकला अनुभवी आम्हांस तरी दुजा कोण? काही विषाद चित्ती धरून आहात तो आम्हाखातर सोडावा. आम्ही दो हस्त जोडून विनंती करतो, भाऊकाका आपला नेकसल्ला मानते तर अपेश येतेच ना ! आम्हांस अवघ्या वार्ता कळल्या. वडिलांनी आपणांस काही निष्ठुर जाबसाल केल्याचे ऐकले...पण त्याचे कारण त्यांचे प्रकृतीमान! दोन महिन्यातच केवळ अस्थिचर्म उरले... देहावसान झाले... आपल्या अमोघ सांत्वनाच्या पत्रांनी आम्हांस जगण्याची उमेद दिली. आता आम्हांस आपणच तीर्थरुपांचे ठिकाणी. सत्वर भेटण्यास यावे. विलंब ना करावे. विजयादशमीचे मुहूर्ते बाहेर शिबिरे द्यावी. रोष ना धरावा. ही विनंती."..

..."ऐकलंत ना बाईजी... बाईजी... बाईजी...

बाईजी लखोटा ऐकताऐकता ग्लानीत गेल्या... सतत एकच घोष "स्वामींना बोलवा..."

अहिल्येने त्यांना पुन्हा जागे करीत विचारले, "बाईजी... लखोटा वाचून दाखवला तो ऐकला?"

"कुठला गं पोरी? स्वामींचा का? स्वामी येताहेत का? कुठे आहेत स्वामी?" आता 'अहोकाहो'चे लेणे गळून पडले. खंडेराव गेल्यापासून त्यांनी अहिल्याबाईंना कधी 'अहिल्या' म्हटलं नव्हतं. अहिल्येने त्यांना जागतं ठेवायला उदाबाईंना बसवलं... अन् लखोटा त्यांना ऐकवला. विचारलं, "कळलं ना? सारे किलमिष मार्तंडे निवारिले. महालही मोकळे झाले. जप्ती उठली. ... आता तर आपले मन शांतले ना? अपेश धुतले गेले बाईजी... आपले बांडे होळकरी निशाण तेजस्वी झाले... कळतंय ना मी काय बोलते ते?... आता तरी मन समाधान पावले ना तुमचे?"

...बाईजींनी मान हलवली... पण पुन्हा ग्लानीत गेल्या. सांजवेळी मल्हारराव

आले. अहिल्येने बाईजींच्याकडे हात दाखवला. वैद्याने चाचरत सांगितले, "केवळ आजची रात्र... उद्याचा भरवसा नाही... माझ्या हाती होते ते सर्व केले..."

मल्हारराव बाईजींजवळ गेले. त्यांचा माथा मांडीवर घेऊन बसून राहिले... बराच वेळ गेला. बाईजींनी डोळे उघडले. उशाशी कुंकवाची कोयरी होती... ती मल्हाररावांचे हाती देत म्हणाल्या, "आपल्या हाते... आता अखेरची... अखेरची पाठवणी... मळवट भरा... कपाळभर! निरोप द्या... निरोप...!" मग मल्हाररावांचा हात अहिल्येच्या हाती देत म्हणाल्या, "पोरी... फार... फार चांगली आहेत तू... सु...भे...दा...रास...सांभाळ." मल्हाररावांनी वाटीत कुंकू कालवले. ते आपल्या थरथरत्या हातांनी बाईजींचे कपाळी मळवट भरू लागले. उदाबाईंनी अक्षदा आणल्या... त्या त्यावर लावल्या! वाडा जमला होता... मैनाबाई पायाशी बसून होती. मुक्ताबाई, उदाबाई, सीताबाई... द्वारकाआई, बनाआई... हरकुआई... सर्वांस रडू अनावर होत होते. बाईजी आता महायात्रेस निघाल्या होत्या... अहिल्येने स्वत:स बाजूच्या खोलीत कोंडून घेतले... ती रडत होती... ओरडून म्हणाली, 'बाईजी मला कुणावर निरवून जाता? कुणाहाती सोपवून जाता? माझी आई झाला होता तुम्ही... आता मी कुणासंगे बोलू?"

...तो विलाप ऐकून सारे रडत होते... घर, दार, गडी, माणसं, मालेराव... कुणी कुणाला सावरायचं? मध्यरात्री, अहिल्येच्या आई झालेल्या बाईजी हे नश्वर जग सोडून अनंतात विलीन झाल्या. अहिल्या त्यांच्या प्रेतास मिठी घालून बसली... हा गुंता कसा सोडवायचा? सगळे सुन्नपणे फक्त बघत राहिले...

दिवसपाणी होईपर्यंतच मल्हारराव जेमतेम थांबले. रडूनरडून अर्ध्या झालेल्या अहिल्येस म्हणाले, "अहिल्याबाई, आता धीर धरा. रडणे तर आवराया हवे की नाही?"

"कसे आवरावे मामंजी... ज्या त्या स्थळी त्यांची स्मृति भरून राहिलेली आहे... आम्हांस त्यांचे स्वर ऐकू येतात. "सांभाळा बरं अहिल्याबाई"... आमची चिंता दिनरात केली... आपण बाहेर... आम्हांस आता स्थळ ना उरले."

"आम्हांस तर आता कूच करणे भाग आहे हे काय आम्ही तुम्हांस सांगावे ऐसे नव्हे... सतत खलिते येत आहेत. मागील प्रकरणाचा निर्गम करून अनेक समजाविशी केल्या. दसऱ्यास बाहेर शिबिरे देणे होते... पण..."

"आपल्या तलवारीस अटकाव कुणाचा? माझी तो माय गेली... आता आपणही मजसी वाऱ्यासंगे सोडून..."

"अहिल्याबाई... बाईजी मजला तुमच्याहाती सोपवून गेल्यात... तुम्हीच तर आता थोर कर्त्या... या पिकल्या केसांची लाज तुम्हा हाती..."

''मामंजी... ज्याचे हाती कुळकीर्त व्हावी त्या मालेरावांच्या कथा तर आपण जाणता. त्या कर्मकथा एकाहून एक दुर्दैवी... आपणच आता त्यासी वाटेवर आणावे... त्यास संगे न्यावे...''

''आणि त्यास काही धोका झाला तर? एकच एक कुलदीपक आम्हासी!''

''धोका झाला तर तेवढा तरी कीर्तिचा टिळा त्याचे कपाळी लागेल... नाहीतर ऐसे जगणे आणि मरणे समानच! आपणांस एक शब्दाचाही बोल लावणार नाही. सुभेदारीची स्वप्ने बघणाऱ्यास तलवार तर चालवता यायला हवी? त्यास संगे न्यावे... शिपाईपण शिकवावे... इतकी कृपा करा मामंजी...''

आजोबासंगे जायचे म्हणताच मालेरावांनी आकाशपाताळ एक केले... हुतूतू हमामा घातला. मल्हाररावांनी मग त्यास सुभेदारीचे आमीष दाखवले. 'श्रीमंतांच्या भेटीस नेतो' म्हणाले. तेव्हा एकदाचे ते रडतराऊत घोड्यावर बसले. अहिल्येस फडक्यांची विधवा आठवली. मुक्तेकडून, मैनेकडून निरांजन तिलक करवला. आशीर्वाद दिला. मालेराव आजोबांबरोबर निघाले. मैनाबाई आनंदली... जणू काही सुटका झाली. ... पण तेवढ्यात बातमी आली की माधोसिंहाने राजपुतान्यातली मराठ्यांची ठाणी उठवली...

''आता काय करायचे? अहिल्याबाई, या धामधुमीत मालेरावाला कसा नेऊ?''

''मामंजी... आता तिलकही झाला. न्या त्यांना... कुणाहाती जमेल तसे वापस पाठवा... नाहीतर ठेवा तुमचेजवळ... जरा शिकू द्या मुलुखगिरी... कष्ट करू द्या... बाहेरची हवा लागू द्या...''

...मल्हारराव आणि मालेराव संगे निघाले. वाडा डोळा भरून हे दृश्य बघत राहिला... उद्याची स्वप्ने गुंफित राहिला.

मांगरोळ येथे धूमसान युद्ध झाले. मल्हारराव मालेरावासंगे तिकडेच गेले. राजपुतान्यात मराठी सत्ता कायम झाली... पण या धूमसान लढाईत मल्हाररावांचा डावा हात जखमी झाला.

त्यानंतर दक्षिणेतल्या मसलती सुरू झाल्या. रघुनाथराव आणि माधवराव या चुलत्यापुतण्यात भेदाभेद निर्माण झाले. रघुनाथराव रोज नित्य नव्या कुरापती काढून माधवरावांस पेचात आणू लागले. दर वेळी माधवराव मल्हाररावांचा सल्ला मोलाचा मानीत. त्यातच हैदरने चढाई केली. या व्यापात दोनतीन वर्षे गेली. उत्तरेत येण्यासही मल्हाररावांना सवड मिळेना.

इकडे दुसऱ्या आलमगीर बादशहाचा पुत्र अलिगोहर हा 'शहाआलम' हे नाव धारण करून गादीवर बसला. इत:पर आपणच बादशाहीचे मालक आहोत असे जाहिरपणे मराठ्यास पाठवले. शुजाऊद्दोलास वजिरी दिली. इंग्रजांची मदत घेऊन शुजा आणि शहाआलम यांनी प्रदेश काबीज करण्याचे मनसुबे रचले... मसलती

बांधल्या. त्यांना बुंदेलखंडात मराठ्यांनी रोखले... अंतर्वेदीत रोहिल्यांनी पायही ना टाकू दिला. दरम्यान मराठ्यांनी उत्तरेत आपला जम पुनःश्च बसवला. दिल्लीहून गिलचे पठाण तर कधीच देशात गेले होते. जानोजी भोसल्यानेही ठिकठिकाणी उत्तम काम करून बंदोबस्त केला. अंतर्वेदीतला अंमल उठला होता, तोही पुनःश्च बसवण्यास मराठ्यांना यश आले. राक्षसभुवनच्या लढाईत निजामाचा प्रचंड पराभव करून मराठ्यांनी आपले सामर्थ्य पुन्हा एकदा सिद्ध केले.

अहिल्याबाईंच्या नजरबाजांकडून या बातम्या येतच होत्या. तिकडे पुण्यात श्रीमंत माधवराव आणि रघुनाथराव यांच्यातील वैमनस्य वाढत होते.

''मेले हो... कसले हे राजहट्ट करता... या कलहात फिरंग्यांचे फावते इतके कसे कुणाच्या ध्यानी येत नाही... यांच्या बुद्धीस येवढे मांद्य कशाचे चढले''...

अशा वेळी राजकारणावर बोलावेसे वाटे. बाईजींची उणीव जाणवे. त्यातल्या त्यात हरकुआई राजकारणात थोड्याफार भाग घेत. मालेराव मल्हारावांबरोबरच असल्यामुळे वाड्यात शांती होती. मालेराव आता उत्तम घोडासवारी करत... पण त्या कलेचा उपयोग करून मधुनमधून पळून येत... मल्हारराव पुन्हा कुणास तरी धाडून त्यास संगे नेत. अहिल्येचे कामकाज नीट चालू होते. मधुनमधून येणारी सासऱ्यांची पत्रे इतकाच संपर्क... बाईजी गेल्यापासून त्यांनी जणू वाड्याचे पाशच तोडले. जणु त्यांना कशात गुंतायचे नव्हते. त्यातून श्रीमंतांनी मल्हाररावांवर अपार विश्वास टाकलेला होता.

फडणिशीत युद्धचर्चा होई. एक दिवस अहिल्याबाई म्हणाल्या, ''फिरंग्यांचा पाय वाढता... 'आम्हांस राज्य नको नको' म्हणताम्हणता मेले राजकारणे करतात... युद्धे करतात... त्या पक्षात सामिल होतात. त्यांचे युद्धतंत्रही अव्वल... एकमुठीचे... शिस्तशीर! पाटण्यावर, पच्छापहाडावर लढाई झाली... शुजा पळाला... निकराच्या संग्रामात फिरंग्यांनी यश मिळवलं ते शिस्तीनं... आपले मेले बाजारबुणगेच माततात... आता शुजा फिरंग्यांशी स्नेह ठेवून आहे. ही हरामी माणसे. परकियांशी सलूख करतात... वीरांच्या रक्तमोलाने पैदा केलेला मुलूख फिरंग्यांच्या घशात घालतील अन् आपण बोटे चावत बसतील.'' अशी बोलणी चाललीत तोवरच मालेराव वाड्यात आल्याचे कळले. अहिल्याबाई त्वरेने तिकडे गेल्या. मालेरावाचे फराळपाणी मैनाबाई बघत होत्या... वीस वर्षांचे मालेराव आता राजबिंडे दिसू लागले. मैनाबाई त्यांना शोभेल अशीच... त्यांची जोडी बघून अहिल्याबाई सुखावल्या.

''मामंजी बरे आहेत ना? तुम्ही कसे येणे केलेत?'' अहिल्येने विचारले. ''सुभेदारदादाजी झाशीचे ठाणे मुस्तकीम करून दतियास निघाले. दतिया घेतला... पंधरा लाख खंडणी ठरली. मातोश्री, दादाजी भाग्यवान... जातीने अपेश कोठेच नाही. प्रतापवान... पण आमचे मन युद्धात लागत नाही. आम्ही वापस आलो.

दादाजी आता इटाण्यास जातील व नंतर गंगातिरी मेहदीघाटास...''

''तर मग तुम्ही चार दिवस इथे राहा व आम्हांस गंगातिरी सोडा. आमचा जीव कष्टला. मामंजींची भेट होईल... तीर्थयात्राही घडेल!''

''पण मातोश्री... मग इथले कोण देखणार? कुमक, पैसा तर कधीही लागेल. तुम्ही तसा खलिता धाडा... दादाजींची अनुज्ञा झाली तर आम्ही तुमच्यासंगे येऊ.''

अहिल्याबाई खूप आनंदल्या. मालेरावात बराच फरक पडलासा वाटत होता. तिने मार्तंडापुढे डोई टेकली. सत्यनारायण केला. मालेरावास जोडीने पूजेस बसवले. मालेरावांकडून युद्धाच्या वार्ता, मसलती ऐकता-ऐकता तिला धन्य वाटलं. मुलगा सुधारत होता. ''मामंजीच्या पायाचं तीर्थ घ्यावं अशी त्यांची थोरवी... त्यांनीच यास मार्गास लावला. निदान मसलतीबरोबर सवारी करू लागला... नाहीतर माझा तर इलाजच खुंटला होता.'' अहिल्याबाई उदाबाईंना सांगत होत्या... पूजेचा सोहळा बघत होत्या. मुक्ता पण आता सतरा वर्षांची झाली. तिचं विद्या-अध्ययनात लक्ष... उदाबाईंची लाडकी... मैनाबाईबरोबर आनंदात होती. मुक्ताबाईंची काही काळजी नव्हती.

अहिल्याबाई आणि मालेराव इटाव्यास दाखल झाले. मल्हाररावांचे चरणी लागत अहिल्या म्हणाली, ''आम्हावर माया पातळ केलीत. इंदोरला येणे संपले. आम्हा हाती काही अपराध घडला की काय?''

''मसलती बहुत आहेत हे तुम्ही जाणत असून ऐसे बोलावे? आम्हांस क्षणाची उसंत नाही... त्यातून मालेरावांस संगे घेऊन त्यास सुरक्षित ठेवून जेवढे शिकवणे तेवढे शिकवतो.''

''मालेरावांस आपण लायक माणूस केलेत हे उपकार आम्ही कसे फेडावे मामंजी?... आपणांस आमचे ऋण दावावे तरी केव्हा... आपण तर इंदुरची वाट सोडलीत...''

''आमच्या तलवारीस विश्राम कुठेय अहिल्याबाई? अवघी तारांबळ! अंतर्वेदीचा बंदोबस्त करून अयोध्येस शुजाऊद्दौलाचे मदतीस जावे व फिरंग्यास प्रयाग घेऊ ना द्यावा हा थोर मनसबा पुढे आहे. फिरंगी मातला. त्यास घरभेदे तर बहुत सहाय्यास आहेत. शुजा, गाजीउद्दीन आता आमच्यासंगे आहेत.''

''आम्ही तर ऐकले की अयोध्येच्या शुजाऊद्दौलाने फिरंग्यांशी स्नेह ठेवला आहे.''

''हे तसे घरभेदे लोक... तरते बुडते पाहत काठावर बसणारे... जो तरेल त्याच्यासंगे यांचा स्नेह! यांना ना लाज, ना शरम! ना देशप्रेम ना स्वाभिमान... आज इकडे... उद्या तिकडे! यांचा भरोसा नव्हे!''

''मग आपली तर त्यांच्यावर भिस्त''...

"आमची भिस्त गनिमी काव्यावर! त्यांच्या सभोवार घिरट्या घालाव्या, त्यांची रसद लुटावी, खजिना मारावा, त्यांना जेरीस आणावे! ते असो, पण तुम्ही अशा एकाएकी कसे येणे केलेत?"

"आम्ही फार थकलो मामंजी... आम्हांस तीर्थयात्रेस जाण्याची ओढ लागली."

"ही वेळ तीर्थयात्रेची आहे अहिल्याबाई? आपणास इतके कळू नये?राजकारण काय, मसलती काय, मनसुबे काय, वेळ कोणती, काळ कोणता? आमच्या छावण्यास पैसा, बारूद पुरवायचे काम सोडून तीर्थयात्रेस जाता? हे तर छावणीचे दिवस... ते राखायचे सोडून तीर्थयात्रा?"

"मग आम्ही जावे तरी कधी... छावणीचे दिवस तर अखंडच... कधी शांतता लाभली? आम्हांसही थकवा नाही आला?"

यावर मल्हारराव एकदम चिडले. "अहिल्याबाई... फार... फार बोललात! इंदोर, ग्वाल्हेर येथून आम्हांस कुमक करणे सोडून, प्राप्तकर्तव्य लाथाडून यात्रा करणे आमच्या कामास येणार नाही. आमच्या मर्जीचा प्रकार तुम्हांस विदित आहेच ! फौज, लष्कर तयार राखा! दौलत राखतो ती श्रीमंतांची! आमच्या खाजगीत चौऱ्यांशी लक्ष ते आमच्या तलवारीच्या बळावर, श्रीमंतांच्या दौलतीचा भाग पोहोचवून उरलेले! ते उगाच येत नाहीत. जीव जाळावा लागतो. आपणास आताच हे काय सुचले? आमचे मरण जवळ आले की काय?"

"मामंजी!" अहिल्या घाबरून ओरडली... "अभद्र बोलो नये मामंजी! आजवर आपला अवमान घडला नाही... आजही आपली आज्ञा आम्हांस शिरसावंद्य आहे. आमचे हे असे लेकूरपण सोसून घेतलेत... मालेरावांस माणूस केलेत... खूप झाले! सगळी तीर्थे आपल्याच पायाशी आहेत... आम्ही जातो. कुमक सज्ज ठेवतो !"

"नवी शस्त्रे करवून घ्या... शस्त्रे बहुत जुनेजली. शिरस्त्राणांची चणचण - तिकडे लक्ष द्या. भाले, तलवारी नव्या करवा... हजार माणूस कामास लावा... भेटून गेलात हे उत्तम! आता आमचेही वय बघावे... सत्तरी उलटली... आम्ही थकायचो ते तुम्ही 'थकलो' म्हणून म्हणता?"

"क्षमा असावी! मूल समजून सोडावे... येतो आम्ही! मालेरावास संगे ठेवावे..." अहिल्येने सासऱ्याचे पाय धरले. तिला उठवताना त्यांचे डोळे पाण्याने डबडब झाले. "अहिल्याबाई, बहुत कठीण भाषण केले का आम्ही?... आम्ही असे करायास नको... तुम्ही राहिलात तर आमची लाज राहिली. तलवार मारतो ती तुमच्या भरोसे! तुम्ही इंदूर राखता म्हणून!... म्हाताऱ्यावर रोष ना धरणे... आता आमचे थोडे दिवस राहिले... निभावून न्या आम्हांस! आमचे तोंड हे असे... तुम्हांस कठीण बोललो." यावर अहिल्याबाईंच्या डोळ्यातून धारा लागल्या. म्हणाल्या, "मामंजी... आपले भाषण आम्हांस कठीण भासले

नाही... सिंहाचे दात पिलास लागत नाहीत... आपण प्रकृतीस जपून राहावे...''

''आता जपायचे ते काय?... आता खरंच पार थकून गेलो आम्ही! अपयशाचे डाग धुणे होते... ते केले! डावा हात जायबंद आहे... मस्तकी गोळा लागला... कानात कळा मारतात... गुडघे कडाकड आवाजी करतात... पण शेवटचा रक्तबुंद आहे तोवर दौलत राखायची... आपणांस पैका बहुत ठेवला आहे... त्याचा उत्तम विनियोग करा! आमच्या माघारी होळकरांचा कीर्तीध्वज फडकता ठेवा!

होळकरांचे बांडे निशाण बहुत उंच न्या... गगनावेरी भिडवा... नक्षत्रापरी चमकवा... आता आम्हांस वरचा बुलावा कधी येईल त्याचा भरोसा नाही.'' मल्हारराव पाणी निपटत म्हणाले.

''मामंजी... अशी का बोलणी? का ही निरवानिरव? मजसी कंटाळलात की काय? आपण सुखरूप इंदुरी या... विश्राम करा. आपली सेवा करण्याचे थोडे भाग्य लेकीस घडू द्या...''

''अहिल्याबाई... या प्रेमात, वात्सल्यात आता गुंतवू नका... तुमचे लाघवी, मंजूळ भाषण आठवले की नेत्री अश्रू दाटतात... बहुत श्रमवले तुम्हांस... निघा आता... दिवसाउजेडी!... आता काही बोलू नका... आमचे मन गलबलते... आम्ही आपल्याकडे पाठ करतो... तुम्ही जाताना बघणे आज आम्हांस शक्य नाही... कीर्तीवंत व्हा... औक्षवंत व्हा!...''

छावणी सोडताना अहिल्येचं मन जडावून गेलं... मालेरावांना म्हणाली, ''दादाजींकडे समग्र ध्यान द्यावे... सेवा करावी...'' मल्हारराव पाठ करून उभे होते... अहिल्या निघाली!

...वाटेने मल्हाररावांच्या रागालोभाचे कितीतरी प्रसंग चित्राप्रमाणे तिच्या नजरेपुढून सरसरत होते. एकदा सांगितलेली पत्रे लिहिली गेली नाहीत, म्हणून इतके क्रोधित झाले होते की आपणांस कापरे भरले... बाईजींनी जवळ घेतले तरी शरीर थरथरत होते!

...एकदा फडणिशीत हिशोबात चूक झाली. हातचे धरलेले मिळवायचे राहिले... पाच हजाराची चूक... इतके चिडले की आपल्याला म्हणाले, ''तुझ्यापरीस तो खुंटावरचा न्हावी सुद्धा नेटकी बेरीज करेल... ईश्वरे तुजला बोकडाचा मेंदू भरला की काय... इतके शिकवले... हे शिकलीस? हातचे सोडायचे?... जा...जा... चालती हो वाड्यात!''

...आपण रडतच वाड्यात आलो. बाईजींचा पदर थोर होता! लहान असताना शिकायचा कधीकधी कंटाळा येई... विशेषतः सतरा आणि एकोणिसचा पाढा... पाऊणकी... अडीचकी... दिडकी! पण छड्या मारून मामंजींनी पाठ करून घेतलं. अंगठे धरून तासतास उभे राहायचो आपण!

एकदा ठुशी अन् चंद्रहारासाठी हट्ट केला आपण... तो दिवस तर जसातसाच आजही याद आहे... मामंजी म्हणाले, "अहिल्ये, कसल्या नादान गोष्टींसाठी हट्ट घेतेस? हट्ट घ्यायचा तर मोडीलिपीचा घे, घोडासवारीचा घे... वेदमंत्राचा घे ! दागिन्यांचा हट्ट आणि तुजला?" मग बाईजींकडे वळत म्हणाले, "घरात असतील नसतील ते सारे दागिने तिच्या अंगावर चढवा." आणि मग स्वत:च तिजोरी उघडली. चार डबे पुढे ठेवत म्हणाले, "घाल... घाल ते सगळे... आमचे मनी तू सरस्वती व्हावे... पण... पण तुम्हांस लक्ष्मीच होणे असेल तर उचला ते डबे... बसा दागिने घालून!"... दोन दिवस संगे बोलले नाहीत. तदनंतर आपण दागिन्यास कधी हात लावला नाही... आणि स्वामींच्या चितेत दागदागिनेच काय पण अवघे रंग, ऐषआराम, सुखसौख्ये फेकून दिली... पुढे तोफगोळ्यांची कारागिरी शिकलो, त्यादिवशी म्हणाले, "बाईजी... अहिल्याबाई तोफगोळ्याचे विज्ञान शिकल्या... पण त्यांना जरा पाऊणकी अन् अडीचकी विचारा बरं!" यावर किती हसलो होतो आपण सगळेच जण! कुठलीही कामगिरी फत्ते केली, काही बाणेदार काम केले की म्हणायचे, "हे काम तर फत्ते केले पण एकोणीस नव्वे किती... सत्रा साते किती?" ...हे नेहमीचे झाले होते ! ते काही सांगत बोलत असताना मधे प्रश्न विचारला की इतके चिडत की बोलणेच बंद करत!... मग 'चुकले' म्हटलं की म्हणत, "अहिल्याबाई, आम्ही वर्णन करतो ते एखाद्या चित्राप्रमाणे... तो मधेच तुमचे थयथय प्रश्न नाचले की अवघे चित्र मोडते आमचे!" ... आता चित्र मोडते म्हणजे काय होते हे आपल्याला कधी कळले नाही. ते बोलू लागले की मनात इतके प्रश्न उठत की ते तेवढे लक्षात ठेवून त्यांचे 'चित्र' सांगून झाल्यावर विचारणे कठीण जाई... पण त्याचीही सवय झाली... एकेक प्रसंग आठवताआठवता अहिल्याबाई हळव्या झाल्या होत्या. मनात एकच वाक्य घुमत राहिलं, "...आता आम्हांस वरचा बुलावा कधी येईल त्याचा भरोसा नाही!"

ग्वाल्हेरीच्या कारखान्यात येऊन अहिल्याबाई कामास लागल्या. तोवरच महादजी शिंद्यांना मल्हाररावांनी उपराळ्यास बोलावल्याची वार्ता कळली. गोहदच्या जाटावर सिंदे-होळकरांनी चढाई केल्याचे कळते. ते कळताच अहिल्याबाईंनी जंबुरेचे गोळे व हातगोळे सिद्ध ठेवले. खरोखरच हजार माणसे कामास ठेवली. भाले व शिरस्त्राणे वेगाने तयार होऊ लागली. इंदुरास जासूद पाठवून रामाजी यादवास तिथेही काम चालू करण्यास सांगितले. तीन सहस्त्र सैन्याची तयारी ठेवली. 'उतरत्या वयाला मामंजींनी अपेश येता कामा नये' या जिद्दीने तिने पदर बांधला. महिनाभर दिवसरात्र इंदोर व ग्वाल्हेरचे कारखाने चालू होते. आता फक्त मल्हाररावांची

आज्ञा येण्याची ती वाट बघत राहिली. ''मामंजींनी बहुत क्रोध मजवर केला... पण आता अवघा सरंजाम, सामग्री, शस्त्रे, बघतील तर शाबासी देतील... म्हणतील' वा...सरंजाम तर चोख केला... आता फक्त एकोणीस चोक किती तेवढं सांगा बरं!'' अहिल्या मनाशीच खूप खूप हसली... तोच सांडणीस्वार आला... हाती खलिता देऊन मुग्ध राहिला.

''तीर्थस्वरूप अहिल्याबाई... कळविण्यात अत्यंत क्लेश होतात की, तीर्थरूप सुभेदार मल्हारराव आलमपूर मुकामी वीस तारखेस, मंगळवारी दोन प्रहरी पंचतत्त्वात विलिन झाले. आपण गणगोतासह सत्वर यावे... देह राखून ठेवत आहोत.

आपला विश्वासू,

महादजी

...अहिल्या दगडी पुतळ्याप्रमाणे निश्चल झाली. शिंद्यांकडची बायामाणसे आली. इंदोरला निरोप गेले आणि द्वारकाआई, बनाआई, उदाबाई, सीताबाई आल्या - स्वत: अहिल्याबाई घोड्यावर सवारी करून तडक आलमपुरी आल्या. संगे सिंद्यांचे सैनिक होते. घोड्यावरून उतरताच ती धावत सुटली... भोवती माणसांचे कोंडाळे... ते फोडून थेट मल्हारजींच्या शवाचे पाय धरून बसली... धाय धाय रडत राहिली. ''मामंजी... इतके रागवायचे? अहो, मी सारा सरंजाम सिद्ध ठेवला होता ना? महिनाभर राबून भाले केले... बारूद... तोफा... वाटलं आता आपल्याला शाबासी मिळेल... तर अवघे अनाथ करून गेला? कधी शब्दाबाहेर गेले मी? लेकीवर इतका क्रोध करतं का कुणी?... आता ही सामग्री मी कुणाला दाखवू मामंजी? काय चुकले आमचे?''

महादजीबाबा म्हणाले, ''कानास ठणके लागले होते सुभेदारांच्या. मला म्हणाले, ''अहिल्येस सांगा, की जाताना आम्ही त्यांना वंदन करून गेलो. त्या सान असल्या तरी वंदनीय... तेजस्वी... बाणेदार! आमचे प्रणिपात त्यांना पोहोचवा.''

...अहिल्या प्रेतावर पडत म्हणाली, ''हे काय विपरित... मामंजी, वंदन तर आम्ही करायचे... आपली योग्यता गगनाएवढी!''

...महादजी पुढे म्हणाले, ''आम्हांला आणि मालेरावांना घेऊन, आपले स्वत:चे हात शेल्याने बांधून रघुनाथरावांकडे गेले. हे बघताच रघुनाथराव चमकून उठले, त्यांचे हात सोडत म्हणाले, ''काका... हे काय भलते? तुम्ही आम्हांहून चाळीस पाऊस वडील... आणि आम्हांस हात बांधून मुजरा करता?... काय कार्य असेल ते सांगा... पण असे दु:ख नका देऊ!''

त्यावर मल्हारराव म्हणाले, ''बाबा... आता आम्ही थकलो. बाळाजी... बाजीराव... नानासाहेब... तीन पुरुष आम्हादेखता गेले. आता आम्ही वाचणे केवळ असकत! माझा

जीव आहे तोवेरीच या उभयतांस आबरू कायम ठेवून चाकरी द्यावी... आमच्या परिश्रमाची आता पराकाष्ठा झाली. आमचे डोळे झाकल्यावर यांची तुमची धुणीपाणी असतील तर नाव राखतील... नाहीतर त्यांचे प्राक्तनी असेल ते घडेल.'' डोळ्यांत पाणी आणले. रघुनाथराव म्हणाले, ''मल्हारकाका... तुम्ही आम्हांस कैलासवासी रायांचे ठिकाणी... आताच यास आमचे करतो.'' मग पोशाख, कडीचौकडे, शिरपेचतुरे व हत्ती देऊन आम्हांस बिदा केले. नंतर गोहदवाल्यांशी जाबसाल झाले. सुभेदारांनी मध्यस्थी केली. मुबलक खंडणी ठरवून गोहदवाल्या जाटास दादासाहेबांचे पायावर आणून घातले हीच शेवटची चाकरी... यश घेऊन गेले सुभेदार... आपण शोक ना करावा... मग आम्ही रघुनाथरावांसह आलमपुरी आलो. कानास बहुत ठणका होता. फिरंग्याचा एक प्रहार सहा मासांपूर्वी मस्तकी बसला, तो बळावला... वैद्यांनी बहुत उपाय केले...'' अहिल्याबाई रडत होत्या... मालेरावही उदास बसून होता. दोन हत्ती... शिरपेचतुरा, कडेचौकडे बघून अहिल्येस पुन्हा पुन्हा उमाळा येत होता. मालेरावांचे, महादजीचे भले करून, त्यांना ठिकाणसीर बसवून गेले. या ५-६ वर्षांत मालेरावास दादाजींचा बराच सहवास घडला. इराण्याच्या छावणीतील सारे संभाषण मनात घुमत होते... एकेक कथा आठवत होत्या.

चंदनकाष्टाच्या चितेवर मल्हाररावांचा देह ठेवला आणि अहिल्या कुणाला आवरेनाशी झाली. द्वारकाआई, बनाआई चितेवर बसल्या... त्यांना अहिल्येची समजावणी करावी लागली... ती रडत म्हणाली, ''द्वारकाआई...बनाआई... सर्वजण चाललात... मला अनाथ करून... आता मी त्या वाड्यात काय करू? सर्वांनी माझी माया सोडली.

...त्यावर द्वारकाआई म्हणाल्या, ''अहिल्याबाई, धीर धरावा... तुम्ही तर किती थोर बुद्धीच्या असं स्वामी म्हणत... जाऊ द्या आम्हांला!''

बनाबाई पण अहिल्येचे डोळे आपल्या पदराने पुसत म्हणाल्या, ''उदाबाई, सीताबाई यांना आता तुम्हीच बाईजींचे जागी... त्या तिकडे मातीला डोके आपटत आहेत... आणि तुम्ही?...जा... त्यांच्याकडे बघा... त्यांना गप्प करा... हरकुआई खानदेशातून येतील... त्यांना तुमच्यास्तव राखावे... त्या खांडाराणी... सती जाणे हा त्यांचा धर्म नाही... त्यास सती ना जाऊ द्यावे... जा... ज्यासाठी स्वामींनी जीव पाखडला ती ही दौलत... रक्षण करा... व्हा मागे...''

...मालेरावाने अग्नि दिला. एकच आकांत गगनात भिडला. बनाआई, द्वारकाआई यांच्या तोंडून हूं की चूं आले नाही... शांतपणे जळून गेल्या. अहिल्या थक्क झाली. मामंजींनी या दोघींना अशी काय प्रीति दिली असेल की त्या प्रीतिने यांना इतकी शक्ति दिली! बाईजी होत्या तोवरी अक्षय यांचे स्थान दुय्यम होते. बाईजींच्या माघारी तर मामंजी क्वचित इंदुरी आले... पण जे काही क्षण यांना मिळाले असतील ते खास कस्तुरीप्रमाणे असणार... अखंड सुगंध देणारे! तिने त्या दोघींना मनोमन

नमस्कार केला.

दादासाहेब पेशवे म्हणाले, ''अहिल्याबाई... बाजीरावजी गेले... श्रीमंत नाना गेले... भाऊ गेले... त्यासमयी जितके दु:ख वाटले नाही तितके आज वाटते. आता वडील म्हणून आम्हांस विश्रांतीस स्थळ उरले नाही!''

उत्तरकार्य तिथेच झाले. दहावे दिवशी पिंडास कावळा शिवेना. अहिल्येस दत्ताजीच्या वेळची आठवण झाली. मालेराव म्हणाले, ''आम्ही चांगले वागू... लायक होऊ!'' कावळे स्वस्थ!... मग महादजी शिंदे म्हणाले, ''तुमची प्रतिज्ञा शेवटास नेऊ...'' तरी कावळ्यांचे रिंगण पुढे येईना. उदाबाई म्हणाल्या, ''वहिनीसाहेब... काय होते त्यांचे मनी? मनचे मनी उदक सोडा.''

अहिल्याबाई मनी म्हणाल्या, ''मामंजी, मी आहे ना? तुमच्या पैशांचा उत्तम विनियोग करेन... उदाबाई, सीताबाईंना सांभाळेन.'' तरी कावळे हलेना. त्या पुन्हा मनी म्हणाल्या, ''श्रीमंतांचे दौलतीस आणप्राण, जीवापाड सांभाळीन, प्रजावत्सल राहीन... आपण तिळमात्र चिंता न करावी...'' आणि कावळे हलले. तोवर तुकोजीनेही उदक सोडले... कावळे भरभर पिंड खाऊ लागले. सगळे म्हणाले, ''मल्हाररावांचा तुकोजीवर लोभ... त्याने उदक सोडताच काकस्पर्श झाला.'' पण अहिल्या जाणून होती की तिने अभिवचन देताच कावळ्यांनी पिंडावर झेप घेतली होती. पण ही गोष्ट वादाची नव्हती. पिंडास नमस्कार करताना ती म्हणाली, ''मामंजी, आपले जीवन मजला हिंमत देईल. आपण छावणीत... इटाण्याच्या छावणीत दिलेले आशीर्वाद मी सत्य करून दाखवीन... लेकीवर अज्ञातातून कृपादृष्टी ठेवा!''...

ढग अवेळीच दाटून आले. वादळवारे सुटले. सगळीकडे सांजवेळ झाल्यागत अंधारून आले... अन् एकाएक पाऊस कोसळू लागला. अहिल्येच्या मनातही धो धो पाऊस कोसळत होता.

अहिल्याबाईंना वाड्यात क्षणभरही चैन पडेना - अवघा वाडा आता रिकामा झाला. ना बाईजींची लगबग... ना द्वारकाआईंचा वावर, ना बनाआईंची देखरेख ना हरकुआईंची मुदपाकखान्यातली खटपट! ना मामंजींचे खलिते... वार्ता... मसलती... युद्धकथा... ना त्यांना भेटण्यास येणाऱ्यांची ती उत्सुक खंदळ!

इंदुरात तर जणू घराघरास सूतक आलं. कुणी गोडधोड करेना की बाहेर फिरेना. ना कुठे कीर्तन... ना प्रवचन! कुणी हसेना की कुणी बोलेना. मैनाबाई - मुक्ताबाई वाचा गेल्यासारख्या गप्प झाल्या. हरकुआई आल्या त्याच बांगड्या फोडून आणि कथ्थई रंगाची घागराओढणी नेसून! त्या हरकुँवर... राजपूत... कुठे भेटल्या आणि मल्हाररावांवर जीव जडवून बसल्या. तलवारीशी लग्न लावून खांडाराणी झाल्या...

त्यांच्या पद्धतीप्रमाणे... त्या छाती पिटूनपिटून रडल्या! मुक्ताबाई-मैनाबाई कुणाला सरबत दे, कुणाला पाणी दे... कुणाचे डोके दाब... कुणाचे पाय दाब... असे करीत. अहिल्येला हा प्रेमाचा वर्षाव मोलाचा वाटे. रेणू, अंजना, राघोजी, भागोजी तर जेव्हा बघावं तेव्हा रडत असत. फडणिशी तर इतकी उदास की तिथे पदोपदी मल्हाररावांच्या आठवणी!... त्यातून धुवांधार पाऊस लागला. मृग नक्षत्राचा पाऊस... उदास... उदास... उदास... सगळीकडे कुट्ट अंधार... अहिल्येस उठावंसंसुद्धा वाटत नव्हतं!

...अशा वातावरणात मालेरावांच्या उत्साहात नुसता ऊत आला. सुभेदारीचा शिरपाव आपल्याला मिळणार याची खात्री. त्यांचे सुदामादि मित्र मदतीस सज्ज होते! तीन जूनला मालेरावांना सुभेदारीची वस्त्रे येणार होती. हाताशी फक्त दोन दिवस. एक जूनला मातंगपोशीस येणाऱ्या सरदारांची, स्त्रियांची, इंदूरच्या प्रतिष्ठितांची एकच गर्दी उसळली. बारावे उरकून रात्रीच वाड्यात आले... सकाळपासून ही गर्दी... सर्वांनी विचारावे, "मालेराव कुठेत?" अहिल्याबाई रडत राही...

मालेरावांनी नाना तऱ्हेची झुंबरे, गालिचे खरेदी केले... शंभर माणसे दिवाणखाना सजवण्यात गुंतली. सुदामा स्वतः सारी खरेदी करत होता. रुजामे टाकले गेले. सातरंगी हंड्या झुंबरे लागली. एक चांदीचे सिंहासन रात्रंदिवस सोनार कारागीर बसवून केले. त्यावर मखमली लोड तकिये... मनुष्यभर उंचीच्या दहा समया आल्या... त्याच्या चाड्या इतक्या प्रशस्त की दोन दोन शेर तेल मावावे. चोवीस समयांचे थोरले पितळी वेल आले. सगळीकडे गालिचे, पायघड्या टाकल्या गेल्या. फुलझाडांच्या कुंड्यांनी दिवाणखाना म्हणजे बगीचा आहे की काय असा भास! वारा प्यालेलं वासरू उनाडावं तसं सगळं मालेरावांचं चाललं होतं. दादाजींचा दाब जाताच मूळ स्वभाव उफाळून आला. गंगोबातात्या, सामाजी यादव, गोविंदपंत सर्वांनी समजूत घातली. तात्या म्हणाले, "मालेराव..." त्याबरोबर उसळून ते म्हणाले, "मालेराव नव्हे...सुभेदार...सुभेदार म्हणा यापुढे!" तात्या चमकले. पुन्हा बोलू लागले. "सुभेदार, मातोश्री शोकार्णवात... अवघे इंदूर आज रडतेय! सर्वत्र सुतकाची अवकळा. आमचे तर तीर्थरूप गेले. आधारस्तंभ निखळला. अतएव श्रीमंतांनीही 'हा समारंभ अगदी साधेपणाने करावा' असे निक्षून लिहिले. तरी आपण हे काय चालवलंत? मातोश्रींचा सल्ला घेतला? हा इतका बेसुमार खर्च आम्ही कुठे खर्ची टाकावा? खाजगीत की सरकारी तिजोरीत?"

यावर उद्धटपणे मालेराव म्हणाले, "वारसदार आम्ही आहोत... सुभेदार आम्ही आहोत. मातोश्रींना विचारायचे वा परवानगी घेण्याचे कारण काय? खर्च सरकारी तिजोरीतूनच व्हावा... हे कार्य सरकारी आहे... आम्ही सुभेदारीची वस्त्रे सरकार आज्ञेने स्वीकारणार!"

"त्यासाठी महाल सजवावा लागत नाही. आमची पृच्छा आहे की ही महाल सजवायची सारी खरेदी... ही...ही सरकारी?"

"आम्ही एकदाच बोलतो तात्या... याचा जाबसाल तुम्हांस योग्य वेळी देऊ... जा आता तुम्ही!..."

गंगोबातात्या गप्प राहिले. अहिल्याबाईस हे खपणार नाही हे ते पूर्ण जाणून होते. हे अहिल्याबाईंचे कानी तरी टाकावे म्हणून ते वळणार इतक्यात मालेराव म्हणाले, "तात्या, मातोश्रींचे कान फुंकून आमच्या रंगाचा बेरंग केल्यास आमच्या कामी येणार नाही." गंगोबातात्यांच्या अंगाची संतापाने लाही झाली. तसेच अहिल्याबाईंकडे आले. सर्व हकिकत सविस्तर सांगून मुग्ध राहिले. अहिल्याबाई म्हणाल्या, "गंगोबातात्या, पुढचे भविष्य सर्वतोपरी बेभरोशाचे... हा सगळा खर्च खाजगीत टाका. प्रजेचा पैसा महाल सजवण्यासाठी नसतो."

"आम्ही आधीच याचा निर्गम केला असता... पण सुभेदारांस आकळत नाही. आपणापर्यंत येऊन आपणास कष्ट द्यावे हे मनीही नव्हते... पण उद्या आपला रोष आम्हांवर होईल... डाग आम्हांस येईल, त्या भयास्तव आलो. मागून आपली खातर कशी पटवणार? एतदर्थ तसदी दिली."

"भले केलेत!...मालेरावांस लगाम नाही... काबू नाही, हे तर अवघे इंदोर जाणते! सत्ता आणि अविवेक संगे आला तर अनर्थ ठरलेलाच... पण मजलाही दुसरी वाट नाही. ईश्वरे माझा अंत मांडला."

"मातोश्री... ऐसे ना बोलावे. आपण आहात तर आम्हांस आसऱ्यास स्थळ आहे. निघतो आम्ही! आवतणे देणे आहेत..."

तीन जूनला पहाटेच वाजंत्री ऐकून, तुताऱ्या ऐकून अहिल्या धसकली. तिने त्वरेने ती वाद्ये बंद करवली. मालेराव महालातून तरातरा उतरून आले... जरबेने बोलले, "मातोश्री, वाद्ये का बंद केलीत?...कशासाठी?"

"याचा जाबसाल बोलण्याचा नाही, जाणून घेण्याचा आहे."

"म्हणजे... आपणासही आजचा दिवस भाग्याचा वाटत नाही?"

"नाही! अविवेकाच्या हाती सत्ता आली तर ते भाग्याचे म्हणावे? आपण ज्या पद्धतीने, या दुःखाच्या दिवसात, सुभेदारीची वस्त्रे लेण्याचा सोहळा करीत आहात, महाल सजवत आहात हे निःसंशय सारे अविवेकी वागणे... काही दिवस तरी आमचा प्रेमाचा सल्ला घ्या. आम्ही तुमचे भलेच चिंतू! तुम्ही जाणते झालात याची खातर पटली की आम्ही आपण होऊन तीर्थयात्रेस जाऊ. नर्मदेकाठचे महेश्वर, तिथला किल्ला आम्ही सज्ज करण्यास सांगितला आहे. तिथे जाऊन नर्मदेकाठी निचिंत राहू... आम्हीही आता थकलोत. तुम्ही विवेके कार्य केले तर हवेच आहे!"

"मातोश्री... कशास फुकाचे बोल बोलता? आपणास धनलोभ...सत्तेचा मोह...

आपण इथेच, आमच्या छातीवर बसणार!''

''मालेराव... वाचेस लगाम घाला. आम्हांस एक शब्द ऐकणे नाही!''

...अहिल्याबाई वळल्या आणि वाजंत्री पुन्हा चालू झाली. त्या परतून आल्या. नुसत्या उभ्या राहिल्या... ओरडून म्हणाल्या, ''मेले हो... तुमचा बाप गेला आणि वाजंत्री कशाची वाजवता? निघा इथून... या क्षणी!'' ...वाजंत्रीवाले सुसाट पळत सुटले.

पण समारंभाच्या आधी मालेरावांनी सुदाम्यास उभे करून मित्रांकडून तुताऱ्या वाजवून घेतल्या. समारंभ दणक्यात सुरू झाला. सारे सरदार सपत्निक आले. गावचे प्रतिष्ठित प्रजानन, अधिकारी यांनी दिवाणखाना भरून गेला. पेशव्यांतर्फे आबाजी यादव यांनी मालेरावांस सुभेदारीचे वस्त्रे, कडे, चौकडे, शिरपेच, मोत्यांच्या माळा दिल्या... कट्यारशिक्का दिला. होळकरांची लाल पिळाची पगडी आणि लाल पांढऱ्या पट्ट्याचे बांडे निशाण आधी सिंहासनावर होते. ते टाळ्यांच्या गजरात मालेरावांच्या शिरी ठेवले गेले. मालेराव सिंहासनाधिष्ठित झाले... पुन्हा तुताऱ्या वाजल्या. अहिल्येला पहिला समारंभ आठवला. ती आनंदाची वेळ होती. मामंजी प्रथमच माळव्याचे राजे झाले होते... ... पण आज? आजचा प्रसंग म्हणजे अनिवार दु:खावर घातलेली चादर! तो इतक्या थाटात असावा? समया, हंड्या, झुंबरे लखलखीत दिव्यांनी उजळलेली... कमीतकमी पाचशे ज्योती पेटलेल्या होत्या ! कुणाच्या चेहऱ्यावर आनंद नव्हता... पण मालेरावांस स्वर्ग दोन बोटे उरला. स्वर्गीचं सौंदर्य त्यांनी महालात आणलं. मिष्टान्नांचं वाटप झालं... केशरी दुधाचे पेले दिले गेले... तुतारी वाजवून समारंभ संपला. आपल्या डोळ्यांत पुन्हा पुन्हा पाणी दाटतंय, हे अहिल्येला समजत होतं. बाहाडांकडचे लोक मातंगपोशीस, समाचारास म्हणून आले... त्यांच्यासमोर रडे आवरणे अहिल्येस भाग होते. डोळे कोरडे करून त्या मैनाबाईंचे कौतुक करत होत्या. सर्वांना निरोप देण्यासाठी म्हणून अहिल्याबाई खाली उतरून आल्या. तोच महालातून ओरडण्याचे काहीतरी विचित्र आवाज ऐकायला आले. त्या त्वरेने वर गेल्या. समोरचं दृश्य बघून बर्फागत थिजून गेल्या. आपली शुद्ध हरपेल याची त्यांना भीति वाटली... मालेरावांच्या हातात चाबूक होता... आणि मार खाणारे गंगोबातात्या होते. त्याच्यावर सटाकन चाबूक उठला. ते कळवळले... त्यांना सुदामाने गच्च धरले होते. अहिल्येला चक्कर आली... तरी तसेच कसेतरी स्वत:ला सावरून तिने मालेरावांचा हात धरला. ''मालेराव... काय हे? हे काय? तुमच्या चुलत्यांपरीस हे तुम्हांस थोरले... आज तीस वर्षांची यांची चाकरी... त्यांचा गुन्हा काय? मेले हो... तुम्ही लाजलज्जा सोडली की काय मालेराव?''

''यांनी आजच्या समारंभाचा खर्च खाजगीतून केला. आमचा घोर आज्ञाभंग... अशी वर्तणूक तुम्ही खपवून घ्याल... आम्ही नाही!''

यावर अहिल्याबाईंनी रुद्रावतार धारण केला... तोच चाबूक हिसडून मालेरावांच्या हातातून घेतला. गंगोबातात्यांना म्हणाल्या, "तात्या... अहो, यांना अंगाखांद्यावर खेळवलंत तुम्ही... यांचा हात धरायचा की यांचा मार खायचा?"

"मातोश्री... आम्ही कसं बोलावं? आता ते सुभेदार झालेत... आता आम्ही चाकरी सोडली मातोश्री... ही पगडी आपल्या पायाशी ठेवतो... आता आमची शोभा बहुत झाली... पुरे आता!" ...त्यांचे वाक्य पुरे होताच मालेराव म्हणाले, "अरे म्हाताऱ्या... जारे...खुशाल जा!"

"तात्या, तुम्ही जायचे नाही... ती पगडी उचला... शिरी ठेवा... यांनी पोरपण केले तरी दौलत आपणास राखणे आहे. अशा वर्तणुकीने डेऱ्याचे दांडे फक्त उरतील तात्या! मालेराव, हा खर्च खाजगीतून करा हे आम्ही त्यांस सांगितले... तुमचा महाल सजला हे काम काही सरकारी नव्हे!" अहिल्याबाई म्हणाल्या.

"अस्से! म्हणजे या म्हाताऱ्याने हे सर्व तुमच्यापर्यंत आणले. आमची आज्ञा मोडून, तुमच्याकडून अनुज्ञा घेतली काय? आज्ञाभंग? आमचा आज्ञाभंग?" मालेराव नाक फेंदारत म्हणाले.

"तुम्ही काय सर्वेसर्वा झालात? कुठे तलवार गाजवलीत की मिळवून आणलंत?"

"आमचा जाबसाल ज्यास घेणे असेल त्याने महेश्वरी जावे. इथे एकसाफ थांबू नये."

"ठीक आहे. आम्ही महेश्वरी जाऊ. परंतु दौलतीची एक पै जरी तुम्ही खाजगी कार्यार्थ वापरल्याचे कळलं, अन् थोरांचा अपमान केल्याचं कळलं तर आम्ही खुद्द पुणे येथे जाऊन तुमची सुभेदारीची वस्त्रे काढून घेऊ. आपण एकमेव कुळपुत्र अशा भ्रमात राहू नये. आम्हांस लेकावळेही आहेत."

"मग सुभेदारी लेकावळ्यात द्याल की जावयास? अजून मुक्ताबाईचं लग्न नाही... अठरा वर्षांची घोडनवरी झाली. त्याची काळजी करा. दौलत आता आमची आहे... त्याची काळजी आम्ही करू... आम्ही एकुलते कुळपुत्र आहोत!" मालेराव गुर्मीत म्हणाले.

"आमचे कुळपुत्र असाल तर तात्यांची माफी मागा... नाहीतर इत:पर आमचा बदनक्षा करू नका. थोरांना दुखवून, अपमानित करून दौलत सांभाळू म्हणाल तर ते असकत्!"

...तोवर गंगोबातात्यांना चाबूक ओढल्याची बातमी सर्वत्र गेली. फडणिशीतल्या अधिकाऱ्यांना कळली. तो घोळका सगळा महाली आला. अहिल्याबाई ओरडून म्हणाल्या, "मालेराव, ऐकलं नाहीत का? माफी मागा... ताबडतोब...! हे ना झाले तर आम्ही अशाच पुणे येथे जाऊ. आणि आम्ही जे बोलतो तेच करतो, हे

तुम्हीही जाणता! टेका माथा गंगोबांच्या पायाशी! जलदी... नाहीतर चाबूक आईच्या हक्काने आमच्याही हाती आहे.'' तेवढ्यात तुकोजी होळकर पुढे झाले. मालेरावास म्हणाले, ''मालेराव... काय हा अनर्थ मांडलाय? मागा बरं चटकन माफी... हात उचलला, तसा माथाही टेकता यायला हवा!''

''ठीक आहे. आम्ही माफी मागू... पण इतःपर आमच्या कारभारात तुमचा हस्तक्षेप आम्हांस नको... मातोश्री... तुम्ही महेश्वरी जावे, हे मान्य असेल तरच !''

यावर अहिल्याबाई चिडून म्हणाल्या, ''मालेराव,... हा कारभार ना तुमचा ना आमचा! आपण श्रीमंतांच्या राज्याचे राखणदार...राज्यासाठी जगणार... त्यासाठीच देह ठेवणार! माझा हक्क मी सुभेदारांची सून झाले तेव्हाच मला मिळाला आहे. तो जप्त करण्याचा अधिकार तुम्हांस नाही, आणि लायकी तर तिळमात्र नाही.''

''तर मग लायक जावई बघा!''

''तेच करणार आहोत. गंगोबातात्या... आजच्या आज महेश्वरी जा... तिथे पंधरा दिवसात दरबार भरवणे आहे. तिथे आम्ही घोषणा करणार आहोत. कुळपुत्र दैवे पदरी घातला तो घेणे भाग... पण जावई निरखून पारखून घेऊ. मालेराव, चला... तुम्ही माफी मागितल्याखेरीज आजचे कामकाज संपणार नाही! उठा लौकर!''

...मुक्ताबाई, मैनाबाई हे सारे आश्चर्याने बघत होत्या. हरकुबाईंपर्यंत ही वार्ताच पोहोचली नव्हती... आणि त्या या समारंभास येणारही नव्हत्या... त्या दुःखात होत्या. मैनाबाईंस मालेरावांचे वागणे मुळीच आवडत नव्हते. अखेर धीर करून त्या म्हणाल्या, ''स्वामी... सासूबाईंचा अनुभव थोर... दादाजीसुद्धा त्यांना पुसून सारे करीत... आपणही त्यांच्या नेकसल्ल्यानुसार कारभार करावा तो आपण तर गहजब मांडला. आपलं वर्तन, मातोश्रीसंगे आणि तात्याकाकांसगे तर केवळ विषतुल्य... क्लेशदायक...'' पण पुढचे शब्द तिच्या तोंडातच राहिले. मालेरावांनी इतक्यांच्या समक्ष मैनाबाईंच्या सणसणीत गालात मारली. ती त्या माराने मटकन खाली बसली... दातातून रक्त येऊन ओठातून ओघळू लागले. हे बघणे तर अहिल्याबाईंस शक्यच नव्हते. त्यांनी मैनेचा हात धरला. त्या म्हणाल्या, ''अरे मेलेहो... धर्मपत्नीचा अपमान... मांडलंय काय तुम्ही मालेराव? कसला गर्वस्फुंद चढला तुम्हास? माझ्या कुलवधूचा असा अपमान? मला हे क्षणमात्र ना खपणारे... आता तात्यांबरोबर हिचीही माफी मागा...''

मालेराव तात्यांपुढे वाकत म्हणाले, ''तात्याजी माफ करा.'' आणि मैनाकडे बघत म्हणाले, ''हिची माफी मागायची?'' मग पुन्हा वेड्यागत खदखदा हसत म्हणाले, ''हिची? हिची किंमत ती काय?''

यावर खरोखरीच मालेरावांवर सडाडकन् चाबूक ओढत अहिल्याबाई म्हणाल्या, ''मला वाटलं होतं सुधारलात तुम्ही!... पण नाही! यापुढे हिची माफी मागेपर्यंत मैनाबाई तुम्हांस अंतरली हे जाणून असा.''

यावर मान उडवीत मालेराव म्हणाले, ''हूं! माझी दासी हिरा हिच्यापरीस दहापट सुंदर आहे.''

अहिल्या संतापाने बेभान झाली. मैनेचा हात धरून ती महाल उतरली. ''पुन्हा या मेल्याच्या महाली पाय ठेवणे नाही.'' असं म्हणतच! अहिल्याबाई जाताच अवघा जमाव पांगला.

इंदूरच्या घराघरातून आजच्या कथा गेल्या. बाहाडांचे लोक घाबरून गेले. मैनाबाईला घेऊन जाण्याच्या गोष्टी करू लागले. सगळीकडे एकच चर्चा! रसरशीत फळ असावं पण आत बुचबुचीत किडे तशागत सारे होऊन गेले. अहिल्याबाईंना पुन्हापुन्हा ती उंबराची माळ आणि त्या उंबरातले किडे याची आठवण येत राही. ती शहारून जाई. बाहाडांचे लोक आडूनआडून विचारू लागले. अहिल्याबाई म्हणाल्या, ''झाला प्रकार आपण पाहिलातच. आम्ही प्रथमच आपणांस सारे स्वच्छपणे स्पष्ट केले होते. मालेरावांची आम्हांसच खात्री नाही. परंतु आमचा जीव आहे तोवर मैनेस आम्ही जपू! बाकी तर अवघा उन्हाळा आपणही पाहिलाच!'' ... मग ''महिनाभरासाठी नेतो' असं म्हणत ते मैनाबाईस घेऊन गेले. मुक्ताबाईचा जीव कासावीस झाला... आईचे, मैनाबाईचे दुर्दैव तिच्यासमोर भावाच्या रुपे उभे होते... मुक्तेच्या मनी आले, 'आता निदान तिला जावई तरी...' ...ती अधिकच उदास झाली.

महेश्वराला अगदी साध्या ओसरीसारख्या मोठ्या लांबट खोलीत दरबार भरला. दरबारात अनेक आमंत्रित, सरदार, उपस्थित होते. अहिल्याबाई म्हणाल्या, ''आज एक महत्त्वाची घोषणा करण्यासाठी आम्ही हा दरबार बोलावला. पाणिपतच्या धक्क्यातून आपण आता सावरलो असलो तरी, आपल्या या राज्यातून भिल्ल, पेंढारी बहुत मातले आहेत. यात्रेकरू, प्रवाशास प्रवास म्हणजे दिव्य झाले - कधी कोण कुठून घाव घालील याचा नियम नाही. प्रवासी यांची हबक खातात. भिल्ल ठाईठाई दंगा मांडतात. उपद्रव देतात. गहजब करतात. प्रसंगी जीव घ्यायलाही कमी करत नाहीत. याची जनमुखात चर्चा चालते. रयतेस राज्यकर्त्यांचा भरोसा हवा. निर्विघ्न प्रवासाची हमी हवी. पण भिल्लांच्या कुटील कारवाया बघता, रयतेस विश्वास यावा कसा? या भिल्ल दरोडेखोरांचे संकट जो निवारील, त्याच्या संगे आम्ही आमच्या प्राणप्रिय मुक्ताबाईंचा विवाह लावून देऊ.''

...ही घोषणा ऐकताच सर्वत्र शांतता पसरली. अहिल्याबाई आतुरतेने बघत होत्या. अवघ्या सभेचे लक्ष भिरभिरत होते. तोच एक तेजस्वी तरुण उभा राहिला. तो अहिल्याबाईंसमोर जाऊन उभा राहिला. मुजरा करीत म्हणाला, ''मातोश्री... मी ही कामगिरी करेन... माझे बाहू स्फुरण पावत आहेत... मजसी कामगिरी हवी होती. मी

शस्त्रांचे खास शिक्षण घेतले आहे. मजला गोळाबारुद, भाला, दांडपट्टा, तलवार, जंबिया चालवता येतात... फत्ते करून जगलो तरच आपणास तोंड दावीन... अन्यथा हा शेवटचा मुजरा! कामगिरीसाठी सैन्य व पैसा यांचा उपराळा व्हावा ही अर्जी! मी सत्वर निघतो''... तेवढ्यात तुकोजी म्हणाले, ''मातोश्री... यांची जातपात? घरघराणं?''

''तुकोजी... यांनी जर कामगिरी फत्ते केली तर याची जात शूराची, घराणं पराक्रमाचं! दौलत अडका हिंमतीचा! आम्ही जातपात विचारणार नाही. यांना जो लागेल तो उपराळा द्या... तरुण माणसा, तुझं नांव काय बरं?

''मी यशवंत... यशवंत फणसे!''

''जा... आपले नाव सार्थ करून या! रामाजी यादव, यांना अवघी चीजवस्तू द्या... सैन्य द्या...घोडे द्या...! जा... यशवंत व्हा... जयवंत व्हा!''

मुक्ताबाई आणि यशवंत फणसे यांचं लग्न वाजतगाजत, थाटामाटात झालं. बाहाडांची माणसं मैनाबाईस घेऊन आली. चौंडीहून शहाजीमामा आणि महादजी मामा आले. अहिल्याबाईंना पदोपदी मामंजी-बाईंची, द्वारकाआई, बनाईंच्या आठवणी छळत होत्या. मुक्ताबाईंच्या दोन्ही मामी, रखमाबाई होळकर तुकोजीच्या बरोबरीने राबत होत्या. रखमाबाई सुंदर होती... तुकोजीपेक्षा उजवी होती याचा ताठागर्व तिच्यात भरलेला असला तरी तिच्यामुळे मंडपास शोभा होती हेही खरेच!

सर्वश्रेष्ठ वीराचं स्वागत, शौर्याची पूजा, गुणांचा गौरव करत अहिल्याबाई म्हणाल्या, ''यशवंतराव, माझ्या प्राणाहून प्रिय असणारं हे कन्यारत्न मी तुमच्या पदरी टाकते, ते नीट सांभाळा!'' असं म्हणत कन्यादान स्वत: अहिल्याबाईंनी केलं. त्यासाठी रुढींचे नियमही त्यांनी तोडले. हे लग्नही सगळ्या रुढी मोडूनच ठरलं... रुढी मोडूनच झालं. नातेवाईकातून याबाबत प्रवाद कानी आले... अहिल्याबाई म्हणाल्या, ''माणसाला माणसापासून दूर नेणाऱ्या रुढी मनास पटत नाहीत... अंधारातून उजेडाकडे नेणाऱ्या रुढी आम्हांस मान्य, श्रद्धा मान्य. पण उजेडाकडून अंधाराकडे नेतात त्या रुढी, आपणही तोडाव्या. तसल्या श्रद्धांना आम्ही अंधश्रद्धा म्हणतो.'' मग कुणी फारसे बोलले नाही.

'पण' जाहीर केल्यावर यशवंतराव फणसेने असामान्य शौर्य गाजवले. प्रजेस कष्टरुप झालेल्या भिल्लांचा बंदोबस्त करून, त्यांचे म्होरके धरून आणले. त्या सर्वांना अहिल्याबाईंनी 'नायक' हे अधिकारपद देऊन त्यांच्या पगारी नेमणुका केल्या. प्रवासी, यात्रेकरू यांची संपूर्ण जबाबदारी 'नायकां'च्या माथ्यावर लादली. ते सगळे भिल्ल नायक लग्नास आले होते. त्यांना पोशाख व भिकबाळ्या देऊन अहिल्याबाईंनी त्यांच्या जबाबदारीची पूर्ण जाणीव दिली. त्यांना त्यांचे कर्तव्य समजावून दिले. मुलाबाळांस

भरपूर पदार्थ देऊन बिदा केले.

आपल्या खाजगीतून यशवंतराव फणसे यांना सन्मानपूर्वक जहागिरी देण्यात आली आणि सरकारी चाकरी बजावल्याबद्दल इनामी गावे व किताब! ...लग्नात मैनाबाई साजून दिसली. मुक्ताबाई तर नवरीच ...सुंदर...सरदार वाघ यांनी आपली दहा वर्षांची नात पिरताबाई मालेरावांस द्यायची इच्छा व्यक्त करताच अहिल्याबाईंच्या अंगावर काटे आले. 'सरदारांसारखी माणसे सुद्धा क्षणभरही विचार कसे करत नाहीत? मुलीला आपण कशा तऱ्हेच्या मुलाचे पदरी बांधतो हे लक्षात कसे घेत नाहीत? सुभेदारीची वस्त्रे घेतली तेव्हा वाघ होतेच ना! त्यांनी सारे ऐकलेच नसेल का? ...मनी विचार आले पण वरवर म्हणाल्या, "अहो, दहा वर्षांचं वय ते काय?... सरदार, कशास मंगळसूत्राची ही घाई?"

"अहिल्याबाई हिचे मायबाप गेले. बाप पाणिपतावर पडला...दुसरा मुलगा आणि सून हट्टी... ही पोरकी पोर... आम्हांसही कुटुंब नाही... आम्ही वृद्ध हिचे भलेबुरे कोण बघणार? आपल्या पदरी पडली तर फुलापरी जपाल."

अहिल्याबाई मनी म्हणाल्या, "हे मातब्बर सरदार... स्वामींचे वेळी पण यांचे कुळीची एक पोर सती गेली... माझी सवत होती. बहुत फौजफाटा बाळगून आहेत... व्याह्याचे नाते झाले तर दौलतीच्या बरकतीचेच...' पण सरदारास म्हणाल्या, "मालेराव हटातटास पक्के... पोर लहान... लगीन करण्यास आमची ना नाही... पण लग्नाच्या बाद होळकरांच्या दिमतीने आम्ही तिजसी राखू... पण आपले घरी... वाघांचे घरी! समजती झाल्यावर इंदोरास येईल हे मान्य असेल तरच!"

"मान्य आहे... अहो, सुभेदारीण होईल ना ती! मग माझे मुलगा सून तिजसवे नीट नाही का वागणार.?... अवघे मान्य! मुहूर्त काढा!"

...आणि मुक्ताबाईंच्या लग्नाच्या पाहुण्यातच वाघाच्या पिरताबाईचं मालेरावासंगे लगीन झालं. मैनाबाईला पिरता फार आवडली. एवढ्याही गडबडीत मालेराव मैनाबाईपाशी येत म्हणाले, "फिरून कधी तोंड उघडून आम्हांस बोललीस तर आणखी सवत आणेन... इथे तोंड उघडायचं नाही..." मैना मग जणू काही अबोलच झाली. बोलायचीच तिला भीति बसली!

गेल्या पाचसहा महिन्यांत अहिल्याबाई महेश्वरला जाऊन येऊन असत. इंदूरला आल्या की रात्री दोन दोन वाजेपर्यंत फडणिशी सुटत नसे. मालेरावांचे सारे लक्ष रंगढंगात, विलासभोगात... मनमानी कारभार... लहरीपणाची कमाल... तापटपणा... प्रबळ विकाराचे दशावतार! सुभेदारी म्हणजे जणू काय इंद्रपुरीचे राज्य! मनात येईल तेव्हा उठावे... खावेप्यावे... फडणिशीत येऊन उगा सर्वांवर डाफरावे... एका

कामाची माहिती नव्हती... नुसती ऐट! दुपारच्या वेळी हत्तीच्या साठमाऱ्या लावाव्या... घोड्यावर सवारी करावी... कधी शिकारीस जावे... पन्नास जणांनी जनावर हाकारावे तेव्हा यांची शिकार! सायंकाळ होताच मद्याचे बुधले उघडावे... दासींकडून निर्लज्जपणे सर्वांग रगडून घ्यावे... हिरा दासी आवडती... रात्र तिच्यासंगे घालवावी... नगद पैसे ओतून तिला खूश ठेवावी. आरडाओरडा, धुमाकूळ, सोंगट्या, गंजीफा... हे तर रोजचेच ससे, हरणे, सांबर, कोंबड्या, कोकरे असली दुर्बळ जनावरे रिंगणात सोडावी... त्यांच्या मागे लागावे... ते जीव घेऊन धावू लागले की हसत सुटावे. अहिल्याबाईंना हे बघवत नसे. त्या मैनाबाईस महेश्वरीच घेऊन जात.

अहिल्याबाईस मालेरावांचा दिनक्रम कळे... ते लहरीत असले तर अहिल्याबाई सांगत, ''मालेराव... सत्ताधाऱ्याने दयाळू असावं... गणनीय वडीलधाऱ्यांची प्रतिष्ठा जपावी... दौलतीत वाढवा घालावा... प्रजेची खातर करावी... बहादुरीच्या गोष्टी कराव्या. फडणिशीतली कामे समजावून घ्या. तुकोजी आहेत... भारमलदादा आहेत... प्रेमाने शिकून घ्या. दौलतीचा भार दैवाने तुमच्या पदरी घातला ना? दैवाशी बदनेकी[१] करू नका.'' पण एक मानत नसत. अहिल्याबाई दैवास दोष देत देवद्वारी कपाळ घासत. त्या दिवशीही या असल्याच वार्ता ऐकून त्या उदास बसल्या, तोच तुकोजी होळकर फडणिशीतून संतापून आले. अहिल्याबाईंस नमस्कार करीत करीत म्हणाले, ''मातोश्री... आमच्या सोसण्याची आज हद्द झाली. मालेरावांनी आज हुजऱ्याकरवी आम्हांस गचांडी देऊन आम्हांस फडणिशीतून हाकललं! आमचा गुन्हा इतकाच की, आम्ही त्यांना आपल्या हुकूमाप्रमाणे त्यांचा खाजगीचा खर्च दावला. सुभेदारीची वस्त्रे घेतल्यापासून या सहामाहीत खाजगीतले पाच लक्ष उडाले. असा उधळा प्रकार आजपावेतो कधी ना झाला. मागच्या तीन वर्षांचे मिळून दोन लक्षाचे आसपास खर्च! त्याच्या अडीचीत अवघ्या सहा मासांचा खर्च? त्यातून मुक्ताबाईंच्या व खुद्द त्यांच्या दुसऱ्या लग्नाचा खर्च तर अलगच! आम्ही कारभाऱ्यांनी काय करावे? मरावे की काय?''

''तुकोजी ... मामंजींना स्मरुन सारे सोसा-खाजगीला कुलूप ठोकून चाव्या आमच्या सुपुरत करा... हे आम्हासही आधी सुचले नाही. आमची मुस्तकी[२]कमी पडली. ईश्वरे काय देखण्यासाठी मज राखिले हे समजेना! हे सारे ऐकण्यापरीस मज अभागिनीस तर मृत्यू हेच वरदान...''

*''मातोश्री... एक कानी टाकणे आहे... अत्यंत क्लेशकारक पण आमचे

---

१) बदनेकी - बेईमानी

मल्हाररावांनी १५-१६ कोटींची रक्कम अहिल्याबाईस खासगी म्हणून ठेवली होती. (मराठी रियासत - भा. २ / पा. ४० / उत्तरविभाग)

२) मुस्तकी - खंबरीपणा

*माणसाची हत्या (पुण्यश्लोक अहिल्याबाई पान २७ / म. श्री. दीक्षित)

कर्तव्य तर पार लावणे आहे. ऐकून आपणांस अधिकच शीण, पण ना बोललो तर आमचे मस्तकी डाग... म्हणून बोलतो... मातोश्री... जे गेल्या कित्येक वर्षात घडले नाही ते काल घडले. घोड्याच्या पागेकडील खोलीत एक खून झाला खून... निरपराध माणसाचा खून...हत्या!''

''हत्या? खून? कुणाचा आणि काय म्हणून... आणि कुणी केला?''

''मालेरावांनी! त्यांच्या दासीच्या प्रियकराचा... हिराच्या नौजवान प्रियकराचा! त्याचे आर्त कुणाजवळ पोहोचले नाहीत... त्याच्या किंकाळ्या दाबून टाकल्या गेल्या मातोश्री... हिरासमोर त्याचे हात उडवले... पाय उडवले. तो कळवळून म्हणाला, ''मला मारू नका... मी देश सोडून जातो... पण मस्तक उडवलं... नाही म्हणायला हे सारं बघणारे राघोजी, भागोजी हे दोघे! त्यांनीच त्याचे प्रेत आवरले.'' अहिल्याबाई ताडकन उभ्या राहिल्या.

''चला... पागेकडच्या खोलीत.'' ...खोलीच्या भिंती रक्ताच्या चिळकांड्यांनी रंगल्या होत्या. राघोजी, भागोजी ते सारे साफ करीत होते. अहिल्याबाईंना बघताच दचकून उभे. अहिल्याबाईंच्या संतापास पारावार नव्हता. त्या चिडून म्हणाल्या, ''राघोजी, भागोजी, असल्या दुष्ट मनसुब्यास मदत करता तुम्ही?... कुणा दुर्भाग्याचं हे रगत?''

''मातोश्री... एका जरीकारागिराचं! त्याची हिरावर प्रीति होती... त्यास इथे बोलावलं... तो जिवाच्या आकांतानं ओरडत होता, 'मी देश सोडून जातो... पण मारू नका.' हिराने पण सुभेदारांचे पाय धरले... तिला लाथेने उडवले... आणि त्याचे दोन्ही पाय छाटले.''

''तुम्ही मेले हो काय कांकणं भरली होती? कोतवालास बोलवायचं!''

''मद्यघुटीचा आसर... कुणास आवरेना... सर्वांच्या मागे हत्यार घेऊन लागले... मागची भिंत बंद... दारास टाळा... मी हात धरू जाताच तीन बोटं तुटली!'' भागोजीनं हात पुढे केला... ती जखमी बोटं!''

''मरणाऱ्या कारागिराने बहुत श्रापिले सुभेदारास... म्हणाला, 'भूत होऊन छातीवर बसेन... तुझा सूड घेईन... तुला अन्न खाऊ देणार नाही... तुझ्या उरावर बसेन... भर मध्यरात्री गळा घोटीन... तुजला शांतिसुख लाभू ना देणे इतकेच मी करीन... बघ तू... उद्याच तुझा गळा दाबेन...' असे म्हणताच त्याचे मस्तक धडावेगळे झाले. रक्ताचे कारंजे उसळले... अन् मातोश्री, रात्रभर सुभेदार खदखदा हसत होते.''

अहिल्याबाईंचे रडेही आता आटले. म्हणाल्या, ''तुकोजी... यास कसे आकळावे? तुम्ही सारे दौलतीचे आधार... कसेतरी काही दिवस चालेल... पण उद्या? प्रजेचे काय होणार? दौलतीचे काय होणार? पैसा उधळणे, माणसे मारणे ही तो पिशाच्च लक्षणे... तुकोजी... चला... देवघरात जाऊ... देवास

सांगते... त्या कारागिराच्या आत्म्यास सांगते, ‘‘बाबा, हे निरपराधी माणसा... या दुर्दैवी मातेवर दया कर... माझे काही पुण्य असेल तर त्याचे उदक तुझ्या हातावर सोडते... तुझं देऊळ बांधते... तुझ्या नावाचा टाक देवात ठेवते...

...पण कशाचा उपयोग झाला नाही, मालेरावास रोज रात्री तेच दृश्य दिसे... रक्ताच्या चिळकांड्या... कारागिराचे ओरडणे... महालभर त्याचे भूत फिरतंय असं वाटे. त्यातच हिरानेही विष पिऊन आत्महत्या केल्यापासून तर मालेरावांचे वागणे अधिकच बिकट झाले. रात्री कुणीतरी गळा दाबते असं वाटे. डबडबून घाम फुटे... मग रात्र रात्र कुणीतरी मेल्यागत गळा काढून रडत बसत. बडबड करीत बसत. मधेच त्यांना फडक्यांचं भूत दिसे... कधी झोपेत हत्तींचा कळप अंगावर येतोय असं वाटे तर कधी ससे, हरणे आपला देह चावूनचावून खात आहेत असा भास होई... मग ते हड् हड्... शुक् शुक् करत काठी घेऊन दिवाणखानाभर भुई धोपटत फिरत. कारागीर तर त्यांना जळीस्थळी दिसे. पलंगावरून उठावे आणि ‘तो आला, तो आला,’ करत पुन्हा पलंगाखाली लपून बसावे हा प्रकार दिवसाही सुरू झाला.

मैनाबाई, पिरताबाई आल्या की त्यांचे पाय धरून म्हणत, ‘‘हिरा... तू मरू नकोस... तू... तू... तुम्ही हिरेची भुतं... आली आली... हिरा आली... असं म्हणत डोक्यावर पांघरूण घेऊन बसत. दूध, पाणी पिताना पेल्यात निरखून निरखून पाहत... ओरडून म्हणत, ‘रक्त देता का मला प्यायला? दूध आणा...दूध !’’ ... मग पुन्हा बघत...म्हणायचे, ‘‘हे नको... यात त्याचं तोंड पडलंय... शीर पडलंय... मी कापलं ना? ते पडलंय यात... दुसरं आणा!’’ ...अहिल्याबाई आल्या... औषधोपचार चालू होते. पण त्यांच्या डोळ्यास पाणी मात्र नव्हतं. मैनाबाई-पिरताबाईंना पाहिलं की मात्र त्यांना घळाघळा रडू फुटे.

...तीन महिन्यात मालेरावांचे केवळ अस्थिचर्म राहिले... दुखण्यास क्षणमात्रही उतार नव्हता. सारी कृष्णकृत्ये जणु भुते होऊन त्यांचे मागे लागली. मधेच त्यांना विंचू चावे... मधेच साप चावे... मधेच चाबूक हाती घेऊन ते स्वत:सच मारून घेत... अशावेळी त्या आईचं मन गलबलून जाई... मालेरावांचं बाळरुप त्यांना आठवे... त्या रुपाची ही समोर दिसत असलेली विटंबना त्यांना सोसेनाशी होई... मग त्या स्वस्थ पडून राहात... वैद्यास सांगत ‘‘मला हे बघवत नाही... मला झोप लागेल असं औषध द्या...’’ मग त्या झोपून राहात... वैद्यांनी अखेर अहिल्याबाईंना सांगितले, ‘‘मातोश्री... आता माझे इलाज हरले... आणखी कुणास बोलवायचे असले तर बोलवा. त्यांच्या हाताने तरी गुण यावा. माझे ज्ञानाप्रमाणे अवघी मात्रा, जडीबुट्या दिल्या.’’

‘‘वैद्यराज... आम्हांस कुणासही बोलावणे नाही. तुम्ही जे द्यायचे ते द्या. फक्त एक करा... यांची तकलीफ थांबवा... निजवून ठेवा यांना...’’ त्यावर चेहरा टाकून वैद्यराज म्हणाले, ‘‘मातोश्री... त्यांची नीजच गेली आहे. झोपेची औषधे देऊनही

त्यांचेवर परिणाम नाही... चोवीस तास डोळा मिटत नाही. सारखी भुते दिसतात... म्हणूनच म्हणालो... की आमचा उपाय हरला...''

"तर मग त्यांचे प्राक्तन... दुसरे काय? तुम्ही तुमची गुटी देऊन जा.'' ...वैद्यांनी गुटी त्यांना चाटवली. आणि ते घरी गेले... त्या गुटीचा मात्र परिणाम बरा दिसला... मालेरावांना झोप लागली... तीन महिन्यांत प्रथमच!... सर्वांना अहिल्याबाईंनी जेवणास बसवले... किती दिवसांत कुणी नीट जेवले नव्हते... गंगोबातात्या, भारमलदादा, गोविंदपंत, सरदार सगळेच अधूनमधून समाचारास येत. सर्वांची जेवणे झाली... तेवढ्यात मालेरावांसाठी ताट घेऊन गेलेल्या हरकुबाई सांगत आल्या. "मालेराव उठत नाही... किती हलवले... हाका मारल्या...''

"निजू द्या निचिंत... बहुत दिसांनी झोप लागली... वैद्य मात्रागुटी देऊन गेलेत... राहू द्या त्यांचे ताट... त्यांचे जेवण तरी काय आहे? दोन घासही जात नाहीत... ताटातही त्यांना रक्त दिसतं... हिराचे केस दिसतात... अवघ्या जीवाची घाण करून घेतली...'' अहिल्याबाई उदास झाल्या... विचार करीत राहिल्या !...

दोन बोटे उरलेला राघोजी मालेरावांजवळ होता... तो थोड्याच वेळात ओरडत आला... "मातोश्री...धावा...धावा सुभेदारांची मान लटकी पडली...'' ...सगळे महालात गेले... मालेरावांची तडफड थांबली होती... मृत्यूने त्यांना आपल्या मुठीत घेतलं होतं... अहिल्याबाईंच्या आयुष्यातले काळे पुत्रपर्व सरले होते... काळाच्या पोटात विलीन झाले होते... अहिल्याबाईंचे डोळे कोरडे ठण्ण होते! त्या शांतपणे त्याच्या चेहऱ्याकडे टक लावून बघत होत्या... *मागच्या अनेक कथा... सगळ्या क्लेशदायक!

गोतावळा जमला. बाहाड आले... वाघ आले. दोन्ही पोरींना सतीवस्त्रे देण्याची तयारी चालली... त्या दोघी अहिल्याबाईंना मिठी घालून बसल्या.

मैनाबाई अहिल्याबाईंना म्हणाल्या, "सासूबाई... आम्हांला का जाळायचं स्वामींबरोबर? आम्ही काय केलं?... मला... पिरताला जगायचंय सासूबाई... आम्ही तुमच्या चरणाशी राहू... तुमची सेवा करू! वाचवा आम्हांला सासूबाई!'' ...आता मात्र अहिल्याबाईंच्या डोळ्याला पूर लोटला. मुक्ताबाई येताच त्यांच्या गळ्यात मिठी मारत मैनाबाई म्हणाल्या, "ताईसाहेब... आपण एकत्र खेळलो ना? मग मला कुठे हो लोटता आगीत? मी काय केलं... मला जगायचं आहे... सती नाही जायचं... त्या स्वामींबरोबर आम्ही कशाला जायचं? बोला ना...

---

*या कर्तव्यकठोर अहिल्याबाईंनी आपल्या पुत्रास वैद्याकडून गुटी देऊन मारवले असाही एक प्रवाद त्यावेळी होता. दुर्गुणी, दुराचारी, भ्रष्ट मालेराव मृत्यूच्याच लायक होता हे खरे असले तरी अहिल्याबाई इतक्या निष्ठुर नव्हत्या. प्रवादच असावा! (म. श्री. दिक्षित)

सांगा ना त्या बायकांना... त्या...त्या आल्या... आम्हांला न्यायला...'' अहिल्याबाईंनी वाघ आणि बाहाड दोघांनाही बोलावले... त्यांना म्हणाल्या, ''पोरी बहुत कोवळ्या वयाच्या... काय पाहिलं त्या पोरींनी? त्यांना कशास्तव सती धाडता? का मरावं त्या पोरींनी? माझाच पुत्र पण बोलते, त्याने काय सुख दिलं यांना? एक सुखाचा की प्रेमाचा शब्द, पण तो सुद्धा नाही... यांना राखावे... सती ना धाडावे... केवळ... केवळ मंगळसूत्राने गळा आवळला तर संसार होतो का व्याही?... मरून जाण्याचं दिव्य करायला तसंच काहीतरी लाभावं लागतं!''

वाघ उसासा टाकत म्हणाले, ''हे ज्याचं त्याचं प्राक्तन... आमच्या कुळातली पोर सतीचं वाण घेऊनच जन्मास येते... आमचं घराणंच सतीचं आहे... आमच्या घरी विधवा नाहीत... आमचं घर सतीचं!''

''हे देव्हारे तुम्ही पुरुष माजवता सरदार... अहो, तुमचा जीव तुटत कसा नाही? ही चिमणी अकराबारा वर्षांची पिरता... अजून समजतीही ना झाली... तो चितेवर लोटायची? ...मैनाबाई... पिरताबाई, या एवढ्याशा पोरींना सती करायचं?...''

''आपण इतक्या धार्मिक असून आपण हे धर्मविरोधी कृत्य...''

''बाहाड... व्याही, कोण म्हणतो हा धर्म, ही तर केवळ स्वार्थी कुटुंबियांनी लादलेली... उजेडाकडून अंधाराकडे नेणारी एक अंध रुढी...अंधश्रद्धा म्हणजे धर्म नव्हे व्याही!...''

''मागून यांना पोसणार कोण? पुन्हा हा विस्तू कुणी सांभाळायचा? यांचं पाऊल वाकडं पडलं तर कुळास बट्टा... ही पुढची संकटं! यावर कोण निगराणी ठेवणार?...त्यापेक्षा सती गेल्या तर बेचाळीस पिढ्यांचा उद्धार करतील... स्वर्गात जयजयकार होईल... स्वागताच्या घंटा वाजतील!''

'हे कपोलकल्पित अवघे! कुणी देखला स्वर्ग? कुणी ऐकल्या घंटा? काय हे बाईचं जिणं? केवळ भारबर्दारी[१]... केवळ मरण... त्याच्या जळण्याचा ना कुणास खेद ना दुःख! सतीचे देव्हारे माजवावे अन् बायांना पतीसंगे जाळून टाकावे... त्या माणसाची पैसा... चीजवस्तू बळकवावी... ही सगळी पुरुषांची करामत... बाई जर मेली तर एक पुरुष सती जाणार नाही... तेराव्याला बोहलं मांडेल.''

''आम्हां दोघांचा निश्चय... मुली सती जाणार... आम्हांस धर्मविरोधी वागता येणार नाही... विहिणी... आपण राज्यकर्त्या... आपणच जर असं केलं तर...''

यावर अहिल्याबाईंना संताप अनावर झाला. ''अहो... असं म्हणजे कसं...बायकांचं आयुष्य तुम्हांस कवडीमोलाचं? विधवेचा पत्कर म्हणजे डोईवर भार वाटतो? मग खुशाल जाळून टाकावे... चार दगडांची देवडी बांधावी... दोन गुंजाचा टाक करावा

---

१) भारबर्दारी - ओझं वहाण्यासाठी असणारं तट्टू

की संपले? एक माझे मामंजी पाहिले... ज्यांनी मजला रक्षिले... दुसरा अजून कुणी ना देखला!''

''मातोश्री... आपण एक सती गेला नाहीत... तेव्हाही सगळं इंदूर काय बोलत होतं? सगळीकडे निषेध होता... आमच्या पोरींना उगा कशास चिथवता?... तुम्ही त्यांचा पत्कर घेतला तरी आम्हांस चालणार नाही... आमच्या बेचाळीस पिढ्यांना नरकात लोटायचं? आपण बाजूस व्हा... क्षमा करा... पण हा धर्माचा प्रश्न...'' सरदार वाघ म्हणाले.

बाहाड म्हणाले, 'आपण इतरांच्या आड कशास यावे? आमच्या कुळास बट्ट!''

अहिल्याबाई गालात थपडा बसल्यागत गप्प बसल्या. हरकुआईस म्हणाल्या, ''माझ्या नशिबी किती सती देखणे आहे? स्वामींच्या नऊ... मामंजींच्या दोघी... आणि आता या चिमण्या! केवळ चार अक्षदांचं नातं...!''

...आता पुढचं सारं बघणं अशक्य होतं. मैनाबाई आणि पिरताबाई यांना सतीवस्त्रे नेसवून मळवट भरून चौरंगी बसवलं... सगळ्या त्यांना नमस्कार करत होत्या...अहिल्याबाईंनाही मुक्ताबाईने नमस्कारास नेलं मात्र... आणि... आणि त्यांना चक्कर आली... कुणीतरी बोललं... 'स्वतः सती गेल्या नाहीत तर नाहीत... अन् या पोरींनाही'...

''रखमाकाकू... काय बोलता हे?' मुक्ताबााईचा आवाज...

''आम्ही नाही... जग बोलतंय...''

''पण आता तरी गप्प राहा जरा! मातोश्रींची स्थिती काय? वेळ काय?''

''म्हणूनच गप्प बसतो कळलं?''

*...बाहेर सतीमातेचा जयजयकार सुरू झाला. अहिल्याबाईंना गरगर फिरत होतं... पण कानावर आदळायचं ते आदळत होतं! त्या तिथेच डोळे मिटून पडून राहिल्या. डोळे उघडावेसे वाटत नव्हते... ''आपण सती गेलो असतो तर किती बरं झालं असतं'' असंही मनी आलं... पण क्षणभरच... मनात घंटानादाप्रमाणे एकच शब्द घुमत राहिला... सतीच्या चालीस कायद्याने बंदी... सतीबंदी... सतीबंदी!

चिता पेटवताच त्या पोरी सैरावैरा बाहेर उड्या टाकू लागल्या, धावू लागल्या. त्यांना बांबू टोचून पुन्हा चितेत ढकललं जात होतं. ''सासूबाई, सासूबाई... वाचवा... वाचवा... मेले... मेले... या हो सासूबाई!''

अहिल्येने कान दाबून घेतले... वातावरण किंकाळ्यांनी भरलं. मग ढोल अधिकच जोरात वाजू लागले. अहिल्याबाई निपचित पडल्या. महादजीमामा, शहाजीमामा, तुकोजीराव सगळे अहिल्याबाईंजवळ बसले... चिता जळत होती...

---

*सतीस पोहोचवण्यास बायकाही स्मशानात जात. अहिल्याबाई स्मशानात गेल्याचा उल्लेख आहे.

त्या दोघी सुना आता माना टाकून पडल्या... लाल पिळाच्या पगडीतला मालेराव... नथबुगड्या घातलेल्या मैनाबाई... ती चिमुरडी पिरताबाई! अहिल्याबाईंच्या नजरेपुढून हलत नव्हती.

स्नाने आटोपली... अहिल्येच्या कानी मुलींच्या हाका भरून राहिल्या होत्या. त्या डोळे मिटून पडून होत्या. मनी विचार... आचारांचा लबेदा सारा बायकांमागे का?... कशासाठी पिरताला करून घेतली आपण? एक काळी पोत... चिमूटभर कुंकू... आणि सतीचा दाह! सती गेलं नाही तर जणू यांच्या अब्रूतलम कुळास चिरफाटा जातो. सुपारीच्या खांडासारख्या बायका गट्ट करतात पुरुष... आणि स्त्री? तिला जळण्याचा शाप!

मुक्ताबाई गरोदर होती... पाचवा महिना सरत आलेला. अहिल्याबाईस आता स्वतःचीच भीति वाटू लागली. बघता बघता भरला वाडा रिकामा झाला. एक हरकुआई आणि एक त्या! महादजीमामास त्या म्हणाल्या, ‘‘बाबांनो... आता मजजवळच महेश्वरी राहावे. माझी माणसे एक एक करीत सगळी गेली. इंदोरच्या वाड्यात मजला अनंत आठवणी छळतात... महेश्वरीच रहायचे... तुम्हीही संगे रहा...तुम्हांस तिथे घर देते...’’

रोज रात्री झोप लागली की, ‘‘सासूबाई...सासूबाई... वाचवा आम्हाला... आम्हाला जगायचंय... सती नाही जायचं सासूबाई!’’ अशा हाका, बोलणी त्यांना ऐकायला येत. पिरताबाई म्हणायची, ‘‘सासूबाई, लग्नात कित्ती मजा आली... पण असं भाजायचं असतं हे आम्हांस माहीतच नव्हतं... मग किनई आम्ही कधी लग्न नसतं केलं...’’

... अहिल्याबाई जाग्या होत तेव्हा त्यांच्या नाडीचे ठोके धाडधाड धावत असत... मालेराव तर स्वप्नात काय वाट्टेल ते बोलायचे... रोज कशी वेडीवाकडी स्वप्ने! अहिल्याबाईंना झोपायचीच भाति वाटे. आपणासही मालेरावासारखे काहीतरी होणार असं वाटे. प्रत्येक खोलीत मैनाबाईंच्या आठवणी. ती पोर ठाई ठाई आपणास जाबसाल पुसते असं वाटे.

दिवसपाणी होईपर्यंत हीच अवस्था होती. रखमाबाई वरवर गोडगोड बोले... पण मनातून तिला अहिल्याबाईंचा द्वेष होता. आपणही कारभार अहिल्याबाईंपेक्षा सरस करू अशी बुद्धीची, सौंदर्याची घमेंड होती.

तुकोजीच्या हस्ते उदक सोडताच, मल्हारमामंजींच्या पिंडास कावळा शिवला, तेव्हापासून ती तुकोजीस पुत्र आणि स्वतःस सून समजू लागली होती. आता ‘सुभेदारीची वस्त्रे स्वामींनाच मिळणार’ याची तिला खात्री होती. गेल्या दहा महिन्यात कारभाराची घडीच मोडली, त्याच्या वार्ता तिला कुठून कुठून कळत!

अहिल्याबाईंना आता पडून चालण्यासारखे नव्हते. तिजोऱ्या वेगाने जिरल्या

होत्या. फडणिशीत बसून कारभाराची घडी पुनःश्च बसवणे आवश्यक होते. महेश्वरला राजधानी करायची म्हणजे बरीच बांधकामे करणे आवश्यक होते... परंतु तिचे मन हळवे हळवे झाले होते. बाईजींचे प्रेम... बनाई, द्वारकाईची केलेली कौतुके, मामंजींचा तिच्यावरचा विश्वास, त्या शाबासक्या, मोत्यांच्या शिक्क्यांची चारपदरी माळ... मालेरावांचे उद्दाम वागणे, कृष्णकृत्ये, विचित्र मरण, मैनाबाईंचे प्रेम... माया... पिरता... मालेरावाचे लग्न... त्यांचा वस्त्रांचा समारंभ... ब्राह्मणांचा छळ, तात्यांना ओढलेले चाबूक आणि मनुष्यहत्या... या सगळ्या चक्रात अहिल्याबाई भरडून निघत होत्या. जगणे हे त्यांना मृत्यूपरीस जड झाले. जगण्याला... दैवाला बोल लावत त्या विचार करीत राहात... पडून राहात... भरल्या कुशीची मुक्ताबाई त्यांच्या मागेपुढे फिरत होती.

दोन

अहिल्याबाई शोकार्णवात...प्रकृतीमान आणि मनही अवघे खिळखिळे...त्यातून ज्वराचा पाय पुढेच! आपल्या कठोर, निष्ठुर दैवाचा आलेख रेखाटत, भूतकाळात भरकटत, पति-पुत्रांचे गुणदोषांचे चढउतार सोशित उदासीन बसलेल्या! तेवढ्यात उदाबाई, हरकुमावशी आल्या - बसल्या. अहिल्याबाईंस आधार वाटला. त्यांचा चेहरा भयग्रस्त दिसत होता. अहिल्याबाई प्रश्नार्थक नजरेने म्हणाल्या, "काय विशेष काही?" यावर उदाबाई चाचरत म्हणाल्या, "वहिनीसाहेब... एक खबर आहे... गंगोबातात्यांचे बुद्धीस विपर्यास आला. तो मी काय सांगावा... मावशीबाई साक्ष आहेत... मावशीबाई... आपणच बोलावे. आपण थोर!"

यावर मावशीबाई आवाज काबूत ठेवत हलकेच म्हणाल्या, "त्या हलकटाने दादासाहेबास निरोप दिला, लिहिले, 'होळकरांची दौलत बैतलमाल[१] झाली. अवघे शोकाने गालब[२] आहेत. तेव्हा आपणा उभयतांस ही अमृतसंधी – आपण त्वरित येऊन, दौलत समेटावी' आणि कारस्थाने रचिली."

"आपण कसे जाणले? गंगोबातात्यांसारखा प्राचीन कारभारी अन् ही हिंमत... मेल्यांनी आमचेशी हरामखोरी करावी? दौलतीशी फितुरी?... मजला काय खुळी मानली की दुबळी? अहिल्याबाई त्वेशाने बोलल्या.

"आपण सगळे गिरफदारीत[३]... हा कावा साधला. आम्हांस शिवाजी गोपाळ, राजाराम रणसोड, रावजी महादेव, या फडणीस, निसबसांनी सावधान केले. अहिल्याबाई, याचा धरबंध तर या क्षणीच करावा. शोकाचे गाठोडे आता

---

१) बैतलमाल - बेवारस २) गालब - खचणे ३) गिरफदारी - चिंता

बाजूस ठेवा... हिंमत धरा... आणि तजविजीस लागा... अन्यथा तुमचे हाती केवळ करोटी राहणे आहे.''...

यावर ज्वर, दुखण्याची फिकीर क्षणमात्र न करता अहिल्याबाईंनी खलबतखान्यात जाऊन शिवाजी गोपाळास लेखणी घेऊन बोलावले. पहिला खलिता तुकोबा होळकरास लिहिला –

चिरंजीव तुकोजी होळकरास श्री शंकर आज्ञेकरून –

मातोश्री अहिल्याबाईंचा आशीश,

मामंजींनी अवसानकाळी आमचे पुत्राचा हात आपणा हाती दिला – आपण पाणी सोडताच काकस्पर्श पिंडास झाला. याचे स्मरण ठेवून उदेपूरास जेवत असाल तर आंचवण्यास[१] महेश्वरी यावे. बहुत संकट अतएव आपत्काल असे. आपणांस सुभेदारीची वस्त्रे देणे आहे...

पण त्यासाठी ही दौलत राखणे अवश्य... त्यावरच दादासाहेबांची बदनजर आणि त्यास आमंत्रण देणारे घरचेच... पत्र देखता क्षणीच सत्वर येणे...

हे पत्र होताच, सरंजामी, इतलाखी याकडे, आणि गायकवाड, शिंदे, पवार यांजला व इतरांना सांडणीस्वारासमागमे देण्यासाठी २७ पत्रे लिहिली. मजकूर असा –

'कैलासवासी सुभेदार यांनी अजोड, अखंड तलवारबाजी करून दौलतीची वीट न वीट जोडली. इमारत उभी केली. ये प्रसंगी तर आम्हांवर येकामागून येक ईश्वरी गजब! अशा कठीण समयी, आम्हांस धीर देऊन आमची साथ करून, सेवाचाकरी घ्यावी ते बाजूस ठेवून आमचे कष्टार्जित दौलतीविषयी कुणी ब्राह्मण पापबुद्धी धरते आहे, यास काय म्हणावे? आज जे आम्हांवरी, तेच उद्या तुम्हावरी! कैलासवासी सुभेदारांच्या मैत्रिकीस जागून तमाम फौज मदतीस पाठवावी –'

श्री शंकर आज्ञेकरून

रात्रीचे तीन प्रहर टळून गेले. मावशीबाई, उदाबाई दोन वेळेस दुधाचे पेले घेऊन गेल्या. पण कशासही स्पर्श न करता म्हणाल्या, ''आता या मेल्यांना हिसका दाखवेन... मावशीबाई, धरबंधाची अवघी पैरवी[२] करून मगच आम्ही दूध घेतो...''

''बहुतच नेकीचे काम आपण केले. मुक्ताबाईचे दिवस भरले... आमच्या लेकीचा वंश चालणार... आपल्या हाते तुकोजीस सुभेदार करणे थोडे जड तर खरेच – आपल्या हाते पैसा परघरी देण्यासारखे... पण तरी दौलतीच्या हिताचे !

---

१) आंचवणे - हात धुणे २) धरबंधाची पैरवी - प्रतिकाराची योजना

होळकर कुळाच्या हिताचे! आपस्वार्थासाठी आम्ही जगतो काय? आता जगणे दौलतीसाठी! पैसा काय? आज आहे, उद्या नाही!''

''खरे गो बाई तुमचे ... शोक आवरून हिंमत बांधली... पदर बांधला.''

''काय करावे? ब्राह्मण हरामखोरीस आला[१]. तर हिंमत बांधणे आहे. उदईक शिवाजी गोपाळ आदींशी पुढील पैरवी बांधेन.

सकाळी शिवाजी गोपाळ, राजाराम रणसोड, गंगोबातात्या यांस बोलावणे धाडले. इतर मसलती काही न बोलता, ग्लानी गिरफदारी काहीएक ना दावली. जरबेने गंगोबाकडे पाहत बोलल्या, ''कुणीतरी फितुरी, बंडाई केल्याचे कळले... कुणाला दौलत समेटण्यासाठी आवतणे गेल्याचे कळले का? दौलत बेवारशी... मी बाईमाणूस म्हणून? पण मेले हो, खांद्यावर बांसडा टाकून उभी राहीन तेव्हा श्रीमंतांचे दौलतीस अवघड पडेल. आमचे पूर्वजांनी भांडभवई[२] करून दौलत मिळवली नाही. तर तलवारीचे अनुमाने शरीर खर्ची टाकले. आम्ही सिलेदार... वडिलांचे चाकरीप्रमाणे चाकरी घेतल्यास हजर आहोत. ऋणानुबंध, धुणीपाणी सरली असल्यास पाहिजे ते करू... पण ब्राह्मण, दौलतीचा अभिलाषा धरतील तर आमचीही तलवार चालेल... जे पुतण्यास सोडत नाहीत ते आम्हांस सोडतील काय?''

हे बोलणे ऐकून गंगोबातात्या अस्वस्थ झाले. त्यांच्याकडे बघत अहिल्याबाई म्हणाल्या,

''गंगोबातात्या, आपण तर दौलतीचे थोर चाकर... ही हरामखोरी, निमकहरामी कुणाची असावी... कोण मेले तर खाल्ल्या जागी विष्ठा टाकायास निघाले. एक मार्तंड जाणे!''

यावर पोट दाबत गंगोबातात्या म्हणाले, ''आपला संदेश आला अतएव आलो... आज उदरी शूळ बहुत आहे... जरा आराम पडताच दो प्रहराने हजर होतो. मग धरबंधाची पैरवी करू...''

गंगोबातात्या जाताच जातीने रात्रीची पत्रे घेऊन सांडणीस्वार चारी दिशेस बिदा केले. सांडणीची डाक[३] बसवली होती ती कामी आली. मग शिवाजी व राजारामास म्हणाल्या,'' युक्तिभेद न होण्याविषयी बहुत जपावे, दरोबस्त ठेवून सावध असावे... थोरल्या सुभेदारांची पुण्याई व्यर्थ जायची नाही.''

अहिल्याबाई जेवणास बसल्या. संगे उदाबाई, मावशीबाई होत्या. यशवंत फणसे यांना मुद्दामच बोलावले होते. त्यास पर्व सांगून म्हणाल्या, ''आता शौर्याची

१) ब्राह्मण हरामखोरीस आला इथे ब्राह्मण - रघुनाथराव पेशवे

२) भांडभवई - खुषमस्करी

३) सांडणीची डाक - ठरावीक ठिकाणी नव्या दमाचे उंटघोडे खलिता पोहोचवण्यासाठी ठेवलेले असत.

अवघी भिस्त आपल्यावरच... लागेल तेवढा उपराळा पण रणात जाणे तर आपणासच!'' यावर जावयांनी बहुत समजावले. अहिल्याबाईंस शांत केले... म्हणाले, ''आपणास चिंता कशास... ५० हजार फौज उभी आहे... शांत राहावे. ईश्वरे आधीच शिणवले आहे... येतो आम्ही!'

तुकोजी होळकर खरोखरच सहावे दिवशी दुपारी आले. त्याच क्षणी अभ्यंगस्नानाची तयारी करून, मार्तंडे दिधला तो क्षण मुहूर्त करून वस्त्रे दिली... गारडाखेंडीस डेरे उभे करून, सन्मानाने त्यांना डेरेदाखल केले... तुताऱ्या वाजल्या. तुकोजी होळकर सुभेदार ठरले. हजार स्वारांची हुजूरात, पांचशे बाणांची कैची व सातशे जंबुऱ्याचे उंट इतकी जमियत प्रहर रात्रीचे आत अहिल्याबाईंनी दाखल केली... ते पूर्ण दिवस अन्नपाणी घेण्यासही अवसर नाही असा गेला... पण दौलतीला वारस ठरला... तोच सायंसमयी सांडणीस्वार आले. एक भोसल्याकडील होता. भोसल्याची फौज हुशंगाबादला रेवेच्या दक्षिणतीरी खडी झाल्याचा निरोप होता. गायकवाडांकडील वीस हजार फौज सिद्ध होती. इतर सरदारांचेही जबाब आले. ''थोरल्या सुभेदारांचा उपकार नाही असा कोण आहे? प्रसंगास आम्ही होळकरांचेच चाकर आहोत.'' अहिल्या मनी समाधान पावली. श्रीमंत माधवरावांची डाक एकदा आली की ही मसलत सिद्ध होणार होती. अहिल्याबाई श्रीमंतांच्या लखोट्याची वाट बघत होत्या... गंगोबातात्या पोटशूळाची सबब करून नाहीसे झाले. पुन्हा उगवले नाहीत... तो दिवस तसा गेला... अहिल्याबाईंस खाणे सुचत नव्हते. तोच पुण्याची कासीदजोडी आली. अहिल्याबाईंनी तो मखमली लाल लखोटा फोडला. त्याची मोहर उलगडली. श्रीमंत माधवरावांनी लिहिले होते, ''आपले दौलतीविषयी जो पापबुद्धी ठेवेल, त्याचे पारिपत्य बेलाशक करावे. तुम्हाकडील मुखत्यार म्हणून दोघे हुजूर पाठवावे...'' अहिल्याबाईंस शांत वाटले.

दुसऱ्या दिवशी महेश्वर, इंदोरातल्या निवडक पन्नासजणींचं पायदळ तयार करण्यासाठी अहिल्याबाईंनी उदाबाई व मावशीस सांगितले. संगतीला रेणू, अंजना, राघोजी, भागोजी होतेच. अवघ्या स्त्रियांना जंबिये, पोशाख, ढाली देऊन त्यांचे एक दळ तयार राखले – तोच दादासाहेब व गंगोबातात्या, पन्नास हजार फौजेनिशी उज्जनीस आले. ही वार्ता येताच तुकोजी होळकर अहिल्याबाईंच्या पायी माथा ठेवून रवाना झाले. मातब्बर फौज संगे, व संगे अहिल्याबाईंनी राघोबादादास दिलेले पत्र... त्यांनी लिहिले.

‘आपण माझे राज्य हिरावून घेण्याचा मनसुबा रचून आलात... आमचेकडील घरभेद्यास गाठलेत... मजसी काय अबल समजलात की दुबळी? शोकार्णवात बुडलेल्यास अधिक बुडवावे ही तो मोंगली मसलत. माझ्यासंगे ५० स्त्रियांची हत्यारबंद फौज रणी उतरेल. तिथेच आता आपली गाठ! मी हरले तरी कीर्त करून जाईन... पण आपण हरलात तर तोंड काढण्यास स्थळ उरणार नाही, अहिल्याबाईंस व तिचे दौलतीस गट्ट करता येईल, या भ्रमात न राहाल तर त्यात आपले हित आहे.’

श्री शंकर आज्ञेकरून.

पत्र वाचताच राघोबा गंगोबास म्हणाले, “आपली मसलत फसली. क्षिप्रेपलीकडे सैन्याचा सागर उभा... आम्हांस साथ देणारे सोबतीही आज तिकडे मिळाले. बाजी उलटली, तर आता युक्तिनेच मान सोडवावी हे बरे.” तेवढ्यात तुकोजीचा निरोप आला, “क्षिप्रा उतरलात तर तलवारीस तलवार भिडेल. याचा विचार करुन पाऊल टाका.” आता तर राघोबा पार खचला. मग त्यांनी तुकोजीकडे अहिल्याबाईस देण्यासाठी खलिता दिला. “मल्हारजी होळकर आम्हांस रायाचे ठिकाणी. त्यांचे आमचे ऋणानुबंधाची आण आहे... मनात पाप आणून आम्ही आलो असा आमचा दुर्लौकिक करणे बरे नव्हे. आम्ही तर मालेराव वारले म्हणून दुःखभेटीस येत आहोत. बुद्धीस विपर्यास करून वाकडे वागणे कशासाठी?”

त्यावर अहिल्याबाईंनी टाकोटाक उत्तर पाठविले, “दुःखभेटीविषयी कृपा केली ते पक्षी फौजेचे कारण काय? आपण पालखीतून एकले यावे. आमची फौज, घरदार आपलेच आहे.”...

चेहरा टाकून राघोबा आले... दुखवट्याचा चार गोष्टी करून खजिल होऊन राघोबा परतले. बराच ऐवज मागितला तो अहिल्याबाईंनी ना दिला.

“वहिनीसाहेब... गंडांतर टळले... आपण तर तलवार न उपसता, जंबुरा न चालीवता लढाई जिंकली...” उदाबाई म्हणाल्या. त्यांना प्रेमाने आलिंगन देत अहिल्याबाई म्हणाल्या,

“ही तो अवघी आपली आणि मावशीबाईंची कृपा! धन्य ते शिवाजी गोपाळ, राजाराम... राज्य चालते अशांचे जिवावर”...

मग ज्या ज्या सरदारांनी या प्रसंगात मदत केली, पाठ राखली, त्या सर्वांना थाटाची मेजवानी झाली. कोणास कंठी, कोणास वस्त्रे, कोणास शिरपेच देऊन सर्वांसमोर हात जोडून म्हणाली, “तुम्ही उपकार केल्याने आमचा सर्वतोपरी बचाव

झाला. अशीच लोभवृद्धी ठेवा...''

सोन्याचा टिका व वस्त्रे मैत्रिकीच्या भावाने जोधपूर, जयपूर, उदेपूर इकडेही पाठवली गेली. या सर्व प्रकरणाने अहिल्याबाईंस दामदुप्पट आत्मविश्वास आला. ती अधिक सजग झाली. सतर्क झाली. गंगोबातात्यांनी सौम्यपणे गचांडी दिली. त्यांना बिदा केले नाही की काही विशेष बोलणे केले नाही. 'देवदर्शनास पुण्याकडे जातो.' म्हणताच किरकोळ कामाच्या मिषे पेशव्यांकडे धाडले. महेश्वरातून रवानगी झाली.

... त्याच दिवशी मुक्ताबाई प्रसूत झाली. पुत्ररत्न झाले... बहुत दुःखामागून सुखाचा क्षण! चार दिवसांपूर्वीच चौंडीहून शहाजी व म्हादजी मामा आपल्या पत्नींसह आले होते... त्या दोन्ही भावजया आणि उदाबाई, हरकुबाई यांनी अवघा घरप्रपंच सांभाळला. तुकोजी सुभेदार झाले, तेव्हापासून रखमाबाई पालखीतून येऊ लागल्या. त्यांचे बोलणेही बदललेले. हे थोरपण अहिल्याबाईंमुळे आले; याची जाण नसल्याप्रमाणे त्यांचे वागणे... तुकोजींच्या शौर्यामुळे दौलत वाचली, असा समज! त्यामुळे अहिल्याबाईंनी आपलेशी दबून बोलावे, मानसन्मान करावा, प्रतिष्ठा द्यावी ही अपेक्षा प्रत्यही असे.

एक दिवस तुकोजी सपत्निक भेटीस आले. त्यादिवशी राघोबाच्या स्वारीच्या गोष्टी निघताच अहिल्याबाई म्हणाल्या, ''दादासाहेबांनी कुटुंबकलह करून पेशवाईची अवघी घाण केली... तरी श्रीमंत माधवराव म्हणतात, 'तीर्थरुपांना दुःसंगाची बाधा अन्यथा तीर्थरुप स्फटिकवत् शुद्ध अंतःकरणाचे!' धन्य श्रीमंतांची... कलिपुरुषासही सांभाळून घेतात... त्यांची फितुरी सोसतात.''

त्यावर रखमाबाई मधेच म्हणाल्या, ''ज्याचे हिरावले जाते त्यासच कळते... बाईसाहेब, दादासाहेबांचाही हक्क नव्हे काय? तो बाजूस सारला तर तलवारीस तलवार लागणारच! त्यांना राज्य कापून अर्धे द्यावे!''

''काय हे बोलणे रखमाबाई? असे वंशजाप्रत राज्य कापावे तर राज्य राखावे कुणी?...''

''कैलासवासी श्रीमंत नानासाहेबांचे हे बंधू! धाकटा म्हणून कुणीच नव्हे की काय? त्यास काही राज्य मिळायास नको?''

''कैलासवासी श्रीमंत बाजीरावांचे वेळेस चिमाजीअप्पांनी राज्य मागितले? ते तर शौर्यमणी होते... दौलतीत एकमुठीस महत्त्व आहे. आता आपणास चार पुत्र तर सुभेदारी काय चार पुत्रात वाटणार? सुभेदार एकच आणि इतरांना मानाच्या जागा... अशीच रीत... यानेच राज्यात बढावा येतो रखमाबाई...! अन्यथा घराचं रणांगण होण्यास उशीर तो काय?''

''आम्ही कोण सुभेदारी वाटणारे? आता आपल्या घरीच वारस आलाय...

सुभेदारी आमच्याकडे राहिली तर...''

हे ऐकताच अहिल्याबाई तुकोजींकडे पाहत म्हणाल्या, ''तुकोजी... आपणांस यांचे हे असले बोलणे रुचते कसे? तुम्हांस सुभेदारी दिली तेव्हाच मुक्ताबाईस नववा महिना होता. आमचे मनी सुभेदारी होळकरांकडे राहावी असेच होते... खरे ना?''

त्यावर मधेच रखमाबाई म्हणाल्या, ''स्वामींना सुभेदार न करते तर दौलतीवर राघोबांचा घाला पडता... म्हणून दिलीत... हे संकट न येते तर...''

''मामंजींच्या अवसानकाळी काय घडले ते आपल्या स्वामींसच विचारा!''

तोवरच तुकोजी रखमाबाईपुढे जाऊन म्हणाले, ''अगं, तुझे हे तोंड नव्हे, किती वायफळ बोलावे यास सीमा तरी आहे काही? घरी तेच... निदान मातोश्रींसमोर तरी आदबशीर बोलशील तर तेही मानत नाही...'' मग अहिल्याबाईंकडे वळत म्हणाले, ''बायको ऐकण्यातली नव्हे... बेलगाम भाषेने मज जेरीस आणते... काय करावे? मजकडे बघून तिचे दोष पोटी घाला. ...इतकी भिक्षा द्या... इचेपुढे माझे चरित्र चालत नाही! माझी मुलेही मी इच्या जाचास कंटाळून परगावी ठेवली. अफाट, अखंड बोलणे!''

''आत्ता रखमाबाई जे जे बोलल्या ते ते आपलेही मनी आहे काय? मागून चार आठाचा प्रसंग नको... आम्ही धनी, आपण सुभेदार हे मान्य आहे ना? होळकर घराण्यास्तव, आणि आपले शौर्य देखून आपणांस सुभेदार केले...''

यावर तुकोजी दीनवाणे होत म्हणाले, ''मातोश्री आपले धनीपण जो मानणार नाही त्याचा मीच शिरच्छेद करीन... कैलासवासी सुभेदार असताना कधी भाऊबंदकी केली नाही. गुलामाप्रमाणे, दासीपुत्राप्रमाणे लीन वृत्ती ठेवली... आपणही सुभेदारांच्या आशीर्वादाचा अनुषंग देखोन मजला माणूस केले. आता माझे सुभेदारही आपण आणि मातोश्रीही आपण... आपले चरणांशी प्रतारणेचा विचारही नाही... मग हा प्राण जावो वा राहो... आपली कूर्मदृष्टी[१] हेच माझे कल्याण!''

यावर रखमाबाई फणकाऱ्याने म्हणाल्या, ''स्वामी... आपली तलवार मारती आहे... शौर्य धैर्य आहे... इतकी दीन भाषा शोभत नाही.''

''तुला सहन होणे नसेल तर क्षणात चालते व्हावे. या माझ्या मातोश्री... मी बालक... यात कोणी अंतर पाडो म्हणेल तर त्यांचा आमचा संबंध नाही... मग त्या खुद्द तुम्ही असलात तरी! निघा इथून!''

तुकोजी म्हणाले... आणि रखमाबाई कुणाची अनुज्ञाही न घेता पालखीत जाऊन बसल्या. उदाबाईंनी आणलेला कुंकवाचा करंडा, त्यांचे हातीच राहिला.

तुकोजींचा संताप त्यांच्या मनी मावत नव्हता. त्यांच्या डोळ्यांतून रक्त धावत

---

१ कूर्मदृष्टि – कासवी पिलांकडे प्रेमाने बघते व पिले वाढतात. दूध अंगावर पाजत नाही अशी (कवि) कल्पना आहे.

होते... ते अहिल्याबाईंकडे वळत म्हणाले, "मातोश्री, या बायकोने मज अगतिक केले... इचे माझे पटणे केवळ असकत... कधी वाटते आसूड घ्यावे आणि फोडून काढावे... पण सबूर करतो... आज आपला अपमान देखून आम्ही बहुत शरमिंधे आहोत... यापुढे आमचा तिचा संबंध संपला. तीस आपल्या पायी आणून घालेन तेव्हाच पुढील भाषा...!"

"तुकोजी... या लग्नाच्या गाठी... क्रोध न करावा. असमंजस, अविवेकी म्हणून सोडून द्या... पत्नीस मारणे हे तो पशुत्वाचे करणे."

"आम्ही म्हणून हात बांधून आहोत मातोश्री... पण यापुढे तिच्यासंगे मौन धारण तर करू शकतो ना? आता तेवढाच उपाय..." असं म्हणत त्यांनी निरोपाचा मुजरा केला आणि निघून गेले!

...थोड्याच वेळात पुन्हा तुकोजी परत आले. अहिल्याबाईंस म्हणाले, "मातोश्री जे सांगणे होते ते तसेच राहिले... आणि मधेच... हे घडले... आमचे प्राक्तनच तसे... ते असो... पुण्यास वस्त्रे घेतली तो मजकूर कानी टाकणे आहे. ऐकावा... आम्ही पुण्यास गेलो, तो संगे गंगोबातात्या...! इंदुरास आले असता दादासाहेबांनी सोळा लक्ष बासष्ट हजाराचा नजराणा सांगितला होता... खर्चास सात लाख रुपये व तोफा मागितल्या होत्या. आपण ते न मानले. केवळ पोशाख आणि तोफा नजर केल्यात. श्रीमंत माधवरावांचे कानी या वार्ता आधीचे गेल्या. मजसी बोलले, 'बाई सुभेदारांची सून... हेळणा करून घेतील अशा नव्हेत. आपणांसही त्यांनीच कामास लावले. त्या दुसऱ्यांचे ओंजळीने पाणी पितील काय?" ... आम्ही ठरल्याप्रमाणे नजराणा पुढ्यात ठेवला. वस्त्रे घेऊन वाफगावी आलो. ते वेळी श्रीमंत माधवरावांनी हुजऱ्यासंगे मजसी पुन्हा सडे[१] बोलावून नेले. येकांती मज पुसले, 'तुमचे कारभारी गंगोबातात्यांचे आचार तर तुमच्या अनुभवास आले. ते तुम्हांस चांदवडास दादासाहेबांकडे नेतीलच नेतील. तेव्हा तुमचा इरादा काय? आमच्या सरकारासंगे चालणार की, दादासाहेबांचे रंगात रंग मिसळणार? यातील नितळ मनोधर्म असेल तोच बोलावा,' त्यावर आम्ही त्वरित म्हणालो, "श्रीमंत हे कैसे पुसणे? कैलासवासी बाजीरावसाहेब व कैलासवासी सुभेदार या उभयतांचे वचनप्रमाण... तेच अनादि असे आम्ही जाणतो. जो त्यांचे गादीवर तो आमचा मार्तंड... आम्ही फौजेसुद्धा चांदवडला जाऊ." तैसे केले. तेथे गंगोबाने दादासाहेबांशी रंग मिळवण्यास सुरुवात करताच त्या वार्ता श्रीमंतांपर्यंत आल्या. त्यांनी एका विश्वासू शागीर्दासोबत भिक्षुकाच्या वेशे चिठ्ठी पाठवली, मजला वेगळे गाठून श्रीमंतांचे हातची चिठ्ठी दिली. त्यात श्रीमंते लिहिले

---

१) सडे - एकटे

होते की, "कारभाऱ्यांच्या नादी लागून रंगात रंग मिसळला, तर आम्हांस सल्ला काय सांगता?" आम्ही लिहिले की, "पत्र पावताच फौजेसह नाशिक येथे थांबावे. आम्ही व साहेब कूच करून घोडपेच्या सुमारे जाऊ लागलो की आपण बेलाशक कूच करून आम्हांवर यावे. आपला धुरोळा अदकोसाच्या आत आला की दादासाहेबांस लुटून घेतो[१]... आणि बाईसाहेब हा अवघा मनसुबा फत्ते जाहला. दादासाहेबांस लुटून श्रीमंतांस रामराम घातला. दादासाहेब किल्ल्यात जाताच आम्ही म्हणालो, "आज्ञा होईल तर धरूनच आणतो." श्रीमंत बोलले, "आता ते कोठे जातात? उगाच माणसे जाया करू नयेत." बहुत प्रसन्न चित्ते निरोप दिला. परतताना ऐकले की गंगोबातात्यास आणकाईच्या किल्ल्यात बंदोबस्तात ठेवले आहे."

अहिल्याबाईंचे चित्त ही वार्ता ऐकून प्रसन्न झाले. म्हणाल्या, "थोर काम केलेत... आपले भृंग श्रीमंतांचे पायाशी... होळकर श्रीमंतांचे कार्य करतात असा लौकिक राखलात. दादासाहेबांचा अखबार काय पुसावा? ज्यांनी आपलेच तीर्थक्षेत्र पैठणही लुटले त्यांचे मनअंगण[२] काय बघावे? मार्तंडे गंगोबासही शासन केले... निमित्तमात्रे आपण झालात हे आनंदाचीच गोष्ट! सुभेदार... आधी ही आनंदवार्ता बोलायची की रखमाबाईसंगे आठाचाराच्या गोष्टी[३] करायच्या? महत्त्व कशास द्यावे? संसार तर सारेच करतात... आपल्या मस्तकी दौलतीचा संसार दैवे दिला..."

"चुकलो मातोश्री... ती इथेही असं काही दिल फाडणारं बोलेल अशी आम्हांस..."

"जाऊ द्या... आम्ही सती गेलो नाही या विषयात सर्वांत जास्त त्याच बोलल्या. आम्ही ऐकत आलो. ज्यांचे तोंडास झाकण नाही अन् बुद्धीस विवेक नाही त्यांचे जबाब आपण कुठवर करणार?" सुभेदार गेले. तुकोजीस सुभेदारी दिली हा आपला निर्णय योग्य ठरला, या समाधानात त्या बसल्या, तोवरच नारो गणेश कारभारीपणाची वस्त्रे व नेमणूक घेऊन आले. येताच मुजरा घालीत म्हणाले, "बाईसाहेब, श्रीमंतांनी आपले व तुकोजीबाबा सुभेदारांचे स्तुतिस्तोत्र स्वमुखे बहुत केले. आम्ही म्हणालो, "कारभारी नेमून द्यावा यास्तव आम्हांस पाठवले", तेव्हा श्रीमंत म्हणाले, "पुण्याहून कारभारी द्यायचा म्हणजे त्याचा अन् तुमचा मनोमिलाफ होण्यातच वर्ष जायचं... यास्तव आपणच उभयता ठरवा." बिऱ्हाडी आलो. शिवाजी गोपाळ मज बोलले, "त्वा दिवाणगिरी करावी... मी तसा जबाब करतो." मी म्हणालो, "मी बायकांकडील खाजगीचा कारकून... दौलतीचे ओझे आमच्या माथी पेलेल काय? पण त्यांनी ना मानले. आपणास कागद लिहून रुकाराचा अभिप्राय येताच वस्त्रे दिलीत."

---

१) लुटून घेणे - मारणे, बंदी करणे २) मनअंगण - अंत:करण
३) आठाचाराच्या गोष्टी - भांडणाच्या गोष्टी

"उत्तम झाले... पण शिवाजी गोपाळ कुठे?" अहिल्येने आश्चर्याने विचारले. "त्यास लाख रुपये भरून श्रीमंतांचे चाकरीस ठेवले?"

"हे कुणाच्या आज्ञेवरून? ... कुणी केला हा खेळ? शिवाजी गोपाळ सारखा दौलतीचा माणूस पुण्यास ठेवण्याचा व्याप कुणाच्या आज्ञेवरून?"

नारो गणेश गप्पच राहिले. अहिल्याबाई ताडकन उभ्या राहात म्हणाल्या, "बोला... कुणाची ही मसलत?"

"दादो मल्हार म्हणाले, "तुम्ही आजपर्यंत त्यांचे हाताखाली! 'अरे नारोबा' म्हणत तुमचेमार्फत कारभार हे करतील अन् तुम्ही फक्त फौजेच्या पगारबंदीचे मालक उराल... तेव्हा त्यांना पुण्यास राहू द्यावे. याउपर ही मसलत शिवाजी गोपाळांचे मनी दादो मल्हारांनी भरवली."

"मग? त्यांचा जबाब काय होता?"

ते म्हणाले, "सुवर्णास सुगंध ... श्रीमंतास पैका मिळेल, मजसी श्रीमंतांची पदसेवा घडेल. तुम्ही दौलतीचे ओझे उचला. आम्ही श्रीमंतांसवे राहून आपल्या दौलतीस अनुकूल पडेल ते करू..."

अहिल्याबाईच्या चित्ताचा विक्षेप झाला. संतापून म्हणाल्या, "आम्हांस न पुसता इतका कारभार केलात... अजून तर जमिनीतून डोके वर न आले तो इतकी हिंमत? दादासाहेबांनी गंगोबांशी हातमिळवणी करून कठीण वक्त आम्हावर आणला ते समयी आपण तर बचावास्तव मनचे मनी ठेवले, पण शिवाजी गोपाळांनी आणि राजारामांनी जीव झोकून खबर दिली. नेक सल्ला देऊन बुद्धिवाद सांगितला. त्यामुळे हा दिवस ईश्वरे दाबला. तुम्हांस संस्थान प्राप्त झाले. दौलतीतला बावनकशी माणूस सोडून आलात. आमची आज्ञा घेण्याचाही मुलाहिजा न ठेवलात. आमच्या मनोभंगाचा संकोच ना वाखला... याजवरून पुढे आमचा आब किती राखाल ते दिसतेच आहे. मनात होते की पाच टक्के तरी तुमचे मन मजकडे मातुश्रीसमान ओढेल... पण वस्त्रे स्वीकारताच चाचणूक दिसली. आमचा परामर्श काय कराल याचे चेष्टित दिसत आहे."

यावर आपल्या दोन्ही पायाचे अंगठे धरत नारो गणेश उभे!... अहिल्याबाई जरबेने म्हणाल्या, "हे काय आणखी स्तोम?"

"आम्हांस शासन करून घेतो ... चूक पदरी घ्या... सेवकास क्षमा म्हणा... आमचे शतविश्वे चुकले. मी खाजगीला माणूस... फार तर भाकऱ्या मोजाव्या... मजशिरी हे ओझे... निभावणी आपण नाही केली तर कुणाच्या तोंडाकडे बघावे? वाटले तर दोन आसूड ओढा. पण निष्ठुर न व्हावे. आमचे मूलपण माफ करावे..."

...अहिल्याबाई म्हणाल्या, "फिरून असा गुन्हा ना घडावा... आजचे मनातून

काढून टाकते... पुनःश्च कुठलीही मसलत माझ्या कानावर तरी टाकत जाणे...''

''मातोश्री... आता आपल्या आज्ञेविना लेखणी उचलणे नाही.''

''... बोलण्यात अर्थ नाही, दिसण्यात येईल तेव्हा खरे! या आता!''

''बाईसाहेब... एक यात बोलणे आहे. आपला मजवरील क्रोध शांत झाल्यास बोलतो. अतिमहत्त्वाचे आहे.''

''मग ते बोलण्यास अवमान करू नये. महत्त्वाच्या वार्ता आधी समजणे वा समजून घेणे यावर धोरणे आखली जातात. बोला.''

''श्रीमंत माधवरावांचा सुभेदार तुकोजीवर अंदेशा अजून आहे की ते दादासाहेबांशी रंग मिळवतात... तेव्हा श्रीमंत, देवघेवीचा व्यवहार इतउप्पर आपल्याशी करणार... सैन्य व फौजेचा व्यवहार सुभेदारांशी...''

''त्या अंदेशाचे निराकरण करू. परंतु व्यवहार श्रीमंतांचे मनी आहे तसाच योग्य! सुभेदारांनी सेनापतीपद सांभाळायचे आहे, अंतर्गत व्यवहार आम्ही बघणार आहोत... त्यांचा कारभार तुम्ही बघायचा आणि माझ्या खाजगीसाठी हिशोबनीस म्हणून आपले भाचे मुकुंदहरी आणि कृष्णाजी मल्हार ठेवण्याचा आमचा निश्चय... फौजखर्चासाठी म्हणून महाल व परगणे अलगच तोडून देणार एतदर्थ फौजेस उणे पडू नये. गोविंदपंत, विसाजी शामराज, यांच्यासह सुभेदारासंगे बोलणी होऊन सर्व ठरेल.''

... आणि लौकरच ही महत्त्वाची बैठक पार पडली. फौजखर्चासाठी वेचक महाल तोडून ठेवण्याची युक्ति करण्यात आली. फौजेस पैशांचा तुटवडा पडू नये म्हणूनच.

दरम्यान मुक्ताबाईचा मुलगा एक वर्षाचा होत आला. त्याचं बारसं केलंच नाही... अगदी घरगुती घुगऱ्या करून 'नथोबा' नाव ठेवलं. ''कुण्या मेल्याची दृष्ट नको... तो सोहळा नको. ते कौतुक नको... केवळ बाळास आरोग्य दे गं बाई जिवताई'' असं म्हणत अहिल्याबाईंनी समारंभ केला नाही... पण कुठल्याच देवानं जणू अहिल्येचं ऐकायचं नाही... तिची घोर परीक्षा घ्यायची असंच ठरवलं असावं. कारण नथोबाच्या प्रकृतीची बारीकसारीक किरकिर सदैव असे. मुक्ताबाई आता अहिल्याबाई सोबतच असे. म्हादजीमामांचेही बिऱ्हाड महेश्वरी आले. शहाजीमामांचा मुलगा राणोजी शिंदे चौंडीकर यास पाचशे स्वारांच्या पथकासह दौलतीत सेवेला घेतले. यशवंतरावही कामगिरीवर असत. तेव्हा वाड्यात माणसांचा राबता हवा होता.

त्यासाठी प्रेमाची, रक्ताची माणसे जोडणे आवश्यक होते. रेणू, अंजना, राघोजी, भागोजी या नेकीच्या सेवकांना जवळच जागा दिल्या. किल्ल्यावर स्वतःची अशी वेगळी चारशे स्वारांची शिबंदी ठेवली. वाड्यात दोनशे माणसांचा स्वयंपाक सुरू झाला...

देखरेखीचे काम हरकुबाई, मुक्ताबाई, मामीसाहेब यांनी अंगावर घेतले. आता तर फार सतर्क राहणे आवश्यक झाले. पहिलाच हिसका दादासाहेबांनी दाखवला होता. श्रीमंतांचे अन् दादासाहेबांचे विकल्प पराकोटीस पोहोचले होते.

राजपूताना जवळच! तिथे अन् माळव्यातही लहानसहान जहागीरदार, जमीनदार ... त्यांच्या कुटुंबात सत्तास्वार्थासाठी हीन अशी कटकारस्थाने चालत. भोग, विलास, अनीति, यांनी रजवाडे खिळखिळे केले होते. राजा-प्रजा या दोहोंचाही अध:पात यास सीमा नव्हती. पाप कर्मास संकोच नव्हता. उत्तराधिकारासाठी खऱ्या खोट्या दावेदारांनी लहान मोठी सैन्यदले उभारलेली! त्यांच्यातली यादवी नेहेमीचीच! अशांतता, अराजक आणि दुही यात राजपुताना खोल बुडाला होता. या भांडणातूनच जयपूरच्या गादीचे भांडण पूर्वी पेटले. मल्हाररावांनी त्यावेळी माधोसिंहाचा पक्ष घेऊन त्यास गादीवर बसवले. या कामगिरीबद्दल माधोसिंहाने मल्हाररावास अलोट संपत्ती व रामपुरा हे संस्थान नजर केले. त्यावेळी ते उदेपूरच्या अधिपत्याखाली होते व चंद्रावत राजपूत त्याचा कारभार बघत. ते संस्थान मल्हाररावांना दिल्यामुळे चंद्रावत मनगटे चावत बसले होते. अहिल्याबाई एकटी बघून त्यांना उत्तम संधी मिळाली. तुकोजी होळकर व सैन्य उत्तरेकडे गुंतले होते. त्याच वेळी गुप्तहेरांनी बातमी आणली, चंद्रावतांची फौज महेश्वरच्या रोखाने निघाली. उत्तरेतील बातमी होती, 'तुकोजींनी जाटांचा धुव्वा उडवला,'... परंतु सैन्य सगळे तिकडे होते. उत्तरेत, तुकोजीसंगे!

अहिल्याबाई किंचित विचलित झाल्या. त्यांनी गोविंदपंत, भारमलदादा, विनायक बाजीराव, बाळाजी कृष्ण, मुकुंदहरी, राजाराम, या सर्वांस एकत्र केले. म्हणाल्या, "चंद्रावतांनी फौज चालती केली आहे. उदयपूरच्या राण्यांचीही साथ ... अतएव त्यांची फौज ३० हजाराचे जवळ, त्यावेळी आपलेजवळ सर्वथा मिळून फारतर पाच हजार फौजेवर नाही. विनाकारण माणूस जाया करून हार पदरी घेणे, या परीस या वखतास गनिमी कावा करून तडजोड करणे श्रेयाचे! आपली फौज मुलखात आली की त्यांचा बीमोड करणे प्राप्त... ते तर आपण चोख बजावाल... तेव्हा आज तरी सबुरीखेरीज समोर वाट नसे!"

त्यावर भारमलदादा चवताळून बोलले, "बाईसाहेब... तडजोड तर दुबळ्यांनी करावी... आम्हांस आज्ञा द्या... पाच हजारासंगेही फत्ते करून येतो."

"आपण मर्द, माकूल[१] यात संशय नाही...पण त्यांची २५ हजार फौज..

१) माकूल - शूर, कर्तबगार

उगाच आपले माणूस जाया करावे हा दुर्घट प्रकार! तेव्हा ये समयी बोलणी करून सामोपचारे १०-१५ गांवे त्यांजला देऊन टाकणे हे दौलतीच्या हिताचे... आपल्या फौजा वापस आल्या की समाचार घेऊच! मारवाडी जातो कुठे? आपसातले घरचोर त्यांचे त्यांना आवरेना झालेत... जो उठतो तो गादीशी नाते जोडून वाटा मागतो... पुण्यासही शनिवारवाडा किडला... तीच बात मारवाडात!... आपल्या दौलतीत तरी असे ना घडावे ही मार्तंडाजवळ इच्छा ...'' ...पण ते अहिल्याबाईंच्या हाती नव्हते. नियतीचा खेळ कुणास कळतो?

तीर्थरूप मातोश्रीस चिरंजीव तुकोजीचा शि. सा. प्रणिपात,

आपल्या आशीर्वादे तलवार माफक-हुकूम चालू आहे. सिंदे आणि रामचंद्र गणेश यांचे मनी आम्हांस फिके पाडावे. बक्षीवर आम्हांस अकेले धाडले... आम्हीही त्याचे डोके कापून आणून फौज बरबाद केली. हे समजताच रोहिले चालून आले. त्यांचे कुळ बर्बाद केले. त्या रात्री साक्षात मार्तंडे दर्शन दिले. निळा घोडा, पांढरा पोशाख, खांद्यावर भाला, पाठी भांडार असा समोर येऊन बोलला ''धनगरा, ऊठ! आठ अक्षरी मंत्राचा[१] जप करू नको. मी पुढे चाललो, तू मागे कूच करून ये, ''जाग आली तो स्वार गेल्याचा भास! तो नगारखान्याचा जमादार म्हणतो, ''तीन डंके नौबतीवर झाले पण वाजवणारा गायब'' हे श्रवण करताच हिंमत आली. आपल्या फौजेसुद्धा कूच केले. जाटाची गाठ पडताच गोळीगोळी... तो सारे मागचे सिंदे, रामचंद्र गणेश फौजेसुद्धा कूच करून आले. धूमसान लढाई झाली. शिंद्यांनी, गणेशांनी लूट बहुत केली. लढाई आम्ही मारली. अखेर शिंदे व विसाजीपंत आणि आपण अशी तिन्ही लष्कराची लूट जबरदस्ती एकत्र करून रुरयात[२] न ठेवता समान वाटून दिली. मार्तंडाची कृपा धनगरावर... आपण स्वस्थ असावे. चंद्रावतांना ३१ गांवे आपण दिल्याची वार्ता जाणली... वेळप्रसंग बघून अवघे बरेच म्हणावे... आमच्या फौजा आल्या की बघून घेऊ... सौ. रखमाबाईस महेश्वरी रवाना करीत आहे. आपले भाचे शिंदे चौंडीकर यांनी पराक्रम केला.

आपला पुत्र...

तुकोजी...

अहिल्याबाईंस संतोष वाटला... महेश्वरी येऊनही बघताबघता चार वर्षे उलटली. ही चार वर्षे तुकोजी कामगिरीवरच होते. शहाजीमामांनीही पुत्रमोहे महेश्वरी बिऱ्हाड आणले होते.

१) आठ अक्षरी मंत्र - 'काय करू कसे करू!' २) रुरयात - भीडभाड

नर्मदेच्या तिरी असणारे हे महेश्वर क्षेत्र! अहिल्याबाईंनी राजधानी म्हणून निवडताच, चहूअंगाने त्याची सुधारणा करण्याचा जणू सर्वांनी चंग बांधला. अहिल्याबाईंनी आपल्या खासगी पैशातून या नर्मदेला सुंदर सुंदर घाट बांधून घेतले. कलापूर्ण देवळातून स्तोत्रपाठ, पूजापठण सुरू झाले. या चार वर्षांत पुराणिक, किर्तनकारांनी इथे वसती केली. फरसबंदीच्या वाटा बांधल्या गेल्या. घाटाला चिरेबंदी पायऱ्या, रामकृष्णांची सुंदर मंदिरे, शंकराचे प्रसन्न मंदिर... तिथे प्रजेस बसण्यासाठी, कीर्तनासाठी सुंदर सभामंडप... महेश्वर आता देवळांच्या कळसांनी, घाटांनी आणि बाजारपेठांनी रमणीय झाले. किल्ल्यावर असणाऱ्या एका बैठ्या, साध्या पण विस्तृत घरात अहिल्याबाईंचे वास्तव्य... सौधावर उभे राहिले की गगनावर कोरल्याप्रमाणे मंदिरांचे कळस बघून, अहिल्येला अपार आनंद मिळे... महेश्वर म्हणजे जणू इंद्रनगर झाले. नर्मदेचं खळाळणारं पाणी पौर्णिमेच्या चांदण्यात बघत बसणे हा त्यांचा छंद! अहिल्याबाई इथे आल्यापासून पाथरवट, गवंडी, सुतार यांची वसती चौबाजूस झाली. चुन्याच्या चक्क्या अखंड चालू होत्या. मामंजींच्या स्मृतिनिमित्त मल्हारगंज, जावयांच्या आडनावांचा फणसेपुरा आणि दौलतीचे कामकाज बघण्यासाठी जे रात्रंदिवस राबत आहेत त्या गोविंदपंत गानूंच्या नावचा गोविंदपुरा वगैरे पेठा वसवण्याचे कार्य चालू होते.

रखमाबाई महेश्वरास पोहोचताच अहिल्याबाईंना भेटण्यास आल्या. त्या स्वत: तुकोजींबरोबर होत्या. युद्धशौर्याची वर्णने पुरी होताच त्या म्हणाल्या, "आपण पेठा वशिवल्यात त्यात आमच्या स्वामींच्या सुभेदारांचे नावाची एखादी पेठ नसावी? अहिल्याबाई शांतपणे म्हणाल्या, "आमच्या नावाची आहे? सुभेदार इथले राजे आम्ही धनी... धनी, राजे यांनीच आपल्या नांवे पेठा वसवाव्या काय रखमाबाई?... ते काम तो वंशजांनी करावे..."

"नाही... आपल्या जावयाच्याही नावे... मग आम्हीच काय पाप केले?" "पुरा जावयाच्या नव्हे, फणशे कुळाच्या नावे... त्यांचे होळकरांवर ऋण... आज दरोडेखोरांचा बंदोबस्त झाला हे तो सत्यच, पण त्या पुऱ्यात त्यांची वडिलोपार्जित तीन घरे आहेत... म्हणून त्यांचे कुळाचे नाव."

"आमचेही पुत्र शौर्य गाजवतील... तेव्हा तर त्यांचे नाव देणेच आहे ना?" रखमाबाई त्वेषाने म्हणाल्या.

अहिल्याबाई शांतच राहात म्हणाल्या, "अलबत्! आम्हांस तुमचे धाकटे चिरंजीव मल्हारराव देऊन टाका... आपणास इतर तीन आहेत... आम्ही त्यास लायक करू... मग पेठाच काय शहरही वसेल!

"आमच्या तीन पुत्रास सुभेदार आम्हासंगे ठेवत नाहीत... एक फक्त मल्हार संगे आहे!"

"असे का? कुठे असतात हे चिमणे?" अहिल्याबाईंना हळवेपणे विचारले...

"कायथ्यास... पांडुरंग शंकर या ब्राह्मणाच्या देखरेखीखाली...! म्हणतात, आमचा स्वभाव बहुत जलाल आहे... मुलग्यांना जाच होतो."

"आपणास त्यांची याद सतावत नाही? जवळ आणावे वाटत नाही?"

"बरे आहेत तिथे! जवळ आणून उस्तेवार करणे, त्यापरीस स्वामींसंगे हिंडावे फिरावे ... युद्धाची मौज बघावी! त्यांचे विद्येचे वय... एक मल्हार संगे, त्याची पण उस्तवार मज सोसत नाही... कलकल होते... दोन छड्या खाल्याविना त्याचा दिवस जात नाही..."

"त्यास आमचेकडे लावून द्या... आपण स्वामीसंगे फिरा... आमच्या नथोबासंगे वाढेल..." अहिल्याबाईंनी प्रस्ताव मांडला.

"आश्रित म्हणून? नको रे दैवा... त्यापरीस छड्या खात मजसंगेच बरा!"

"रखमाबाई, आश्रित का म्हणून? आमचा पौत्र म्हणून राहील..." अहिल्याबाई म्हणाल्या.

"ठेवून घ्याल, पण त्याचे गुण परिणामी कळतील. द्वाडपणा... उपद्व्याप आपणांस भारी होतील."

अहिल्याबाईस त्या क्षणी मालेरावांच्या कर्तुकींची याद आली. 'त्यासही आपण सोसले तर हे पोर काय... प्रेमाने वाढवू' असे मनी आणून म्हणाल्या, "सुभेदार आले की त्यांच्याशी मसलत करून इकडे ठेवावे. रखमाबाई, पुढची माणसे तयार करावी लागतात... नथोबासंगे तोही शिकेल. आता नथोबा चार वर्षांचेच! मल्हार असेल दहा वर्षांचा... दोघे संगे शिकतील... दौलतीचे स्तंभ होतील."

तेवढ्यात मुक्ताबाई, मावशीबाई आल्या. नथोबाकडे बघत रखमाबाई म्हणाल्या, "बाईसाहेब आपला पौत्र कसा धष्टपुष्ट हवा... तो असा काय सुकल्या वातीवाणी?...'

मुक्ताबाई हे ऐकून दीनवाणी झाली. म्हणाली, "काकीसाहेब, आपल्या काशीरावाच्या अंगे वारा गेला... जन्मत:च तो अधू झाला... आपण काय केलेत? आपल्या पुत्रास दुरूस्त करू शकलात? हे अवघे प्राक्तन... आईचं काळीज आधीच हळवं... त्यात आपण दुखवता!" यावर मुक्ताबाईस शांत करीत अहिल्याबाई म्हणाल्या, "एके गाईचा घात केला तर दुसऱ्याने वासरास कापावे का गो?... त्या बोलल्या, बोलू दे... काशीरावाचे लागट बोलणे आपल्या मुखी कशाला? ईश्वरे आधीच अन्त मांडलेला..."

यावर हरकुबाईंनी मुक्ताबाईस जवळ घेतले... अहिल्याबाईंनी नथोबास कुशीत घेतले, म्हणाल्या, "पोरा... लौकर धटाकटा हो बाबा... का सर्वांचित्ती घोर लावतोस?"...

सखाराम धोंगडेस रेशीम धंद्याचे उत्तम ज्ञान होते. तो इंदुरास असे. त्यास अहिल्याबाईंनी मुद्दाम महेश्वरी बोलावले. भांडवलं देऊन रेशीम धंदा महेश्वरी चालू झाला. चार वर्षांत एकाचे शंभर विणकर महेश्वरी साड्या, धोतरे विणू लागले. बाजारात मागाचा खटखटाट सतत ऐकू येई.

सोनाराची पेठ वसली. देवमूर्तींचे मुकुट, किरिट, कुंडले घडू लागली... चांदीची महेश्वरी घाटाची भांडी म्हणजे एक वैशिष्ट्य ठरले. वस्तूत वेगळेपणा असणे, कला असणे हे महत्त्वाचे होते.

जुन्या मंदिरांच्या जीर्णोद्धाराचे व प्राचीन वास्तू टिकवण्याचे काम नव्या उमेदीने सुरू झाले. धार्मिक अनुष्ठानांच्या मंत्रांनी नर्मदाकाठ दुमदुमून जाई. पवित्र मंत्रघोष, घृताहुतीचा वास, ऊदधुपाच्या वासाने तिथला वायू सुगंधित झाला. धर्माचे मर्म व सार जाणणारे प्रवचनकार महेश्वरी वास्तव्यास आले. अहिल्याबाईंनी पहिल्या महिन्यातच पहिले काम केले ते संस्कृत पाठशाळा उघडण्याचे! तिच्यात आज एकशेपंधरा विद्यार्थी ज्ञान मिळवित होते. निवडक विद्वानांकरवी उत्तमोत्तम ग्रंथांचा संग्रह करण्याचे काम तिने सरदारांच्या अंगावर टाकले. विद्वानांना राजाश्रय मिळू लागताच महेश्वरचे सांस्कृतिक वैभव झपाट्याने वाढीस लागले. नव्या वास्तू, पेठा, हवेल्या, राऊळे, घरे, धर्मशाळा हे बांधताबांधता अनेक कुटुंबांची ही नगरी माता होऊन बसली.

कारागीर, मजूर, विणकर, कोष्टी यांच्यासाठी स्वखर्चाने घरे बांधवली. अहिल्याबाई स्वत: पालखीतून येत, प्रजेच्या सुखसोयी बघत. नर्मदातीरचा घाट तर त्यांचा आवडता. तिथे प्रात:काळी जाणे हे रोजचेच! तिथे अहिल्याबाईंस भेटायला म्हणून खूपजण येत. त्यांच्या तक्रारी ऐकून निवारण करणे हा त्यांच्या आनंदाचा एक भाग होऊन बसला. मुक्ताबाई पण जमेल तशी आईस साथ देई. आपल्या पतीची कामगिरीहून आलेली खाजगी पत्रेसुद्धा ती अहिल्याबाईस दाखवी. त्या मुक्ताबाईंची आई होत्या, मैत्रीण होत्या, सल्लागार होत्या. आपल्या लेकीवर जावयाचं प्राणाहून अधिक प्रेम आहे हे बघून ती माऊली आनंदी होई. आनंदाचा तेवढाच एक भाग ईश्वरे तिच्या पदरी टाकला होता. अहिल्याबाई मनी म्हणे, ''ना जात देखली ना पात... ना पत्रिका देखली ना मुहूर्त ... ना कूळ पाहिलं ना वंश ... एकमेकांचे बहिश्चर प्राण असावेत तैशी ही प्रीति... श्लोकांचे दोन चरण... एकावाचून दुसरा पूर्ण होऊ ना शके... हे अवघं ज्यास लाभलं त्याचा संसार खरा! बाकीच्यांचा नुसता पसारा!

सरदार मंडळी आपापल्या ठिकाणी परतल्याचे कळताच अहिल्याबाईंनी खास दरबार भरवला. संताजी वाघ, लांबहाते, शिवाजी शंकर, चितालकर, तुकोजी

म्हस्के, केरोजी कापरी, भोजराज, ढमढेरे, भागवत, कदम, सितोळे, खंडूजी कडू, महादोबा पुरंदरे यांना निमंत्रित केलं. हे सरदार मल्हाररावांच्या हाताखाली वाढत वाढत या पदाला पोहोचले होते. हे सरंजामी सरदार प्रबळ होते. यांना परगणे तोडून दिले होते. तिथल्या महालांची व्यवस्था राखायची, वसुली करायची, त्यातील फौजेसाठी काही ठेवून, त्यांच्या हक्काची काही टक्के रक्कम घेऊन उरलेली सरकारात जमा करायची हे त्यांचे काम. पेशव्यांकडील कामगिरी आली की उभे सैन्य होळकरांच्या निशाणाखाली युद्धास जाई. सैन्य सज्ज ठेवणे हाही कराराचा अत्यावश्यक भाग.

सर्व सरदार नजराणे घेऊन दरबारात आले. दरबाराची जागा म्हणजे अहिल्याबाईंच्या घराचा एक मोठा दिवाणखाना! ना थाटमाट, ना मखमली रुजामे, ना चौथरे चौरंग... एक स्वच्छ गिरद्यांची बैठक. मध्यभागी अहिल्याबाईंची पांढरी घोंगडी. त्यावर स्वच्छ पांढऱ्या वेशातल्या, टपोऱ्या डोळ्यांच्या, रुंद कपाळाच्या, डोईभर पदर घेतलेल्या, सावळ्या परंतु तेजस्वी अहिल्याबाई! सिद्ध योग्याच्या मंत्रातील अनुपम शांती, माधुर्य व तेज त्यांच्या नेत्री लखलख करीत होते. नर्मदेचा प्रवाह झुळझुळावा तशा सौम्य आवाजात त्या म्हणाल्या, "आपण सर्व आलात... युद्धसहाय्य केलेत... स्नेहाची शर्थ पुरली! आता आपले सर्वांचे हे एक घर! घर आहे तिथे बोलाचाली आहे. परंतु कुणीही रुष्टता न धरावी. सर्वही एकचित्ते करून ज्यात श्रीमंतांचे व राज्याचे हित आहे तोच मनसुबा करावा. वडिलांचे पुण्ये करून, त्यांनी चित्ती आणले ते सिद्धीस नेले. यशावह कर्मे त्यांच्यासंगे तुम्हीच संपादलीत. नक्ष, लौकिक लोकोत्तर नेलात. या दौलतीचे आपणच स्तंभ... आपल्या बळे दौलतीचा नक्षा! उचित मनसुबा असेल तोच कराल यात संदेह नाही. घरात घरभेदी सर्वस्वी नसावा ये विषयी सावधचित्त राहावे. कुणाचा बुद्धिभेद न स्वीकारावा. एकमुठीने, एकदिलाने राहू तर अस्मान कडाडले तरी आपल्या मर्दानगीस,[१] हिंमतीस अंतर पडणार नाही. आपल्या मर्दुमकीची, दिलेदारीची[२] तारीफ घडावी... दगाबाजांची कथा तर जाणताच, एकास 'पळ' म्हणावे, दुसऱ्यास 'पाठी लाग' म्हणावे... सरदारात फूट पाडावी, आपस्वार्थ साधावा... ये विषयी विशेष जागृती ठेवावी. पुण्यातल्या श्रीमंतांचे घरात कली शिरला... आपली निष्ठा श्रीमंतांचे गादीशी... खातो ते श्रीमंतांचे, यात अंतर पडो ना द्यावे. मनसुबे उचित दिसतील तैसे सर्वांच्या विचारे करावे. असे शौर्य दावावे की संतोषाच्या कोटी व्हाव्या. आपली कृतकर्मे आमचे भक्कम आधार... मुलूख सुखरूप राखून पुष्ट करणे. आपणांस तोडून दिलेल्या प्रांताचा अंमल, वसुली करून, सरकारात निष्ठेनं भरणे करावे... तिजोरी सालंकृत

---

१) मर्दानगी - शौर्य २) दिलेदारी - दिलदारपणा

असेल तर राज्य सुखरूप असते. सर्वांनी एकमुखेकरून परचक्रास पायबंद घालावा. कुणी बिघाडाचा मोहरा[१] लावल्यास कुमक सावध असावी.

काही कथा म्या बाईमाणसाने बोलाव्या अशा नाहीत... परंतु मद्यप्राशन, अफुगुटी यामुळे भलेभले रंगहीन होतात... या पदार्थांचा धसका घ्यावा हे अंतिम हिताचे! होळकरांचे निशाणाची लाज आपल्या हाती. निशाणाचा डौल, आब आता आपले हाती सोप केला आहे.

आपणांस काही प्रसंग पडला... तरी हे घर मातोश्रीचे इतकी आमची याद करावी... कैलासवासी सुभेदारांनी आपणांस माणूस केले... आपली निष्ठा त्यांचे पायी असो द्यावी...''

... इतके बोलणे होते तोच सांडणीस्वार आला. त्याने वार्ता आणली... श्रीमंत माधवराव पेशवे यांचा राजयक्ष्म्याचा उपद्रव होऊन, थेऊर मुक्कामी काळ झाला. सौभाग्यवती रमाबाईसाहेब सती गेल्या... सभेचं रुपांतर शोकसभेत झालं. नौबती, डंके बंद करण्यात आले. गावात कामे थांबवण्यात आली. नर्मदातीरी गीतापठणाच्या आज्ञा गेल्या. सरदार आपापल्या महाली गेले... आणि अहिल्याबाई इंदुरातली व्यवस्था बघायला गेल्या. आता तुकोजी फौजेसह परतेल ही त्यांची अटकळ होती. अजून बराच खजिना इंदूरला पडून होता. त्याची व्यवस्था, फौजेचा खर्च, मिळवलेल्या लुटीची सरकारी हिस्सेवारी सरकारात जमा करणे या सगळ्या घड्या व शिस्त तुकोजीस लावण्याची वेळ हीच होती. चार वर्षांनंतर ते इंदुरी येण्याचा संभव होता.

सैन्याच्या धुळीने इंदूर भरून गेले. त्यांना पैसा वाटणे, शौर्यवंतास बक्षिसी देणे यात सुभेदार आणि अहिल्याबाई व्यग्र होत्या. नारो गणेश नवे होते. सैन्याने त्यांना सळो की पळो केले. गंगाधर तात्या या कामात वाकबगार झाले होते. 'ते आज असते तर मज बहुत आधार होता... पण मेल्याने निमकहरामी केली, आता आणकाईचे किल्ल्यात हस्तपादादि अलंकार[२] घालून आहेत... बदनेकीचे फळ...' अहिल्याबाई मनी बोलल्या. नारो शंकरास माणसे आवरत नव्हती. ते त्रस्त होत तरातरा अहिल्याबाईंकडे आले, म्हणाले, ''सैनिकांनी अवघा राडा मांडला. जो उठतो तो तोंडचा रुपया मागतो. आपले भाचे राणोजी चौंडीकर शूर खरे पण आपल्या हिमायतीने[३] आम्हांस धमकावतात. बहुत अपेष्टा करतात. एक बात मानत नाहीत. यांनी खरे तर मजसी समर्थक व्हावे पण हेच अवघ्यास फूस देऊ लागले.

१) बिघाडाची मोहरा - भांडणाचा प्रारंभ २) हस्तपादादि अलंकार - बेड्या, पायकडी
३) हिमायत - वशिला

तोंडचे रुपये मागू लागले. अशाने कसे व्हावे? युद्धाचा प्रसंग तर हमेशा! पैसा किती ओतावा? आपण चलावे... मजसी हे आटोपेना झाले..''

अहिल्याबाई सौधात आल्या. त्याबरोबर शांतता पसरली. त्या म्हणाल्या, ''आपण करामत बहुत केली – चार वर्से झुंज घेतली. आपल्या कुटुंबाचा योगक्षेम सरकारातूनच चालूच होता ते आपण जाणत नाही काय? तो पैका आपल्याच खाते पडला ना? अन्नदात्याशी बखेडा हे तर पापकर्म! दौलतीच्या तणावा जाणल्या पाहिजेत. पुढील मोहिमेत भरपाई होईल. नवी घडी ... आम्हांस अवघड करू नये. लेकराप्रमाणे वर्तावे...''

असे ऐकताच फौज मुजरे करून आपापल्या ठिकाणी गेली. अहिल्याबाई नारो गणेशास म्हणाल्या, ''आपण नवे आहात... ताणावाणाचे काम असते हे... शांत राहून सलूख ठेवावा. राग, संताप तर येतो... पण त्यावर काबू विवेक ठेवावा. फौजेशिवाय एक मसलत होईल काय?''

''ते खरे... पण राणोजी चौंडीकर यांनीच खुद्द मळईखोरी[१] मांडली. घरचेच असे करू लागले तर इतरांस चेव चढणारच... मजसी घेरून टाकले नाहीतर मी बऱ्यापैकी निपट करीत होतो. गंगोबातात्यास काम करताना देखले तर आहेच... पण असो... आपण अवघे निवारिले. येतो आम्ही.''

अहिल्याबाई अगदी थकून गेल्या. तेवढ्यात आपल्याच भाच्याने असा अनर्थ मांडावा याची चीड आली. त्यास क्षमा केली तर इतर माततील. राणोजी चौंडीकराचा आवाज आला. ''आत्याबाईसाहेबांस प्रणिपात करण्यास यावे काय?''

अहिल्याबाईंना संताप आवरला नाही. घरचेच असे वागतात.. त्या ओरडून म्हणाल्या, ''अरे तू असा मळईखोर निघालास.. अवघ्या फौजेत असंतुष्टता केलीस... त्यास चेतवलेस... तंटा बखेडा केलास... जा... मजला तोंड दाखवू नकोस.''

यावर अहिल्याबाईंना वाटले की रक्ताचं नातं आहे... भाचा जवळ येईल. ''राग नको धरू' म्हणेल! ते बाजूस राहिलं. राणोजी चौंडीकर अधिकच कृद्ध होत म्हणाला, ''आत्ते, धनगराच्याच घरावर ईश्वर सुवर्णाचा पाऊस पाडतो असं नव्हे! इतर मातब्बर सरदार काही मेले नाहीत... माझ्या तलवारीत दम – कुठेही चाकरी करीन... मग ध्यानास येईल ... बघत राहा!''

महेश्वरी गेल्यावर राणोजीची आई, भांडणास प्रवर्तली... म्हणाली, ''वाटलं भाचा म्हणून काही आब राखाल... मुलग्यापरीस मानाल. पण मुलग्यासही चाबकाने फोडणारी माय तू... त्यास खाऊन आता लेकजावयास घरात घातले... दत्तकाचे नांव नाही... म्हटलं राणोजीस आत्याचे मांडीवर देऊ... पण आज त्यास भोसल्यांच्या

---

१) मळईखोरी - भांडणे

दारी लोटलेस... तर आम्हीही जातो... आमचे काय होणार ते चेष्टित कळतेच आहे !...''

अहिल्याबाईंस वाटले शहाजीमामा तरी मधे पडतील. पण ते हे सारं मान्य असल्यागत उभे! म्हणाले, ''ताईसाहेब... आज बिऱ्हाडासुद्धा निघतो. आता आपली धुणीपाणी असतील तर भेटी... म्हादजी इथे आहे... तुम्हांस सोबत करेल. आम्हांस राणोजीमागे जाणे भाग आहे...''

अहिल्याबाई नि:श्वास टाकत म्हणाली, ''आमचेवर काय गुदरते ते जाणायास कुणी उत्सुक नाही. जो तो आपलेच ताणे ऐकवतो... कुणा एकाने तरी पुसावे की घडले तरी काय म्हणून... पण आमची बाजूही न ऐकता सर्वे वार करतात... दारच्यापेक्षा घरचे तर यात पुढे! अजून तरी ऐका... असे तोडून न जाणे...''

यावर राणोजी पुढे येत म्हणाला, ''आता आम्हांस इथे पाणीही न पिणे आहे... तुम्हांस संपत्तीचा स्फुंद चढला आहे...''

यावर फणसे पुढे होत म्हणाले, ''आता बहुत बोललात... एकदम चालू लागा... मातोश्रीस कष्ट बहुत... निघा आता...''

...त्यांच्या सामानाच्या गाड्या जाईपर्यंत अहिल्याबाई बघत होत्या... त्यांच्या डोळ्यांत अश्रू जमू लागले... त्या पालखीत जाऊन बसल्या. पालखी महेश्वराच्या घाटावर गेली. तिथे एक जागा त्यांनी केवळ एकटीने बसण्यासाठी केलेली होती... एक दगडी बैठक. त्यावर नर्मदेच्या पाण्यात पाय टाकून बसता येई... बाजूंनी सर्व बंद होतं. मनक्षोभ झाला की त्यांना ही एक एवढीच जागा होती. नर्मदामाता त्यांचे अश्रू संगे नेई. त्याठिकाणी अहिल्याबाई बसल्या की अवघा भूतकाळ जिवंत होत असे. मामंजी, बाईजी, मैना, पिरता या त्यांच्यासंगे बोलायला येत... द्वारकाबाई, बनाई आठवे. वाड्यातली ती जवळची माणसे, त्यांचं प्रेम... आणि आजचे केवळ शुष्क, काष्ठवत उरलेलो आपण... मीच अशी काळकडी उरल्ये... हृदयस्थ आहे तोच सहस्त्र तोडी काढून बुद्धीस प्रेरक होईल... अब्रूस धक्का लागू देणार नाही हा तो निश्चय... पण ईश्वरे मजलाच का दिव्यास उभे केले... माझे काय चुकले तर माहेरचा एक पारवा मज तोडून, वार करून गेला?... निश्चयेच पूर्वजन्मीची पापी... इथे भोग भोगणे होते... यास्तवच मामंजीहातून मज राखले... अन्यथा... किती विचार करावे... किती शिणवावे? ... नर्मदा आई ... तुझ्या आश्रयास आले. असह्य झाले तर तुझी कुशी आहे ना मजसाठी?...

पालखी परत गेली तेव्हा अहिल्याबाईंचे डोळे रडून लाल झाले होते. त्या श्रमाने जणू ग्लानी आल्यागत झाले...

श्रावणाचा महिना धामधुमीत, व्रतवैकल्यात सरला. गौरी गणपती झाले. यशवंतराव मुलासारखेच वागत... मुक्ताबाई, आणि नथोबा... जो थोडाफार वेळ

मिळेल तो यांच्या सहवासात जाई. उष:काली उठावे, स्नानादिक आटोपून शिवलिंगाची पूजा करावी. स्तोत्रांचे पठण करावे... ध्यानधारणा करावी. तोपर्यंत मौनव्रत ठेवावे... यानंतर दुग्धपान करून तक्रारींचे कागद बघावे. हिशोबाचा आढावा घ्यावा. तदनंतर कामकाजाची आखणी करावी. गुप्त लखोटे लिहावे. नंतर भोजनोत्तर विश्राम करून दोन प्रहरी दरबारी बसावे... ते काम सरेपर्यंत! अधिकोत्तर कामकाज असल्यास मध्यरात्रीपर्यंत... यातून उरेल तो वेळ नथोबाचे लाड करण्यात जाई. कधीतरी हरकुबाई, उदाबाई येत... मुक्ताबाई तर जणू आईच्या सेवेसाठीच जन्मली होती...

...त्यादिवशी अशाच हरकुबाई, उदाबाई आल्या, त्या इंदोरातल्या बाजारवार्ता घेऊनच. श्रीमंत नारायणरावांचा खून झाल्याची वार्ता... अहिल्याबाई दगडागत स्तब्ध होत तिथेच बसल्या. म्हणाल्या, ''पेशव्यांच्या वाड्यावर शनीची नजर पडली की काय? यात दादासाहेबांचा हात निश्चयेच... पेशवेपदाचा शिरपाव.. त्याची हाव दुर्दम्य!''

''तो ही घेतला... पण ... पण... रागरंग बरा नव्हे... बहुत वार्ता उठल्या आहेत...'

''सुभेदार पुणे मुक्कामी आहेत... खलिता मार्गी असेल... त्यातून मसलती उलगडतील. आजकाल दादासाहेबांनी बहुत अघोरी अनुष्ठाने करविली. तांडव नृत्यलीला करणारी गणेशमूर्ति कुण्या दुष्टाने त्याजला दिली... त्या मूर्तीपासून अवघी अरिष्टे वाड्यावर पडली. त्याची पूजा... त्यासाठी मानवी रगत आणि कवटी लागते... कसले हे ब्राह्मण... अघोरपंथी ... बहुत घाण केली यांनी... मजसी तर बहुत संताप येतो. उभयतांची दुही... फिरंग्यास फावते. जो तो त्यास उपराळ्यात हाकारतो. अघोरीविद्या उलटली तर दादांचं तळपट होईल हे ते जाणत नाहीत...''

''आम्ही ऐकले, 'बारभाई' म्हणून कोणी प्रवर्तले आहे... कुठून आले मार्तंड जाणे!''

''मोठमोठ्या जहागिरी, ५ लाखांचे महाल खर्चासाठी... तरी रघुनाथरावांस पैसा पुरेना... हमेशा पैशांपायी मळईखोर होतात. यांच्या नाटकशाला[१] तरी किती... मद्यासाठी पैशांचा उधळा... प्रजेचा पैसा... आणि भोग भोगणारे हे... त्या भोगास काही मर्यादा नाही... बारा माणसे एक झाली असतील तर नवल नव्हे... त्याचेच नाव असेल 'बारभाई'! नाही तो असे नांव तर कधी ना ऐकले. श्रीमंतांच्या अंतकाळीही यांनी बंडावा केला, त्यांना पुतण्याचे रक्षणाचे जाब कोणी पुसावा? आता तर तेच मुखत्यार झाले! आता पुण्यसंचय सरत आला. पापोत्सर्ग बहुत झाला हेच खरे!''...

---

१) नाटकशाळा - नायकिणी, रक्षा

तेवढ्यात फडणिशीतून अधिकृत बातमी आली की ३१ ऑक्टोबर रोजी रघुनाथरावांनी पेशवेपदाची वस्त्रे घेतली... त्यांची शिक्का मोहर येऊन पोहोचायला डिसेंबर उजाडला. श्रीमंत नारायणराव पेशव्यांचा ३० ऑगस्टला दुपारीस खून झाला होता.

अहिल्याबाई म्हणाल्या, ''हा तो शकुन काही बरा नव्हे... मजसी तर त्यांचे ठाई बहुत क्रोध... आता चाकरी निभेल ना निभेल...'' त्या स्वस्थ बसून राहिल्या. फडणिशीत जाण्याचेही मन होईना... जणू तेजोहीन सूर्याने समुद्राच्या लाटांपर्यंत यावे तसे भाव मनी दाटले... मान टाकून पडून राहिल्या. उदाबाई, हरकुबाई, मुक्ताबाई, सर्वांनी मग नथोबास पुढे ठेवले... त्याच्याकडून अहिल्याबाई स्तोत्र म्हणूवन घेऊ लागल्या. पहिले स्तोत्र रामरक्षा!... आता तोच तारणारा होता.

'सुभेदार पुणे मुक्कामी असूनही कामगिरीवर गुंतले असतील. मामंजी होते तोवर चिंता नव्हती... आता तर मजसी त्वरित वार्ताही कळेना. त्यासाठी दरबारी वकीलाची नेमणूक करणे इष्ट' असे म्हणतच अहिल्याबाईंनी अप्पाजी जगदेव यांची पुणे दरबारचे वकील म्हणून नेमणूक केली आणि असेच वकील त्यांनी ग्वाल्हेर, नागपूर, दिल्ली आणि भोपाळ इथेही नेमून टाकले. त्यांनी दोन दिवसाआड वार्तापत्रे पाठवावीत अशी व्यवस्था केली. अप्पाजी जगदेव पुण्यास रवाना झाले... या व्यवस्थेत ३-४ महिने निघून गेले. सोबत इतर कामे होतीच आणि त्याच दिवशी सुभेदारांचा लखोटा आला. त्यावर तारीख होती २ एप्रिल... अन् तो इथे मात्र त्वरित पोहोचवण्यात आला होता... तीन दिवसांत...

> मातोश्री अहिल्याबाईस चिरंजीव, तुकोजीचा प्रणिपात,
>
> पुणे येथे अनर्थावर अनर्थ घडत आहेत... बहुत दिसांनी खलिता लिहिला. मातब्बरासंगे पैका थोडाबहुत पाठवला... पण निरोप मुखाने द्यावा अशा खात्रीचे कुणी नव्हते. इथे अवघे फंदफितुरीचे, संशयाचे ढग, शाबुतीने राहणे कठीण! श्रीमंत नारायणरावांना फंदफितुरीने मारले... त्याच्या कथा प्रत्यक्षात ऐकाव्या... काळ बहुत कठीण! दादासाहेबे कर्मांतर करून राजवस्त्रे घेतली. तोच श्रीमंत नारायणरावांच्या कुटुंबास दो मासाचा गर्भ असे जाणून १८ जानेवारीस बारभाईंनी मसलत करून त्यांना सुरक्षितपणे पुरंदरास नेऊन ठेवले. बारा हितकर्ते एक्या ठायी मिळून बारभाईंच्या हस्ते, गंगाबाईच्या नांवे कारभार करण्याचे ठरले. अतएव दादासाहेब वस्त्रे घेतल्यानंतर देवदर्शनाच्या मिषे जेजुरी, पंढरपुरी गुंतवले. फौजेत त्र्यंबकमामा आणि

हरिपंत मुखत्यार! हुकूम उभयतांचा! बारभाईंतले हे अवघे. नाना फडणिसांची बुद्धी नायक! दादासाहेबांचाही सरंजाम बाराशेचा... एक दिवस दादासाहेबांस बारभाईंचे कारस्थानाचा फंद कळला... चुरसाचुरस होऊन तलवार चालली. त्रिंबकमामा कामास आले. आम्ही सरकारी फौजेसंगे आहोत. दादासाहेब वेगळे झालेत. अशी राजधानीत अवघी फंदफितुरी, तंडाबखेडा मातला.

पुरंदर मुकामी नारायण श्रीमंतांच्या कुटुंबाचा गर्भ दिसामाशी वाढत आहे. नऊ महिने सरत आलेत. त्यांच्यासंगे दुर्गाबाई, आनंदीबाईंची कन्या आहे. त्यांचे लग्न नारायण श्रीमंतांनी मोठ्या थाटाने करून दिले. त्या बारभाईंच्या बाजूस. रघुनाथरावांची व आनंदीबाईंची या कन्येने बहुत निर्भत्सना केली. पार्वतीबाईसाहेबही पुरंदरी आहेत. आता अवघ्यांचे लक्ष पुरंदरी! मार्तंड करील ते खरे!

आमच्या मल्हाररावांस आपल्या पौत्राप्रमाणे आपण संगे खुशाल ठेवावे. तो आपला पौत्रच... अनुज्ञा घेण्याचे कारण नव्हे... ही तो हक्काची गोष्ट! सौभाग्यवतीस तैसे सांगावे... अन्यथा आम्ही येऊ तेव्हा बोलणी होतीलच!

दादासाहेबांचा आम्हांस गुप्त निरोप होता... आम्ही ना ऐकला. आमचे चित्त, एकनिष्ठा श्रीमंतांचे गादीशी... धनलोभी व आपस्वार्थासाठी चुरसाचुरस, खूनखराबी करणाऱ्याचा भरंवसा काय? आपण सावधान असावे, एतदर्थ त्वरेने खलिता लिहिला.

आपला आज्ञाधारक पुत्र,

तुकोजी

पत्र वाचताच अहिल्याबाईंच्या नजरेपुढे शनिवारवाडा, ते माधवराव, नारायणराव, गोपिकाबाई, पार्वतीबाई सगळे पिंगा घालू लागले. सगळ्यांना पानिपताचे युद्धाचे वेळी ग्वाल्हेरीस पाहिले होते... अवघ्यांच्या प्राक्तनी हे ऐसे भोग होते...! या सर्वांच्या मुळाशी असलेल्या रघुनाथरावांच्या स्मरणानेही त्यांचे अंग शहारले... 'मेला समोर असता ना तर जंबुराच्या गोळ्यांनी डोस्के फोडले असते... कलिपुरुष... घरास खाऊन बसला... हा का नाही मेला? ईश्वरे तरी वैरच मांडावे असे का बरे! कुणाचेच पुण्य कामी येत नाही? कुणाचेच भाग्य फळत नाही? अवघे का दैवहीन झाले? मार्तंडा... माझ्या पदरी काही पुण्य जमा असेल ना तर ते अभागिनी गंगाबाईचे ओटी घाल... तिजला पुत्र दे... राज्यास वारस दे... या अघोरी दादासाहेबांचे काय करायचे ते कर! आज मारलेस तरी क्षिती नाही. ज्यांचे शौर्य राज्यनाशास कारण, त्यांजला मृत्यूच बरा नव्हे?...

अहिल्याबाईंनी त्या दिवशी सर्व सरदारांस निरोप पाठवून सावध केले. "दादासाहेबांस

द्रव्यमोहाने कुणी आसरा दिल्यास गादीशी द्रोह समजून कडक शासन होईल, मागून सफाई चालणार नाही याची जाण फौजबंद सरदारांनी पक्की ठेवावी. घरभेद्यास ठेचण्याच्या कामी ढिलाई कदापी होणार नाही हे समजून राहावे.''

फडणिशीत, हिसोबखान्यातही आजकाल गुंता वाढला. सुभेदारांकडच्या पैशांचा हिशोब नाही, फौजेस खर्च पुरत नाही अशा तक्रारी... रात्री दोन दोन वाजेपर्यंत बसून अहिल्याबाई, मुकुंदहरी, गोविंदपंत हे हिशोब तपाशीत... नारो गणेशासही बोलावणे पाठवत... त्यांच्या वह्या बघाव्या तर प्रचंड खर्च... कशाचा मेळ कशास नाही. अखेर दोन दिवसांसाठी तुकोजी आले असता बाईंनी हा विषय काढला. खतावण्या त्यांच्यापुढे ठेवत त्या म्हणाल्या, ''सुभेदार... वाड्यावर तीनशे माणूस रोज जेवते... त्यापेक्षाही तुमची कुटुंबे बडी आहेत काय? आपला खाजगीचा खर्च सालीना दोन अडीच लाखांपर्यंत? आणि जे महाल सैन्यखर्चासाठी तोडून दिले ते महाल पण खाजगीप्रीत्यर्थ वापरले गेलेत... या गोंधळास आम्ही धरबंध कैसा घालावा? इतक्या मोहिमा केल्या, त्याचा एक पैसा सरकारात भरणा नाही. हे कैसे वर्तन? तुम्हांस वाटले आम्ही डौलाजोगे महाल घेऊन तुकडा खाऊन पडावे पण ते केवळ असकत!''

''आपण सुभेदार केलेत... जाब देणे कपाळी आहे. मातोश्री, सैन्ये पाण्यावर नाही चालत... पैका वेचावा लागतो.''

''ते आम्ही जाणत नाही की काय? त्यासाठी वेगळे महाल आहे. सालीना करोड रूपये कमी नव्हते!... आणि तेवढा खर्च त्यांच्यावर झालेला नाही हे सत्य! मग हा पैका जातो कुठे तर तुमच्या खाजगीत!''

''हा मिथ्यारोप आहे... पैसा कुठे जातो ते ज्योतिर्लिंगांना विचारा. ठिकठिकाणी घाट झाले, विहिरी झाल्या, धर्मशाळा झाल्या. या आठ वर्षांत बांधकामांचा उसाळ उठला... ब्राह्मणपंडितांचा पसा भरला, त्यांना विचारा... महेश्वराच्या पेठा, पुरे, गंज यांना विचारा... बाजाराला विचारा, रेशिमवाल्यांना विचारा, मागवाल्यांना विचारा.''

''सुभेदार बहुत बोललात... आम्ही जो दानधर्म केला, घाट बांधले, देवळे, जीर्णोद्धार याची कवडीसुद्धा सरकारातून घेतली नाही हे पक्के लक्षात असू द्या - आपण मनमानी खर्चाल आणि त्याचा अंदेशा दानधर्मावर टाकाल तर ती गोष्ट कदापि होणे शक्य नाही. एतदर्थ मी उभय खर्च पूर्णपणे अलग राखले... आणि पुरा, पेठा बसवणे, उद्योगास बरकत देणे, हे राज्यकर्त्यांचे कर्तव्य नव्हे काय? त्याचा जाब काय द्यावा?''

''मग आम्हांसही पुसू नका... आम्ही तलवार मारतो, तेव्हा पैका येतो... लूट येते...! आम्हांस जाब विचारणे आपणास शोभा देत नाही... आम्ही सरदार सुभेदार

आहोत.''

''सुभेदारांनी पै पै सक्त राहाया हवे. सरदारांवर दाब ठेवणे असेल तर पैचाही हिशोबही स्वच्छ हवा... आपले कारभारी नारो गणेश हिशोबात आठाचाराचे प्रसंग आणतील असे दिसते.''

''मातोश्री, रंगाच्या मोटा बांधणे पुरे... आपली दादफिर्याद काय आहे ती स्पष्टच सांगा. आम्ही पैसा मारतो काय? की उधळतो? की चोरतो? आपण धनी! सर्वोपरी चाकरी करून आम्हांस बोल लावणार याचे हे चेष्टित दिसतेच आहे.''

''आपण अंग झटकले तर पैसा कुठे जातो म्हणून आम्ही समजावा? आम्हांस स्त्रीत्वाचा बंध... पण बोलावे लागणार... आपली रक्षा राधी हिचा महाल कशातून बांधला? तिच्या दारी दोन हत्ती कुणाचे द्रव्यावर झुलतात?...''

...सुभेदार चमकले. अहिल्याबाई असले काही विचारतील याची त्यांना कल्पनाच नव्हती. ते गप्प राहिले. त्यावर अहिल्याबाई म्हणाल्या, ''नवीन उमरीचे भोवताली जे मिळतात ते अवघे आपल्या हिताचे असतात असे नव्हे. दु:संगाची बाधा टाळणे हितकर! आजकाल मद्यप्राशन बहुत वृद्धिंगत आहे. आपल्या महाली, राधीच्या महाली बुधलेच्या बुधले जातात ही वार्ता इंदोरबाजारात चालते ह्यास भूषण म्हणावे की लौकिक?... मोहिमेत लूट मिळाली तितकी अप्रतारणीक आम्हांस सांगणे कधी घडले नाही. त्याचा ३५ विश्वे हिस्सा सरकारात भरणे झाले नाही. लूट बहुत मिळाली, इतके मात्र कळले. विचारले तेव्हा 'फौजेच्या खर्ची घातले' हे उत्तर... असे झाले तर साठलेले पाणी किती पुरणार? आम्हांस थोरल्या कैलासवासींनी आणशपथा घालून हिसेब लिहिण्यास शिकवले... आपण मजला संपुष्टात आणण्याची ईर्षा मनी धरून काही कराल तर आमचेपाशीही दारूगोळा आहे, हे जाणून ठेवा. फौज किती बाळगली... चाकरी किती, सरंजामाचा वसूल किती आला, आपले अन् शिंद्यांचे महाल सारखे असताना आपला वसूल कमी कसा हा प्रश्न श्रीमंतांनी आम्हांस विचारला आहे. त्याचे उत्तर आम्हांस द्यायचे आहे. आम्ही धनी, आपण चाकर इतकेच काय श्रीमंतांचे आपण सर्वेच चाकर... जाब देणे मागणे आलेच!... तेव्हा आज रात्रीपर्यंत अवघ्या खतावण्या आम्हांस मिळाया हव्यात...''

''आमच्या गळ्यात दोरी बांधून मर्कटाप्रमाणे आम्हांस नाचवणे इतकेच बाकी आहे... इच्छा असेल तर इंदुरी येऊन झाडाझडती करा म्हणजे आमचा लौकिक गगनास भिडेल.'' सुभेदार म्हणाले.

यावर बाईंना तिरस्कार दाटून आला. म्हणाल्या, ''सुभेदार... जबान सांभाळा! चालवायचीच म्हटली तर तलवारीपरीस जबान तेज चालेल. पण आपणांस कर्जे मिटवणे आहे. काही ५०-७० हजार आपल्याकडे

गेले असतील... सोडून देण्यासही आम्ही राजी... पण इत:पर खर्चवेच आयव्यय यांचा ताळमेळ व्हावा... बेलगाम, बेबंद खर्च होऊ नये... आमदानीची नोंद व्हावी... सरंजामी वसूल वाढता असावा... इतके मान्य करा... यत्न करा...! कारभारी जाणते असले तरी धन्याचे दुर्लक्ष लक्ष बघत असतात... त्यांचे लक्षाचे संधान राखावे. सर्वोपरी लिहिल्यास भरोशाने आंगेजणी न करता आपली एक चोख नजर टाकावी तेव्हा कार्य होते... कम अधिक बोलणे ते दौलतीसाठी... अन्यथा चिरंजीवास बोल लावण्यात मातोश्रीस हर्ष कोणता?''

... यावर केशरी सरबत घेऊन खाजगी बैठक सरली, परंतु एक रात्र आणि दोन दिवस खर्चाचा ताळमेळ चालला... तीन लक्ष सतरा हजारांचा हिशोब लागत नव्हता. जो लागत नव्हता तो फौजेच्या नावे होता!

कैलासवासी श्रीमंत नारायणरावांचे पोटी पुत्र झाला. गंगाबाई साहेबांस पुरंदर किल्ल्याचे मुक्कामी १८ एप्रिल रोजी पुत्ररत्न झाले. श्रीमंत पेशव्यांचा वंश शाबूत राहिला. अहिल्याबाई मनी अचंबा करीत राहिल्या. मुक्ताबाईस म्हणाल्या, ''बदनियत रघुनाथरावे केली. श्रीमंत नारायणरावाचा खून पाडला... परंतु मार्तंडे त्यास पुत्ररूपे राखले. बऱ्याच्या केवळ चाळीसाव्या दिवशी २८ मे रोजी माधवराव नीळकंठांनी पेशवेपदाची वस्त्रे, कागद, शिक्का सुमुहूर्ते दिल्याचे पुणे येथून आलेल्या मोहरबंद खलित्यात लिहिले आहे. आता कारभार बालपेशव्यांचे नावे झाला... ईश्वराचा कौल बघून तरी रघुनाथरावे स्वस्थ बसावे... पण ते त्यातले नव्हते... काहींचा जन्मच छळ करण्यासाठी असतो... तुझे बंधू मालेराव... केवळ छळास्तव आलेले. तद्वत हे रघुनाथराव... रक्तालाही कापणारी, जाळणारी ही माणसे...''

''जाऊ द्या मातोश्री... श्रमी नका होऊ. अदृष्टात असेल तेच घडते ना? तुम्हांस चिंता कमी आहेत? होळकर दौलतीची चिंता करताना दमछाक तो पुण्याच्या दौलतीची चिंता...''

''पोरी... पुण्याची गादी ही तो प्रभुतुल्य... पहिली निष्ठा तिथे वाहिलेली.''

किल्ल्याच्या तळवटी काहीतरी गडबड गलका ऐकून अहिल्याबाई गवाक्षात आल्या. कुणी परका इसम अहिल्याबाईंची भेट मागत होता. त्याचेजवळ श्रीमंतांची मोहर होती. पण रघुनाथरावांच्या नावाची... त्यामुळे घाबरून किल्लेदाराने त्यास मना केले होते... अहिल्याबाईंनी वरून निरोप दिला, ''माणूस खालीच ठेवा... फक्त खलिता, निरोप असल्यास तेवढाच वर पाठवून माणसावर नजर ठेवा''... त्याप्रमाणे खलिता वर आला. अहिल्याबाईंच्या कल्पनेप्रमाणेच तो खलिता रघुनाथरावांचा होता. त्यांनी लिहिले होते,

मुत्सदियांचे मेरूमणी श्रीमती अहिल्याबाईंस दंडवत...

पुणे दौलतीत बारभाईंनी बालपेशव्याचे नांवे अंदाधुंद मांडली. आपल्यासारख्या मातब्बर सरदारांनी ये वेळेस जाणत्या पेशव्यास पाठिंबा न दिल्यास दौलत इंग्रजांच्या काबूत जाईल. आणि मग आपली सरदारी तरी राहील काय? अतएव मजसी एकमुठीने उपराळा करावा... आपला निरोप येताच स्वत: खुद्द मसलतीस येतो. कृपया आज्ञा द्यावी.

श्रीमंत रघुनाथराव पेशवे,
सही शिक्का - दस्तुरखुद्द-

अहिल्याबाई पत्र वाचता वाचताच खलबतखान्यात गेल्या. संतापाने त्यांची लाहीलाही होत होती. "मेल्यांनो... आम्हांस कशास धाक दावता, बदमसलत, बदनेकी आम्हासंगे? बेल म्हणजे आम्हालेखी भाजीपाला नव्हे. मामंजींनी बेलभांडार उचलून श्रीमंतांचे रक्षणाची आण कैलासवासी बाजीरावसाहेबांपासून घेतली... त्यांनी निभावली... आम्हीही प्राण असेपर्यंत निभाऊ..." दौतीत टाक बुडवून त्या झपाझपा लिहू लागल्या. लिहू लागल्या. संतापाने श्वास भात्यागत चालू -

दादासाहेब यांसी... आपली बदनियत आम्ही तर उज्जैन येथे आलात तेव्हाच जाणली... पण ताणे वर्धमान न केले. आता तर आपले पराक्रम गगनास भिडले. खून खराब्यापर्यंत मजल गेली. श्रीमंत नारायणरावास आपण राखू ना शकलात, तर गादीचे ना बोलावे. आपणास लाखोंची इनामे, जहागिरी मिळाल्या पण बदनेकी ना सोडली. आपणच बारभाईस उपराळा करून दौलत रक्षावी तर आपण त्यांचे जन्मवैरी होऊन बसलात. आपल्या या बदचालीमुळे फिरंग्याचे पाय अधिक दृढ होतील हे माझे शब्द ऐकून ठेवा. आपणांस उपराळा करण्याचे महत्पाप. होळकर रक्ताकडून होणे असकत...! आपण धनी खरे, पण धनीपण गमावले आहे... प्राप्त प्रसंगात आपणास भेटण्याची बिलकुल शोभा नाही. आपण आलात तसे माघारी जावे. नर्मदा उतरणेचा आपणास सल्ला नाही... लेखनसीमा -

श्रीशंकर आज्ञेकरून...

अहिल्याबाईंनी लखोटा खाली पाठवला. आलेल्या स्वारास पाणी पाजून रवाना करावे असा संदेश दिला. याचा अर्थ जाणून सीमेपर्यंत त्याचेवर टेहळणी राहिली. भाऊसाहेबांच्या तोतयाच्या अनेक कथा बाजारी होत्या. तुकोजीरावांना तोतयास पकडून आणण्याची आज्ञा झाल्याचे कळले होते... इंदोरहून तुकोजी-सुभेदारांचाच खलिता होता.

"भाऊसाहेबांचा तोतया डोंगरकठडीचे किल्ले घेत सिंहगडास येऊ

लागला. शिंदे कूच करून गेले... आपले सैन्य पैशास अडले, अतएव द्रव्य पाठवावे - घरातूनही बायको सतत कामगिरींना कंटाळते... त्यामुळे या अनुषंगे जाण्यास अवरोध झाला. तोवर शिंद्यांनी कामगिरी फत्ते केली. न गेल्यामुळे उगाच अंदेशा नको. अतएव त्वरित द्रव्य पाठवावे.''

आपला आज्ञाधारक
तुकोजी

'द्रव्य! द्रव्य! द्रव्य! येते ते अवघे जाते कुठे? सैन्य द्रव्यासाठी अडते हे घडतेच कसे?' लगोलग खाजगीतून द्रव्याच्या थैल्या इंदुरी रवाना झाल्या.

''सरकारी खर्चवेचीतली शिल्लक एक दाखवत नाही, खाजगीवर यांचा डोळा... आणि देऊनही हा पैसा सैन्यास लाभेल याचाही भरोसा कुणी द्यावा?... अहिल्याबाई उदास झाल्या. 'एक मालेराव धड निघता तर हिमालयात जाऊन शांत राहिले असते. पण मज काळतोंडींचं नशीब धड नव्हे... एक मुक्ताबाई, यशवंतराव यांचा काय तो आधार! हरकुबाई, उदाबाई जीवाच्या... मल्हारास आणलं, ते पोर जरा जीव लावतंय... बाकी वाटलं होतं तुकोजीस सुभेदार केले तर काही जाणतील... पण ते तर मजसी कुरतडून अवघी खाजगी खातील... रखमाबाईंच्या तोंडास झाकण नाही... त्यातून ... जाऊ दे...' अहिल्याबाई उठल्या. वाड्यातल्या देवळात जाऊन स्वस्थ बसल्या. किल्ल्यावर ठाई ठाई शिबंदी होती. चारशे स्वार, तोफा, जागले, टेहळे... अहिल्याबाईस या साऱ्याचा कंटाळा यावा असंच चालू होतं.

पाचसहा दिवस असेच चालले. हिशोबांचा ब्रह्मघोटाळा निवारत नव्हता. उदाबाई आणि हरकुबाई आल्याचे कळताच अहिल्याबाईंना जरा बरे वाटले. त्या येताच सरबत पाणी झालं. हरकुबाई म्हणाल्या, ''अहिल्याबाई, आता मात्र कठीण पडेल... आधीच नारो गणेशाचे रखमाबाईंकडे अधिकच येणे जाणे... लोकांच्या तोंडाचे काय घ्यावे?... लोक त्यांचे वर्तनाची चर्चा करतात.

''कामकाजास यावे लागते हरकुआई... कारभारी ते त्यांचे... अवघे व्यवहार त्यांचेकडे... रखमाबाईंस बोलावे लागत असेल. बायको माणसावर अंदेशा घेण्यास तर जग टपलेलेच... दोन शब्द कमीअधिक बोला की रक्त खाणाऱ्या आरोपांच्या जळवा पाठी लागल्याच! पुरुषांनी रक्षा ठेवाव्या, चार चार लग्ने करावी... अवघा जाच बाईमागे... लोकांस बोलायास काय खर्चते?... पण आपण तरी बोलू नये!'' अहिल्याबाई म्हणाल्या.

''वहिनीसाहेब - सरदारांच्या घरातून बायकामंडळीत ही चर्चा चालते बरे!''...

उदाबाई म्हणाल्या.

अहिल्याबाई मुग्ध राहिल्या. रखमाबाईंचं सौंदर्य त्यांच्या डोळ्यापुढे आलं. केसांची कुरळी महिरप, गोरापान रंग, लालचुटुक उमलते ओठ, गोल चेहरा, गालास हसतांना पडणाऱ्या खळ्या, सरळ बारीक पाकळ्यांचं पातळ नाक... कानात झुबे... काळेभोर थोर थोर पापण्यांचे डोळे आणि कपाळावर ठसठशीत चंद्रकोर... खाली गोंदण! श्रीमंतांच्या कोकणस्थी बायका फिक्या पडाव्यात अशी ही धनगरीण... कुणालाही आकर्षित करण्याचं सामर्थ्य असणारी... नारो गणेश सतत सहवासाने अलगद गुंत्यात पडणे सहजच शक्य!... त्या आश्चर्याने इतकंच म्हणाल्या, ''तुकोजीरावास हे माहीत आहे? त्यास दिसत नाही काय? उमजत नाही काय?''

यावर हरकुबाई हसत म्हणाल्या, ''अहिल्याबाई, अशा गोष्टी संबंधिताच्या माघारी होतात... इतरांस कळले तरी त्यास कोण बोलते? तुकोजीचे तर नारो गणेशावाचून पान ना हलते... बाईंची लुगडी सुद्धा नारो गणेश आणतात आणखी काय सांगावे? लुटीतले दागिने परस्पर बाईंकडे जातात... आणि मग स्वत:चे घरी तर जातच असणार! ना कशाची नोंद ना टिपण ... अहिल्याबाई... पकड घट्ट करा... नाहीतर घोडे निघून जाईल मांडीखालून... आणि तुम्हा आम्हांस दाणे भरडावे लागतील.''

''वहिनीसाहेब... सैन्यासाठी महाल असताना सैन्यास पैसा नाही. स्वामी आपल्याशी बोलण्यास उदईक येणार आहेत. त्यांची मदत घ्यावी. हिस्से हिशोबाचे गुंते मार्गी लावा. वसुलीचे कामविसदार तक्रारी करतात की रखमाबाई परस्पर वसूल मागवतात तर महेश्वरी काय द्यावे? त्यासाठी स्वामींचे मदतीने तजविजी करा. आम्हांस तर राजकारण असकत... स्वामींचे सांगणे बोलतो...'' उदाबाई म्हणाल्या.

दुसरे दिवशी उदईक उदाबाईचे पती वाघमारे जहागीरदार आले. खतावण्यांचे हिशेब पंधरा दिवस चालले. तोच नारो गणेशांना नाना फडणीसांनी कैद केल्याची वार्ता आली आणि अवघे इंदूर अन् महेश्वर गोठून गेले. काय झाले काय झाले ही एकच चर्चा...

सुभेदार आले तेच तणतणत... म्हणाले, ''या दौलतीचे रफीक[१] हे होळकरांचे घर! आम्हांस तोतयाचे दरोबस्तास जाण्यास अवकाश झाला या कारणे करून आपल्या ठायी अंदेशा! त्यातून हा तोतया नव्हे हे खरे भाऊसाहेबच, असे नाईक परांजपे म्हणाले, तरी त्यास अटकाव न केला हे कारण! चार माणूस चार तऱ्हेने चर्चा करणार... प्रत्येकास शासन करावे म्हटले तर तेवढे एकच काम उरेल!

---

१) रफीक - स्नेही

उगाच कुणाचा आब घ्यावा व त्यास सरकार चोर करावे हे खरे नव्हे. आपस्वार्थासाठी बखेडा नको म्हणून मोरोबा फडणीस, बापू आणि नारो गणेश ना बोलता गेले. त्यांजला वेगवेगळ्या किल्ल्यात बंदिवान ठेवले. नारो गणेशांना पुरंदरावर ठेवले आणि गंगोबातात्यांचे चिरंजीव दादाजी गंगाधर यांना आमची दिवाणगिरी सांगितली... आमच्याने हे सहन होणे नाही. नारो गणेशावाचून आमचा कारभार चालणे असकत! आमची फडणिशी बंद!

''सुभेदार नारो गणेशांना कैद केले याचा तर बहुत विषाद पण माणसे येतात, जातात, बदलतात, म्हणून कर्तव्यकर्म ना करू म्हणाल तर कसे होणार? दादाजींकडून कामे करवून घ्यावी. कागद जर अवघे नेकपणे रेखलेले असतील तर कारभाराची काय चिंता? हात बदलतात... 'दौलत' चिरंजीव ठेवावी लागते.''

''नारो गणेशावाचून आमचे पान हलणे नाही... आपण त्यास सोडविण्याची तजवीज करावी... तोवर आम्ही दादाजींकडून रेटू... पण इतकेच!''

त्यावर अहिल्याबाई बोलल्या नाहीत. उदाबाई-हरकुआईच्या नारो गणेशाबद्दलच्या वार्ता आणि तुकोजींचे नारो गणेशाचे प्रेम यांचा मेळ बसत नव्हता. आता जे होईल ते बघणे इतकेच हाती होते.

अप्पाजी जगदेव यांस अहिल्याबाईंनी पुणे येथे नेमणूक दिली होती. त्याने आपले काम चोख केले. ज्या वार्ता घडल्या, त्याची सविस्तर वृत्ते त्यांनी पाठवली. ती वृत्ते अहिल्याबाईंनी गुप्त ठेवली. नारो गणेश आणि सुभेदार यांच्या संपत्तिवाट्याच्या काही हकिगती त्यात होत्या. पुणे मुक्कामी याची चर्चा होती. अहिल्याबाईंना हा वकिलाचा आधार मोलाचा वाटला. त्यास चौकडा - शिरपेचाच्या बक्षीसाची रक्कम बाईंनी पाठवली व बातम्या पाठवण्यास उत्तेजन व शाबासकी दिली.

बोलल्याप्रमाणे तुकोजींनी फडणिशीला रामराम ठोकला. 'नारो गणेश यांचे कर्ते करविते... स्वतःस काही माहीत नाही. यांच्या डोईची शेंडी कापून नेतील तेव्हा सुभेदारास कळणार' हे अहिल्याबाईंनी जाणले. हिशेबाच्या जाबसालाचा धसका खाऊन सुभेदारांनी अंथरुण धरले... विनाश्मश्रू बिछान्यावर पडून राहू लागले. दादाजींनी रोज हिशेबातल्या असंख्य चुका काढाव्या, तो तो सुभेदारास ज्वर चढावा ऐसे होऊ लागले. दादाजींचे एक काम त्यांचे मनास येईना. 'ही तो चालत्या गाड्यास खीळ बसली' अहिल्याबाई चिंतित झाल्या. हिशोबातल्या घालघुसडी समोर आल्या. दादाजींनी रोज एकेक प्रकरण काढावे, तर त्यात तुकोजीचे आणि नारो गणेशाचे दोघांचे हात बरबटलेले निघावे... पानापानावर यांची द्रव्याची गफलत... तिकडे सुभेदारांचा ज्वर वाढला! असे सहा महिने गेले. अहिल्याबाई मनी म्हणाल्या,

"हिशोबाचे हे अवघे भेद फोडण्यासाठी, हा गुंता मजसी दावावा, दादाजींच्या हस्ते उकलून द्यावा म्हणूनच मार्तंडे नारो गणेशास कैद करवले... अन्यथा हे अवघे मज कळतेच ना! ईश्वरे अब्रू राखली... आता खाजगीतला एक पैसा यास देणार नाही. फौजखर्चास लागेल तेव्हा मी स्वत: वस्तू आणून देईन... पण यांच्या मद्यासाठी, रक्षेच्या सरबराईसाठी, भोगविलासासाठी, महालमाड्यांसाठी इकडचा सुवर्णप्रवाह जाईल हे आता असकत!"[१]

अशातच अप्पाजी जगदेव यांनी पुण्याहून कळवले, "मातुश्री - साहेबांचे सेवेसी साष्टांग दंडवत... कारभारी नारो गणेश यांनी सिंद्यांशी सुटकेची मसलत चालवली. सिंदे नाना फडणीसास म्हणाले, "नारो गणेश या पुढे काही कंपेश[२] करतील तर जिम्मा आमचा! तुकोजींनी त्यांचेशिवाय अंथरूण धरले. तुकोजींची मनोधारणा तोडण्यात अर्थ तो काय?" असे समजावता नानांनी त्यास सोडले. यासाठी सिंदे यांना नारो गणेशांनी एक लक्ष रुपये नजर केल्याची वार्ता आहे"... अहिल्याबाईंना पुरावा मिळाला. इतके पैसे यांजकडे आले कुठून?... पण विचार करायलाही वेळ मिळाला नाही... नारो गणेश दंडवतासाठी स्वत:च किल्ल्यावर आले. चार सामोपचारी गोष्टी झाल्या. अहिल्याबाईंनी वकिलाकडून कळलेली बातमी स्वत:जवळ ठेवली. नारो गणेश म्हणाले, "नानास आपले कृत्य उमजले... उगाच कुणा नेकनियत असलेल्यास सरकारचोर करावे हे शतकृत्य नव्हे याची जाण आली. मज मुक्त केले. आपल्या पायाशी फिरून हजर आहे. आज्ञा दिल्यास कामास जातो."

"अवश्य.. नारो गणेश... आपण दौलतीचे कारभारी. दैवभोग तर श्रीकृष्णासही चुकले नाहीत. त्यांचेवरही स्यमंतक मण्याच्या चोरीचा आळ आणला तर आपले सामान्यांचे काय? ... बेलाशक फडणिशीत जावे... दादाजी गंगाधराने काढलेले हिशोब बघावे... त्यातल्या गफलती बघाव्या आणि त्यांनी साचा घालून दिल्याप्रमाणे इत:पर हिसोबाचे कामकाज बघावे. आपण दौलतीचे चाकर. दादाजीची हिशोबात पारंगतता. ज्याचेकडे जे भले ते आपण स्वीकारण्यात कमीपणा तो काय?" ते मुजरा करून जाताच मनी म्हणाल्या, 'मेले हो, किती दिवस फसवाल? मार्तंडे तुमचे शतकृत्य फडणिशीत दादाजींचे हस्ते मांडून ठेवले आहे. ते बघा... तोंड खापरागत होईल..."

सुभेदारांनी या सहा महिन्यांत महेश्वरी तोंड दाखवले नव्हते. नारो गणेश आल्यानंतर बिछाना सोडला, तोवरच हरिपंतांनी कोंडाईबारीस सिंदे होळकरांना

१) असकत - अशक्य २) कंपेश - कमीअधिक, वाकडा डाव

उपराळ्यास[१] बोलावल्याचे कळले. यावेळेस तुकोजी खर्चवेचाचे काही एक न बोलता त्वरेने सिंद्याच्याही आधी पोहोचले. तिथे दादासाहेबांसंगे मातब्बर लढाई झाली. मानाजी फाकडे यांचेसकट चारपाच सरदार तुकोजींनी धरून आणले. तसाच दादांचा भडोचपर्यंत पाठलाग केला. दादा इंग्रजांच्या आश्रयास दडले. सुभेदार इंदुरास वापस गेले. हरिपंततात्यांना वाटले, इथे नर्मदातटाकी आहोत, असेच महेश्वरी जावे. अहिल्याबाई पुण्यवान आणि मुत्सद्दीपणातही कुणास हार ना जाणारी. तेव्हा ऐशा मातोश्रींचे आणि आपले सख्य असावे, आणा शपथा असाव्या... बारभाईस पाठिंबा असावा या मिषे महेश्वरास आले. अहिल्याबाईंनी उत्तम आदर सत्कार केला. बाईसाहेबांकडे या विषयाचे प्रास्ताविक करावे म्हणून कृष्णाजी मुरार यांस विनंती करताच ते घाबरून म्हणाले, "हरिपंत, इथे बाईसाहेबांशी असे बोलावे इतकेच पुण्य कुणाचे? त्याचं मुखावाटे आज्ञा होईल तितका व्यवहार करून आहोत."

"बहुत क्रोधी आहेत की काय?" हरिपंतांनी जरा दबतच विचारले.

"तैसे नव्हे... पण राज्य स्वतःच्या हाते इतराचे स्वाधीन केले. त्यातून होत असलेले मनस्वी किलाफ![२] स्वभावात पीळ भारी! कामकाजाच्या सदाचरणाच्या घटका घटका अलग नेमलेल्या. त्यात क्षणांचे अंतर नाही."

"बहुतही शिस्तीत बांधून घेतले की काय?"

"अलबत! बहुत शिस्तकारभार! उदास भाव म्हणून गवताची पेंढी वा पावशेर तेल कोणास आज्ञेशिवाय मिळेल असे नाही. इतकी मुखत्यारी कुणाकडे नाही. तेव्हा आपण समक्षच काय ते बोलावे... आमची हिंमत नाही" ...हरिपंत हे ऐकून चकित झाले. स्त्री असून चाकरांवर, कारभाऱ्यांवर इतका दाब, धाक, ही गोष्ट कौतुकाचीच! त्यांच्या कर्तृत्वाचीच! हरिपंत संधीची वाट बघत राहिले. दुसरे दिवशी रात्री भोजनाचा समारंभ झाला. पाचशे खाशी मंडळी भोजनास होती. तदनंतर मंडळीस कचेरीत बसवून हरिपंत दादाजीसह बाईसाहेबांचे बंगल्यात आले. अहिल्याबाईंना दादाजी बाजूस नेऊन म्हणाले, "मातोश्री, बारभाईस आपला जोरपाठिंबा मिळवून तशी शपथक्रिया आपणाकडून व्हावी ही मसलत मनी ठेवून हरिपंत आले आहेत."

अहिल्याबाई हसत म्हणाल्या, "आम्हासही शपथ घ्यावी लागते? आपण सांगितलंत हे बरं!"

... अहिल्याबाई हात जोडत येताच हरिपंतांनी उभे राहून त्यांना अभिवादन केले. समोरच मखमली गालीचावर हरिपंत आणि दादाजी बसले. समोर पांढऱ्या धोंगडीवर अहिल्याबाई. तात्यांनी बोलण्याचा मुत्सदी व्यूह लावताच अहिल्याबाई

---

१) उपराळा - मदत २) किलाफ - भानगडी, तंटे

म्हणाल्या, "हरिपंत, आपले बोलणे मुत्सद्याचे! मी तो साधी धनगरीण. कुणास अडाणी म्हणायचे असल्यास आम्हा धनगराच्या उपमा देतात. तेच आम्ही प्रत्यक्ष! आमची समजूत कमी, तेव्हा जे बोलणे ते स्पष्ट बोलावं."

यावर हरिपंतांना संकोच उत्पन्न झाला, तरी धीर करून म्हणाले, "आपणास माहित आहे की, रघुनाथराव बेलगाम उपद्रव देतात... त्यासाठी बारभाईचे कारस्थान आम्हांस करावे लागले... त्यास आपला शपथपूर्वक पाठिंबा आम्हांस हवा. एतदर्थ येथे आपल्या पायाशी आलो."

त्यावर एकदम उसळून त्या म्हणाल्या, "तात्या, ईश्वरेच्छेकरून, माझ्या प्राक्तनेकरून मजवर सर्वतोपरी गहजब! कैलासवासी सुभेदारांची आमची निष्ठा कैलावासी बाजीरावांचे गादीशी... त्या गादीवर जे ते आमचे मार्तंड! दादासाहेबास आम्ही नर्मदा उतरू दिली नाही हे ही आपण जाणता! तरीही, आम्ही आणक्रिया करावी असे तुमचे मनी! आपण या रीती आमचेजवळ बोलता हेच आश्चर्य! बेल, दुर्वा, तुळस म्हणजे आमचे बुद्धीने भाजीपाला नव्हे... मनीच्या एकनिष्ठेने आम्ही तर कधीच बेलभांडार उचललेला आहे! आणखी आणक्रिया म्हणजे काय? आपले बोलणेच अप्रशस्त!" यावर फटका बसल्याप्रमाणे हरिपंतांनी विषय संपवला. चार इकडच्या तिकडच्या गोष्टी करून डेऱ्यात आले. अहिल्याबाई कुणाचे ऐकून घेतील अशा नव्हेत... अत्यंत हुशार, मुत्सद्दी, बोलण्यात धीट आणि फटकळ, व्यवहारास चोख हे हरिपंतांनी मनी जाणले. महेश्वराचा डौल पाहिला. बाजारपेठा पाहिल्या. किल्ल्याची शिबंदी पाहिली. थक्क झाले. युद्धसामुग्रीचे भांडारास त्यांनी मुद्दाम भेट दिली. चिलखते, भालाबर्च्यासुद्धा जुंबरे, तोफा तिथे होत्या. कृष्णाजी मुरार म्हणाले, "हरिपंत, इथलाच किल्ला सज्ज आहे असे नव्हे, आज अशिरगड, कुशलगड, सैंधवा, हिंगलजगड इथेही अशीच शिबंदी राखलेली! मातोश्री बहुत दक्ष!" त्यावर हरिपंत म्हणाले आम्हांस बाईसाहेबांच्या न्यायदानाची पद्धती बघणे आहे. परंतु गुप्तपणे! आम्ही शेतकऱ्याच्या वेशे तिथे बसू... आमची व्यवस्था करा."

न्यायदानास दुपारी सुरुवात झाली. प्रथम एक विधवा स्त्री आपल्या संपत्तीची ताटे, दागिन्यांची तबके आणि मालमत्तेचे कागद घेऊन आली होती. तिस हजर करताच म्हणाली, "मातोश्री... माझे आता वय सरत आले... मजकडून कारभार रेटत नाही. आप्तस्वकीय पैशास टपलेले, अतएव ही मालमत्ता आपले पायाशी ठेवते... सरकारजमा करावी आणि माझ्या निर्वाहाची फक्त सोय व्हावी. मजसी जगण्यासाठी निमित्तेच ना उरली..."

यावर अहिल्याबाई मृदू भाषेत म्हणाल्या, "आई... असे प्रजेचे धन आम्ही कसे

घ्यावे? आपणच आपल्या हाते ते दानधर्मात खर्ची टाका. नर्मदेच्या पुढे सहस्त्रधारेवर घाट, देवळे बांधणे आहे. त्यासाठी आपल्या नांवे पैसे द्या. मोहंमद आजम खाँ नावाच्या धर्मांधाने सोमनाथाचे मंदिर १७०६ साली उद्ध्वस्त केले आहे ते पुन:श्च बांधण्याचे कामी आपला पैसा लावा. त्यासाठी आपली इच्छा असल्यास आमच्या शिबंदीसह आपण सोरटी सोमनाथला जावे. आपल्या पैशातून ते मंदिर पुन्हा उभारावे. आपला निर्वाह खर्च, प्रवास खर्च, आम्ही करू. आपण तिथे राहून देखरेख करावी. जीवन सार्थकी लावावे.''

त्या विधवेने अत्यानंदाने ते मान्य केले. तिच्या जगण्यास भले कारण मिळाले. हरिपंत हे चकित होऊन पाहत होते. हा अद्वितीय निवाडा बघताच त्यांचे मस्तक आदराने झुकले...

तोच एक कविवर्य न्यायमंदिरात आले... म्हणाले, ''आम्हांस आपले काव्य सादर करणे आहे.'' यावर अहिल्याबाई म्हणाल्या, ''हा वेळ न्यायदानाचा...त्यानंतर आम्ही आपले काव्य ऐकू.''

...आणि संध्यासमयी ते कवी पुन:श्च येताच, हरिपंतही आपल्या दालनातून बघत होते. त्यांच्या दालनापुढे सौधाप्रमाणे मोकळी जागा होती. त्या जागेखाली अहिल्याबाई बसल्या होत्या. म्हणजेच अहिल्याबाईंना हरिपंत दिसत नव्हते... हरिपंतांनाही अहिल्याबाई दिसत नव्हत्या पण त्यांच्यापुढचा कवी दिसत होता. स्पष्ट ऐकू येत होते. कवीने आपले काव्य वाचण्यास सुरुवात केली. अहिल्येस वंदन करून ते गाऊ लागले -

देवि अहिल्ये, शुध्दमती तू, सर्वांची माता ।
ईश्वर आला तुझ्या स्वरूपे, होऊनिया त्राता ।।
तव पायाशी, तीर्थे सगळी, देवदेवळे ती ।
स्वर्गामध्ये नारदतुंबर, तव लीला गाती ।।

या चार ओळी ऐकताच त्या म्हणाल्या, ''थांबा हो कवी थांबा! मजसारखीचे हे असंभव आणि अतिशयोक्त मजसी ऐकवत नाही... ईश्वराने मजरूपे अवतार घेणे असकत... नारदतुंबरू स्वर्गी मज अभागिनीची लीला गाणे असकत... देवास, देवळासही तुम्ही माझे नादान पायाशी आणून ठेवले हा तर अक्षम्य अपराध... तुम्ही काय म्हणून अतिशयोक्त गाता? या असकत स्तुतिविना यात अन्य काही आहे का? आपणास दैवे काव्यगुण मिळाले... ते चार पैशासाठी सत्ताधाऱ्यांची अतिशयोक्त कौतुके गाण्यात का दवडता...? ईश्वराच्या लीला गा... समाजाची दु:खे सांगा... शौर्याचे पोवाडे करा... मग सोन्याचेही कडे घालीन... परंतु आज ती चोपडी मजसी द्या... नर्मदेत बुडवते... या तुम्ही!''

हरिपंत ऐकत राहिले... पाहत राहिले. मनी आले, ''असे तेज पाहिले नाही...

असा न्याय पाहिला नाही... बाईच्या डोळ्यात, वाचेत, प्रचंड शक्ति आहे हे सत्य !'

सुभेदार महेश्वरी न भेटता परस्पर वाट टाळून इंदुरी गेल्याचे कळताच अहिल्याबाई बहुत श्रमी झाल्या. दादाजी गंगाधर इथे आहे इतकेच कारण नव्हे तर अवघा भेद खुलला हे कारण! समोरासमोर गोष्टी होणार. जाबसाल कठीण! नारो गणेशही खतावण्या बघून शेंडी ओढत बसले. अहिल्याबाईंच्या प्रखर नजरेला नजर देण्याचा धीर हरवून बसले. निमित्य उकरून इंदोरी निघून गेले. अवघ्यांची मनओळख[१] पटली. पण वर दाखवून चालणार नव्हते. कारभार सावरायचा तर अंतरीचे अंतरी ठेवणे भाग होते. मल्हारचा दंगा घरात वाढता. नथोबास त्याची संगत होण्यापरीस उपद्रवच अधिक. मामीसाहेबांकडे धिंगाणा – त्याच्या लेकी – बाळीत यांचे शौर्य... पण तरी अहिल्याबाईचे पाय चुरे, मस्तक चेपून देई... धावत जाऊन सरबत, दूध देई... त्यांच्या कामास प्रेमाने पुढे धावे... अहिल्याबाईंच्या वत्सल मनास असे प्रेम हवेसे वाटे. त्याला कुरवाळत त्या म्हणत, "मेलेहो आमची नातवापरीस माया करता... आमचा क्रोध विझवून टाकता... रागे तरी कसे भरावे?... अन् मग अहिल्याबाई त्याचा अभ्यास, श्लोकपठण इकडे वळत. संस्कृत पाठशाळेत त्यास व नथोबासही घातले होते. ती नातवंडे फडाफड श्लोक संस्कृतात म्हणू लागली की अहिल्याबाईंच्या चेहऱ्यावर समाधानाचं चांदणं पसरत असे... दोघे आता मोठे होत होते... त्यांच्या लग्नाचे विचार अहिल्याबाईंच्या मनी येत. कधीकधी या स्वप्नात अहिल्याबाई हरवत...

चार महिन्यांत अप्पाजी जगदेवाचा पुण्याहून खलिता नव्हता. २१ एप्रिलला बालपेशव्यांची मुंज मोठ्या थाटाने पण घरगुती रुपात करण्यात आल्याचे व २६ एप्रिलला सुमुहूर्तावर त्यांनी शनिवारवाड्यात प्रवेश केल्याचे कळले होते. पण त्यानंतर चार महिने लोटले... सुभेदारांनी तर दावाच धरलेला... अप्पाजी जगदेवास वकील नेमण्याच्या आपल्या कल्पनेचा उत्तम उपयोग झाला हे त्यांच्या लक्षात आलं. अप्पाजी जगदेवामुळे पुण्याच्या बातम्या कळत होत्या. बोरघाटापाशी काहीतरी गडबड झाल्यामुळे सुभेदारांच्या हुकुमान्वये सरदारांकडच्या फौजा तिकडे रवाना झाल्याचे कळले होते. शिंदे पण तिकडेच गेल्याच्या वार्ता होत्या... रोज बाजारी नवे नवे वर्तमान उठे... पण अधिकृत कळेना. डोळ्यांत प्राण दाटले... खलित्याची वाट बघत राहिल्या... आणि अखेर एक दिवस अप्पाजी जगदेव स्वत:च खुद्द येऊन उभे! मातोश्रीस नमस्कार करत म्हणाले, "मातोश्री... अखेर दादासाहेब कैद झाले. बोरघाटावर

---

१) मनओळख - वैर

धूमसान लढाई झाली. दादासाहेब स्टुअर्ट साहेबाबरोबर सहा आणे भाग देण्याची कबुलात करून, पाच पलटणे व तोफा बारूद घेऊन आल्याचे कळताच पुण्यात हलकल्लोळ मातला. जेव्हा नानांनी शिंदे होळकरास पुसले, ''साहेबाने अरिष्ट आणले, ते पक्षी आपणही पुणे जाळून मोंगल-राजपूतांसकट यांचे मागे लागावे?''

तेव्हा आपले सुभेदार बोलले, ''धनीपणाची मुखत्यारी आपली... सांगाल ती चाकरी करू. पण आपण रजाचा गज केला. दौलत नमूदास आणली. आपली फौज नामर्द नव्हे... सरळ सोबत्यांसकट बोरघाटात धरतो. आपले घर आपल्या हाते जाळावे असे काय मोठे संकट?'' नाना बहुत संतोषले...

''मग? पुढे काय घडले? दादासाहेबांस कैद कुणी केले?'' अहिल्याबाईंनी उत्सुकतेने विचारताच अप्पाजी जगदेव म्हणाले, ''मातोश्री - अवघे सविस्तर सांगतो. फिरंगी घाटावर चढून बसला... वरून तोफांचा मारा... पाच माणूस एका ठाई उभे राहू देईना! आपली ८० हजारांची फौज पण फुरसत घेऊ देईना. दररोज लढाई चार महिने चालली. तोवर नानांचा खलिता... आपण जातीने ८० हजार फौज असता, निवारण होत नाही आम्ही जातीने यावे काय? आपले उत्तर येईल तैसे करतो''... चिठ्ठीच्या मजकुराच्या टोचण्यांनी सुभेदार हैराण... सर्वांस एकत्र करून दुर्भाषणे केली. बापू होळकरांचे काळजास पाझर फुटला... म्हणाला, ''सुभेदारांनी हे केवढे श्रमसाहस घेतले. श्रीमंतांचा ठपका आला... ओळंबा[१] आला... आता तर मरणाचा संकल्प! त्यांनी मरावे, आपण वाचावे? धिक्कार असो या जगण्याचा'' असे म्हणून रडगोष्टी करणाऱ्या सैनिकांना बाजूस केले. खरे शूर लढवय्ये दोन प्रहर रातीपर्यंत एका ठायी केले आणि एकत्र होऊन चाल केली. पलटनवाल्या फिरंगीस खबरही नाही. मुकाट्याच पहाऱ्यापर्यंत जाऊन तमाम पहारेकरी कापून टाकले... तेथून हजार बाराशे बंदुकांचा एकेवेळी ताशेरा दिला. छर्रे मारले... तलवार मारुन पलटन दरोबास्त केली. अठराशेतून अडीचशे माणूस वापस आला पण इंग्रजांकडून दोस्तीचा, तहनामा आला. दादासाहेबांस मसलत-खर्चासह हजर केले... शिंदे होळकरांचा सन्मान म्हणून श्रीमंत तीन कोस सामोरे आले. तोफा झडल्या. नाना फडणीस यांनी शिरेदरबार[२] स्तुतिस्तोत्रे केली. बापू होळकराने मसलतीची शौर्याची कमाल केली. त्यास रावेर व कोच महालांची जहागीर दिली. दादासाहेबांस बंदोबस्तात झाशी येथील किल्ल्यावर ठेवायचे ठरले. हा लौकिक स्वत: सांगावा म्हणून मुद्दाम येणे केले.'' अप्पाजी जगदेव थांबले. अहिल्याबाई आनंदाने उल्हसित झाल्या. हात जोडत म्हणाल्या, 'मार्तंडे अवघी चाकरी निभावली... होळकरांची कीर्ती झाली. श्रीमंतांचे कार्य सिद्धीस गेले. दादासाहेबांचा

---

१) ओळंबा - ठपका, दूषण २) शिरेदरबार - भरदरबार, जाहीर दरबार

कली कैद झाला... आता निर्वेध राज्य चालेल.

त्यादिवशी हरकुआई आल्या त्या हसतच! अहिल्याबाई उल्हासाने म्हणाल्या, "बापू होळकरांचा पराक्रम कळलेला दिसतोय? बहुतच खुशीत आहात... बाकी खुशी करण्याचीच वेळ... होळकर श्रीमंतांचे कार्य फत्ते करते झाले. दुसरे आम्हांस काय हवे?"

"अहिल्याबाई, तुम्हांस राजकारणापरते दुसरे काही बोलायास येते की नाही? मज बहुत मौजेची कथा कळली... ती आधी ऐका... लढाया तर रोजच्याच!"

"ती कोणती? सांगा की... आम्हीही ऐकू! आम्हांस मौजेच्या गोष्टी नकोत असे नव्हे... पण हे राजकारण रात्रंदिन छळते...

"अहो... रघुनाथदादा..."

"त्या मेल्याचे नाव नको... आता झाला कैद..."

"बघा! पुन्हा तेच! मी काय बोलते तोवरच तुमची उडी राजकारणात...."

"बरं बरं... आता अगदी मुग्ध बसतो..."

"तर त्यांची स्त्री आनंदीबाई... आपल्या रखमेपरीस सुंदर आहे म्हणे... तर तिने एक दिवस महेश्वरास भेट देऊन गेलेल्या आसामीस पुसले, 'अहिल्याबाई... अहिल्याबाई... अहिल्याबाई... इतके चौघडे कानी येतात त्यांचे तर त्या आहेत तरी कशा? गोऱ्यापान आहेत? आसामीने उत्तर दिले, "नाही बाईसाहेब... सावळ्याच... पण काय ते तेज... त्या निळ्यासावळ्या कृष्णासारखे... चंदनाच्या सावळ्या खोडासारखे... एक दिव्य आभा त्यांचे मुखी!"

"आणि डोळे कसे? मोठे आहेत?" त्यांनी पुसले...

"बहुतच! कमळाप्रमाणे टपोरे डोळे..."

"म्हणजे बटबटीतच की काय?" आनंदीबाईंनी विचारले...

"नाही नाही... त्यांच्या डोळ्यांकडे देखले की सरस्वतीकडे देखल्यागत होतं!"

"आणि नाक, ओठ... बांधा?"

"बांधा तसा मध्यम... नाकही सरळ नव्हे... पण ओठाची महिरप मात्र अगदी कोरीव... बोलकी! असं वाटतं आत्ता त्या काहीतरी जरबेचं जलाल बोलणार !"

"कपाळपट्टी रुंद... केस दाट... काळेभोर... पण डोईवर पदर... त्यामुळे..."

"कळलं कळलं... एक सांगा... ती माझ्याहून सुंदर आहे का?"

"सुंदर तर नाहीत... पण काहीतरी आगळेवेगळे त्यांच्यात आहे. त्यांना पाहिले की आदर, स्नेह, भीति, मातृभाव, गुरुभाव या सगळ्या भावना मनात दाटतात." त्या आसामीने सांगितले. यावर आनंदीबाई म्हणाल्या, "सुंदर तर नाही

ना? मग झाले तर! मला वाटले की काय चीज आहे!'' हे सगळं सांगून हरकुआई पोट धरधरून हसू लागल्या...

म्हणाल्या... ''अहो अहिल्याबाई... आपणांस हसू कसं येत नाही? या काय चौकशा की काय? अन् त्याही आनंदीबाईंकडून?... मग त्यांना तिथल्याच कुणीतरी विचारलं, 'अहिल्याबाई पुण्यास येऊन गेल्या, तेव्हा आपण भेटला नाही? त्यावर त्या उसळून म्हणाल्या, ''मज मेलींस तेव्हाच श्रीवर्धनला कडमडायचं होतं ना!... नाहीतर पाहिलंच असतं की! एवढे डंके वाजतात तर भेटलेच असते की!''...

''अहिल्याबाई... असे हसा की... तुमचं केवढं कौतुक आहे यात!''

''हरकुआई... मला असल्या स्त्रियांची कीव येते... यास बाह्यशरीरापरीस इतर सौंदर्य बघताच येत नाही... मज अशांचे हसू नाही येत... तर मी तरी काय करू?''

''बरं! नका हसू... बसा तशाच... राजकारण खा... राजकारण प्या!'' आता या त्राग्याने मात्र अहिल्याबाईंस हसू आले... म्हणाल्या, ''मार्तंडे तेच खाद्य दिले... आणा बघू पेलाभर राजकारण... तहान लागलीय!'' आणि दोघींचं हसणं ऐकून आलेल्या मुक्ताबाई आईचं हसरं रूप डोळ्यांत साठवत राहिल्या.

बापू होळकरांच्या विजयामुळे अहिल्याबाई इतक्या उल्हसित झाल्या की त्यांना काय करावे अन् काय नाही असे झाले. त्या आनंदाच्या भरात त्या फडणिशीत आल्या. गोविंदरावांना म्हणाल्या, ''आपल्या शौर्याची कीर्ती चोहोकडे पसरली तशीच या महेश्वराची, इथल्या कलेची कीर्ती पसरावी. इथे उत्तम साहित्याची निर्मिती व्हावी अशी मजला इच्छा... अतएव ठिकठिकाणी असलेल्या उत्तमोत्तम व्यक्तिंना या नगरीत स्थाइक करावे. त्यासाठी आमंत्रित करावे. उत्तम वैद्य, ज्योतिषि, व्याकरणवेत्ता, कीर्तनकार, मूर्तिकार, कवि, लेखक, यांचे वसतीची माहिति, पत्ते मेळवा आणि त्यांना आमच्या सहीशिक्क्यानिशी खलिते जाऊ द्या...''

''जरुर बाईसाहेब... त्यांच्यासाठी शहराच्या मधल्या चौकाच्या मागे पेठांमधून हवेल्याही उपलब्ध आहेत. पंधरा दिवसांत हे काम आम्ही निश्चये पूर्ण करतो..! दोन दिवसांपासून काशीचे धर्मशास्त्री इथे आले आहेत... आपली भेट इच्छितात, परंतु काल आपणांस थोडा ज्वर होता...''

''पंत, होळकरांनी फत्ते केली... आता ज्वरास कोण पुसते? त्यांना बुलावा धाडा... आम्ही त्यांना भेटू.''

काशीचे ब्राह्मण येताच, अहिल्याबाई स्वतः उठल्या व त्यांना आसन ग्रहण करण्यास सांगितले. ब्राह्मण चौघेजण होते. ते म्हणाले, ''मातोश्री, आम्ही बहुत

आशेने आपले पायाशी आलो आहोत. आम्ही वेद पंडित आहोत... परंतु आमचे ज्ञान व्यर्थ जात आहे. मुसलमानांचा उच्छेद बहुत आहे. निश्चिंत मनाने वेदाभ्यास करणे शक्य होत नाही... आश्रम करावा म्हणावे तर जागा कोण देतो?... म्लेच्छांचा दुष्टावा...''

''आमचेकडून आपणांस काय मदत हवी? इथे संस्कृतपीठ स्थापिले आहे. तिथे आपण विद्यादानाचे कार्य करा... आपला संपूर्ण परामर्श घेतला जाईल.''

''मातोश्री, याबद्दल आम्ही धन्यवाद देतो, पण प्रत्युत्पन्न प्रतिभेची अनेक रत्ने तिथे आहेत... आमचे शिष्य आहेत. त्यांची घरे काशीस... आम्हांस तिथेच आपल्याकडून जागा व त्याचे खर्चास मुलूख मिळाला तर बहुत काम होईल...''

''ठीक आहे. आम्ही आपल्याबरोबर आमचे विसाजी देशपांडे देतो... ते संपूर्ण पहाणी करतील. चारी बाजू चौकशी होईल. तिथल्या राज्यकर्त्यांशी बात होईल... आपले वास्तव्याची जागा, परिसरही ते बघतील... भावी कार्याची आशा पटली तर अवघी सोय करून देतील.''

''धन्यवाद मातोश्री...''

''थांबा... अजून धन्यवाद देऊ नका... कारण माझे पुढील बोलणे आपणांस रुचेल ना रुचेल! आपणांस जो मोहल्ला आम्ही देऊ त्याचे नामकरण 'ब्रम्हपुरी' ऐसे करणे. दर तीन मासांनी आमचे हेर गुप्तपणे आपले कार्य बघतील... कधी ते शिष्यरुपे येतील, कधी भिक्षुकवेशे, कधी गृहस्थवेशे! आपल्या आश्रमाची, ब्रह्मपुरीची पहाणी होत राहील... खरोखरीच तिथे आपण ज्ञानदानाचे कार्य करीत राहाल तर आपणास काडीचाही धोका नाही... परंतु याखेरीज इतर काही लक्षात आले तर आपल्या कपाळी शिक्षा येईल हे पुरते ध्यानात असू द्या! आमचे वकील तिथे आहेत!''

''हे ऐकून आमचे आपणास धन्यवादच आहेत! मातोश्री, या ब्रम्हपुरीतून अनेक व्युत्पन्न शास्त्रीमार्तंड निर्माण होतील... ग्रंथ निर्माण होतील हे आमचे बोल आपणही ऐकून ठेवा... येतो आम्ही... दंडवत प्रणाम!'' ब्राह्मण विसाजी देशपांडे यांचेसंगे सायंकाळी काशीच्या मार्गाला लागले.

मल्हारास चार महिन्यांपूर्वीच इंदोरास नेले... कारण कळले की लाभांत्यांच्या लेकीशी त्यांची सोयरिक झाली. त्यानिमित्ते त्याजला नेले. पण ही गोष्ट रखमाबाई अहिल्याबाईंजवळ बोलल्या नाहीत. 'पौत्रापरीस मल्हारास सांभाळिले. मजसंगे बोलणेही नाही... वाकडपणा काय असेल तो राजकारणाचा... हिशेबाचा... फडणिशीच ! घरप्रपंचाच्या कामी तो मानायचा की काय? पण मज दुर्दैवीचे ठिकाणी गृहसौख्य

नसलेच तर मार्तंडे तशीच बुद्धी त्यांना दिली... लगीनकार्यास तर मजसी जाणे नाहीच... संसारी मी बहुत दैवहीन... माझी सावली पण कार्यावर नसावी... पण कार्याचे अवाक्षर न बोलण्याइतकी मी अशुभ, पांढरपायी झाले?''

हरकुआईने खूप समजूत घातली... पण मन दुखावले ते दुखावलेच! तेवढ्यात तुकोजीकडून पत्र येताच अहिल्याबाई आनंदल्या... त्यांना वाटले हे लग्नाचे आवतणच असावे. 'मग झालंगेलं विसरून आपणही त्या उभयतांस मल्हारसह इथे बोलवू... गडेंगणेर थाटात करून पंचपक्वान्नाची मेजवानी करू... चांदीचे ताटवाट्या, पैठणीसुद्धा आहेर करू. मल्हारास सोन्याचे कडे घालू' अशा सुखद कल्पना मनी खेळवत अहिल्याबाईंनी लखोटा उघडला. मोठ्या उत्सुकतेने वाचू लागल्या -

ती. मातोश्रींस तुकोजीचा बालके दंडवत,

आपले भेटीचे पत्र आम्हांस आले तरच आपले भेटीस येऊ मग पुण्यास चाकरीस जाऊ... पण आपले पत्र आले तरच!

आपला विश्वासू पुत्र,

तुकोजी

...''मेलेहो, तुम्हांस माझे आमंत्रण हवे की काय? आपले घरी येण्यास आवतण? मल्हारच्या लग्नाचा शब्द नाही की सोयरिकीचे अक्षर नाही, इतकी मी वैरी झाले काय?''...

या तिरमिरीतच अहिल्याबाई उठल्या. ''मल्हारास किती प्रेमे सांभाळिले, संस्कृतादि शिक्षण दिले... माझा मेलीचा हातच अपशकुनी.'' त्या हरकुआईस म्हणाल्या. हरकुआई तरी काय बोलणार. खरंच होतं. राजकारणात यश मिळविणारे अहिल्याबाईचे भाग्य संसारात मान वाकडी करून बसलं हे तर खरंच! अहिल्याबाईंनी लेखणी घेतली. त्या लिहू लागल्या -

॥ श्री ॥

चिरंजीव तुकोजीस प्रेमपूर्वक आशीर्वाद,

तुम्ही आधी स्वामीकार्यास जा. प्रथम सरकारचाकरी करा... मग आमची भेट घ्या. येणार तर पुत्र म्हणून ५०-६० स्वारासंगे यावे. दोन हजार स्वारानिशी याल तर परिच्छिन्न आम्ही आत घेणार नाही. नाहक उपाधी होईल ते चांगले नव्हे. आपण हिशोबांचे अनन्वित घोळ केले वर ऐसी वर्तणूक... शौर्य सुद्धा शिस्तीचे साच्यात हवे तरच ठीक... अन्यथा बेशिस्त शौर्याचा, वागणुकीचा लाभ राज्यास नसतो. आमच्या भेटीची आवश्यकताच काय? परस्पर चाकरीस जावे. सौ रखमाबाईस आणि लेकरांस आशीर्वाद.

श्री. शंकर आज्ञेवरून -

हे पत्र रवाना गेले आणि बहुत उदासी आली... हरकुआईसह पालखी नर्मदेच्या तिरी गेली... आता चार अश्रू नर्मदेत पडणार हे निश्चितच होतं.

अहिल्याबाईंची उदासी दिवसेंदिवस वाढत चालली. दुःखाने मन भरून गेले. तुकोजीच्या, रखमाबाईंच्या वागण्याने पार गळाठा आला. आपले नशिबी संसारसुखच नाही हे मनाने घेतले. तुकोजीस पुत्र केले... रखमाबाईस स्नुषेगत ठेवले... मल्हारास पौत्र समजून वागवले तरी अवघ्यांनी मजसंगे दुःस्वास मांडला... कुणास माझे नाते संमत नसल्यागत अवघे वागतात... मी आता हिमालयात जाऊन राहाते... जंजाळातून मुक्त होते. कुणीही कारभार करा... श्रीमंतांचे राज्य राखा... मी अपशकुनी ठरले... मजसी लग्नाची गोष्ट ही ना केली... मल्हारास अलगद उचलून नेले...'' असे सारखे बोलणे... एका नर्मदेशिवाय महेश्वरी कुणी त्यांचे अश्रू पाहिले नव्हते त्या अहिल्याबाई पावलोपावली अश्रू ढाळू लागल्या... बोलताबोलता रडणे उमाळून येई... अवघा भूतकाळ गावा... सर्वांच्या आठवणी काढून रडावे असे सतत घडू लागताच हरकुबाई मनी चमकल्या. मुक्ताबाईस म्हणाल्या, ''पोरी... ही स्तंभासारखी खंबीर बायको, आज अशी मुळुमुळु रडते... यावर इलाज काय करावा? अशी ताठ, बाणेदार, दुतर्फेनी पराक्रमी, शिरेदरबार अनंत निकाल करणारी ही माझी सून ... चंद्रावतास पाणी पाजणारी... राघोबासंगे लढण्यास सिद्ध असलेली ही शूर बाई आज केवळ घरच्यांनी जेरीस आणली... असेच चालले तर बाईंना वेड लागेल... पोरी, पदर बांध... वैद्यास विचारले असता म्हणाले, काहीतरी आनंदाचे कार्य करा... मनावर बहुत दुःखाचे ढग दाटलेत ते दूर होतील असं करा... तर पोरी, आपण नथोबाचं लग्नकार्य काढू... चल, यशवंतरावास संगे घे... म्हादजी मामांकडे जाऊ... त्यासही अवघे सांगू... ते तर बघतच आहेत... प्रत्यही बहिणीची समजूत काढत आहेत... पण यास आता एकच मार्ग नथोबाचे लग्न!''

आणि अक्षयतृतीयेच्या मुहूर्तावर नथोबाचे लग्न ठरले. वधू म्हादजी मामांच्या नात्यातली... माहेरच्या गोताची... अहिल्याबाईंना अतोनात उल्हास आला. वधूसाठी पैठण्यादि वस्त्रे, महेश्वरी लुगडी, देण्याघेण्याचे आहेर यात अहिल्याबाई रंगल्या. मल्हाराच्याही आधी नथोबाचे लग्न व्हायचे होते. अहिल्याबाईंनी तुकोजी, रखमाबाईस रीतसर पत्र लिहिले. त्यात लिहिले, 'तुम्ही मातोश्रींस डावलून मल्हाराची सोयरीक केलीत ते तुमचे कार्य तुम्हासच लखलाभ... तुम्हा उभयतास मुलगा-सून मानिले ते जन्मवेरी निभावणे आहे. मजकडून गुन्हा न घडावा म्हणून दिनराती जपून आहे.

आपण आमच्या पौत्र स्नुषेसह कार्यास येणे करावे...''

उदासीचे ढग मावळले. चैतन्याने वाडा भरून गेला. हरकुआई, मुक्ताबाई, यशवंतराव आणि अवघे महेश्वर जातीने खपू लागले. सोनारांनी तऱ्हेतऱ्हेचे अलंकार केले. महेश्वराच्या कारागिरांनी वधूसाठी मोरपंखी मोर पदरावर भरले... शहाजीमामा मामी आले. चौंडीहून माहेरचा गोतावळा आला. दुःख इतकेच होते की शहाजीमामांचा राणोजी आत्यावर रागावून गेला. तो मात्र अजून राग धरून होता. अहिल्याबाई हसून म्हणाल्या, ''त्याचा राग आम्ही स्वतः तिथे जाऊन काढू.''

यशवंतरावांचे गोत अवघे आले. त्यांची यथास्थित व्यवस्था झाली. मातब्बर आहेर झाले... नथोबाचं लग्न आठ दिवस वाजलं गाजलं... महेश्वराचे गावचे गाव जेवणास होते. पंचपक्वान्नाचा थाट झाला. पेशव्यांतर्फे राजेश्वर आहेर घेऊन लग्नास आले होते. अहिल्याबाई सर्वांना परतीचे आहेर देऊन थकून गेली. हरकुआई, रेणू, अंजना, राघोजी, भागोजी यांनी श्वास लागेपर्यंत कामे केली. त्यांना भक्कम आहेर केले. या कार्यामुळे मरगळ गेली. अहिल्याबाई ताज्यातवान्या झाल्या. रखमाबाई, मल्हार, काशीरावसकट आल्या. तुकोजी कामगिरीवर होते... पत्रसुद्धा आलं नव्हतं. तेवढ वैषम्य राहिलंच... पण आता अहिल्याबाईंचं मनं दुबळा करणारा काळ पार पडला... घरात चिमणीसारखी सून पैंजणे वाजवत फिरू लागली. कधी किल्ल्यावर तर कधी म्हादजीमामांकडे... नथोबाही तसा शांत व सुस्वभावी होता... त्याने ना कधी तिची खोड काढली, ना कधी भांडण केले. १३ वर्षांचा नथोबा आणि ११ वर्षांची चिमुरडी बाळा, सुंदर जोडा... त्याकडे बघून अहिल्याबाई सगळी दुःखे विसरल्या. तिच्या पैंजणात, तिचे सणवार करण्यात त्यांच्या वात्सल्याला तृप्ती लाभली. तिला स्वतः न्हाऊ माखू घालताना त्या जणू 'बाईजी' होत. बाईजींनी आपल्यावर केला तसा प्रेमाचा वर्षाव सुनेवर करण्यासाठी त्या आतुर होत्या. जणू काही आतापर्यंत राजकरणात चिरडलं गेलेलं मातृत्व, वात्सल्य या पंचावन्नाव्या वर्षी पुन्हा जागं झालं... वत्सल प्रेमासाठी आतुर झालं... हरकुआई, मुक्ताबाई, म्हादजीमामा, यशवंतराव या सर्वांनीच सुटकेचा निःश्वास टाकला. अहिल्याबाईंचं मन मार्गी लागलं होतं. याच गडबडीत आमंत्रणे धाडलेले व्युत्पन्न ब्राह्मण, वैद्य, ज्योतिषी, व्याकरणकार, लेखक, पंडित, हे लोक एकेक करून येऊ लागले. त्यांची व्यवस्था, त्यांचे कार्य, हवेल्यांची तजवीज, या कार्यात त्या पुन्हा गुरफटल्या. विसाजी देशपांडेही काशीच्या ब्रह्मपुरीचे काम उरकून आले होते. इथे आलेल्या त्या चार ब्राह्मणांची कौतुके गात होते. त्यांच्या शिष्यांच्या गोतावळ्याचे आश्चर्य करीत होते. एकपाठी असलेले त्यांचे तेजस्वी दोन शिष्य तर देशपांड्यांनी स्वतःच पारखून पाहिले. अहिल्याबाईचे मनी सत्कार्यपूर्तीचे समाधान दरवळू लागले. खाजगीतला पैसा उत्तम कार्यासाठी खर्च होतो याचा आनंद होत होता. अजून वेळ आल्यास

गावकऱ्यांच्या सुरक्षिततेसाठी व इतर वेळी वाटसरुंसाठी म्हणून भक्कम अशा धर्मशाळा बांधण्यासाठी मनी योजना होती. मथुरा अब्दालीने लुटली तेव्हा कित्येक निरपराधी केवळ तटबंध वा चिरेबंद आसरा न मिळाल्याने कापले गेले याचे शल्य त्यांचे मनी धगधगते होते. पानिपताहून परत येताना हजारो सैनिक पाण्याविना मृत्यपंथास लागले होते. या घटनेने काळीज विद्ध होते. विहिरी खोदायच्या होत्या... योजना पुष्कळ होत्या... पण सरकारी तिजोरीत हिशोबांचा अवघा रडारगडा झालेला... त्यामुळे फौजखर्चासही खाजगीतून पैसा द्यावा लागे... यावर्षी पाऊस उत्तम झाला... पिके टवटवीत आहेत... वसूल भरपूर येणार... कामविसदार आणि मामलेदारांना त्याच दिवशी पत्रे रवाना झाली.

अशाच बसल्या तोवर चार खिदमतगार घोड्यांसह पालखी तळवटी उभी राहिली. अहिल्याबाईंनी पाहिले तो किंचित लंगडणारी प्रमुख व्यक्ति! महादजी शिंदे... पानिपतावरच्या शौर्याची खूण!... ताबडतोब मुकुंदहरीस सामोरे पाठवले. बहुत समारंभाने किल्ल्यावर आणले. केशरी सरबताने धूळभेट स्वागत होताच पाटीलबाबांनी अहिल्याबाईंस वस्त्रे, शुभ्र पोशाख, पैठणी, पातळ, चोळी व शालजोडी आहेर दिधली. मुक्ताबाईस लालकाठी जरीपैठणी, चोळी, तिच्या सूनबाईस रेशमी परवंट चोळी, जावई यशवंतरावास पोशाख चौकडा देऊन भेटसमारंभ झाला.

पुण्याकडील वर्तमानाचे बोलणे निघाले. वसई इंग्रजांनी घेतल्याचे वर्तमान ऐकून अहिल्याबाई बहुत श्रमी झाल्या. म्हणाल्या, ‘‘वसईसाठी कैलासवासी श्रीमंतांनी बहुत श्रम घेतले. पैसाही खर्ची पडला. अपरुख स्थळ गेले. आपले कोणीच कारवाईत नाही. मसलत केवळ त्याजवर पडली.’’ यावर महादजी पाटील पटकन म्हणाले, ‘‘काय करावे? इकडेही पलटणांचा उपद्रव तेच वेळी. तो बंदोबस्त न होता तर इथेही मळखोर वाढले असते. फौजेच्या देण्याच्या ओढी!’’

त्यावर त्यांना मधेच थांबवत अहिल्याबाई म्हणाल्या, ‘‘तुम्ही शंभर ओढी सांगा. एक वसई कायम असती तर चिंता नव्हती. परंतु आता ही तुमची बोलणी व्यर्थ! आपल्यास शब्द लागणार... परंतु दौलतीचे प्रेम बोलावयास लावते. ते असो. आपण इथे निश्चिंत राहावे. आराम करावा, मग बोलूच!’’ वाड्यातच राहण्याची सोय केली. त्यांची वास्तपुस्त करून मुकुंदहरीस सांगितले, ‘‘बाबांनो, कैलासवासी सुभेदारांचे सांगणे असे की शिंदे - होळकरांची एकमूठ राहावी. त्यात त्यांच्याही आमदानीत विघ्ने आली. पण आज शिंद्यांचा राजा महेश्वरी आला... त्यास अणुही उणे ना पडावे. लाख रुपये महादजी पाटीलबाबांनी कुणास देवविले तर

त्यांचा बंदोबस्त त्वरेने करा. आमच्या परवानगीचा आक्षेप न आणता पैका पुरवावा.'' येणेप्रमाणे मुकुंदहरी त्यांचे खिजमतीस... एक दिवस पाटीलबाबा म्हणाले, ''मुकुंदहरी... तुम्ही नारो गणेशांचे भाचे, अतएव तुम्हांस बोलतो... मजसी सुभेदारे धाडिले... हिशेबाचा बहुत गोंधळ... समज, अपसमज... पटावर उभयता दोषी... पैकाचोर ठरले. मातोश्रींसमोर येण्यास कापतात... डोळ्यास डोळा देण्याची हिंमत हरवली. आता हा गुंता सुटावा कसा? सुभेदार बोलले, ''तुम्हीच आमचे बंधू - ये समयी मातोश्रीसाहेबांकडे जाऊन आपसात समझोता, सफाई करावी.''

''हे तर बहुत उत्तम झाले. अन्यथा दौलत चालवणे कारभाऱ्यास कठीण!''

''पण हे घडावे कसे? श्रीमंतांजवळ बोलणे करायला सांगा त्वरित करेन. मोंगल, भोसलेही निवारीन... पण मातोश्रींपाशी यश येईल असे वाटत नाही... बहुत तेजस्वी... चोख कारभार... शिस्त... यात बोलावे कसे...? पुन्हा ज्यांचेतर्फे बोलणे आहे त्यांचा वाक तर थोरच! तेणे करून संकोच!''

''कुणी तरी थोराने तो करायास हवेच ना? ईश्वरे आपणा हाती यश ठेवले असेल. बाईसाहेब सुभेदारांवर व नारो गणेशांवर मनातून बहुत क्रोधित आहेत. खाजगीतले दोन करोड रूपये उडाले, यास मी साक्षी'' ... यावर पाटील बाबा मुग्धच राहिले. मनी विचार केला संधी लाभताच जरा जरबेनेच बोलणे करावे... त्यांचे स्त्रीपणाची भीति घालावी तरच हा समेट होईल. रोज मनात वाक्ये जुळवावीत पण बोलणे निघता दुसरेच बोलावे असे चालले. धीर ऐन प्रसंगी सुटे.

महादजी पाटीलांची व्यवस्था चोख ठेवली गेली. त्रिकाळ भोजन मुदपाकात... त्यात दोन प्रहरी स्वतः पंक्तीस! हरकुआईस आणून नानातऱ्हेची पक्वान्ने, पदार्थ करून भोजन वाढावे... आपण तिथेच बसावे... असा क्रम चालला. अशा माऊलीचे पोटी जन्म घ्यावा असे गुणगान महादजींचे मुखात...! ... अखेर एक दिवस बहुत धीर करून बोलले. ''मातोश्री, मज तुकोजीने पाठवले... त्यांचे मनी तुमचेशी मनोमिलाफ व्हावा ... आपण त्याजवर बहुत क्रोधित... त्यांस आपल्या भेटीचे नांवे कापरे भरते...''

''मी काय खाते की काय? त्यांची दुष्कृत्ये त्यास छळतात... आज करोडोचे हिशेब नाही. याने दौलत होते? रेवातीरी राहून महेश्वरी ना डोकावता परस्पर कूच करून जातात. काय चिंता आहे. ही दौलत पेशव्यांची... त्यांनी चाकरी घेतली तर करेन. नाहीतर अवघी दौलत त्यांच्या घरात घालेन... अद्याप तुकोजीबाबांनी काही अधिकोत्तर मिळवले नाही... कैलासवासींचे मेळवलेच ओरबाडत आहेत... कापरे कुणास उगाच भरते!''

''आपण त्यास अभय ना दिले तर कोण देणार? ही अपेक्षा मातोश्रींकडूनच!''

''आपले दोष पदरी घ्या... अभय आहे! पण आम्हांवरच कुरघोडी केल्यागत

सात मासास तोंड ना दाखवले... आपण वाकड्या पाऊली चालायचे व मजला चहुकडून उपद्रव द्यायचा इतके मात्र करतात. पाटीलबाबा, थोरल्या सुभेदारांचे वेळी तुमचे हिशेब आमचेकडे येत... आम्ही कितीदा ते पाहिले... पण सांप्रत तुकोजीबाबा विजयध्वज, दौलतकर्ते पैदा झाले त्यायोगे तरी महजब घरोघर देणे आम्हांस प्राप्त झाले. केवळ तुकोजी धनी आणि आम्ही कशात नाही की काय? त्यांना आम्ही आमच्या हाती लावले. ज्यास हाती धरू त्यास सवाई तुकोजी करून दाखवण्याची आमची हिंमत!''

''आपणांस क्रोधित करण्यास आम्ही आलो नाही. मातोश्री, आता वाद मिटवा... सुभेदारास अधिकउणे ना बोलता जोडून घ्या...''

''त्यांनी निमकहरामीचे फंद करावे काय? निमकहरामी करून दौलत सुखरुप करू म्हणतील तर दुरापास्तच! फार खराबा होईल. आम्ही जोडून घ्यावे म्हणजे काय करावे... चार महाल घेऊन तुकडा मोडत बसावे काय? डोळ्यांपुढे दौलतीचा नाश बघावा?'' अहिल्याबाई त्वेषाने बोलल्या. पाटीलबाबांना निरुत्तर करीत राहिल्या. समेटाचे पर्यवान काही जमेना. तेव्हा पाटीलबाबाही दिक्क[१] होऊन बोलले, ''मातोश्री, आपण इतकी अंगवणाची[२] बोलणी बोलता, परंतु आम्ही पुरुष आहोत... आपण केवळ स्त्री! आम्ही आमच्या ढंगावर आलो असता काय कराल?''

अहिल्याबाई संतापून म्हणाल्या, ''अवश्य... तुकोजीसुद्धा उभयता फौजबंदीने यावे. कैलासवासींच्या कृपेने इथेही कोणी बांगड्या लेवून बसलेले नाही. श्री मार्तंडेकरून दारूबारूद इथेही सिद्ध आहे. तुमचे मनी गुबार[३] होता तो निघाला... आता या गोष्टीस चुकाल तर तुम्हांस मार्तंडाची आण आहे. आमच्याही सैन्याची करामत पाहून जा. मीही सुभेदारांची सून आहे!'' ... अशा जलाल उत्तरावर मग पाटीलबाबांनी हसण्यावारी गोष्टी नेऊन मातोश्रींचे शांतवन केले.

इंदूरास येऊन घडली हकीगत तुकोजीस व नारो गणेशास सांगितली. नारो गणेश चिडून म्हणाले, ''उभयता सरदारास संमत असेल तर आठ दिवसात बंदोबस्त करतो...'' हे बोलणे पाटीलबाबास रूचले नाही. मग पाटीलबाबांनी सुभेदारांकडे पाहिले... त्यांच्या मनाचा अंदाज करण्यासाठी!

सुभेदार त्वरित म्हणाले, ''मातोश्रींचे पायाशी हरामखोरी करेन तत्क्षणी मरून जाईन... मग मातोश्री प्राण घेवो वा कैदेत टाको. ते मजला कबूल! हरामखोरी करण्यापरीस त्यांचे जोडे सांभाळत उभा राहीन''... असे खंबीर वचन ऐकून संतोष पावून महादजीबाबा उज्जैनीस गेले. सुभेदार पुण्यास गेले... आणि

---

१) दिक्क - खिन्न २) अंगवणाची - इर्षेची ३) गुबार - दुष्ट हेतू

अहिल्याबाईंच्या वेळचा विश्वासू सेवक, जो हुक्कापाणी द्यायला या बैठकीत ये-जा करीत होता, त्याने हे संभाषण अहिल्याबाईंपर्यंत पोहोचवले. त्यामुळे तुकोजीविषयी मनी पुन्हा स्नेह उत्पन्न झाला... नारो गणेशाबद्दलची चीड विकोपास गेली. पण काय घडते ते बघत ती स्त्री शांतच राहिली. सुभेदार कैलासवासींची शिकवण ठाई ठाई कामी येत होती. अहिल्याबाईंस त्यांची, बाईजींची आठवण सतत अस्वस्थ करीत असे. त्यांची श्राद्धे स्वत: पाणी सोडून करी. त्या म्हणत, 'मी स्त्री आहे, त्यास काय करावे... पण मनी श्रद्धा आहे... कुळी पुत्र ना उरला... नथोबा परकुळीचा! मी स्त्री असले तरी 'होळकर' आहे. तुकोजी कामगिरीवर नसला तर तुकोजी पाणी सोडत... नाहीतर रूढी झुगारून त्या स्वत: श्राद्धाचा विधी करण्यास बसत. अंबादास पुराणिक सांगत, "हे कर्म अनुचित... स्त्री, त्यातून विधवा... धर्मास मान्य नाही."

अहिल्याबाई म्हणत, "मज 'स्त्री' ही त्यानेच केले... विधवाही त्यानेच केले. ईश्वर तो भावाचा भुकेला आहे. मग मजसी बंधन कैचे?"

त्या श्राद्धविधी करीत त्या दिवशी इंदूरच्या आठवणींनी त्यांचे मन भरून जाई.

हरकुबाई आल्या की बाजारातल्या वार्तांचे गाठोडे घेऊनच यायच्या! येतायेताच म्हणाल्या, "अहिल्याबाई... करणी तैसी भरणी! माझ्या नेक अहिल्याबाईंना मनोपीडा देणाऱ्याचे भले नाही होणार!"

"काय झाले हरकुआई?... काही विशेष?"

"विशेषच.. अहो लग्नात अवघा कचेरीचा मांडव जळाला... लाखोचे नुकसान... माणसेही जाया झाली...

"अहो कुणाचं लग्न?... कुठे झालं? हे अभद्र अवघं काय?"

"सुभेदारांनी मल्हारचं लग्न केलं ना वाफगावी? तिथली वार्ता! श्रीमंत स्वत: नानांसमवेत आले होते... लग्न मातबर झालं... पण हा असा आगडोंब... बरं शासन घडलं मेल्यास!" हरकुआई म्हणाल्या.

"लाखोचं नुकसान तर आपलंच झालं ना आई? आधीच खर्चाचा ताळमेळ जमत नाही... आता पुन्हा काही भल्याबुऱ्या नोंदी होतील... खर्च फौजेच्या नांवे पडेल... हिशोबांना वेलबुट्टया निघतील. खर्चाच्या वाटा रेखल्या जातील... पुनःश्च तिजोरीत खड्डा ... कसं आवरावं कळेनासं झालं. मार्तंडे काय हे केले?"

... हे लग्न आटोपते तोवरच सुभेदारांना टिपू सुलतानाचे मागे जावे लागल्याची वार्ता आली. "मसलतीची कामे तर होतीच पण चिरंजीवांनी आता मजसंगे दावा मांडला हेच खरे! दोन बोटांची चिठ्ठी पाठविण्यास मन नाही...

आयुष्यात बहुत लढाया केल्या... या युद्धासाठी खंबीरपणे तोंड देऊ... आता नर्मदेसही माझे अश्रू दिसतील असे होणे नाही.'' अहिल्याबाई मनी म्हणाल्या. यशवंतरावांना बोलावून घेतले. त्यांना म्हणाल्या, ''तुकोजींचे वर्तन आपण पाहतच आहात... माझे मनी नथोबास मांडीवर दत्तक घ्यावे असे आहे... आपल्याही कुळवंशाचा तो एकच एक दीप... तेव्हा आपली मर्जी प्रथम पाहणे माझे कर्तव्य... आपला नेकसल्ला आम्ही नेहमीच मानत आलो.'' यावर यशवंतराव नम्रपणे म्हणाले, ''मातोश्री... मूल तर आपलेच... माझ्या मर्जीचा यात सवाल नाही... आपल्या मनी येईल तर मजविषयी शक ना धरावा... परंतु एक बोलतो... क्षमा असावी... आपण इतक्यातच असे निष्ठुर पाऊल ना उचलावे. कधी कधी चुका सांभाळून घ्याव्या...''

''किती आम्ही सोसतो आहोत यशवंतराव!... गादीचा टिका लावून दौलतीचा धनी केला त्या दिवसापासून चिरंजीवांची वर्तणूक मजपाशी शुद्ध नाही. सात वर्षे मुलुखगिरी केली, चार वर्षे देशी सरदार आहेत पण एक पैसा ठाऊक नाही. उलट खाजगीतील खाऊन बसले. याच्या रक्षेच्या दाराशी हत्ती झुलतात... यांच्या महाल — माड्या उठल्या. नारो शंकर लाखांचा नजराणा शिंद्यास देऊन सुटून येतो. शिंद्यांचे अन् आपले महाल... सारखी वाटणी! कुठे दुष्काळ नाही... तरी आपला वसूल शिंद्यांच्या निम्मेही नाही... फौजखर्चासाठी दिलेल्या महालांना दोन वर्षे गहाणवट टाकून यांनी साहूकारांकडून कर्जे उचलली... एक शब्द मजसी पुसला नाही... गेले दहा-अकरा महिने तोंड दाखवले नाही. महादजी पाटीलबाबांनीही हात टेकले. त्यांचेच मजला पत्र की, ''लढाया आम्ही मारतो अन् वाटा मागण्यास मात्र हे पुढे...' यास आवरणे तर भाग आहे... चुका सांभाळून घेण्याची आमची आता हद्द झाली. मूल देणे आहे की नाही तेवढे बोला. तसे आम्ही गेल्या सालीही या मसलतीसाठी विचारले होते. आता पुन्हा आम्ही नानांना पत्र लिहितो.''

''मातोश्री... ऐसे किलमिष मनी ना आणावे... मूल आपलेच आहे. आपल्या मनी येईल ते करा. आपल्यावर ताण तर बहुतच... पण आम्हासही आमची मर्यादा मोडता येत नाही. आम्ही आता येऊ काय?''

''या... जरा फडणिशीतून मजसी पत्रव्यवहाराचा बस्ता आपण स्वतः आणा. त्याचा बोभाटा नको. आम्ही खलबतखान्यात आहोत...''

पत्रव्यवहार पाहता पाहता अहिल्याबाईंचं लक्ष पेशव्यांच्या पत्राकडे गेलं. पेशव्यांनी इंदूरच्या वकीलाला लिहिले होते,

''तुकोजीस अहिल्या मातोश्रींची अमर्यादा कर्तव्य नाही. त्यांनी दुसरा अर्थ मनी आणू नये. ते मातोश्रींची मर्यादा रक्षतील असेच होईल. तरी अमर्यादा केली

म्हणून आपण तिकडे मामलतींची घालमेल वा जप्त्या करू नयेत... तसे केल्यास त्यांचेकडून चाकरी कशी घडेल? सरकारी कामावर सर्वांची कूर्मदृष्टि असावी, हे मातोश्री समजतातच!" पुन्हा हे पत्र डोळ्याखाली आलं... हे अक्षर खास बालपेशव्यांचे होते. "मेलेहो... आमच्या कागाळ्या साक्षात असत्य अशाही पेशव्यांपर्यंत नेता... तुमची कर्तुके आम्ही अजून तेथपर्यंत नेली नाहीत... पण आता इलाज खुंटला." त्यांनी श्रीमंतासच पत्र लिहिण्यास घेतले...

॥ श्री. ॥

६-२-१७८२

श्रीमंत राजश्रींचे सेवेशी... विनंती की,

'चिरंजीव तुकोजींनी गृहकलहाचा दुर्लौकिक आपणापर्यंत आणला. अतएव या वयात कैलासवासी सुभेदारांच्या सुनेस शपथा, बेलभांडार करणे प्राप्त झाले आहे. आम्ही श्रीमंतांचे गादीस आणप्राण बांधलेलो हे वचनकृतीमात्रे सिद्ध! समय संकटाचा... इंग्रज वसई घेऊन पुण्यास उठलेला... अतएव मुग्ध राहून पैशाचा उपराळा फौजेस केला. गृहकलहासंबंधात मुग्ध राहिलो. चिरंजीवास टिका लावल्या दिवसापासून सात वर्षे मुलुखगिरी, चार वर्षे सरदारी केली... या १२-१३ वर्षांत एक पैसा आम्हांस दिसला नाही. कागदोपत्री समाधानही व्यवस्थित नाही. खर्चमेळाचा ताळ नाही. आयव्ययाचे भान नाही. फौजेसाठी खर्चास तोडून दिलेल्या महालावरही आगामी दो दो वर्षांच्या वसुलीची कर्जे करतात. आम्हांस शब्द पुसत नाहीत. आमच्या अवघ्या दौलतीचा शोध खाविंदांजवळ असून वारंवार मजला लिहितात. तेथेच चौकशी करावी ते न होता आम्हांस जाबसाल होतो. हे विपरीत घडते तेव्हा आम्हांस बोलावे लागले. गृहकलह श्रीमंतासही लोपला नाही. स्त्रीत्वाचा बंध सोडून बोलावे लागत आहे. तुकोजीबाबांचे लक्ष्मीपूजन अवघे मद्य आणि रक्षा इथे! नारो गणेशाच्या दु:संगतीची बाधा विशेष! हिशेबाचे सूत वेवस्थित ठेवते तर आम्ही अवघी मसलत डोईवर घेतली असती... आमची ती हिंमत आहेच... खाविंदांच्या निष्ठेत कदापी आणप्राण अंतर पडणे नाही. आपले कारभारी नाना एकवचनी... त्यांचे भरोशावर कालहरण सोसतो आहोत. बंदोबस्त होत नाही याचे कारण काय? तुकोजीच्या पक्षावर पडून आमची उपेक्षा घडते असे तर नव्हे? आमचे अंत:करण नानांजवळ... त्यांचा जिव्हाळा पक्का धरून तुकोजीची परीक्षा करावी... अशी विनंती आहे. त्यापूर्वी ७९ साली नथोबा फणसे यास दत्तक घेऊन त्यास वस्त्रे द्यावी व तुकोजीस सरदार-प्रमुख सेनापति ठेवावे, अशी विनंती आम्ही केली होती. त्यासाठी यशवंत गंगाधरामार्फत तीस लक्षाचा नजराणाही ठरला

होता... असो. गृहकलहात ते पत्र मागे पडले असावे. आता तरी नानांनी खुद्द दस्तुर आल्यास आम्ही अवघे गुंते समक्ष दावतो...

विनंती दुसरी की, कैलासवासी मामंजींच्या खांडाराणी[१] हरकुबाई यांचा कारभारी मणिराम हा सुमेरसिंगाचा व्याही. तो सुमेरसिंगाची अवघी मिळकत गिळून बसला. त्याचा तगादा पुणे येथून हरकुबाईकडे लागला. हरकुबाईंचेही दहा लाख मणिरामने बळकावले. नारो गणेशाची मणिरामास संगत... हरकुबाईंनी हरप्रयत्न केला... पण मणिराम दाद देत नाही. कारभाऱ्यांचा रोष घेऊन त्यांनी हरकुबाईंचे इनामी गांव जप्त केले. हा मणिराम रघुनाथदादांचा मित्र... कारस्थानी! इतकेही नारोगणेशास व तुकोजीबाबास उमजत नाही. अतएव मज डोळे फाडून बघणे भाग पडते. बाईंचे गांव मोकळे करावे. या उभय कारभारास्तव नानांनी महेश्वरी पायधूळ झाडावी ही विनंति असे... श्रीमंत गादीचे सेवेशी.'

अहिल्याबाई - शंकर आज्ञेवरून -

मल्हार व सुनेस घेऊन रखमाबाई सुमुहूर्त बघून अहिल्याबाईंच्या पायी घालण्यास आल्या. मनीचा राग मनी ठेऊन अहिल्याबाईंनी रीतसर स्वागत केले. अधिकउणे ना बोलता क्षेमकुशल पुसले. रखमाबाई म्हणाल्या, "मल्हाराने सतत आपल्या नावाचा घोष घेतला. पोरीचा पायगुणही असा की लगीन लागताच मांडव जळाला... लाखाचे नुकसान पदरी... माझ्या माहेरचे लोक जाया झाले... अजून अंथरूण धरून आहेत... मल्हाराचे गुणही बंडाळ्याचे... कसे निभणार?"

"काय हे बोलणे की काय? मांडव जळाला तर त्या चिमण्या पोरीने काय केले? चुकी कामगारांची... हंड्या, झुंबरात दिवे लावताना बहुत जोखीम सांभाळावी लागते. ते ना केले... मांडव तर काय, अवघा किनखापी... कापरागत पेटतो! त्याचा बोल फुका सुनेवर लावू नये." अहिल्याबाई म्हणाल्या. मल्हार, नथोबा एका ठाई बसले. या दोन छोट्या सुना बाहेर फुगडी, झिम्मा खेळू लागल्या. मुक्ताबाई कौतुकाने त्यांच्यासंगे फुगडी घालू लागली. मग कोंबडा घालण्यास शिकवले... मग पिंगा झाला... पैंजणाच्या मंजुळ ध्वनींनी अहिल्याबाईंचा बंगला तरतरून गेला.

"स्वामींच्या कामगिरीवर जाण्याचा मजसी आताशा बहुत क्रोध येतो..."

---

१) खांडाराणी - तलवारीशी लग्न करुन आलेली पत्नी

"सुभेदाराच्या पत्नीस ही भाषा शोभा देते काय रखमाबाई? सुभेदार मग म्हणायचे कशाला?"

"आपणास शिबंदी किल्ल्यात बसून मसलती करणे... स्वामीस तलवार चालवणे आहे. आपणास तो स्त्रीत्वाचा वर... सुरक्षित रक्षितो!"

"तो वर आज मज शापापरीस वाटतो हे तुम्हांस काय सांगावे?... जाऊ द्या... सुभेदारांना दहा महिन्यांत मातोश्रींना भेटावे वाटत नाही... महेश्वरवरून गेले... असो... लेकसुनेस घेऊन आलात... बहुत भले केलेत... " यावर हरकुबाईस बसवून अहिल्याबाई फडणिशीत गेल्या. सायंकाळी मेजवानी होऊन महेश्वरी लुगडी, वस्त्रे चौकडे व सुनेस पैठणीचोळींचा आहेर झाला. सुवर्णाचे दशावतारी साजमंगळसूत्र अहिल्याबाईंनी मल्हारच्या स्त्रीस दिले. सुभेदारांच्या महेश्वरी येण्याबद्दल अहिल्याबाईंनी पुनःश्च शब्दही काढला नाही. आता नाना फडणीस आले की सगळे जाबसाल घेऊ या अर्थी मुग्ध राहिल्या.

अप्पाजी जगदेवाने कळवले, की सांप्रत नाना फडणीसांचा तुकोजी सुभेदारास पुरस्कार फार. टिपू सुलतानाने खंडणीचा ऐवज देण्यात लबाडी केली. टिपूचा कागदपत्र येणे तो सुभेदाराकडे... नादी लावून श्रीमंतांचे फौजेवर छापा टाकावा हा मनसबा करून टिपूने तयारी लावली... काकडावर मुक्काम केला. तेव्हा सिंदे... होळकर... मोंगलास सामील होऊन लाखाचा जमाव हद्दीत घुसला. सुभेदारांची मसलत कामी आली. सडा जरारा[१] घोडा घालावा असे म्हणताच कुणी थट्टा केली. पण सुभेदारांनी आपला गोट सडा केला. तो मागील प्रहररात्र राहता गोळा चालला. मोंगल भोसले यांच्या राहुटीत रामजानीचा तमाशा[२] चाललेला... सर्वांस प्राण घेऊन निघणे मुष्किल झाले. तेव्हा सुभेदाराच्या सल्ल्याची हयगय केल्याचे दुःख दाटले. टिपूने फौज लुटली... मग सुभेदारांच्या विद्यमाने सुतळीच्यातोड्यासुद्धा फौज सोडली. खंडणीचा ठराव करून, पैका घेऊन तमाम फौजा आल्या. सुभेदार वाफगावी आले. आजकाल ही मर्दानगी गाजवली. नानांच्या भेटी वरचेवर घेतात. आपणांस डौलापुरते महाल देऊन पूर्ण अखत्यारी त्यास तुकोजी सुभेदारास असावी, अशी मसलत चालल्याचा बोभाट आहे. आम्ही

---

१) सडा जरारा - फक्त स्वारघोडा, सामान नाही २)रामजानीचा तमाशा - कलावंतीण

आपले निमक खाल्ले. अतएव विदित केले... आम्ही आपले पौश्य[१]...
मसलत कळवली तेवढे पुण्य!

आपला विश्वासू
अप्पाजी जगदेव

अहिल्याबाई हे वाचून सुन्न झाल्या. मनाशी बोलल्या, 'अवघी घालमेल, हिशोबांचे घोळ, पैशांचा चुराडा, असत्य भाषणे, लबाडी लांडे, हे चिरंजीवांचे पदरी असून, तुकोजीचे पक्षावर पडून, त्यांचेकडून आमची अब्रू घेणे असेल तर आम्हीही हात बांधून बसणार नाही. माझेच खा अन् मजला राखण करा असे बोलणार नाही... मी पण मल्हाररावांची सून आहे!''

याच वेळी ग्वाल्हेरीस फिरंग्यांची चार पलटणे आल्याचे पत्र! जाटाने पाच लक्षाची नजर इंग्रजास देऊन, किल्लेदाराकडील जमादारास फितूर करून ग्वाल्हेरीचा किल्ला घेतला. महादजींनी फौजेचा उपराळा करण्याविषयी लिहिलेले...

''आठ महिने घेरोघेरी चालू... मजसी जिवंत पकडावे असा मनसुबा...
तरी त्वरित उपराळ्यांस फौज यावी''...

आपला विश्वासू
महादजी

अहिल्याबाईंनी त्वरित दहा हजार फौज सरदार बाळूजी इंगळे आणि राजाराम रणसोड संगे देऊन पाठवली. बहुत चिंतित झाल्या. सुभेदार वाफगांवी थांबतात... महेश्वरी येत नाहीत याचा बहुत विषाद केला. या प्रसंगी सुभेदाराने खुद्द दस्तुर जावे... पाटीलबाबास हीन अंगामुळे[२] अडचण पडते. ती निवारण्यास कुणी नाही. असो... मार्तंड समर्थ!

रघुनाथदादास झाशीवर कैद करण्याचा मनसुबा विफल गेला... फौजेला चोळीमहेश्वर येथे हुलकावणी देऊन ते सुरतेस इंग्रजांच्या आश्रयाने राहिले. बापू होळकराचे शौर्य विफल गेले. तिथून त्याच्या कारवाया सुरुच! इथल्या इंग्रजांनी आपले डावपेच मानले नाहीत म्हणून तळेगावला अपयश आलं याचं शल्य उरी ठेवून परस्पर, हणमंतराव व मणियार पारशी यांना रघुनाथरावांनी इंग्लंडच्या राजाकडून स्वतंत्र मदत मिळवण्याच्या उद्देशाने इंग्लंडला पाठवले. तेथून बर्क या अधिकाऱ्याने सरळ लिहिले, [I am sorry, sir, to inform you that I can give you no sort of hope of your ever obtaining the assistance of the troops, you require]"- ''इंग्लंडच्या राजाकडून तुम्हांस स्वतंत्र फौजेची मदत मिळणे शक्य नाही.'' या बातम्या नानांना कळतच होत्या. नानांनी हैदर व फ्रेंच

---

१) पौश्य - पोसला गेलेला २) हीन अंग - पंगूपणा

यांच्या सहाय्याने इंग्रजांना चारी बाजूने शह देण्याची जोरदार तयारी केली. या संयुक्त फौजांपुढे आपला टिकाव लागणार नाही हे जाणून इंग्रजांनी पूर्ण माघार घेतली आणि महादजी शिंदे यांच्यामार्फत, ग्वाल्हेरपासून २० मैलावरील 'सालबाई' इथे १७ मे रोजी तह झाला. त्या तहाप्रमाणे इंग्रजांनी रघुनाथरावांचा पक्ष सोडला. तीन लाख वार्षिक तनखा घेऊन रघुनाथरावांनी राहावे असे ठरले आणि साष्टी बेट सोडून इतर सर्व ठाणी इंग्रजांनी पेशव्यांना परत द्यावी.''... या तहासाठी अहिल्याबाई मुद्दाम सालबाई येथे अवलोकनार्थ आल्या होत्या. नानांची आणि महादजींची भेट घ्यावी हा सुद्धा हेतू होता... परंतु रघुनाथरावांना कोपरगावी लगेच नेणे होते ते मात्र त्यांनी मानले नाही. ते सुरत सोडण्यास तयार नव्हते. शरीर जर्जर झालेले रोगांनी पोखरलेले, बुद्धीस भ्रम पडलेला, असे रघुनाथराव बघून अहिल्याबाई मनी म्हणाल्या, ''या घरभेद्याने काय केले - अरत्र ना परत्र ऐसी अवस्था... ऐहिक... परलौकिक अवघे नासले... सुरतेतही अब्रूचे कंदिल लावले... कुण्या नागरी ब्राह्मणाची पोर पळवली... तिच्या मायबापे प्राण त्यागले. इंग्रजही या वागणुकीस शिणला... राहत्या वाड्यास सूरतेतही बंदिवान... त्यापरिस शनिवारवाड्याशी इमान राखते तर अवघे चित्र मोहक राहते... पण हे देखूनही कुणास शहाणपण येत नाही हे तर या मातीचे दैवी आहे...'' नानांशी अहिल्याबाईंनी सुभेदारांची वार्ता काढताच म्हणाले, '''आपला खलिता मिळाला. मातोश्री, हरकुबाईच्या गावावरील जप्तीचे काम खाली करण्याचे हुकूम दिले... आपणास प्रार्थना ऐसी की सुभेदारांची परीक्षा होय तात्काळ आपण विवेके स्वस्थ बसावे. आमचे कारकून येतील तेव्हा उलगडा करू.'' यावर अहिल्याबाई स्पष्टपणे म्हणाल्या, ''आपली आवरशक्ति दांडगी... आपण खंबीर बळकट. परंतु आपले चित्ता आमचेविषयी काही विक्षेप असल्यास स्पष्ट बोलावे. आम्हांस डौलापुरते महाल देऊन अखत्यारी चिरंजीवास द्यावी असे आपल्या मनी ऐसा बोभाट आहे. चिरंजीव अखत्यारीस लायक असते तर तोही वाद सरला असता. परंतु दुर्दैवे अशी गोष्ट नाही. खर्चमेळाचे ताळमेळ, आयव्यय राखून या चौदा वर्षांत दौलतीत भर टाकते तर आम्ही होऊन क्षेत्री गेले असतो... पण जे काय आहे ते मी मुखाने बोलावे ऐसे नाही...''

''मातोश्री... आपल्याविषयी विक्षेप तो ईश्वराविषयी विक्षेप म्हणावा इतके आपले पुण्य थोर!''

''क्षमा करा... पण राज्ये पुण्याच्या जोरावर चालत नाहीत. पुण्य तो परमार्थाचे साधन... ते आमचे खाजगी... त्याचा पैसा खाजगीतून... आज बोलणे ते दौलतीचे... दौलत पैशामुळे, सैन्य फौजेमुळे राखिली जाते. शिस्तीचा साचा नसेल तर राज्यास हित नाही आणि सुभेदारांनी तर अवघी शिस्त झुगारली आहे... अखत्यारी दिली तर चार वर्षांत दौलत रिक्त होईल हे जाणून असावे. आम्हांस सत्तेचा अभिलाष नाही...

श्रीमंतांचे कृपे आम्हांस उणे ते काय?... पण आमच्या डोळ्यादेखता कैलासवासींनी तलवारी मारून कमावलेली, जोपासलेली ही दौलत उतरलेली बघणे आम्हांस मान्य नाही... कैलासवासींनी आम्हांस रक्ताची शिंपण करून सारे शिकवले... त्याचा आब शपथ घेऊन राखणे हेच आमचे उर्वरित! अठ्ठावन्न वर्षे उमरीला सरली, आणखी किती पांचा जगणे आहे?''

''मातोश्री, शांत व्हावे... आपल्या पुण्याचा उल्लेख आम्ही गौरवाने केला. आपले शौर्य, धैर्य, विवेक, निष्ठा, चातुर्य, हे सारे पुण्याहूनही थोर आहे.

आपण साक्षात कर्मयोगिनी आहात... दौलत राखून ठेवली... आम्ही खुद्दच आलो असतो पण पेशवे अजून बाल... तिथे उपस्थिती अवश्य. अतएव निष्णात कारकून येतील... गुंता निपटतील... आपण निश्चिंत राहावे.''

''प्रत्यक्षात घडेल ते खरे... आम्ही तर बहुत कष्ट पावत आहोत...'' अहिल्याबाई म्हणाल्या.

अहिल्याबाई येताच हरकुबाई म्हणाल्या, ''अहिल्याबाई, ते लालजीदास सावकाराचे मूल आपण इथे अडकवलेत, त्यास पाठवावे म्हणून हुजरे पत्र घेऊन पातले... त्या पोरानेही बहुत गोंधळ केला... द्या त्यास धाडून...''

''लालजीदासने लाखोचा ऐवज अडकविला... तो मिळाल्याखेरीज मूल साफ सोडणे नाही. इथे त्यास राजपुत्रासमान रक्षिते... पैसा द्या, मूल सुखरुप न्या... नाहीतर नथोबासंगे खेळतच आहे... आणि हुजऱ्याबरोबर खतपत्रे देण्याची रीत कोठली? आम्ही तपशीलवार लालजीदासाचा मजकूर लिहून पाठवला... तो पुन्हा पुन्हा तोच जाबसाल देणे पडते. तुकोजी, नारो गणेश, लालजीदास जे जे बनवून गोष्टी सांगतात, त्याच श्रीमंतांस सत्य भासतात की काय? ज्यांनी जो गैरवाका समजावला तोच खरा मानावा? छान करण्याची रीत ज्याची त्याच्यासंगे गेली. हुजऱ्यास उत्तरे देऊन बिदा करा... हुजरा इथे राहिल्यास कामे येणार नाही...'' मुकुंदहरी बोलणी खाऊन फडणिशीत गेले. तेवढ्यात पुन्हा मागे येत म्हणाले, ''बाजीराव बर्वेवरील चौकी उठवावी म्हणून त्यांनी उपोषण आरंभले... आपण ग्वाल्हेरीस गेल्या... आज चार दिवस झाले... अन्नग्रहण नाही.''

''मुकुंदहरी... पागेस आग लागली... ३१ घोडी जळाली... दोन हजार बाण जळाले... काही रावजींचे जवाहिर जळाले... गवताच्या गंज्या पेटल्या हे अवघे बाजीराव बर्वेच्या बेशिस्तीमुळे घडले... गंजीशी तेलाचे पेटते दिवे ठेवून कुणी जातेच कसे? त्यांनी गुन्हा कबूल करावा... आमच्या संगे त्यांचे उपोषण समाप्त करू... गुन्हा करावा वर मुजोरी चालवावी हे होणे असकत...'' सगळे जाताच

हरकुबाई म्हणाल्या, ''सरदार बुळे यांनी काही जमाव जमा केला... खरगोण व महेश्वर प्रांती धामधूम करावी हा हेतू... पण म्हणतात भिल्लाबावराचे पारिपत्य करण्यासाठी जमाव आहे म्हणून... ही बाजारी वार्ता आहे.''

''तर मग कारभाऱ्यास सांगोन एक पथक चिमाजी बुळ्याजवळच पाठवा. भिल्लासंगे लढयास उपराळा करण्यास आली म्हणून तेथेच ठेवा... म्हणजे त्यांचे काय ते चेष्टित ध्यानात येईल...'' अहिल्याबाई त्वेषाने म्हणाल्या.

''तो तुकोजी बसतो वाफगावी... आणि तुम्हांस हे सगळे इंगळ्यांचे डंख!'' हरकुबाई म्हणाल्या अन् कारभाऱ्यांकडे निघाल्या.

हरकुबाई तिकडून आल्या तोवर अहिल्याबाईंचे स्नान, पूजा आटोपले. मुक्ताबाई सुनेसंगे सागरगोटे खेळत होत्या. नथोबा आणि लालजीदासाचे मूल फराळ करत होते... अहिल्याबाईंनी हसून हे सर्व पाहिले तोच त्यांना नथोबा किंचित मलूल वाटले. त्यांनी अंगास हात लावला... तर अंग तापलेले! त्यांच्या मनी चर्र झाले. वैद्यास त्वरेने पाचारण केले. नथोबा म्हणाले, ''आम्हांस कसेतरीच होते... भोजन नकोसे होते... दुधाचा शीण वाटतो... रूची लागत नाही...'' हे ऐकताना अहिल्याबाईंना धकधक होऊ लागले. मुक्ताबाईस म्हणाल्या, ''अगं पोरी... सागरगोटे कसले खेळता? जरा नथोबास मंचकावर निजवा... त्यास पित्तभंजन रसाचे चाटण द्या... तोवर वैद्यराज येतील.''

मुकुंदहरी बरीच पत्रे घेऊन आले. चार दिवसांची डाक होती. सौ. उदाबाईंस मध्यस्थीस आणून तुकोजीबाबांची दोन पत्रे होती... बहुत नम्रतेचे जाबसाल लागले. पाटीलबाबांचे कबिले उज्जनीस दाखल झाल्याचा खलिता होता. दिल्लीहून तीन पत्रे होती. दिल्लीभोवती शिखांचा गवगवा बहुत... पुरुषोत्तम हिंगणेही वारले... आणि नजिबखानास राजयक्ष्म्याचा उपद्रव होऊन त्यांचा मृत्यू झाला...'' वाचतावाचता अहिल्येला या राजयक्ष्म्याची आठवण आली... ''श्रीमंत नानासाहेब, श्रीमंत माधवराव!... आपल्या नथोबाला कशाचा ताप असेल?... मेल्या या राजयक्ष्म्याने बहुत धिंगाणा घातला... आमचे वैद्यराज काय करतात? यावर उपाय धुंडून काढावा ते होत नाही... मात्रा, चाटणे करीत राहतात...'' वैद्य आल्याचे कळताच त्या उठून गेल्या. त्यांनी नथोबाची नाडी बघून औषध दिले. मग त्यास अलग बोलावून म्हणाल्या, ''वैद्यराज, आजकाल राजयक्ष्म्या बहुत मातला... तरी आपण त्यावरच संशोधन करावे... वेगवेगळी औषधे तयार करून एक अप्रतिम गुटी सिद्ध करावी. त्यासाठी सुवर्णाचा वापर करावा लागला तरी करा... आम्ही द्रव्य पुरवू... पण राजयक्ष्म्यावर दिव्य औषधी शोधा.''

''बाईसाहेब... बहुत दुर्घट रोग... आपण योगक्षेम वहाण्यास समर्थ... तर आम्ही पण आणप्राण कष्ट करू... औषधी सिद्ध करू... वेळ आल्यास हिमालय धुंडू...''

“अवश्य, आपल्या उमेदीस ईश्वरे यश द्यावे... राजयक्ष्म्याची महागुटी महेश्वरी मिळते असा लौकिक करा...” वैद्यराज गेले. अहिल्याबाईंचे मनी नथोबाची चिंता लागली... मनी बोलल्या, मज काळतोंडीसच असल्या शंका का येतात...? ती मुक्ताबाई तर त्याची माय आहे... मग तिजला चिंता कशा नाही? सागरगोटे खेळते? की मीच ऐसी दुर्दैवी की काळजी चिंतेने माझेच काळीज पोखरावे?... हे भुंगे माझेच मनी का? मीच अपशकुनी... एक झाड घरात असते तर या तुकोजीचेही दुर्घट सोसावे लागते ना! संसारात तर अवघा उन्हाळा... दो कल्पवृक्ष... तेही उमळले... पोटच्या पोराने तोंडास फेस आणला... ओटी तुकोजीस मानले... तर त्याने तर उपेक्षेचीच आभरणे दिली... काय पाप होते गेले जन्मीचे?... कुण्या मायलेकरांची ताटातूट केली होती, की देवालये मोडली होती? मनी उदासी दाटली. हरकुबाई जवळ बसत म्हणाल्या, “अहिल्याबाई, बहुत चिंता ना करणे... शरीर आहे तर रोगभोग येणारच ना? उतरेल नथूचा ज्वर... तुम्ही उमेद त्यागिली तर मुक्ताबाईने काय करावे? तुम्ही थोर...”

“म्हणूनच हरकुआई, नाना शंका छळतात... क्लेश होतात. जिकडून तिकडून माझे अंगी जळवा लागल्यात... इंदूरची फडणिशी आम्हांस समजून घेत नाही. तुकोजी स्वयं येत नाहीत... वाफगावहून हुकूम होतात... इथे बजावले जातात... आम्हांस एक पुसत नाहीत... आपल्या महालांचे वसूल तर घेतातच पण आमच्या महालांचेही घेतात... मामलेदारांना काय सांगावे? की चिरंजीवांस देऊ नका म्हणून? त्याने आमची उपेक्षा चालवली म्हणून? आपलीच मांडी उघडी करून कुणास सांगावी? पहिली दोन वर्षे जरा नीट राहिले... तदनंतर नारो गणेशांचा दु:संग बाधला... या तेरा वर्षात खाजगीतले एक करोड यांच्यापायी उडाले... भर तर एक पैशाची नाही... त्यातून नथोबास वारंवार ज्वर येतो. या दोन ओढींनी उदासी येते... घरीदारी उन्हाळा...”

“अहिल्याबाई... आम्हासही हे कळते... म्हणूनच शांतपणे ऐकते... आम्हांस बाईजींची सर तो येणे असकत... पण यत्न करते बहुत...”

“हरकुआई... आम्हांस वडील म्हणून टेकायला आपलेच पाय... पण बहुत शिणले तुमच्या भानगडीविषयी तीन वेळा लिहिले. श्रीमंतांनी जप्ती उठवली. ते गावही रखमाबाई दाबून बसली... तिथून वसूल आणवते... आम्ही चूप राहिलो तर चिरंजीव सांगतात, “वसूल महेश्वरी देऊ नये... मातोश्रीस दिल्यास कामी येणार नाही. यांनी प्रतिष्ठेचीही दुकाने मांडली... तलवारीच्या यशाने नाना फडणिसास सत्यमिथ्या सांगतात... श्रीमंतांचे वय ते काय नऊ वर्षांचे... तेव्हा नाना सांगतील ते प्रमाण त्यांनाही... तुकोजीने वारंवार चुकत जावे, पेचात यावे... पेच मजवर सोडून आपण नामानिराळे व्हावे हे कोठवर चालेल...”

"कालच काही कज्जा बाजारी ऐकला... खरगोणची मसलत..." "तेच सांगतो... आम्ही कृष्णाजी तानदेवास खरगोणची मसलत सोपली तर तुकोजींनी कासी रंगनाथ पाठवले. खरगोण आमचे हे विदित असूनही पत्रे घेऊन इंदूरहून येतात. आम्ही पत्र साफ फेकून दिले. सांगितले, 'आलात तसे इंदुरास वापस जावे. परिच्छिन्न येथे राहू नये'... मग आमच्या क्रोधाचे डंके बडवतात... आमचे गळे असे फसवून ठेवलेत तर स्वयं सुभेदार कशाला इथे उगवतील?"

"देशस्थिती बहुत बिघडली. गुजराथचे ब्राह्मण श्रावणासाठी आले ते सांगतात, 'जागा जागा इंग्रजांची ठाणी, सुरतेत पलटणी, दहा गोरे... भडोचेत तीनशेची पलटण, चौघे गोरे... जंबुसर, डभई सगळीकडे त्यांच्या पलटणी... गायकवाड त्यांचे काबूत, खुद्द गायकवाडाच्या वाड्यात शंभर गोरे... बडोदे, अहमदाबाद गोऱ्यांनी व्यापिले. दादासाहेबासही इंग्रजांकडून दहा हजार घेण्याची धाड कशाला हवी? त्यांचे खातात..." हरकुबाई संतापाने म्हणाल्या.

"हरकुबाई... लखनौचा वकील आम्हांस लिहितो, 'सुजाऊद्दौलाच्या लेकाजवळ इंग्रजांचे सात सरदार आले आहेत... दोन करोड द्या तर अवघे काबीज करून देतो म्हणतात... तर या सुजाच्या लेकाने आपली आई व सुजाची आई दोघींस कैद केले... दीड करोड नगद आणि करोडोचे डागडागिने... बहुत विपत्य केले... पोटी मूल कसले? राक्षसच हे! सत्तेपायी आई विकणारे!'

"ग्वाल्हेरची हालहवालही रोज बाजारी येते..." हरकुबाई म्हणाल्या...

"गोहदवाला खंडणी देतो म्हणतो पण ग्वाल्हेर देत नाही... पाटीलबाबांना ग्वाल्हेरच हवे"... एवढ्यात दोनतीन मुस्लीमांना घेऊन किल्लेदार आल्याची खबर घेऊन रेणू व राघोजी आले. त्यांना आत आणण्यास सांगून अहिल्याबाई अदमास घेऊ लागल्या. कोण असतील हे?

चारपाच जण होते. अहिल्याबाई घोंगडीवर नेहमीप्रमाणेच बसलेल्या. बाजूस हरकुबाई. त्यातला एक पुढे होत, मुजरा करीत म्हणाला, "पातशहाका इनायतनामा लाया है... इसको खडी ताजीम देकर आपने इज्जत के साथ लेना है... ये अर्जी पेश!"

"मतलब, हमने खडे होकर लेना? हमारे ये दिवाण है उसको नहीं दे सकते?"

"नहीं! ये पातशाही इनायतनामा खुद आपको खडे होकर लेना है!"

"पातशहा की तामिरी हमारे लोक बहाते है... पातशाही की जिम्मा हमारे लोक सम्हालते है... उनके इनायतनामा की इतनी मिजास क्यूँ? श्रीमंत पेशवे का खत भी हमारे बझीर ला सकते है तो ये खत क्यूँ ना ला सकेंगे? ये ताकीद हम नहीं मान सकते । श्रीमंत पेशवे के बिना हम किसी बादशहा के लिये खडे नहीं होंगे.. मुकुंदराव... वो खत लाओ... अगर दे देंगे तो! नहीं तो इनको बिदा करो!"...

मुकुंदहरी ने पत्र आणले. मुस्लीम तणतणत गेले. हरकुआई कौतुकाने हसत होत्या. "अहिल्याबाई, तुम्हांस सारे जमते"... तोच नाना फडणिसांचे वकील सदाशिव दिनकर व महादजींचे वकील रामजी पाटील आल्याचे कळले. बाई मुकुंदहरीस म्हणाल्या, "त्यांची सर्व व्यवस्था बाजूच्या वाड्यात करा... आता श्रावण सरत आला... दोन महिने त्यांना सर्व खतावण्या हिशेब यांचे मेळ घालो द्यावे... अवघे घोळ देखो द्यावे... जे जाबसाल आहेत ते द्यावे... इंदूरच्या खतावण्याही खास जासूदाहाती आणून आपटा. अवघा राडा त्यांनाच डोळ्यांनी देखू द्या... मग आम्हीही बघू! प्रथम इथे आणा. आम्ही किल्ल्याच्या दरवाजाशी सामोरे येतो... जा!

अहिल्याबाई फडणिशीतही चारचार तास बसत. पत्रांची उत्तरे, न्यायदान सगळे नियमाने व शिस्तीने चालू होते. मुकुंदहरी सदाशिव दिनकरास व रामजी पाटलास हिशेबाचे गुंते दाखवत होते, तिथेही दोनतीन वेळा, वेळ मिळेल तसे जाऊन येत. नथोबाचा ज्वर आता नव्हता... मुक्ताबाई, बाळाबाई, मजेत होती. म्हादजी मामांचे व मामींचे येणेजाणे सुखरुप होते. तेवढे देवकृपे बरे होते. त्या सगळ्या व्यवस्था पाकगृहात बघत.

सरत्या श्रावणाची दाने, उद्यापने सुरू होती. नित्य अडीचतीन हजार ब्राह्मणास भोजन होते. तीनशे ब्राह्मण शिवलिंगाच्या अनुष्ठानास बसले होते. ११ ब्राह्मणांचा एक संच आहे ११ ठिकाणी लघुरूद्र सुरू होते. शिवकवचाच्या पठणास एकशेएक ब्राह्मण... एकशेएक शिवनाम स्मरणास... शिवनामाचे पठण एकावन्न ब्राह्मण करीत आहेत. कीर्तने रोजच रात्री... अवघे महेश्वर गजबजून गेले. श्रावणासाठी मुद्दाम आलेल्या ब्राह्मणांसाठी, भाविकांसाठी उत्तम धर्मशाळा होत्या... पाकगृहे मुद्दाम तयार केली होती... विहिरींना मुबलक पाणी...पाकसिद्धिसाठी भट्ट्या...! स्नानगृहे नर्मदेच्या घाटावर... नर्मदेतून कावडी आणून देणारे पाणके! नर्मदेत बुड्या मारणे सक्त मना होते... सकाळ सायंकाळ संध्येसाठी नर्मदेवर दाटी होई. मंत्रघोषांचा आवाज वातावरणात भरून राही. आलेल्या ब्राह्मणांस शिधा साहित्यही देण्यात येई. भोजनदक्षिणा रोज दोन पैसे... जन्मअष्टमीचे पारण्यास एकेक रुपया! जप करणाऱ्यांस पांच, लिंगानुष्ठानास आठ, शिवकवच व लघुरूद्रास दहा दहा रुपये दक्षिणा! महांकाळेश्वर व ओंकारेश्वर इथे पंचवीस ब्राह्मण प्रतिवर्षी जाऊन होळकरांतर्फे अभिषेक करत, तसे याही वर्षे गेले होते...

भाद्रपद लागला... हरतालिका, गणेशचतुर्थी झाली. नंतरच्या पितृपक्षात अहिल्याबाईंकडे चार श्राद्धे होत... ते पंधरादिवस अहिल्याबाई या काळात नसतच. सतत भूतकाळात, इंदूरच्या वाड्यात, इंदूरच्या फडणिशीत, बाईजींच्या

दिवाणखान्यात, खंडेरावांच्या महालात, मालेरावांच्या बाळलीलातच वावरत! मालेरावाने खून केलेल्या हिराच्या प्रियकर कारागिराचा शाप आपल्यास बाधतो असे त्यांना पटत नसले तरी वाटत राही. त्या कारागिराच्या नावाने त्यांनी समाधी बांधली.

यावर्षी काही मुस्लीम फकीरही श्रावणात आले. त्यांनाही अहिल्याबाईंनी चादरीसाठी खैराती दिल्या. "आम्ही अल्लास वेगळा समजत नाही म्हणूनच बादशाहीच्याही रक्षणास धावतो." असं अहिल्याबाई त्यांना म्हणाल्या. सोमनाथाचं मंदिर पाडल्याबद्दल त्यांनी खंत व्यक्त केली अन् फकिरांना म्हणाल्या, "आम्ही आपल्या दर्ग्यास वर्षासनेही तोडून देऊ, पण आपण मंदिरास धक्का लावणाऱ्या आपल्या बांधवास सांगा, धर्म वैर करायला शिकवत नाही... ईश्वर... अल्ला एकच आहे..." नंतर नवरात्र... दसरा झाला. दसऱ्यासाठी अहिल्याबाईंनी मुद्दाम हत्तीचा रथ करून घेतला होता. त्यात बसून आपले वारसदार म्हणवणाऱ्या तुकोजीने इंदूर - महेश्वर इथे सोने उधळत प्रजेला दर्शन द्यावे अशी इच्छा होती... पण ती पुरी होत नसे... तुकोजीबाबांना महेश्वराला येणे कठीण झाले होते... मग होळकरांचे निशाण उंच धरून नथोबा, मल्हारराव हे आपल्या स्त्रियांसह त्यात बसले. रथ महेश्वरात फिरला... त्याच रात्री नथोबास पुन्हा ज्वर भरला. मग दिवाळीभर तो ज्वर अधूनमधून छळत होता. त्यामुळे पक्वान्न खाद्यान्नाचा खजिना तयार झाला तरी, नथोबास पथ्ये होती... अहिल्याबाईने कशाला हात लावला नाही. अंतर्यामी भीतिने तिचे काळीज एवढेसे झाले. वैद्यराजास ती पुन्हापुन्हा सांगे, "राजयक्ष्म्यावर औषध शोधा... तुम्हांस जहागिरी इनाम देईन..." 'मुक्ताबाईने बिचारीने असे किती पाऊस पाहिले? तीस माझे आश्चर्य वाटते... तिजला काय सांगावे?' अहिल्याबाई मनी म्हणत... नथोबाच्या काळजीत चिंब होत... बाळाबाईस कुरवाळत... पोरीच्या नशिबी काय वाढून ठेवलंय देव जाणे!" ... बाळाबाईस कड्यातोड्यांनी सजवत... देवदेवतांना दर्शनास पाठवत... मागणं एकच... सौभाग्य दे... सौभाग्य दे...!

गोविंदपंत आणि भारमलदादा, मुकुंदहरीच्या मदतनीस होते. हिशोबाचे सर्व पाहून झाले... आज शेवटची बैठक होती. "माझ्या नशिबी जाबसाल देणे आले. नानांनी वाफगावी विचारणा करावी ते होत नाही. वाटले होते चिरंजीव दौलतीच्या हिताचे करतील, तर आपणही महेश्वरी परलोकसाधनास्तव जपेतपे करू... पण नशिबाने मज गुंत्यात फेकले..." अहिल्याबाई आल्या... सर्वांनी उभे राहून त्यांना अभिवादन केले... त्या पांढऱ्या घोंगडीवर जाऊन बसल्या... "आपणापुढे जमा-खर्च - वेच - खाजगी - सरकारी- फौजखर्चाची अशा अवघ्या खतावण्या ठेवल्या... आपण पाहिल्या... आमच्या खाजगीत किती होती व किती आहे, खाजगीतली शिल्लक सरकारात किती लावली, फौजेस किती दिली हे आपणापुढे

स्पष्ट आहे. चिरंजीवांनी भर टाकली की उपसा केला हे पण समोरच... आता काय मजसी प्रश्न करणे ते करा! आम्ही उखळात डोई घातली... घाव घेणे प्राप्तच!'' यावर सदाशिव दिनकर म्हणाले, ''मातोश्री, आपला कारभार तो गंगाजळ निर्मळ... पण तुकोजी सुभेदारांचे मनी अखत्यारांची इच्छा... त्यास्तव अवघा गोंधळ माजला... तुकोजीबाबांचा प्रकार केवळ अडचणींचा झाला. जिथे घोड्यास चंदा नाही तिथे चाकरी कशी घडावी?'' ''सरंजामाचे हिशेब पाहूनही तुम्हांस भ्रम असेल तर म्या काय बोलावे? स्वदेश तुकोजींनीच आटपला आहे. माळवा राहिला, त्याचाही रुपया झाडून तेच घेतात. आजपावेतो त्याचकडे रुपया किती पावला, तो कुठे गेला, काय झाला, फौज किती ठेवतात, चाकरी कशी करतात? चार वेळेस बाबुराव वैद्यांबरोबर हिशोब पाठवले. नाना, तात्या त्यास पुसत कैसे नाहीत की 'बाबा... इतका सरंजामी रुपया येतो, चंदीची अडचण येतेच कशी?'... तुम्हीही विचारू शकता. नाना कृपा करतात तेवढी आमच्या तिळी आहे. हरिपंतांची माया आम्हाकडे नाही.''

''मातोश्री, हा केवळ भास. हरिपंतास आपली अपार श्रद्धा! हरिपंत अन् नाना एक प्राण, दो शरीरे... केवढ्या गाढ मसलती काढल्या. बहुत निवारण केले. पै दर पै स्थूल सूक्ष्म बघावे लागते. समविषम जाबसाल हे तो अवघे दौलतीसाठी! श्रीमंतांचा रजाचा गज झाला... म्हणूनच आता आपसातले कलह नको...''

''आम्हासही नको... रामजी पाटील, तुमचेआमचे महाल सारखे... मग आमचा वसूल इतका कमी का? इथे सुबत्ता आहे तरी? याचाच मतलब पैसा दौलतीस ना लागता कारभारी आणि सुभेदारांच्या खाजगीत जातो ऐसा स्पष्ट अंदेशा आमचा आहे. तो श्रीमंतांपर्यंत पोहोचवा.'' यावर रामजी म्हणाले, ''मातोश्री, ते आम्हीही देखिले... बहुत भवति न भवति झाली... पण चाकरी चालवायची तर मार्ग तर काढायला हवा... कोड्याला तोड्याने उत्तर हवे! आपले खर्चाचा मार्ग चालतच आहे... आपण आपली अडचण करून तुकोजीस मदत करून सरकार चाकरी करावी... ते होत नाही... दानधर्मात लाखो रुपये जातात... आधी सरकारचाकरी निभावणे हेच आपले उचित कर्तव्य! आपण क्रोधित न व्हावे.''

''आज बोलावयासच बसलो आहोत. क्रोधित होण्याचा सवाल नाहीच. अवघे स्पष्ट बोलण्या सांगण्याचीच ही घटिका! रामजी पाटील, सरदारी माझी, मी रुपास आणली. दौलत निष्कपट चालावी हेच तात्पर्य! तसे असते तर मजलाही तुकोजीविना अन्य आप्त कोण? अखत्यारीची इच्छा बाळगतात पण वहिवाटीच्या वसुलीच्या पन्हाळी यांच्या खाजगीत जातात. रक्षेच्या दाराशी जातात... मद्याच्या बुधल्यात जातात, भोगविलासात जातात. माझी खाजगी मी खर्चली तरी ती त्या पन्हाळ्यातून जाणार नाही यास कोण साक्ष? बोला... तेही करून बसले. एक करोड रुपया तरी त्या पन्हाळीत ओतला... पण नारो

गणेशाचे काही खरे नाही. त्यास दौलती वेगळा करावा तर तुकोजी ऐकत नाही... दोघांचे असे, तू मला खाऊ दे, मी तुला खाऊ देतो... अशी रीत!'' सदाशिव दिनकर म्हणाले, ''मातोश्री, गेल्या तीन सालाचा वसूल तर भरणाच नाही आपल्या खतावण्यात... त्याचे काय?'' ''राजेरजवाड्यांकडे पत्रे पाठवली की, महेश्वरी वसूल न देणे... इंदुरी जमा करणे... रांगडे लोक मात्रागमनी... आम्हांस सांगतात वसूल इंदुरी भरला... त्यांना सांगतात महेश्वरी भरला... चिरंजीवांस इतकेच ठावे की माझी छळवणूक करावी, मजसी स्पर्धा करावी... माझा बंदोबस्त करावा म्हणजे कृतकृत्य!''

''आपल्या फौजेचा खर्च होतो तो तर फौजखर्चाच्या महालातून होतो... पण ही तर आपली खाजगी शिबंदी!'' सदाशिव दिनकर म्हणाले. ''आज आपण अवघे पुसा मी जाबसाल देण्यासच आले आहे. ८० साली रघुनाथदादांच्या आसामीने मांडवगडी फंदफितुरी केली. ती मोडण्यासाठी जी फौज गेली तितकाच खर्च दौलतीला... बाकीची ही सर्व शिबंदी, इतकेच नव्हे तर त्यांचे भोजनसुद्धा माझ्या खाजगीतून... त्यांच्या कुटुंबाचा खर्चवेच, औषधपाणी, यांचाही खर्च पै पै मांडलेला आहे.'' यावर रामजी पाटील जरा चाचरत म्हणाले, ''मातोश्री, या वयाला हे इतके कष्ट कासया करता? आपल्या डौलापुरते महाल घ्या... तुकोजीस अखत्यारी देऊन टाका... देवदेव करीत, दौलतीची भरभराट बघत स्वस्थ बसा! कलहाचे मूळच फेका!''

''तेवढेही केले असते की जर भरभराटीची आशा असती तर! मी बाजूस होण्याचा अवकाश... चार वर्षांत निशाण खाली येईल. माझे दैव तेवढे थोर नव्हे रामजी! तुकोजीबाबांचे महत्‌गुणातील एकेक गोष्ट! बुद्धी नसता मनसब्याचे काम घ्यावे, स्वतः आपणच आपल्यावर बहुत संतोष करावा... मसलती चुकल्या तर त्या कपाळावर घालून इर्षा टाकावी. बापू होळकर शूर पण त्या पुतण्यास पुत्रमोहे दूर ठेवावे... मी त्यास सुभेदारी देईन म्हणून त्याच्या लाख गोष्टी पसराव्या... पुत्रमोहे त्याचा दुःस्वास करावा... द्रव्य लोभे वेड्यागत वागावे... माझ्या खाजगीवर नित्य डोळा ठेवावा... एक हिशेब सरळ ना दावावा... लुटीचा भाग ४० विश्वे सरकारात भरणा ना करता शंभर विश्वे स्वतःकडे राखावा, अशाने दौलतीस बरकत येणार?... आपण स्वतः सर्व कागद देखले.''

''मातोश्री, आपले अवघे खरे... पण करावे कसे? नानासाहेब म्हणतात गुंता सोडवून या... गुंता सुटण्याचा मार्ग एकच... आपण डौलापुरते महाल...''

''का? इतके तुकोजीपुराण आपणास किमर्थम् सांगितले? मी मल्हाररावांची सून आहे. दौलतीसाठी त्यांनी रक्त शिंपिलेले म्याच देखले आहे... ती दौलत... मी तुकोजीच्या रांडापोरांच्या घरात जाऊ देणार नाही... हात बांधून बसणार नाही हे

एकसाफ स्पष्ट बोलत्ये... तुम्हांस हिंमत असेल... दौलतीचे खरे हित करणे असेल तर असेच वाफगावी नाना, तात्यांसह जा... चिरंजीवांस जाबसाल पुसा... श्रीमंतांचे पायी माझे आचरण शुद्ध... मला यांच्या सरदारीशी दकार नाही. राहिल्या आयुष्यात माझे महत्त्व, अब्रूस ढका जीवितव्य आहे तो लागू देणार नाही. हृदयस्थ आहे तोच बुद्धीस प्रेरक होऊन सहस्त्र तोडी काढील... हिंमत असेल आणि या गृहकलहाचा नायनाट करणेच असेल तर चिरंजीवांची खासगी दौलत तपासा... नारो गणेशाची तपासा... घोड्याची चंदी का नाही याची उत्तरे त्यांच्या तिजोरीत आहेत!... ह्याची तलाशी झाल्याखेरीज यापुढे मी या जाबसालात भाग घेणे असकत हे जाणून ठेवा! सारे दौलतीची आक्रमशक्त यांनी आपली करून घेतली आणि तरीही आम्हाभवते विपर्यासकर्मच आरंभिले... आता जोवरी चिरंजीव आणि नारो गणेश यांची खाजगी तपासली जात नाही तोवर ही भवती न भवती आमचेकडून बंद राहील.''

''आपण आम्हावर क्रोध न करणे... आमचाही इलाज चालत नाही.'' या सदाशिव दिनकराच्या विश्वासावर अहिल्याबाई म्हणाल्या, ''तुम्हावर आम्ही क्रोध करत नाही... आम्ही तो आमच्या दौलतीवर तुळशीपत्र ठेवून बसलो. हे राज्यही त्या भस्म चर्चित शंकराचे... माझे नव्हे. आम्ही कार्य हे भगवंताचे ऐसे जाणून करतो. म्हणूनच आमचा सहीशिक्का 'श्रीशंकर आज्ञेकरून' ऐसा आहे. त्याची आज्ञा राहील तोवर कर्म करू... पण जीवाभावेकरून रक्षण मात्र करू! आपणांस बहुत कष्ट पडले... शीण येईल असा राडा हिशेबाचा... आपणच आता महेश्वरी विश्राम करावा. आमचे अतिथी म्हणून राहावे!''

अहिल्याबाई आपल्या वाड्यात आल्या... तर तिथे सहा-सात भिल्ल बसले होते. त्यांच्यासोबत एक ३०-३५ वर्षांचा तरुण बघून त्या क्षणभर थबकल्या... तोवरच त्याने पुढे होऊन बाईंच्या पुढे दंडवत घातले... भिल्लही आपले हात रुमालांनी बांधून समोर थांबले... अहिल्याबाई चकित होत म्हणाल्या, ''आपणांस कोण म्हणून ओळखावे?... आणि हे भिल्ल हात बंधने घेऊन किमर्थम् उभे आहेत?'' त्यावर एक भिल्ल म्हणाला, ''बाईसायब... आम्हानी क्षमा करजो... हा मानूस तठं आम्हाले गावला... त्याले लुटाया लागलो... आम्ही लई वंगाळपन केलं, आम्हांस लै अद्दल घडवा... पन ह्यो बोले की मले अहिल्यादेवीले भेटन्यास जायाचं... आईसायब... आमाले लै लाज वाटली... यानला अठं आनून सोल्डं... आता आमचं काय बी करा... उखळात घाला नायतर चाबक मारा''...

''कोण बाबा तू... महेश्वरी आलास तो का?''

''मातोश्री... मी शाहीर, अनंतफंदी... महेश्वरास आपली कला दावण्यास आलो... मी घोलप... ब्राह्मण.. पण''...

''पण लई ग्वाड गात्यात आईसायब... लई ग्वाड गळा...एक डाव महेश्वराची मान्सं ऐकत्याल तर यानला धरूनच ठिवत्याल''...

''कुठल्या गावाचे?... खानदेश की नेमाड?''

''मी संगमनेरचा मातोश्री... लावण्या, भक्तिरसपर गीते...''

''कीर्तन करता? भजन?... पोवाडे?''

''मातोश्री... मी तेच सांगत होतो... भक्तिरसपर गीते जमत नाहीत... पण लावण्या गातो... आपण इथे मजला रसिक मेळावा जमवून दिलात तर मी त्याजला बहुत खूष करीन... निसर्गाचं वर्णन करण्यास मज बहुत आनंद मिळतो... मी आपल्या महेश्वराची नर्मदामाता देखली... ते घाट... ती मंदिरे... आणि फुले टपटपावी तसे शब्द माझे मुखातून निघू लागले''...

''हा आईसायब... त्या नदीवरच बसूनशान तठंच गाया लागले... हे लोक जमा झाले... कुणी बी यांना सोडीना''...

''मग आम्ही पण ऐकू... म्हणा बरे ते गीत... चला अंतर्कक्षी जाऊ... अवघ्यांना हाकारते.'' रुजामा टाकला गेला. नथोबा, बाळाबाई, मुक्ताबाई, हरकुबाई, सगळे जमले. रेणू - अंजनाने, राघोजीने तिथे होते तेवढ्यांना बोलावले. अनंतफंदींनी पहिलीच तान छेडली आणि सर्वांनी टाळ्या वाजवून त्यांचे स्वागत केले. आपल्या गोड आवाजात ते गाऊ लागले -

नर्मदा निकट तट, घाट बहुत अफाट ।। धृ ।।
पायऱ्या दाट, चिरेवाट, मुक्तीची शिवालये ।
रामकृष्ण मंदिरे, बहुत सुंदरे, बांधली घरे ।
रमे रमणूक हवेल्या, नयनी पाहिल्या, नूतन थाट ।। धृ ।।
किल्ल्यावर तळवटी, शहर गुल्जार, बहुत बाजार ।
किती सावकार, नाहिले नयनी पाहिले ।
सुकाळ नाही दुकाळ, बालवृद्ध प्रतिपाळ ।
गरिब गुरीब कंगाल, गांजले, अडले भिडले ।
नयनि पाहिले, महेश्वर क्षेत्रपूर... महेश्वर क्षेत्रपूर ।। धृ ।।

सगळे तो आवाज ऐकून थक्क झाले. शब्द शब्द स्पष्ट... चित्रमय भाषा... अहिल्याबाई आनंदित झाल्या. त्यांनी त्याच क्षणी मुकुंदहरीस चिठ्ठी लिहून पाठवली. त्या अनंतफंदींना म्हणाल्या, ''आज नर्मदातटी आपले रसाळ काव्य आम्ही ऐकू... महेश्वराची रयतही ऐकेल... अवघा सरंजाम सिद्ध करण्यास सांगितला आहे.''

त्या रात्री महेश्वर काव्यानंदात चिंब भिजून गेले. प्रजाजनांनी शाहिरांचा उत्स्फूर्त जयजयकार केला. सदाशिव दिनकरांतर्फे अनंतफंदींची कीर्ती पुण्यात गेली. रामजी पाटलांनी उत्तरेत नेली. दुसऱ्या दिवशी अहिल्याबाईंनी त्यास सुवर्णकडे व मानाचा

शिरपेच दिला. म्हणाल्या, ''आपले कवित्व ईश्वरदत्त रसाळ व मोहक... पर ते केवळ नाशिवंत स्त्रीदेहाच्या वर्णनात का खर्ची टाकता? रसाळ भजने करा... प्रजेला भोग भोगण्यात सांगावे ना लागते... पण परमार्थ, त्याग यांचे उपदेश तर द्यावेच लागतात... आता पुनःश्च याल तेव्हा आम्ही तुमची भजने ऐकू... आपणांस ईश्वरे तशी बुद्धी द्यावी...!'' भिल्लांना केवळ ताकीद देऊन अहिल्याबाईंनी सोडून दिले... त्यांनाही एक एक घोंगडी व उपरणे दिले... हिशोबाच्या रूक्ष बैठकीनंतरचे हे काव्यरंग अहिल्याबाईंस आनंद देऊन गेले. काव्य आणि जीवनाचा निकट संबंध सागून गेले. तोपर्यंत मोरोपंत नावाच्या कविविषयीही त्यांनी ऐकले होते. त्यांना मुद्दाम निमंत्रण द्यायचे अहिल्याबाईंनी ठरवले... पण एकाएकीच श्रीमंतांचे लग्न ठरल्याच्या वार्ता बाजारी उठल्या, आणि अहिल्याबाई मग एकदमच गडबडून गेल्या. कारण पुणे दरबारचे वकील विठ्ठल शामराज लखोटा घेऊन आले. तो पुढे ठेवत म्हणाले, ''मातोश्री, शुभवार्ता आहे. श्रीमंतांचे लग्नाचा निश्चय झाला. आपणास हे आमंत्रण लग्नचिठ्ठी आली आहे.'' अहिल्याबाई आनंदित होऊन म्हणाल्या. ''धन्य त्या नानांची, हरिपंततात्यांची! कोसळते छत उभे केले... त्यास जडावाची शोभा आली. आमचा अपार संतोष कळवा... आमचेतर्फे चिरंजीव तिथे आहेतच... आम्ही आहेराचे व्यवस्थेस लागतो. बहुत वर्षानंतर ही शुभघडी आली... आम्हांस जो आनंद झाला तो वर्णनातीत!''

''मातोश्री, आपण दस्तुर कार्यास यावे अशी नानांची इच्छा...''

''आमची पण आहे... कसे जमते ते बघायचे! शाबास असो या ब्राह्मणाची. श्रीमंतांचे पायाशी एकनिष्ठ, कायममिजाज असा दुसरा कुणी आमच्या पाहण्यात नाही. बुडते तारू सांभाळले.'' असे म्हणत अहिल्याबाईंनी आपला लखोटा फोडला. त्यात अहिल्याबाईंना लग्नास येण्याचा आग्रह करताना नानांनी लिहिले होते, ''आमचे सुदैवी तुम्हासारख्या मातोश्री! दानधर्म, तपस्या करिता, या योगेकरून हा शुभदिवस प्राप्त झाला आहे. सांप्रत आपण वडील... या प्रसंगी अगत्यरूप चलावे'' लखोटा खाली ठेवताच विठ्ठल शामराज बोलले, ''आपण निश्चितरुपे येत आहोत असे आम्ही लिहावे काय?'' यावर अहिल्याबाईंनी निःश्वास टाकला. म्हणाल्या, ''लग्नतीथ फार समीप आहे. दहापाच हजार फौज हवी, सरंजाम हवा... एकले जाणे कैलासवासी सुभेदारांच्या कीर्तीस ना शोभेलसे!''

''मातोश्री, फौज सरंजाम तर आपला सदैव तयार असतो... व अजून दीड मास... कदाचित अडीच मासही वेळ आहे. लग्नतीथ माघ वा फाल्गुनातली... आता तो मार्गशीर्ष सरता आहे... वाटल्यास तीथ पुढची काढण्यास लिहितो... चैत्र वैशाखातली...''

"इतके काही करू नये... शुभकार्य होते ते होऊ द्यावे... आम्हांस वार्ता आहेत त्याप्रमाणे नवाबपुत्र व साताऱ्याचे राजश्री चिमणाराजे भोसले वगैरे तीस हजाराच्या फौजा मिळाल्या... एकदा सुरक्षित लग्न लागो. श्रीमंतांचे कल्याणातच आमचे जिवितसाफल्य"...

"आपल्याला निमंत्रण देऊन आग्रहे आपली उपस्थिती राखण्यासाठी नानांनी मज त्रिवार लिहिले... आपणांस खुद्द श्रीमंतांनीही सांगितले... आपण विचार करावा... मी उदयीक पुनश्च येतो" विठ्ठल शामराज अजीजीने म्हणाले. अहिल्याबाई एकदम म्हणाल्या, "आम्ही जे बोललो ते विचारपूर्वकच! एकदा बोललो ते बोललो. वारंवार तेच काय बोलायचे? काय होते आहे तोच आम्हांस बहु उत्साह आहे. ईश्वरे निर्विघ्न पार करावे... दौलतीचे खांब उभे होतात... आम्ही मोठे शकुनी आहोत ऐसे नाही. यात काय ते समजा... मी मुखाने काय बोलावे? आमचे उदंड आशीर्वाद सांगावे!" यावर विठ्ठल शामराज चमकले. बाईंचे मनी आपण अपशकुनी ऐसे असावे... 'आपण खामखा त्यास दुखविले की काय' या विचारे म्लान होतेसे ते परतले.

हरकुबाई, विसाजीपंत, गोविंदपंत गानू, मुकुंदहरी, अहिल्याबाई सगळे मिळून आहेराची चर्चा चालली. बाळाजी फडणीसही होते. वस्त्रे, अलंकारांची चर्चा चालली. आहेर कोणी करावा? अहिल्याबाईंतर्फे वेगळा की तोच तुकोजींच्या हस्ते करावा...! हाही एक दुसरा वाद! हरकुआई म्हणाल्या, "तुकोजींचा अलग व तुमचा अलग आहेर जावा... बहुत ममता पुरस्कर आपणांस आवतण आहे. आपण तुकोजीहून थोर... आहेर आपल्याच नावे करावा..."

"हरकुआई... नाव तो आम्ही कुठेच लिहित नाही... घाट, मंदिरे बांधतो तेही शंकरआज्ञेकरून... या नावाचा काय वृथा अभिमान?... मृदघटवत हे शरीर... घट फुटला, नाव सुटले!... चिरंजीव तिकडे... आमचे हे हातही शकुनी नव्हेत... आहेर त्यांनीच करणे उचित... काय पाठवावे तेवढे ठरवा... वस्त्रे, पात्रे, जवाहिर, मोती, शिरपेच, कंठी, पोची?"

"मातोश्री, वस्त्रे जवाहिरास त्यास काय कमी? एक अव्वल घोडा पाठवावा त्यावर बसले की आपली याद येईल!"

"यावर विचार होईल पण आधी तयारीस लागा" असं म्हणाल्या.

वस्त्रांसाठी माणसे रवाना केली. पैठण्या, लुगडी घेऊन व्यापाऱ्यास येण्याचे निरोप गेले. सोनाराने भट्टी घेऊन यावी असे सांगितले. पटवेकऱ्यास बोलावून नेले आणि दोन दिवसातच अवघा आहेर सिद्ध झाला. विसाजी शामराज व हरकुआईंना सर्व आहेर दाखवला. त्याच्या याद्या झाल्या. अहिल्याबाई

सांगत होत्या. मुकुंदहरी लिहित होते. १) मुख्य श्रीमंतास दोन पोशाख - एक बादलीचा, एक जरीचा! २) नवरत्नांचा शिरपेच! ३) पाचूचा तुरा ४) मोत्यांची पेंडेदार कंठी ५) दोन हिऱ्याच्या पोच्या ६) वधूस बादली वस्त्रे ८) चंपाकळी हार जडावाचा ९) थोरले मातुश्रीस शालजोडी व पैठणी १०) मातुश्री सगुणाबाईसाहेबांस पातळ व शालजोडी ११) सौभाग्यवती मातुश्री दुर्गाबाईस पैठणी, लुगडे, चोळी. याशिवाय एक पोशाख राजश्री नानासाहेब फडणिसांस्तव व एक पोशाख राजश्री हरिपंततात्यास! दोन किनखाणी सणंग... याप्रमाणे वस्त्रे व जवाहिर सांडणीवर घालून, बापूजी आनंदराव यांचे बरोबर वाफगावी रवाना करावे. चिरंजीवास लिहावे, आपण स्वत: जाऊन येणे प्रमाणे आहेर करावा. अधिक काही तालवर बघून देणे असल्यास द्यावे...' सर्व व्यवस्था पूर्ण करून अहिल्याबाई उठल्या. सर्वांचे एकमत झाले, 'जवाहिर, वस्त्रे बहुत नामी आहेत. आहेरात गुंजेचेही उणे नाही... कैलासवासीस साजेसा आहेर गेला...' अहिल्याबाई मनी म्हणाल्या, ''निभेल तितके निभवते,'' हे सर्व होते आहे तोवर हैदरनायक मयत झाल्याची वार्ता पसरली. ''आता फिरंगी पुनश्च डोके उचलणार... मेले अष्टदिशा व्यापून बसलेत... श्रीमंतांचे लग्न सुखरूप व्हावे इतके मार्तंडे घडवावे.''

अशातच एक दिवस पाटीलबाबांच्या लष्करातून ब्राह्मण आला. तो सांगू लागला, ''पाटीलबाबा ग्वाल्हेरीपासून अर्धकोसावर आहेत, किल्ल्याचा शहरपन्हा घेतला. बालेकिल्ल्यावर सातआठशे माणूस झुंजते आहे. गोहजवाला इंग्रजांचे वकिलाशीही अंतस्थ बोलतो.''... अहिल्याबाई मनी म्हणाल्या 'या बाजारी बातम्या... पाटीलबाबांचे पत्र येईल ते खरे... पण इंग्रज बोकाळणार तेव्हा कारखाने लावलेले बरे!'

दुसऱ्या दिवसापासून जागजागी किल्ल्याचे मरमतीस सुरुवात झाली. जंबुऱ्याचे कारखाने सुरू झाले... अहिल्याबाई फडणिशीत जाताच पुण्याहून नेमलेले वकील विठ्ठल शामराज आले. हात जोडून म्हणाले, ''मातोश्री, खर्चाची बहुत विपत्य आहे. तिकडे अवघे लग्नाच्या उत्साहात. गरिबाची याद कोणास! आपण काही रुपया सरकारातून द्यावा.''

''आपण येथे बसून मनास येईल तसे वर्तमान लिहिता... मग आपल्या धन्याकडून आणावे व खावे. खर्चास पाठवणे नाही तर येथे ठेवणे कशास? आमचे वकील उदेपूर, जयपूर, ग्वाल्हेर, पुणे, नागपूर, लखनौ, भोपाळ, दिल्ली, अयोध्या सर्वत्र पसरले... त्यास खर्चास आम्ही पुरवतो. आता तुमचा खर्च पुण्याहून यायला नको? इथेही आपणांस कर्जे बहुत आहेत हे ऐकले... आमचेजवळ काही नाही! आपण तिकडून मागवा... तोवर भोजनाची सोय होईल आणि आमचे खाजगीतून

थोडा पैका देऊ...'' विठ्ठल शामराज गेले आणि पाटीलबाबांकडून वासुदेव चिमणाजी व विनायक बाजी मुद्दाम बातम्या देण्यास आले. ते म्हणाले, ''मातोश्री, इष्टिनसाहेब म्हणतो, ''आपले सर्व करार आम्हांस मान्य... साष्टी वगैरे दोन स्थळे व वरकड कोकणपट्टी आम्ही सोडतो. तुमच्या आमच्यात बिघाड होऊ नये.'' ''यात काही अंत:स्थ कारवाई तर नाही? फिरंगी महाकपटी'' अहिल्याबाई म्हणाल्या, ''दादासाहेबांस फिरंग्यांनी अटकाव न करता पाटीलबाबांपर्यंत येऊ द्यावे असे सांगून केसो अनंतास दादासाहेबास आणायास पाठवले आहे.'' ''आता त्यांनी पुनश्च प्रलय न करावा म्हणजे झाले.'' बाई बोलल्या, ''आता तसे होणे नाही. कलकत्तेवाल्यांनी विलायत प्रांतीचे अपूर्व जिन्नस एक नाव भरून पाठवले... इंग्रजाचा व पाटीलबाबांचा पक्का स्नेह झाला.''

''हे बहुत उत्तम... त्यास लगाम घालणे पाटीलबाबांस शक्य!''

''आबाजी नाईकाने एकवीस लक्ष दिले, आणिकही तीस चाळीस लक्ष देणार. दादासाहेबांशी अंत:स्थ ऐसे की, दहा लक्षचे सरंजाम अगर नक्त द्यावे. बाजीरावास पुण्यास श्रीमंतांकडे पाठवावे. ऐसा बंदोबस्त केला.''

''ग्वाल्हेरची बात काय? मोर्चे लागले, धूमसान लढाईचे मात्र ऐकले.''

''बहुत शौर्य देखले... ग्वाल्हेर घेतल्यातच आहे. गोहदवाल्याने फारच अर्जी केले. पाटीलबाबा म्हणाले, '' 'आज्ञा ती आमची अन् सांगू ती चाकरी' ऐसी कबुली गोहदवाल्याकडून घेतली.'' यावर अहिल्याबाई संतोषेकरून म्हणाल्या, ''पाटीलबाबांनी बहुतही मर्दानगी गाजवली. चिरंजीवही त्यांचे सोबत असते तर यशकीर्तीस प्राप्त होते. तिकडे जाऊन काय मिळवले? ते असो, पण कलकत्तेवाल्यांनी हा सलूखाचा डौल घातला तो दक्षिणेकडचा मुलकी पैका वसूल करण्यातच तर नाही ना? त्याची खातरजमा करून घ्यावी असा आमचा निरोप सांगा.''

''पाटीलबाबांचे गुप्त हेर सगळीकडे आहेत. दादासाहेबांचा पुत्र बाजीराव यांची दिवाणगिरी करार करून बाजीराव बर्वे महेश्वरी आल्याचे कळले. त्याची खातरजमा करून त्यावर बारीक नजर राखणे... अन्यथा शिबंदीत फंदफितुरी होऊ नये हा हेतू... असा पाटीलबाबांचा निरोप आहे... '' हे ऐकताच अहिल्याबाई चमकल्या... घोड्याच्या पागा जळाल्या, अतएव आपण त्याजवर चौकी बसवली... पण हे तर अधिकच खतऱ्याचे... यात खोलवर चौकशी करायची ठरवूनच त्या मनी म्हणाल्या, 'त्यांना किल्ल्यातच आणून ठेवले तेही बरेच झाले म्हणायचे'...

श्रीमंतांच्या लग्नपट्टीविषयी सतत खलबते, जाबसाल चालू होते. दोन लक्ष लग्नपट्टीचा भरणा मागण्यासाठी जासूद येऊन बसले. वकीलांचा तगादा... वाफगावी बरीच पत्रे गेली. अहिल्याबाई म्हणत इथे वसूलच जमा नाही... पुढील दोन

वर्षांचा वसूलही उचललेला... तर मी देऊ कुठून? तर तुकोजींनी दोन लक्षाची लग्नपट्टी मातोश्रींकडूनच घ्यावी असा यत्न चालवला. आहेराचा प्रचंड खर्च करून वर लग्नपट्टीही द्यायची हे तिजोरीस जड झाले. अखेर हा तत्त्वाचा प्रश्न होऊन बसला. अखेर एक दिवस अहिल्याबाईंनी वकीलास बोलावले अन् म्हणाल्या,

"श्रीमंताच्या लग्नोत्सवाची दोन लक्ष पट्टी देणे ही दौलतीच्या सन्मानाची गोष्ट. परंतु घेणार व देणार दोघेही पुणे व वाफगावी असताना, मजकडे हा गुंता काय म्हणून? वारंवार महालाच्या ऐवजाविषयी श्रीमंत आम्हांस लिहितात. ऐवज असता तर निक्षून लिहिते की, अमूक ठिकाणी ऐवज आहे, तो हुंड्या करून पाठवा म्हणून! तुकोजीबाबांनीच महाल सावकारास दिले, त्याजकडे ऐवज जातो. तिथे तुकोजीबाबास खडसावून विचारावे, ते होत नाही!"

"आम्ही श्रीमंतांस काय लिहावे मातोश्री?" विठ्ठल शामराज नम्रतेने म्हणाले.

"जे आम्ही बोललो ते लिहा. जे आम्हीच बोलतो ते लिहिण्याची तुम्हांस काय चिंता? बेलाशक लिहा. सत्यच आहे!"

"मातोश्री, लग्नपट्टी तो उत्साहाने देण्याची वस्तू. त्याविषयी महिने मास दरोबस्त नाही. आपण ऐसे करू नये आणि आम्हीही लिहू नये... येणेकरून श्रीमंतांची मर्जी द्विधा होईल. जाबसाल चढीस पडतील."

"तुकोजी येथून देयास लिहितात... तिकडे रुपया नाही की काय?"

"लग्नोत्सवाचा ऐवज त्वरित देणे संतोषाचे. घरचे जाबसाल आपसातले!"

"हे आम्हांसही कळते... आपल्याकडूनच शिकावे ऐसे नव्हे... आम्हीच श्रीमंतांस पत्र लिहितो. याउपर तुकोजीबाबांकडून जाबसाल येईतो हा विषय मजसाठी बंद आहे. पत्र आलेवर मी स्वतः खुद्द बोलेन... या आता."

अहिल्याबाई तिरीमिरीतच उठल्या. संतापाने त्यांचे मन पेटले होते. किती आणि काय काय खर्च करावा? कुणाकुणास जाबसाल द्यावे? सर्वांच्या नजरा माझ्या देवधर्मावर, दानावर, बांधकामावर, जीर्णोद्धारावर! ते तो अवघे माझ्या खासगीतले... मी खाजगीतून हे दोन लक्ष भरले की यांचे जीवास शांतवन... तवर जळवांपरी पत्रावर पत्रे तुकोजीची... ऐवज द्या... ऐवज द्या! आम्ही तोही देऊ... तुळशीपत्र ठेवूनच बसलो आहोत... पण अंत तरी किती बघतात तेच देखते आहे मी!... त्यांनी श्रीमंतांस पत्र लिहिण्यास घेतले-

१४ मे १७८३

॥ श्री ॥

श्रीमंत राजेश्री पंतप्रधानांचे सेवेशी...

येथील क्षेम. स्वामींचे कृपेकरून यथास्थित असे. आपले लग्न उत्सवाने जाहले याविषयी संतोष दाटला. सरकारात लग्नाच्या ऐवजाबद्दल राजश्री

तुकोजी होळकर यांजकडील सरंजामावर सर्वांप्रमाणे दोन लक्षाची लग्नपट्टी घातली. तो ऐवज चिरंजीवांनी आम्हाकडून घ्याविषयी पत्रे दिली, ती पावली. तर ये विषयी राजश्री विठ्ठल शामराज आपलेशी बोलतील. ऐसीयासी स्वामींचे लग्नाचा ऐवज देणे ही गोष्ट अपार संतोषाचीच... परंतु चिरंजीव राजेश्री तुकोबांकडील मागील बाकी येणे असून मजसी द्यावयासाठी लिहितात. इकडे काय राहिले, काय नाही हे सरकारास विदितच आहे. येविषयी चिरंजीवास बहुत लिहिले, उत्तरे अद्याप नाही. वाफगावाहून उत्तर येताच ऐवजाचा जाबसाल येईल. सेवेसी श्रुत, हे विज्ञापना...

श्री शंकर आज्ञेकरून...

विश्वासू...

अहिल्याबाई होळकर

हे पत्र वाचून हरकुबाई म्हणाल्या, ''अहिल्याबाई... हे काय चालले आहे? दोन लक्षाची बात मोठी नाही...''

''आई, हे दोन लक्ष रुपये देणे अति आवश्यक- निश्चयरूप आम्ही द्यावे का की, हे गोष्ट आम्हांस अलभ्य लाभाची... परंतु तेथून चिरंजीवांनी स्वत: न लिहिता कारभाऱ्यामार्फत आम्हांस लिहावे? ज्या पक्षी संतोषाने देणे त्या पक्षी पहिली बाकी काढली? आम्ही आहेराचे केले तर यांनी असे लिहू नये की, 'आमच्या वाटेच्या महालाचा वसूल दोन लक्ष पाठवावा' म्हणून? मजलाच कुरतडून खावे काय? निखालसपणे शुद्धचित्ते लिहिते तर हा गहजब होताच ना! त्यांच्या चित्ती शब्द आम्हावर लावावा - आपली छानदारी दावून आम्हांस बदनाम करावे... हे खेळ अवघे नारोबाचे! या दोघांस सुभेदारी आणि दिवाणगिरी आम्ही दिली... इथे काय चाकरी करतात? चाकरी श्रीमंतांची... हे आम्हांसच प्रतिबंधक! लेखन तर असे करतात की आमचा चित्तविक्षेप होतो. हरकुआई, आम्ही इजारदार अथवा कामविसदार नव्हेत - त्यांची ऐसी पत्रे मान्य करावी कशी? वरकड सरळपणे लिहिल्यास दोन लक्षाची गोष्ट ती काय? खाजगीतूनही दिले नसते?''

हरकुबाई हे कौतुकाने ऐकत राहिल्या अन् नेहमीचेच वाक्य त्यांचे मुखी आले. ''अहिल्याबाई, तुम्हांस सारे समजते!''... पत्र रवाना झाले. 'पत्राचे उत्तर काय येते तेच बघायचे मला...!'

ज्येष्ठ आषाढाचे दिवस आले... तुकोजींकडून पत्र नव्हते. उन्हाळी कामे नुकतीच संपलेली... बेगमीची धान्ये, कोठारे, वडे, सांडगे पापडांची गडबड... तिखट मसाल्यांच्या कुटाकुटी यांनी दणदणारी गडबड जरा शांत झाली. चातुर्मासातले

कार्यक्रम ठरू लागले. कुणबी कुळंबिणीस चार दिवस शांतता लाभली... शेतकऱ्यांना पेऱ्याची धान्ये वाटण्यात आली. ... गतवर्षीचे पीक उत्तम देणारी बियाणे खास राखलेली महालोमहाली वाटण्यात आली... शेतकऱ्यांना पूर्णपणे मदत देण्यासाठी मामलतदारांना पत्रे गेली... महेश्वराच्या नर्मदेचे पाणी उन्हाळ्याने थोडे आटले होते. ... पण तरीही मुबलक... नर्मदाघाटावरची सायंकाळ म्हणजे स्वर्गतुल्य! कित्येक गावकरी तिथे गप्पांस बसत. प्रात:काळ, सकाळ म्हणजे पर्वणीच! नर्मदातीरावरील घाट पंच पंच उष:कालीच जागे होत. देवळातल्या घंटा खणाणत... आरत्यांच्या आवाजाने जनलोक ठाईठाई देवळात थबकत.. घाटावर असतील ते शुचिर्भूत होत आत जात. 'जय जय हर हर शंभो... शंभो हर हर ... ॐ नम: शिवाय... लवथवती विक्राळा... तुजवीण शंभो मज कोण तारी?...' मुक्त स्वराने लोक गात शंकराचा जयजयकार करीत. अहिल्याबाईंच्या राजकारणाचं, दातृत्वाचं कौतुक करीत. अंतर्गत कलहाची चर्चा होई. आज तर अहिल्याबाईंना श्रीमंतांच्या लग्नानिमित्त बहुमानाची वस्त्रे श्रीमंतांकडून आल्याचे वर्तमान होते. आज दुपारी केसो भिकाजी आणि विठ्ठल शामराज यांनी त्यासाठी खास दरबार बोलावण्याची विनंती केली होती. हे कळताच सारे लगबगीने घराकडे वळले.. दुपारचा समारंभ डोळियांनी बघावा म्हणून!

दुपारी प्रजेची गर्दी लोटली. दरबार भरला... रुप्याच्या तबकातून आणि परातीतून आहेर मांडला गेला. विठ्ठल शामराज व केसो भिकाजींनी ती तबके हाती घेतली. समोर कर्णेकरी ताफे व वाजंत्री लावून मोठ्या समारंभाने आहेर दरबारी आला. अहिल्याबाई आपल्या पांढऱ्या घोंगडीवर बसलेल्या! डोळ्यांत तेज तेच... अटकर मध्यम बांधा.. काळ्याभोर केसांची कपाळी महिरप... शुभ्र लुगडे चोळी... डोईभर पदर... सावळा पण चमकदार वर्ण... गळ्यात फक्त मोतियांची एक माळ... हातात सुवर्णकंकणे... सर्वांगावर पदर... मोठ्या मोठ्या काळ्याभोर पापण्या.. आज अठ्ठावन्नाव्यावर्षी अनंत दु:खे सोसूनही त्यांचे कुंतल काळे होते याचे पाहाणाऱ्यासही आश्चर्य वाटे... कुठे डोईमध्ये काही पांढरे केस असतीलही... पण बाईंच्या डोईवरचा पदर कधी ढळलेला कुणी देखला नव्हता... आहेराच्या पराती पुण्याच्या वकीलांनी खाली ठेवताच उत्स्फूर्त टाळ्यांचा दोन मिनिटे कडकडाट झाला. हरकुआई, मुक्ताबाई, बाळाबाई, नथोबा सगळेच आज आले होते. सगळ्यांच्या टाळ्या थांबल्या तरी हरकुआई टाळ्या वाजवतच राहिल्या. त्यांच्यासमोर अहिल्येचं अवघं जीवन घडलेलं होतं. आनंदास पारावर नव्हता. केसो भिकाजी समोर गेले. लाल मखमली गुंडाळीत गुंडाळलेलं श्रीमंतांचं मानपत्र त्यांनी समोर ठेवलं. सोबत व्युत्पन्न ब्राह्मण होते. त्यांनी मंत्र म्हणून आशीर्वादासह अहिल्याबाईंच्या अंगावर व कुटुंबावर अक्षता टाकल्या. मग केसो भिकाजींनी शुभ्र पातळपैठणी व चोळी बाईंच्या हाती दिली. टपोऱ्या मोत्यांची पदकमाळ त्यांचे गळ्यात घातली. अती उत्तम कलाकुसरीची शाल उलगडून अहिल्याबाईंचे

अंगावर टाकली. प्रत्येक वेळी सर्व दरबार, प्रजा अत्यानंदाने टाळ्या वाजवून त्यांचा जयजयकार करत होती. अहिल्याबाईंच्या चेहऱ्यावर प्रकाशाप्रमाणे आनंद पसरला होता. मग विठ्ठल शामराजांनी शिरेदरबार मानपत्र वाचून दाखवलं.

'मातोश्रीवत् मुत्सद्दीयांचे मेरुमणि, पुण्यशील, दानशूर अहिल्यादेवी होळकर यांचे पायाशी अल्प मानवस्त्रे पाठवली आहेत त्याचा आनंदे स्वीकार व्हावा. आपली दौलतीची सेवा अमाप... रात्रंदिन आपले चित्ति आमचा उत्कर्ष... अतएव आपण दौलतीचे स्तंभ! आमचे काही लेकुरपण असल्यास पदरी घेऊन आपली वात्सल्यकृपा आम्हावरी ठेवावी ही विनंती...'

पुन्हा टाळ्यांचा गजर झाला. सभा शांत होताच अहिल्याबाई म्हणाल्या, 'दरबारी मंडळी आणि प्रजाजनहो, आम्हांस व सर्व रयतेस, या मराठा साम्राज्यास अलभ्य लाभ... श्रीमंतांचे द्वारी सूर्योदय झाला. त्या प्रभूच्या प्रकाशेकरून सर्वी सर्वत्र आम्हांस आनंद झाला. हे दिवस दृष्टी पडतील असा कोणताही भरोसा नव्हता. परंतु कैलासवासी श्रीमंतांच्या पुण्योदये वंश वर्धमान जाहला... कुटुंबि प्रभू ईश्वरे उत्पन्न केला. राजश्री नाना फडणिसांची, हरिपंतांची एकनिष्ठा फळास आली... वेलू गगनावेरी जाण्यास निघाला... आपण अवघ्या प्रजाजनांनी त्या मार्तंडाचे चरणी, त्या शंकराचे चरणी श्रीमंताच्या भाग्योदयासाठी, सुरक्षिततेसाठी, आरोग्यासाठी प्रार्थना करून उदंड आशीर्वाद मागावे..." अहिल्याबाईंच्या विनंतीस श्रोत्यांनी प्रतिसाद दिला. मग अहिल्याबाई म्हणाल्या, "लग्न कैसे झाले? वऱ्हाडी कोण कोण, मौजमजा काय घडली हे आपण समस्तात सांगावे." त्यावेळी एक धीट हुजऱ्या पुढे आला व 'मी कथन करू काय' म्हणून आज्ञा मागू लागला. अहिल्याबाईंनी आनंदाने अनुज्ञा देताच त्याने सर्व कार्याचे इतके रसाळ व मनोहर वर्णन केले, की समस्तांपुढे प्रसंगाचे साक्षात चित्र उभे राहिले. अहिल्याबाई आणि सर्व मजलस चकित झाली. अहिल्याबाईंनी त्या हुजऱ्यास तिथल्यातिथे मोत्यांचा कंठा बहाल केला आणि म्हणाल्या, "तुझे वक्तृत्व अमोघ... इच्छा असल्यास विद्यार्जन करावे... इथे राहावे... वृत्तिवेतन देईन... बहुत उत्तम वक्ता होशील." ... तो आनंदाने तयार झाला. समारंभ संपला. प्रजा पांगली. सर्वांच्या डोळ्यांत कौतुकाचे पाणी भरलेले होते.

नंतर राजकारण आले. बातमी होती की, बिदनूर इंग्रजांनी घेतले होते, त्यांचे पारिपत्य करून टिपूने पुन्हा हस्तगत केले. इंग्रज शरण आले. हे ऐकून अहिल्याबाई संतोषे म्हणाल्या, "ईश्वरे अवघे घडविले पण समस्त सरदारांनी एकजुटीने असावे... फंदफितुरीस ठेचून मारावे... दरबारी कोणी सम-विषम गोष्टी सांगतो, त्याची शहानिशा करून वर्तले तर फिरंगी पायी येऊन कोसळेल... व्यापाऱ्याच्या मिषे आला आणि आता पलटणी उभ्या करतो... यास याची जागा ना दाखवली तर उद्या अवघे राज्य खाऊन बसेल..." ... सर्वजण अहिल्याबाईंचे बोल अचंब्याने ऐकत होते. हरकुबाई कौतुकाने

म्हणाल्या, ''अहिल्याबाई, तुम्हांस सारे समजते''... या नेहेमीच्या वाक्यावर सगळेच कौतुकाने हसले. दरबार बरखास्त झाला. वाड्यावर येताच हरकुबाईंनी अहिल्याबाईंची दृष्ट उतरताच त्या म्हणाल्या, ''मज काळतोंडीस कुणाची दृष्ट होणार? ... आपण उगा कष्ट ना घ्यावे.'' हरकुबाईने प्रेमाने त्यांना कुशीत घेतले. मायेने पाठीवर हात फिरवला. ते हात हाती घेऊन अहिल्याबाई म्हणाल्या, ''आई... या हातांचे, या प्रेमाचे मात्र मजसी ईश्वरे अंतर पडो ना द्यावे... माझ्या अंतापर्यंत हे हात माझ्या पाठी राहावे...'' यावर त्या हसत म्हणाल्या, ''म्हणजे मज म्हातारडीस इथे एकले ठेऊन तुम्ही निघून जावे की काय? बहुत लबाड गोष्ट हां... इतके मात्र आम्ही ऐकणार नाही... आम्हांस आधी पोहोचवणे... लबाडपण चालणार नाही.'' यावर हसण्याचा एकच कल्लोळ उठला.

महितपूरचे काही लोक आले होते. अहिल्याबाईंस म्हणाले, ''मातोश्री, मामलतदार सरदार दुपट्टीने करवसुली करत्यात... आमी गरिबांनी कुठून द्यावी... देल्ली न्हाई तर तठं हुभे करत्यात... लाकडं फोडाया लावत्यात, घाण भराया लावत्यात... पैकं द्यावं कुठून?... लै मातले ह्ये लोक... आमच्या बायकापोरींकडे वंगाय नजरेनं बघत्यात... कुणी आडडावं ह्यांना? अखेर आपल्या पायाशी आलो.'' अहिल्याबाई त्याच क्षणी उठल्या. भोयांना बोलावले गेले. अहिल्याबाईंची पालखी पन्नास घोडे स्वारांसह महितपूरची वाट चालू लागली. तिथे चावडीतच पालखी थांबली... अहिल्याबाईंनी लगोलग सभा भरवली. तिथले सरदार, मामलेदार येऊन पोहोचण्याआधीच प्रजेची स्पष्ट चौकशी केली. तेवढ्यात धापा टाकत मामलेदार व सरदार येताच, त्यांना चावडीत नेऊन बोलल्या. ''इथली रयत आपल्या हाती सोपवली ती त्यांना सुखे कालक्रमणा व्हावी म्हणून! आपण तर छळवणूक मांडली... कुणी रयतेकडे कोंबडे मागतात तर कुणी तूप... वेठबिगारीचा तगादा... यापुढे रयत तजावजा होईल असे वागलात तर. मुलाहिजा ठेवला जाणार नाही हे स्पष्ट. जो रयतेस तकलीफ देईल त्यांचा परिछिन्न नायनाट हे आमचे सूत्र... अब्रू शाबुतीने सरदारी करणे असेल तर हे सूत्र ध्यानी ठेवणे... आणि जी अधिक पट्टी घेतली ती रयतेस दो दिवसांत वापस करावी हा हुकूम!'' इतकं बोलून त्या पालखीकडे निघाल्या. फळे दूध आणवलेली बघून म्हणाल्या, ''प्रथम हुकमाची तामिली करा... आम्ही फलाहारास पुन्हा येऊ''... पालखीचा पडदा सरकवला गेला. पालखी उचलली जाताच जनतेने गर्जना केली. 'माता अहिल्यादेवी की जय'...

महेश्वरी येतात तोच चार-पाच ब्राह्मण दीनवदन पाहिले. बहुत दुःखी

होऊन पदस्पर्श करीत एकजण बोलला, ''मातोश्री... आम्ही लोक बहुत श्रमी आहोत, आम्ही गरीब ब्राह्मण... आमच्या मुलींची लग्ने होणं बहुत कठीण जाहले!''

''का?... आपली बहुसंख्य घराणी शिक्षित... उत्तम कुळवंश... मग अडचणी त्या काय? वधु-वर तर सान वयाचे... मग विलंब कशास्तव?'' अहिल्याबाईंनी आश्चर्याने विचारले. ब्राह्मण म्हणाले, ''आम्हा ब्राह्मणास लोभाचा शाप आहे मातोश्री... द्रव्याखेरीज कन्या कुणी पदरी घेत नाही. बहुत द्रव्य मागतात. जिथे जावे तिथून चेहरे टाकून माघारी येतो आम्ही.''

''ही तो जन्मजन्मांतरीची नाती... प्रत्यक्ष शिवशक्तिचे मीलन हे आम्ही ऐकत आलो... मग त्या नात्याचेही प्रत्यक्षात पैसे मोजावे? आदिशक्तिकडूनच तिजला घरात येण्याचे द्रव्य घ्यावे? मग ज्याचे पदरी बहुत कन्या त्याने काय करावे?''

''इत्यर्थच आम्ही आलो आहोत. यातून काहीतरी मार्ग आपणच दावावा.''

''ठीक आहे... आपण बसा.'' मग रेणूस हाक मारून त्यांनी मुकुंदहरीस कागद लेखणी घेऊन बोलावले. त्या सांगू लागल्या. ''घ्या लिहून, 'श्री शंकर आज्ञेवरून हुकूम जारी करण्यात येत आहे की, यापुढे कुठल्याही जातीजमातीत विवाहाचे समयी कोणी कन्येचे द्रव्य घेतल्यास तो गुन्हा समजला जाईल. द्रव्य घेईल त्याचेकडून दामदुप्पट, जो द्रव्य देईल त्याचेकडून जितके दिले तितके व मध्यस्ताकडून त्यासी जेवढे द्रव्य मिळाले असेल तेवढे सरकारकडून भरणा करून घेतले जाईल आणि वर त्यास अधिक रकमेचा दंड करण्याचा हक्कही सरकारास राहील. हे विदित होय!' ... याच्या पन्नास नकला करून प्रांतोप्रांती जाऊ द्या.''

ब्राह्मणांनी मंत्रघोष करीत अहिल्याबाईंस आशीर्वाद दिला. त्यांना प्रवासखर्चास्तव प्रत्येकी दोन दोन रुपये देऊन अहिल्याबाई वाड्यात आल्या.

''अहिल्याबाई... वरीस झाले, महादजीबाबांची झुंज चालू आहे, तुम्हांस काही बातमी असेलच... मजसी तर त्यांची चिंता... या लढाईत कोण कोणाचा गळा कापेल हे नाही उमगणार.'' हरकुबाई चिंतित होत म्हणाल्या.

''महादजी बहुत धैर्यवान आणि मार्तंड त्यांचे पाठी... श्रीमंतांचे पुण्य... अतएव खडतराहून निभावले. त्या मेल्या राण्याने आतून फिरंग्यांशी सलूख मांडला... वरवर बहुत ग्लानीचे जाबसाल लावले. तुमचा चाकर होऊन राहतो म्हणाला... आणि डिबायन (डी.बॉयन) बारुदीसह बोलिवला. मार्तंडाच्या कृपे ही वार्ता गुप्तहेरे आणताच, महादजीबाबांनीच चढा पैका देऊन डिबायनला आणला. राण्याने इष्टिनसायबाला (हेस्टिंग्ज) बहुत विनवले पण ना मानले. आता धूमसान सुरू आहे... आम्ही पण सात लक्ष पैका पाठवला... फौजफाटा तर आधीच! हरकुबाई... आपल्यालाही आधाराला तेच! निभवावे लागते! या लढाईत शेवटी

आपले ते आपले...!''

''अहिल्याबाई... तुम्ही तर अवघे भूतकाळात फेकता... पण मजसी तर या गोष्टींची याद आधी येते! चार सालापूर्वी तुम्ही ज्यास चिरंजीव म्हणता त्यांनीही फौजेस चिथावले नव्हते? तुमच्याशी लढाई देऊन सर्वे हस्तगतीचे मनसुबे केले नव्हते?... पण फौजेनेच साफ जबाब दिला... 'शिंद्यांशी, अन्यत्रांशी, फार काय श्रीमंतांशी लढाई सांगा... आम्ही उडी घेऊ... तुमची चाकराई करून मरू... पण 'मातोश्रीशी लढा' म्हणाल तर आम्ही तुमचे चाकर नव्हे... ही शस्त्रे वापस घ्या... कुठेही... कुठेही पोट भरू...'' असला मेला तो तुकोजी... घरच्यांचा भरोसा नाही तर दारच्यांचा काय?''

''चिरंजीव तो भोळेराव आई... चिथावणीखोर कारस्थानी तर नारो गणेश! हे ज्या दिनी त्यांना उमजेल तो दिन सुवर्णाचा...''

''बरे हे भोळेराव... तूप लोणी खाबूराव...शिक्षा करणेही तुम्हांस शोभते, आणि क्षमा करणेही जमते... तुम्हांस सारे...''

''समजते... असंच ना? आई... तुमचे वाक्य मजसी आता मुखोद्गत...''

''मग खोटे का ते?... तुम्हांस धर्मकारण कळते... राजकारण कळते आणि हाती कांकणे असून युद्धही कळते... ओंकारेश्वरास म्हणून निघालात आणि मर्दाना इथेच पंधरा दिवस राहून मर्दानगी केलीत... मुकुंदा... आबाजी... कृष्णाजी अवघ्यास रामपुरकरांचे पारिपत्यास धाडले... स्वतः गोळाबारुदेवर होता. उभयपक्षी दहावीस माणूस पडले... तेवढ्यावरच निभावले... अहो बरे तर बरे नाहीतर तुम्ही रणांगणीसुद्धा उडी घ्याल... तुमच्या रूपे दुर्गामाता''...

''पुरे पुरे आई... दुर्गामातेचं दुर्दैव तर अवघं पुढे आहे...'' एवढ्यातच गुप्तहेर आला... त्याने कागद दिला. त्यावर लिहिले होते, '११ डिसेंबर ८३... मार्गशीर्ष वद्य तृतीयेस रघुनाथराव यांचे निधन झाले. कचेश्वर येथील बांधकाम अपूरे असलेल्या वाड्यात दहन झाले.'... अहिल्याबाईंनी ही बातमी हरकुबाईंस सांगताच म्हणाली, ''ब्राह्मणाच्या नावे आंघोळ करा... घरभेदी मेला... मरेपर्यंत छळलं...''

''हीन माणसांचा सहवास... शौर्य व्यर्थ गेले. अवशीस बोलणे एक अन् पहाटेस बोलणे एक... हलक्या कानाचे... बहुत द्रोह केला. ही कीड कधीच नाहिशी होयास हवी होती... सरदारात फुटी पाडून बहुत धक्के दिले. आपस्वार्थी, चंचल माणूस... यानेच फिरंगी आत आणला... महापाप....''

''पुण्याच्या ब्राह्मणांनी तर यास द्रोहपत्र दिधले होते... तुम्हांस याद आहे?''

''आम्हांस कुठली याद आई? आम्ही तर आमच्याच जंजाळात...''

ब्राह्मणांनी लिहिले, ''अहो राजाई भोळे... तीन पिढ्यांची पुण्याई, दौलत, मर्दानगी, जे जे वडिली मेळवले, ते ते अवघे क्षयास नेले... पुणे नगर आणि

प्रजानन तुम्हांस क्षमा करणे शक्य नाही...''

''त्यांची तीच लायखी होती... आई... फडणिशीतून कुणास बोलावू पाठवा आणि हा कागद तिकडे द्या... आम्ही त्याचे नांवे सचैल स्नान करतो... दौलतीचे ग्रहण सुटले...''

रूप्याची परात भरून पेढे घेऊन आलेल्या यशवंतरावास बघून सगळे एका ठिकाणी जमले. मुक्ताबाई, अहिल्याबाई, हरकुआई, हरकुआईंच्या गावाकडच्या एकदोघी पाहुण्या, ... सगळ्यांच्या हातात पेढ्यांची मूठ देत यशवंतराव म्हणाले, ''मातोश्री... पाटीलबाबांनी ग्वाल्हेर किल्ल्यासकट हस्तगत केले... आपण बहुत चिंतित होता.''

''...आताच बातमी आली, अतएव पेढे घेऊनच आलो...'' अहिल्याबाई ताडकन् उठल्या... ''अगो रेणू... अगो अंजना... राघोजी... जा लौकर... गावात दवंडी पिटवा... आणि गोविंदपंत गानूंना पाटीलबाबांच्या सन्मानार्थ तीन तोफांची सलामी देण्यास सांगा... आणि हो... नर्मदेच्या शंकरमंदिरी अभिषेक करा... जा... जा लौकर !...'' मग आनंदातिशयाने देवघराशी जात म्हणाल्या, ''मार्तंडा... तुम्हीच लाज राखली.'' मग यशवंतरावाकडे बघत म्हणाल्या, ''चिरंजीव यांचे सोबत नव्हते इतकी खंत मनात! वाफगावी बसलेत... दक्षिणेत धावतात... इकडे उत्तरेत कार्य करते तर यशकीर्तीचे धनी होते...''

''मातोश्री... अशी वार्ता आहे की नाना आणि हरिपंत कज्जेकलह टाळण्यास्तव त्यांना मुद्दाम दक्षिणेकडे ठेवतात...''

''ते तिथूनही वसूल उडवतात तर मग निदान उत्तरेची चाकरी तरी करते! त्यांचे हस्तक नारोबा आहेत... आणि रखमाबाई काही सरळ स्त्री नव्हे!... जगास बोलायला बहुत जागा... साऱ्या इंदोरात बात चालते... सुभेदार खुद्द राहते तर लोकांची जीभ चालती ना! खुद्द पुत्र मल्हार आईचे तोंड बघण्यास तयार नाही... तो का आता सान आहे? लेकसुनेसमोर अब्रूच्या वावड्या उठतात... या काही शोभा देणाऱ्या गोष्टी की काय? चिरंजीव इंदूरास राहते तर अवघ्याला चाप राहिला असता... यशकीर्ती... पैका लाभला असता... पण जाऊ दे... मज म्हातारीस बोलून काय करायचे... आपल्याच वाचेला ओवळे...! मरो ते!...''

''मातोश्री... जग बोलते ते त्यांचेविषयी... आपण श्रमी ना व्हावे!'' यशवंतराव म्हणाले. त्यावर मुक्ताबाई म्हणाल्या, ''तेही आपलेच कुणीतरी ना?... म्हणून मातोश्रीस दुःख वाटते... खरं ना आजी?''

''त्यांचा प्रपंच तो अवघ्या दौलतीचा... आम्ही इतकेच म्हणतो, की अहिल्याबाई, तुम्हांस अवघे समजते...'' यावर सगळेच हसले. कारण या वाक्याने

हरकुबाईंची बैठक संपायची हे ठरलेलेच होते... तेवढ्यात रेणू सांगत आली की बाळाबाई रडत बसल्या आहेत... त्यांनी मुक्ताबाईंस बोलावले आहे.

...मुक्ताबाई धावतच गेल्या... मागोमाग अहिल्याबाई, हरकुबाईही धावल्या.

...बाळाबाई धुमसून रडत होती... रडतारडता म्हणाली, "मी आता मरणार... नक्की मरणार... मला खूप काहीतरी झालंय..."

अहिल्याबाई तिला कुशी घेत म्हणाल्या, "अगं पोरी काय झालं? तुला नथोबा काही बोलला का? की तुला काही त्रास दिला त्याने?... सांग बरं मला..."

"नाही... काही नाही... मला भलत्याच जागी काहीतरी..."

"अगं म्हणजे काय? बघू बरं काय झालं ते?" मुक्ताबाई म्हणाल्या... त्यांनी तिला धरून उभी केली... तिचे वस्त्र रक्तस्त्रावाने भरले होते... हुंदके देत ती म्हणाली, "दुपारपासून हे असंच होतंय..." यावर या तिन्ही बायका खो खो हसत म्हणाल्या, "अगं वेडे... हे तो भाग्याचे लक्षण... आनंदाचा क्षण... पोरी... अगं नहाण आलंय तुला... यात घाबरायचं काय?... आता आम्हांला विटाळ झाला तो? आता आल्या की नाही आंघोळी करणं?... " मुक्ताबाई म्हणाल्या... अहिल्याबाई हसतच राहिल्या. मुक्तेस म्हणाल्या, "म्हादजी मामांकडे पानावर साखर... नाहीतर ते पेढे आहेतच, ते घेऊन त्यांना सांगून या... आणि बाळाबाईंसाठी बांगड्या अन् मोत्यांचे मखर घालायला कासारास आवतण द्या... त्यांना अवघे नीट मायेने समजून सांगा... मुक्ताबाई... एकच एक दिवा वंशास... मार्तंडास मनोभावे पूजा... वेल मांडवावर जावा एतदर्थ कौतुकाचे सोहळे होऊ द्या... चार दिशा वाजंत्री लावा... किल्ल्यावर सकाळ सायंकाळ वाजंत्री बोलवा... गर्भाधानाचा मुहूर्त सोळाव्या दिवशी... अंबादास पुराणिकास मी आवताण देते... उद्यापासून रोज नवा शृंगार त्यांना द्या! गावातून हळदीकुंकवास सुवासिनी बोलवा... उद्या हिऱ्यांचा, परवा सुवर्णाचा आणि चौथे दिनी पाचूचा शृंगार करा... दागिने मजकडून घेऊन जा..." हे बोलणे होते तोवर तीन तोफांचे आवाज झाले. अहिल्येचा आनंद मनी मावत नव्हता. उत्साहाने म्हणाल्या, "पोरी, महाउत्तम शकुन झाला... नथोबास पुत्र होताच आम्ही अशाच तोफा उडवू..." हरकुबाई, मुक्ताबाई, अहिल्येचा आनंद बघूनच चकित झाल्या... तोवर रेणूने स्नानासाठी पाणी तापल्याचे सांगितले... हरकुआई बाळाबाईजवळ बसल्या. अहिल्याबाई आणि मुक्ताबाईने स्नाने केली... तेवढ्यात नथोबाने विचारलं, "काय झालंय त्यांना?" यावर दोघी आईलेकी इतक्या हसल्या की नथोबा मुकाट्याने निघून गेला...

"अहो साडेदहा लक्षाचा भरणा आम्हांस करणे त्याचा जाबसाल आम्ही दादाजीस पाठवला, महालाचे हिशेब श्रीमंतांस समजाविले. तीन लक्षाच्या हुंड्या

पाठवल्या बाकी उस्तवार जारी आहे. यापुढे ऐवजाविषयी तगादा न लगे तो करणे...'' अहिल्याबाई चिडून बोलल्या. पुण्याचे वकील केसो भिकाजी म्हणाले, ''मातोश्री, आम्ही तो हुकूमाचे ताबेदार...''

''ते आम्हीही जाणतो... खानदेश प्रांती पेंढाऱ्यांनी गहजब केला. ब्राह्मणीची अब्रू ठेवीत नाहीत असा प्रळय... तिकडे फौज गेली... श्रीमंतांकडे पंचवीस हजार फौज पाठवली... इथे जमियत नाही म्हणून पेंढारियांचे दोन सरदार इथे ठेवले. तुकोजीकडे काही पेंढारी पाठवले. त्यास ताकीद देऊनही आपले प्रवृत्तीवर गेले. वाटेने गाड्या, पांथिक लुटले. त्याचा बोभाट येताच तिकडे राऊत पाठवले. केसो भिकाजी, ही सारी सैन्ये उदकावर चालत नाही... आम्ही चाकरी श्रीमंताचीच करतो...''

''क्रोधित होऊ नये... आपण तर स्तंभच... पण आम्हांस तगादा येतो.''

''सालगुदस्ता अवघा ऐवज झाडून पाठवला. आता महालाचा ऐवज आला की मनःपूर्वक पाठवतोच आहोत... बहुत मनी श्रमी होते की माझे अंतर श्रीमंतांस समजोनही खरेपण येत नाही.''

''मातोश्री... ऐसे नव्हे... अवघे पुणे आपल्या कारभाराचा स्तव करते. नानासाहेब तर हमेश म्हणतात, 'अशी दिव्य स्त्री आमचे देखण्यात नाही. मातब्बर कर्तृत्व... पण कारभारास्तव देणेघेणेचे जाबसाल करावे लागतात... आपण श्रमी न व्हावे...'' तोवरच रेणूने खाजगी कागद आणून दिला... तो वाचून अहिल्याबाईंनी मान मागे टाकली. म्हणाल्या, ''आमच्या दैवी त्या ईश्वरेच दुःखाचे लेख लिहिले... म्हादजीमामांचा काळ झाला... मीच कशी जिवंत राहते ईश्वर जाणे...'' बाई उठल्या... केसो भिकाजी मुग्धपणे त्यांना वाड्यापर्यंत पोहोचवण्यास गेले... आणि मग वाड्यात एकच आकांत उठला. महादजीमामांचे कुटुंब तिथेच राहत होते. तिथे अहिल्याबाई गेल्या... त्यांना स्वतःचेच भान नव्हते... तीन दिवस केवळ पडून होत्या. आपल्या दैवीचे दुःख सोसत होत्या... चौंडीस जाऊन अवघ्यास धीर देणे भाग होते...

दरबारात जावेदखान यांच्याकडचा वकील आल्याचे ऐकून अहिल्याबाई एकदम सावध झाल्या. दुःख दूर फेकून उठल्या. 'हा मेला आत्ता कशाला आला? इथे दोन सरदारांखेरीज व चार-पाच हजाराखेरीज फौज उरली नाही... हा मुलूख खराब होऊ नये म्हणून जागता पहारा... अन् आत्ताच यांसी उमाळा कुठून आला?... काही खूनखराबा की मसलत?' असं मनात म्हणत दरबारी गेल्या. पत्र घेतले. पत्रात होते, ''आमचा हेतू दोन दिवस महेश्वरी आपले बरोबर राहावे ऐसा आहे. यापुढे तुमचे हातून आमचा मुलूख दरोबस्त ठेवावा या कार्यास्तव येणे योजले.''

अहिल्याबाईंनी तातडीने गोविंदरावांना मजकूर सांगितला. ''आपण आमच्याशी

सलूख राखाल तर बंदोबस्तास्तव आम्ही बांधलेले आहोतच! आपण इकडे मात्र तूर्तास येऊ नये. चिरंजीव तुकोजी या प्रांती आल्यावर जे करणे ते केले जाईल.'' पत्र लिहून झाल्यावर, गोविंदरावांस म्हणाल्या, ''वकीलास मैत्रीटिका व वस्त्रे देऊन पत्र द्या... व बिदा करा''...

वाड्यात येऊन हरकुबाईस म्हणाल्या, ''आमचे चित्त लागत नाही. इंदूरला खूप जावेसे मन झाले आहे. जांब इथल्या तळ्याची पूजा करणे आहे... तेव्हा आपल्यावर सोप करून आम्ही जावे म्हणतो.. इथला दरोबस्त अवघा आहे. फौजफाटा व्यवस्थित आहे... आपण वाड्याची जिम्मा घ्या... आम्ही बहुत शिणलो... श्रमी झालो... चिंतेने अंदर पोखरा झाला आहे...''

''अवश्य जा... इथली जिम्मा आम्हांवर सोडा... आपणास हवाफेराची सकत जरुर... निश्चिंत जावे.'' हरकुआईंनी दिलासा दिला.

अहिल्याबाईंची पालखी निघाली. सोबत रेणू, अंजना होत्या. काही स्वारसैन्य, पुण्याचे वकील केसो भिकाजी, मुकुंदहरी वगैरे मंडळी. भारमलदादा, अंबादास शास्त्री व त्यांचे कुटुंब... इंदुराच्या खुणा दिसू लागताच अहिल्याबाईंनी पडदा दूर केला... डोळा भरून ती भूमी त्या नजरेत साठवू लागल्या... हा देपाळपुराचा रस्ता... हे घोडेसवारीचे मैदान... हा तोफखान्याचा रस्ता... इथे स्वामींचा निवास होता... हा आपला पहिला वाडा... या वाड्यातच माळव्याची सनद लाभली... तो समारंभ आजही नजरेपुढे ठाकतो... हे खराड्यांचे घर... हे फडक्यांचे... हे दिवाणांचे... हे चाबूक ओढायचं मैदान... मन भल्याबुऱ्यांनी कल्लोळून गेलं... वाडा येताच पालखी उतरली... नकळत अहिल्याबाईंचं लक्ष खंडेरावांच्या महालाकडे गेलं. लग्नानंतरची पहिली भेट... शेवटची भेट... ''आपणास शुभ्र रंग, हे आडवं कुंकू साजून दिसतं...'' या वाक्यानं मनात पिंगा घातला. 'स्वामी... रणांगणावर पंचद्रिये सावध राहावं तर हे काय बरं... आम्ही आपले शौर्य देखण्यास आलो... तर आपण ही मद्यघुटी... या कंचनी... होष सुटेल ऐसी द्रव्ये!''

''कोण म्हणतो आम्ही बेहोश?''... अहिल्याबाईंच्या मनात स्वामीसंगतीचे शेवटचे क्षण निनादत होते. ''हे आम्ही निघालो...''

''स्वामी... भलते धाडस करू नये... कुणी हत्यारी असेल... कुणी तोफखान्यावर असं धाडस शिकारीत... इथे एकला कुणी जातो?''

''जे कुणी करायला बिचकेल तेच आम्ही...''

''नको नको स्वामी... मी पाया पडते... पदर पसरते... ये प्रसंगी ना जावे... ना जावे...'' आडवे पडलो पायात, पण ना मानले. मज तुडवून गेले... तुडवून गेले...

''बाईसाहेब, आत चलायचं ना?'' रेणू म्हणत होती. अहिल्याबाई भूतकाळात

हरवल्या होत्या... आत जाताच बाईजींच्या त्या रिकाम्या खोलीत जाऊन त्यांनी मंचकावर अंग टाकलं. डोळ्यातून धारांची बरसात होत होती. पाणी आवरुन त्या तिथल्या देवघरात गेल्या... या देवांनी कितीक सुखदु:खे ऐकिली होती... मालेरावांनी आम्हांस पुसले, "सती जायचे सोडून राहिलातच का?" बाईजींविषयी बोलले होते, 'म्हातारीस खपू द्यावे तर सरबरा चालतो'... त्या क्षणी इथेच माथा टेकून प्रहरभर पडून राहिलो होतो आपण... याच वाड्यात मामंजींनी कौतुकाचा कंठा दिला... याच वाड्यात 'आपण सती गेला नाही' म्हणून मातंगपोशीस[१] आलेल्या कित्येक स्त्रियांनी नाके मुरडली... आपणास नादान ठरवलं... अकुलीन ठरवलं... याच वाड्यात कंचनींचे श्राद्ध झालं... याच वाड्यात आपल्या आईने शिवशक्तिची प्रीतिप्रतिमा मनी ठेवली... जी कधी देखली ना भेटली... भेटले ते स्वामींचे लुटारुपण!... आपण वाढलो बाईजी... मामंजींच्या छायेत...! अहिल्याबाईंचं मन विद्ध होऊन गेलं... काही सुचेना... फडणिशीत जायचे होते... काही न्यायदानाची कामेही होती... पण मनच लागत नव्हतं. तेवढ्यात ज्वर भरल्यागत वाटू लागले... मग अहिल्याबाई पडून राहिल्या. असं वाटायचं आता बाईजी येतील... मामंजी येतील... पुसतील, 'अहिल्याबाई प्रकृतीस स्वस्थता नाही काय?... मग स्वस्थ पडून राहा... आम्ही कामे निपटतो...' अहिल्याबाईंना पुन्हापुन्हा हुंदके फुटत होते... दोन दिवस असेच गेले.

...बाहेर केसो भिकाजी पुण्याची डाक घेऊन उभे होते... ते मनी म्हणाले, "श्रीमंतांना लिहाया हवं... पत्रेही घेण्यास फावत नाही ही इथली रीत... मर्जी स्वस्थ नाही... आमचे गोटात चोऱ्या झाल्या त्याची तपास नाही. बाईंचा कारभार पुढे तिखट मागे पोचट... चोरांची वार्ता मिळूनही कामविसदारास बोलावणी सक्त नाहीत... बाई स्वस्थ बसली. इंदुरी ना फडणिशी ना न्यायदान..." ... अहिल्याबाईंच्या मनाचा, त्यांच्या दु:खाचा विचार करायला कुणालाच वेळ नव्हता... जणू 'मन' नावाची वस्तू त्यांनी झाकून ठेवावी अशी अवघ्यांची अपेक्षा असावी...

जांब येथे तळ्याचे पूजन मंत्रवत झाले. तळ्यावरील मंदिरात, अभिषेक, ब्राह्मणभोजने, संतर्पण होऊन, कीर्तन झाले. त्याच रात्री ज्वराने पुन्हा उचल खाल्ली. जरा बरे वाटताच हरसूर मार्गे पुन्हा इंदुरास आले. अहिल्याबाई म्हणाल्या, "ये वेळेस वाड्यात जाणे नाही. मुक्काम बाहेर बागेतल्या घरात करणे आहे..." अहिल्याबाईंनी गौतमाबाई व मालेरावांची छत्री उभारली होती, त्याच बागेत राहायचे ठरवले...

अहिल्याबाई आल्याचे कळताच, शिल्पकार, 'मल्हारराव होळकर' व 'खंडेराव होळकर' यांचे सुरती पाषाणाचे पुतळे घेऊन आले. त्यास चार महिन्यापूर्वीच याचे

---

१) मातंगपोशी - दु:खाच्या दारावर जाणे

हुकूम दिले होते. संगमरवरी चौथरे तयार होते... तिथे त्या मूर्ति स्थापण्याचे कार्य उदयीक होणार होते. त्यासाठी ब्राह्मण, गोसावी, बैरागी याचे दहाबारा हजारांचे पात्र जेवणास यायचे होते... त्यासाठी कामविसदार, मामलेदार, सावकार, जमीनदार यांसही पंक्तीस आमंत्रण होते. त्यांचे आहेरासाठी शालजोडींचे फर्द व शेलापागोटी शंभर एक आणिली... अवघे कारभारी त्याच उद्योगात गर्क होते... अहिल्याबाईंनी आज तर रेणू, अंजनासही लांब ठेवले. त्या गौतमाबाईंच्या छत्रीपाशी बसल्या. मनी म्हणाल्या, 'बाईजी... आपण वाट दाविली, आम्ही चालत आलो. मामंजींनी तर अवघे शिकवले... चाकरी आम्ही निभावली.. आता आम्हांसही बोलावून घ्या... जीव शिणला बाईजी... माथा टेकायला कुणी नाही... सगळे मज पोरके करून गेले... मीच एक काळतोंडी कर्म करीत जगत राहिले... जगत राहिले... जगत राहिले!' अश्रू कुणाला दिसू नयेत म्हणून एकट्या एकट्या मालेरावाचे छत्रीपाशी आल्या... म्हणाल्या, "मालेराव... तुम्ही पोटी आलात... आम्ही तुम्हांस फक्त शिक्षा करीत राहावे इतकाच ऋणानुबंध होता ना? मजवर रागावून गेलात... आम्हांस माहीत असते की तुम्ही राज्यकारभारास कामी येणारच नाही... तुम्ही अल्पायुषी आहात तर तुमचा नुसता लाड केला असता, काही बोललो नसतो... मद्यघुटीची मनाई केली नसती... चाबूक ओढले नसते... राग केला नसता... केवळ तुम्हांला कुरवाळत मातृत्वाचं सुख घेतलं असतं... निदान प्रेमात चिंब भिजलेली तुमची एखादी हाक तरी ऐकली असती...! आई... आई...! तुमचा माथा मांडीवर घेऊन थोपटले असते... पाठीवरून हात फिरवला असता... दोन घास भरवले असते... पण माझ्या दैवास तुम्ही काय करणार? बहुत फसवून गेलात.. बहुत फसवून गेलात!...' अहिल्याबाई स्तंभावर मान टाकून अश्रू ढाळत कितीतरी वेळ बसल्या. अखेर हुकूम मोडून रेणू व अंजना आत आल्या... अहिल्याबाई बेहोश झाल्या होत्या. ज्वराने अंग तापले होते... दोघींनी धरुन राहुटीत आणले... मग समाचाराला येणाऱ्यांची एकच गर्दी उसळली... पण अहिल्याबाईंचे मन मालेरावांच्या दुःखाने भरुन आले होते. त्या स्वस्थ पडून होत्या.

दुसरे दिवशी बहुत मोठे कार्य झाले... अहिल्याबाईंनी हारपुष्पे वाहून नमस्कार केला... अंगी ज्वर होताच... शैत्यही होते... थडथडत होत्या... तशाच शाल लपेटून वापस गेल्या. बाईंतर्फे गोविंदपंतांनी आहेर केले... जरा बरे वाटताच महेश्वरी आल्या. कारण पुढे लगेच श्रावण लागत होता. जयपूरच्या प्रतापसिंगाकडून दोन घोडे, दोन शालजोड्या वकीलामार्फत आल्या. मुकुंदहरी म्हणाले, "मातोश्री, राजे प्रतापसिंग लिहितात, संस्थान आपले कृपेचे... सांप्रत दरोबस्त कमती झाला तरी फौज पाच हजार पाठवावी... त्यात आमची काही मेळवून बंदोबस्त करू"... अहिल्याबाई पडून होत्या... म्हणाल्या, 'जाबसाल लिहा... घोडे व शालजोड्या बहुत सुंदर!... फौजेचा खर्चवेच व

पन्नास हजार द्यावे... फौज तुमचीच आहे. मागील दो वर्षांची खंडणी तटलेली आहे... खंडणी दिल्याविना मातब्बर काम होते काय? अतएव खंडणी पाठवा... फौजा त्वरित येतील.'' मुकुंदहरी चकित झाले. हिशेब पाठ... दो वर्षांची खंडणी नाही याचेही स्मरण!... पाऊस धुवाधार... एकसारखा आठ दिवस... पण पावसातही अभिषेक, संतर्पणे सुरू होती. अहिल्याबाईऐवजी मुक्ताबाई दानावर उदक सोडीत होत्या. श्रावण सरला. भाद्रपदातले गौरी गणपती झाले... पितृपक्षातली श्राद्धे आली अन् अहिल्याबाई पुन्हापुन्हा नेत्री पाणी आणू लागल्या. नेत्रातले अश्रू कुणास दिसू नयेत म्हणून नर्मदातटी मुद्दाम लहान गुंफा केली होती... पण आताशा तर अश्रूवर ताबाच उरला नव्हता. वारंवार भूतकाळात जावे... अश्रू ढाळावे असे चाले. त्यातून सर्वपित्री अमावस्येस तर तीस चाळीस वेग[१] आणि उलट्या सुरू झाल्या. तीन दिवस दोन्ही द्वारे मोकळी झाली होती. सर्वांचा होश उडाला. वैद्यांची पराकाष्ठा चालली. अखेर पंचमीपासून थोडाबहुत गुण लागू झाला. त्या हरकुबाईस म्हणाल्या, ''आई... आजपावेतो कधी दुखणे अंगी नाही... आता आमचे दिवस सरत आले... बरे झाले... आता काही सहन करावे अशी ताकद नाही... क्रोध येतो... अश्रूवर ताबा रहाणे असकत झाले... अंगी कमजोरी बहुत...''

''अहो हे तो शरीरभोग... ओली माती आहे तो कधी तर दुखणे पाहुणे यायचेच... त्या असे काय बोलायचे? अजून दहा वर्षे तुम्हांस आहेत... चिंता नको... धडकून दौलतीचे काम करा!''

''तुम्हांस काय ईश्वरे सांगितले? की आमचा आयुष्यलेख कळला? आम्हांस आता काही नको... काशीस जाऊन राहावेसे वाटते...''

''पुरे पुरे... उठा आणि फडणिशीत जा... पत्रव्यवहार बहुत करणे आहे. पाटीलबाबांस पुत्र जाला... ते पातशहाचे भेटीस अंबारीवरून जाणार... तिथे इंग्रजांतर्फे इंद्रसेन (अँडरसन) त्याजला भेटणार... बहुत वार्ता बाजारी आहेत... हो, आणि आज संताजी भेटीस आला.''

''तुकोजीचाच भाऊ तो... काय चाकरी करतात ते दिसतेच आहे... पण ठीक आहे. प्रकृती देखण्यास कुणीतरी आले याचेच आम्हांस अप्रूप... होळकरांचे जे आहेत ते वैरी झाले... एक संताजी तरी आले... मल्हाराचे गुण तर ऐकतच आहात.''

''मुकुंदहरी म्हणत होते की केसो भिकाजी फार बोलतो म्हणून... परवा म्हणत होता...''

''माहीत आहे... मजकडेच आले होते... म्हणाले, ''नवाब, भोसले व हैदरखान यांची श्रीमंते अखंड पारिपत्ये केली पण ती मनी ना आणता त्यांनी मनोभावे या समयी श्रीमंतांस उपराळा, मदत चालवली. त्यांचा उपयोग श्रीमंतांस किती समयास

---

१) वेग - जुलाब

पडला. आपण तर स्तंभ... गादीशी एकनिष्ठ... असे असून सांप्रत आपल्या कोणेही गोष्टीचा उपयोग घडूच नये हे काय?''

''मग? तुम्ही ऐकून घेतले?''

''आपला गुन्हा असला तर ऐकावे लागते. आमच्या अस्वास्थ्यामुळे हुंड्या पाठवण्यास बहुत विलंब... आता दहा मास उशीर झाला... तजविजीस लागलोच आहोत... तुकोजी आमचेशी सरळमार्गे राहते तर ऐसी वेळ येतीच ना... नारो गणेशाने तर हाहा:कार मांडला. कधीतरी तुकोजीची नेत्रे फाटतील... मग आमची याद येईल.''

रविसंक्रमणाची तीळाची थैली केसो भिकाजींनी आणताच अहिल्याबाई आनंदल्या. मार्च उजाडला तरी या वर्षी तिळगूळ का नाही याचा विचार मनी चाललाच होता. त्या म्हणाल्या, ''आम्ही किंमात्र... खावंदांनी स्मरणाने तीळ पाठविले येणेकरून कृपेस पात्र झालो.'' ... सर्वांस स्वहस्ते तिळगूळ वाटला... आनंदाने त्यांना भरुन आले. म्हणाल्या, ''केसो भिकाजी, सुभेदारांचे हिशेबाचे ताळमेळ अवघे तुम्ही जाणता... हुंड्या पाठविणे बहुत अवघड होते... ते अवघे नाना, पोटी घालतात... आम्हीही काय करणार? पैशाची सोंगे आणता येत नाहीत...'' केसो भिकाजी गेले. आणि अंबादास शास्त्री आले. त्यांची लेक पुणतांब्यास देहाडरायांकडे दिलेली... तिच्या मुलाच्या मुंजीनिमित्त जावे म्हणून आले होते. अहिल्याबाई म्हणाल्या, ''अवश्य जा... आमचेतर्फे तिजला भिक्षावळ घाला.''

''मातोश्रींची कृपा लेकीवर बहुतच आहे...''

''अलबत! सान होती त्याकाळी कुमारिका म्हणून हमेशा पंक्तीस असे नंदुरबार नजीकचे गाव पथराई नामे आहे. त्याची जहागिरी तिचे पुत्राच्या नावे करून ती सनद त्यास आमचेतर्फे भिक्षावळ म्हणून द्यावी... आम्ही आपल्यासारख्या व्युत्पन्न वेदशास्त्रींना ऐसे परंपरागतच देयाचस हवे... आपल्यासारखे बुद्धिमंत आपल्या लेकीच्याही वंशी होतील हा आमचा आशीर्वाद द्या.''... अंबादास शास्त्री आनंदाने, आदराने, दानशूरतेने भारावून गेले. तेवढ्यात अहिल्याबाई बोलल्या, ''अहो ती चिमुरडी इतकी थोर जाली...?''

''मातोश्री... आता आम्हीच पन्नाशीस आलो... आपण आमच्यापरीस थोड्या... बारातेरा वर्षे वडील... मातोश्री, आपण तो बहुत कृपा केली... पण जामात पुणतांबेस... आणि वसूल पथराईस... हे जमावे कसे?... बहुत दूरचा पल्ला... त्यापेक्षा पुणतांबे नजीकच एखादे गाव...''

''अंबादास शास्त्री... तसे असते तर आम्हीच केले असते... परंतु नंदुरबारी आम्हांस आपले कोणी ठेवण्याची मनिषा आहेच. आपल्या जामातांना तेथील

मामलतदारी देऊ... त्यांजला या सनदीसंगेच नेमणूकही द्या... आपण थोर व्यासंगी... आपणांस शोभेसे आम्हांस अल्प काही करू द्या. मुकुंदहरीकडून आमच्या सहिशिक्क्यानिशी कागज घ्या आणि कार्यार्थ जा... आमचे शुभाशीर्वाद लेकजावयास व बटूस सांगा... आणि कार्यानंतर त्यास एकदा इकडे आणा...'' अंबादास त्वरेने गेले. अहिल्याबाईंचे मनी समाधान पसरले.

हरकुबाई आल्या त्याच म्हणाल्या, ''अहिल्याबाई, आज मजसंगे एक मूल्यवान कागज आहे. तुम्हांस कधी कधी वाटते की नानाची, श्रीमंताची आपलेवर इतराजी... पण त्यास अवघे माहीत... तुकोबा... नारो यांची कर्मे ते जाणतात याचा सज्जड पुरावा आणला!''

''तो कसा आई? अस्सल कागज आहे? लाभला कुठे?''

''ते काही पुसायचे नाही... पाच सालाच्या आधीचं पत्रं... विठ्ठल शामराजांनी नाना फडणीसास लिहिलेलं... तुम्ही फक्त वाचा... घ्या.''

''हा कागद तर अस्सल नव्हे...'' अहिल्याबाई कागद निरखित म्हणाल्या. हरकुबाई म्हणाल्या, ''अहो, त्या पत्रातले आपल्या काजाचे मुद्दे यात आहेत... वाचा तर खरी... मन शांत शांत होईल... म्हणून धावत आले.'' अहिल्याबाई वाचू लागल्या...

सांप्रतचे वर्तमान - राजश्री तुकोजी होळकर व नारो गणेश हे उभयता बलकवड्याहून सेंरण्याच्या रोखे गेले. ते दिवशीच सुलतानजी लांबहात्यास बाईंनी वस्त्रे देऊन बिदा केले. शिष्टाईस आले होते. ते तुकोजीकडे गेले. तुकोजीबाबांनी ये प्रांती जितके महालचे कामविसदार बाईचे उठवून आपले कामविसदार बसवले होते, तितक्या महालावर बाईंनी आपले कामविसदार पाठविण्यास सिद्ध केलेत. बाई फौजही ठेवणार आहेत. विसाजी शामराजांचे पथक येथेच आहे. पाटीलबाबांनी पत्रे लिहिली आहेत. तुकोजी व नारो गणेश भेट न घेता (अहिल्याबाईंची) परभारे कूच करून गेले. त्यांनी इतकी अमर्यादा करून जायचे नव्हते. पाटीलबाबांनी बाईंना लिहिले, ''तुम्ही फौज ठेवाल ती तुमचे सरंजामावर... पण तुकोजीबाबा फौज ठेवतील त्याचे देण्याचे संकट श्रीमंतांवर पडेल. त्यांनी काय म्हणून बोलावले व हे दोघे काय म्हणून तुम्हांस न भेटता गेले? ही मसलत श्रीमंत नानांची नव्हे. तुम्ही आपले जागी सावध असा. हे पत्र विसाजीपंतांनी मावशीबाईंस वाचून दाखवताच मावशी बोलल्या, ''श्रीमंतांनी अशी घरात फूट करू नये. ज्या पक्षी अहिल्याबाई, आम्ही, त्यांच्या पायाशी निष्ठेने, एकविधा भक्तिने बसलो आहोत, त्यापक्षी श्रीमंतांस हे योग्य कर्म नव्हे! नारोपंत दोन्हीकडे खराबी करीत आहोत. श्रीमंतांनी हे समजावे. नारोबा व आमचा मणिराम यांजपाशी रुपये फार जाले. माझे दहा लक्ष बळकावून

बसला. माझे रांडरोटीचे गाव कैलासवासींनीच आमच्या म्हातारपणास दिले होते तेही बरे बंद केले! श्रीमंत आमचे त्राते... युगधर्मेकरून तेही क्रोध करू लागले तर आमचा उपाय काय?'' असे मावशी बोलल्या. इतक्यात विसाजी शामराजही बोलू लागले. मीही तेथेच... ते या अन्वये बोलले की, 'अहिल्याबाईंचा अनादर करोन नाना बोलावणे शक्य नाही. अहिल्याबाईंविषयी बहुत ममता श्रीमंतांचे व नानांचे मनी - तुकोजीबाबांचे स्वरुपज्ञान सर्व त्यांचे लक्षात येऊन चुकले आहे. या उभयतांच्या ऐवजाची लांबी, खोली, रुंदी नानांच्या, तात्यांच्या ध्यानात आहे. परंतु तुकोजी व नारोस फूस देणारे कोणी समजत नाही. बाई व पाटीलबाबा एक झाले तर हे उभयता पंचवीस हजार फौजेनिशी उभे राहातील, तेव्हा तुकोजीस कवडी मिळणार नाही. तेव्हा अवघ्यास कळेल. मग श्रीमंतांस संकट पडेल. शिंदे-होळकर यांच्यात फूट कदापि नसावी. पहिल्या धन्यांनी हे समजूनच जोडफळाचा सांधा टाकला होता. यास्तव श्रीमंतांनी टाकोटाक तुकोजी सुभेदारास पत्र लिहून पाठवावे, की प्रथम मातोश्रींची कृपा संपादून मगच इकडे चाकरीस यावे. असे झाल्यास बाईच तुकोजींची अवघी सरबराई करतील. श्रीमंतांची तुकोजीस सक्त ताकीद असावी की त्यांनी बाईंचे सर्वस्वी आज्ञेत असावे. त्यांचे कर्तृत्व असामान्य वडिलांचा वडिलपण राखण्याविषयी फूट पडो ना द्यावी. हे शिक्षण पूर्वापार श्रीमंतांच्या घरचे. असे असता तुकोजीबाबांना बाईंची अमर्यादा करण्याचे साहस आले कुठून? बाईंची भेट न घेता आल्यास तुकोजींना थारा देऊ नये तरच इथल्या शिंदे-होळकरांत एकमूठ राहील. श्रीमंतास वाटेल, की या उभयतांचा काय मजकूर? भोसले आहेत, गायकवाड आहेत, नवाब आहेत... पण शिंदे-होळकरात जे आहे ते अन्यत्र नाही... कितीक मसलती थोरले सुभेदार व राणोजी शिंदे यांनीच पार केल्या. आणि आताही ममतापुरस्कार ही उभय घराणी प्राण वेचतील. यास्तव पुणे येथून इथे फूट पडू नये इतकी सावधानी ठेवावी. श्रीमंतांनी तुकोजीचा निषेध करून सक्त कडक पत्रे पाठवावी. बाईंचे भेटीस पाठवावे हे उत्तम! येथे सर्व लोकमात्र बाईंचे आज्ञेत आहेत. तुकोजींनी जे नेमले आहेत तेही लोक बाईंनाच मानतात. त्यांची पत्रे बाईंकडेच येतात. म्हणून श्रीमंतांनी बाईंनाही समाधानयुक्त पत्र लिहावे व तुकोजीस ताकीद करावी. ऐकले, बोलले, देखले वर्तमान सेवेश्री श्रुत होय'...

अहिल्याबाई पत्र वाचून समाधानाने हसल्या म्हणाल्या, ''हरकुआई, एक तुमचं आतडं आहे तर मजला जाणता. माझ्या मनातली अवघी खळखळ या पत्रे शांत झाली... तुम्ही हे मोठेच काम केले... कुठून मिळवले?''

''हा... तेवढं मात्र सांगणार नाही... खांडाराणी का होईना पण मीही तुमची सासू तर आहेच ना?... मग थोडे राखून ठेवण्याचा आमचा हक्क आहे... आम्ही

तेवढं सांगणार नाही, तुम्ही विचारायचं नाही...''

''बरे राहो... मनास अपार शांती लाभली इतके खरे! आता तुकोजी आणि नारोबा पार बिघडले ही बात सोडा... पण यात नानांचा वा श्रीमंतांचा हात नाही यानेच मजसी अपार सामर्थ्य आले... नाहीतरी तुकोजी कोण? माझ्या सल्ल्याने राहाता तर अपार कीर्ती मेळवता... पण लोभाचे गुंत्यात नारोबाने पाडले... जाऊ द्या... हरकुआई, मनकर्णिकेचा घाट बांधून झाला. दशाश्वमेधीचा घाट व गयेस विष्णुमदाचे देवालय सिद्ध झाले. त्याची वास्तूपूजेस गोविंद गानू सहकुटुंब गेले. तिकडे पंचवीस हजाराच्या हुंड्या पाठवल्या...''

''आणि त्या मंडलोईची वार्ता बाजारी आहे ती? त्याने म्हणे दोन ठाणी व त्यातले बारगीर मारले... गावचे बंद धरुन नेले ते?''

''तिकडे पण जमियत पाठवून बंदोबस्त केला... गुरेढोरे धरुन आणली... मंडलोईच्या शोधास राऊत गेलेत...''

''अहिल्याबाई... तुम्हांस अवघे समजते''... यावर दोघी शांतपणे हसल्या.

हरकुबाईंनी दाखवलेल्या पत्राने अहिल्याबाईंना नानांच्या ममतेची खात्री पटली. त्यांनी स्पष्टच लिहायचे ठरवले व त्यांनी लिहिले,

राजमान्य नानासाहेब फडणीसांचे सेवेसी विनंती की,

आमच्या गृहकलहाचे सर्वत्र झेंडे लागले. आपण मजकडे ममतापुरस्कार देखता अतएव खालील मुद्द्यांची चौकशी तुकोजीकडे व्हावी... आपणांस हा सूर्य व हा जयद्रथ ऐसे होईल.

१) आमचे व शिंद्यांचे महाल सारखे... आमचा वसूल कमी कसा? कारण तो तुकोजी व नारोच्या खाजगीत जातो याची खुद्द खात्री करून घ्यावी.

२) महाली पायमल्ली जहाली म्हणतात हे कसे? आमच्या महालाचे पूर्ण झाडे आजवर पाठवले... कित्येक लक्ष दिले... तेव्हा पायमल्ली कोणी केली?

आमचेकडून तर नाही.

३) पागेची घोडी लिहिली किती? खर्च किती? किती जास्ती वाढवून लिहिला हे आपले ध्यानात कसे येत नाही?

४) बारगीर पंधराशे! चार हजार घोडी, पंधराशे स्वार हे कसे? वरकड घोडी काय झाली? मेली की जळाली?

५) सरकारातून खाशास सरंजाम निराळा, फौजेचा निराळा. सातवर्षे चाकरी घडली नाही, तर ऐवज कोठे गेला हे सरकारने त्यांस विचारावे की

नाही?

६) मी आपला खर्च खाजगीतून करते. सरंजामाचा पैसा फौजेकडे व महालाचा झाडा श्रीमंतांकडे. माझे शिस्तशीर अवघे असताना मजवरच बयादा काय म्हणून? मजकडे सरंजामी एक पै जरी निघेल तर काशीयात्रेस जाईन.

७) अतएव याचे जाबसाल सरदार सुभेदार तुकोजीस करावे म्हणजे अवघा भेद सिद्ध होईल... कळावे... हे विज्ञापना...

कमीअधिक लिहिते... वय झाले. डोळादेखता इतके सत्यमिथ्या सहन होत नाही. नारो अनावर... सुभेदार अनावर.मी एकली झुंज घेते आहे. श्रीमंताच्या कल्याणास जपते. विश्वास असो द्यावा...

श्रीशंकर आज्ञेकरून...
अहिल्याबाई

...तेवढ्यात विसाजी म्हणाले की, "पाटीलबाबांचे पत्र आहे... आणू काय?"

"अवश्य!... पाटीलबाबा अवघी चिंता शिरी घेऊन आहेत...पत्र फोडले... वाचू लागल्या.

गंगाजळ निर्मळ मातुश्रीस दंडवत... ८-१२-८५

राजश्री तुकोजींचे शरीरी समाधान नाही. पथ्याकुपथ्याची ताकीद झाली पाहिजे. अतएव त्यांच्या कुटुंबाची रवानगी करावी. सोबतीला नारो गणेशांचे कुटुंबही पाठवावे. तुकोजी आमचेकडून वाटा मागतात पण त्यांनी चाकरी काय केली? फौज व पैका आपणाकडून आला होता. काय देणे घेणे ते आपणासंगे बोलू. तुकोजीचा संबंध काय? आपली मर्जी असेल तसे करू - तुकोजी म्हणतात, "तुमचा आमचा भाऊपणा... एक भाऊ घरी असतो... दुसरा कमाई करतो, तरी वाटणी बरोबरीचीच असते" यावर काय बोलावे? लोभ असावा, ही विज्ञापना.

आपला विश्वासू
महादजी शिंदे पाटील

१०-१२-८५

अहिल्याबाईंनी त्वरित हरि मुकुंदास उत्तर सांगितले...

सेवेसी श्रुत हे विज्ञापना,

चिरंजीवांचे अथवा नारो गणेशांचे पत्र आलियावर उभयतांच्या कुटुंबाची रवानगी करून देऊ. पथ्यकुपथ्यविषयी आम्ही ताकीद लिहावी ऐसे नाही. तुम्ही जवळ आहात... सांगीत जावे.

ज्या अर्थी चाकरीच घडली नाही, त्याअर्थी तुकोजींनी वाटा कशाचा

मागावा?... भाऊ भाऊ... घरी बसून खाऊ हे कैचे लक्षण?

श्री शंकर आज्ञेवरून

अहिल्याबाई

सिंरोज परगण्यातील एक विधवा आज न्यायमंदिराच्या दाराशी बसलेली बघून अहिल्याबाईंनी तिला त्वरित बोलावले. तिला म्हणाल्या, "आपणांस न्यायासाठी महेश्वरापर्यंत येणे का पडावे? खेड्या, महालापर्यंत आमच्या पंचायती न्याय करतात... परगण्यातही न्यायालये आहेत. तिथल्या सर्व पंचायती व परगण्यांचे न्यायाचे कागद न्याय करून इकडे येतात... आपणांस येथपर्यंत येण्याचे कष्ट का पडले?"... विधवा गप्पच राहिली. बरोबरच्या लोकांकडे घाबरून बघू लागली. बरोबर एक प्रौढाही होती ती हळूच म्हणाली, "अगं बोलून टाक... हीच बोलायची वेळ... मातोश्री स्वत: पुसत आहेत... कुणी तुजला मारझोड केली तर त्या समर्थ आहेत... बोल..." त्यावर अहिल्याबाईंनी हे ऐकले, आश्चर्याने म्हणाल्या, "मारझोड? कोण करणार तुम्हांस मारझोड... बोला, नाव सांगा..."

"मातोश्री... इलाजच हरला, अतएव आपले पायाशी आले. माझे पति खेमदास... माजे ओटीत फळ न टाकताच मृत्यू पावले. मजसी दत्तक घेणे आहे... पण तिथले कामविसदार... कामविसदार..."

"बोला बोला... काय करतात कामविसदार? दत्तक घेण्यास परवानगी देत नाहीत की घरास येऊन त्रास देतात की नजराणे मागतात?" यावर त्या विधवेने मूकपणे मान हलवली... म्हणाली, "नजराणे... नजराणे!..." यावर अहिल्याबाईंस त्वेष आला. त्यांचा आवाज चढला. "कोण मागतो? किती मागतो?... पुत्र कुठे आहे?... " त्याबरोबर बाहेर बसलेल्या त्या गोजिऱ्या किशोरास घेऊन कुणीतरी आलं. अहिल्याबाईंच्या मनी आलं, "माझ्या मुक्ताबाईसही असा नातू व्हावा..."

त्यांनी त्या पुत्रास आपल्या मांडीवर घेत त्या विधवेकडे हात दाखवत म्हणाल्या, "ही आई आवडेल कारे तुला... छान आहे ना?" यावर तो टाळ्या पिटीत म्हणाला, "खूप खूप छान आई..." त्याबरोबर विसाजीस बोलवून बाईंनी मुलास पोशाख व मोतीकंठा आणण्यास सांगितले. विधवेस म्हणाल्या, "आमच्या कामविसदारांचे नाव सांगा... आणि नजराण्याचा आकडा..." विधवा चाचरत म्हणाली, "तीन... तीन लाख रुपये मागत होते... त्यांचं नाव खेमजी रघुजी..." विसाजी येताच विधवेस दत्तकाची परवानगी देण्याचा कागद लिहिला गेला... सहीशिक्क्यानिशी त्यांचे हाती देत अहिल्याबाई म्हणाल्या, "हा आमचेतर्फे पोशाख व कंठा... सुखाने मूल दत्तक घ्या..." आणि विसाजीकडे वळत म्हणाल्या, "खेमजी रघुजीस इथे बोलवा... त्यांना म्हणावे दंडाची रक्कम ५ हजार घेऊन येणे... दंडाचा भरणा करून

त्यांना कामावरून कमी करा... हे पत्र आजच्याआज रवाना करा. यापुढे लाचखोरीबद्दल याहूनही अधिक सजा होईल हे सारे समजून राहा! माझ्या राज्यात कुणावरही अन्याय नको आणि स्त्रियांवर तर मुळीच नको... जा...''

चार दिवसांनी खेमजी रघुजी येताच त्यास बाजूच्या खोलीत नेऊन त्यांनी मुकुंदहरीस बोलावले... खेमजीचा संताप त्यांच्या मनी मावत नव्हता... ''वा वा... खेमजी... बहुत उत्तम कामगिरी केलीत... असहाय्य श्रीमंत विधवा देखली तर लगेच अंतरी लोभ बळावतो काय? आमची अपत्यवत प्रजा आम्ही तुमचे हाती विश्वासाने देतो ते याचसाठी की काय? की तुम्ही लाख रुपयांची लाच घ्यावी... त्या बिचारीस जेरीस आणावे? मूल मांडीवर घेऊन तिचे जीवन तिने जर वात्सल्यसुखे वेचले तर तुम्हांस पोटशूळ उठतो काय?... पाच हजार दंडाचा भरणा करा, आणि कामावरून त्वरित बाजूस व्हा!'' यावर मुकुंद हरि म्हणाले, ''मातोश्री एकवार माफ करा... दंड घ्या पण...'' ''कारभारी... तुम्ही मजला भरीस न घालावे. शिस्त मोडली तर आम्ही आमचे चिरंजीव, जावई, नातू... कुणासही क्षमा करीत नाही... गुन्हा घडला की शिक्षा भोगणे प्राप्त.... सहा महिन्यांनंतर पुन्हा कामाचे बघू... आज तरी या तुम्ही!''... खेमजी रघुजी खाली मान घालून गेला...

खेमजी मुकुंदहरीस पुन्हा नोकरीसंबंधी रतबदली करण्यास्तव मागे लागताच, मुकुंदहरी म्हणाले, ''मातोश्रींनी शेगाव परगण्याच्या तुलाराम होळकरांनाही भरणा भरण्यास लावला. त्यांनी स्पष्ट लिहिले होते, 'प्रजेवर अन्याय करून आपल्या मर्जीखातर आजवर तितका पैसा गोळा केला असेल त्याचा हिशेब सरकारात दाखल करा... तुम्ही असे का केले त्याचे जाबसाल द्या... पुन्हा अशा वार्ता आल्या क्षमा नाही''... हे ऐकून खेमजी पुन्हा म्हणाला, ''म्हणजे त्यास एकदा तरी क्षमा केली ना? मग मज गरिबास...'' त्याचे वाक्य अर्धेच ठेवत मुकुंदहरी म्हणाले, ''खेमजी, ही तुमच्याविषयीची तक्रार सातवी आहे... पहिल्या दोन तक्रारी येताच मातोश्रींनी माणसे पाठवली होती... गुप्तपणे... कळलं?...'' खेमजी लज्जित झाला.

न्यायदानाचे कामकाज करून अहिल्याबाई वाड्यात आल्या... शांत बसून राहिल्या. मनी म्हणाल्या, ''माझे दैवी रोष तरी कुणाकुणाचा रेखला आहे. हे एक ती सटवाईच जाणे! तुकोजी, त्याची पोरे, बापू होळकर, संताजी होळकर तेच अवघे दंभमोहाने पछाडलेले... तर कामविसदार तेच करणार... या मोहाचे सांप्रत कारण नजरेस येते ते नाना तऱ्हेची व्यसने... यांच्या रक्षा... यांचे मद्य... यापासोन पुणे तरी मुक्त कुठेय? नाना फडणीसास उत्तरेत येण्यास वेळ नाही... त्यांची बायकांची चेष्टिते उदंड... अवघे कागदी घोडे नाचवितात... समक्ष येऊ नये काय? यांच्यात दम नाही... मज हाती चार महिने द्या... अवघ्यास सरळ करते!... नानांच्या फडाची शिस्त अवल... महाबुद्धिमान... पण मद्यरांडापायी... मला तर मनचे मनीही बोलवत नाही... आज त्यांचे फडात निसबत

हुजूर, निसबत खाजगीवाले निसबत तोफखाना... निसबत पुणे सभा... निसबत पागा... निसबत हशमनीस... निसबत गाडदी... निसबत शिलेदार इतका माणूस... शिवाय ठिकठिकाणचे मामलतदार... या सर्वांवर दाब ठेवायचा तर स्वत: स्फटिकवत् असावं ते होत नाही... इथेही तीच तऱ्हा आली... तुकोजी रांडापोरांसकट मद्याच्या बुधल्यात... ही खुंटाची माणसंच असं वागू लागली तर डेऱ्याचे दांडे होण्यास वेळ तो काय?... अहिल्याबाईंचं मन पार आक्रसून गेलं... नथोबास उत्तम तयार करण्याची आण घेतली तर त्याचे जिवासच स्वस्थता नाही... सारखा ज्वर येत असतो... त्यात आता दुसरं लगीन करून दे म्हणून हट्ट!... आता बाळाबाई कशी गुणाची पोर... याला सुख दुखतं! दुसरी बाईल लागतेच कशाला... बाई जर पुरुषासंगे एकनिष्ठेकरून राहू शकते तर पुरुषास परवाने दिले कोणी? खुशाल उठावं... बाई करावी, नाहीतर ठेवावी... याजला लाज कशी येत नाही... अरे राज्य करता की रंगमहाल लावता?... नथोबाचेही नशिबी काय आहे ईश्वर जाणे... कोण ती पोर? अवघी दहा वर्षाची... तिचे मायबाप मुक्ताबाईचे मागे लागले... अन् मुक्ताबाईस तरी कळावे की नाही? मी साफ 'नाही' म्हणाले... पण आईबापास पोराचे लाड करणेचा उमाळा... क्षेत्रावर जाऊन लग्न करणार म्हणे... करा बाबांनो... मला मान्य नाही... मी एकली कितीजणासंगे लढू?... मी लग्नास जाणार नाही... पण हे बोलता येते?... मुक्ताबाई हे सांगणार? 'आजीच लाडाने नातवाचं दुसरं लग्न करतेय म्हणे!'...घरचे भेद... उघडी मांडी कुणाला दावावी? यशवंतरावही यात सामील...! किती वेळ अहिल्याबाई तशाच बसून राहिल्या. तेवढ्यात मुक्ताबाई हसत आल्या... त्यांच्या बोटी एक दहा वर्षांची गोंडस पोर होती. गोरेगुबरे, लालगुलाबी गाल... काळेभोर डोळे... केवड्याचा रंग... परकरपोलका दाटून बसलेला... कुरळे केस... कमरेपर्यंत शेपटा... त्यास फुलमाळा, गोंडे... डोळियात काजळ... गालावर तीट... बदामी कुंकू... बिंदी घातलेली... त्याचा मोतियाचा सर भांगामध्ये... कानात झुमके... गळ्यात बोरमाळ... लालचुटूक ओठ... किंचित अपरे नाक... दातांच्या कुंदकळ्या... अहिल्याबाई पाहतच राहिल्या... पाहतच राहिल्या...! मुक्ताबाई म्हणाल्या, "मातोश्री... ही तुमची नातसून... छोटी"... "पोरी, नमस्कार कर बरं!" तिने नमस्कार करताच अहिल्याबाईने तिला छातीशी धरले. त्यांच्या छातीत घुसमटू लागले... ही एवढीशी पोर... ठिकरी खेळायचं हिचं वय... सुंदर... सशक्त... ही नथोबाची बायको? आपल्याला रडू येतंय असं वाटलं... डोळा पाणी दाटलं... तिला बाजूला करत म्हणाल्या.. "अगं, तुझे हे कुरळे केस डोळ्यांत घुसले की भसासा... पाणीच दाटलं बघ!... किती दाट आहेत गं केस?... औक्षवंत व्हा... पुत्रवती व्हा..." अहिल्याबाईंनी स्वत:स सावरले.

ठिकठिकाणी अहिल्याबाईंनी बांधलेली देवालये, विहिरी, धर्मशाळा बघून कवि मोरोपंत फार प्रभावित झाले. पानिपताहून आलेले खूप सैन्य पाण्याविना अर्धमृत अवस्थेत कसेतरी परतले, म्हणून विहिरी, नजीबखानाने जाटाचा मुलूख लुटला तेव्हा कित्येक निरपराधी माणसे केवळ चिरेबंद आश्रय ना मिळाला म्हणून मारली गेली, एतदर्थ पक्क्या धर्मशाळा बांधल्या. अहिल्याबाईंचा हा सामाजिक दृष्टिकोन बघून ते चकित झाले. देवालये मुसलमानांनी नष्ट केली. कधी पाडली... कधी कळस तोडले... कधी मूर्त्या फोडल्या... अहिल्याबाईंचा याबद्दलचा दृष्टिकोन मोरापंतास समजला तेव्हा तर ते अधिकच प्रभावित झाले. मुस्लीम आपली देवळे पाडतात, त्यांचा हा धर्मांधपणा होतो... आपली अस्मिता दुखावणारी ही कृत्ये आपण जर नीट केली नाही, भग्न देवालये तशीच ठेवली तर हा हिंदूंचा अपमान... आपल्या अस्मितेचा अपमान...! अनेक ठिकाणी त्यांनी मुस्लिमांस समजावून सांगितले... 'आम्ही बादशहाच्या रक्षणाची जिम्मा घेतली तेव्हा तुमचे आमचे नाते आहे ना? मग हा विध्वंस कशासाठी... मी तुम्हांस मशीद बांधून देते... अल्ला-ईश्वर दोन वेगळे नव्हे... आमचा दृष्टिकोन उदार आहे... बांधव हो... तुम्ही पण विध्वंसाचा त्याग करा...' मोरोपंतांना अहिल्येचा हा कर्मयोग उमजला... धर्मशाळा, विहिरी, देवालये, हे काही केवळ परलोकीचे.सौख्यासाठी, स्वार्थापोटी केलेला धर्म नव्हे... त्यात या चिरंतन संस्कृतीचे, मानवतेचे, सामाजिक दृष्टिकोनाचे आदर्श आहेत. त्यांचे मन अभिमानाने भरून आले. त्यांच्या लेखणीतून झराझरा ओळी उतरू लागल्या-

-श्रीहरिहरभक्ता तू देवि अहल्ये, वरा धरा भूषा ।
पूषा तुज साधु म्हणे ख्याता तुजसम न बाणतनुभूषा ।।
देवी अहिल्याबाई झालिस, जगत्रयात तू धन्या ।
न न्याय धर्मनिरता अन्या कलिमाजी ऐकिली कन्या ।।
धर्मार्थ गोत्रजन्या किंवा झालीस तू धराजन्या ।
तुज देवि भेटली जी सत्कीर्ती कधीच हे न राजन्या ।।
न त्याजिसी नर्मदेत देवी, तुझी ती बहु प्रिया झाली ।
गंगेचीही सखी हो की, उभयमनात सात्दर्मया आली ।।

महेश्वराला अहिल्याबाईंचे पायावर डोई ठेवावी म्हणून ते मुद्दाम आले. विसाजीपंतांची आणि त्यांची पूर्वओळख असल्यामुळे त्यांचेकडे उतरले. विसाजी म्हणाले, "अलभ्य लाभ... मातोश्रींचे मनी आपणांस आमंत्रण देऊन मुद्दाम बोलवावे असे होतेच... पण या ना त्या कारणे घडले नाही... आपण आलात... बहुत उत्तम..." यावर मोरोपंत म्हणाला, "आम्ही बहुत काम देखले त्यांचे... त्यांचा अपूर्व दृष्टिकोन समजला... त्यांचे पायी डोई ठेवावी म्हणून आलो... एक काव्यपुष्प आणले आहे." असं म्हणत त्यांनी कागद

विसाजीपंतांच्या हाती दिला. त्यांनी तो वाचला. ते अतिशय गंभीर झाले. मोरोपंत घाबरून म्हणाले, "काय हो काही गुन्हा घडला की काय? काव्य त्याजला आवडते का नाही? की तुम्हांस आमचे काव्यपुष्प रुचले नाही?"

"मोरोपंत... आपल्या काव्याबद्दल आम्ही काय बोलावे? आपण श्रेष्ठ आर्याकार... त्यात मात्रेचीही चूक नाही... पण... पण... पण कसं सांगावं?"

"सांगा विसाजी... निःशंक सांगा... आमच्या काव्यावर टिका केली तरी चालेल पण असे दुग्ध्यात टाकू नका..."

"मोरोपंत... आपण दुसरी कुठलीतरी काव्यरचना त्यांचेपुढे सादर करा. त्यांस स्वस्तुति विषसमान भासते... एकदा एका कविची पत्रे नर्मदी बुडविली...यात तर त्यांची स्तुती... तेव्हा..."

"तर मग या ईश्वराहूनही थोर म्हणाव्या... ईश्वरास स्तोत्रे भावतात... यांना भावत नसतील तर या निर्मोहास त्रिलोकी उपमा नाही... आम्हांस समजले... आम्हांस यांच्या दर्शनास न्या... पुरुषार्थ, दूरदर्शीपण, सामाजिक दृष्टिकोन, प्रजावात्सल्य यामध्ये अहिल्याबाई केवळ अद्वितीय... त्यांची बरोबरी कोणी करू शकेल असे आज मला मुळीच वाटत नाही... धन्य माझे जिणे... मला देवीचे दर्शन घडणार."

मोरोपंतांना सोन्याचे कडे देऊन अहिल्याबाईंनी त्यांचा गौरव केला. त्यांचे भक्तिरसपूर्ण रसाळ आर्यांचे गायन ऐकून त्या प्रभावित झाल्या. मोरोपंत म्हणाले, "मातोश्री... भावमंदिरे, तीर्थस्थाने यांना आपण पुनःश्च गौरव प्राप्त करून दिला. ...त्यास वर्षासने दिलीत..."

"काय करावे? आपली अस्मिताच हरवली तर शौर्याचे उगमस्थान हरवते. त्यातून चारी बाजूंनी फिरंग्याचे पाय रोवले जात आहेत. त्यासाठी, त्याला ठायीच गारद केले पाहिजे... जरब दिली पाहिजे... त्यांची हिंमत तोडली पाहिजे... त्यासाठी अस्मिता कायम राखणे आहे. आपल्या पराभवाच्या खुणा पुसणे हे शौर्यास आवतण देण्यासाठी करायचे!..."

"मातोश्री, एक विचारू? मनी शंका उत्पन्न झाली म्हणून पुसतो. आपला दृष्टिकोन समजावा एतदर्थ पुसतो..."

"अवश्य! आपणास आमचे दृष्टिकोन कळणे अतिआवश्यक... कारण की आपण विद्वान... आपण हजार जणांना सांगाल तर त्यात त्या दृष्टिकोनाचा प्रसारच आहे."

"आपण बांधकामाचा खर्च करूनही, पुन्हा वर वर्षासने कशास्तव दिली? यामुळे सरकारी तिजोरीवर भार येणे शक्य आहे... किंवा वर्षानुवर्ष हे चालू राहणे

संभवनीय होईल का?''

''मोरोपंत... यामुळेच वर्षानुवर्ष देवालयाची व्यवस्था, पूजा चालू राहणे अधिक संभवनीय! राज्यकर्ते बदलतीलही... मग प्रत्येक राज्यकर्त्यांपुढे यांनी पदर पसरत यावे असे का आपले मनी? आम्ही पुढच्या शंभर वर्षांचे देखतो मोरोपंत... वर्षासने वंशपरंपरा चालतील... आणि हे सर्व मुलूख वर्षासने, आम्ही आमच्या खाजगी उत्पन्नातून देतो. खर्चवेच होऊन उरलेली शिल्लक पुन्हा फौजेकडेही लावतो... या जहागिऱ्या, वर्षासने यामागचे आमचे कारण हे असे आहे. त्यातून हिंदूराजे स्वार्थाच्या बखेड्यात बरबटले आहेत. त्यांना या महानाशाकडे पाहण्याची दृष्टि नाही!''

''योग्य... अतिशय योग्य मातोश्री... आपणापुढे आम्ही विनम्र आहोत... आपले पायी सेवकास माथा टेकू द्यावा...''

''नाही मोरोपंत... राज्यकर्त्यांची नावे उरणारही नाहीत पण कवींची नावे चिरंजीव होतात. आपला नमस्कारही मला पुरे... माथा ईश्वरापुढे टेका... सरस्वतीपुढे टेका... लक्ष्मीपुत्रांचे नाम नष्ट होते... सरस्वतीपुत्राची कीर्ती अमर, चिरंजीव होते... आपणास अशी कीर्ती लाभो या आमच्या शुभकामना आहेत... थोर व्हा... ग्रंथ संपन्न करा... आम्ही द्रव्याचे पाठबळ देऊ... आम्हांस तेवढेच फक्त येईल! बाकी शून्य!''

चांदवडचे मामलेदार व तुलाराम होळकर यांची आज भरदरबारात चौकशी होणार होती. दोनतीन वेळा या दोघांसही माफी देऊन केवळ दंडावर भागवले होते. तरीही गुप्तहेरांकडून त्यांच्याविषयी बातम्या येत होत्या. म्हणून अहिल्याबाईंनी आज त्या दोघांनाही भरदरबारात चौकशी करण्यासाठी म्हणूनच बोलावले होते. रात्री बराच वेळपर्यंत अहिल्याबाई त्या संबंधातील कागदपत्रे बघत होत्या.

दरबार भरताच अहिल्याबाई म्हणाल्या, ''आजचा दरबार जर कुणाला शिरपेच चौकडे देण्यासाठी घडता तर मजसी आनंद होता. परंतु आज मला शिरेदरबार बहुत कटु कार्य करणे आहे. मजसी युद्धाचा, झगड्याचा तिटकारा जरुर आहे, परंतु कुणी युद्ध वा झगडे आम्हांवर लादले तर आम्ही त्यास समर्थपणे तोंड देऊ... दरबारी जनहो... दारुगोळ्यावर व युद्धावर अधिक खर्च म्हणजे प्रजेवर अधिक कर... राज्यकर्त्यांची खर्चिक राहणी, व्यसनादि, गोष्टी, निरर्थक थाटमाट हा आम्हांस अपव्यय वाटतो. तुम्हा सर्व दरबाऱ्यांमार्फत चालणारी ही शासनयंत्रणा आहे ती प्रजेच्या सुखासाठी! तिला छळण्यासाठी वा पिळण्यासाठी नव्हे. माझेकडून काही चूक होत असल्यास आपण दरबारीजनांनी मज दाखववावी. मी दुरुस्त होईन... आपला सर्वांचा द्रव्यभाग आपणांस प्रत्येक प्रतिपदेस मिळतो... आपणांस व कुटुंबास औषधउपायासाठी मी खास द्रव्य राखून ठेवले आहे... आपली विपत्ती कळताच ते दिले जाते. वैद्याची

नेमणूक केलेली आहे. मुलांसाठी वृत्तिवेतन आहे... असे असतानाही प्रजेला छळावे, पिळावे असे आपणांस सुचतेच कसे? आज शिरेदरबार मला हे तुलाराम होळकरास व चांदवडच्या मामलतदार भिकाजी कासाजीस बोलावे लागते. याची व्यथा बहुत... तुलाराम तुम्ही शेगाव परगण्यात, प्रजेवर जुलूमजबरदस्ती करून पैसे उकळीत आहात हा आमचा खुला आरोप! अतएव आपल्या संपत्तीचा हिशेब आम्हांस बघणे आहे. मुकुंदहरी यांचे समाधान न झाल्यास अतिरिक्त द्रव्य सरकारी तिजोरीत भरावे लागेल... आणि यापुढे अशी तक्रार पुन:श्च असल्यास क्षमा नाही हे ध्यानी ठेवावे.'' यावर दोन घोट पाणी पिऊन त्या पुढे म्हणाल्या, ''भिकाजी विसाजी, आम्ही इकडे निश्चिंत असतो की आमचे अंमलदार प्रजेस वात्सल्याने, प्रेमाने वागवत आहेत म्हणून! कारण आपण राज्य चालवतो प्रजेच्या सुखासाठी! सामान्य माणसांसाठी! आपण दोन सहस्र रूपये अधिक घेतल्याची तक्रार आली आहे. ही पाचवी तक्रार. चार आम्ही पत्रे लिहून, दंड करून मार्गी लावल्या, याचा अर्थ तुम्ही आम्हांस दुबळ्या समजलात की काय? तुम्हांस कामावरून दूर करणे हा अखेरचा इलाज करावा असे मनी नव्हते. माणूस करण्यात बहुत दिवस लागतात. त्याचा आब घेणे आम्हांस रुचत नाही. पण आज नाईलाज आहे. आपणास कामावरून कमी करण्यात येत आहे... मला हा प्रसंग बहुत कष्टाचा वाटतो... याचा अर्थ आपण अन्य घेता. आपण पाणी घालून वाढवलेले रोप कापणे दु:खद वाटते... पण मजला सुरी वा कैची धरताच येत नाही असे समजणे चुकीचे... अतएव सर्वांस ही ताकीद असे.

आता अजून एका गोष्टीचा जाबसाल करणे आहे. मातब्बर अधिकारी, सैन्याच्या स्वैंपाकासाठी मोठमोठी झाडे तोडावयास सांगतात. यासाठी आमची सक्त ताकीद की यापुढे राज्यातील आंबे, फणस, आदिकरून झाडास हात न लावावा. वृक्ष वर्षा दोन वर्षात होतात असे नव्हे. लेकरासारखी बहुतकाळ जतन करावी लागतात. वृक्षास तोडणे म्हणजे प्रजापीडनच! झाड जर जीर्ण झाले असेल तर तेवढेच तोडावे. ते सुद्धा धन्यास राजी करून व द्रव्य देऊन धन्याच्या संतोषे तोडावे.

एक मुद्दा अधिक बोलणे आहे. आजकाल मद्यप्राशन बहुत वृद्धिंगत होत चालले. हा दुराचार नाशाप्रत न्यावा. बाजारातील कलालास दारू गाळण्यास मनाई करून त्यांना दुसऱ्या रोजगाराची व्यवस्था करून देणेची शिकस्त करावी. याचे तर्जुमे पंचायतींपर्यंत त्वरित पाठवावे. ज्या ठायी कलाली धंदा पूर्ण नामशेष होईल तिथल्या अधिकाऱ्यांस आम्ही स्वहस्ते सुवर्णाचे कडे व मानपत्र देऊ.''

यावर खुली चर्चा झाली. एक दारुचे कलम सोडून इतर सर्वांवर एकमत झाले. परंतु दारुचा बंदोबस्त करण्यास खूप वेळ लागेल असा सूर होता. अहिल्याबाई मनी हताश झाल्या, बोलल्या, ''कुणी विस्तवात उडी घेतोच म्हणेल, चिखलात लोळणंच

बरं म्हणेल तर मी तरी काय करणार?... बरं, उशीरा का होईना पण फळ येईल ना?... आक्रोडास साठ वर्षांनी फळ येते तरी आपण आक्रोडाची झाडे लावतोच ना? तसेच समजावे... प्रयत्नास लागावे. मार्तंडाचे कृपेवरून आपणांस यश यावे...

नथोबाचे लग्न लावून अवघे वऱ्हाडी आले. सत्यनारायण झाला. बाळाबाई रुसून बसली होती. नवी बायको आणली म्हणून रागावली होती... सगळे नव्या गौरीच्या कौतुकात दंग... अहिल्याबाई एकट्या बाळाबाईस समजावत होत्या. ती म्हणाली, ''मी काय स्वामींची सेवा करत नाही की त्यांना दुःख देते?... म्हणे तिची पत्रिका चांगली... तिच्या पायगुणाने स्वामींचा ज्वर नाहीसा होईल... मातोश्री, असे असते तर वैद्याचे औषधच कशास लागते?''

''पोरी... तुझे अवघे बरोबर! स्त्रीच्या कर्माचे हे भोग... सामान्य पुरुष असो, सैनिक असो, सुभेदार असो, राजा असो... त्याच्या स्त्रीच्या कर्माचे भोग सारखे... पतीच्या आयुष्याशी तिचे आयुष्य कसे बांधलेले की त्याचे सरले की हिचेही...'' अन् अहिल्याबाई एकदम चमकल्या. 'शीः हे काय बोलून गेलो आपण?असलं अभद्र, अमंगळ... आणि मग त्यांच्या लक्षात आलं की नथोबाचा ज्वर, त्याची खंगणारी प्रकृति याबद्दल असल्याच अभद्र भीतिने मनात ठाण मांडलंय... म्हणूनच मनातून आपला या लग्नासही नकार होता... ती पोर पाहिली तेव्हाही याच कारणे रडू फुटलं होतं... अहिल्या अन् बाळाबाई अलिप्त राहिल्या... परंतु पुढे गौरीशी गोड वागणं बाळाबाईला जमेना, तेव्हा मात्र अहिल्याबाई तिला रागावल्या. म्हणाल्या, ''सवतींना बहिणी मानावं... ती तुझी सवत होऊन आली यात या पोरीचा काय दोष? तिच्या मायबापे तिला इथं लोटलं, नथोबानं अंगिकारलं, मुक्ताबाईंनी आणि तुझ्या सासऱ्यांनी झाल डोई घेतली... त्या पोरीस काय कळते? तिजला सुख दे... ममता दे... तेवढेच तिच्या तिळी... तुझी धुणीपाणी ईश्वरे जोडली. तीस अंतर ना करावे... घे...घे तिजला कुशीत... तू थोर आहेस... जा... नीट वाग!''

त्या दोघी गेल्या आणि अहिल्याबाईंना अपार गहिवर दाटला. त्यांनी दरवाजा बंद करून घेतला... दोन्ही डोळ्यातून घळाघळ अश्रू वाहत होते... नथोबास राजयक्ष्मा झाला असावा या काळजीने त्यांचे चित्त कोळपले होते. वैद्यराजाचे घरी दर दोन दिवसा त्यांची पालखी थांबे. ते नानातऱ्हेची चाटणे, चूर्णे देत, ते अहिल्याबाई आणत... स्वतः नथोबास देत... त्याचे नावाने दानधर्म करत... ईश्वराचे चरणी एकच मागत, 'मार्तंडा, शंकरा... माझं आयुष्य नथोबास दे... माझे म्हातारीचे काय करायचे ते कर... मला राजयक्ष्मा दे... पण त्यास खडखडीत कर...''

"अहिल्याबाई, आजकाल बाजारी टिपूची दाटी बहुत ऐकू येते... आणि आनंदीबाई निंबाळकरणीचा काळ झाल्याचेही ऐकले बरं!" हरकुआई येतायेताच बोलल्या.

"आणि पाटीलबाबा तर जयपुरानजीक वैशाखात होते... आताआताच तर पाटीलबाबांचा निरोप घेऊन, इथे राहून जात्या झाल्या... तो मधेच हे अरिष्ट... आता पाऊस असा... श्रावणाची धुवाधार... भावाबहिणींच्या भेटी तेव्हा झाल्या त्या झाल्या... बाकी बहिणीच्या मृत्यूने पाटीलबाबा श्रमी होणार!"

"श्रमी होऊन चालणार कसे...यास तर एकच नाते... तलवारीचे!" हरकुबाई म्हणाल्या. त्यावर पोटतिडीकेने अहिल्याबाई म्हणाल्या, "आई... आता टिपूची मसलत मातब्बर होणार... यशवंत गंगाधरांचा लखोटा होता की, 'दहा लक्षाची तरतूद करावी... या समयी आपण आपले वडीलपण राखून उपयोगी पडावे.''...

"बाई गं... मग आता कसं?"

"आई, 'कसं करू, काय करू' हा अष्टाक्षरी मंत्र जपाचा काळ नव्हे, पाच लक्षाचा भरणा तो धाडूनही दिला... समय रक्षावा लागतो. छावणीचे दिवस तर बहुत वोढीचे... ही मसलत भारी हे तर लोपले नाही. आता चिरंजिवांनी माळव्याचा बहुत ऐवज वोहोडला आहे. हे तो नित्याचे झाले. दरेक ठायी आपलेच गाणे कैसे लिहावे? फौजेचा खर्च चालून नक्ष राहिला पाहिजे."

"गाडदी, तोफा, फौज पंधरा हजार... पाच लक्षांनी काय होणार?" हरकुबाई चिंतेने म्हणाल्या.

"आम्हांस आणखी काही लक्ष पाठवणे आहे. - काम विलंबाखाली कसे टाकावे? टिपूची फौज कित्तूराकडे... आपली अठरा हजार त्यावर चालून गेली... त्यास घाबरून टिपूची फौज झाडाचे आश्रयास गेली... छावणीला आम्ही पैका पुरता करू. तोफा दहा शेर वजनी गोळ्याच्या मागवल्या आहेत...त्याचे कारखाने चालू केले... इंदोरहूनही हातगोळे, जंबूरे, सुरतनाले मागिवले आहेत... ते आज येतील... आई... श्रीमंतांची चाकरी सुभेदार करतील तर त्यास आम्ही खर्चाची वोढ बसू देणार नाही... कमी पडले तर खाजगीतूनही रुपया पुरता करू... आम्हांस आतबाहेर कूस राखून वर्तणूक करता येत नाही... फौजेसाठी छावणीवर पैसा मागाल तर खाजगी पण खुली आहे... तुमच्या व्यसनांसाठी मजजवळ पै नाही." ...तेवढ्यात मुकुंदहरी सांगत आले की, बदामीचा किल्ला हस्तगत झाला. हेराने सांगितले वर्तमान असे की 'टिपूकडे फितूर फार मातला. सुभेदारांस सात लक्ष आपले रुपये पोहोचले. तीन लक्षाची तरतूद करावी... असा सुभेदारांचा निरोप..." अहिल्याबाई आनंदाने म्हणाल्या, "आता मज हत्तीचे बळ आले. सरकारचा नक्षा झाला. येणेकरून सर्वांस आनंद आहे. टिपूकडील

बातमी वरचेवर असावी. तीन लक्षाच्या हुंड्या आज तयार करा आणि केसो भिकाजीस सांगा. म्हणावे, 'रेवातिरी बसून श्रीमंतांच्या अभिवृद्धिस्तव, यशास्तव श्रीसन्निद्ध अभीष्टचिंतनी राहावे.''... मुकुंदहरी गेले. अहिल्याबाई एकदम उदास झाल्या. हरकुबाई चकित झाल्या, ''अहो आत्ता तुम्हांस येकायेकी काय झाले? आता तर आनंदात होतात... आणि आता हे पाणी?''

''राणोजीची आठवण आली... भावाचा मुलगा हो... शहाजीमामाचा...!''

''हा हा ... तुमचेवर रागावून भोसल्याचे चाकरीत गेला तो ना?''

''फार शौर्य... पण हमेश गरममिजाजी... शहाजीमामा आजारी आहेत म्हणून इथे आणले... वाटतं त्यास बोलावून घ्यावे... पुरे झाले हे रागलोभाचे बंध... आम्हांसही आता बासष्टावे वरील लागले... आणखी किती विसा जगायच्यात? त्याची अन् बापाची भेट व्हावी... मज मेलीचे काय? त्यास म्हणेन बाबा माझे असो... आमचे प्रेम आम्हांस ठावे...पण निदान...''

''आले ध्यानी... मी अश्शीच मणिरामास घोड्यावर पाठविते... आणि तुरंत त्यास आणवते... बाई, तुमचे डोळ्यातले पाणी मज देखवत नाही. सर्व आयुष्य तर असे गेले... केवळ राजकारणासाठीच स्वामींनी तुम्हांस रक्षिले... नाहीतर कुटुंबातला तर अवघा उन्हाळा... आता एक नथोबा... त्यासही हमेश ज्वर... ईश्वराचे मनी आहे तरी काय... त्यात हे दुसरे लगीन...''

''हरकुआई... त्या दोघीस देखले अन् मला माझ्या सुना आठवल्या... मैना आणि पिरता... त्यांचं नशिब तरी काय होतं आई?... मालेरावांचं वागणं महाकठीण... निदान नथोबा शांत... आता सुख कुठेतरी असं शोधूनच काढावं लागतंय, त्यास आम्ही तरी काय करणार? शहाजीभाऊ आजारी... बहुत अस्वस्थ... मनी येतं मज काळतोंड्या अपशकुनीमुळे राणोजींची त्यांची भेट न अंतरावी... कुणाचे अंतर्वैरी ना व्हावे... म्हणून मनी बहुत उदासी... त्यांची भेट घडली तर निदान ही टोचणी निरंतर नको... खरं ना?''

''तुम्हांस अवघे समजते... आम्ही आताच मणिरामास पाठवतो... आमच्यातर्फे! यात तुमचाही मान राहील... कामही होईल. अहिल्याबाई... तुमचाही पीळ काही कमी नव्हे...तुम्ही अशा रडाल पण स्वत: त्यास बोलावू पाठवणे मुश्कील!''

...अहिल्याबाई गप्प राहिल्या... शहाजीमामांचे कण्हणे त्यांच्या कानी घुमत होते...

दुसऱ्या दिवशी सकाळीच केसो भिकाजी आले. येतायेताच नमस्कार करत म्हणाले, ''मातोश्री... आपण काल मुकुंदहरी यांजबरोबर निरोप धाडला

की, मी रेवातीरी बसून श्रीमंतांचे अभीवृद्धिसाठी श्रीचे चरणी राहून अभिष्टचिंतन करावे याचा मतलब आम्हांस ना समजला... अतएव आपले दर्शनास आलो.''

''मतलब स्पष्ट... टिपूची बहुत दाटी... मसलत सिद्ध... यास्तव सांगितले... केसो भिकाजी, सामान्य जनांनी काही चुका वा धर्मविघ्ने केली तर त्याचे शाप त्यांचे त्यांना, व्यक्तिगत भोगावे लागतात... पण राज्यकर्त्यांनी, समर्थांनीच ऐसी धर्मविघ्ने केली तर त्याचा शाप राज्यास बाधतो. त्या चुका सामान्यास भोगाव्या लागतात. आज श्रीमंत सान वयाचे! अतएव राज्यकर्ते नानाच... मग त्यांनी जे केलेले ऐकले... बहुत खिन्न झालो आम्ही! वडिलकीच्या नात्याने आम्हांस एखादी गोष्ट बोलण्याचा अधिकारही आहे.''

''मातोश्री, कृपया कोड्यात ना बोलावे... आम्हांस स्पष्ट सांगा. आपली मर्जी असेल तर आम्ही नानासाहेबांना उपदेश लिहून कळवू...''

''आम्ही ऐकले की दादा गद्रे नामक ब्राह्मणाने एक मुरलीधराची मोहक मूर्ति, देऊळ करावे एतदर्थ आणली... नानांचे बघण्यात येताच त्यांना त्या मूर्तिचा मोह झाला... एथपर्यंत ठीक आहे. गद्र्याकडून कागजपता घेऊन दुसरी करून आणणे या समर्थास असाध्य होते काय?''

''बरोबर मातोश्री... त्यास अशक्य ते काय?''

''पण नाही... नानांनी तीच मूर्ति गद्र्यास मागितली. तो बिचारा समर्थापुढे काय बोलतो? घरी आला... अन् प्रात:काळी स्थापनेची तयारी चालवली... मनी हेतू हा की स्थापना केली की मूर्ति नेणार नाही... केसो भिकाजी, राज्यकर्त्यांच्या भीतिने लोकांना आपला धर्म चोरासारखा चूपचापपणे करावा लागावा यासारखे दुसरे पाप नव्हे!... बरे इथे हे प्रकरण संपते तरी नानांची शान राहाती. पण 'मूर्तिची प्रात:काळी स्थापना व्हायची' ही चोरवार्ता नानास कळताच त्यांनी प्रात:काल काही अरब व शिपाई दारूगोळ्यासह पाठवले... काय आश्चर्य... देवाच्या मूर्तिपरी दारूगोळा... अहो सामान्यांचं जीवन म्हणजे किडामुंगीचं जीवन नव्हे... प्रजेचं वात्सल्य हवं... हे प्रजेला लेकरासारखं पाळणं नव्हे... ही तर जुलूमजबरदस्ती... मोगलाई मसलत...!''

''मग पुढे काय झालं? आपणांस कसं कळलं?''

''आम्ही नाव सांगू असं वाटतं?... पुणे, संगमनेर, इकडून नर्मदा प्रदक्षिणेस कैक ब्राह्मण येतात... शेकडो! अशा बातम्या गुप्त रहात नाही केसो भिकाजी!''

''बरे...नाव नको... पण पुढे तर सांगावे...''

''वाटेवरच कुणा रावबहादूराच्या बायकोच्या अंत्ययात्रेची तयारी चालू होती. फुले वगैरे आत जात होती... लोके जमलेली... त्या प्रेतासंगे इतमाम म्हणून काही फौज उभी... अरबास वाटले इथेच मूर्ति आहे... त्यांना आत जायला अडवताच

अरबांनी गोळीबार केला... अहो ही काय रीत? उगाच हाती सत्ता म्हणून माणसे जाया करावी? एका प्रभूमूर्तिसाठी...? हा तर प्रभूचा साक्षात अपमान...!'' मग फौजेस नानांचा निरोप, "अहो...मूर्ति तर पुढे आहे!''

"मग? मूर्ति मिळाली?''

"गद्र्यांनी तोवर स्थापना करून टाकली होती... गद्रे तिथे आडवे पडले... ते बघून आता या ब्राह्मणाची हत्या घडल्यास बरे नव्हे हे जाणून ते परत आले. केसो भिकाजी, यात चूक कोणाची? तर ज्यांनी या धर्मकार्यास अडथळा आणला त्या समर्थांची, आणि ज्यांनी या कामासाठी निर्बुद्ध सैनिकांचे हाती दारुगोळा दिला त्या नानांची... त्या मूर्तिस त्याच क्षणापासून लोक खुन्या मुरलीधर म्हणू लागले... खरे तर इतके होऊनही, नानांना जे नाव मिळायला हवं होतं ते बिचाऱ्या त्या मुरलीधराने घेतलं हे प्रभुचं महात्म्य!''

"आम्ही नानासाहेबांना त्यांनी धर्मकार्यास विरोध केल्याचा आपला निषेध कळवू काय? आपली आज्ञा असल्यास...''

"बेलाशक कळवा... म्हणावे दारुगोळ्याचा वापर युद्धात करा... धर्मकार्यास नव्हे... आणि प्रजेच्या धर्मकार्यावर, त्यांच्या वस्तूवर नजर ठेवणे, जुलमाने, बळाने ती वस्तू आणणे जर असेल तर आपल्यात आणि मोगलाईत फरक काय? प्रजेस पुत्रवत पालन करावे आपणांस आम्ही सांगावे असे नाही. आपल्या या अपकृत्यांचे शाप श्रीमंतास बाधतील. आपणांस आमचा क्रोध येईल... कदाचित काही शासनही कराल पण धर्मकार्याची अडवणूक आपणाकडून झाली. ही वार्ता सांगीवांगीची असली तरी पुण्याच्या आमच्या आप्ताकडून याची शहानिशा आम्ही करून घेतली, मगच बोललो. आपल्या अपकृत्याच्या क्षालनार्थ आम्ही येथे ब्राह्मणाद्वारे एकवीस अभिषेक केले. संकल्प आम्ही मनचे मनी सोडला... समोर टिपूची मातबर मसलत आहे... दारुगोळा त्यासाठी ठेवा... प्रजेसाठी नव्हे!''... लिहा असे... आम्हांस सत्यासाठी मृत्यूसुद्धा पत्करेल. आम्हांस नानांचे हे कृत्य अक्षरशः विषसमान वाटते... म्हणून आपणास श्रीसन्निध बसून अभीष्टचिंतन करा म्हणून सांगितले.''

"मातोश्री... आपल्या मनाची खोली आम्हांस तरी कळत नाही... आपल्या आज्ञेप्रमाणे सर्व करतो... तेवढ्या तीन लक्षाच्या हुंड्या...''

"आम्ही त्वरित पाठवणार आहोत... मसलतीसाठी पैका पाठवणे ही तो आमच्या सरदारकीची वडिलाई आहे... या आता...''

आज फडणिशीत तुकोजींचा खलिता होता. खलिता अश्विनातला... अहिल्याबाईंनी उघडला... टिपूच्या युद्धाची उत्सुकता होती. वाचू लागल्या...

वंदनीय मातोश्रीस चिरंजीव तुकोजीचा साष्टांग दंडवत... वर्तमान येणेप्रमाणे, अश्विन शुद्ध अष्टमीस टिपूकडील फौजेशी मातब्बर लढाई झाली. पाच प्रहर अक्षरश: धुरोळ्यात माणूस दिसेना झाला. जंबुरा तोफांचे आवाज... खणाखणी चालू होती. बापू होळकराने बहुत शर्थ केली. त्यामुळे सर्व निभाऊन गेले. टिपूकडील तीन सरदार, स्वत: खासे, फौज अठरा हजारापर्यंत व पायदळ साठ हजार असे आहे. उभयता समतोल आहोत... बारुदीचे गाडे व जंबुरे... दहा शेरी तोफा पाठवाव्या. एक लक्षापर्यंत हुंडी पाठवावी. वाटेत पेंढाऱ्यांचा उपद्रव, अतएव संगे मातब्बर माणसे असावी... आज्ञाधारक - तुकोजी...

'आज्ञाधारक' केवळ शब्द... केवळ शब्द... खरेच आज्ञेत राहाते, तर आज कीर्त आकाशास भिडती... पैक्याची ओढगस्तच उरती ना... सर्व महाल ओरपावे... आणि मजजवळ पैका मागावा जाणून आहेत की फौजखर्चास मातोश्री अंतर पडो देत नाहीत... असो बाबांनो... पण चाकरी श्रीमंतांची घडते, यात मजसी सर्व पावते.'' अहिल्याबाई मनोमनीच बोलत होत्या. 'माझ्या जायदादीचा इतका पसारा पण हिशेबात पैची अफरातफर नाही... तर गुंता सुघट होतो... यांच्या खतावणीत मुंडी घालावी तर मेंदू अवघा बाहेर येतो... विचार चालूच होते, तोवरच रामपुऱ्याहून तोफा-बारुदीचे छकडे भरून आले. अहिल्याबाईंनी ही तयारी आधीच चालवली होती... सामान सुरक्षित रवाना करून अहिल्याबाई आल्या तर वाड्यात राणोजी चौंडीकर आल्याचे कळले... अहिल्याबाई येताच त्यांनी आत्यास पाय धरुन दंडवत घातला... अहिल्याबाई मनातून फार आनंदली. बापलेकाची भेट होणार... आता माहेरचा तेवढाच दुवा शिल्लक होता... त्या प्रेमाने म्हणाल्या, ''राणोजी... कसा आहेस बाबा?... अरे आत्यावर इतका क्रोध करावा? मजसी लग्नासही आवतण दिले नाही...?''

''मज वाटले... तुम्ही नाही येणार... बहुत क्रोधित होणार... आईने तर आवतण दिले होते... मी मनी लज्जित होतो''...

''बरे... जाऊ दे अवघे... शहाजी वाट बघत आहेत... बहुत श्रमी आहेत... प्रकृती तोळामासा... उपचार केले, पण व्यर्थ जातात... तिकडे नथोबाही ज्वराने पडून आहे... राणोजी... मी आता थकले... माझे दैव खडतर... दुःखे दाहीबाजूने... सरकारची चाकरी... जायदादीची व्यवस्था... पत्रव्यवहार... न्याय... खरंच मी शक्तिहीन झाले... माझं म्हणायला आता कोण राहिलंय रे?... एक मुक्ताबाईचं कुटुंब... बरं चल आता... माझं रडगाणं अखंडच लागलंय''...

हे दोघे पोहोचले तर जणू शहाजीची शेवटचीच घटका आलेली... राणोजीसाठीच प्राण डोळ्यात अडलेले... राणोजीला बघताच म्हणाले, ''...ई...श्व...रे... भेट...भेट...! आणि पुढचे शब्द मुखीचे मुखीच राहिले...राणोजीने मांडी दिली... अहिल्याबाईंनी टाहो फोडला... ''अरे सगळे मला सोडून जाता का रे?''... हरकुबाई येताच त्यांचे पायावर

डोई ठेवत म्हणाल्या, "आई... कुठे फेडू तुमचे उपकार? राणोजीस आणवले, नाहीतर मी अंतर्वैरी ठरले असते... आधीच माझे पाप अजून भोगून फिटत नाही... किती दुःखे देवानी नशिबी ठेवलीत?" रडूनरडून अहिल्याबाईस ज्वर भरला... दोन दिवस पडून होत्या... नथोबास उतार नव्हता. त्यांच्या छातीत धडधडीचे नगारे होत... बाळाबाई, गौरीस बघून त्यांना रडू येई. त्यांच्याकडून, हजारोची सौभाग्यवायने देत. अशातच अय्याशास्त्री काशीस जाण्यास आले... त्यांच्या ब्रह्मपुरीची आता खूपच प्रगती झाली. तेवढे ऐकून संतोष झाला. नातसुनांना त्याच्यापुढे नेऊन आशीर्वाद मागितला. म्हणाल्या, "पोरींना अखंड सौभाग्याचा समंत्रक आशीर्वाद द्या." अर्धा तास मंत्र घुमले... दोघीजणी शालू, नथ, बुगड्या, जोडवी, कंकण, तोडे घालून माथा टेकून बसल्या होत्या... अहिल्याबाईंचे डोळे झरत होते. ... पण रडून चालणार नव्हते. आज संताजी होळकरामार्फत सर्व पेंढारी हाकारुन तुकोजीपर्यंत पोहोचवणे होते. सयाजी, गिरमाजी व भिकाजी नाईक हे सरकारातून पाटीलबाबांकडे जात असता सेंधण्याच्या घाटात लुटले गेले. अक्षरशः नग्न होऊन एक वस्त्र लावून आले. त्यांना शेलेपागोटे देऊन, वाटखर्च द्यायला सांगायचे होते. फौजखर्चाच्या जळवा रक्त पीत होत्या. - सूर्यग्रहण पुढे होते. नथोबासाठी शक्य तेवढा दानधर्म करायचा होता... मन मानत नव्हतं तरी त्याचा आता भरोसा नाही ही धकधक मनास खात होती. वैद्यांनी नाना उपचार केले... पण दुखणे चार पाऊल मागे तर आठ पाऊले पुढे... मुक्ताबाई अर्धी झाली... तिचं हसणं मावळलं... एक धाकटी गौरी फुगड्या, सागरगोटे खेळायला बाळाबाई येत नाही म्हणून रडत बसे... मग... मग अहिल्याबाई तिच्याशी सागरगोटे खेळत... तिला गोष्टी सांगत... राजाराणीच्या अन् स्वतः खूप रडत... आताशा रडण्यावर त्यांचा ताबाच राहिला नव्हता. फडणिशीतल्या अहिल्याबाई अन् वाड्यातल्या अहिल्याबाई यात जमीनअस्मानाचं अंतर पडलं... दुःख भोगण्याची, सोसण्याची ताकद संपत आली. डोळ्यातून अखंड धारा झरत... मुक्ताबाई ते बघून म्हणे, "मातोश्री, कधी अश्रू न दावणाऱ्या तुम्ही... नर्मदेवरही खास बैठक, बाजूने बंद... आसवे कुणी देखू नयेत ही वांच्छा... पण आताशा हे कसं काय? तुमचे हे असे रुप बघून मी अर्धी झाले... जणू आमचा जन्म तुम्हांस दुःख देण्यासच झाला की काय नकळे..." त्यावर तिला कुशीत घेऊन त्या अधिकच रडत... रडू आवरता आवरत नसे... मग दोन दोन दिवस पुन्हा ज्वर राही. वेळ मिळे तेव्हा नथोबासंगे बसत... केवळ अस्थिचर्म राहावे असे झाले... त्याच्या खाटेभोवती फेरी घालत म्हणत, "मार्तंडा माझं आयुष्य यास दे... यास उठव... संसार मार्गी लाव... त्या एवढ्याशा पोरी... त्यांनी तुझ्या दारी काय रे पाप केले?"

सूर्यग्रहणाचे दिवशी नर्मदेवर नुसती अफाट गर्दी लोटली. आज तुळादाने व्हायची होती. ब्राह्मणांची, प्रजेची, स्त्रीपुरुषांची, मुलांची दाटी जमली. ठिकठिकाणी भजनाच्या

दिंड्या बसल्या. घाटावर आवर्तने सुरू झाली. मंदिरातून मंत्रघोष, पठण, सुरू होते. मुख्य मांडवात तर मोठी तुळा लावण्यात आली. तुळा नानापुष्पांनी सजवली होती. ते बघण्यास चोहोकडून रांगा लागल्या. अंबादास पुराणिकांनी समंत्रक संकल्प सोडला... नथोबास पालखीत घालून आणले होते... नथोबास एका तागडीत... दुसऱ्या तागडीत तीळ टाकले. एक्केचाळीस शेर फक्त मावले... बाईंच्या डोळा अश्रू येऊ लागले... आवरणे कठीण झाले. गोठतोडे, ढुशासरी, बिंदीबिजोरे घालून उभ्या असलेल्या बाळाबाई, गौरी हे आश्चर्य पाहत होत्या... गौरी अहिल्याबाईस बिलगत म्हणाली, ‘‘आम्हालाही बसवा की तराजूत कित्ती कित्ती मजा...’’ अहिल्याबाईंनी डोळ्यास पदर लावत त्या दोघींच्या हळदी कुंकवाने तुला केल्या. मग नथोबाची पुनःश्च सुवर्णाने तुला झाली... रुपयांनी झाली... मग ग्रहण सुटताच त्या सर्व वस्तूंचे दान दिले गेले... अहिल्याबाईस तिथे उभे राहावेना... पण अजून हत्तीदान व्हायचे होते. त्यामुळे आयुष्यवर्धन होते असं अय्याशास्त्रींनी म्हटल्यामुळे एकशे एक मृत्युंजय मंत्र करून हत्ती नथोबाकडून दान दिला. एक लक्षाचा संकल्प सोडला. अंबादासांना मृत्युंजयाचा पाठ वाचण्यासाठी रोज पूजा झाल्यावर नथोबाच्या कक्षात बसून जावे लागे... वैद्याचे उपचार चालूच होते. अहिल्याबाई जे कुणी सांगेल ते करत होत्या...

कशाचाही परिणाम म्हणून का होईना, नथोबाचा ज्वर कमी झाला. तो जरा खाऊपिऊ लागला... उठून हिंडूफिरू लागला. अहिल्याबाई मुक्तेस म्हणाल्या, ‘‘मुक्ताबाई... नथोबा असा फिरू लागलेला पाहिला अन् आमचा ज्वर पळाला... अंगात शक्ति भरली... आम्ही काम करायला मोकळे झालो...’’ मुक्ताबाई हसल्या... म्हणाल्या, ‘मातोश्री, हे अवघे मायाजाळ... कुणालाच चुकत नाही... मलाही खूप बरे वाटते... नथोबास उतार पडला तर जेजुरीस जायचे बोललेय मी!’’ ‘‘अवश्य जाऊ पोरी... सुनांच्या हाते हळदीकुंकू उधळत जाऊ...’’

कामविसदार, मामलतदार यांना पत्रे पाठवण्याचे व वसूल जमवण्याचे काम पुन्हा सुरू झाले, पैशास उसंत नव्हती. त्याच दिवशी सैन्याकडून बापू होळकर व भारमलदादा आले... आज तीन प्रहरी त्यांचा शिरेदरबार सत्कार करायचा कार्यक्रम लगोलग ठरला. नाष्टा फराळ होताच युद्धकथा ऐकण्यास सर्व दरबारी व घरचे एका ठायी बसले. बापू होळकर सांगू लागले, म्हणाले, ‘‘मातोश्री, टिपूस असे हादरवले की सलूखाचा पैगाम आला. प्रथम हरि बल्लाळ, पोलादजंग व इंग्रज मिळोन श्रीरंगपट्टणावर गेले... त्याच रात्री इंग्रजांची सडी फौज पुढे चालून गेली. टिपूस

वर्तमान कळताच तोही चालून आला. दुसरे दिवशी आपली श्रीमंतांची फौज व नवाबाची फौज मिळाली. टिपूचे दोघे पुत्र सापडले. त्यास ओलीस राखले. पट्टणाच्या काळजात जाऊन तोफा घेतल्या... लढाई मातब्बर झाली... टिपूचे सलूखाचा पैगाम लावला. वकील पाठवले ते बोलणे ठरले. सात फेब्रुवारीस अवघा सुलूख झाला. टिपूने मुलखापैकी निम्मे व तीन करोड रुपये तिन्ही सरकारास द्यावे असे ठरले.''

''बापू... तुम्ही बहुत शौर्य केले... आमचे अंगावर रोमांच आले... अतीसंतोष झाला. एक एक रक्कम मनी येते. अटक नदीचे अलीकडे दक्षिण समुद्र पावेतो हिंदूंचे स्थान... तुर्कस्थान नव्हे! हे आपली हद्द तो पांडवापासून... पण त्यामागे नादान राज्यकर्ते झाले... यवनांचे प्राबल्य झाले. अखेर तर यज्ञोपवीतास साडेतीन रुपये जेजिया कर बसला. ही नौबत गुजरली. त्या दिवसात शिवाजीमहाराज धर्मराखते निघाले. पुढे ब्राह्मण श्रीमंतांचे प्रतापसूर्य झाले. पण आपली वृत्ती ऐसी की गगनाऐसी गोष्ट झाली तरी कौतुके ना करावी ही चाल... यवन तिळाएवढे केले तर गगनावरी करून शोभवितात... आज आपली शिरे उचलली. बहुत अलभ्य गोष्टी घडल्या. उशापायथ्यास शत्रू-मित्र... त्यास वोळखून घेणे दुरापास्त... स्वामीत्व श्रीमंतांचे प्रतापे; धवलयश प्राप्त झाले... आज आम्ही तुमचा सत्कार करणार!''

''मातोश्री, कर्तव्यास पार केले... त्याचा सत्कार तो काय'' बापू होळकर बोलले. भारमलदादा म्हणाले, ''मातोश्री... श्रीरंगपट्टणाचे काळजात उडी घेऊन तिथल्या तोफा टिपूच्याच फौजेवर रोखून बत्ती देणे हे कार्य बहुत जोखमीचे... ते यांनी केले...''

''आम्ही अवश्य पुरस्कार देऊ... आज उभयता तीन प्रहरी दरबारात यावे... आणि आज सन्मानार्थ मेजवानी आहे... असा दिवस पुन्हा पुन्हा यावा! ही मार्तंडास प्रार्थना...''

नथोबाची प्रकृती सुधारली... ज्वराचा पाय जरा मागे आला म्हणून वाड्यात महापूजा झाली... नथोबा आपल्या दोन्ही स्त्रियांसह पूजेस बसला... अहिल्याबाई दृश्य नजरेत साठवत होत्या... वाड्यावर दरबारींची गर्दी होती तोच धुरळा दिसला... अतिशय वेगाने सांडणीस्वार आला होता... वर येताच अहिल्याबाईंनी ओळखला... तो शिवदेव होता... त्यांचा गुप्त हेर! त्यास घेऊन खलबतखान्यात जाताच तो म्हणाला, ''मातोश्री... रजवाडे मात्र एकच झालेत... श्रीमंतांचा अंमल उठवून लावावा अशी मसलत... पत्रे रामपुरा, साबेर इंदूरपर्यंत आली... चंद्रावतांनी रामपुरा घेतला. उदेपूरची दहा हजार फौज सिद्ध... निंबहेडा, जावद उठवीत आहेत... जलदी करा... त्वरेने फौज ना गेली तर प्रळय...''

मातोश्री तशाच बाहेर आल्या... पूजेचा प्रसाद व्हायचाच होता... देवांची पंचामृते पूजा झालेली... तसेच तीर्थाचे ताम्हन उचलून सर्व दरबारीस तीर्थ दिले. मुक्ताबाईस

म्हणाल्या, ''पूजा पूर्णत्वास न्यावी... प्रसाद राखून ठेवावा... आम्ही मुख्य ठाण्यात जातो... '' सर्वजण ठाण्यात आले. फौजेस जमण्याचा नगारा स्वत: अहिल्याबाईंनी वाजवला... कारखान्यातून शस्त्रे, पागेतले घोडे... जंबुरे... तोफा... अर्ध्या तासाच्या आत अंबाजीपंत व राघो रणसोड यांचेबरोबर हुजरात सरंजाम दीड हजार, शिलेदार वगैरे मिळून तीन हजार निघाले. सरदारांकडे निरोप गेले. त्यांच्या सैन्याने जावेदास यावे असे सांगून, स्वत:चाही डेरा तिथेच ठेवला. शिवदेवसंगे अजून दोन माणसे निंबा व राघोजी ठेवले. या तिघांनी जावेदच्या राहुटीत दर तीन तासाने वार्ता आणायच्या हे ठरले. अंबाजीपंत म्हणाले, ''मातोश्री, आपण महेश्वरीच राहावे... रजवाडे ते काय... आत्ता त्यांना आटोपून येतो... युद्धाचा रंग पाहून आपण छावणी करावी... आम्ही निघतो...'' तुतारीचे निनाद वातावरणात घुमले... सैन्य चकरड्याच्या दिशेने मेवाडकडे निघाले. अहिल्याबाई पहात राहिल्या... त्यांचे चित्त लागेना... किल्ल्यावरच्या टेहळणीच्या बुरुजावर त्या बसल्या... तिथेच झोपल्या... प्रात:काळी पण स्नानादि आटोपून तिथेच छत्रीत बसल्या... आज पूजा सुद्धा दोन क्षणात आटोपली... लक्ष सगळं वाटेवर... सायंकाळपर्यंत वाटा टेहळत होत्या... आणि स्वार येताना दिसला. त्या वेगाने खाली आल्या. शिवदेव खाली मान घालून उभा... ''मातोश्री... अंबाजीपंत...!''

''काय झालं... पकडले गेले?''

''न... नाही... म... मारले गेले... राणोजीने अचानक छापा घातला... फौज रणभेदी होऊन जावेदेस आली!'' अहिल्याबाई अंबाजीपंताच्या स्मृतिने गहिवरल्या. त्याच क्षणी शरीफभाईंना बोलावले. थाळनेरचे पेंढारी आणवले... सरदारांकडून काही सैन्य तोवर आले होते... त्या सर्वांस मेजवानी घालून बोलल्या, ''अंबाजीपंतास वीरमरण आले. पण आम्हांस आमचे लोक हवे... मेले हो... रजवाड्यास काय भीता? पोचट पुरुष अवघे... रजवाड्यांची गोष्ट तुम्हांस भारी नव्हे. सर्वे मिळून अशी चढाई करा... जर का अपेश घेऊन आलात तर मेले हो मेकसू घालून मारुन टाकीन सगळ्यांना... मेवाड होते का नव्हते असे करून टाका... प्रत्येकास सूप भरून पैका मिळेल याची खात्री बाळगा... जा... बोला मार्तंड की जय...'' सैन्य जाताच सैन्याच्या सततच्या पुरवठ्याची व्यवस्था जातीने केली आणि खाजगत डेरा बाहेर दिला. तिथे राहू लागल्या... दीड दिवस गेला आणि शिवदेव व निंबा उत्साहात आले. ''मातोश्री... आपले दळ बघताच मेवाडचा राजा आपणास मिळाला. चंद्रावतांचा बीमोड करून रामपुरा घेतला. शिंद्यांच्या स्त्रियांचा आपणांस निरोप आहे की, 'आम्ही आपले जवळ येतो... आम्हांस धैर्य नाही, आमचे स्वामी पण येथे नाहीत'... अहिल्याबाई म्हणाल्या, ''त्यास सांगा, आम्हीही बाहेर डेऱ्यात आहोत... आलात तर घर तुमचेच आहे... पण अशी पळापळ केल्यास अब्रूस बाधा येते. शिंद्यांच्या बायका भिऊन पळाल्या असे होऊन नक्षास बाधा येते.

तसाच प्रसंग पडला तर तीन प्रहरात सशस्त्र तुमच्या सन्निध येईन...''' शिवदेव गेला. अहिल्याबाई डेऱ्यात रोज फौजा जमा करू लागल्या.

शंभर स्वार आले ते रवाना केले... पन्नास आले, पांचशे आले. सगळ्यास रवाना केले. गुप्तचरांची वाट बघत राहिल्या. निंबा येताच कळले की आबाजी रणसोड व शरीफभाई यांना न पुसताच पेंढारी यशाच्या आशेने अर्ध्या रात्रीच कूच करून गेले. ते पेंढारी रजवाड्यांनी सडकून काढताच पळून गेले. दिवस उगवताच आपली फौज चळदचे काठी... पाहिले तर आपले पेंढारी घोळकेच्या घोळके उभे! तेवढ्यात मारवाड्यांनी छापा घातला... मकाजी गीतेस पकडावे म्हणून... पण ते जुवामर्द, जातीचे शिपाई... रजवाड्यास जवळ फिरकू ना दिला. मग आपले फणशांचे पथक आले. मकाजीस सुखरुप काढला... मग आपली फौज ठासून गोळे मारु लागली. मारवाड्यांचे लोक, अग्रगण्य शिलेदार जाया झाले... बाकी राहिले ते गलबलले... मातोश्री येतो आता... शिवदेव येण्यात असेल.''

''जा... सर्वांस सांगा... मार्तंडाची आण अपेश पदरी घेऊन याल तर! फत्ते करा... इथे आम्हीही स्वारीस तयार आहोत जा...'' ... निंबा जाताच दोन प्रहरांनी शिवदेव आला. येताच म्हणाला, ''मातोश्री... शरीफभाईंचे हातास गोळी लागली... पण निराजी शामराज यांनी रजवाड्यांचे स्वार कापले. त्यांचे पाच हजार घोडे श्रमाने मेले. बाकी लूट बहुत... आता कूच करून जावद, निंबखेडा, राणीपुरा वगैरा किरकोळ महालात ठाणी आपली बसली. चंद्रावत पळून अमदेस गेले. आपली ज्वाला तोफ रामपुऱ्यास होती ती आणली आहे. त्यात गोळा भरुन उडवताच अलंगतट फोडून भवानसिंग निजला होता. त्याचे खरपेल उडून, पलीकडची गच्चीची भिंत फोडून पार झाला. दुसऱ्या दिवशी ज्वाळेचा मारा करणार हे कळताच चंद्रावत घाबरले आहेत... मातोश्री येतो... आता निंबा वा राघोजी येतील...'' अहिल्याबाईंनी त्याचेजवळ जंबुऱ्याची व पैशांची दोन पोती दिली. ती उंटावर घालून शिवदेव गेला... सैन्याची कुमक चालूच होती... अन्नावरही वासना नव्हती. सर्व लक्ष वाटेकडे... सायंकाळ झाली... आणि निंबा, शिवदेव, आणि राघोजी तिथे दौडत आले... ओरडून जल्लोष करीत म्हणाले, ''मातोश्री, आपली फत्ते झाली. हल्ला आपला होईल म्हणून मारवाड्यांनी वाटेत बारुद बिछवली... तो त्यांच्याच हाते तोड्याचा (काकड्याचा) गुल बारुदीवर पडला... अवघे आपल्याच जाळ्यात फसले... अन् नाही... तरी आमच्या हल्ल्यातही मरणच त्यांचे भाळी होते. सोभागसिंग हाती सापडला. त्यास घेऊन शरीफभाई, आबाजी घेऊन येत आहेत.

सोभागसिंग अर्धा जळाला होता... त्याने अहिल्याबाईंची विनवणी केली.

"मातोश्री... या वेळेस सोडून द्या... कायमचा दास होऊन राहीन... क्षमा तर आपला महान गुण आहे... लौकिक आहे!"

"सोभागसिंग, क्षमा पहिल्या अन् दुसऱ्या गुन्ह्यास... तुमच्या शपथेत आतावेरी काही पाणी ना उरले. कैलासवासींपासून शपथांची शंभरी झाली तरी जरा डोके उचलले की रामपुऱ्याचे झगडे उकरता..."

"मातोश्री... आता यापुढे करीन तर तोफांचे तोंडी द्या... आता एकदाच क्षमा..."

"असकत... सोभागसिंग... असकत! तुमच्यापायी आमची माणसे हमेश जाया होतात... आपल्या रक्तातच भांडण... आज कमअधिक चाळीस साल आम्ही हेच बघतोय... कैलासवासी सुभेदारांसही आपण आपल्या कृत्यांनी उसंत ना घेऊ दिली...शरीफभाई... ही आमची आज्ञा... सोभागसिंगांना तोफेच्या तोंडी द्या... मेवाड, जयपूरात या बातमीचे खलिते धाडा... जा..."

...अहिल्याबाई राहुटीत शांत व्हायचा प्रयत्न करीत होत्या. कानावर हात होते... डोळे मिटून घेतले होते...

तोफेचा आवाज होताच अहिल्याबाईंची पालखी महेश्वरकडे निघाली. मागेपुढे स्वार मार्तंडाचा, पेशवे श्रीमंतांचा गजर करत चालले. तेवढ्यात कुणीतरी ओरडले, "देवी अहिल्याबाईंचा विजय असो..." अहिल्याबाईंनी पालखी थांबवली... म्हणाल्या, "जयजयकार तुमचा करायला हवा... माझा जयजयकार तेव्हाच करा... जेव्हा मी हा देह सोडून पंचत्वात विलीन होईन... बांधव हो, तोवर माझी लायकी टिकली तर तेव्हा जयजयकार करा... आज बोला, 'मार्तंडाचा विजय असो'..." सगळे एकदम गंभीर झाले. पालख्या महेश्वरी आल्या... होळकरांचे निशाण उंच झाले होते.

पुणे येथे खबर जाताच नाना फडणीसांनी खास दरबार भरवला. अहिल्याबाईंच्या या शौर्य विजयाला सलामी देण्यासाठी नगरी तीन तोफांचे आवाज काढण्यात आले. शिरेदरबार स्वत: नानांनी मातोश्री अहिल्याबाईंचे स्तुतीस्तोत्र घटकाभर सांगितले... म्हणाले, 'शापदपि, शरादपि! असे बायकात अहिल्याबाई दिसण्यात आल्या. आजपर्यंत पुण्याचे श्लोक ऐकत होतो, पण पराक्रमातही एक तसूही मातोश्री मागे नव्हेत. पराक्रमाची मोठीच गोष्ट केली. पुण्याचा आणि पुणे शहराचाही दरवाजा म्हणजे महेश्वर आणि नर्मदेचे तीर हे आम्हांस आज उमजले." सगळा दरबार माना डोलावत होता. नंतर हरिपंत तात्या आणि नाना सायंकाळी नानांकडे बसले असता महादजींचे अन् तात्यांचे सर्व संवाद तात्यांना आठवले. तात्या म्हणाले, "महादजी म्हणाले ते खोटे नव्हे. बाईंनी वहिवाट करून

तुकोजीने चाकरी करावी यात होळकरांची आणि श्रीमंतांचीही शान आहे. होळकरांची ही तेजस्वी सून... तिचा अपमान केल्यास श्रीमंतांचा लौकिक काय?... आज त्यांचे बोलणे पटते...''

''तात्या... बाई दुतर्फेने जाणत्या... वसुली, फडणिशी, युद्धतंत्र! खरेच सांगतो, यांच्या गृहकलहास कंटाळून मी महादजीस बोललो की, ''बाबा घोडे एक हाती, लगाम दुसऱ्या हाती, या दुहीने काम नासते. दौलत पेचात येते. हे न ऐकतील तर सरकारातून बंदोबस्त करावा लागेल'...'' इतके बोललो मात्र अन् महादजी इतके तापले, म्हणाले, ''नानासाहेब तुम्ही समजत असाल की महेश्वरी पाच हजार स्वार पाठवू. बंदोबस्त करू तर बाई सर्वांहून शहाणी आहे. तिने राघोबाचे काय केले? तिचा दाब नसता तर तुकोजी, नारो आणि हरकुबाईचा कारभारी मणिराम यांनी रघुनाथदादांशी हात मिळवून वाटोळे केले असते. बाईंचे चित्त श्रीमंतांचे गादीशी... अतएव त्या तिघांवर पाय रोवून उभी होती. बहुत मातब्बर जागा तिचे हाती. ती पण तयारीत आहे हे जाणून राहा... महेश्वराचे सैन्य तर सोन्याची कडी घातली तरी मातोश्रींविरुद्ध शस्त्र उचलणार नाहीत... स्वत: सर्वांचा योगक्षेम बघतात... कुटुंबांची दु:खे निवारतात... ती सुद्धा खाजगीतून''...

''हे ऐकून नाना तुमची मसलत जिरली असेल?'' हरितात्यांनी हसत विचारलं.

''हो ना!'' महादजी मला म्हणाले, ''बाईंचा पैका व बुद्धी दोन्ही मज़बूत.. तिला जर का तुमचा संशय समजला तर कुणाला बघायची नाही. दौलतीचा नाश होईल मग तुम्हा सर्वांचे डोळे उघडतील. आज तुकोजी महाल वोरपून खातो तरी लक्षालक्षांचा भरणा पाठवतात. छावणीचा काळ उघडा पडू देत नाहीत... त्या काळात खाजगीतूनही पैसे येतात...'' यावर हरिपंत म्हणाले, ''मातोश्रींनी महादजीसही तीस लक्षांचे कर्ज खाजगीतून दिले आहे हे खरे?''

''हो खरेय... मला महादजीच बोलले की मला तीस लक्ष दिले एतदर्थ मी बोलणे करतो असे समजण्याचा गुन्हा करू नये... बाईंचे सामर्थ्यच अफाट! मजबूत बुद्धी... तुकोजी बाईंबद्दल बुध्याच गैरसमज पसरवतात...'' यावर हरिपंत तात्या संतोषे म्हणाले, ''नाना, बरे झाले आपण महादजींचा सल्ला मानला... मी स्वत: त्यांचे न्यायदान पाहिले... कारभार पाहिला... महादजीचे ना ऐकतो तर होळकरांचे महाल राघोबादादांचे घशात जाते... अवघा आपला नक्ष बिघडता... आज श्रीमंतांची गादी राखू शकलो ते ना घडते... गणेशानेच महादजींच्या मुखाने आपणास सांगितले.... आज पटले...''

''मातोश्रींना आमचे लक्ष लक्ष प्रणाम असोत...'' नाना समाधानाने म्हणाले. अप्पाजी जगदेवने पुणे दरबाराची हकीगत अहिल्याबाईंना लिहून पाठवली.

अप्पाजी जगदेवाचे पत्र पोहोचले त्यादिवशी अवघी फडणिशी आनंदाने उजळून गेली. त्यांच्या मातोश्रींचे शिरेदरबार कौतुक झाले होते. घरात गौरीचे आईवडील जावयाची प्रकृती देखण्यास, समाचारास आले होते. ते सुद्धा आनंदाने भरुन गेले. त्यांनी अहिल्याबाईंस शुभ्र शालपैठणी दिली. मग युद्धकथा रंगल्या. विहिणी म्हणाल्या, "आपण आपल्या या नातसुनेस 'गौरी' म्हणता? तिचे नाव तर ते नव्हे!"

"आम्हांस ती गौरीच वाटते.... कुमारिका देवी... कन्याकुमारी!"

"जावयाची प्रकृती बहुत उतरली... उपचारास यश येत नाही. काय प्राक्तनी आहे समजत नाही... ही पोर आपल्या पदरी टाकताच आम्ही क्षेत्रवास केला... मनी अध्यात्म... भजन... सत्संग... यातच आम्ही उभयता रंगलो... घरी केवळ चुलते पुतणे नांदत आहेत... आम्ही मठीत राहतो... विरक्ती आली..."

"मग महेश्वरी राहा... तेवढेच गौरीस बरे पडेल..."

"छे छे! आता विजनवासीच बरे वाटते. गौरी समोर असेल तर प्रपंच सुटणार नाही... गौरी म्हणते, 'मला आजीसासूबाई जवळ असल्या की तूच जवळ असल्यागत वाटतं...' तिजसी सांभाळा... आम्ही उदयीक प्रस्थान ठेवले आहे..." अहिल्याबाईंना गौरीचं बोलणं खूप आवडलं... खरंच, आपलं खूप प्रेम बसलंय गौरीवर याची त्यांना जाणीव झाली. ती लाघवी पोर सारखी आपल्या भोवती असते... सेवा करते... लुगडंही पेलत नाही पण माझ्या लुगड्याच्या निऱ्या काढून ठेवते. घड्या करते. शाल, घोंगडी झटकून आणते... सरबत, दूध, फळे, खाऊ घालते... माझ्या कुशीत झोपायला येते... हे सगळं आठवून त्या म्हणाल्या, "तिजवाचून आम्हासही हा वाडा खाण्यास उठेल. ती पोर इथं ठुमकते तर आमचंही मन रमतं... आमच्या वयाचं काय सांगावं? धुणीपाणीच सरली तर आम्हासही जाणेच आहे!" मग त्यांनीही आहेर आणवले. गौरीच्या आई म्हणाल्या, "आता हे अवघं कशाला? आम्ही कुठे ठेवावं? दोन तीन वस्त्रांवाचून संचय नाही... गुरुची आज्ञा!... मग घ्यावे कसे?"

"विहिणी, ही रीत आमची... आपणास इच्छा होईल तिथे सत्पात्री देऊन टाका... पण आमचेकडून रिक्त हस्ते ना जावे..." मग मुक्ताबाईंनी आहेर केला... ओटी भरली... गौरी दातात पदर धरुन ठिकरी खेळत होती... धावत येत म्हणाली, "आम्ही ठिकरीत दोन घरे बांधली... मोठ्या बाईंवर... आणि दुपारी तीन हंड्या चढवल्या..." मग गाल फुगवत आईला म्हणाली, "इथे सागरगोटे खेळायलाच कुणी नाही... फक्त आजीसासूबाई खेळतात माझ्यासंगे... थोरल्या बाईंना तर झेलीच येत नाही... एराखै पण नाही पचत तर दुराखै, तिराखै कुठली यायला?" सगळ्यांच्या हसण्यात तिची चिवचिव बुडून गेली. तिची किलबिल ऐकली की अहिल्याबाईंस नथोबाचा ज्वर आठवे. त्यांच्या पोटात गलबलून येई... मग पुढचं अभद्र काही मनी येऊ नये म्हणून एकतर फडणिशीत जात

किंवा एकतर गौरीशी खेळत बसत... तिला बरोबर पालखीत नेत... नर्मदा घाटावर जात... किल्ल्याच्या सौधावर छत्रीत बसत. अशा वेळेस ती विचारायची, “स्वामींना काय झालंय? ते माझ्यासंगे पहिल्यासारखे खेळत का नाहीत? मोठ्या बाई माझ्यावर सारख्या का रागवतात? मला स्वामींकडे जाऊ सुद्धा देत नाहीत...” अहिल्याबाईंना सारंच फार कठीण कठीण होत होतं. या श्रावणात त्यांनी गौरीकडून सौभाग्यवचने दिली. हरताळकेचा उपास झाला... गणपती गौरी आले... गेले...! अनंतचतुर्दशीला गौरी नाचतच आली... म्हणाली, “आजेसासूबाई, आपण भोंडला मांडायचा?... भुलाबाई... आमच्या खानदेशात असते!”

“इथेही असते ही गौरी... आम्हासच हे सुचले नाही... आपण मांडू... महेश्वरीच्या मुलींना टिपऱ्याफेरास बोलावू... रोज खिरापत...”

“पण अवघ्यांना ओळखायला लावायची बरं का... आधीच कुणी फोडली तर आम्ही नाही बोलणार...”

“गौरी... आम्ही मावशीबाईंना सांगून गुप्तखोरपणे तुमच्यासंगे आणून ठेवू. मग तर झालं?”

“हो... पण मूर्ति आणायची ना? उदयीक तो स्थापना... अन् एक छोटीशी भावली...”

“ती कशाला?... मातीची?...”

“अय्या... भुलाबाईंचं बाळ असतं ते... मला खूप गाणी येतात...

“खरं की काय?... मग आम्हांला शिकवाल?’

“आजेसासूबाई... तुम्ही लहानपणी खेळला नाही?... पण आम्ही शिकवू... आम्ही आधी म्हणू... मग तुम्ही म्हणायचं बर्का!”... अहिल्याबाईंचं लहानपण... त्यांचे मनी आलं, “पोरी... आता ते गांव आठवतही नाही... कशी होते? कुठे आले?... मामंजी... बाईजी, स्वामी... मालेराव... विद्या, हिशेब, तोफा, जंबुरे, फडणिशी, यात कुठे हरवलीत वर्से... कुठे हरवलीत?... अजून काय काय भोगायचे? दोघे भाऊ... माहेर... तेही हरवले... आता तुम्ही सारे मला एकदा पोहोचवा... काही देखवे ना सोसवे ना!”

दुसऱ्या दिवशी गौरीच्या भुलाबाईंची स्थापना झाली. महेश्वराच्या घराघरातून बोलावू गेलं... पन्नास मुली टिपऱ्या घेऊन येऊ लागल्या. गाणी होऊ लागली... गौरी रोज यायची... “आजेसासूबाई, चला ना... गाणे शिकायला... पण म्हणायचं बरं का!... अन् आजची खिरापत सांगू? कान करा इकडे... गुळपापडी... पण फोडायची नाही हा!” अहिल्याबाई जायच्या!

ऐलोमा पैलोमा गणेश देवा... माझा खेळ मांडून दे, करीन तुझी सेवा... पुढचं गाणं म्हणणं तसंच राही... अहिल्याबाई मनी म्हणत, गणेशा... दे रे तिचा खेळ मांडून... दे रे बाबा!... मग गौरी धावत येई... "हे काय? तुम्ही गाणं नै म्हणत? म्हणा ना... हं म्हणा...

हंडाघंगाळ पाणी तापलं... बाळ न्हाऊन पाळण्यात निजलं.
आज आमच्या भुलाबाईला पंधरावा दिवस पंधरावा दिवस...
साखरेच्या गोणी बाई लोटिल्या अंगणी, आज आमच्या भुलाबाईला...
पंधरावा दिवस... केळीच्या पानावर उगवला दिवस...

अहिल्याबाई हे म्हणायच्या...! एक दिवस गौरीनं विचारलं, आपल्या घरात कुणालाच कसं बाळ नाही होत? भुलाबाईसारखं?... अय्या... तुम्हाला रडायला काय झालं? आजीसासूबाई, मी काही वावुगं बोलले... रडू नका ना...मग मजलाही रडू येतं... हवं तर मजसी गालात मारा... पण... पण रडू नका..." गौरी रडतरडत त्यांचे डोळे परकराने पुसू लागली. अहिल्याबाईंना वाटलं घरात काही अभद्र घडायच्या आत या किल्ल्यावरून उडी टाकावी... मरुन जावं! मुक्ताबाई म्हणायच्या, "मातोश्री... नथोबास किंचितही बरं नाही... आणि आपण हा टिपऱ्यांचा हमामा घातला... माझा तर घास तुटला... तिला अहिल्याबाई काय सांगणार?... मुक्ताबाईस त्या काही बोलू शकत नव्हत्या... वैद्यानेही आपण असमर्थ आहोत... आता अवघे 'ईश्वराहाती' असं सांगितलं होतं. हा सारा भार अहिल्याबाई एकट्या हृदयी बाळगत होत्या... कुणास काही न बोलता... गौरीचे लाड पुरवत होत्या... बाळाबाई तर माहेरच्या नात्यातली... जाणती... तीस समजत होते... नथोबाची पतिव्रताधर्मे सेवा करीत राही... आपल्या कर्मास दोष देत... फडणिशीतली कामे उरकायला जावे लागे... पण आता सर्वांतूनच मन उतरले होते. मल्हारच काय तो मधूनमधून येत असे... पण तोही घरच्या कटकटी बोले. रखमाबाईंचा अन् नारो गणेशाचा स्नेहसंबंध फार पुढे जात चालला ही तक्रार... अहिल्याबाईंचे हाती काय होते?... अखेर एक दिवस त्या म्हणाल्या, "मल्हाराराव... माय बापाविषयी ऐसे बोलणे तो पावित्र्य विडंबनाचा दोष पदरी घेणे... कशास जीभ विटाळता?... ज्याचे त्याचे कर्म... ज्याच्या त्याच्या पाशी... आपण पुत्रकर्तव्य करावे...!"

"आमच्या स्त्रीदेखता हे अनाचार... तिजवर संस्कार काय? तर हसून खिदळून पर पुरुषासी बोलावे... चार वेळा वस्त्रे बदलावी... नवनवे दागिने ल्यावे... फुलमाळा माळाव्या... परपुरुषास चांगलेचुंगले खाऊ घालावे... आमचा बाप तिकडे तलवार मारतो... आणि... नाही मातोश्री... आम्हांस ती मायही नको... ती स्त्री ही नको... आमचा त्यांच्यावर भरोसा नाही..."

"आम्ही तुकोजीस बहुत प्रकारे सावध केले... पण प्रत्यक्ष अशी वार्ता आम्ही

कशी बोलावी?... ते आमचे चिरंजीव... रखमाबाईंचा आधीच आमचेवर राग... हिशेबांचे घोळ... चाकरीची चालढकल... तेही काय करतील? घरात स्वास्थ्य नाही... काळच असा... तुमच्या बापासही एकच ठावे... निमकहरामीचे फंद करून दौलत समेटावी... मजसी संपुष्टात आणायचे डाव करावे... मजबद्दल विपर्यास सांगावे... आम्हीही सोसत धकवतोच आहोत... तुम्हांसही तोच सलाह... निभावून नेणे'' तोच गौरीच्या टिपऱ्यांचा आवाज आला... ओढतओढत अहिल्याबाईंस घेऊन गेली... मल्हारास म्हणाली, ''भावोजी... चला ना आमची भुलाबाई देखण्यास... फेर सुरू झाला... गाणी सुरू होती...

सोन्याचा पलंग चांदीची महिरप, तेथे पतीराज निजले होते निजले होते
पतिराज, पतिराज, मला मूळ आलं धाडता का, धाडता का?
आणली फणी, घातली वेणी, भुलाबाई चालली माहेरी माहेरी...
पतिदेवासंगे... पालखीच्या रंगे ... माहेरी माहेरी...

गौरी धावत आली... आजीसासूबाई... तुम्ही म्हणत नाही बर्का गाणे! आजची खिरापत ओळखा बरं... जा बाई.... भाऊजी, बघा हो... या किनई अशा रोज रडतात... आम्ही किती गप्प करायचं?... अहिल्याबाई हसल्या... ते हसणे रडण्यापेक्षाही भयंकर होते.

अश्विनी पौर्णिमेला भुलाबाईंचं विसर्जन झालं. महिनाभर वाजणाऱ्या टिपऱ्या बंद झाल्या... पण गौरीला खूप मैत्रिणी मिळाल्या. त्या रोज येऊ लागल्या. नथोबाची प्रकृती रोज खालावतच होती. अश्विनी पौर्णिमेच्या कोजागिरीस त्या सगळ्या मुलींबरोबर दूध प्यायल्याचे निमित्त झालं... नथोबास उलट्या सुरू झाल्या. ज्वर वाढताच लागला. अन्नाचा कण पोटी राहिना... खोकल्याची उबळ थांबता थांबत नसे... गौरीस कुणी फारसे काही सांगतच नव्हते. ती शंभर प्रश्न विचारी... पंचमीस वैद्यांनी महामात्रेची चाटणे देण्यास सुरुवात केली... अहिल्याबाईंनी खोलीत जाऊन घुसमटणारे दुःख मनसोक्त रडून बाहेर काढलं... ही महामात्रा... त्यांनी पाहिली होती... बाईजींचे वेळी... शहाजीमामांचे वेळी... त्यांचे डोळे गुंजेसारखे लाल झाले... मुक्ताबाई, बाळाबाई वायने देत होत्या... दानधर्म चालू होता... सप्तमीस अंबादास पुराणिकांनी अहिल्याबाईंना बाजूस बोलावत म्हटलं, ''मातोश्री... आम्ही घाटावरच्या मंदिरातले देव पाण्यात ठेवले... प्रकृतीस उतार पडावा एतदर्थ... मृत्युंजय मंत्राच्या जपास सहस्त्र ब्राह्मण''...

''अंबादास... आमचं दैवच पाण्यात... देवांना त्रास नको... त्यांना त्वरित बाहेर काढा. मृत्युंजय आम्हाकडे बघत नाही... माझं पात्रच गळकं... तुम्ही किती ओताल?''... तेवढ्यात नथोबाने हाक मारली. त्या आत धावल्या... त्याच्याजवळ बसल्या. त्याच्या केसांवरुन हात फिरवत म्हणाल्या, ''काय रे बाबा... काय

हवं?... पाय दाबू का?..."

"आजी... आजी... छातीत श्वास कोंडतो... आज काय तिथी?"

"आताच अष्टमी लागली... पोरा... कसं झालं गं माझं पाखरू... काय देऊ तुला... बोल ना रे बाळा... मला हाक मारलीस ना?"

"तू इथे बसून राहा... उठू नको... गौरीला बोलाव... बाळाबाईस बोलाव..." मुक्ताबाईने दोघींना पुढे केलं... त्या दोघी नथोबाजवळ बसल्या. अहिल्याबाईंना त्या दिवशीची पूजा आठवली... आठ महिन्यांत रोगाने पुरता खाल्ला... पंचमीस तुला केली... बावीस शेर... अहिल्याबाईंस रडू आवरत नव्हतं. नथोबाचा आवाज नीट उमटत नव्हता. यशवंतराव, मुक्ताबाई, यांनाही आज समजून चुकलं... त्यांच्या रडण्याचे आवाज अहिल्याबाईंचं मन कापत होते... अहिल्याबाई जीवाचे कान करून ऐकत होत्या. नथोबा बोलण्याचा यत्न करत होते... "आजी...म..ला...एकट्याला... धा...डू...नको गं!.. या दोघी... माझ्या संगे... आ...म्ही...स्व...र्गा...त... सं...सार...क...रू...आजी...मी मर...णार... ना? ... मग...मग ...केव्हा... मर...णार?" अहिल्याबाईंनी त्याला मांडीवर घेतले... तेवढ्या त्रासाने त्यास उबळ आली... खोकला उसळला... तोंडातून रक्त ओघळलं. अहिल्याबाईंच्या शुभ्र पातळावर त्या रक्ताचे डाग भयंकर दिसत होते... गौरीने धावत जाऊन दुसरं पातळ आणलं... ते त्यांच्यापुढे धरलं... गौरीच्या तोंडावरुन त्यांनी हात फिरवला... आणि धावत देवापुढे जाऊन त्यांनी ताड ताड डोके आपटून घेतले... डोक्यातून रक्ताची धार त्यांच्या अंगावर सांडत राहिली...

रात्रभर वैद्य चाटणे देत होते... ती तोंडातून पुन्हा बाहेर येत. अहिल्याबाई म्हणाल्या... "वैद्यराज... बहुत कष्ट तुम्हीही घेतले... आता एक करा... यास शांत झोपवा... प्राण जातांना यास वेदना ना व्हाव्या... हा असा निजलाय ना... असाच प्राण जावा... मज याचे कष्ट देखणे असकत झाले... माझे प्राण कुडीत राहतात तरी कसे हे मजसीच समजत नाही... तिकडे मुक्ताबाई, यशवंतरावास बघा... या पोरीला काही औषध द्या... तिज अवघे कळले... ही गौरी झोपली... झोप बाई पोरी... ही तुझी रात्र शेवटची... झोप माझ्या मांडीवर... मी तरी काय करू? आयुष्य देता येते तर कधीच देऊन गेले असते..."

नवमी उजाडली... आणि अवघे महेश्वर समाचारास लोटले... नथोबाची छाती मधूनच हाले प्राण आहे म्हणायचा, इतकेच उरले होते. इंदूरपर्यंत निरोप गेले... मुक्ताबाईने आकांत मांडला होता... हरकुबाई तिला सावरुन दमून गेल्या... मल्हार, विसाजी, गोविंदराव मुकुंदहरी... किल्ला, वाडा, माणसांनी गजबजला... तीन प्रहरी क्षणभर नथोबाने डोळे उघडले... अहिल्याबाईंनी त्याचे मुखी गंगा घातली... दुसऱ्याच क्षणी प्राणपाखरू उडाले... सबंध वाडा रडू लागला... बाळाबाई... गौरी तिथे बसल्या.

गौरीस आता काहीतरी जाणवले... नथोबाच्या महायात्रेची तयारी सुरू झाली... गौरी.. बाळाबाईस न्हाऊ घालायला नेण्यास मुक्ताबाई येताच अहिल्याबाई ओरडून म्हणाल्या, "पोरींना हात नाही लावायचा कुणी..." त्यावर मुक्ताबाई हलकेच म्हणाल्या, "मातोश्री... आमच्या घराण्याची रीत... जनलोक आधीच तुम्हांस नानातऱ्हेने बोलतात... मजसाठी तरी नका बोलून घेऊ... आमच्या घरच्या बायका आल्यात... त्यांचे ऐकायला नको?"... अहिल्याबाई चिडून म्हणाल्या, "त्यांचे ऐकायचे म्हणजे या दोन अश्राप पोरी जाळायच्या? अगं काय देखले त्यांनी? त्यांचं वय ते काय? अन् तुम्ही करता ते काय?... मुळीच नाही मी जाऊ द्यायची. मुक्ताबाई मुकाट्याने गेली... मग फणशांकडची प्रौढा आली. अहिल्याबाईंनी संतापाने पाहताच ती मागच्यामागे गेली... वैद्यराजांनी एक चाटण आणले... 'मातोश्री... हे घ्या... आपणांस थोडे स्वास्थ्य वाटेल... ते घेताच अहिल्याबाईंना खूप बरं वाटलं. त्यांनी पाणी मागताच मुक्ताबाई घेऊन आल्या... त्यांना एकाएकी चक्कर येऊ लागली. त्या बेहोश झाल्या.

...गौरी सारखी अहिल्याबाईंना उठवत होती... "उठा ना आजी सासूबाई... उठा ना..." हे स्वर अहिल्याबाईंना अगदी खोलातून ऐकू आल्यासारखे वाटले. किती वेळ गेला बरे?... ताडकन उठल्या... बाळाबाई, गौरी, या दोघींना सतीवस्त्रे नेसवलेली... हातात गोठपाटल्या, हिरवा चुडा, गळ्यात मोहनमाळा... मंगळसूत्र... कपाळी कपाळभर मळवट... गौरी उठवत होती... गौरीच्या भुलाबाई खेळायला येणाऱ्या मैत्रिणी भोवती उभ्या होत्या..." उठा ना आजेसासूबाई... मी आता जाणार बरं का!... तुमच्या साडीच्या निऱ्या करायला सासूबाईंना सांगितलंय." मग आपली मूठ उघडून ती म्हणाली, "आजी सासूबाई, हे घ्या... माझी आठवण..." अहिल्याबाईंनी पाहिलं ते सागरगोटे होते... मग गौरी म्हणाली, "हे तांब्याभांडे ठेवलंय बरं का!"... अहिल्याबाईंनी तिला घट्ट मिठी मारली... तेवढ्यात बाळाबाई नमस्कारास आली... तेव्हा त्या दोघींना बसवून अहिल्याबाईंनीच त्यांच्या पायावर डोई ठेवली... बाहेर नथोबाची सेज सजली होती... फुलांनी भरुन गेली होती. बाळाबाई अन् गौरीस हत्तीच्या अंबारीत बसवलं. यात्रा नर्मदेच्या तीराकडे चालू लागली... अहिल्याबाई... मुक्ताबाई... हरकुबाई... पायी चालत निघाल्या. अहिल्याबाईंचे मनी टिपऱ्या घुमत होत्या...

सोन्याचा पलंग, चांदीची महिरप तेथे पतिराज निजले होते निजले होते
पतिराज पतिराज, मला मूळ आलं धाडता का धाडता का?
आणली फणी, घातली वेणी, भुलाबाई चालली माहेरी माहेरी...
पतिदेवासंगे... पालखीच्या रंगे... भुलाबाई चालली माहेरी माहेरी...

...त्यांनी अंबारीकडे पाहिलं... गौरी वाकून त्यांच्याकडे बघून हात हलवत होती. तिचे हात कोवळ्या पानासारखे... अहिल्याबाईंचं डोकं चेपणारे... साडी आणून

देणारे... सागरगोटे.. अहिल्याबाई खाली कोसळल्या... वरून गौरी ओरडत होती, "आजेसासूबाई... आजेसासूबाई... सागरगोटे हरवू नका हं...! माझी आठवण... आजेसासूबाई... लागलं का फार... वैद्याला बोलवा बर्का... आजेसासूबाई... आजेसासूबाई..."

अहिल्याबाईंना वाड्यात धरुनच आणावं लागलं... एक पाऊल टाकणं त्यांना कठीण झालं... मनी येत होतं... "गेल्या... माझ्या दोन्ही भुलाबाई पतिसंगे माहेरी... माहेरी गेल्या... " त्यांनी पुढे पाऊल टाकताच मंचकावर सागरगोटे होते... गौरीने दिलेले... तांब्याभांडं होतं... तिने आठवणीने भरुन ठेवलेलं... "अरे... मला कुणीतरी अफू आणून द्या... मला बेशुद्ध करा..." अहिल्याबाईंचा टाहो सर्वांचं लक्ष हृदय चिरीत गेला... माझ्या कोवळ्या कळ्या गेल्या... माझं गुलाबाचं फूल गेलं... माझी बाग उजाड झाली रे... मुक्ताबाई गं... कसं बघू मी... तुझं दुःख... अफू... द्या रे मला... दया करा... द्या मला अफू...!..." सगळी माणसे चमकली. ज्या गोष्टीचा त्यांनी आयुष्यभर तिटकारा केला ती अफू आज त्या मागत होत्या... दुःख... असह्य दुःख... हृदय फुटून येणारं... मुक्ताबाई घाबरली... आईंचं मस्तक मांडीवर घेऊन बसली... त्यांनी तिजकडे पाहिलं... "मुक्ते... तुला कुणाची मांडी मिळेल गं... देवा रे... सोडव मला या यातनातून... नाही बघवत... माझ्या मुक्तेची काठी नेलीस रे तू..." अहिल्याबाईंना सर्वांनी धरुन ठेवलं... त्या किल्ल्यावरून उडी टाकतील... सगळे भवती बसले... तेवढ्यात... तेवढ्यात कुणीतरी धावत आलं... मुक्ताबाईंच्या कानात बोललं... मुक्ताबाईने यशवंतरावांना सांगितलं. एकदम सगळीकडे सन्नाटा... जो तो ज्याच्यात्याच्या कानात बोलू लागला... अहिल्याबाईंना हे सांगायचं कुणी?... अखेर मुक्ताबाईच पुन्हा अहिल्याबाईंजवळ गेली... म्हणाली, "मातोश्री...मातोश्री... तुम्हांस सावरायला हवं... काशीराव होळकरांची स्त्री... आनंदीबाई... त्यांचा... त्यांचाही काळ झाला... आत्ताच... काशीराव होळकर इथे नाहीत... तुमच्यावाचून..."

...अहिल्याबाईंच्या मनापर्यंत काही पोहोचतच नव्हतं. त्या वेड्यासारख्या नुसतं बघत होत्या. त्यांना गदागदा हलवत मुक्ताबाई म्हणाल्या, "आनंदीबाई होळकर वारल्या... मातोश्री!... वारल्या म्हणजे गेल्या... मृत्यू पावल्या... आनंदीबाई... उठा... तिथे जायला हवं ना?... तुम्हाशिवाय तिथल्या लेकरांना कोण?..."

"काय झालं हे?... अगो, परवाच तर आली होती... देवा, तुला मी म्हातारडी फक्त दिसत नाही काय रे...?... मुक्ते गं... मला तर उठवतही नाही... नको गं नेऊस तिथे मला... नाही सहन होत..." अहोजाहोच्या उपाध्या गळून गेल्या होत्या... तेवढ्यात मुक्ताबाई म्हणाल्या, "मातोश्री... तुम्हांस औषधाची गोळी

देते... तुम्ही निद्रेत जा... पण तिथे... काशीरायबांचे घरी... त्यांच्या घरी जायला हवे... हरकुबाईंनी मग अहिल्याबाईंना कसेतरी पालखीत बसवले. मुक्ताबाईस येणे शक्य नव्हते.

अर्धग्लानी अवस्थेतच त्या तिथे होत्या... जरा बसल्या की पुन्हा आडव्या होत... इतर बायका आनंदीबाईंचे ओटीमळवटादि संस्कार करीत होत्या... सरदारांच्या बायका वाड्यात, आधी नथोबासाठी आल्या, त्याच इकडे येऊन बसल्या होत्या... अहिल्येच्या डोळ्यापुढे गौरी, बाळाबाई, नथोबा हेच फिरत होते... मधेच मामंजी येत... बाईजी येत... अहिल्येला शांत करीत... अहिल्या पुन्हा चमकून जागृतीत येई. 'म्हणजे काय... मी निद्रेत जाते की काय?' त्या मनासच विचारत... अशाच अर्धजागृतावस्थेत... कुणीतरी कुणासतरी म्हणत होते... "अहो, तुमच्या भावाची पोर लग्नाची आहे ना?... चटकन इथे जमवा हो!... आधीच विषय काढून ठेवा मुक्ताबाईचे सासूजवळ... मातोश्रींशी नका बोलू... त्या दुःखात..." अहो पण काशीराव एका हातापायाने अधू..."

"त्यास काय होते? तलवार तर चालते... वस्त्रे उद्या त्यासच मिळायची... सुभेदारीण होईल पोर..." ... अहिल्याबाईंचं दुःख उमळून आलं... त्या खूप धुमसून रडू लागल्या... अजून आनंदीबाईंचं प्रेतसुद्धा उचललं नव्हतं... त्यांना वाटलं सर्वांना फाशी द्यावं... मुक्ताबाईला सुद्धा... माझी गोड गौरी... बाळाबाई... पोरींनो... पुढच्या जन्मी पुरुषाचा जन्म घ्या... या देशात मुलगी होऊन नका गं येऊ!... त्यांना मनात गौरीचे अखेरचे शब्द घुमत होते... "आजेसासूबाई... फार चटके नाही ना लागणार? थोरल्याबाई मज फुंकर घालतील ना?... मी जाते हं आता वैद्याचं औषध घ्यायचं बरं का... आणि माझी भुलाबाई"... पुन्हा त्या ग्लानीत गेल्या... "ऐलोमा पैलोमा गणेश देवा... माझा खेळ मांडून दे, करीन तुझी सेवा..." गौरी... गौरी... नथोबा... त्या हाक मारत एकदम उठल्या... हरकुबाईंनी शांत केलं... हरकुबाईंनी हाती हार दिला... तो घेऊन कसाबसा आनंदीबाईंवर टाकत म्हणाल्या, "आनंदी... सांभाळ माझ्या पोरांना... थोडी पुढे गेलीत बघ ती!" ... मुकुंदहरी, भारमलदादा, गोविंद गानू, अंबादास... सगळ्यांनाच रडू आवरणं अशक्य होतं... आनंदीबाईंची महायात्रा गेली... अहिल्याबाईंची पालखी वाड्यात आली... त्या मृतवत् पडल्या होत्या... निद्रेत बडबडत होत्या... वैद्यांनी एक चाटण जिभेस चोळलं...

सुतकाचा तिसरा दिवस... पण एकाएकी वाड्यावर दोनशे... तीनशेचा जमाव धडकला... सावकार होते, रयत होती... मुकुंदहरी धावत आले... म्हणाले, "काल आपणांस रिखवदास जोहरी संबंधाने बोलले होते ना केसो भिकाजी? तो कजिया

आहे.'' यावर अहिल्याबाई म्हणाल्या, ''मजसी आजचे उद्या उमजेना... मन स्वस्थ नाही. चला... बाहेर तर यावे लागते... रयतेस कसे फिरवू मागे?'' ... केसो भिकाजीस बाईंनी विचारले, ''हे काय अवघे कजिये तंटे? काय घडले?''

''मातोश्री... आपणास सरकारी कागद दाखवून व आपलाच जासूद घेऊन आम्ही गेलो ना? यांना सरकारचे कर्ज... यांचे घरातले डागदागिने, वस्तभाव आणली एवढा आमचा प्रमाद... तर हे झुंडी येथवर आल्या...''

''यांनी स्त्री व कन्याही हस्तगत केली... मातोश्री, त्या दोघी रांडमुंड बायका'' गावचे सरकार म्हणाले.'' यावर रिखवदास जोहरीची स्त्री म्हणाली, ''मातोश्री, मजकडे काही कजियाकर्जा राहिला नाही... आमचे देवरचा पुत्र आम्हांस त्रास देतो कजियाकर्जे तर त्याची...''

''किती रुपया मिळाला केसो भिकाजी?'' अहिल्याबाईंनी विचारलं.

''अंदाजे दीड हजार... ते आम्ही गटवार यादी केली आहे.'' केसो म्हणाले...

''तर मग त्यास आमची मोहर लावा... बाईंना दीड हजार आमचेमार्फत द्या... आणि त्या दोघींस मुक्त करा... नातेपोते रांडमुंडाशी बदमामली करतात... त्या बायकास कुणी त्राता नाही की काय?... केसो भिकाजी, याबाबत आम्ही श्रीमंतांशी बोलू... आमच्या राज्यात पुन्हा स्त्रियांस हस्तगत करण्याचे साहस करू नका!''

सर्व जमाव शांतपणे परतला... ''अहिल्यादेवींचा विजय असो'' ओरडत, आनंदाने गेला... ''वा रे माझा विजय... एक एक माणूस मजसी सोडून जातो... आणि हा आमचा विजय...!''

श्रीमंत नानांचे सेवेसी, केसो भिकाजीचा कृतानेक सा. नमस्कार,

येथील वार्ता, ''कसेतरी महिने लोटत आहे. तुकोजी होळकराची सांत्वनाची पत्रे आली... पण स्वयं येणं अजून जमले नव्हते. या वर्षी चातुर्मासात अहिल्याबाईंनी पूजेव्यतिरिक्त काही केलं नाही. नथोबाची शाल, गौरीचे सागरगोटे आणि तिने भरलेला तांब्या, तिची भुलाबाई यास कुणास हात लावू देत नाही. आज आठ महिने तो तांब्या पाण्यासह तिथेच आहे. नवरात्राचा उत्साह नाही... भाद्रपदात भुलाबाईची स्थापना केली... तिथे रोज प्रसाद ठेवतात... गौरीचे सागरगोटे घेऊन रडत बसतात... अशी सगळी अवस्था!... फडणिशीतही नेकबंदी बाईंशिवाय होत नाही. तिथे जाऊन बसतात, पण विरक्ती फार... तुकोजी सुभेदार उदयीक येणार म्हणून वार्ता... ऐकले, पाहिले सेवेसी श्रुत... हे विज्ञापना...

आपला आज्ञाधारक,
केसो भिकाजी

इकडील वार्तेचे हे पत्र मुकुंदहरीनेही वाचले. स्थिती तशीच होती. त्यातून तुकोजीस सात लक्ष हवे होते... महालोमहाली जासूद पाठवले. छातीवर दगड ठेवून अहिल्याबाई काम रेटीत होत्या. तोच चिमाजी बुळे व नारायणाजी बारगळ हे उभय सरदार आले. कुर्निसात करत बसले. अहिल्याबाईंनी कुशल चौकशा करताच म्हणाले, "आमचे तर कुशल आहे... पण आम्ही कर्जपट्टीच्या माफीची मागणी करावयास आलोत..."

"का म्हणून? आपण सरदार म्हणून स्नेहाची शर्थ ठेवण्यास हवी... सैन्याचा सरबराही तुमचेकडून क्वचित प्रसंगी होत नाही... सुभेदारांकडून तुम्हांस आज्ञा घेऊन हुजरे आले आहेत असे आम्ही ऐकले, त्यासही दोन दिवस झाले... तरी तुम्ही इथे कसे?... त्वरित जुवामर्दी दावून कूच व्हावे ते इथं का?"

"मातोश्री, कर्जपट्टीची माफी झाल्याशिवाय आम्ही जाणार नाही..."

"तर मग तुम्ही गेल्याशिवाय, कर्जपट्टीची माफी आम्ही देणारही नाही. जी पट्टी झाली ती माफ होणे असकत... पुढे निभावून नेऊ... आमचे घरचे गृहकलह म्हणून दौलतीविषयी दुजाभाव धराल तर गोष्ट कामास येणार नाही. आमचे गृहकलह फक्त वसूलवाटणीचे... दौलतीचे कामास आम्ही येकच आहोत हे लक्षात घेऊन वर्तावे... त्वरित फौजेसह चिरंजीवांकडे जावे..."

"पण उदयीक तेच येत आहेत अशी वार्ता..."

"सरदारांना घेण्यास हुजरे दोन दिसापासून थांबले... त्यांच्याबरोबर आपले जाणे उचित! चिरंजीवांची सून गेली... आमचेकडेही प्रळय झाला... तरी अजून येणे घडत नाही अशा मसलती. तुमची थांबण्याची जरुरत काय? तुम्ही फौजेसह निघावे... हुजरे आपणांस मसलतीवर नेतील."

चिरंजीव आले ते आधी अहिल्याबाईंच्या पायी माथा टेकून बसले... अखेर म्हटले, "उठा आता... रडणे आमच्या कर्मास लागले... मसलती बहुत आहेत... तुकोजी... बहुत रोडावलात... प्रकृति तर स्वस्थ आहे ना?...असं काय रडावं... तुम्ही आम्हांस सावरावे की आम्ही तुम्हास?"...

त्यानंतर खूप बोलणे चालू राहिले. "तुकोजी... आपणास दुःसंगाची बाधा... तेवढा नारो गणेश सोडाल तर गुंता सुटेल..."

"तो तर जळवेपरी पाठी चिकटला... रक्त पितो... आताशा तर युद्धासही येत नाही... आला तरी केवळ जाजमे अंथरुन लढाई..."

"यास धरबंध घाला... सुभेदार, मालक तुम्ही आहात... तो चाकर... त्यास काय भ्यावे?"

"मातोश्री... बहुत बुडत्यात पाय आहे आमचा... तिकडे शिंद्यांकडून वाटणी बरोबर नसते... मल्हाराचे वर्तन... रखमाबाईंचे वर्तन... आम्ही टेकीस आलो.

त्यातून पैक्याची ओढ... आपल्याकडूनही चाप लागतात...''

''आमच्या खाजगीतला किती पैसा आम्ही वोततो... आता ठेवायचा तरी कुणास? तुम्ही महालाच्या दुसाला वसुलीवर कर्जे करता... तिकडे रखमाबाई नारोमार्फत वसुली आधीच करतात... होळकरांची मोहर एकच आहे. तुम्ही आम्ही एकमते राहू एतदर्थ आमची वेगळी मोहर आम्ही केली नव्हती...''

''आपली तर वात्सल्याची शर्थ आहे... हे तर खरेच... पण खर्चास वोढ...

''आपले पुत्रकर्तव्य मात्र मजसी वेगळे दिसते... असो! ही कजिया तंट्याची वेळ नव्हे... पातशहाच्या वकिलांची पत्रे की, रजवाडे पुनःश्च उठाव करणार म्हणून... यांनी तहहयात जेरीस आणले... आपल्या आणि शिंद्यांचे भाऊपणात बिब्बे घातले...''

''आम्ही आता पाटीलबाबांकडेच जाणार... वाटणीचे तंटे एकदा मिटायला हवेत...''

''चिरंजीव... चाकरी घडली असेल तसा वाटा मागा... त्यांची चाकरी बहुत अधिक होते... तुम्ही वाफगावास काय करता?''

''आम्ही घर सांभाळतो... पुणे आणि दक्षिण सांभाळतो... तिथला वाटा आम्ही देतो ना?... मग उत्तरेचा आम्हांस नको? आमचा वसुलही कमी''...

''वसुलीच्या वाट्यास एक नारो गणेशाची राजवाट भक्कम आहे हे विसरता तुम्ही चिरंजीव... त्यास भलतीच मुखत्यारी दिलीत... त्याची दौलत तीस लक्षापेक्षा कमी नाही ही आमची गुप्तवार्ता... कुठून आली याचा विचार करा... शिंद्यांचिं कजिया काढू नका... तेवढेच आपले इकडे हितकर्ते आणि सिंदे-होळकरांची फूट म्हणजे फिरंग्यास आवतण हे कधी विसरू नका... टिपूचेही करणे कृत्रिम... कागज पाठवेल तसाच वागेल असे नव्हे... हे भेद वोळखून पाऊले टाका...''

तुकोजी होळकर गेले... त्या वेळेपासून सतत चितोड, मेवाड, उदेपूर, जयपूर यांच्या खंडण्या, वाटण्या, यांचेच घोळ चालले. महादजीमामाच्या लेकीने आपली लेक अहिल्याबाईंजवळ आणून ठेवली... तिला चांगला नवरा बघा म्हणून सांगून गेले. अहिल्याबाईही सुखावल्या... माहेरचा दुवा... तिला जपू लागल्या... तिला बघून गौरीची आठवण पुन्हापुन्हा येई. त्या तिला गौरीच म्हणू लागल्या... जणू तिच्या रुपाने गौरीच परतून आली... पण इतर सगळे तिला अनू म्हणत... अनू तशीच होती!... एक दिवस मुक्ताबाई म्हणाल्या, ''मातोश्री... अन् तुम्हांस गौरी भासते अन् तुम्ही गौरी हाक मारता... पण मग मज विसर पडत नाही... तुमची गौरी हाक आली की मज वाटते की माझा नथोबा अजून आहेच... त्याच्या गौरीला कुणी हाक मारतंय.'' बोलताबोलता

मुक्ताबाईंचे डोळे पाण्याने भरले. तिचे डोळे पुसत अहिल्याबाई म्हणाल्या, "मुक्ताबाई... आम्ही फार स्वार्थी झालो... आमचे समाधान फक्त देखले... खरे तर आम्ही आधी तुमचे मन बघावे की नाही?... असो झाले ते झाले... यापुढे आम्हीही तिजला अनूच म्हणू... मुक्ता... आम्ही आता म्हातारे झालो... बुद्धीस उमज पडेनासा झाला..." हे ऐकून मुक्ताबाईस वाईटही वाटले... म्हणाली, "काय करावे, कैसे वर्तावे, कैसी भाषणे करावी हे आम्हांस तरी कुठे समजते? आमचे दुःख कुरवाळत आम्ही तुम्हांस दुखवतो... या वयातही आपण कसे सोसत असाल ते विसरतो... काय इष्ट काय अनिष्ट काही समजत नाही... मातोश्री, मजसी हे जीवनच नकोसे वाटते... काही काही उरले नाही... अवघे शून्य... तुमच्या कुशी तरी रडावे कैसे? तुम्ही तरी काय काय बघावे?..." दोघी मायलेकी एकमेकींचे अश्रू पुसत रडत होत्या... हरकुबाई त्यांची समजूत घालण्यास कुठून सामर्थ्य आणणार होती? एकेक दुःखाचे नुसते पर्वतच पर्वत! त्या केवळ दोघींना थोपटत राहिल्या...

आजकाल मल्हार अनुच्या मागे सतत राहात... अहिल्याबाईंच्या नजरेतून हे सुटत नव्हते... ती तेराचौदा वर्षांची पोरही त्याच्यावर भाळलेली... पण यांचे लग्न लावायचे म्हणजे आणखी तंटे पदरात घ्यायचे. रखमाबाईंचा आधीच उभा दावा... त्यात मल्हारचे एक लग्न 'लांबहाते' यांच्या कन्येशी वाफगावी झालेले... आपण स्वतः होऊन न बोलणे बरे, असे उमजून अहिल्याबाई चूप होत्या, पण एक दिवस मल्हारच त्यांना म्हणाला, "आम्हांस तुमच्या अनुसंगे लगीन करणे आहे... आम्हांस ती आवडते... आमची पहिली म्हणजे केवळ आमच्या मातोश्रींची आवृत्ती... नटावे... मुरडावे... परपुरुषासी सारखे हसावे. आम्हांस ते आवडत नाही."

"मल्हार... बाईने काय हसू नये की बोलू नये? तुमचे अंगी हे कसले भूत शिरते बाबा? तिने तुमचे डोळ्याचे जरबेत राहावे आणि तुम्ही सरळ दुसरे लग्नही करावे हे कसे मल्हार? संसार जोडण्याचा वसा काय केवळ स्त्रीनेच घेतला?"

"ते आम्हांस सांगू नका... आम्हांस अनू हवी... आणि तुम्ही लग्न करून ना दिले तर... तर या नर्मदेत आम्ही देहविसर्जन करू... आजच्या रात्रीच!"

"मल्हार... तुमच्या मायची संमति घेऊन या... मजसी तंटे नको..."

"आम्हांस तिचे मुखावलोकन करणे नाही... तुम्ही हरकुआईस आमच्या आईकडे पाठवून सांगावा धाडा... की आम्ही दुसरे लग्न करतो. आपण येऊ नये." अहिल्याबाई विचारात पडल्या. अनूचे लग्न तर कर्तव्य होतेच. मल्हार शूर होता... स्वभावाचा जरा गरम... पण त्यासही घरगुती तंट्यांनी जेरीस आणले असेल... अनुशी लग्न झाले तर निवळेलही... आणि समजा मी नाही लग्न लावून दिले तर तिला नेईल पळवून... त्या धिंडवड्यापरीस लग्न लावून द्यावे!... मग मल्हारास म्हणाल्या, "मल्हार ठीक आहे... लग्न निश्चय झाला... पण आम्ही सर्वांस आमंत्रणे

देणार... त्याविषयी तुमचे ऐकणे असकत!''...

...माघ वद्य चतुर्थीचा मुहूर्त ठरला. संताजी होळकर, बापूजी होळकर वगैरे समस्त होळकरांस आवतणे गेली. रखमाबाईंकडे अहिल्याबाईंनी पुंडोजीपंत कारकूनास पाठवले. अगत्यवाद करून पत्र लिहिले की, तुम्ही कार्यास यावे... पण रखमाबाईंनी उत्तर पाठवले, ''चिरंजीवांचे दुसरे लग्न करण्याचीच जरुरी नव्हती. तथापि आमचे मानपान येक वेळ तो बहुतच झाला आहे. सर्व प्रकारे वडील आपणच आहात...'' पत्र वाचून मल्हारावास अहिल्याबाई म्हणाल्या, ''मल्हार... तुम्ही त्यांस लिहिले की काय? तुमची पहिली स्त्री लग्नास नाही... रखमाबाई नाही...''

''अतिउत्तम... आपणास का त्यांची इतकी याद? नथोबाचे मृत्यूनंतरही ज्या स्त्रिया आल्या नाहीत... ज्या मरणदारी आल्या नाहीत त्यांनी तोरणासही ना यावे... भले केले ना आल्या तेच! नाहीतर मी त्यांस भर मांडवी हे बोलल्याविना राहतो ना!'' यावर अहिल्याबाई गप्पच राहिल्या. दुःखाची खपली निघाली... गौरी, बाळाबाईने मन व्यापले. त्या उदास झाल्या... मंचकावर निजून राहिल्या... आपल्या हातापायींचं त्राणच सरलंय, असं त्यांना वाटलं. डोळ्यांवर झापडं पसरू लागली. मन ग्लानीत गेले.

आनंदराव होळकर हुताशनीपावेतो राहिले. ते मल्हाररावांस नेण्यासाठी थांबले. पण मल्हारराव महेश्वरातून जाण्याचे मनी आणेनात. अखेर आनंदराव होळकरास अहिल्याबाईंनी खर्चवेच देऊन निरोप दिला.

मेवाडच्या गुप्तहेरांकडून बातमी आहे की, नारो गणेश दुखणे काढून राहुटीतच पडून राहतात. सुभेदार तिथेच... परंतु सल्लामसलतीस सुभेदारांकडे जात नाहीत... हल्ली फारच फाटाफूट दिसते... संभाषणेही वर्ज्य आहेत... अहिल्याबाईंनी मकाजी गिते यांजबरोबर पत्र पाठवले... लिहिले,

> ''सुभेदार व कारभारी यास एकमेकांचे भलेबुरे जाहीर असते... तरी त्यांनी एकमते वर्तावे... अन्यथा उणीदुणी काढणे सुरू झाले तर उभयतांचे अब्रूचे लिलाव ठेवलेले आहेत हे उभयतांनी मनी जाणून, निंद्य ते त्याज्य, वंद्य ते स्वीकारून एकमेकांची वाट साफ करावी आणि नितळ मने कारभार पुनःश्च चालू करावा. यात आपणा उभयतांचे हित आहे... दौलतीची बर्कत आहे. श्रीमंतांचे आपण अवघे चाकर! हे चाकरपण ना विसरावे. बखेड्यांनी चाकरपणास बाध येतो... लेखनसीमा
>
> श्रीशंकर आज्ञेवरून

दिल्लीहून वकिलाचे पत्र होते की, 'गुलाम कादर यांची मातुश्री, कनिष्ठ बंधू ऐसे लाहूरास गेले. तैमुरशा पातशा येणार. हिंमतबहादूर गोसावी यास पुन्हा

चार हजार फौजेनिशी राणेखानभाईंनी ठेवले. फिरंग्याच्या वकीलाने पातशहाशी खलबते केली. गुलाम कादर याचे दस्तऐवजी पत्र पाटीलबाबांना सापडले. फंदफितुरीची कारस्थाने देखून, त्याचे अंग छिन्न भिन्न करुन पाटीलबाबांनी शिरच्छेद करविला, ...अहिल्याबाई वाचून चिंतेत पडल्या. म्हणाल्या, "जो उठतो तो फिरंग्यास फितुर होतो... आणि आपले राज्य त्यांच्या घशात घातल्यास यांजला समाधान होणार की काय?"

इकडे रखमाबाईंची पत्रे येतच होती. "मल्हारास ठेवून घेतलेत पण त्याचे गुण तुम्हांस समजतील. त्या योग्यतेचे माणूस नव्हे ते!"... अहिल्याबाईंचे मनी सतत असली पत्रे घुमत असत. वेगवेगळ्या ठिकाणच्या वकिलांच्या पत्रांनी त्या उदास होत... कोण कुठला सातासमुद्रापलीकडचा फिरंगी... व्यापाराचे मिषे येतो... इथे पाय रोवू बघतो... त्यास हे घरचे हिंदू मुस्लीम साथ देतात. त्यांच्या बुद्धीस काय विषमज्वर भरला की काय... यास आप-पर कळेनासे झाले? सर्वांनी येक व्हावे व यास हद्दपार करावे इतके कौतुक या मातब्बरांस दावता येत नाही?... गारुड केल्यागत त्या लालतोंड्यामागे धावता? मेले हो... कांकणे तरी भरा... अन् हे म्हणे मसलती करतात... फिरंग्यांची शिस्त आणि बारुद आपलेकडे घ्याल तर पृथिवी आटोपून घ्याल... पण सांगायचे कुणी? आणि कुणास? दूरंदेशी हवी आहे कुणास? जो तो आपल्या पायापुरते देखतो... अरे सोदे हो... तुमच्या उद्याच्या हिंदूंना... हिंदुस्थानच्या पुत्रांना काय सांगणार आहात?... पण विचारच नाही..." अहिल्याबाईंचं मन हे असं राजकारणाने खाऊन टाकलेलं... मग मधूनच एखादं कीर्तन... आज तसंच... रामनवमी... रात्री विसोबा गोसावी आवणेकर यांचे कीर्तन... मंडप दाट भरलेला... अहिल्याबाई आपल्या घोंगडीवर जाऊन बसल्या... कीर्तनास सुरुवात झाली. कीर्तनकार रामजन्माची कथा सांगत होते... अहिल्याबाई नथोबाच्या मृत्यूत हरवल्या. विधवेच्या मांडीवर गेलेल्या त्या गोंडस दत्तक पोराची आठवण झाली. त्यावेळी मनी आले होते की, नथोबास असा पुत्र व्हावा... रामजन्माचा उत्सव कथेत चालू होता, तर अहिल्याबाईंना अंबारीवरची गौरी दिसत होती... आजेसासूबाई ... लागलं का फार? वैद्याला बोलवा बर्का... आणि माझे सागरगोटे हरवू नका बर्का... आणि... आणि... भुलाबाई... अहिल्याबाईंचं मन दाटून आलं. कथा कुठली अन् आपल्या मनी हे काय? इतका विवेक कसा नाही?... तोच बाहेर आरडाओरडीस सुरुवात झाली. मल्हाराने चार बारगिरांकरवी कुणास धरून आणले... मारू लागला... तो लक्ष्मण नरसी होता. मल्हारराव ओरडून म्हणाले, "माझे रुपये आधी टाक... तुझे जानवे तोडतो..." असे म्हणून मल्हाराने त्यास बडवले. अहिल्याबाईंच्या मनापर्यंत काही पोहोचतच नव्हतं...गौरी... बाळाबाई... नथोबा... रामजन्म!.. यांची एक मालिका... वेगवेगळी रुपे... गौरीच्या मांडीवर बाळ... बाळाबाईंच्या मांडीवर बाळ...! त्या तशाच वाड्यात आल्या. मुकुंदहरी

आणि हरकुबाई समोरच बसले...हरकुबाई म्हणाल्या, "तो मेला द्वाड मल्हार तुमच्यासमोर एका माणसास मारतो... अपशब्द काढतो आणि तुम्ही स्वस्थपणे देखता? अहिल्याबाई... कुठला भ्रम तर पडला नाही ना?... मुकुंदहरी... बोला ना? बोलण्यासच आलात ना तुम्ही?" हरकुबाई स्पष्टपणे बोलताच मुकुंदहरी म्हणाले, "मातोश्री... आज आपल्या डोळ्यादेखता इतका अन्याय? आपली प्रकृती खचितच अस्वस्थ... अतएव मी येथवर आलो... बहुत अनुचित घडले. मल्हाररावांनी आपल्या अपत्यवत प्रजेला सात-आठ महिन्यांतच जेरीस आणले. हजारापावेतो सरंजाम राखला... चोऱ्या, जुलूम... नजराण्यांची मागणी सरसहा... आपल्या सामोरी महानम्र... पण आज तर इतका घनघोर अन्याय? ..." मुकुंदहरीचे बोलणे एखाद्या चाबकाप्रमाणे यातना देत होते... "आपल्या हातून हे घडले. त्याची आई म्हणत होती तेच खरे... आपण इतका विश्वास का टाकला बरं? त्याच्या लग्नात 'मालेराव होळकराचा पुत्र' असा उच्चार आपण ब्राह्मणाकरवी केला म्हणून?... पण म्हणून काय?... अन्याय? छे... फार झापड आलीय डोळ्यांवर... भूतकाळात हरवणे फार झाले!" त्या एकदम उभ्या राहिल्या. मुकुंदहरीस म्हणाल्या, "ताबडतोब मल्हारास बुलावा धाडा..."

मल्हार येताच ओरडून म्हणाल्या, "हे काय मांडलेत तुम्ही? काय म्हणून आज रामकथेत ब्राह्मणास मारले?... सरंजाम राखला... लूट चालवली... नजराणे मागता... हा काय प्रकार? इथे राहणे असेल तर प्रजेस केसभरही इजा केल्यास आमच्या कामी येणार नाही. लक्ष्मण नरसिंहास सोडोन द्या आणि उद्याचे उद्या सुभेदारांचे छावणीत, तुमच्या सरंजामासह चालू लागा... अनू इथे राहील... परत याल तेव्हा लौकिक करून या... निघा. उदयीक इथून जायचे आहे. सुभेदारांची छावणी धरा..."

"मातोश्री... आमचेही काही ऐकाल की नुसतंच चाबूक ओढाल? सुभेदारांनीच मजला सांगितले की चिमाजी बुळे यांचा कारभार कर्नाटकचे स्वारीत केला. तेव्हाचे दोन हजार लक्ष्मण नरसीकडे येणे आहेत. ते घेऊन पाठवून देणे याजकरिता कथेतून धरून नेले..."

"ते असो... पण यापुढे छावणीत जाऊन चाकरी व्हायलाच हवी हे योग्य! यावेगळे आम्हांस बोलणे नाही... या आता..."

... मल्हारराव ताडताड निघून जाताच हरकुआई म्हणाल्या, "अहिल्याबाई सावध राहा बरं... हे पोर काही धड नव्हे... दौलतीस दगाफटकाही करेल... मायबापास तुरुंगातही टाकेल... मोगलाई मसलतीचं डोस्कं बरं याचं! याजपासून सावध राहा... बाकी अहिल्याबाई, तुम्हांस अवघे समजते..." यावर मुकुंदहरी अन् अहिल्याबाई दोघेही मनसोक्त हसले. हे वाक्य आता साऱ्यांच्याच तोंडी झालं होतं.

...पण मल्हारराव महेश्वरीच राहिले. अहिल्याबाईंची आज्ञा त्याने जुमानली नाही... असा अनुभव अहिल्याबाईंनाही प्रथमच आलेला. पोरगं कडे... दोरापलीकडचं हे त्यांनी

जाणलं. तेवढ्यात रखमाबाईंचंही पत्र आलं, की मल्हाररावांच्या स्त्रीस ऋतूप्राप्त झाला... तेव्हा कसे करायचे? तो आम्हाकडे येणार नाही. आम्ही त्याचे गुण सांगत होतो तेव्हा आम्हीच वाईट ठरलो... आता काय करायचे ते सांगा.'' अहिल्याबाईंनी रखमाबाईंस व मल्हाररावांच्या प्रथम स्त्रीस आणावयास भारमलदादा व नारोजी चोडके यांना पाठवले. रखमाबाई गुरुवारी महेश्वरी आल्या. परंतु मल्हारावाने निरोप दिला, ''आम्हांस आईची भेट घेणे नाही. आम्ही रानातच बरे आहोत...'' प्रातःकाळी अहिल्याबाईंनी पुन्हा भारमलदादा व चोडके यांना पाठवले. सांगितले की, ''रखमाबाईंची भेट घेण्यासाठी त्वरित यावे.'' ...पण मल्हार नदीवरच उभे! तिथे रखमाबाईंचा पाग्या आपल्या मुलासह उभा...! त्याच्या मुसक्या बांधून उगाचच त्यास मल्हाररावाने मारले. हे वर्तमान रखमाबाईंस कळताच त्यांनी ठायी-ठायी नाकेबंदी करावी म्हणून आग्रह धरला. रखमाबाई व अहिल्याबाई किल्ल्यात आणि मल्हारराव शहराबाहेर. शहरात जमाव... असा तमाशा! तेवढ्यात एक मल्हाररावांचा खास बारगीर बातमीचा तलाश घेण्यास आला. कारभारी, दोघी बायका सावध झाल्या. अहिल्याबाईंनी खूण करताच त्याला धरून सर्वांनी काठ्यांखाली मारला. हात मोडला... त्यास कैदेत टाकले. आणि तसा निरोप मल्हारावास दिला. ''वाड्यात यावे... अवज्ञा खपणार नाही.''

''आईसाहेबांस इंदुरी धाडा... मग येतो'' हा हेका सुटेना. समारंभाचा मुहूर्त सोमवारी होता. तो टळून गेला तरी मल्हार वाड्यात आला नाही. हे प्रकरण मग पेटतच गेलं. रखमाबाईंना अहिल्याबाई जाऊ देईनात... त्यांचे मनी मातापुत्रांतील तंटा मिटवावा... पण तेही घडेना. अखेर अहिल्या मनी म्हणाल्या, ''भांडा मेलेहो... ईश्वराने दिलंय ते आपल्या कर्मानं घालवा... लेक तसाच... माय तशीच...!'' हे चालूच होते तोवर पाटीलबाबांची बहीण जानकीबाई काशीयात्रा करून, बाईंचे भेटीस आली... त्यांना थाटाची मेजवानी झाली. शालजोडी, पैठणीचा आहेर झाला. त्यांचेबरोबर दोन थोर हंडे तांब्याचे होते. वजन बारा मण... ते हंडे आता न्यायचे कसे? सिंरोज रामपुरा इथे तर गिराशांनी हंगामा मांडला होता... पण हंडे अहिल्याबाईंनी रेवापार लावून दिले.

इकडे विधी राहिलेच होते. अखेर मध्यस्थांनाच ओलीस ठेऊन घेतले. पारनेकर आणि बारगळ ओलीस राहिले. आईची भेट होणार नाही या बोलीने वाड्यात आले... पण अखेर मुक्ताबाईने मल्हारराव व त्याची स्त्री यांचे पदराच्या गाठी मारून रखमाबाईंचे नमस्कारास एकदाचे आणले. औक्षण केले... पुण्याहवाचन झाले. आणि रखमाबाई इंदुरी गेल्या. जातांना रामकुंडावर काही वेळ थांबल्या. त्यांनी केसो भिकाजी, पुण्याचे वकील यांस मुद्दाम भेटीस बोलावले. प्राथमिक बोलणी होताच म्हणाल्या, ''अहिल्याबाईंनी मल्हाररावास फूसलावी करून मजबूत केले की त्याने आम्हासंगे तंडावे! त्यांना रोजमुरे देऊन मजबूत करत नेले की, आम्हांस त्यांनी

मानू नये! आता मनमाने उपद्रव देतात. गुमास्तेदारांपासून पैसा मारतात. बाई स्वत: बंदोबस्त करत नाही, आम्हांस करू देत नाही. उद्या हे कजिये श्रीमंतांपर्यंत जातील... म्हणून तुम्हांस बुध्याच बोलाविले. मल्हाररावांस सरकारात आल्यास त्यांचे अवघे खेळ श्रीमंतांना सांगावे व त्यास तेथे ठेवून ना घेता सुभेदारांकडे पाठवावे.''

''अवश्य... मी तसे श्रीमंतास लिहितो... की, 'त्यांनीही मल्हाररावांस युक्तिवाद सांगून, बुद्धिवादाच्या विचारे सुभेदारांकडे पाठवावे व तसे पत्र आपणांस लिहावे...' आपण चिंता न करावी.''

''आपला सहयोग आम्हांस मूल्यवान... येतो आम्ही'' ...रखमाबाई गेल्या. केसो भिकाजी या साऱ्या प्रकाराचे आश्चर्य करीत महेश्वरी आले.

...एकाएकी अहिल्याबाईंना रखमाबाईंनी त्वरित इंदोरी बोलावले. इतकेच लिहिले की, ''चार क्षण मज अभागिनीसाठी सवड काढा... बहुत बोलणे आहे.'' अहिल्याबाई त्याच क्षणी निघाल्या. इंदुरी वाड्यात पोहोचल्या तर रखमाबाई तिथेच... त्यांच्यापुढे जात म्हणाल्या, ''अहो मातोश्री... आपल्या चिरंजीवास आवरा... आमचा सर्व सरंजाम रद्द करवला. यास कारण काय?...'' यावर त्यांना शांत करत अहिल्याबाई म्हणाल्या, ''अहो, मला जलपान तरी द्या... मग अवघी वार्ता सांगा... मी पन्नास कोसाहून आले... आता आमचे वय झाले रखमाबाई... सारे सहन होत नाही.''... रखमाबाई लज्जित झाल्या. म्हणाल्या, ''आमची चूक तर खरीच!... आम्ही सरबत आणतो...'' थोडा वेळ मिळाला. अहिल्याबाईंनी तिथेच पारनेरकरांना विचारले, ''पारनेरकर... हे काय नवे खूळ? यांचा सरंजाम का काढला?'' यावर पारनेरकर म्हणाले, ''आम्ही बोलू नये... आपण ऐकू नये... पण आज्ञाच असेल तर खलबतखान्यात चलावे. सविस्तर वार्ता कथन करतो...''

अहिल्याबाई व पारनेरकर खलबतखान्यात गेले. हलक्या आवाजात म्हणाले, ''मातोश्री, नारो गणेशांचे अन् सुभेदारांचे हाडवैर आले. मधून विस्तु जात नाही. आता दिवाणगिरी त्यांचेकडून काढून दादाजी गंगाधर यांजकडे द्यावी असा आपला आणि सुभेदारांचा हेतू... खरं ना?''

''अलबत... पारनेरकर, ही नारो गणेशांची किड काढावी यास्तव आम्हीच चिरंजीवास सांगितले''...

''पण मातोश्री... रखमाबाई इकडे वेगळी मसलत करतात... त्यांनी पुण्याचे वकील केसो भिकाजीचे मध्यस्थीने पुण्यास कळवले की, 'दिवाणगिरी नारो गणेशासच द्यावी... इतकेच नव्हे तर स्वत:ही ऐशा मजकुरांची सक्त पत्रे

लिहिली. एकदोन नव्हेत तर सात लखोटे गेले. सुभेदारांचे मनी बहुत क्रोध... रखमाबाईंस नारो गणेशांचा इतका लोभ कशास्तव?... आणि मातोश्री... या लोभाचा विपरित अर्थ जनसमाज काढतो हे तर सत्यच... सुभेदारांचेही मनी तेच शल्य... आणि ते अगदी साफच खोटे असे म्हणण्यास कोण धजेल? असे भलतेच खूळ यांनी आरंभिले... सुभेदारास संताप बहुतच!''

''बरे... नारो गणेश तर सुखरुप आहेत ना?''

''केवळ एक वस्त्र मात्र ठेवले आहे... बहुत अप्रतिष्ठा केली. साखळदंड घातला... राखेचे तोबरे दिले. मिरच्यांची धुरी.. तीस लाख कबूल करून घेतले... वर घराची जप्ती...!'''

''अरे मार्तंडा... ईश्वरा... इतकी अप्रतिष्ठा करणे बरे नव्हे... दंड वसूल करा... घरी बसवा! पारनेरकर, माणूस करायला वर्षे लागतात... आब घ्यायला एक दिन पुरतो... आता तरी त्यास सोडावा की नाही?''

''सुभेदार पन्नास लाख मागतात...'' तेवढ्यात रखमाबाईंचा निरोप आला, ''जलपानास यावे... आपणांस आम्ही भेट मागितली पारनेरकरांनी नव्हे...''

अहिल्याबाई बाहेर गेल्या. तेव्हा रखमाबाई संतापून म्हणाल्या, ''नारो गणेशास चिरंजीवासकट अटक करविली हे स्वामींचे काम बरे की काय? माणसाची अप्रतिष्ठा तरी किती करावी? आमचेही महाल जप्त केले... आमचा दोष इतका की आम्ही श्रीमंतांस पत्रे लिहिली... बखेडा करणेच म्हटले तर कारणे काहीही आहेतच! मातोश्री... बहुत छळ केला नारो गणेशांचा... त्यांना वाचवा... हा न्याय नव्हे... आपण न्यायप्रेमी! एतदर्थ आपणांस त्वरेने बोलावले...''

''झाले हे कठीण तर खरेच... आम्ही मुकुंदहरीस पाठवून त्यांच्या सुटकेची पराकाष्ठा करू. मात्र महालाचा मजकूर तुम्हां उभयता पतीपत्नींमधील... त्यात आम्ही काय बोलणार? तुम्ही परभारा मामलेदारांस बहुत उपद्रव करता हे तर खरेच.. मल्हाराचे वागणेही तिरपे... आम्ही एका गुलाम स्त्रीस अलंकार, भूषणे देऊन कृष्णमंदिरी दुवक्ता गायनाची हाजिरी देण्यास ठेविले... तो तिजलाच उचलून घेऊन गेले. वाटेतही बहुतच पराक्रम केले... कुणापासून पैसे घे... घोडे घे... पंधरा मण चणे घे... अशात खरगोणचे मामलेदारांनी गोळी चालवली... तो प्रात:काळी खरगोणास बहुत मारहाण करू लागले. पाटलास मारले... गावास आग लावून देल्ली... पाच हजारास बुडविले...''

''मातोश्री... मी बोलत होते... आपणांस सावध करत होते... पण आपणांस मल्हाराचे प्रकृत कळेना झाले... सरंजाम दिला ते दौलतीस अपायच करणार! दादासाहेबांचा प्रकार घडला, तो दौलतीस किती महाग पडला... पण आपण हा बखेडा आरंभला...''

"बहुत बोलला! माणसास विपरीत धरून ना चालावे अतएव आम्ही त्यास प्रतिष्ठा दिली... संधी दिली... पण मेलेहो त्यांजला शेणच खाणे त्यास आम्ही काय करणार? आमचे माहेरची लेक अनू त्यास दिली... म्हटले यास बहुत थोर करू... पण अवघे नशिबीही लागते!"

"आमचे नशीबच ऐसे नासके... आता आमचेही महालही गेले... आता स्वामीसंगे बोलावे कसे?"

"तेवढे आम्हांस पुसू नये... आम्ही संसार केला ना केला एकच! आम्हांस ते सांगणे कठीण... पण हा घरचा कज्जा... आपणांस उभयताच तो सुटणे सहज... त्यातून गुंता झालाच तर बघू... आता काही दिवस मुग्धच राहावे... आम्ही मुकुंदहरीस नारो गणेशाचे सुटकेसाठी पाठवतो. इतकी अप्रतिष्ठा आम्हांस मुळीच रुचली नाही."

"आपल्या बोलण्याने मजसी थोडा धीर आला. पण बहकली गोष्ट सुधारणे कठीण! दैवात असेल तर फरक होईल... नाहीतर नशिबीचे भोग भोगणे चुकत नाहीत... आमचेच गाणे किती गावे? आपली प्रकृति तर ठीक आहे ना?"

"उभे आहोत तर ठीकच समजा... पण आता भरोसा नाही... आमचे दिवस सरत आले... क्षेत्रवासास जावेसे वाटते... चिरंजीवास सांगणार आहे, 'कुणीही सुभेदार करा... मल्हार करा... काशीराव करा... बापू होळकरांस करा... आम्हांस रजा द्या...' बोलताबोलता डोळे भरून येऊ लागताच अहिल्याबाई उठल्या... शेजघराकडे चालू लागल्या. उदयीक महेश्वरी जाणे होते.

गंगाजळनिर्मळ मातोश्रीस बालके तुकोजीचे दंडवत...

मल्हाराची वर्तणूक बहुत कठीण होत चालली. आनंदराव होळकरावर चालून गेला. एकजुटीने राहणे सोडून आपसातला बखेडा शोभा देतो की काय? आपण महायात्रेस ना जावे. आपण गेल्यास बहुत कठीण काळ जाईल. मेवाडात, जयपूर, उदेपूराचे घोळ बहुत... सिंदेंचा कल एकीकडे तर आमचा एकीकडे. या मारवाड्यांमुळे आमच्या भाऊपणात विघ्ने येतात. कर्नाटक प्रांती शत्रूचे पारिपत्य चांगले झाले. आम्ही टोकेच्या संस्थानातील दोन गढ्या घेतल्या. मल्हार वाफगाव बळकावून बसल्याचे वर्तमान आहे. रखमाबाईंस आज्ञापिले की तुम्ही मातोश्रींपाशी राहावे... मल्हारास आणणे आपल्यास निश्चितरूपे जमेल. त्यास बंदोबस्ती ठेवावे लागेल. मागचा दिवस बरा असे पुढचे दिवस येत आहेत. आम्हांस आधार केवळ आपला... नारो गणेशांवर आमची इतराजी, अतएव आपण त्यांचे भाचे मुकुंदहरी यांजकडून दिवाणगिरी काढून घ्यावी. त्यांचे हस्ते काम घेतल्यास ते नारो गणेशास फितूरच राहणार.

नवे कारभारी राजश्री गोविंद रघुनाथ यांनी सरकारचा निरोप दिला आहे की, 'जशी मर्जी सुभेदाराची, त्याप्रमाणे बाईंनी वर्तत जावे, म्हणजे दौलतीस गोड.' म्हणून यापुढे पत्रावर मुकुंदहरी यांनी लिहू नये ही विनंति.

आपला आज्ञाधारक पुत्र

'तुकोजी...'

पत्र वाचून अहिल्याबाई चिडून म्हणाल्या, "मेले हो, तुमच्या ओंजळीने पाणी पिणारी मी नव्हे. मुकुंदहरीचा गुन्हा काय? तर तो नारो गणेशाचा भाचा... असा कारभार केला तर दौलत नमूदास येणार की काय? नारो गणेशास कुटुंबासुद्धा रामपुऱ्याचे किल्ल्यात ठेवले. उगेच त्याचा पिच्छा घेतला. त्यास सोडावे ते बाजूसच राहिले व आता मुकुंदहरीस छळू बघता काय? माणसे रक्षावी की त्यांचा पिच्छा घ्यावा?... अहिल्याबाईंचे मनी नारो गणेशविषयी अनुकंपा दाटून आली... बिचाऱ्यास राखेचे तोबरे दिले... तापल्या तव्यावर उभे केले... साखळदंड लावून कैदेत टाकले. मिरच्याची धुरी... घराची जप्ती. तीस लाख घेतले... अरे! ... दुसऱ्यास का बोलता? आपल्या बायकोस आवर घातला नाही... आम्ही सांगितले तेव्हा सलाह ना मानला... आता अवघे हाताबाहेर..." ...तेवढ्यात बातमी आली... 'मल्हाररावाने पुन्हा जुलूमजबरदस्ती करून मारामारी आरंभली आहे.'... दुसरी वार्ता आनंदाची होती. धाखाड, कोल्हार, हुसकोटे व वेंगरुळ इतकी संस्थाने सरकारात आली. तात्या व निजामअलीखान एकत्र येऊन फौजा पुढे गेल्या. टिपूचे मुलखात हंगामा आहे. वेंगरुळसारखी मातब्बर जागा हस्तगत झाली. पडकोट, खंदक बहुत संतोष झाला. शत्रूचे पारिपत्य पुरते करणे आहे.' अहिल्याबाई संतोषे उठल्या. पाराशर दादाजींना सांगून सुभेदारांचे खलित्याप्रमाणे दोन भल्या तोफा 'टोके' येथे पाठवल्या. तीन लक्षाच्या हुंड्या सुभेदारांकडे पाठवण्यास सांगितले. जयपूरची मामलत विल्हे लागली. उदेपुराकडे आपली फौज खंडणीसाठी गेल्याचे कळले.

"मजला तर आता या साऱ्याचाच कंटाळा आलाय... या मसलती, हे तगादे, हे कज्जे, कांडण! भले तर काही पदरी पडेना... तिकडे नारो, इकडे मल्हार... अवघी सुंदोपसुंदी... त्यातून अपेयपान तर असे मातले... वाटते काशीवास करावा... ब्रह्मापुरीस राहावे... हे तो अवघे नीरस... स्वार्थी... मतलबी! कुणास मातीची आण नाही की निशाणाची शान नाही... आम्ही आयुष्य कशास्तव वेचले?..." तेवढ्यात मुकुंदहरी आले. समोर लेखणी पायाशी ठेवत म्हणाले, "मातोश्री... मजला मुक्त करा... नारो गणेशांचे बहुत हाल चालले... आपण तरी काय कराल? माझे चित्त कारभारात लागत नाही... त्यातून सुभेदारांचा मजमागे तगादा की 'तुम्ही निवृत्त व्हावे अन्यथा कठीण प्रसंग येईल'... फुका शोभा, कशास करून घेऊ? आब राखून ही लेखणी आपल्या पायाशी... त्यांचे वाक्यही पुरते होण्याचे आत अहिल्याबाई कडाडल्या, "मुकुंदहरी...

तुम्हांस कोण कसा हात लावतो तेच मी बघते... ही मोंगलाई नव्हे... उचला ती लेखणी... मी मरेन त्यादिवशी ही लेखणी ठेवा'' त्याबरोबर पटकन लेखणी उचलून घेत मुकुंदहरी म्हणाले, ''मातोश्री, अभद्र ना बोलावे... आपले अभय मिळाले... आता काळासही भीत नाही... पण सुभेदारांनी नारो गणेशमामांची बहुत अब्रू घेतली. त्यांची सुटका करणे केवळ आपणासच शक्य!''... यावर अहिल्याबाई म्हणाल्या, ''मुकुंदहरी, आम्ही इंदोरहून आल्यावर स्वस्थ नाही, शरीफभाई आणि बापू होळकरांस रदबदलीस्तव पाठवले आहे... त्यांचा जाबसाल काय होतो ते बघू... त्यास इकडे घेऊन या म्हणोन सांगून पाठवले... आम्ही पण तुमच्यापरीस उदास आहोत... असे करायचे नव्हते... अखेर नारो गणेशासारखा माणूस कुठे मिळणार? त्यास सुधारायचे काम आम्ही सांगितले तेव्हा त्यासी हातजुळणी करून नको तेवढा वाव अंतर्गत दिला... दोघे मिळून पैका वोहोडला... तुम्हांस काय सांगावे? तुम्हांस तर खतावण्या पाठ... मुखोद्‌गत!... ते असो परंतु मुकुंदहरी, महालकऱ्यांचे निर्गम होत नाहीत... तुमचे मन अस्ताव्यस्त... आता आवरावे अन् कामे मार्गी लावावी. आंबाडचे ठाणे खंडो बाबूरावकडून वामनाजी हरी यांना दिले. परंतु खंडो बाबूरावांकडे चार लक्ष निघत आहेत. त्यांना दाब राहिला नाही. ती रुजवात करून घ्या... रावेरचा हिशोब बाकी... चांदवडचा देशपांडेपणाच्या वाटणीचा कजिया अजून पंचायतीस आला नाही... त्याचा त्वरित निर्गम करा... आम्ही आता थकलो... काही करावेसे वाटत नाही... बहुत श्रम वाटतात. ज्यासाठी आम्ही वर्षे वेचली, त्यास फळे आली नाहीत... भोवताली किडे दाटले... अवघा स्वार्थाचा बुजबुजाट!... आम्ही थकलो... खरंच थकलो!''...

एवढ्यात रखमाबाईंची पालखी येऊन उभी!... संतापाने फणफणणारी ती बाई ताडताड अहिल्याबाईंसमोर आली... म्हणाली, ''मातोश्री... आम्ही आपणांस इतके सांगितले... आम्हांस आपल्या पायावर घालून घेतले... तरी आपण स्वस्थ बसलात? आमचे महाल गेले... नारो गणेशांचे सर्वस्व गेले... आपण उघड्या डोळा बघत राहिलात? कुठला सूड घेता आमच्यावर? काय केले आपण? आपल्या चिरंजीव सुभेदारांस खचितच आपलीच फूस असणार! त्याखेरीज हे घडले नाही... मीच मूर्ख!... आपण सुनेसाठी कशाला काही कराल? मज निर्बुद्धेस हे कळले नाही... मी आपणांवर विसंबले... आणि हे... हे नारो गणेशांचे भाचे म्हणे! मुकुंदहरी... काय केलेत तुम्ही? इथे मातोश्रींच्या रंगात रंग मिसळला... नारो गणेश आमचे कोण? केवळ कारभारा! तरी आमचा जीव स्वस्थ नाही, अन् तुम्ही? पोळीवर तूप ओरपून खाताय? काय चाललेय काय? तिकडे तुमचे मामा-मामी अटकेत ... हस्तपादादि अलंकार घालून राखेचे तोबरे खातात अन् तुम्ही इथे स्वस्थ? अहो, लाज वाटायला हवी लाज!''...

रखमाबाई बोलून थकल्या. त्यांची छाती धपापत होती. डोळे संतापाने रक्ताळले होते... अहिल्याबाई, मुकुंदहरी त्यांचे हे भयंकर रुप बघून एकदम उभे राहिले...

तेव्हा चवताळून अहिल्याबाईंच्या पायावर थाड थाड डोके आपटून घेत त्या म्हणाल्या, "घ्या... माझा पराभवच देखणे होते तुम्हांस! नवऱ्याने ठोकरले. मुलास तर आपली उघडउघड फूस... त्यास अनावर करून ठेवले... आता सर्व मिळून मजसी नर्मदेत लोटा..." त्यावर त्यांचा दंड हिसडत त्यांना उभे करत अहिल्याबाई म्हणाल्या, "रखमाबाई तुम्हांस काय वाटते... जीभ तुम्हासच चालवता येते? नारो गणेशास आवरा म्हणत होते... तेव्हा ढील दिलीत ती कुठवर? उगाच आम्हांस बोलायास लावू नका... आम्ही, मुकुंदहरी किती अस्वस्थ होतो हे तुम्हांस कळते तर असे बोलण्यास धजला नसता. आणि मल्हारबाबतचे आरोप खूप ऐकले. त्यास माणूस करावे म्हणून धडपडत होते... पण माझ्या तिळी यश नाही त्यास तुम्ही काय करणार?... बोला ... काय हवा तो शंखध्वनी करा... पण या वाड्याच्या बाहेर... इथे यापुढे एक शब्द काढला तर आमच्या कामी येणार नाही. तुकोजीचे आमचे नाते चिरंजीवांचे पण वय? ते आमच्याहून दोन वर्सांनी वडील... त्यास आम्ही फूस देणार? 'बहुत झाले!... बहुत ऐकले...' यापुढे इथे तोंड उघडणे नाही... चला तुम्ही!..., मुकुंदहरी यांच्या पालखीस इंदुरी इतमामाने पोहोचवण्याची व्यवस्था करा..." यावर मान उडवत रखमाबाई म्हणाल्या, "काही नको... जरुर नाही... आले तशी जाईन... नाहीतर नर्मदेत मरेन... आपण तसदी घेतलीत तीच बहुत..." रखमाबाई निघून गेल्या... अहिल्याबाई अन् मुकुंदहरी बघतच राहिले... अहिल्याबाई सौधावरून बघत होत्या. पालखी उतरेपर्यंत मुकुंदहरीने आठ घोड्यांचं पथक त्यांच्या पालखीमागे पाठवल्याचे त्यांच्या लक्षात आलं. त्यांनी निःश्वास टाकला. काही झालं, कशीही असली, तरी रखमाबाई सुभेदारीण होती. तिचा इतमाम अहिल्याबाईंनाच जपायचा होता. त्या शांतपणे देवघराकडे गेल्या.

पण ईश्वराने त्यांच्यापुढे काय काय वाढून ठेवले होते ते त्यांना थोडेच कळणार होते? रखमाबाईंच्या वाचेच्या सपासप वाराने कष्टी झालेल्या अहिल्याबाई चार क्षण देवाच्या दारी स्वस्थ बसल्या... सायंदिवा लावून उदकाड्या लावल्या. त्याचा सुवास मनभरून घेतला. निरांजने ओवाळून खाली ठेवली, तोच मुक्ताबाई धावतच आल्या... आईला गदागदा हलवत म्हणाल्या, "मातोश्री... चला... चला लौकर! स्वामींना एकाएकी पातळ रेच होऊ लागले... चला लौकर... माझा तर ठाव सुटलाय... पोटी पाण्याचा थेंब ठरत नाही... उलट्याही चालू झाल्या..." अहिल्याबाईंच्या अंगातलं त्राणच सरल्यासारखं झालं. त्या कशाबशा उठल्या... मुकुंदहरी, पाराशर, भारमलदादा यांना त्वरेने बोलावले. एक सांडणीस्वार वैद्याकडे पाठवला... मुक्ताबाईंचे मागोमाग अंतर्कक्षात आल्या... तिथे चार योध्यांना एका वारात गारद करणारे

यशवंतराव अस्ताव्यस्त पडले होते... क्षणा दोन क्षणांनी रेचाची चिळकांडी उडे. ते आवरावे तोवर दुसरा रेच... मुखावाटे उलट्या होत होत्या... माणसे यशवंतरावांखालची कापडं काढीत... दुसरी टाकताच रेच होई... अहिल्याबाई त्यांच्या मस्तकाजवळ, त्यांना कुरवाळत बसल्या. वैद्य बरोबर आणखीही दोन वैद्य घेऊनच आले... भराभरा मात्रा, चाटणे, काढ्याचे मालीश... वाफेचा शेक... सगळे इलाज सुरू झाले... पण जीभेला काही लागताच उलटून पडे... अखेर वैद्यांनी गोकर्णात औषधे घालून ती थेट घशात सोडली... पाणी याच तऱ्हेने देण्यात आले... पण घातले रे घातले की रेच होई... सारी रात्र हे असे चालले...! सशक्त असलेले यशवंतराव फणसे एकदम रात्रीत सुरकतून गेले... अर्धे झाले...

मुक्ताबाई म्हणाली, "माये, नथोबाच्या दुःखाने पोखरुन निघालेत गं स्वामी... बघ तरी आमची अवस्था... स्वामी... अहो स्वामी, अहो... असं काय करता? बघा तरी एकदा मातोश्रींकडे... माझ्याकडे..." "यशवंतराव बरं वाटतंय का?... हे काय झालं एकाएकी? आज सकाळी तर मजला वंदन करून गेलात?..." यशवंतरावांचा आवाज खोल गेला... डोळे निस्तेज झाले... ते खोल आवाजात म्हणाले, "मातोश्री... सरले आता... सेवा सरली... बहुत दुःख... सहवेना... नथोबा गेला... कसेतरी दिवस लोटले... आता सरले... सरले... सौभाग्यवतीस सांभाळा..." ... मुक्ताबाई त्यांच्या देहावर पडत म्हणाली, "स्वामी... मजला सोपवून कुठे निघालात? मी तुमच्याविना क्षणही राहणार नाही... स्वामी ... स्वामी... स्वामी हे काय झाले स्वामी?..." तोवर एक मोठा रेच झाला... धावाधाव झाली... औषधाचे गोकर्ण वैद्यांनी ओतले तेच सगळे उलटून आले... यशवंतरावांचा त्याच क्षणी प्राण गेला... महामात्रा वैद्यांच्या हातातच राहिली.... महामात्रा बघून काही मनात यायच्या आतच प्राण वेगाने बाहेर निघून गेले... अहिल्याबाई पुतळ्यासारख्या बसल्या... यशवंतराव फणसे... भिल्लांचा बंदोबस्त चार दिवसात करून, आपली शर्थ पुरी करणारा तडफदार तरुण... त्यांचे मुक्ताबाईशी आपण लावून दिलेले लग्न... त्यांचं एकमेकांवर प्रेम... नथोबाच्या मृत्यूनंतर उदासलेलं त्या दोघांचं मन ... सदैव मरणाच्या गोष्टी करणारे त्यांचे संवाद... अहिल्याबाईंना सारं सारं आठवत होतं. वाड्यावर एवढ्या मध्यरात्री धूम गर्दी उसळली. अवघं महेश्वर लोटलं... अहिल्यादेवी बसल्या आणि एकदम सौधाकडे वेगाने निघाल्या... मुक्ताबाई धावत त्यांच्यामागे... त्या ओरडत म्हणाल्या, "मुक्ते... सोड मला... मला मरू दे... आता जगणे असकत... पोरी... अगं तुमच्या आधारे जगत होते... मला सारं आता नकोसं... जाऊ दे गं... पाया पडते तुझ्या... नको माझा अंत बघू... मला यापुढचं बघण्याची शिक्षा नको गं देऊ पोरी... अगं... माझी काठी तुम्ही लेकरं... काठी ईश्वरे नेली..." ... कसंतरी मुक्तेनं, हरकुआईनं समजूत घालून अहिल्याबाईंना धरुन खाली आणलं... त्यांच्यावर सगळे पहारा ठेवून बसले... काशीराव होळकरांकडचे सगळे

कुटुंबिय भोवताली कडे घालून बसले... सतीवस्त्रे येताच अहिल्याबाई ते कडे तोडून मुक्ताबाईंकडे धावत गेल्या... तिच्या पायावर डोके ठेवत म्हणाल्या, "मुक्ते गं... नको मला टाकून जाऊस... अगं मला म्हातारीला एकटी टाकून कुठे निघालीस पोरी? अगं, माझी दया तरी येऊ दे तुला! या वाड्यात अंधार झाला... त्यात मला एकटीला सोडतेस?... मी तुझे पाय धरते गं बाळे... पण तू तरी थांब... नको जाऊस...! ...अहिल्याबाईंचे रडणे आकाशाला भेदू लागले... मुक्तेने आकांत मांडला होता... आईचे हे दुःख बघून तिचं हृदय फाटत होतं... ती स्वतःला आवरत म्हणाली, "मातोश्री... तुमचे कौतुक अवघे जग गाते, आणि हे काय बरं असं? रडणे आवरा..."

"कशी आवरू मुक्ताबाई? आता दुःखाचे पर्वत पाहणे काय राहिले सांग!... मी अपेशी... काळतोंडी... सर्वांना खाऊन बसले... मुक्ताबाई, नको जाऊस ग..."

"मातोश्री... माझ्या दोन चिमण्या - चिमण्या सुना सती गेल्या... माझं एकुलतं लेकरू गेलं... आता स्वामीही गेले... माझ्या जगण्यात काय राहिलंय... पण मातोश्री..., तुमचं तसं नाही... उठा... माझे पाय कसले धरता? तुमच्या पायाचं तीर्थ घ्यावं अशी तुमची योग्यता..."

"मुक्ते... अगं आतातरी आई म्हण गं मला... नको हे अहोकाहोचे बंध... पोरी..."

"बरं... आई... अगं तुला प्रजा लेकरासारखी... तूही ६६-६७ वर्षांची झालीस... तूही चार वर्षात निघून जाशील... मग मी कशी जगू सांग? आमच्या कुळात सहगमनाची चाल आहे. ह्या पुण्यकर्मापासून मला अडवू नकोस आई... शोक आवर... मला जाऊ दे स्वामीसंगे... पदर पसरते तुझ्यापुढे... जाऊ दे मला... निरोप दे अखेरचा... खरंच!"... अहिल्याबाईंना मुक्तेची अनेक रुपे आठवू लागली... अखंड अश्रू वाहत होते तेवढ्यात फणश्यांच्या घरच्या सुवासिनी मुक्ताबाईंस न्हाऊ घालण्यास आल्या अहिल्याबाईंसमोर त्यांनी तिचा कुरळा, लांबसडक केशपाश, मोकळा केला... अहिल्याबाईंना अनावर उमाळा आला... तिथवर जात त्या म्हणाल्या, "अगं... मला माझ्या लेकराला तेल तरी लावू द्या... न्हाऊ घालू द्या... डागदागिने घालू द्या... अखेरचं सारं... अखेरचं!"

"आता आम्ही काय बोलावे... पण... पण यासाठी सवाष्णीच..."

"बायांनो... माझे स्वामी गेले... वीरगतीला पावले, त्यात माझा गं काय दोष?... लावू द्या मला मुक्तेला तेल... घालू द्या गं न्हायला... पुन्हा मला मुक्ताबाई कुठे दिसेल... मी विधवा...अपेशी... काळतोंडी..."

"विहिणी... सारं समजून उमजून बसा... उगाच आता मधे येणे बरे नव्हे... आमच्या घराण्यात एक तर सवाष्ण, नाही सती तुम्हांस तर सती जाणे...

तोवर मुक्ताबाई मधेच म्हणाली, "आई... माझ्यासाठी कशास उणेदुणे ऐकतेस?" मग आपल्या बायकांकडे वळत म्हणाली, "आईचं काळीज ते! तुम्हीही जाणताच...

लावू द्या तिला तेल... मग तुम्ही लावा... माझ्या मनाला जाताना हे दुःख... कशाला... कशाला देता?''

"लावू द्या... आमचं काय? आम्ही धर्म सांगितला... चालू द्या तुमचं तोवर आम्ही तुझ्या दोघी सवतींना न्हायला घालतो...'' तोंडे मुरडत त्यातल्या काहीजणी गेल्या. अहिल्याबाईंनी तो धर्म बाजूस ठेवला... मुक्तेची सख्खी सासू तोवर तिथे आली. अहिल्याबाईंना कुरवाळत म्हणाली, "विहिणी... खुशाल करा तुमच्या मनासारखं... या बाकीच्या नातलग बायका... यातल्या जितक्यांना खरं काळीज कळत नाही त्याच बोलतात... त्यांचं नका मनावर घेऊ...'' ... अहिल्याबाईंच्या अंगी त्राण नव्हतं... तसंच रडतरडत त्या अखेरचं सगळं करून घेत होत्या... त्यांनी मुक्तेला तेल लावलं...

नहाणीचे दारापुढे हळदीचा पाट गेला...
अत्तराने न्हाऊ घाला... मुक्ताबाईला ।।
तिचे दळदार केस - तेल ओता वाटी वाटी ।
घरी पाहुण्यांची दाटी... मुक्ताबाईच्या ।।
तिचे हळदीचे अंग- पुढे फुलांचा चौरंग-
खेळे गुलालाचा रंग - मुक्ताबाई ।।

अहिल्याबाईंच्या मनी या ओव्या आठवत होत्या... तिच्या लग्नाच्या वेळेच्या... खरंच... गुलालाचा रंग खेळत मुक्ताबाई निघाली... बाहेर जावयाची फुलांची शेज सजली होती. मुक्ताबाई आणि तिच्या दोन सवती सतीवस्त्रे नेसून तयार होत्या... अहिल्याबाईंनी सुवर्णकांकणे आणि सोन्याची फुले काढली. ती अनूकडून त्यांच्या हातात घातली... त्यांची पूजा केली... त्यांच्यावर सोन्याची फुले उधळली... त्यांच्या पायावर डोके ठेवून अहिल्याबाई धायधाय रडू लागल्या... आता त्यांची मुक्ता वाड्याच्या पायऱ्या उतरत होती... पुन्हा कधीही परत न येण्यासाठी... त्या तशाच लडखडत पुढे गेल्या... त्यांनी मुक्तेस घट्ट मिठी मारली... तिच्या हाताची, गालाची चुंबने घेतली... आणि हताशपणे तिच्याकडे बघत त्या मटकन् खाली बसल्या. मग हरकुआईंनी अन् अनूने त्यांना धरुन उभे केले. त्यांनी अनूस परत पाठवले आणि हरकुआई, काशीरावांच्या घरच्या स्त्रिया यांचा आधार घेत त्या कशाबशा चालत होत्या. मुक्ताबाई आपल्या दोन सवतींसह अंबारीत होती. प्रजानन त्यांच्यावर फुले उधळीत होती... अहिल्याबाईंना पुन्हापुन्हा गौरी, बाळाबाई आठवत होती. "आजेसासूबाई, फार नाही ना बसणार चटके?''...

चंदनाची चिता तयार होती. त्यावर यशवंतरावांचा देह ठेवला गेला. मुक्ताबाई त्यांचे मस्तक मांडीवर घेऊन बसली. इतर दोघी सवती दोन बाजूस बसल्या... ब्राह्मणांच्या मंत्रांनी वातावरण भरुन गेलं. सतीच्या नावांचा जयजयकार आभाळास भिडला...अहिल्याबाई मुक्तेकडे आणि मुक्ता एकटक अहिल्याबाईंकडे

पाहत होती... चितेला अग्नि देण्यात आला... तरी मुक्ताची नजर आईकडेच होती... ज्वाळा हळूहळू वाढू लागल्या त्याची आंच लागताच तिघींनी एकमेकींना मिठ्या घातल्या... वाद्यांचा गजर वाढला... आणि... आणि अहिल्याबाई बेहोश झाल्या...

अहिल्याबाई पडून होत्या... आता उठावेसेच वाटत नव्हते. तुकोजीस रोज एक पत्र अशी सात पत्रे गेली... आता त्यांना सर्वांतून मुक्त व्हायचं होतं. जेवणाचीही शुद्ध नव्हती, तिथे दौलतीचा व्याप कसा पेलावा? कुणाशी बोलणे नाही, चालणे नाही... कसंतरी स्नान करावे... देवाच्या दारी पडून राहावे... जेवणास स्पर्श न करावा... अखंड अश्रू... मुक्तेच्या आठवणी... यशवंतरावांच्या आठवणी... नथोबा ...गौरी...! मग गौरीचे सागरगोटे काढावे... मुक्ताबाईंचे कपडेलुगडी घ्यावी ती कवळून रडावे... तिच्या लहानपणची बाहुली काढावी... तिजकडे बघत अश्रू ढाळावे... असे आठ-दहा दिवस गेले... तेवढ्यात बातमी आली की रखमाबाई होळकर इंदूराहून अहिल्याबाईंचे भेटीसाठी निघाल्या!... हे कळताच अहिल्याबाईंनी संताजी होळकरास बोलावले. म्हणाल्या, "बाबा रे... रखमाबाईस येथे येऊ ना द्यावे. आज माझा सर्वनाश झाला... गतवर्षी नथोबा गेला... माझ्या सोन्यासारख्या नातसुना गेल्या त्यासमयी यावे तर ना फिरकली... पंधरा दिवसांपूर्वी कलह करून गेली... आज कशास येते?"

"मातोश्री... हृदयात अंतर मागेपुढे झाले असेल... आपणांस आम्ही काय सांगावे?... यावेळी चित्ती अंतर ना धरावे. जांबेपर्यंत आल्या आहेत. इथे येण्याची आज्ञा करावी... आपणांसही थोडे समाधान..." "असकत... केवळ असकत! समाधान देणारी ती स्त्री नव्हे! माझा सर्वनाश झाला, म्हणून संतोष मानून येत आहे ती... मी तिचे तोंड बघत नाही... याउपर ती आलीच तर मीच दोन कोस दूर निघून जाईन..." ...संताजी होळकर 'रखमाबाईंनी इंदुरी परतावे' हे सांगण्यासाठी जांबेकडे निघाले, तेव्हा अहिल्याबाई पाणी प्यायल्या. त्यांच्या मनी रखमाबाईंबद्दल भयंकर तिटकारा दाटून आला. तुकोजी होळकरांचे समाधानाचे पत्र आले. ते लौकरच येत आहेत हे वाचून अहिल्याबाई समाधान पावल्या. त्यांना आता जबाबदारीतून मुक्त व्हायचे होते...

बारावा-तेरावा झाला. दोन हत्ती जुन्नरकर ब्राह्मणास दिले... दोन दोन हजार दक्षणा... शिरपेच, कुडक्या, पवित्रे... एक पालखी... एक शय्या... किरकोळ दाने व भूयसी... सारा आकार पन्नास सहस्त्रापर्यंत दानधर्म झाला. श्रींस व क्षेत्रोक्षेत्री द्रव्य पाठवण्याचे लेख लिहिले गेले. वेदशास्त्रसंपन्न राजश्री खंडऋषि कायगांवकर यांजला वेरूळ परगण्याचा एक गाव व साठ बिघे जमीन दिली. त्यात विहीर बांधोन दान केली. दोन वाडे नवीन बांधून ब्राह्मणास देण्याचा संकल्प केला!... मनी आले, 'आता कितीही

दानधर्म केला तरी माझी अंतरलेली पोर परत येणार नाही... निदान परलोकी तरी पतिसमवेत सुखात राहो... परलोक पाहिला कुणी? पण वेड्या आशेने, आंधळ्या श्रद्धेने अखेर जे सांगितले ते केलं... नाहीतरी माझ्या खाजगीतील ही अफाट संपत्ती... श्रीशंकर आज्ञेने जेवढे जमेल तेवढे केले. पुढचे सारे त्याच्याच हाती...!''

महादजींचे पत्र वाचून अहिल्याबाईंना बहुत समाधान झाले. त्यांनी नाना प्रकारे समजूत घालून लिहिले होते की,

''आपण साक्षात् विवेकाची पुतळी... अखंड दुःखवर्षावातही दौलतीस जपले. कुंतीने ईश्वरास दुःख मागितले की, 'त्यामुळे मजला तुझी आठवण येईल'... आपणही त्याच कुंतीचा एक अवतार... दुःखच मागितले की काय? ...आता अवघे पाश सुटले परंतु दौलतीचा पाश स्वामीकार्यास्तव जपावा... सुभेदारांकडून काय चाकरी होते ते दिसतच आहे. अलिबहादरास समवेत घेऊन तुकोजीराव राज्यनाश करीत आहेत. रजवाडे, मारवाडी, यांजकडील वकील तुमच्याकडे कशास? सुभेदारांस कैकदा सांगितले, 'आपला अन् रजवाड्यांचा हाडदावा, तुमचा आमचा भाऊपणा... तुमचा शत्रू तो आमचा!'... परंतु शपथपूर्वक ज्या गोष्टी झाल्या त्यात सुभेदारांनी अंतर केले. आपल्या नांवे आपल्या दानधर्माचा डांगोरा पिटावा, पैसा बाई देत नाहीत म्हणून कारभाऱ्यांपर्यंत बोभाट न्यावे. आपला सरदारीचा खर्च किती याचा विचार नाही... स्वतःचे वित्त वीसपंचवीसांचे, पोरेबाळे दहा लक्षापर्यंत, पैका आपण खावा, लोकांनी खावा, कारभाऱ्यांनी खावा, चोरापोरांनी खावा! फौजखर्च बाजूस राहून, रक्षा, बटीक, पुत्रसुद्धा उदकसमान अपेयपान करावे... राधी रक्षेपाशी पाच हत्ती, आठशे घोडे, चिरंजीव मंडळींच्या पागा, मल्हारचा बंडावा कर्जे... सर्वांनी पैसा वोरपावा, चाकरी करू नये आणि तो डांगोरा आपल्या दानधर्माचा पिटावा, आणि 'बाई पैसा देत नाही' म्हणावे...! हे सारेच आता बहुत झाले. मसलतीच्या कामात वारंवार घरची तपशीले लिहावी... आम्ही तर नानांना कळवून टाकले की, ''बाईंच्या बंदोबस्ताखेरीज तुकोजी होळकर चाकरी काय करतात? वारंवार बाईंच्या दानधर्माचे किस्से सांगावे... त्यापरीस कर्नाटकात जा... आणि हे घडत नसेल तर आम्हांस सांगा... आम्ही बाईंना सांगतो, त्यांचेकडून फौजेची रवानगी करतो. बाईंकडून चाकरी झाली की सर्वांची स्वरूपे उघडी पडतील. समयास घरची गाणी काढावी, आम्हांस हटवावे, वाटा मागण्यास पुढे यावे. सरकारचे काम होऊच नये हे कसं...? पण असो. समाधानाचे पत्र लिहितालिहिता काळजातल्या टोचण्या बाहेर पडल्या. मी समक्षच येणे उचित परंतु तिकडे 'पुणे' येथेही आमचेबद्दल गैरसमज आहेत. आमचेच त्यांचेकडे नऊ कोटीचे

घेणे निघते... त्या हिशेबाचा अवघा निर्गम करणेसाठी तिकडे जाणे अतिआवश्यक... नानांचा कारभार हल्ली दबावाचा होऊ लागला आहे. आमच्यावरही अंदेशा घेतात... त्या साऱ्याचा एकदा सोक्षमोक्ष करणे आहे.

आपण आजपर्यंत नेकीने वर्षे काढलीत तीच जिद्द मृत्युपर्यंत ठेवावी. यात्रेस वगैरे जाऊन थोड्या वर्षासाठी हार ना घ्यावी. आता जगायचे ते किती? जे तुम्हांस तेच आम्हांस! ज्या कार्यासाठी आपण इतकी झुंज घेतलीत ते कार्य करता करताच मरावे. उदास ना व्हावे - ईश्वरे, थोरल्या सुभेदारांकरवी आपणास कार्यास्तव रक्षिले. ते कार्य उदासभावे ना सोडावे. आम्ही आपल्यापाठी आहोत... तुमचे आशीर्वाद आमचे पाठी आहेत... 'करून दाखवू' हेच ध्येय! मी लिहावे असे नव्हे! आपण समर्थ आहात. ईश्वरे अनुचित तर केलेच... त्यातून हिंमत बांधणे हे आपणांस शक्य!...''

कळावे...

आपला विश्वासू,

महादजी शिंदे

अहिल्याबाई पत्र वाचतावाचता गहिवरुन गेल्या... एक माणूस आपणास जाणणारा, जपणारा, धीर देणारा, कर्तव्याची आठवण करून देणारा... श्रेष्ठ, शूर! अहिल्याबाईंना ते पत्र वाचून आत्यंतिक समाधान वाटले. मरगळ, उदासी दूर गेली. 'खरंच! आता जगायचं तरी किती आहे? एकदोन वर्षे तरी आहेत की नाही... यशवंतराव आज होते, उद्या नव्हते... तसेच हे क्षणभंगुर जीवन... यश पदरी घेऊन जायचे... याच महेश्वरातच मरायचे... इथल्या नर्मदेत, इथल्या मातीतच हा देह सांडायचा... आता अन्य विचार नाही... माझी चारीधामे आता महेश्वरच! 'करून दाखवेन... करताकरता मरेन...'

''पाटीलबाबा... बहुत धीर दिलात... ताकद दिलीत... उभारी दिलीत... आभारी आहे...खरंच... मनोमनी अतिशय आभारी!'... आणि मग त्यांना आठवली ती आठनऊ वर्षांची परकरी पोर... उसळत्या घोड्याच्या टापेलाही न भीता, आपलं शरीर त्या वाळूतही कोरलेल्या शिवपिंडीवर झाकणारी... कुणीतरी विचारलं, ''मुली... तुझ्या मैतरणी पळाल्या अन् तू? तू ही पिंड रक्षित बसलीस ते किमर्थम्?''

''जे आपण उभारले ते यावत् प्राण रक्षावे... असंच म्हणतात ना सगळे...?'' त्याबरोबर आवाज घुमला... ''मल्हार, या पोरीस सून करून घे!''... अहिल्याबाई झडझडून उठल्या. जे उभारले ते यावत् प्राण रक्षिणे आहे... ही त्या काळाने, भविष्याने आपणांस दिलेली आण... ती मोडणार नाही... कदापि नाही.

दुसऱ्या दिवसापासून फडणिशी, न्यायदान सारी चक्रे सुरू झाली.

"शिंद्यांच्या फौजेची कधीतरी अशी खोड मोडेन की पुन्हा पाणी ना मागावे." मल्हारराव चवताळून म्हणाले. त्याला यशवंतराव होळकर आणि काशीरावानेही साथ दिली. अहिल्याबाईंस हे रुचले नाही. त्या म्हणाल्या, "त्यांचा आपला भाऊपणा... आपसांत लढून रक्तपात करावा की काय? शत्रुपुढे हसे करून घ्यायचे? तलवार मारायची तर निजाम आहे... टिपू आहे... शिंदे कशाला?" यावर खदाखदा हसत ते तिघे भाऊ म्हणाले, "ते आपणास काय ठावे?"

"का? आम्हांस काय राजकारण नकळती गोष्ट आहे? डीबायनाचा हिसका देखला की उलट्या गांडी करून पळून याल... कळलं?"

"मातोश्री, तिकडे डि बॉयन तर इकडेही दुर्दनेक (ड्युड्रनेक) आहेच ना? त्यास काय गवऱ्या थापण्यास ठेवले की काय? आपण कशास चिंता करता... शिंद्याला इंगा दाखवणारच!... फार माजला... फार माजला..." अहिल्याबाई बोलल्या नाहीत... पण ही नवी पिढी; जुनी नाती... बंधने... भाऊपणा मानणार नाहीत याची खात्री झाली. आत्ताच सुभेदारीसाठी एकमेकांचे गळे कापायला निघणारे हे म्हणे भाऊ...!... तरी अहिल्याबाई म्हणाल्या, "हे बघा, महादजी तर पुणे मुक्कामी गेले... गोपाळरावाकडे, जीवबा बक्षीकडे सर्व कारभार... सैन्यावर सत्ता डिबॉयनची... तेव्हा सावधपणे चाला... असे न व्हावे की शिंद्याऐवजी होळकरांचा नक्षा उतरावा... मागे एकदा महादजीने आपले ठाणे उठविले, त्याकाळी माझाही संताप घडला होता. मी बोललेही की, 'हा मेला आता हिंदुस्थान बघत नाही...' पण...पण... पोरांनो, अखेर तेच आपले हितकर्ते हे जाणून असा... तुम्ही मसलत केलीच तर कर्तव्यास्तव जे पडेल ते मज करणे आलेच... पण अशी वेळच ना येईल तर बरे!..."

एवढ्याच बोलण्यावर नवीन उभारलेली फौज घेऊन हे सारे तुकोजीकडे निघाले... तीस हजाराची फौज निघाल्याची बातमी शिंद्यांकडे पोचताच डीबॉयन आणि लखबादादा नऊ हजाराचा पायदळ कंपू आणि तोफा घेऊन निघाले. लाखेरीच्या खिंडीच्या टोकावर मोक्याच्या जागी दुर्दनेकच्या ३८ होळकरी तोफा तयार होत्या. दोन्ही बाजूस पाश्चात्य सेनापती...! डीबॉयनने उंच झाडावरून हेरुन ठेवले की, होळकरांनी आपले कसलेले घोडेस्वार मागे राखून ठेवले आहेत... हे पाहून त्याने मोठ्या कल्पकतेने खिंड ताब्यात घेण्यासाठी शिस्तीने चाल केली. बैलांच्या सहाय्याने तोफा हलकेहलके वर येत असतानाच त्यात दुर्दनेकचे तोफेचे गोळे पडून मोठा भडका झाला. या गोंधळात होळकरांचे स्वार त्यांच्यावर चालून गेले. पण बाजूच्या झाडीत डीबॉयनने आपली पलटणे व तोफखाना लपवून ठेवला होता. त्यांनी एकदम बाहेर येऊन होळकरांवर असा मारा केला की, स्वारांची गाळण उडाली. असे बघताच डीबॉयनचे कसलेले पायदळ तोफा पुढे घालून चालून आले. त्यांना अडवण्याची दुर्दनेकने शिकस्त केली. पंधराशे माणूस क्षणात जाया झाले. त्याबरोबर

डीबॉयनने खिंड कब्जात घेऊन होळकरांच्या ३८ तोफा पाडाव केल्या. तुकोजी या लढाईत नव्हते. माळव्याच्या उत्तरभागात, चंबळेच्या पलीकडील शिंद्यांचा मुलूख ते लुटीत होते. दुर्दनेकची वाताहात झाल्याची बातमी ऐकून पराकाष्ठेचे दुःख झाले.

पुण्याहून अप्पाजी जगदेवचे पत्र होते... त्यात त्या लढाईची ही साद्यंत हकीगत अहिल्याबाईंस कळली... त्यांनी ही सर्व हकीगत लिहून कळवले होते की,

> सध्या पुणे येथे नाना फडणीस आणि महादजी शिंदे यांच्यात बरीच तेढ आली आहे. बाजारी रोज नव्या वार्ता उठतात... कुणी म्हणतात, पेशव्यांनी छत्रपतीस जसे हीनबल केले तैसे महादजींचे मनी पेशव्यास करणे आहे... सिंदे फौज घेऊन येतात म्हणताच; नानांनी इंग्रज पलटणे आणली. हल्ली खुल्या दरबारात शिंदे नानांचे कारभाराचे जाबसाल मागतात. श्रीमंतांचे अन् शिंद्यांचे गूळपीठ झाल्यामुळे नानांना चिंता उत्पन्न झाली. नाना फडणीसांनी हल्ली छत्रपतींचे महाल काढून घेतले. हत्तीघोडे, कारखाने कशाला हवेत, म्हणून तेही काढले... खर्चास नगद पैका पुण्याहून जातो... 'होळकरांना नानांची फूस आहे, होळकरांकडून नानांना आमचा नायनाट करणे आहे म्हणूनच ही लाखेरी येथील लढाई झाली' असा महादजींचा समज मातोश्री आपल्या कानी टाकतो... त्याचे निवारण करण्यास आपणच समर्थ! सिंदे मात्र या लढाईने बहुत श्रमी आहेत कारण लढाईतल्या विजयाची वार्ता चिटणीसाने पुण्यास महादजीस कळवून या आनंदाप्रीत्यर्थ तोफा सोडण्यास परवानगी मागितली. त्यावर ते उद्गारले, ''मराठेशाहीचे हे दोन स्तंभ आपसांत लढतात, तेव्हा आपला विनाशकाल नक्कीच समीप आला; मजला तोफा सोडावेशा वाटत नाहीत.'' आनंदाच्या तोफांची परवानगी तर दिलीच नाही, उलटपक्षी आपल्या सरदारांचा निषेध केला. म्हणाले, ''आपसांत कटकट करून जन्माच्या भाऊपणात पाणी घातलं'' आणि या सर्वांस जबाबदार असणाऱ्या गोपाळभाऊस 'भेलसा' येथे कैदेत टाकले आहे. डोळियास पाणी आणत म्हणाले, ''माझी अन् सुभेदारांची भेट आता होत नाही'' ऐकले, देखले ते सारे कळवले-लेखनसीमा-
>
> आपला विश्वासू,
>
> **अप्पाजी जगदेव**

अहिल्याबाई महादजींच्या या वर्तनाने मनोमन लज्जित झाल्या. महादजी त्यांना फार मोठे वाटू लागले. त्यांनी होळकरांहून, आपल्याहून थोरल्या सुभेदारांना दिलेले वचन खऱ्या अर्थाने पाळले... आणि आपण? आपले वंशज?... काय करत आहेत हे अवघे?... मेल्यांनो, भावाशी लढायची खुमखुमी यांना... मल्हार जखमी झालाय म्हणे! ही बातमी कालच कळली तेव्हाच मनी पाल चुकचुकली!... आजपर्यंत भांडणे शब्दांतच... पण आता रक्ताने रंगली... यांना उपराळ्याचा सेतू मी वेळोवेळी

बांधला... पण आज सिंद्यांचं खरं मन कळलं, हृदयांचा माणूस हा!... खऱ्या हृदयांचा... भाऊपणाचे बंध जपणारा!

अहिल्याबाई देवद्वारी बसून होत्या. भूतकाळ जणू जिवंत पुढे फिरत होता... महादजींनी आपल्या अन् चिरंजीवांच्या तंट्यातही आपली बाजू कारभाऱ्यापर्यंत पोहोचवली... नाहीतर फुकटचे अपसमज मात्र पुणे शहरापर्यंत लागले. असेच भूतकाळाचे हाती हात घालून दिवस जात होते तो अचानक पाराशर दादाजी आलेले बघून अहिल्याबाई त्वरेने त्यांच्यासह खलबतखान्यात गेल्या. शिवाजी गोपाळलाही संगे नेले. पाराशर दादाजी म्हणाले, ''बहुत दु:खद वार्ता आहे. नारो गणेशास सुभेदारांनी जीवे मारले... मातोश्री, बहुत अनुचित झाले!''

''पदरचे बरे माणूस गमावले. माणसाचा इतका आब घ्यावा? त्यास जीवे मारावे? दादाजी... आपण तिथे काय केले?'' अहिल्याबाई चिडून म्हणाल्या. त्यांच्या डोळ्यात संताप उतरला होता.

''मातोश्री, पायावर हात राखून सांगतो, या प्रयोजनात मी नाही. मी सुभेदारास म्हणालो, ''पंधरा लक्ष तुम्ही घेतलेत... आणखी दहा पाच देववतो... पण यास मुक्त करा'' न ऐकिले. मग उपाय आमचा चालतो की काय? मातोश्री, सुभेदार आता बहुत वृद्ध झाले. शरीरी ज्वर असतो. त्यातून मल्हारादि चिरंजीव कोणतेही कामाचे नाहीत. लाखेरीस थोर अपयश आले. भाऊपणात पाणी पडले. आता याचा निर्गम व्हावा कसा?''

''आता श्रीमंतामार्फत सलूख करण्यापेक्षा शिंदे आपले भाऊ आहेत आपणच आपसांत प्रयत्न करा... आणि सलूख घडवा. हे काम शिवाजी, गोपाळ आणि आपण स्वत: अंगी घ्या... होळकरांची पोरे फार शहाणी झालीत... त्यांना हे रुचणार नाही... पण माझी कुडी आहे तोपावेतो मजला आब जपणे आहे.''

''मातोश्री, मल्हार शनैश्चर आहे. जाबत्याने ठेवाल तरच आपला आब राहील. काशीरावांस सरदारी द्यावी, बापू होळकरांस फौजेची बक्षीगिरी सांगावी व मल्हारास घरी ठेवावे... तो कोण्या कामाचा नाही. जाईल तिथे घाण...''

''बघूया... सुभेदार आले की अवघा निर्गम करते...''...

सुभेदारांचे लखोटे बघताच अहिल्याबाईंनी त्वरित फोडले... एकात तर नेहमीप्रमाणेच हिशोबाचा घोळ आणि पाच लक्षाची मागणी... दुसऱ्या लखोट्यात लिहिले होते :

''गंगाजळनिर्मळ तीर्थरुप मातोश्रीस बालके तुकोजीचा साष्टांग दंडवत!...

माझे शरीर बहुत श्रमी जाहले आहे. एक वेळ आपले पाय बघावे. माझे

शरीराचा भरवंसा नाही... केवळ महिन्या दोन महिन्याचा प्रांत दिसतो. काशीरावास वस्त्रे द्यावीत तर मल्हार गळा कापून घेईन म्हणतो... आपण वडील... काय तो सोक्षमोक्ष करावा. आपल्या पायाशी विश्रामास येतो.

आपला पुत्र,

'तुकोजी'

"मेले हो!... मुक्ताबाईस जाऊनही वरीस उलटून गेलं. रोजी एक अशी सात पत्रे पाठवली... तेव्हा यावेसे झाले नाही... आणि आता येता? ... याऽना... तुम्हांस कोणी अडवले?... पण यायचे ते कटकटी घेऊन... कधी सुखाचे शब्द द्यावे म्हणून नव्हे!... मी तर अशी वेडी... ज्वर येतो म्हणताच ग्रहांचे फळ बघून बसले. दानधर्माचे संकल्प सोडले. आधीच यांची चाकरी काय? त्यात आता प्रकृती अशी!... सिंदे, आम्ही बरोबरीचे, पण आज त्यांनी अपार लौकिक केला. दिल्लीची बादशाही आपल्या कबजात घेतली बादशहाकडून पेशव्यांना वकील-ई-मुतालीक पदवी पदरी घेतली... मीरबक्षगिरीच्या सनदा मिळवल्या... त्याचा बहुत मातब्बर सन्मान 'पुणे' येथे शिरेदरबार झाला. महाराज शिंदे 'महारुलमग्र' हा किताब स्वत: श्रीमंतांनी अर्पिला... सन्मानाची मेजवानी झाली. कीर्तीचे ध्वज जाहले. तेरा तारखेस रंगपंचमीस तर खुद्द पेशवे सिंद्यांचे भेटीस गेले... आता काय कीर्ती गाजवणे बाकी आहे? आणि हे आमचे होळकर मजला पाण्यात बघावे, मजसी स्पर्धा करावी! मुले तरी बरी निघतील एतदर्थ मल्हारास बहुत माया लावली... पण त्याचं अवघंच तिरपागडं होत गेलं. नारो गणेशास मारुन बाप खुनी झाला तर हे पोर दहापट सवाई! ... आपला जीव आहे तोवर अब्रू राखणे... मग धिंडवडे चुकत नाहीत... आपलाच ग्रंथ ईश्वरे त्वरित संपवावा इतकीच मजसी आस आहे... मनात पुढची योजना चालूच होती. यशवंतराव व मुक्ताबाईंचे स्मरणार्थ छत्रीचे बांधकाम संपत आले. 'अवघ्यांच्या छत्र्या बांधून बसलो आपण... काय तरी दैव!'...

तेवढ्यात नारो गणेशांचा मुलगा गणपत नारायण सपत्निक मुकुंदहरीचे समागमे आले. त्यास बघताच अहिल्याबाईंचं मन दाटून आलं. त्यास महिनाभर ठेवून घ्यायचे विचाराने म्हणाल्या, "गणपत... सुभेदारांचे कर्म विपरीत... पण असो... ते मनी ना आणता तुम्ही आलात ही बहुतच धन्यता... आता मासभर इथेच राहावे..." यावर मुकुंदहरी म्हणाले, "मातोश्री... आता मजसी उदासी दाटली. काम रेटेना झाले... आपण यासच दिवाणगिरी देण्याची कृपा केली तर बहुत आनंद... मी यांस चार मासात तयार करतो... अवघे गुंते समजावून देतो - वडिलांचे अन् सुभेदारांचे काय, कुठे चुकत गेले, ते पण साक्षात ज्ञान देतो... अशासाठी की, त्याचे हातून असले काही ना घडावे. अलिप्तपणे काम करण्याची तऱ्हा यावी."

"तुम्ही म्हणता ते अवघे बरेच! पण सुभेदारांचा सल्ला घेते, 'पुणे' येथूनही

मान्यता लागेल. त्यात अवघी जाणार... तोवर मुले इथे राहू देत. अनूसही जरा सोबत होईल.'' मग अनूस हाक मारुन त्यांची भेट करवली. अनू अतिशय आनंदून गेली ती वाड्यात अगदी एकटी पडली होती. वाड्यात जरा जिवंतपणा येईल, या विचाराने अहिल्याबाईंना बरं वाटलं.

त्यांनी लक्ष्मण मल्हार आणि पारनेरकरांना बोलावू धाडलं. सोबत तोफखान्याकडील निसबत नागोपंत यांनाही! ते येताच अहिल्याबाई म्हणाल्या, ''सुभेदारांची 'येतो येतो' अशी खतपत्रे उदंड आली... आता तुम्ही स्वयं इंदोरास जाऊन आमचा संदेश द्या. त्यांना म्हणावे, अगदी साफ साफ सांगावे की, 'कोणीही सरदार करा, कुणीही कारभारी करा... पण आता त्वरेने या. बहुत बोलणे बाकी आहे. तद्नंतर मी कुठेही जाईन... तुम्ही दौलत सांभाळा...निघा उदयीक!'' सारेजण बघत राहिले... 'मातोश्री खरंच थकल्या! खरंच!'

राजर्षी शिंदे यांना पांच लक्ष दरबार-खर्च कबूल करून, 'पुणे' येथे दादाजी चंद्रचूड यांच्यामार्फत सलूख केला. पाटीलबाबांच्या सहीशिक्क्याची पत्रे इथे आली की, 'होळकरांच्या महालास उपसर्ग देऊ नये. ऐवज घेतला तो माघारी पाठवावा.' अहिल्याबाईंनी ते लगेच शिंद्यांच्या राजधानीस पाठवून वर लिहिले की, ''तुमच्या धन्याचे पत्र तुम्हांस पाठवले. याउपर महालास उपद्रव देऊन, पैसा वोरपाल तर त्याचेकडे जाबसाल पडतील...''

हे पत्र जाऊन काही दिवस लोटले. तरी अंत्रीकुलांडेश्वराचे ठाणे गढीदरवाजा जाळून गाव लुटले. हा कसला सलूख? अहिल्याबाईंनी पुनःश्च पाटीलबाबांस लिहिले,

> ''आपल्या फौजेचा उपद्रव कालपावेतो दूर झाला नाही... हे सलूखाचे लक्षण की काय? आपण अपार लौकिक केलात... आमचे मन अभिमानाने उंच झाले. अखेर आपले भाऊपण तुटते काय? फौजा बेबंद होतात... भाऊपणात पाणी घालतात!''
>
> 'श्री शंकर' आज्ञेवरून,
> अहिल्याबाई.

हे होते तोवर काशीराव, मल्हारराव, बापू होळकर या तिघांकडून अलगअलग वकील महेश्वरी आले. रघुपतराव यांनी पुढे जाऊन करारात आणून, त्यांची पत्रे बाईंजवळ दिली. सुभेदाराचे येणे पुढे-पुढे चालले... आता दिपवालीनंतर येणार. अहिल्याबाई मनोमन चिडल्या. 'पुणे' येथून मसलतीस आमंत्रणे येतात आणि हे अवघा पट मांडून पुढे बसतात... मद्यपानाखेरीज शब्द नाही. अशाने राज्य होते...? आता नवी सुभेदारी देतांना पहिली अट कलालाची दुकाने बंद करा... मद्यपानास स्पर्श न करण्याची बेलभांडार घेऊन शपथक्रिया करा... तेव्हा पुढचा शब्द...' तोच

दादाजी पाराशर आले... अहिल्याबाईंनी त्यास न्याहाळले व हलकेच म्हणाल्या, ''दादाजी... काय? काही विशेष?''

''मातोश्री... इकडे आपण आणप्राण वेचून सिंद्यांशी सलूख करता पण तिकडे इंदुरात पंचवीस तोफांचे गाडे तयार होत आहेत. सरदार जातीनिशी कारखान्याचे काम पाहत आहेत. बापू होळकर व दूदरनेक यांचे हाताशी दहा हजार फौज फिरंगी देऊन पाटीलबाबांचा महाल उद्‌ध्वस्त करण्याचे मनसुबे होत आहेत. कलहाचे तराणे चालू आहेत... आम्ही कारभाऱ्यांनी कसे करावे मातोश्री?''

''आमचे वय झाले... आमचा दाब कुणास उरला नाही हेच खरे! शब्दाचे खरेपण संपले की काय उरते दादाजी? आम्ही शपथांवर, बेलभांडारावर जगलो... यास तलवारीच्या धारा, तोफांचे गोळे लागतात... मी 'देण्याची' फक्त मालक राहिले आहे. प्रसंग येताच सर्वांनी हात पसरायला महेश्वरी यावे... वार घालतांना शब्दाने पुसू नये... पण आम्हीसुद्धा कच्चे नव्हे... आम्ही त्यास पुरुन उरू... त्यांस करून दाखवू... मरण पत्करू; पण शरण नाही जाणार!... आत्ताच्या आत्ता जाऊन ही मसलत बंद पाडा... तशी आमची आज्ञा घेऊन जा... आणि सुभेदारास 'पुणे' इकडे कूच करण्यास सांगा. महेश्वरी यायचीही गरज नाही... खूप पाहिले आमचे पाय! आता पाय श्रीमंतांचे बघा... चाकरी त्यांची करा... दौत लेखणी आणा... हे सारे लिहून घ्या... पोहोचते करा! जा.''

पाराशर दादाजी हा निरोप घेऊन जाताच सुभेदार मोठ्या त्वरेने महेश्वरी निघाले. जासूद घोडेस्वार बातमी घेऊन येताच, अहिल्याबाईंनी स्वागताची तयारी केली. किती केले तरी होळकरांचे सुभेदार होते ते... त्यांचा इतमाम साजेसाच व्हावा... दाराशी अनू आणि नारोगणेशाची सून औक्षणास उभ्या केल्या. पाण्याच्या घागरी घेतलेल्या कुळंबिणी गडाच्या दारी ठेवल्या. ओवाळून चार दिशेकडे फेकण्यास नारळ ठेवले... फुलांच्या माळा आल्या. वाजंत्री वाजत राहिली. चौघडे तुताऱ्यांच्या नादांनी महेश्वराच्या घराघरात बातमी दिली. दाराशी सहाफुटी समया उजळल्या... गुलालाचे सडे टाकून रांगोळ्या रेखल्या. मुदपाकखान्यात पक्वान्ने तयार होऊ लागली. कमी होती ती हरकुआईंची! त्या खानदेशात आप्तांकडे गेल्या होत्या. परंतु उदाबाई खूप दिवसांनी आल्या... त्या आल्या त्या मदतीलाच! त्यांना मल्हाराने हवाफेरास वाफगावी नेले, त्या बरेच दिवस तिकडेच! उदाबाई सगळं बघत होत्या. अहिल्याबाई तयारी करून घेताघेता मनी पक्के करीत होत्या की, आता शेंडी तुटो की पारंबी तुटो सुभेदारास 'पुणे' येथे चाकरीस धाडेन तेव्हाच स्वस्थ होईन. शेंबडात माशी घुटमळल्यागत संसाराच्या लबेद्यात घुटमळत बसून चाकरी होते? मेले हो, तुम्हांस सुभेदारी हवी...

ज्येष्ठत्वाचा मरातब हवा... वाटा हवा... अन् चाकरी नको? दादाजींबरोबर निर्वाणीचा निरोप दिला तर उगवले... बहीण मुक्ता गेली... यशवंतराव गेले... पण यांचे केवळ शब्द?... यास लज्जा कशी ती नाही! नारो गणेशास जीवे मारले... खुनी झाले हे खुनी... या म्हणावे आता... सगळा निर्गम नाही केला तर आता सरत्या काळात माझा आब जाईल... मजला रडून दिवस घालवणे नाही. म्हणूनच या भेटीस दुःखाचे रूप ना येईल असे केले... नाहीतर रडत बसतील; अन् निघून जातील... मजला ऐसे घडावेसे वाटत नाही... मीच दुःखे बाजूस ठेऊन वाजंत्री लावलीत... तुताऱ्या चौघडे लावलेत... या...या लौकर! मजसी अब्रूसहित मुक्त करा.

सुभेदार येताच अहिल्याबाईंच्या पायावर माथा ठेवत म्हणाले, "मातोश्री... मुक्ताबाईंशिवाय असणाऱ्या या वाड्यात येउसंच वाटत नव्हते... बहुत अनुचित केले ईश्वरे!" अहिल्याबाईसही उमाळा आला. डोळे भरून आले... म्हणाल्या, "आम्ही तर या वाड्यात जगतोच आहोत ना? आयुष्य फेकून देता येते? भोगूनच सरते करावे लागते. आता केवळ 'याद' ...!"

"मुक्ताबाईची बहुत प्रीति आमचेवर... म्हणूनच दिपावलीस आलो नाही आम्ही... यशवंतरावांचे शौर्य आठवावे अन् माथा झुकवावा..."

"चिरंजीव... दोन वर्सात येणे नाही. दिपावली उलटूनही सहा मास झाले; त्याचा जबाब आम्ही मागत नाही. सबबी सांगणे अवघड नसते चिरंजीव... आम्हांस त्या वादात शिरणे नाही... भेटीस येणे वा ना येणे हे अवघे भावनेचे बंध... ते जितके पक्के, तितकी वागणूक नेक... पण असो... आज आलात हीच आम्हांस धन्यता... चला सरबत प्राशन करा... नाष्टा करा... आज नाष्ट्यास तुमचे आवडते गाकर, लोणी आहे... शिरा भाजला... जे जे तुमच्या आवडीचे ते आमच्या हाते देण्याची इच्छा होती... चिरंजीव, प्रकृती फार गमावली. काय होते आपणांस?... वैद्यास बोलावू पाठवले आहे. काही दानाचे संकल्प सोडलेत... ग्रहांचे बलाबल बघून जपास ब्राह्मण बसलेत... त्याचे पूर्णत्व करणे आहे... तुम्ही आराम करा... आजचा दिवस बहुत सुखाचा! मल्हार, काशीराव, बापू अवघे संगे... आराम करा... विश्राम झाला की बोलू... तोवर मी देवपूजा करून घेते."

खलबतखान्यात केवळ अहिल्याबाई आणि तुकोजी होळकर होते... बहुत वर्षांचे बोलणे बाकी... अशी वेळच मिळाली नव्हती. अहिल्याबाई म्हणाल्या, "बहुत दिसांनी आज एकत्र आलो. चिरंजीव; आता एकदाच सांगा, आजपर्यंत

मायेत अंतर का केलेत? आपण स्वत: यावे असे का वाटले नाही?... अगदी खरे सांगा... सबबीच्या घोंगड्या ना पांघरता... खरे खरे!''

''सांगू? आम्हांस आमचे कर्म खाते. आमची गत रखमाबाईंसारखी कराल, असेही वाटले...''

''चिरंजीव!... त्यांचे नाव आम्ही का टाकले ते साद्यंत तुम्हांस त्याचवेळी कळवले... मुक्ताबाईंचा प्रसंग पुढे झाला... तुमचे तसे नव्हते!''

''मातोश्री... आम्हांस तुमचे भय वाटते... तुमच्या वाचेचे सपकारे असह्य होतात... तुमच्या अपेक्षा आमचेकडून पुऱ्या होत नाहीत... ''

''का होत नाहीत याचा कधी वेध घेतलात? आमची सलाह घेतलीत? माणसास भय केव्हा वाटते? स्वत:ची गलती असली तर भय वाटते! चिरंजीव... आपण गलत वाटेने जात आहोत हे स्पष्ट ऐकून ठेवा... गलत वाटेचे फलित म्हणजे लाखेरीचे अपेश...''

''ती अवघी मल्हाराची खुमखुमी...''

''तेवढेच असते तर चिंता नव्हती... पण तुमच्या मनी वेगळे आहे असे नाही. आम्ही कैकदा सांगितले की सोबत्यांची भांडणं काढू नका. आम्ही पाच लक्ष दारबार खर्च देऊन सलूख करतो, 'होळकरांच्या दौलतीस मळई करू नये' म्हणून सक्त पत्रे लिहितो... अन् तुम्ही काय करता? तर कारखान्यात तोफांचे गाडे करवून घेता. फिरंग्यास सिंदे यांचेकडे उपद्रव देण्यास सांगता? बापूस सांगून पलटण तयार करता? हा वर्ताव कसा?''

''मातोश्री... लाखेरीत त्यांनी दुर्दनेकसहित आपल्या तोफा, माणसे जाया केली, त्याचा सूड घेणे अनुचित काय? आपणांस नेहमी बोलता की 'अपयशाचा पराभवाचा बदला...''

''तो शत्रूसंगे... सोबत्यांशी नव्हे! आज सिंदे यांचेखेरीज तुमचे हितचिंतक उरले कोण? पाटीलबाबा पुणे मुक्कामी... जे घडले ते त्यांचे माघारी! ते तर पुण्यास कीर्तीचे ध्वज उभारीत आहेत.''

''शिंदे कावेबाज!... आपण पुणे येथे राहून तेथून दळे हलवत आमच्या मागे लावली.''

''चिरंजीव, अपसमज तरी किती करून घ्यावे? त्यास आपसांतला रक्तपात मंजूर नाही. किती वानग्या देऊ तुम्हांला? आपसांत भांडणेच करणे भावले असते तर तुम्ही स्वत: आणि अलिबहाद्दूर अडचणीत होता तेव्हाच तुम्हा उभयतांस लुटून घेते! पण महादजीबाबांची चाल तशी नव्हे!''

''ते काय आपला सलाह घेतात काय?''

''आम्ही त्यांचे कोण? आम्हांस डोळियांस दिसते ते सांगतो. राघोबा ७४

साली स्वयं उज्जैनीकडे आले होते, तेव्हाच त्याचा फन्ना करून यशाचे धनी होते... मोरोबावर झडप घालते... अलिबहाद्दूरास पकडते... गुजरातेत फत्तेसिंहची कधीच चंदी करून टाकते... पण त्याची नियत अशी नव्हे. त्यांच्या सलाहाने लाखेरीचा संग्राम घडता, तर आनंदाने जल्लोष केला असता. तोफा सोडल्या असत्या... पण त्यांनी उलटपक्षी गोपाळदादास 'भेलशा'स अटकेत ठेविले... हे प्रसंग काय सांगतात सुभेदार?''

''अवघा देखावा मातोश्री, अवघा देखावा प्रेमाचा.''

''चिरंजीव, ज्याने राघवगडकरास व गोहदवाल्यास चणे चारले, इस्माईल बेग अन् गुलामकादरास धुळीस मिळवले, 'गाडडा'चा (गॉडर्ड) गर्व उतरवला, राजपूतांचा फन्ना उडवला, त्या महादजी पाटीलबाबास तुम्हांस संपवणे कठीण होते? ...पण चिरंजीव, ते भाऊपणा जाणतात... थोरल्या सुभेदारांचे उपकार जाणतात... होळकरांचा हात आपल्या हाती निरवला आहे याची याद ठेवतात.''

''व्वा व्वा व्वा... मातोश्री, आपणांस त्यांचे कर्तृत्व तर मुखोद्गत दिसते. त्यांचे झेंडे मिरवता, मग आम्ही आजवर काय गवऱ्या थापल्या?''

''चिरंजीव, आपणही बहुत पराक्रम केलात, पण त्यास चढती कळा ना दिलीत. आज तर केवळ उतरती कळा लागली, हे सत्य! तुम्हीच मनी विचार करा. सिंदे-होळकर बरोबरीचे! आज सिंदे श्रीमंतांचे 'कंठभूषण' झाले... आणि तुम्ही? केवळ घरच्या लढाया... घरची गाणी... घरची उठाठेव! नारोस मारले हे तुमचे शौर्य! रखमेचे महाल उठवले ही तुमची योजना... त्या मल्हारास आवरावे तर त्यास सुभेदारी द्यायच्या गोष्टी, सरदार करायच्या गोष्टी. तिकडून श्रीमंतांकडून रोजची डाक... पुढे निजामाची बडी मसलत...त्याचा विचार तिळमात्र नाही. बहुत दिवसांची दौलत तुमच्या नाकर्तेपणाने उतरणीस लागली; त्याची खंती नाही. या घरच्या गुंत्यात पाय घालून बसलात... बहीण-मेहुणे गेलेत तर दोन वर्सें भेटीस फुरसत नाही तुम्हांस! अहो, हे काय वागणे की काय?''

''आम्ही दौलतीचीच कामे करतो ना? फुरसत कुठून काढावी?''

''तुम्ही करता ती संसारातल्या किड्यांची कामे! दौलतीचे काम म्हणजे धन्याची चाकरी चिरंजीव! ती कितीक घडते? आज शिंदे पुण्यात आहेत तोवर तुम्हीही पोहोचावे की नाही? एक वेळ तुमची जिद्द कशी होती त्याची याद माझे मनी आजही ताजी आहे. एकदा डबई (डीबॉयन) स्वत: बोलला की, 'होळकरांकडील सरंजाम नसता तर या डबईचा कारखाना बरबाद झाला असता' यावर पाटीलबाबांना तुम्ही बोललात, ''श्रीमंताचे प्रतापे करून सिंदे-होळकर ज्या रणांगणी; तिथे अपेशाची दाद ती काय? माझ्या बापाने कच्छी अन् राठोड शंभरदा पाय पसरून मारलेत... त्यांच्या कुळाचे आम्ही!'' चिरंजीव, कुठे गेलेत ते दिवस? तो पराक्रम?... अवघा दारुच्या बुधल्यात बुडाला... कलालाचे दारी सांडून गेला... तो भाऊपणाही हरवला... लाखेरीत पराजय पावलात म्हणून उज्जैन लुटलेत तुम्ही... का? मग सिंद्याच्या नावे बोंबा कशास मारता? ही रीत

कुठली? सिंदे-होळकरांची दुही दौलतीस बहुत अपाय करेल चिरंजीव... नाना फडणीसांना हा बेबनाव निपटायास हिंगणे अन् कात्रे हे वकील पाठवावे लागतात... इतकी अधोगत कशी करून घेतली चिरंजीव...? कुठे गेला तो पराक्रम?''

''पराक्रमास फौजा लागतात... त्या पाण्यावर चालत नाहीत, मातोश्री... आम्हांस खर्चाची सदैव वोढ...''

'खामोश व्हा; चिरंजीव!... छावणीचे दिवस आम्ही कधीही उघडे पडू दिले नाहीत. आजही पाच लक्ष भरून शिंदे यांचेशी सलूख घडवला. हे पैसे खाजगीतूनच देतो आम्ही... तुम्ही दोन-दोन सालांची अंगावर कर्जे घेता... आणि ती कुठे जातात? ... माझ्या नात्यास शोभणार नाही ते वदवायास लावू नका... माझा पैसा तुमच्या व्यसन-शौकासाठी नव्हे. दौलतीसाठी चाकरीवर जा... उघडे पडू देणार नाही. आता तरी मसलतीत हजर व्हा... इतके करा!''

''मातोश्री... मजला आपण 'पुणे' मुक्कामी धाडता हे तरी बरे की काय? माझी प्रकृती अशी... दो चार महिन्यांचा प्रांत... तिकडे गेलो तर पुन्हा रेवादर्शन होऊन, वडिलांचे पाय दिसतील हे असकत...''

''चिरंजीव... आता आमचा तरी काय भरोसा? अडुसष्ट संपून सत्तरीकडे निघालो आम्ही... आमचेच पाय राहतात की नाही ही स्थिती!... खरी गोष्ट ही की आपणांस पुत्रमोह सुटत नाही... घरचा गुंता तोडवत नाही. आमच्या पायांची मातब्बरी ती काय?''

''मातोश्री, देशी जावेसे वाटत नाही. बहुत संशय येतो तो मृत्यूचा!''

''मजसी हे वागणे मान्य नाही. आपला बदनक्षा होतो याची लाज कुणी ठेवायची? यावत् प्राण धन्याची चाकरी घडलीच पाहिजे. वीराची भूषणे ल्यावी अन् वीरगतीस भ्यावे हे ब्रीद शूराचे नव्हे. मृत्यूस काय भ्यायचे? जाणे नसेल तर स्पष्ट सांगा... आम्ही स्वत: फौजेसंगे हजर होतो. तुम्ही मग इथेच मरुन जा... 'मरणाचे भय शूराने कुरवाळत बसावे' हे बघणे आम्हांस शक्य नाही आणि आम्ही बोलू तसे करू... आपणांस जाणे नसेल तर आजच्याच सायं-मुहूर्तावर आम्ही रेवापार होतो... आपण आणि आपले पुत्र इथे हुतूतू घालत खुशाल बसा... याउपर मजला अक्षर बोलणे नाही!''

''मातोश्री, आपले धैर्य अलौकिक... जातो आम्ही, पण यापुढे ही सुभेदारी पेलणे असकत... ती कुणास द्यायची याचा एकदा निर्गम करा. आज अवघे याच अमिषाने एकत्र आलेत. त्यास इथेच हाकारा द्या. त्यांच्यासमोर अवघे होऊ द्या...''

''मुळीच नाही चिरंजीव,... ही सारी गरम तेलाची बुधली... त्यास काडी कशास लावता? आधी आपला विचार ठरवायचा... मग वाच्यता करायची. आमच्यामते मल्हार कुठल्याही कामाचा नव्हे.''

''पण मातोश्री, तो लिहिण्या-पढण्यात हुशार... कारभार चांगला करेल.''

“चिरंजीव, दौलत नमूदास आणण्यास नियत-शाबुती लागते. मल्हाराच्या हुशारीचा फायदा तिजोऱ्या रिकाम्या करण्यात होईल हे ऐकून ठेवा... काशीराव जन्माचा थोडा अधू पण शाबूत-नियत... बापू होळकर शूर. तेव्हा काशीरायास सुभेदारी व बापूस सैन्यसरदारी द्यावी...”

“मातोश्री... बापू आमचा पुत्र नव्हे, तरी...

“तुम्ही आमचे पुत्र होता?”

“आपणांस कुळपुत्र असता तर?”

“कुळपुत्र मल्हारसारखा असता तर सरदारी तुम्हांसच दिली असती. फारतर सुभेदारी त्याजकडे ठेवली असती. सैन्य - सरदारी देताना शौर्याचाच विचार अधिक असावा... कुळवंशाचा विचार नसावा चिरंजीव!”

“ठीक आहे... ही योजना सर्वांस सांगून मुहूर्त काढावा. आपल्या हस्ते शिक्के द्यावे... आम्ही पुण्याहून मान्यता आणतो.”

“चिरंजीव... पुणे येथे त्वरित निघावे. आधीच बहुत विलंब झाला...”

“आम्ही मरावे असे म्हणता तर उदयीकच निघत आहोत.”

“जाणेचे वेळी अभद्र ना बोलावे. आणि खरे तर मृत्युइतके सत्य इतर काहीच नाही. आजवर पावलोपावली हे सत्य बघत आलो. आता तर वय झाले. त्यास भिऊच नये... जे तुम्हांस तेच आम्हांस!”

... खलबतखान्यातून बाहेर आले तो ओसरीवर, दरबार-कक्षात बहुत गर्दी... सगळेच उत्सुक... अहिल्याबाईंनी सर्वांस सुभेदारी... सैन्यसरदारीचा निर्णय सांगितला. सर्वांनी मेजवानीस थांबावे असे सांगून त्या अंतर्कक्षात निघून गेल्या. तिथे एकच गलबला उठला.

जेवणाचा थाट पंचपक्वान्नाचा होता. उदाबाईंनी स्वत: उभे राहून सारी पाकसिद्धी करून घेतली होती. करंज्या, बासुंदी, चिरोटे, पुरणपोळी, शिरा... आज नानातऱ्हा जेवणात होत्या. सगळीकडे उदबत्त्यांची झाडे, खाशांपुढे समया लावण्यात आल्या. सप्तरंगी रांगोळ्यांसाठी महेश्वराचे खास कलाकार होते. त्यांनी पाना-पानांभोवती वेलपत्ती रेखाटली. अत्तराचा फवारा उडवला गेला. भोजनोत्तर गोविंदविडे! अनू आणि नारो गणेशाची सून या दोघी यासाठी भिर्रभिर्र राबत होत्या. जेवणानंतर थोडी वामकुक्षी होऊन पुन्हा पुढची बोलणी व्हायची असे ठरले. उदाबाई मोठ्या कौतुकाने अहिल्येस म्हणाल्या, “वहिनी... आपणांस तर कधी सुपारीचे खांड खाताना पाहिले नाही. माझे भाऊ गेल्यापासून मिष्टान्नेही सोडली... पण हे सारे करण्याचे लक्षात तरी कसे राहते तुमच्या? अहिल्याबाईंना या क्षणी हरकुआईची तीव्र आठवण आली. त्या असत्या तर यावेळी खचितच म्हणाल्या, ‘अहिल्याबाई, तुम्हांस सारे समजते’...

त्यांना घेण्यास कुणालातरी त्वरित पाठवायचे हा विचार मनी पक्का झाला. उदाबाई विचारातच होत्या, "सांगा ना वहिनी... कसं रहातं सगळं लक्षात?"... अहिल्याबाई हसल्या. म्हणाल्या, "अहो, तुम्ही सगळे जण माझी ही कौतुकं करता ना? म्हणून रहातं सारं लक्षात. उदाबाई... किती रोडावलात?... काय होत होतं?"... त्यावर काही उत्तर देणार तोच तिरीमिरीत आलेला मल्हार समोर उभा राहिला. त्याच्या मागोमाग तुकोजी होळकरही धावतच आले. काशीराव आले... बापू होळकर आले... जो तो मल्हारास आवरू लागला. मल्हार तिरीमिरीतच होता. ओरडून म्हणाला, "कुणास सुभेदारी देता? अजून माझा बाप जिवंत आहे तोवर? बाप आहे तोवर वस्त्रे कुणास मिळायची नाहीत... आणि देऊन-देऊन कोणास देणार? तर त्या पांगळ्यास?..."

"मल्हार, काय हे बोलणे? बापास 'वडील' म्हणतात इतकी अक्कल तुम्हांस नाही? आणि काशीरावांस 'पांगळा' ऐसी हेटाळणी करण्यास लाज कशी येत नाही? आधी 'वाचा' धड करा, नाहीतर गांडीवर चार छिमट्या ओढण्यास आम्ही कमी करणार नाही. तुम्हांस आमच्या माहेरची अनू दिली म्हणून तुमचे बेबंद वागणे आम्हांस सोसणार नाही. अहो, ही काय रीत बोलण्याची?"

"आम्हांस अडगळीत ठेवून, काशीरावांस व बापूस वस्त्रे देता ही तुमची रीत बरी आहे?... आम्हांस जावई केले ते अपमानासाठी?"

"तुम्हांस अडगळीत टाकणे आम्हांस सुखाचे की काय? पण तुमची बंडाई बहुत झाली. कुणासही लुटावे, छापे टाकावे, मळईखोरी करावी. अवघी पेंढाऱ्याची लक्षणे... शूराची नव्हे मल्हारराव! आमच्या देखता हे प्रताप! तुम्हांस काय वाटले? अनूसाठी तुमचे वागणे खपवून घेईन? बहुत चुकलात... बहुत चुकलात! एखादा असता तर गळ्यातला ताईत होता..." अहिल्याबाई दुःखाने म्हणाल्या.

"आता आम्ही आमचाच गळा कापून घेतो नाहीतर काशीरावांचा कापतो... यापुढे जे सुचेल ते करीन... पण अडगळीत पडणार नाही. मनगटात जोर आहे... अंगात रग आहे. वस्त्रे कुणाला द्यायची ती द्या... पण मग आधी माझा वाटा वेगळा करा... वाटणी करा दौलतीची! आमचा भाग आम्हांस द्या... तिथे पाय रोवून अवघी दौलत समेटून घेईन. तेव्हा माझे शौर्य दिसेल अन् तुमचे डोळे उघडतील."

"खामोश" अहिल्याबाई गरजल्या. तुकोजीकडे बघत बोलल्या, "पाहिलीत ना मल्हाराची तऱ्हा? यास आम्ही कैद का करू नये? आमचे समोर इतकी जबान?"...

हे ऐकताच मल्हार तिथून वेगाने आतल्या गृहात गेला. अनू हसत सामोरी आली. स्वामी फार दिवसांनी आले म्हणून विडे घेऊन पुढे गेली. तिचे हसू गालातच राहिले. मल्हाराने हाताने तिचे कुंकू पुसले अन् तिला दूर लोटून दिले! ती उठून उभी राहते तोवर मल्हार वाड्याच्या पायऱ्या उतरून, घोड्यावर मांड टाकून किल्ल्याच्या उतारावरून निघून गेला... दिसेनासा झाला. हे सारे क्षणार्धात

घडले. त्याच्यामागे येणाऱ्यांना रडणारी 'अनू' अन् घोड्यावर उधळत गेलेले मल्हारराव इतकेच दिसले. अनूचे पुसलेले कुंकू बघून अहिल्याबाईंच्या संतापाला पारावार राहिला नाही. त्या तुकोजीस म्हणाल्या, ''मल्हार बहुत माजला. चिरंजीव, पुत्राचे गुणदोष तुमचे ध्यानात कसे येत नाही? त्यास बेमुर्वत होऊन दौलत राखण्याच्या गोष्टी करवत नाहीत. घरी, दारी, सरकारात, कारभारी सुद्धा बदनाम व्हावे व आपण कर्तव्य-क्रिया सोडून पुत्रासहित पापाची विशेषता करावी यास काय म्हणावे? आपले हित-अनहित बघाल की नाही? इतका नाश होऊनही समेट नाही. तेव्हा आता तुम्हीच धन्यापाशी जावे, कोणास सुभेदार, कोणास कारभारी करायचे ते करावे. जे करणे ते करा. उपरांत तेथील अन्वये मी वस्त्रे देईन... पण मल्हारास इथल्या मुत्सद्यांची अनुकूलता नाही. माझे ग्रंथाची आता मला काळजी नाही. शेवटची चार दोन पाने. तुमचे तुम्ही आता बघा. पुत्रांचा प्रकार अवघा हा असा... हा वाद पुरे! तुमच्या पुणे मुक्कामाची सिद्धता करणे, एवढा एकच कार्यभाग...! त्यासाठी काय जो पैका लागेल त्याची जुळणी सायंकाळी बघू... आता विश्राम करा... बहुत मन - कष्ट झाले...!'' यावर सगळे पांगले. सायंकाळी मुकुंदहरी, गणपत नारायण, हिंगणे, कात्रे हे नानांकडचे वकील या सर्वांस आवतणे होती.

त्याच दुपारी पुण्याहून डाक आली. त्यात एक श्रीमंतांचे व सोबत अप्पाजी जगदेवांचे पत्र होते. देवराव हिंगणे व बळवंतराव कात्रे यांसही पत्रे होती. श्रीमंतांनी लिहिले होते,

गंगाजळनिर्मळ अहिल्याबाई यांस दंडवत...

मजकूर ऐसा जे : -

'बडोदे येथे मानाजी गायकवाडांचा काळ झाला. तेव्हा गोविंदरावांचा पुरस्कार करून त्यास ३-१२-१७९३ रोजी वस्त्रे देण्यात आली. त्यासाठी आम्ही सुभेदारांस बडोद्यास जाऊन हा समारंभ संपन्न करावा व तेथे काही दिवस राहून चाकरी करावी असे लिहिले. आणि त्यांनी फौजेसह परस्पर गुजराथेत जावे ऐसे सुचविले. परंतु प्रकृति-कारणास्तव त्यांनी ही कामगिरी स्वीकारली नाही हे बहुतच अनुचित... त्यातून गुजराथेतल्या महसुलात वाटणी मागणे हे तर पातकच! त्यांनी मागितली. आपण आजवर बोललात तेच खरे! पैसा यांचे प्रभू... महेश्वरी राहून लौकिक होणार काय? तरी आपण तुकोजीस त्वरित पुणे मुक्कामी पाठविण्याचे करावे. पुढे मातब्बर मसलत आहे.'

सहीशिक्का असे...

'श्रीमंत सवाई माधवराव'

दुसरे पत्र अप्पाजी जगदेव यांचे होते. त्यांनी लिहिले होते की? :

'पुणे येथे होळकरांच्या नाकर्तेपणाची चर्चा आहे. महादजी शिंदे यांचे सामर्थ्य वाढते आहे. पेशव्यांवर त्यांची पूर्ण छाप... दरबारातही वर्चस्व झाले. पेशव्यांचे मनरंजन ते चांगलेच जाणतात. शिकारी, कुस्त्या यात पेशव्यास थोडी मोकळीक... अन्यथा नानांच्या शिस्तीने व दडपणाने ते कावले होते. नानांचे मनी शिंदे यांच्याशी स्पर्धा उत्पन्न झाली असून ते व हरिपंत तात्या जपून आहेत. स्नेहाचे लक्षण वाढताच नानांचे मनी काय विकल्प आला माहीत नाही, परंतु पेशव्यांवर सक्त देखरेख आहे. खुले दरबार कमी होतात. कारण बाजारी समजले ते बाजीराव रघुनाथांशी संपर्क ना यावा म्हणून देखरेख ठेवली आहे! नानांच्या परवानगीवाचून पेशव्यांनी स्वारी शिकारीस जाऊ नये व कोणास भेटू नये असा बंदोबस्त झाला आहे. प्रत्येक खुल्या दरबारात शिंद्यांचे आणि नानांचे जाबसाल झडतात... नानांजवळ उत्तरे नसतात. शिंद्यांचे सरकारकडे ९ कोट घेणे होते. त्यापैकी चर्चेत पाच कोट मंजूर झाले असून त्यासाठी नवीन पिकलेल्या प्रदेशाची पूर्ण वहिवाट त्यांना दिली. देणे फिटले की पेशव्यांचा हिस्सा सुरू करावा असे ठरले. सध्या पुणेभर चर्चा पाटीलबाबांचीच आहे. आपलेकडून चाकरी घडत नाही ऐसा प्रवाद... हा वारणे असेल तर सुभेदारांनी त्वरित येणे आवश्यक...! ऐकले, पाहिले ते श्रुत होय!'

आपला विश्वासू,

'अप्पाजी जगदेव'

''पत्रे तर बहुत मुहूर्ते आली... आज शिरेदरबारपुढे ठेवता येतील... अवघे बोलतात ते सत्यच! आता सुभेदारांस पाठवणे अगत्याचे''... असे म्हणत अहिल्याबाई उठल्याच! त्यांनी दोन्ही पत्रे तुकोजीपुढे ठेवली... पत्रे वाचून होताच त्यांचा चेहरा खापरागत झाला... ते मुकाट उठून गेले.

सायंकाळी सर्वानुमते चर्चा होऊन काशीराव व बापू होळकर समागमे घेऊन 'पुणे' येथे जाण्याचे नक्की झाले. अक्षय्यतृतीयेचा मुहूर्त निश्चित झाला. 'अविलंब येत आहोत' अशी पत्रे लिहिली गेली. आता अहिल्याबाई निश्चिंत झाल्या. निरोपाची वस्त्रे सायंकाळीच शिरेदरबार अहिल्याबाईंनी सुभेदारांना दिली. शिरपेच, तुरा, मोत्यांची माळ, दोन सफेद वस्त्रे व शालजोडी दिली. निरोप-विडे दिले. मुहूर्तावर रेवापार होणार, तेही अशासाठी की, पुण्यास होळकरांची बातमी गेली की सिंदे यांनाही 'श्रीमंत' निरोप देणार नाहीत. दोघा सोबत्यांच्या गाठी व्हाव्या, भाऊपण पुन्हा शाबीत व्हावे, सलूख मनातून व्हावा

याविषयी अहिल्याबाईंस आतुरता होती. सिंद्यांचा आधार आता अधिक मोलाचा झाला होता. त्यासाठीच सारी घाई होती... पण... पण... ... अप्पाजी जगदेवाने बहुत अभद्र वार्ता खास डाकेने पाठवली होती. बारा फेब्रुवारी रोजी 'महादजी शिंदे' यांचा प्राणान्त झाला... गेले काही दिवस अधून-मधून ज्वर येई. वैद्य म्हणत, 'शैत्यज्वर... योजनाही तैसीच'... पण दुखणे अचानक चढे झाले. नाना, हरिपंत येत... श्रीमंतही येऊन भेटून गेले. पण अचानक ज्वराचा जोर झाला... सहा-सात वैद्य औषध करीत, पण कुणाचाही गुण ना आला... शेवटी बोलणेही बंद... वाचा बंद झाली होती... अहिल्याबाईंचे हातून पत्र गळून पडले. त्यांनी सायंनौबती बंद करवल्या. तुकोजीचे डेऱ्यात वार्ता पाठवली. तुकोजी त्याच पाऊली आले. उभयतांनी स्नाने केली. बहुत श्रमी झाल्या बाई... दौलतीचा स्तंभ पडला म्हणून बहुत शोक केला. बाई बोलल्या, ''बहुत चतुर व शूर असामी अंतरली... दाब तरी किती जणांवर राखला? निजाम, इंग्रज, तयपूर, जमानशहा, शीख सरदार, वजीर अशांकडे स्वतंत्र कारस्थाने ठेवावी लागली... प्रतापसिंग, गोसावीभाऊ, चेतसिंग, काशीनरेश, राघवडकर चव्हाण, इस्माईलखान, खुद्द बादशहा अन् त्याचे मंडळी इतकी धेंडे पोसली. बहुत दूरंदेशी... आता अशी असामी होणे नाही...'' तुकोजी मात्र फारसे दुःखित नव्हते... त्याचाही अहिल्याबाईंस खेद झाला. मनी म्हणाल्या, 'यास काळीज तरी आहे की नाही कुणास ठावके?'... मग पुन्हा संशय उकरीत बोलले, ''एवढा पहाडासारखा माणूस एकाएकी जातो कसा? मजला तर पुण्याचा प्रांत बरा दिसत नाही... आमचे असेच व्हायचे... तिथे महागाई, जाण्याचे कष्ट, जवळ कुणी नाही... आम्हांस खचित तुम्ही मरण्यासच पाठवता.'' यावर अहिल्याबाई चिडून म्हणाल्या, ''जायचे तर जा... नाहीतर बसा इंदोरात... माझ्याकडून मी रवाना केले... तुम्ही अन् तुमचे कर्म... आम्ही काय बोलावे?'' ...आणि उठून गेल्या. तुकोजी तसेच डेऱ्यावर आले.

आज तारीख चोवीस आली. अक्षय्यतृतीयेचा मुहूर्त तर कधीच गेला. रोज उठून पैशाचे तगादे लावावे... फौजेत धरणे बसवावे. त्यातून मल्हाररावाने फौज गोळा केल्याचा गवगवा आला. वार्ता धाडली की 'भैरवीच्या यात्रेस जातो'... पण अहिल्याबाई समजल्या की 'हा आता काहीतरी घातपात केल्यावाचून राहत नाही. त्यांनी काशीरावास व बापूस बोलावले. म्हणाल्या, ''मल्हारास समजावून आणावा... न आल्यास धरून आणावा. बळास आला तर लढाई करावी पण त्यास जाया ना करावे. त्यास आणा नाहीतर अवघेच इथून काळे करा, मजसी साहण्याची शक्ति ना उरली.'' ते दोघे सैन्यासह जाताच सुभेदारांनी मागोमाग पाचशे स्वार पाठवले. मग अहिल्याबाईंकडे येऊन म्हणाले, ''मातोश्री, पुत्रांची दशा ऐसी... सर्वांस मल्हारापासून सावध राहणेचा निरोप धाडणे आहे. दुकाने आटपावी, घोडी लपवावी... मल्हाररावांचे हाती पैका ना लागावा. दुर्दनेकासही निरोप दिला की, 'तुम्ही व बापू

एक व्हावे व मल्हारास घेरा घालून, आटोपून आणावे... आता इंदोरास जातो. तिथून काय ते लिहीन...'' अहिल्याबाई इतकेच म्हणाल्या की, ''चिरंजीव, पुण्यास न जाण्याचे निमित्त बरे काढले... मल्हारची बंडाई आजच उगवली की काय?... पाटीलबाबा गेले. श्रीमंतांनी आता बघावे तरी कुणाकडे?... मर्जीस येईल तसे करा. आता आम्ही फक्त पैसा देण्याचे अधिकारी... आमचे कर्तव्य केले... आपले आपण बघा.''

पण डेरे तसेच होते. फौजांची धरणे रोजमुऱ्यासाठी बसली होती. अहिल्याबाई मनी म्हणाल्या, ''कसाही गवगवा करून मजकडून पैसा काढावा... मला खुळी समजतात की काय?... मजभोवते हंगामे करतात. अजून जाण्याचे चाकरीचे नाव नाही. एक दिवस मीच उठेन अन् फौज घेऊन पुण्यास चालू लागेन...''

मल्हारास पकडण्यास फौज पाठवली अन् मनी उदास होऊन तुकोजी अहिल्याबाईंकडे वाड्यात आले... आले ते एकदम हमसाहमशी रडू लागले. अहिल्याबाईस काहीच कळेनासे झाले. त्या आश्चर्याने म्हणाल्या, ''चिरंजीव! हे झाले तरी काय तुम्हास? ... इतके रडता ना तर मी तुम्हांस कधी देखले ना पाहिले... पुत्र तर सारे ठीक आहेत? की काही अशुभ वार्ता?...'' त्यावर मानेनेच नाही म्हणत तुकोजींनी डोळे पुसले. रडतच म्हणाले, ''मातोश्री... आता आमचे सरले... हे पाय आम्ही पुन्हा देखत नाही. पुत्रांची दशा ही अशी!'' यावर अहिल्याबाई एकदम म्हणाल्या, ''कुणी केली त्यांची ऐसी दशा?... तर तुम्हीच चिरंजीव... इथे आमच्या वाड्यात येऊनही तुमचे, पुत्रांचे डेरे तिकडे पडतात... पुत्र मातले... अनावर झाले... आपणांस मसलतीस जायला सवड नाही... पैसा पुरत नाही... या सगळ्याच्या मूळ गाठी तुमच्या अनिवार्य मद्यपानात आहेत चिरंजीव! आपण प्यावे, पुत्रास द्यावे, अगदी राधी रक्षेसकट सर्वांनी उदकाप्रमाणे दिन-रात अपेयपान करावे... त्यापायी अवघा गुंता... त्यासाठी डेरे तिकडे... त्यापायी पुत्र मातले... कुठे जावेसे वाटत नाही... कारण हेच! मसलतीत मद्यपान जमणार नाही मग मसलतच नको... दिनरात प्यावे... खावे... पैसा ओरपावा...फडणिशी बघू नये... हिशेब बघू नये... त्यांनी पैसे खावे... नोकरांनी उचलावे... नारो गणेशाने काय केले, कशापायी केले, ते कसे इतका पैसा जमा करू शकले, याचा विचार करा चिरंजीव... विचार करा! अहो, एकेकाळी केवढे शौर्य गाजवले तुम्ही! मजला बहुत धन्य वाटे की होळकरांचा वसा चालला... पण चोरपावलांनी अवघे दुर्गुण आपले ठायी ठाण मांडून बसले...''

''पुरे पुरे मातोश्री... बहुत गुन्हे घडले... अवघी घडी मोडली... आता आपल्या पायांची शपथ... थोरल्या सुभेदारांची शपथ... मार्तंडाची आण कलालाची दुकानेच

उठवतो... बुधले ओतून देतो... आता बघाच तुम्ही? आम्ही सोडतो मद्य... पुत्रासही बंदी करतो... बहुत पश्चात्ताप पावलो.''

''तर मग अन्याबांना बोलावते, रावजी महादेवास बोलावते. त्यास मजकूर सांगा... सहीशिक्क्यानिशी ताकीद जाऊ द्या... ठिकठिकाणची दुकाने उठवा... चिरंजीव... बहुत सुखाचा निर्णय घेतलात... या मद्यापायी माणूस प्रकृतीने जाया होत आहे... युद्धात हार, जगण्यात हार, वादविवादात हार... चिरंजीव हे मद्य नव्हे... जहाल विष... जहाल!...'' तुकोजीरावांनी हुकूम तयार केले... ठिकठिकाणी पाठवले. दोन दिवस बाजारी नुसता गलबला उठला. अहिल्याबाईंना बहुत समाधान झाले... त्याच रात्री तुकोजी इंदोरास गेले.

चारपाच दिवसात इतकेच कळले की, मल्हाराने इंदोरास पेंढारी जमवले. बोलाचाली झाली. दुर्दनेक फिरंगी यांनी गोटास वेढा टाकला आहे. पण एका एक बापू होळकरास आलेले बघून अहिल्याबाईंनी जाणले की, काहीतरी विशेष... त्याच्या हातावर भलीमोठी जखम!... डोळा पाणी आणत म्हणाले, ''मातोश्री, आता बांधवपण राहिले नाही. दुर्दनेकचा वेढा बघून मल्हारराव बेहिंमत झाले... माझ्यापुढे तलवार ठेवत माझ्या गळा पडले... म्हणाले, ''बापूराया, मजला काय करणे ते करा... पण ही अपकीर्ति नको... आज एकत्र भोजन करू... रात्रीस नृत्य ठेवले... बहुत आनंदात सायंकाळ घालवली... पहारा अजून ठेवलाच होता... पण थोडा सैलावला! आम्ही उभयता निद्राधीन... मी बेसावध... एकदम मध्यरात्री गलका उठला... पाहिले तर मल्हाराने दोन पहारेकरी जाया केले होते... मजलाही मारण्यास उगारले तोवर दुर्दनेकने धाडसे हस्तगत केले. त्याचे छातीस वार बसला... माझे हातावर वार झाला... मातोश्री हा वार... ही जखम... आमच्याच रक्ताने आम्हांस केली. दुर्दनेकने बेड्या घालून कुलूप ठोकताच मजकडे बघत मल्हार बोलला, ''कुठे जाणार तू... बघून घेईन... असे तुज अन्न खाऊ देत नाही यापुढे''... अनू बिचारी हे सारे ऐकत रडत होती. पुढे काय होते ते ऐकत उभी! क्षणभरच अहिल्याबाई गलबलल्या... मग कठोर होत म्हणाल्या, ''संगे रामराव अप्पाजी व नागोपंत घ्या... आणि सरळ कुशलगडी कैदेत टाका. हे सारे आता हाताबाहेर गेले. चिरंजीवास सांगा की तीन वेळ धरले, सोडले. आता पुनःश्च पुत्रमोह आपणांस होईल... लोकांत छी-थू होते... अवघी दुर्दशा लोक बोलतात... पुन्हा मल्हाराची दहशत नासेल... जीवनराव अण्णा नागनीसास त्याचेवर ठेवा. व्यवस्था उत्तम करणे'' यावर अनू रडत जाताना अहिल्याबाईंनी पाहिली, बापू होळकराने पाहिली. ''सगळे दुर्दैवाचे खेळ!'' अहिल्याबाईंनी निःश्वास सोडला. बापूचे मनी काहीतरी घोटाळत होते... बोलावे ना बोलावे... तेवढ्यात अहिल्याबाईंनी विचारले, ''तुम्ही अजून अपेयपान करताच आहात... त्या रात्रीही मल्हारसंगती मद्यपान झालेच ना?

चिरंजीव इथून शपथा घेऊन गेले... हे सारे दुसऱ्यांदा बरं! दुसऱ्यांदा शपथा!... दुकाने उठवली... त्याचे फलित काय?'' याजवर मान खाली घालत बापू म्हणाले, ''यत्न चालू आहेत... मातोश्री, त्याची पकड जबरदस्त... सुटतासुटता - सुटेल... माझे मनी एक कागद तुम्हांस द्यावा, असे आहे... देवराव हिंगणेचे... पत्र... आम्ही नकलून घेतले... आपल्या अवलोकनार्थ!'' यावर अहिल्याबाईंनी उसासा सोडला - ''बापू... काय असणार त्यात? इथल्या या दुर्दशेचे वर्णन... मल्हाराचा बंडावा... चाकरीची दिरंगाई... मद्यपानाचा अतिरेक, फौजेचे धरणे... बापू... कमअधिक वीस लक्ष दिले तरी फौजेचा हंगामा... एकाचे देणे वाटत नाही, चाकरीस झडाडून निघावे ते नाही... सारी दशा देवराव समोर चाललेली... तीच आम्ही पुन:श्च वाचावी आणि व्यथित व्हावे असेच ना? पण द्या...वाचते... त्यांची दृष्टी समजेल...द्या'' पत्र १-१२-९३चे... आज 'मे' महिना सरत आला... त्यांनी वाचण्यास सुरुवात केली...

''महेश्वरी अहिल्याबाईंची भेट घेऊन नंतर तुकोजीबाबांचा भाव ध्यानात आणता बोलणे करणे, पक्व विचार, शाश्वतबुद्धी व दुरंदेशी बाईंपाशीच! बाबांपाशी शेरपीठापासून महेश्वरीहून जाईल, तो कालक्षेप! कायम मिजाज वा मसलतीस पक्वता यांस ठिकाणा नाही. बाईंखेरीज काहीएक सिद्धीस जाणे नाही. होळकरांचे दरबारी वाद पडलेला. शिंदे-होळकरांची एकमेकांस पत्रे जाणेही बंद. अशा स्थितीत महेश्वरी सर्व समजावीस करून, बहुत ममतेने खातरजमा करून, मग इंदुरास तुकोजीबाबांकडे आलो. त्यांची भेट झाली. त्यांनी उत्तर केले, 'मजला देशी मसलतीस ठेवून, कारभारियांनी खराब केले. शिंद्यांशी झुंजू नका ऐशी थांबाथांब केली' ऐसी भाषणे बहुतच श्रमयुक्त झाली. ते दिवशी सांत्वन करून विशेष ना लांबवता घरास आलो. दुसरे दिवशी बोलायचे होते तितके बोललो. तथापि तुकोजीबाबांची बहुवशता फार आणि करण्याचा प्रकार एक सुद्धा नाही. कै. मल्हारजी, सुभेदारांची बोलण्याची तऱ्हा आणून बोलू लागले. मी स्पष्ट सांगितले, 'अगोदर बाईंचे संमत उघडपणाने माझ्या प्रत्ययास आलेवर, उपरांत धन्यास लिहीन. तेव्हा फजित झाले. बाईंशी बोलण्यास ठिकाण नाही. बाईंनी पूर्वी भविष्य केले होते व बाईंचा निश्चय की, जे करणे ते सरकारात दाखला देऊन, तेथील विचार करणे. पाटीलबाबांकडे शब्द आणायचा मजकूर थोडाथोडा बोलिले. मुख्यत्वे बाईंस अभिमान पूर्ण पडला आहे की, कै. मल्हारराव होळकरांचे निशाणाचा आब लाखेरीच्या लढाईत गेला. तो सरकार चाकरीने, मसलतीने आणावा. आपण आहोत तोवर रक्षावा. सरकार - चाकरीस बेउजूर असून कारभारी यांचे विचारे सांगतील तसे चालावे. तुकोजीबाबांचे शरीर अर्धे वायूने गेले. तशीच तजविज व कायम मिजाजी व मसलतीचा अर्थ झाला आहे. जेष्ठ चिरंजीव काशीराव. त्यांचा एक हात, एक पाय वायूने कमी जन्मत:च आहे व तद्वतच बुद्धी, मसलत व कायम मिजाजी, कनिष्ठ चिरंजीव मल्हारराव त्यांची अवस्था सर्व स्वामीस विदित झालीच आहे. बापूजी होळकर पुतण्या आहे. तो मात्र

स्वारी शिकारीच्या व चाकरीच्या उपयोगी, त्याचे ठिकाणी यांसी द्रोहबुद्धी विशेषच झाली आहे की, माझे पुत्र मागे पडतील. यास्तव पुत्रास रुढीस घालावे. पुत्र जेष्ठ रुढीस घालावे तर कनिष्ठ मल्हारराव म्हणतात की, 'त्यास जीवे मारीन'. जेष्ठ पुत्र म्हणतात की, मी जेष्ठ टिक्याचा धनी! मुख्यास पुत्रमोह विशेष झाला. व्यसनासक्ति सर्वांसच! मादक वस्तूंचा संग्रह! तेव्हा सर्वांस जमा करून आम्ही सांगितले की, 'याने बहुतांचे नाश झाले, आपण संग्रह करता हे ठीक नव्हे.' समय काय गुजरला आहे व अभिमानरहित होऊन तोच उद्योग चालवणे उचित नाही. आपले रुबरु कोणी बोलत नाहीत. परंतु जग विरुद्ध झाले आहे. कैलासवासी सुभेदारांचे पुण्याचे पुंज बहुत होते. त्यांचा खर्च होत होत, आपणही तेच पुण्य खर्चिता. पापोत्कर्ष विशेष झाला. पुण्यसंग्रह सरत आला. तुम्ही सरदार थोर, केवढे तुमचे मान! त्यास हा बट्टा आहे. म्हणून पुत्रासहित जमा करून बोलणे झाले. त्यावरुन पुत्रांकडून व आपण श्रीमंतांचे पायाची, बाईंचे पायाची व श्रीमार्तंडजीचे पायाची शपथ करून दरोबास्त मद्याची दुकाने उठवून, प्रांतात दरोबस्त मद्याची मनाई, चिठ्ठी वेगळी विक्री होऊ नये अशी निक्षून ताकीद झाली. याप्रमाणे आज पंधरा रोज चालले आहे. बाईसही संतोष झाला. मुख्य या दौलतीस अहिल्याबाईंचे पुण्य, धर्म व बुद्धी, कायममिजाज, एकवचन व श्रीमंतांचे चरणी निष्ठा व लौकिकावर दृष्टि, कर्तृत्व व पुरुषार्श आहे. स्वामींनी त्यांचा ममतायुक्त परामर्ष घेतला तरच निर्वाह आहे. दौलत खराबीत फार आली. बाईंनी आब भरला. पुढे निदर्शनास येईल ते खरे!''...

पत्र वाचून अहिल्याबाई म्हणाल्या, ''बापू... त्या शपथा किती टिकल्या? पुन्हा चिरंजीव चार-आठ दिसांपूर्वी शपथा करून गेले... काय झाले? आता गळा रुतला त्यास निघणे असकत... पण निदान तुम्ही पुत्र... तुम्ही तरी त्यापासून चारहात दूर राहावे ना?... मल्हारास पकडला त्या दिवशीही मद्यपान झालेच ना?''... यावर बाईंचे पाय धरत बापू होळकराने शपथ घेतली... ''मातोश्री... यावत् जीव मद्यपानास स्पर्श करणार नाही...!'' यावर हसत अहिल्याबाईंनी विचारले, ''बाबा रे कोणाचा जीव? आमचा की तुमचा?'' यावर लज्जित होत बापू बोलले नाहीत... मग विषय बदलत अहिल्याबाई म्हणाल्या, ''हे पत्रामुळे आम्हांस देवरावांची दृष्टि कळली. बहुत उत्तम झाले. बरे, आता तुम्ही त्वरित निघा. सर्व व्यवस्था करा.''

दरम्यान देवराव यांचेकडे मुंज झाली. त्यासाठी चार हजार दिले. बापूजी महादेव व मुकुंदहरी यांचेकडेही लग्ने काढली आहेत. त्यांना प्रत्येकी पाच हजार दिले. चांदवडाहून तेवीस हस्तलिखित पोथ्या आठ वर्षांपूर्वी आल्या. पण त्यात 'निर्णयसिंधू' ची पोथी नव्हती. ती नकलून घेण्यासाठी पाठवलेली मंडळी काल महेश्वरी आली. ती

आजउद्या येतील असा कयास होता. भारमलदादा हरकुआईंना घेण्यास गेले होते. त्या इंदुरी आल्याची खबर होती. कवि मोरोपंतांचे देहावसान झाल्याची वार्ता ऐकून अहिल्याबाई श्रमीच होत्या. त्यामुळेच ग्रंथांची आज पुन्हा याद आली.

तेवढ्यात देवराव हिंगणे आले. येताच म्हणाले, "मातोश्री... अशुभ वार्ता... हरिपंत तात्या फडके यांचा काळ झाला... नानांचा उजवा हात गेला मातोश्री!"

"अहो, सांगता काय? पाटीलबाबा गेले, मोरोपंत गेले, आता हरिपंत? सर्वांना झाले तरी काय? आमच्याकडेच देव अजून का देखत नाही? अहो देवराव, आता आम्ही काय दु:ख बघायचे राहिले? निदान अब्रू तरी आहे तोवर जावे!"

"मातोश्री... मग होळकरांच्या घरात उरेल काय?... मातोश्री, श्रीमंतांचे पत्र आम्हांस की, सुभेदार येण्यास विलंब करीत आहेत, तर तुम्ही उठून यावे. मातोश्री, त्यांची तजवीज काहीएक दिसत नाही. जेष्ठात मुहूर्त काढला, तो गेला ... आम्ही काय करावे? आपणच आज्ञा करा..."

"आम्ही काय सांगावे? तुम्हीच खुद्द जाऊन बघा... मजकडून वीस लक्ष गेले... अजून लाख दोन लाख देते पण चाकरीस जा म्हणावे... सगळीकडून मागण्यांचे मोहोळ यांनीच उठवले. मजकडे काही गुंता नाही..."

"ते आम्हीही पाहिलेच... आम्हांस गणपत नारायण, मुकुंदहरी यांनी खतावण्या दाखवल्या सुभेदारांनी केवळ मुहूर्त काढायचा, आणि निघणे घातवाराची कारणे सांगून पुढे घालायचे असे चारदा घडले. आम्ही श्रीमंतांस काय सांगावे?"

"आता एकदाच प्रयत्न करावा... आमचा जीव आहे तो चाकरी करायास लावू"... देवराव इंदुरास गेले. आणि हरकुआई वाड्यावर आल्या... अहिल्याबाईंस अपार आनंद झाला. त्यांच्यावाचून अवघा वाडा सुना वाटे. आधार सुटल्यासारखा वाटे. आल्याआल्याच त्या म्हणाल्या, "अहिल्याबाई... कसे गो निभावता हे सारे? मल्हाराचा हंगामा कळला... तो म्हणे अन्नपाणी घेत नाही. त्याची थोरली बायको गौतमा, तिनेही आकांत मांडलाय... ती पण उपासास बसली. सुभेदार म्हणतात, 'मातोश्रीस सांगा... आम्ही जिम्मा घेतो... त्यास सोडा... आम्हांस अन्न जात नाही..."

"आई... या रडकथांना कुठवर पुरी पडू तुम्हीच सांगा. यांना पुत्राचे अपराध दिसत नाहीत. तीन महिने तरी सोडत नाही... यास अवघा पोरखेळ वाटतो की काय? चाकरीस जाणे तर त्याजला सतरा मुहूर्त काढतात... त्यावर घातवार, घातमास, तिथी नक्षत्रांचा उतारा करून जाणे पुढे टाकतात..."

"अहिल्याबाई, 'सुलतानपूर' येथे रखमाबाईंच्या देही स्वस्थता नाही. हमेशा ज्वर येतो. नारो गणेशाचा वध केल्यापासून त्या ज्या गेल्या त्या पुन:श्च इंदूरास आल्या नाहीत..."

"आई... आता हे बोलूच नका. तेवढेच निमित्त 'पुणे' येथे न जावयास पुरेल...

नाहीतरी उभयतांची प्रीति काय ती जाणताच... एकमेकांची तोंडे बघणे टाकले... पुत्र सुद्धा वळून बघत नाहीत... सांगून तरी कोणी समाचारास जाणार असेही नाही... उगाच खीळ घालायला तेवढी उपयोगी पडेल...''

''आम्ही इंदोराहूनच आलो... पण बोललो नाही अहिल्याबाई! अवघे चरित्र पुढे असतांना कशास बोलायचे?... सुभेदारांना इथून वस्त्रे देऊन तुम्ही निरोप दिला ना?... आता गुंता कशाचा?''

''अवघी बेशिस्त... रिसाल्यास ऊंट नाहीत... घोड्यास बारगीर पोरगे नाहीत... चंदी नाही... कधी भिल्लांचा उपद्रव तर रजवाड्यांच्या कथा... बेसरंजाम! दुसरे काही नाही. असे बसल्याने परिणाम शुद्ध नाही आई... आता देवराव हिंगण्यास पाठवले आहे. आता त्यांना व त्यांच्या कुटुंबास मेजवानी देऊन बिदा करणे आहे... त्याच दिवशी सुभेदारांसही पुनःश्च वस्त्रे देऊन, शिरेदरबार बिदार करते... म्हणजे जनलज्जेस्तव तरी चाकरी घडेल...''

'देवराव हिंगणे' यांना थाटाची मेजवानी झाली. सुभेदारांस बोलावले होते. कुटुंबास देवराव चांदोरीस रवाना करणार! सुभेदारांच्या गमनाचा मुहूर्त जोशांनी आषाढ शुद्ध द्वितीया व सप्तमीचे मुहूर्त... द्वितीयेस काशीरावांनी व सप्तमीस सुभेदारांनी नर्मदा पार करायची... पण हे मुहूर्तही तसेच गेले. कशाची हजेरी... गणती नाही... मोजमाप नाही... पैसा आला, चालला, अशी गत. प्रत्येक वेळी काहीतरी अपत्याईच्या गोष्टी कराव्या. असे बारा-तेरा दिवस जाताच देवराव हिंगण्यांनी नेट दिला. असेच करणे असेल तर आम्हांस निरोप द्यावा. आता अहिल्याबाईंनीही चंग बांधला. उदयीक सर्व कारभारी वाड्यावर जमवले. जोशीने घटका घातली. अकरा घटकांचा मुहूर्त जाहीर केला. सुभेदारांस मोठ्या चौरंगी बसवून औक्षण झाले. सफेद शालजोडी, चंदेरी शेला, पागोटे, किनखापी ठाण, महमुद्या चंदेरी दोन याप्रमाणे डोई ठेवली... 'श्रीमार्तंडा'स दंडवत घातला आणि पर्जन्यातच दक्षणतीरी डेरे दाखल झाले. तेथे कारभाऱ्यांनी मोहोरा नजर केल्या. नावेत सुभेदारांनी पाय ठेवला मात्र, आणि शिक्काकटयारधारी राघोबा बदक्न पाण्यात पडला. नगारे नावेत चढवतांना एक नगाराच फुटला. पर्जन्यामुळे हत्तीस सर्दी झाली, ते दोन हत्ती दुसरेच दिवशी मृत्यू पावले... इकडे मातोश्रींचा पाय लचकला अन् पाऊल मोडले... दुखापत झाली. या सगळ्या अपशकुनांमुळे पुन्हा सुभेदारांचे मनी खतरा आला. बोलले, ''श्रीमंतांपुढेच आता मरुन जाईन...असे तसे ब्राह्मणांनी बुडवले, आता इकडेतिकडे कशास मरावे? लक्षणे शकुनही तेच सांगतात...''

इंदोरी पोहोचल्यावरही निरोप येत राहिले, ''मुहूर्त चांगला ना झाला... म्हणाल तर पुन्हा एकदा वडिलांचे पाय बघेन... नव्या मुहूर्ते निघेन...'' अहिल्याबाई या मुहूर्त

प्रकारास अगदी कंटाळून गेल्या... अखेर आषाढ वद्य द्वितीयेस पुन्हा नर्मदेअलीकडे सुभेदार आले. मुहूर्त काढणाऱ्या जोश्यास बहुत रागे भरले. बाईंनी सांत्वन केले. गणपतराव नारायण व बाळाजी लक्ष्मण या उभयतांस बोलावून कारभारीची वस्त्रे दिली. सर्व मंडळी उपस्थित होती. प्रथम दिवाणगिरीची साडेतीन वस्त्रे, पैठणी, लाल पोशाख, तिबट शेला, अष्टगोली, किनखाप अर्धे ठाण, महमुदी एक. बाळाजी लक्ष्मण यास मुतालकीची वस्त्रे जैनाबादी पोशाख, तिबट शेला! बाईंनी सरदारापासून सर्वांस शपथा दिल्या. "माझे जीवात जीव आहे तोवर, एखादी गोष्ट चुकेल तर मजला लिहावे. उपरांतिक मी सांगेन तसे करावे. परभारे काही करू नये, याप्रमाणे 'शपथप्रमाण' करून हाती हात दिले. प्रत्येकाने आपले दप्तरचे कागज झाडून मजसी दावावे. दिवाणास प्रत्येक कागद कळायला हवा. कोणी कुणाचा द्वेष न करता एकदिले, एकमते रहावे, आपापली कामे करून दौलत सांभाळावी. मागील गोष्ट झाली, तिचा वैरभाव धरू नये. 'वाहिली गंगा, राहिले तीर्थ' " असे बोलून कचेरी दरबार बरखास्त केला. सारेजण समारंभाने रेवातीरी गेले... सुभेदार नावेत चढले... अहिल्याबाईंच्या नेत्री पाणी दाटले... कारण मात्र कळत नव्हते. नाव दूर - दूर गेली... त्या पाहत राहिल्या... मागच्या कित्येक वर्षाचा पट नर्मदेवर जणू उलगडत होता... दृश्ये दिसत होती... सुभेदारांची आणि आपली भेट आता होईल - ना होईल... हरकुबाईंनी हात लावून तंद्री मोडली... त्यांना वाड्याकडे जावे असे वाटत नव्हते...इथेच... या नर्मदेत शांत - शांत व्हावे...

या मुहूर्तास सुद्धा एक हत्ती मेला... घोडी खाशी मातब्बर मेली. ढालीचे दोन तुकडे झाले. भावी काय असेल न कळे. सारे अपशकुन जणू हातात हात घालून आलेत. इतके होते तोवर रखमाबाई 'निवर्तल्या'ची वार्ता... ती कळाली तेव्हाच दहावे उरकून गेले... म्हणजे, 'सूतकातच सारे पार पडले की काय?' अहिल्याबाई मनी चरकल्या. ब्राह्मणास पुसू लागल्या, 'मृत्यूवार्ता कळली तरच सुतकाची बाधा!' ब्राह्मण म्हणाले. बाईंना हे सारेच विचित्र वाटले. 'कळले तर दोष, नाही तर नाही... कसल्या या रुढी? पटत नाहीत अन् तुटत नाहीत... मनास उगाच छळतात झाले' त्या मनाशीच म्हणाल्या. तोवर सुभेदारांचे पत्र, "चिरंजीवांस सोडावे... तो तेथे उपास - पारणी करतो, त्याचे शरीर स्वस्थ नाही. माझा जीव झाडून त्याजपाशी लागला. अन्न गिळत नाही. त्यास आणून भेटवा. नाहीतर मजला कुशलगडी ठेवा. तुमच्या विचारास असेच आले तर मजला सरदारी नको. सरदारकीची फारकत देतो... त्याच्याशिवाय मी 'पुणे' येथे कूच करत नाही. मल्हार यास सोडीत नसाल तर मी वाचत नाही. मी आपला गळा कापून घेतो. चिरंजीवास जाबत्याने ठेवतो. त्याचे पाय माझे पायाशी बांधतो पण त्यास सोडावे..." पत्र पाहून अहिल्याबाई बहुत संताप पावल्या. "मेले हो मरायचेच असेल

बदनक्षा करून, त्यास मी काय करणार... सोडते त्या पुंडास... बसा सांभाळत! गेले पाच महिने 'पुणे' येथे जाण्याचा घोळ पडलाय ते बाजूस राहते आणि अवघा खोलात पाय कर्दमी... जे होणे ते होईल.''

मल्हारास घेऊन माणसे कसबे चमेलीस मुक्कामास आले. तिथून मल्हाराचा निरोप, 'भेटीस येतो'... अहिल्याबाईंनी तात्काळ कळवले, ''इकडे येण्याचे प्रयोजन नाही... परस्पर तीर्थरुपांकडे जावे.'' संतापाने त्यांचा आगडोंब उठला होता. परंतु आता शक्ति - क्षीणता येत होती. नव्या कारभारांची घडी बसवण्याचे कठीण काम माथ्यावर पडले होते. त्यातून तुकोजीने सरकारकडून काही कर्ज घेतल्याची हकीकत पुढे आली. त्यावर उफाळून त्या म्हणाल्या, ''सरकारचे कर्ज का घ्यावे? ते काही मातोश्रींसारखे खाजगीतून भरुन देणार नाहीत... पुढे कोणत्या उपयोगास पडणार ना कळे!''...

...हरकुबाईंजवळ मन मोकळे केले. सौधावर दोघीजणी कितीतरी वेळ बोलत बसल्या होत्या. तिथून नर्मदातीर, देवळांचे कळस, त्यावरचे ध्वज... लाटाची सळसळ... सारे स्पष्ट दिसत होते... अहिल्याबाई म्हणाल्या, ''माते...तुझ्या पदरास धरुन आजवर राहिले... आता वार्धक्य! मज उघडी टाकू नकोस माये...! हरकुआई... आता गेला तो दिवस बरा... असा पुढचा काळ आहे!... यावर हरकुबाई तरी काय बोलणार? जे आहे ते समोर दिसतच होते...

रोजचा पूजापाठ संपताच, अहिल्याबाईंना खाजगीच्या कोशागाराकडे जाताना हरकुबाईंनी पाहिले तेव्हाच त्या मनी म्हणाल्या, ''आता खाजगीतून पैसे उपसतील आणि तुकोजीचे सरकारी कर्ज वारितील... उदंड ऐश्या कथा घडल्या... घडतच आहेत. कुळाची लज्जा राखणारी एवढी एक तेजाची कळी... बाकी सारी फडफडणारी वटवाघळं...! एकटीचं सामर्थ्य... त्यावर हा अवघा डोलारा... बाई गं... ईश्वराने अब्रू राखून दौलत चालवावी...!'' ...हरकुबाई विषण्णपणे बघत होत्या... ऐकत होत्या. गतकाळ पुढे पुन्हापुन्हा येत होता...

तेवढ्यात अहिल्याबाई आल्याच! संगे पैशांची पोती... कारभारी लेखणीदान... अहिल्याबाईंनी सांगितले ते कारभाऱ्यांनी लिहून घेतले.

> ''चिरंजीव तुकोजीस... सोबतच्या पैक्याने सरकारचे कर्ज नष्ट करणे... पुन्हा सरकारी कर्ज घेणेचे धाडस ना करावे... कर्जापोटी महाल गेले तर होळकरांचे बदनक्षास सीमाच ना उरेल! मल्हारास मुक्त केले... परंतु त्याच्या लक्ष्याचे संधान बरे नाही हे ऐकून ठेवा. त्याची आंगेजणी आता केवळ तुमच्या जिम्मेदारीवर करा... आम्हांस त्याचा प्रांत बरा दिसत नाही. 'पुणे'

येथून सुटकेची आज्ञा आणता-आणता आम्हांस बहुत श्रम झाले. त्यांचे हेतू मल्हारावांस 'थाळनेर' येथे कैदेत टाकावे. थोडी त्यासही ओढ बसती तर ठिकाणशीर येता... परंतु आपणांस पुत्रमोह... गळा कापून घेण्यास निघालात... असो! प्राक्तनापुढे कोण जाते?

दुसरे कलम, आषाढापासून 'पुणे' येथे येण्याची आवतणे असून, दिपवाळी अखेर इंदोर सुटत नाही. लबाडांच्या लबाड्या चालूच आहेत. आपण त्यांचे नादी आहात. आता तरी जलदीने कूच करावे. मसलत निर्वाहात आली तर अब्रू राहील. घातवार, घातामास, मुहूर्त यात इतके अटकावे काय? केवळ काळ काढणे इतकाच हेतू आम्हांस दिसतो.

तिसरे कलम की, दुर्दैवे पाटीलबाबा गेले, तर आपण आपणांस काय हिंदुस्थानचे अधिकारी समजू लागलात की काय? मद्यपानास ताळ उरला नाही. त्यादिवशी आमच्या, कैलासवासींच्या व श्रीमंतांच्या शपथा घेऊन मद्यपानाचा निषेध केला काय, जासूदासंगे कलालाची अवघी दुकाने उठविलीत काय आणि आता पुन्हा प्रसिद्ध वर्तणूक राजरोस चालू लागली! देवरावांनी निषेध करताच बोललात की, 'मद्यपानावेगळे माणूस वाचणार नाही.' चिरंजीव, यात तुमची क्रिया ठीक ना राहिली. वारंवार चुकत जावे व पेचात यावे हे बरे नव्हे. महालाचा पैका तर तुम्ही पुढील दोन सालांचा घेऊन चुकलात... लाखेरीच्या लढाईनंतर इंदोरास कमकसर एक वर्ष केवळ भार होऊन बसलात... आम्ही पैसा तरी किती पुरवावा... माझी खाजगी सुद्धा सरत्या पदास आली... करोडो रुपये खर्चिले, तरी सरदारी झोके खाते. आता गौरव सिद्ध करणे असेल तर त्वरित बापू, काशीराव यांचे सकट 'पुणे' येथे कूच करावे. यशवंत आणि विठोबाही संगती न्यावे. अनुभव आवश्यक... आता ही शेवटची ताकीद... आशीर्वादासह...

श्रीशंकर आज्ञेवरुन

"बाई गं! फाटक्या घोंगडीस किती ठिगळे लावणार आहात अहिल्याबाई? तुकोजीची बुद्धी शाश्वत नाही बायो... अवघी ईर्षाच टाकली. मनसुब्याचे कल्प बोलतात. कैलासवासी स्वामींची बोलण्याची तऱ्हा आणून बोलतात... मुख्य सल्लागार राधी... हलकी मनुष्ये जवळ..."

"सर्व देखते आहे हरकुआई... माझा जीव आहे तोवर अब्रू रक्षणे आहे."

"हेच तर चुकते बाई!... या तुकोजीस कधीच दूर करती तर हा प्रसंग ना येता. जो तो पायापुरते देखतो... कधीच यास बाजूस कराया पाहिजे होता... अहिल्याबाई, घराण्यातील लायकी अधिक हवी... लायक माणसास संधी मिळायास हवी... प्रश्न होळकरांच्या अब्रूचा नाही... देशरक्षणाचा आहे!"

"तसे माणूस होळकरांकडे होते का आई?"

"दुसऱ्या कुणा शौर्यवंतास सरदार करता तरी दौलत होळकरांचीच म्हणवली जाती! अहिल्याबाई, आपणांस सारे समजते असे मी हमेशा म्हणते... पण आपणांस एक गोष्ट नाही समजली... नाही करू शकला तुम्ही... आणि 'पुणे' कर नाना सुद्धा स्वस्थ बसले... केवळ वकील पाठवत राहिले... एकदा खुद्द येते तर, समक्ष बोलते अवघा गुंता सुटला असता... एक एवढी खंत उरली... अहिल्याबाई... एक खंत..."

"काय नाही करू शकलो आम्ही? कसली खंत?"

"कैलासवासी स्वामींचा गुणसंचय असणारा योग्य वारसदार नाही करू शकलात तुम्ही... तुकोजीचा राजरोस लुटारुपणा सोसत राहिलात. बेहिशोबीपणाशी आयुष्यभर झुंजलात... पण त्यास दूर नाही करू शकलात... तिथेच चुकले...अहिल्याबाई... भले होळकर नसता तरी चालते... पण शूर लढवय्या सरदार लाभता तर आजवर अब्रू उमलली असती आणि आपल्या माघारीही सतत सुगंध दरवळता...! आता माघारी काय उरणार?... तर केवळ ही होळी... गोंधळ... बेमसलती... दिरंगाई... पुत्रमोहे झालेले अत्याचार, अनाचार..."

"पुरे आई... पुरे! ते चित्र आताच डोळ्यापुढे फिरू लागले. थोर अपयश आले आम्हांला आई... थोर अपयश!"

"देवराव हिंगणे काय म्हणाले माहितेय? म्हणाले, मुख्यतः या दौलतीचे स्वास्थ्यास अहिल्याबाईंचे कर्तृत्व व पुरुषार्थ कारण आहेत. एकवचन, श्रीमंतांचे चरणी निष्ठा, पुण्य व धर्मबुद्धी, कर्मश्रद्धा या साऱ्यांची पुतळी म्हणजे अहिल्याबाई! पक्व विचार व शाश्वत बुद्धि आहेच पण दुरंदेशी ही बाईंपाशीच!"

"नाही हरकुआई... आमची दुरंदेशी[१] बहुत कमी पडली... बहुत कमी पडली!... आम्हांस आता हे सहन होत नाही... आई, बहुत प्रयत्न केला... दुही सांधावी म्हणून पाण्यापरी द्रव्य वोतले... आपसांत समेट व्हावा एतदर्थ बहुत कष्टले... पण तुकोजीच्या पराक्रमास उतरतीच कळा लागली. पुत्र सारे तसेच... अवघे मद्यमोहात... माझ्या पोटी तर अवघा वणवाच... पेटता वणवा... त्या वणव्यात आम्ही जळतो आहोत आई... हातास यश ना आले... खंत बहुत दाटून होती. अंत:करण रक्तबंबाळ झाले... पण आज तुम्हीच बोललात... ते अधिकच जाणवले... आई सारं आयुष्य पाखडलं या दौलतीवर... पण जनलोकांस दिसणार तो नुसता भांडणाचा कोंडा... कोंडाच कोंडा... हाती काही राहिलं नाही आई..." अहिल्याबाईंना शीण आला. त्यांनी मान टेकली... हरकुबाई थोडे

१) दुरंदेशी - दूरदृष्टि

सरबत घेऊन आल्या, तोवर अहिल्याबाईंना शैत्य भरून आले... बघताबघता अंग तापल्या तव्यासारखे उष्ण झाले... डोळे लाल... डोळ्यातून सतत पाणी... शुद्ध बेशुद्धीच्या वाटेवर... अपार ग्लानी... तोंडातून एकच वाक्य, ‘‘मार्तंडा... निभावून ने... होळकरांची दौलत उतरली... मार्तंडा... होळकरांची दौलत उतरली...’’

श्रीमंतांकडचा संक्रांतीचा तिळगूळ आला. हरकुबाई लगबगीने वाड्यावर आल्या. कौतुकाने म्हणाल्या, ‘‘श्रीमंतांनी पत्रात आपला बहुत स्तव केल्याचे कळाले... म्हणून धावत आले.’’

‘‘आई... दौलत झोके खाते... आम्हांस काहीच गोड वाटत नाही... तुकोजीबाबा कसेबसे एकदाचे ‘पुणे’ मुक्कामी पोहोचले तोच मल्हाराने दंगा मांडल्याची वार्ता आहे. आमच्या तिळी सुख नाही आई... सुख नाही.’’

‘‘असं काय म्हणता? आज अवघ्या राज्यात आपलं नाव गाजतंय... सोरटी सोमनाथचा जीर्णोद्धार, मलिक्कार्जुनाचं देऊळ, ओंकारेश्वराची बाग, धर्मशाळा, चांदीची मूर्ति, परळीवैजनाथचे बांधकाम, औंढ्या नागनाथास ८१ हजार रुपयांची जहागिरी, मनकर्णिका घाट, ब्रह्मपुरी, त्र्यंबकेश्वरावर कुशावर्त कुंड, घृष्णेश्वराचे शिवालय तीर्थ, गोकर्णात अन्नछत्र, उज्जैनला अन्नछत्र, रामेश्वराला विहिर, भीमाशंकरचे अन्नछत्र... ठिकठिकाणची मंदिरे, विहिरी...

‘‘पुरे आई... पुरे!... केले... बहुत केले... पण दौलत झोके खाते... त्यासही मी कमी पडू दिले नाही... पण सारे रांडांच्या, कलालांच्या घरात... वारस नाही तयार केला... अहिल्याबाईंचे तोंड काळे...’’

‘‘शी... काय बोलता हे?... अपार मुत्सद्देगिरी केली... क्षणक्षण वेचला तो दौलतीसाठी... कर्जे निवारलीत. फौजा... तोफा... मसलती... भिल्लांचा बंदोबस्त चंद्रावतांचा बीमोड... राघोबाशी दोन हात... काय काय नशिबी आले. कैलासवासींची विद्या सार्थकी लावलीत... सारे तडीस नेले... सारखी खंत काय करता?... ताप उतरता उतरत नाही... वैद्याच्या औषधास या मनखंतीने गुण येत नाही...’’

‘‘आई... फार धोका झाला... या तुकोजीने शौर्याची वाट सोडली अन् तो लुटारू होत गेला... माझी नजर कमी पडली आहे... आजपर्यंत काही एखादा समर्थ सरदार उभा केला असता... त्यास सुभेदार केले असते.’’

‘‘तर मल्हाराकडून मारल्या जाता... दोनदा तर किल्ल्यावर बदहेतूने आलाच होता ना?... भोवतीचे वारस तुम्हांस जिवंत ना ठेवते...’’

‘‘मारली जाते तर अमर झाले असते...’’

‘‘अहिल्याबाई... आजही तुम्ही जे कर्तृत्व रेखले ते अजोड ऐसेच!’’... तापाची

कमान चढतीच होती. गेल्या चार महिन्यांत अहिल्याबाई अर्ध्या झाल्या... शैत्यज्वर रोज येई... सायंकाळच्या पुराणश्रवणापर्यंत रोजच्या कामकाजास अंतर नव्हते. तसेच प्रात:काली उठणे... नर्मदेच्या पाण्याने स्नान... पूजा... फडणिशी... न्यायदान...पुराणश्रवण... ताप येतच होता... कार्य चालूच होते. हरकुआई, अनू सतत लक्ष देत... कार्यभार पेलून मलूल होऊन अहिल्याबाई सायंकाळी मान टाकून पडत... सारखे चित्त 'पुणे' येथील वार्तेकडे... पुन्हापुन्हा म्हणत, "होळकरांच्या तलवारी मसलतीत गाजाव्या... त्यांचा हातभार श्रीमंतांचे यशात असावा... आता यशवंत, विठोजीही तरुण झालेत... बापू आहे... मल्हारही शौर्यात कमी नाही... मार्तंडा... यांचे हातून श्रीमंतांची सेवा घडीव..." हरकुआई त्यांना शांत करीत म्हणत, "अहिल्याबाई... बहुत पुण्य आपल्या गाठी... आपणांस चिंता कशास?"

"जे पुण्य जोडले, त्याचेही उदक श्रीमंतांस्तव, दौलतीस्तव आम्ही सोडले... आमच्या खाजगी दौलतीवर तुळशीपत्र ठेवूनच आम्ही तिचा वेच केला... आता जे थोडबहुत उरले ते माझ्या माहेरी... 'महाराष्ट्रात' धाडणे आहे आई! पंढरपूर, कोल्हापूर, जेजुरी, पुणतांबे, राजापूर, चौंडी ... त्याचेच कागजशिक्के आज तयार केले...! ही दाने आम्ही शंकरआज्ञेने करतो... प्रजेच्या सुखास्तव, दौलतीच्या उद्धारास्तव... आई... सत्य हेच, आम्ही आमच्या स्वत:साठी ईश्वरास सांकडे ना घातले. आमचे काय?...प्राणत्यागाचे वेळी फक्त ईश्वरे सहाय्यास यावे..." अनूने अहिल्याबाईंच्या मुखावर हात ठेवला... हरकुआई म्हणाल्या, "तिन्हीसांजेचे हे काय अभद्र?"

"आई... हेच आता मजसाठी भद्र होय! बहुत थकले... आता मी जपास बसते... आज ग्रहणाची कर... दिवसभर दाने देऊन थकले..."

"निश्चिंत बसा... उपोषणही सोडायची सिद्धता आहे. मग जरा विश्राम करा अहिल्याबाई! भोजनोत्तरही तुमची कामे सरत नाहीत..." अहिल्याबाई हसल्या. जपास बसल्या आणि त्याचवेळी पुण्याहून डाक आली... "आता रात्रीचे दोनप्रहरपर्यंत विश्राम नाही" असे पुटपुटत हरकुमावशी मुदपाकखान्याकडे गेल्या. त्या कैलासवासी मल्हारावांच्या खांडाराणी होत्या पण वयाने अहिल्याबाईंइतक्याच... त्यामुळे दोघींचे नाते सासूसुनेचे असले तरी मैत्रिणीसारख्या गप्पागोष्टी होत. त्यांचा अहिल्याबाईंना अपार आधार वाटे... त्यांचं सारं आयुष्य पाहिलेल्या आता त्याच एक होत्या...

रात्री लखोटा फोडला... काशीयात्रेस्तव मार्गदर्शन करण्यासाठी आज्ञा होती... अहिल्याबाईंनी गणपत नारायणास बोलावले. त्यांच्या डोळ्यापुढे जणू काशीयात्रेची वाट चित्रासारखी दिसू लागली. महाराष्ट्रातले वेरूळ, घृष्णेश्वर दिसू लागले... तिथून बऱ्हाणपूर मग तो नेमाड प्रांत... तिथून आपला माळवा... मग हे महेश्वर... आजपर्यंत कित्येकजण यात्रेनिमित्ताने इथे आले...! पुढे उज्जैन, भेलसा, नंतर बुंदेल्यांचा सागर प्रांत... यमुना नदी!... पुढे प्रयाग...आणि काशी!... नंतर गया! अहिल्याबाई या वाटेने

कित्येक वेळा आल्या-गेल्या! थोरले सुभेदार नेहमी म्हणायचे, ''प्रांतवाटा नेमक्या जाणून असावे. देशाटन करण्याने बहुत काही साध्य!''... अहिल्याबाईंना त्यांची ती प्रेरणादायी शिकवण आठवली. त्या मनापासून म्हणाल्या, ''कैलासवासींनी आम्हांस माणूस केले... नाहीतर आमच्या डोळियास तर काही दिसते ना!... मामंजी... बहुत श्रमले... आपला आब राखणेसाठी जे करणे ते केले...'' ...समोर गणपत नारायण पत्रासाठी बसले आहेत याची याद येताच त्या सावरल्या... म्हणाल्या, ''गणपत नारायण... श्रीमंतांकडील काही मंडळी काशीयात्रेस्तव निघालीत... दो चार रोजात महेश्वरी पोहोचतील. येथून जिल्ह्यातून झाडून बंदोबस्त करणे आहे. जागाजागा घाटनाक्यावरील कामविसदारास पत्रे लिहिणे आहे. निसबत मामलतदारांस योजनापूर्वक पार लावणेस लिहिणे आहे. सांप्रत तुम्ही भारमलदादांना बोलावून आणा...'' ...थोड्या वेळात भारमलदादा आले. अहिल्याबाई म्हणाल्या, ''उभय रेवातीरच्या नावा सज्ज राखणे... तशी अवघ्यास ताकीद द्यावी. दक्षिण, उत्तर पहाडाचे घाट, चोरवाटा, येथे घोडेपथक पाठवून भिल्लांचा उपद्रव ना होईल ऐसे देखणे... जमीनदार, भूमे यास खास ताकीदी द्याव्या... श्रीमंतांकडील कुणी काशीयात्रेस निघाले... संगे दोनतीन हजार यात्रा तर सहजी जमणार!... इतका बंदोबस्त करा...!'' यावर भारमलदादा म्हणाले. ''मातोश्री...सव्वा प्रहर रात्र झाली... आज दिवसभर श्रम झाले... उदयीक सर्व फडशा करतो... आपण विश्राम तरी करा...!''

''अजून तर बऱ्हाणपुरी रघुनाथपंतास, कामविसदारास पत्रे लिहून घ्यायचीत... तेवढे सरले की विश्राम...''

''म्हणजे उष:कालच व्हायचा... हे बरे नव्हे... आपली प्रकृती खालावतेय... आम्हांस बहुत चिंता...''

''दादा ...आता किती जगायचे?... बहुत झाले! आमची चिंता नका करू!'' ... भारमलदादा गेले. अहिल्याबाईंनी एकूण नऊ पत्रे सांगितली... त्या विश्रामास गेल्या तेव्हा मध्यान्हरात टळूनही प्रहर लोटला होता...

बाजारी रोज वार्ता उठत... नवाबाने 'पुणे' येथे मारेकरी घातले... त्याचे कागद, दस्तऐवज पकडले गेले... गोळागोळी झाली... निजामाने गंटुर फिरंग्यास देऊन मदतीस बोलावले... निजामास लष्कराचा गर्व चढलाय... चौथाई सरदेशमुखी याची तीन कोटीची बाकी निजामाकडे आहे... अशा अनेक वार्ता... हरकुआई, भारमलदादा आणि बाजारातले हेर यांचेकडून वार्ता रोज समजत. या साऱ्यांचा अर्थ एकच होता... आता निजामाशी युद्ध अटळ होते. पुण्यास फौजा एकत्र होत होत्या. अहिल्याबाई हरकुआईंना म्हणाल्या, ''आई... या मसलतीत होळकरांच्या पिळाच्या लाल पगड्या मातब्बर व्हाव्या... होळकरांचे पट्ट्यांचे लाल निशाण आभाळी भिडावं... बापू, यशवंता, विठोबा यांनी असीम पराक्रम करावा... कैलासवासींची

शान उजळून निघावी, श्रीमंतांच्या गादीची चाकरी व्हावी इतकं दान दैवे या फाटक्या पदरी टाकावं...'' ...अहिल्याबाई बोलता बोलताही थकल्या. हरकुआईंनी त्यांना प्रेमाने थोपटलं... म्हणाल्या, ''होईल बरं अहिल्याबाई... तुमची वाचा मार्तंड यशस्वी करेल... अप्पाजी जगदेवाची डाक येईल... कळेल... शांत राहा... तुमची अन्नावरही... वासना नाही... नुसते उपास... अशाने दम कसा राखणार तुम्ही?... रोजच अधिक थकत चाललात''...अहिल्याबाई बोलल्या नाहीत... कारण ते खरेच होते!

ज्वर बळावत होता. काळेभोर चमकणारे ते तेजस्वी डोळे रोज खोल जात होते. टवटवी लोपली होती... लक्ष होते ते डाकेकडे... अप्पा जगदेवाचे नाहीतर तुकोबाचे पत्र येईल म्हणून रोज नेत्री आशा दाटून राही.

आणि एकाएक श्रीमंतांच्या विजयाची बातमी येऊन धडकली. सोबत बापू होळकरांचे पत्र! अहिल्याबाई ज्वर-दु:ख विसरून ताडकन उठून बसल्या... लखोटा उघडून वाचेपर्यंत जाणारा वेळही त्यांना सहन होईना. ''गणपत... मेले हो किती दिरंगाई... सत्वर वाचा बरं!'' त्या चिडून म्हणाल्या...

'गंगाजळीनिर्मळ मातोश्री अहिल्यादेवीस साष्टांग दंडवत...

आपल्या पुण्यप्रतापे होळकरांची तलवार बहुत चालली. निजामाने तर सरकार नाशाची राजकारणे बहुतच केली. अखेर झाल्या गोष्टीस फेरपगडी केल्याचे फळ पावला. दंगाफसाद माजवत गेला. त्यास पूर्णपणे खडे चारले. मनसब्याची शर्थ झाली. चक्रव्यूहाची रचना करून लढाई घेतली. आपले व सिंद्यांचे तोफगोळे धूमधाम चालले. भालाबर्ची झाली. आपले पेंढारी फौजेत शिरले ते समयी नवाबाचा बहुत नाश केला. तोफा पाडाव केल्या. बुणगे लुटले... नबाव हाती येताच त्यास बुडवणारच होतो. परंतु पूर्वीच्या कृती स्मरुन रक्षण केले. तह झाला. पाच कोट रक्कम तीन वर्षांत द्यावी, तीस लक्षाचा मुलूख व दौलताबादेचा किल्ला द्यावा, महाल सर्व वापस द्यावे... ऐसी बहुत फायद्याची कलमे झाली. यशवंतराव होळकराने पराक्रम बहुत शर्थीने केला. आम्ही व काशीरायांनी तोफेची कामे केली... आपले सैन्य व पेंढारी त्वेषेकरून लढले. लढाई खर्ड्यानजीक कोसावर झाली... पटवर्धन मिराडकर यांची तलवारही मातब्बर चालली. सिंदेचा दारूगोळा व भोसल्यांचे बाण यश देत गेले... मार्तंडाचे कृपेने सर्व कुशल...

आपला आज्ञाधारक,

'बापू होळकर'

...अहिल्याबाई आनंदाने म्हणाल्या, ''लोक हो... अखेर आपली चाकरी श्रीमंतांचे गादीशी घडली... अवघा आनंद... मजला रेवातीरी शंकराचे दर्शन घेणे आहे... आत्ताचे आत्ता! पेढे वाटत वाटत जायचे... अंबारीवर साखरेच्या गोणी टाका... घरोघर साखर

वाटा... प्रजेचं तोंड गोड करा... आपली चाकरी घडली... सगळ्या देवळात एका समयी अभिषेक सांगा... फुलांची तोरणे लावा... नर्मदाआईची ओटी भरा...''

"अहिल्याबाई... एकदम चूप व्हा बरं! किती हा आनंद... हर्षवायू व्हायचा ... सगळं होईल... आधी शांत व्हा... शांत व्हा बरं!'' हरकुबाई जरबेनं म्हणाल्या. तोवर अहिल्याबाई खरंच हसू लागल्या... आनंदाने भरभरून हसू लागल्या... देवघरात जाऊन डोके टेकू लागल्या. फुले घेऊन होळकरांच्या निशाणावर उधळू लागल्या... होळकरांच्या गादीवर उधळू लागल्या. त्यांना कसं आवरावं हे कुणास समजेना. तेवढ्यात वैद्यही आले... त्यांना पण ओरडून म्हणाल्या, "वैद्यराज... आपली चाकरी घडली... आता मज औषध नको... खरंच नको... होळकरांचे वारसदार शूर निघाले. यशवंतरावाने तलवार चालवली...'' बोलता बोलताच त्यांना भोवळ आली... त्यांना अनूने धरलं... अंगात ज्वर होता... त्या ग्लानीत गेल्या... हरकुबाईंनी वैद्याकडे पाहिलं... वैद्यांचे डोळे पाणावले होते... त्यांनी भराभर औषधे काढली... काही अनुपुढे उगाळण्यासाठी ठेवली... काही औषधे ते खलबत्त्यात घालून कुटू लागले... मध, तूप, मागवले... वेगवेगळी चाटणे... मस्तकावर चंदनाचा लेप... हा हा म्हणता वार्ता किल्ल्यावर पसरली... सगळे धावून आले... वाडा माणसांनी गच्च भरला... मधूनच त्या बरळत होत्या... 'आमची एकनिष्ठा गादीशी... श्रीमंतांचे पायाशी... जा...चिरंजीव...चाकरी घडत नाही... दौलत उतरली... होळकरांची ...अहो... ते पाहा आपलं निशाण... मामंजींशी बोलतंय... वारसदार नाकर्ते... चिरंजीव...बहुत लोभ ठेवला तुम्हांवर... पण तलवार सोडलीत तुम्ही... मल्हार आला... आवरा, आवरा त्याला... कैदेत टाका कैदेत!...' वैद्यांनी दिलेलं चाटण हरकुबाईंनी अहिल्याबाईंच्या जिभेला चोळलं. त्यांच्या डोळ्यात काही अंजन लावलं... त्याचा परिणाम त्वरित झाला... अहिल्याबाईंना झोप लागली. वाड्यावर चिंतेची अवकळा पसरली... जेष्ठाचा महिना सरत आला... गेले दोन महिने हे असेच गेले. चाटणे द्यावी तितकी झोप लागावी... मग अर्धवट ग्लानी... ग्लानीत हरकुबाईसंगे अवघा भूतकाळ बोलावा, आणि प्रत्यही दुःख करावे किंवा चाकरी घडली म्हणून एकदमच हसू लागावे असेच चालले. ही लक्षणे बरी नव्हती... स्नान, पूजा यात खंड तर मुळीच नव्हता... कधी नव्हे ती स्तोत्रे त्या चुकत होत्या... मधल्यामधल्या ओळी म्हणत... मधेच विष्णुसहस्रनाम, तर मधेच कालिकास्तोत्र, तर मधेच रामरक्षा... कशाचा कशास मेळ नव्हता.

एक दिवस हरकुबाईस घेऊन खाजगीत गेल्या. २५-३० पिशव्या शिवून घेतलेल्या... म्हणाल्या, "आई... नांवघेण काढून ठेवायचंय... चिरंजीव... मल्हार... काशीराव... विठोबा... यशवंता... संताजी... हे तर सारे आहेतच! त्यांच्या नावे दहा दहा हजार या पिशव्यातून लाखबंद करा... आणि आई, माझी रेणू, अंजना, राघोजी, भागोजी, वैद्यराज, भारमलदादा, गोविंदपंत गानू... आई, कुणाकुणाचं देणं

राहून गेलंय...सगळ्यांच्या नावे दहा दहा हजार टाका... अप्पाजी जगदेव... शरीफभाई... गोविंदपंत गानू... उदाबाई... शिवाजी गोपाळ... बारगळ... कुणाकुणाचे किती किती ऋण...मोजायचं कसं? चुकतं करायचं कसं?... अनेकांचे हात... आणि आई... ही उरलेली ठेव, पैसा, जवाहिर... सारं सारं या दौलतीच्या नांवे करायचं...आता काही फार नाही उरलं आई... फार थोडं... फार थोडं...'' अहिल्याबाई तिथेच पडल्या... मान टाकून... हरकुआई पिशव्या भरत होत्या... आत तुळशीपत्रे होती. त्यांनी बाईंकडे पाहिले. तिजोरीवर तुळशीपत्र ठेवून कारभार करणारी त्यांची अहिल्या थकलेल्या डोळ्यांनी बघत होती... दमली होती... शिणली होती. ज्वराने अर्धी झाली होती... पण डोळयातले ते तेज... ते अजून लखलखीत होते.

चातुर्मास लागला. आषाढी एकादशी... आज काशिनाथशास्त्रींचं कीर्तन ठेवलं होतं... आजपासून रोजच कीर्तनाचे सप्ताह होते. पुढच्या सप्ताहांसाठी दामोदर शास्त्री, निहालभट, जानोबा पुराणिक, त्रिंबकबुवा हरदास यांना आमंत्रणे गेली होती. या सर्वांना या ना त्या कारणाने अहिल्याबाईंकडून पुरस्कार प्राप्त झाले होते. रोज संपूर्ण मैदान स्त्रीपुरुषांनी फुलून जात असे. अहिल्याबाईस रेणू, अंजना धरुन आणत... आपल्या पांढऱ्या घोंगडीवर बसत. गोविंद - गोपाळच्या गजरात रंगून जात... पण शरीर साथ देत नव्हतं! कीर्तन ऐकताऐकता पुन्हा ज्वर भरे... मग लोडाला टेकून त्या कीर्तन ऐकत. प्रजाजन दुःखी होत होते... रोज डोळ्यात अश्रू आणत हे दृश्य बघून... पुराणिकाबरोबरच अहिल्याबाईंच्या पायावर डोई ठेवून जात... अहिल्याबाई सारं मूकपणे बघत... बोलण्याचं त्राण हरवत होतं... त्यादिवशी पुराण संपल्यावर काशिनाथशास्त्री अहिल्याबाईंकडे आले. सोबत अंबादास होते. अहिल्याबाईंच्या प्रकृतीची दशा बघून काशिनाथ शास्त्री म्हणाले, ''मातोश्री... शैत्यज्वराने आपणांस कोरून काढले... मी एक गुटी देऊ काय?''

''शास्त्री... आपण गुटी द्या पण प्रभुनामाची!...आता अन्य काही नको. आमचा प्रांत आता १॥-२ महिन्याचे वर नाही... तोवर महेश्वरीच राहा... आमच्या पंगतीत सत्पात्री दान होऊ दे... इतकी विनंती ऐका...'' काशिनाथशास्त्रींनी मानेनेच होकार दिला. त्यांचा, अंबादासांचा गळा भरुन आला... त्यांना अधिक बोलणे शक्य होईना...

त्रिंबकबुवा हरदासांनी रामाचं आख्यान लावलं... हा सप्ताह हरदासांचा होता. पहिले दोन दिवसात कथा रामवनवासापर्यंत येऊन पोहोचली. अत्यंत रसाळ वाणीने त्यांनी श्रोत्यांना बांधून ठेवलं. रामनामाच्या गजरात कीर्तन सुरू झालं...रामाला वनवासाची आज्ञा झाली... राम-सीतेने, लक्ष्मणाने वल्कले नेसली... गुरुजनांचा निरोप घेत घेत ते राजवाड्यात फिरत होते!... श्रोते जणू रामाबरोबर फिरत होते. त्यांचे सुखदुःख श्रोत्यांचे

झाले होते... बुवा म्हणाले, "आणि जेहेत्ते कालाचे ठायी, तिघेजण निघाले आहेत... सीता वळूनवळून बघत आहे. थांबत आहे... म्हणते, "नाथ... याच ठिकाणी मामंजींनी मजला आशीर्वाद दिला..." थोडं पुढे जाताच, एका खांबास कुरवाळत म्हणाली, "भाऊजी...या...खांबापाशी उभे राहणे मजला आवडे..." मग कौसल्येचे चरण धरीत म्हणाली, "सासूबाई...आज तुमचे हाताने राणी म्हणून तुम्हीच माझा शृंगार केला होतात... या हातांची माया कशी विसरू?..." ... तेव्हा जनहो, राम म्हणतात, "सीते... कल्याणी, जी वसती सोडून आता जायचे तिकडे पुन्हापुन्हा वळून बघू नकोस... इथल्या खुणा.- खुणा तुला मिठी घालतील... इथला क्षणक्षण तुझे डोळे बांधील... अगं, या खुणांची दृष्टि चुकवून निघायचे... तिकडे बघायचे नाही... चल बरं लौकर... चल, इथला मोह तर तुला नाही... मग या भावनांत अटकणे बरे नव्हे..." मग प्रजेकडे वळत ते भक्तवत्सल राम म्हणतात, "प्रिय प्रजाजन... आता कुणाच्याच निंदा-स्तुतीत गुंतू नका... मला माझा धर्म आचरू द्या... लोकहो, धर्म म्हणजे काय? तर सन्मार्गावर ठेवणारे एक सूत्र... त्यासाठी जे करावे लागेल ते... माझे काही चुकले असेल... कधी मला कठोर व्हावे लागले असेल... कधी शासन करणे नशिबी आले असेल... ते अपराध माझे... चुका माझ्या... घ्या आता पदरात... क्षमा करा... राग नका धरू... आता वेळ थोडा उरला... क्षण थोडे उरले. हे क्षण दुःख करण्यात नका वेचू... बोला माझेसंगे...आता आम्ही निघालो... निघालो..." आणि त्या दिवशीची भैरवी सुरू झाली. बुवा आर्त स्वरात गाऊ लागले... मृदुंग, टाळ, चिपळ्या साथ देऊ लागल्या... प्रजाजन टाळ्या वाजवत साथ देऊ लागले...

'लोभ असो द्यावा - आता पूर्वीपरी...
जातो जरी दूरी - दृष्टिआड ।।
सारे प्रजाजन - करा बोळवण...
पुढे आठवण...राहो द्यावी...
श्रीराम जयराम जयजय राम...'

नामगजरात अवघा श्रोतृवृंद बुडून गेला... अहिल्याबाईंचे डोळ्यांतून आसवांच्या धारा लागल्या... त्या तन्मयतेने भजन गात होत्या... सारे प्रजाजन... करा बोळवण... पुढे आठवण... राहो द्यावी ।।

हरदास जणू सारे अहिल्याबाईंच्या मनीचेच बोलले होते - हरदासांच्या कीर्तनाचे दिवशीच रात्री अहिल्याबाईंना ताप भरला... मोठमोठ्या रजया, कांबळी अंगावर टाकली तरी त्या थडथड उडत होत्या... शैत्य अनावर... वैद्य चाटणे देऊन दमत होते... पण दुखणे पाच पावले पुढे तर एखादे पाऊल मागे असेच चालू होते! त्यात

श्रावणाचा महिना, श्रावण असून अहिल्याबाई निजून होत्या. हे आजपर्यंतच्या आयुष्यात अघटित असेच... कानाकोपऱ्यातल्या प्रजाजनास याचा अर्थ कळला... वाड्याबाहेर रोज दाटी होऊ लागली. भारमलदादा सर्वांना बाहेरच्या बाहेर जायला सांगत. एक दिवस हे अहिल्याबाईंना कळताच त्यांनी भारमलदादास बोलावले... म्हणाल्या, ''दादा... प्रजेला आम्ही अपत्यवत् मानले... झगडे केले ते प्रजेच्या सुखासाठी... धन वेचले ते त्यांच्या उत्कर्षासाठी... त्यांना येऊ द्या... माझी पोरंच ती... बघू द्या मजला... केवळ दृष्टभेट... केवळ दृष्टभेट...''

हरकुआई म्हणाल्या, ''बरे हो... कधी भेदभाव ना केला... कधी जातिपाती ना देखल्या... कुणीही यावे... गाऱ्हाणे पार लावून जावे... अहिल्याबाई, तुम्ही तर या समृद्ध राज्यास महाराणी होता... अवघे योग समजून केले. भोग दूर राखलात... तुमच्यापुढे तर रिद्धिसिद्धी हात जोडून उभ्या होत्या... पण सुखविलास पतीच्या चितेत फेकलेत... खऱ्या सती झालात तुम्ही...'' तेवढ्यात विनायक बाजीराव आले. त्याचेकडे करवसुली खाते होते... येतायेताच ते म्हणाले, ''मातोश्री... आपल्या शेजारच्या राज्यात तेल, तूप, गहू, तांदूळ, गूळ, यावर किती चढे कर... आपणाकडे तर अत्यंत अल्प... आपण ते थोडे वाढवावे अशी शिफारस...''

त्यावर एकदम चिडून अहिल्याबाई ओरडल्या, ''खामोश!... प्रजेला पिळून कर घ्यायचा? या खाद्यवस्तूंवर? मग दरिद्रीनारायणाचा आशीर्वाद तुम्हांस मिळणार कसा?'' ... त्यांना एकदम थकवा आला. त्या पुढे म्हणाल्या, ''तैसे धाडस पुनःश्च ना करावे... कर ऐसा ठेवावा की प्रजेस सुखआनंद देता यावा... त्यास चोरीलपी करावी लागली तर दोष कुणाचा विनायक?...'' तेवढ्यात कोणी मुल्ला मौलवी आल्याचे कळताच, भारमलदादा त्यांना आत घेऊन आले. अहिल्याबाईंमध्ये उठून बसण्याचंही त्राण नव्हतं. मुजरा करून ते बसले. म्हणाले, ''मातोश्री... हमारे पुरे पीर और दर्गा आप के लिये अल्ला की दुवाँ माँग रहे है... आप की ही कृपा से पीरदर्गे का कारोभार सम्हाल रहे है... अल्ला आप की मदत करे!'' यावर शांतपणे अहिल्याबाई म्हणाल्या, ''मौलवीजी...अल्ला को इतनाही कहेना, की मृत्यू के समय हमें सम्हालना... हम ईश्वर और अल्ला एकही समझते. वो आये और हमे बिना तकलीफ यहाँ से उठाये... बस...''

''माताजी...ऐसी बाते ना करे... आप तो ये दौलत की शान...''

''मैं नहीं मौलवीजी... ये हुलकर की गद्दी... और ये पगडी... निशान...

इसकी शान रखो... इसकी शान रखो... इसका सम्मान करो... हम इधर जो भी कुछ करते हैं उसका जवाब हमें दरबारमे देना है... वो दरबार में... अल्ला के दरबार में...'' बोलताबोलता थकून जाणे हे तर आता रोजचेच झाले. तेवढ्यात बाहेर गलका उठला. हरकुआई अन् भारमलदादा बाहेर जाऊ लागले तोच अहिल्याबाई

म्हणाल्या, 'येऊ द्या आत... आता कुणाला मज्जाव नको... मजला प्रजेवेगळे अन्य काही नाही...''

''पण मातोश्री... आपणांस ग्लानी...''

''बस्स...आमचा हुकूम... हे महाद्वार खुले ठेवा... कोण आलंय?

''कोणीतरी थिटे - केंदूरकर आलेत... ते...ते...''

''काय दादा? काय मनी आहे त्यांच्या...?''

''त्यांचेजवळ चाळीस वर्षांपूर्वीचा कागद... कैलासवासींचे हातचा...

''बघू बघू... बघू द्या आम्हांला... कैलासवासींच्याच कृपे जगलो, शिकलो... माणूस झालो दादा... बघू द्या ते पवित्र हस्ताक्षर...''

''मातोश्री...ते... कर्जाचे दस्तऐवज!... त्यांच्या आजोबांचे दप्तरी पाहताना सापडले... कैलासवासींना घोडे घेण्यासाठी काही रक्कम कर्जाऊ...''

''दादा...कागदाची शहानिशा करा... आणि कर्ज असेल तर आमच्या खाजगीतून दुपटीने वापस करा... जा! आता देणे शिल्लक नको... आणि दादा... लाल पिळाची पगडी... आपले निशाण... असे इथे... या मूळ गादीवर आणून ठेवा... आता आम्ही त्यावर बसू हे असकत आहे... असकत आहे..., जी सेवा घडली तो गोड... गोड करावी.'' ...बघताबघता अहिल्याबाई ग्लानीत जात. पुन्हा शुद्धीवर येताच त्यांचे प्रजावात्सल्य जागृत होई... चार दिवसापासून तर रोजच्या गाईचे दर्शन घ्यायचा हट्ट... आता रोज सकाळी त्यांची लाडकी गाय इथे आणतात. अंबादास पूजा सांगतात... गायीचे डोळे करुण होतात... तिच्या काळ्याभोर डोळ्यातून आसवांच्या धारा वाहतात... गायीने चारा खाणे सोडले... अहिल्याबाई भरवतात तेवढाच चारा... बाकी गोठ्यात गाय नुसती रडत असते... हंबरत असते... त्या मुक्या जनावरास जणू अवघे कळतेय...! अहिल्याबाईंना अपार थकवा आला होता... ते बघून हरकुबाई म्हणत, ''कर्मकठोर साधना केलीत... बहुत गणनिय कामे केलीत... तुमचं मन परदुःखकातर... दुःखितांचे दुःख निवारलेत... दरबारातून कुणी विन्मुख ना गेला... देह तो कर्तव्यास्तव आणि काळ तो कार्यास्तव हेच जणू तुमचे जीवनसूत्र... तीस वर्षे अवघे देखतेय मी...''

अहिल्याबाईंचा निःश्वास ऐकून हरकुबाईंच्या नजरेसमोर ती तेजस्वी अहिल्या जणू समूर्त झाली. तो प्रसंग जसाच्या तसा आठवला! समोर महादजी शिंदे बसलेले... तुकोजीच्या व अहिल्याबाईंच्या कलहात नानांच्या सल्ल्याने मध्यस्थीसाठी आलेले... मोठी हिंमत करून बोलले, ''तुकोजी हमेशा घरची गाणी गातात. चाकरी घडत नाही... पैशांच्या ओढी सांगतात... हे बघा मातोश्री... आम्ही तो पुरुषमाणसे... एखादी गोष्ट मनी धरली तर तुमच्यासारख्या बाईमाणसावर काय प्रसंग गुदरेल याचा तरी विचार करा... तुकोजीस मुखत्यारी...''

...पण पुढचे शब्द त्यांच्या तोंडातच राहिले. ही तेजस्वी पोर उभी राहिली... संतापून म्हणाली, "हाच सल्ला तुकोजीस द्या, आणि उभयता तमास येऊन आपली सैन्ये घेऊन या. ज्या दिवशी तुमच्या फौजा माझ्या हद्दीत येतील ते दिवशी हत्तीच्या पायसाखळीशी उभयतांस बांधून तुमचे स्वागत ना केले तर मल्हाररावांच्या सुनेचे नांव लावणार नाही... मेले हो, तुमच्या मनातले विष वोकलात... आता तेणेप्रमाणे ना कराल तर मार्तंडाची आण तुम्हास... सुपारीचे खांड गट्ट करावे तसे तुम्ही माझ्याबद्दल बोलता आहात... तुमच्या संकेते इरादा करणे तर करा... इथे कुणी बांगड्या लेवून बसलेले नाही..." यावर महादजींनी नानांना स्पष्ट सांगितले, "बाईंची झेप दांडगी. उभय बाजूंनी नक्ष सांभाळतात... दुतर्फेने बाई हात बांधून घेईल अशी नाही... नेकी, निष्ठा, श्रीमंतांचे गादीशी... तीस कदापि बोल ना देणे..." ... अशी ही पोर... आज... आज... पुढचे विचार जणू त्यांनी परतवले... तोच अहिल्याबाई ज्वरामुळे निपचित... तोंडाची हालचाल... काहीतरी बोलत होत्या. त्याचवेळी काशीहून ब्रह्मपुरी निवासी पंडित आले. त्यांनी आशीर्वादपर मंत्रघोष चालू केला. अहिल्याबाईंनी डोळे उघडले. स्मरण ताजे होते. हरकुआईंना म्हणाल्या, "ब्रह्मपुरीचे विद्वान आहेत... त्यांचेसाठी दूध आणा..."

दुग्धपान झाल्यावर पंडित म्हणाले, "आम्ही आपल्या अनारोग्याची वार्ता ऐकून आलो. आज्ञा द्यावी... मृत्युंजय मंत्राचा जप करण्यास्तव आलो आहोत... इथेच... आपल्या कक्षातच..."

"असू द्या... ब्रह्मपुरीची प्र...ग...ती...? ते सांगा... आमच्यासाठी नका कष्टू... आमचा प्रांत सरत आला..."

"मातोश्री... सहा ग्रंथ ब्रह्मपुरीत सिद्ध झाले. व्युत्पन्न पंडित तर बहुत... वेदशास्त्रांचे अध्ययनासाठी आज शे-दिडशे शिष्यपरिवार...

"बहुत संतोष... आनंद... आनंद!... आता एकच करा... आमच्या अंत्यसंस्कारापर्यंत राहा... वीस हजार ब्राह्मणभोजन... संकल्प... सांगा... मृत्युंजय... जिंकून जायचे... मृत्युस..." बोलताना त्यांना धाप लागत होती. छातीचा भाता जोराने हलत होता. त्या ग्लानीत गेल्या होत्या. पंडित ब्राह्मण आपले अश्रू आवरू शकत नव्हते. त्यांनी रेवानदीकाठी मृत्युंजयाचा जप मांडला.

दुपारी उदाबाई आल्या. काशीरावांकडच्या बायका आल्या. हरकुआई म्हणाल्या, "बायांनो... आता इथे वाड्यातच राहा... वसतीला मजला आधार हवा... वीस हजार ब्राह्मण भोजनाचा संकल्प... तडीस नेणे आहे." ...तेवढ्यात अहिल्याबाई ताडकन उठून बसल्या. ओरडून म्हणाल्या, "चिरंजीव... चालते व्हा महेश्वरातून... डेऱ्याचे दांडे केलेत... दौलत नमूदास आणली. तिचा बदनक्षा केलात... अहो, कीर्तीस शोभा देईल असे वर्तावे... विधवेचे धन लुटले ही वार्ता आमच्या

कानी... तीस बाइज्जत समग्र द्रव्य वापस करा... तोवर आम्हांस मुखावलोकन करणे नाही... जा जा...'' सगळ्यांनी अहिल्याबाईंस सावरले... मात्रा चाटवली... वैद्यास बोलावले. हरकुबाई अहिल्येच्या मस्तकावर हात फिरवत म्हणाल्या, ''शांत व्हा... किती बरं शिणलात या दौलतीसाठी?... पाणी पिता?''

''हो... पाणी...पाणी... आई, ती पाहिली आग?... ती आग... सिंदे-होळकरांच्या कलहाची आग... सर्वांना भस्मसात करेल ती आई, खरंच सांगते... भारमलदादा... ही आग श्रीमंतांच्या गादीस जाळेल... श्रीमंत... फिरंग्यांच्या घशात जाईल दौलत... आग विझवा... आग विझवा... पाणी... पाणी...''

''अहिल्याबाई,... उदाबाई आल्यात... तुकोजीला बुलावा धाडू का? मल्हारास? ही अनू बघा... काशीराव, यशवंतराव, बुलावा धाडू?''

''...चाकरीस गेले ना ते? सर्वोपरी चाकरी घडू द्या आई... चाकरीचा अवसर आहे... पाटीलबाबा गेले... त्यांची कीर्ती आता कोण... कोण? ...कोण आई? ...कुणी नाही... आम्ही व्यर्थ जगलो आई व्यर्थ... वारस नाही करू शकलो... नाही...'' आणि इतक्यांचे कडे तोडून त्या देवघरात गेल्या... तिथे बेशुद्ध झाल्या!

''उदाबाई... अवघे चित्त दौलतीच्या कामात गुंतले... निष्ठा बरं ही! श्रीमंतांचे गादीची निष्ठा... कसं निवारावं हे?... धर्म यांच्या मनी, पण चिंता दौलतीची... उदाबाई, आता इथे गीतापाठ भजन ठेवा. टाळमृदुंग गर्जू द्या. नामघोष घडू द्या... बहुत शिणल्या जीवास अंतकाळी कष्ट नको...''

रेणू, अंजना रात्रंदिवस होत्या. वैद्यांची चाटणे सुरू होती... वाड्यात ब्राह्मणभोजने चालू झाली. 'गाय' मात्र कशास तोंड लावत नव्हती. सगळे हा चमत्कार बघत... नानातऱ्हा तिच्यापुढे टाकत... करुण हंबर तिच्या मुखातून बाहेर येई.

हा हा म्हणता अहिल्याबाईंच्या आजाराची वार्ता पसरली... आता गीतापाठ भजने सुरू झाली. अहिल्याबाई शांत पडून होत्या. वाताचा प्रकोप सरला होता. त्यांच्या मुखातून आता रामनामाचा उच्चार होत होता...मधूनच 'जयशंकर' म्हणत त्या हात जोडीत. मधेच मामंजींशी, बाईजींशी, मालेरावांशी बोलत... जणू हे आत्मे त्यांच्याभोवती फिरताना त्यांना दिसत होते... बोलणे उमटत नसे... पण नांवे तेवढी कळत... मधेच त्या म्हणत, ''मोक्षधेनूचे दान... संकल्प...'' हरकुआईंनी अहिल्येच्या मुखातून निघेल ते पूर्ण करावे. उदाबाई, अनू त्यांचे शब्द ऐकण्यास नजिक बसत. जीवाचे कान करून ऐकत!

भिल्लांची अन् पेंढाऱ्यांची टोळी किल्ल्याच्या तळवाटी आल्याचे कळताच भारमलदादांना वाटलं की मल्हार फौज घेऊन आला. त्यांनी किल्ल्यावरच्या तोफा सज्ज केल्या. चिडून म्हणाले, ''मातोश्री... तुमचे मृत्यूच्या क्षणालाही ही माणसे तमास येतात...? ... आम्ही मरून जाऊ मातोश्री... पण हे घडू देणार नाही...

तुमच्या कीर्तीस साजेसे करू...'' तोफांना बत्ती देण्याची तयारी करताच पेंढारी आणि भिल्ल्यांचे म्होरके हात रुमालांनी बांधून वर आले. दादांच्या पायावर पडत म्हणाले, ''आमचे काय हवे ते करा... कैदसाखळ्या घाला... लुटून घ्या... पण एकवार 'गंगाजळीनिर्मळ मातोश्रीं'च्या पायी हा माथा टेकू द्या... एवढे दान द्या... बहुत अपकृत्ये घडली. मातोश्रींच्या पदस्पर्शाने आम्ही पावन होऊ... त्यांच्यापरीस आम्हांस दुसरी आई नाही... दादा... आम्ही मातोश्रींविरुद्ध शस्त्र नाही घेतले... कधी नाही... दर्शनास न्या... मग भले मारा नाहीतर ठोका.'' ...भारमलदादा... थक्क झाले. ... अहिल्याबाईंभोवती सशस्त्र कडे बसवून भारमलदादांनी भिल्ल, पेंढाऱ्यांस दर्शनास नेले. ते सशस्त्र सैनिक बघून भिल्ल रडू लागले. रडत म्हणाले, ''दादा... ही आमची माय होती. पहारा राखून आम्हांस डाग नका लावू... मातोश्रींसाठी या प्राणांची काय किंमत... हा घ्या माझा बळी... माझी वर्से आईला द्ये रे देवा...'' असं म्हणत भिल्लाने स्वतःच्या छातीत जांबिया मारून घेतला... धाय धाय रडत सगळे भिल्ल अहिल्याबाईंच्या पायावर डोके ठेवत होते... तो भिल्ल शेवटची घटका मोजत होता. सगळेजण थक्क होऊन हा प्रकार बघत राहिले. अहिल्याबाई खोल ग्लानीत होत्या... त्यांचे ओठ फक्त हलत होते.

ही वार्ता वाऱ्यासारखी पसरली. सरदार-स्त्रियांची किल्ल्यावर गर्दी उठली. संताजी होळकर कुटुंबासह आले. महेश्वरी अलोट गर्दी उसळली. भिल्ल, पेंढारी, सैन्यातले, फौजेतले, माहूत, बारगीर, घोडदळातील जुने लोक, नेमाडची विधवा, सोरडी-सोमनाथाजवळ वास्तव्य करणारी उदार स्त्री... इंदोरच्या फडक्यांचे वंशज, क्षेत्रीचे ब्राह्मण... सगळे अंगारा घेऊन मातोश्रींच्या दर्शनास येत. पायावर डोके ठेवून जात... अहिल्याबाईंचा हात किंचित वर उठे... आशीर्वादासाठी! डोळे बघत राहत... कधी ग्लानीत असत... आज श्रावण वद्य एकादशी... त्याची मात्र आठवण होती. कशी कोण जाणे! त्या दिवसापासून अहिल्याबाईंनी मात्रा चाटणे, औषधे सर्व बंद केले... केवळ पाणी... केवळ पाणी! ...तोंडात रामनाम... हात जोडणे शक्य असेल तोवर... नाहीतर निर्जीवापरी बाजूस पडलेले... गायीचे हंबरणे ऐकू येई... ''चारा घाला चारा'' क्षीण शब्द... ''नामगजर... ना...म...ग...ज...र'' अनूने जीवाचे कान करत ऐकलं आणि अखंड नाम-गजर सुरू झाला... ... वद्य त्रयोदशी उजाडली! बारा ऑगस्ट... अप्पा जगदेवाचे पत्र! ... उघडणार कोण?... अखेर हरकुबाईंनी फोडले. त्यात श्रीमंतांचाही लखोटा होता. अप्पा जगदेवाने लिहिले होते,

''तीर्थरूप मातोश्रीचे चरणी, अप्पा जगदेवांचे दंडवत...

खर्ड्याचे मसलतीत आपले पुण्यप्रतापे होळकरांचे निशाण तेजाळले... ही वार्ता पावली असेलच! सांप्रत तुकोजीराव सुभेदारांचे शरीरी स्वास्थ्य नाही. दिन व दिन परतंत्र प्रकृती... आजची शक्ति उद्या नाही अशी गत. सिंदे यांचे

गादीवर दौलतराव बैसले. खर्ड्यास विजय प्राप्त झाला तरी 'पुणे' मुक्कामी अपशकुन घडत आहेत... पर्वतीस कार्तिकस्वामीचे देवळावर वीज पडून देऊळ छिन्नभिन्न जाहले. शनिवार पेठेतल्या सात मजली कळशी बंगल्यास आग लागली. कोठीस दुसरे मजल्यास आग लागली. पांच मजले जळाले. 'पुणे' मुक्कामी दुष्काळ माजला आहे. या अपशकुनांनी जनलोक बावरले... काही अनुचित घडणार म्हणून चिंतेत... तोवर काल रोजी चंद्रास भलेमोठे खळे हरेकांनी दाखवले... त्यामुळे इथे चिंता पसरली. मल्हाररावांचा सांप्रत तलाश जारी आहे. काशीराम येत्या काही दिवसात महेश्वरी पोहोचतील. नाना फडणीसांनी श्रीमंतांवर बहुत निर्बंध लादलेत. बाजीराव रघुनाथांशी पत्रव्यवहार केला. एतदर्थ ते अनुचित जाणोन हे निर्बंध आलेच... निभावणारा श्री समर्थ! सांप्रत ऐकले, पाहिले ते लिहिले. सोबत श्रीमंतांचा लखोटा. विदित होय. लेखनसीमा...

आपला विश्वासू,
'अप्पाजी जगदेव'

...पत्र वाचताच हरकुबाईंनी ते मूकपणेच भारमलदादांकडे दिले. त्यांच्याजवळ जात म्हणाल्या, ''दादा... हे अपशकुन... चंद्राचं खळं... बाबांनो... आजचा दिवस बरा दिसत नाही... हे पत्र अहिल्याबाईंस ना दावावे. श्रीमंतांचे लखोट्यात काय मजकूर बघा... काही बरे असेल तर बाईंना जागे करून ऐकवावे... अन्यथा झाकली अब्रू ठेवावी. हमेशा म्हणतात, ''ईश्वरे आब आहे तोवर उचलावे...'' ... भारमलदादांनी लखोटा फोडला. वाचतावाचता त्यांची चर्या उजळली. हरकुबाईंस म्हणाले, ''मावशीबाई... हा लखोटा तर मातोश्रीस अवश्य ऐकवावा... कसेही करून... वैद्याकडून चाटण देऊन त्यांना थोडीशी शुद्धी... हे ऐकण्याइतकी.''

''दादा... एकादशीपासून औषध बंद... मुखावाटे तर काही घेणे दुरापास्त... मुखी केवळ प्रभुनाम!''

''वैद्य काही लेप मात्रा तळव्यास, टाळूवर चोळतील... तेणेकरून...'' हरकुबाईंनी लगबगीने वैद्यास सांगितले. ते म्हणाले, ''हा लेप... टाळूस चोळतो... तळव्यास अनूबाईंस चोळू द्या... मात्र या समयी नव्हे... त्यास शीत समय हवा... रात्रीस...''

''... पण तोवर निभावेल ना? मजला तर बहुत भय...'' हरकुबाई म्हणाल्या. वैद्यांनी आकाशाकडे हात केले. सगळा वाडा सचिंत होऊन बसला होता... प्रजाजन येत... दर्शन घेत... गदगदल्या मनाने हलकेच जात. अहिल्याबाईंचे डोळे कधी उघडे... कधी बंद! मुखी प्रभुनाम...'' शंकर, शंकर... ॐ नमः शिवाय... श्रीराम...''

देवघरात अहिल्याबाईंनी मुद्दाम राम-कृष्ण जन्म साजरे करायला करवून घेतलेला सोन्याचा मोठा पाळणा तसाच सजवलेला पडलेला होता. कृष्णाष्टमीसाठी

मोत्यांच्या माळा लावून तयार केला... पण त्याच दिवसापासून प्रकृतीस वायूप्रकोप... जन्म जेमतेम उरकला! ना कीर्तन ना कथा! ... त्याच दिवसापासून 'गो' पूजनही थांबले... गाय दोन दिवस उपाशी होती... ताजे ताट वाढून तिच्यापुढे नेले तरी ती तिकडे बघत नव्हती की हुंगत नव्हती. कुणीतरी म्हणालं, "दूध पाजा"... तेही करून झालं... पण दुधाकडेही तिने पाहिलं नाही... केवळ त्या काळ्याभोर करूण डोळ्यांतून अश्रू... आणि आर्त हंबर...!

सायंकाळी वैद्य, लेप आणि मर्दनतेले घेऊन आले. त्याची मिश्रणे तयार केली. मस्तकाशी वैद्य व पायाशी अनू आणि अंजना! भारमलदादा पत्र हाती घेऊन बसले. अजून एखादा प्रहर हवेत शैत्य आणण्यासाठी हवा होता. सगळे बसून होते. भारमलदादांना मागच्या आठवणी येत होत्या, म्हणाले, "खंडेराया गेले तो सहगमनाचा निर्धार केला. सतीवस्त्रे नेसून...मळवट भरून उभ्या... तो कैलासवासींनी बहुतच ग्लानी केली... बाईंचे पाया पडत बोलले, "तूच खंडू समजून व्यवहार करत होतो... जाऊ नको माझे माये... दौलतीची लाज राख!" ... त्या उक्तीप्रमाणे मातोश्रींनी आजवर वहिवाट, लावणी, उगवणी दामदास्त केली... स्वार्थाचा मागमूस ना ठेवला... सर्व भूतेषु आत्मवत्."

"सुभेदारांसंगे आठचाराचा प्रसंग हमेश... पण त्यात वाक सुभेदारांच्या अस्ताव्यस्तीचा! अवघे हिशेब जूजरशीने वाफगावी पाठवावे. त्यात लाख दोन लाख अधिक आपलेच घालावे... केवढा व्याप पेलला... इथे या वाड्यात कित्येक विराम करून गेलेत. दादासाहेब, आनंदीबाई सहवर्तमान, लहानमोठा सरदार, विठ्ठल शिवदेव, पाटीलबाबा, ... यात्रेच्या निमित्ताने आलेले तर कित्येक... राजकारण, मुत्सद्देगिरी, दुरंदेशी, स्मरणशक्ति... अवघी सद्‌गुणांची पुतळी ईश्वरे निर्मिली. आळस तर तिज माहीत नव्हता... आज अशी कशी निश्चिंत झोपलीस गं बाई?... " हरकुबाईंना रडू फुटले... अन् मग सगळ्यांचेच डोळे ओले...! सायंकाळ गडद होत चालली... हवेत गारठा पसरला, आणि वैद्य मर्दनासाठी सिद्ध झाले. टाळू आणि पाय एकसमयी मर्दन करणे होते... थोडा वेळ शुद्धी येईल... तीच घटका साधून एवढे श्रीमंतांचे पत्र त्यांनी ऐकावे... अशी साऱ्यांची इच्छा!

...देवळादेवळातून घंटा वाजत होत्या. आरत्या, आवर्तने, मृत्युंजय मंत्राचे जप चालू होते. पीर, दर्गे यातून मुसलमान मौलवी अहिल्याबाई 'माँ' साठी दुवाँ मागत होते... उदाधुपाच्या वासांनी आसमंत दरवळत होता. समोरच्याच देवघरात सुगंधाचे दिवे... उद जळत होता. त्या प्रकाशात सोन्याचा रिकामा पाळणा भेसूर वाटत होता. फुलांनी लगडलेलं देवघर उदास-उदास वाटत राहिलं. मधूनच गाईचा करुण हंबर काळीज कापीत कानावर येई.

तेलमर्दनाला सुरुवात झाली... हेमगर्भाची महामात्रा जीभेस चोळली. थोडा वेळ

लोटला. सगळे नेत्री प्राण आणून अहिल्याबाईंची हालचाल बघत होते. इतक्यात त्यांचे हात हालले... तोंडातून शब्द आले. 'ओम् नम: शिवाय'... त्यांनी डोळे उघडले... भारमलदादांकडे बघत म्हणाल्या, "दादा... बहुत ग्लानीत गेले..." त्यावर दादा घाईने म्हणाले, "मातोश्री, श्रीमंतांचा लखोटा आपणांस आला... श्रवण करा... वाचतो..." ते भरभर वाचू लागले. वैद्यांनी हाताकडेही मर्दनास दोघांस बसवले.

'मातोश्री अहिल्यादेवीस, श्रीमंत पेशव्यांचा सादर प्रणिपात'

हे मऱ्हाठियांचे राज्य... आपणासारखे पोटतिडीकेचे पाठीराखे आहेत तर आम्हांस काय उणे! निजामास हतप्रभ केले. या उत्कर्षास आपला पुण्य आशीर्वाद कारण! यशवंतराव बापू होळकर यांजकडे विशेष लक्ष दिल्यास मातब्बर कामगिरी करतील... सिंदे यांच्या नवीन गादीशी समस्त परिवाराकडून सलूखाची आणक्रिया करवावी..." ...इतके ऐकताच अहिल्याबाईंनी हरकुबाईंकडे पाहिलं... "हे ऐकून ठेवा... तसे करा" इतकं बोलल्या. हरकुबाईंनी मान हलवली. भारमलदादा पुढे वाचू लागले.

"आपण मनावर घ्याल ते तडीस न्याल. एकमते राहिलो तर वलयांकित पृथ्वीचे राज्य करू..." अहिल्येच्या मुखावर हास्य पसरलं. दादाचं वाचन सुरुच होतं.

"आपण एकनिष्ठे, कृतकर्मे दौलतीचे स्तंभ... यशावह कर्मे केलीत... आपणच साक्षी व दृष्टिवंत बहुत... किमया सांभाळली. आमच्या या राज्याचे पुण्यशील महाद्वार महेश्वरी आहे हे आम्ही जाणतो... मऱ्हाठियांचा घंटानाद अखंड घुमावा ऐसा आशीर्वाद द्यावा. आपली प्रकृति हल्ली शैत्यज्वराने ग्रासल्याचे ऐकले... औषधे नीट घ्यावी... लोभ असो द्यावा..."

खाली पेशव्यांची मुद्रा होती.

श्री शाहू नरपति हर्षनिधान ।
'माधवराव नारायण' मुख्य प्रधान ।

अहिल्याबाईंच्या मुखातून एकच वाक्य निघालं, "श्री शंकरे आब राखला" मुखावर प्रसन्न हास्य... मुखी 'ओम नम: शिवाय...' मर्दनाच्या औषधाचा प्रभाव संपला... अहिल्याबाई पुन्हा ग्लानीत गेल्या... हरकुबाईंनी स्वत:च्या हातातली सुवर्णकांकणे काढून वैद्यास दिली... म्हणाल्या, "बहुत उपकार झाले... शुद्धीत आणले त्या देवतेस... अवघे संतोष ऐकले... तिचा आत्मा शांत शांत केला... आता काहीही होवो... जे घडणे ते दिसतेच आहे." भारमलदादांनीही गळ्यातली मोत्यांची माळ वैद्यास दिली... संताजीने कानातली भिकबाळी दिली. सगळ्यांना कृतार्थ वाटले... एक अनू मात्र टक लावून पाहत होती... 'आपणासही मृत्यू येईल तर किती बरे,' असा विचार करत होती. तिला जगण्याची आता इच्छाच नव्हती.

रात्र अशीच गेली. पहाट झाली.

...इतक्यात खूप मोठ्ठा आवाज झाला. सगळे चमकून उभे... काय झालं? काय घडलं? कशाचा आवाज? आवाज देवघराकडून आला... सगळे तिकडे धावले... छताला टांगलेली भली मोठी घंटा खालच्या सोन्याच्या पाळण्यावर पडली होती... जणू ईश्वरानेच घंटा वाजवून सर्वांना सावधान केलं. पाळण्याला लावलेल्या माळा तुटल्या. पाळणा वाकडा झाला... तोवर इकडे अनूने किंकाळी फोडली... संताजीने धावत येऊन अहिल्याबाईंचे मस्तक आपल्या मांडीवर घेतले... भजनाचा घोष... रामनामाचा गजर चालू झाला होता... अहिल्याबाईंचे प्राणपाखरू शांतपणे अस्मानाच्या दिशेने झेप घेत होते... महेश्वरचे 'पुण्यशील महाद्वार' कोसळले होते... घंटानाद थांबला होता... एका 'कर्मयोगिनी'च्या अखंड कर्मयज्ञाची आज सांगता झाली होती...

...आणि नेमक्या याच क्षणी गोठ्यातल्या गाईनेही हामडून प्राण सोडला... सारे महेश्वर हुंदक्यांनी गदगदून गेले... अहिल्याबाईंची पालखी बाहेर निघाली... त्यावर सोन्यारुप्याच्या माळा लागल्या... महेश्वरची सारी फुले वाड्यावर आली...

नर्मदेला अनावर रडू आले... तिला पूर आला... ती पण जणू अहिल्यादेवीच्या दर्शनास आतुर झाली... पुढे पुढे झेपावू लागली... आकाशालाही अनावर दुःख... पाण्याची संततधार... दाही दिशा रडत होत्या... महेश्वर अश्रूत चिंब ओले झाले होते. कर्मयोगिनीच्या महायात्रेची तयारी... पिळाची पगडी आणि निशाण... सर्वांच्या पुढे राहणार होते... आपल्या हाते कुळाच्या कर्मयोगिनीस अखेरचा निरोप देण्यासाठी... महेश्वर आज पोरके झाले होते. प्रजा पोरकी झाली होती. 'लोकमाता कर्मयोगिनी देवी अहिल्याबाई होळकर' नर्मदामातेच्या मांडीवर चिरनिद्रा घेण्यासाठी... आपल्या अखेरच्या महायात्रेला निघाल्या होत्या... दाही दिशातून जयजयकार घुमत होता... लोकमाता कर्मयोगिनी अहिल्यादेवी अमर आहेत... अमर आहेत... अमर आहेत!!!

खालील ग्रंथांचे मला बहुमोल सहाय्य झाले. त्या ग्रंथकर्त्यांची मी मनापासून ऋणी आहे -

१.	पुण्यश्लोक अहिल्या	श्री. म. श्री. दीक्षित.
२.	अहिल्याबाई	श्री. हिरालाल शर्मा.
३.	अहिल्याबाई चरित्र	श्री. पुरुषोत्तम.
४.	मराठ्यांचा इतिहास - (खंड दुसरा, खंड तिसरा)	संपादक - श्री. अ. रा. कुलकर्णी, श्री. ग. ह. खरे.
५.	होळकरांची कैफियत	श्री. यशवंत नरसिंह केळकर.
६.	होळकरशाहीच्या इतिहासाची साधने	संपादक - अनंत ना. भागवत.
७.	पेशवे घराण्याचा इतिहास	संपादक - श्री. प्र. ग. ओक
८.	पेशवेकालीन महाराष्ट्र	श्री. वासुदेव कृष्ण भावे.
९.	महाराष्ट्राचा पत्ररूपी इतिहास	संपादक - श्री. द. वि. आपटे, प्रा. रा. वि. ओतुरकर.
१०.	मराठी रिसायत - पेशवा बाळाजीराव (२)	श्री. गो. स. सरदेसाई.
११.	मराठी रिसायत - मध्य विभाग	श्री. गो. स. सरदेसाई.
१२.	मराठी रियासत - निग्राहक माधवराव	श्री. गो. स. सरदेसाई.
१३.	नानासाहेब पेशवे	श्री. गो. स. सरदेसाई.
१४.	मराठी रियासत - उत्तर विभाग (२)	श्री. गो. स. सरदेसाई.
१५.	भाऊसाहेबांची बखर	श्री. भालचंद्र सोहोनी.
१६.	महेश्वर दरबारची बातमीपत्रे	श्री. द. बा. पारसनीस.
१७.	अहिल्याबाई चरित्र	श्री. मुकुंद वामन बर्वे
१८.	पुणे शहराचे वर्णन	श्री. ना. वि. जोशी या पुस्तकावरून श्री. बाळ सामंत यांनी लिहिलेला लेख - लोकसत्ता - ३०-९-९०
१९.	ऐतिहासिक लेखसंग्रह इतिहास संग्रह	पान ९४७ ते १४२५.
२०.	होळकरांची थैली	(लेखकाचे नाव असलेले पान नाही)
२१.	थोरले मल्हारराव होळकर यांचे चरित्र	(लेखकाचे नाव असलेले पान नाही)
२२.	भाऊसाहेबांची कैफियत	भीमराव कुलकर्णी
२३.	मराठेकालीन समाजधर्म	शं. ना. जोशी
२४.	पेशवाईतील रत्ने	म. श्री. दीक्षित
२५.	ऐतिहासिक पत्रव्यवहार	सरदेसाई
२६.	मराठ्यांच्या वंशावली	सरदेसाई

कालसूचि

कादंबरीत उल्लेखिलेल्या व संबंधित असणाऱ्या घटनांची कालसूचि. काही वेळा स्थळकाळासंबंधी इतिहासकारात मतभेद आढळतात. उदाहरणार्थ; मालेरावांस सुभेदारीची वस्त्रे दि. ३ जून १७६६ ला दिली असे श्री. म. श्री. दीक्षित म्हणतात, तर दि. २३ ऑगस्ट १७६६ ला दिली असे श्री. हिरालाल शर्मा म्हणतात. क्वचित तारीख, वार, वर्षे वेगवेगळी आढळतात. याची कृपया नोंद घ्यावी.

- भाग पहिला -

मल्हारराव होळकर यांचा जन्म	१६-३-१६९३
निजामाविरुद्धच्या लढाईत प्रथम तलवार गाजली	१७२०
तळोदे येथील मामा भोजराज बारगळ यांनी आपली कन्या गौतमा हिचा मल्हाररावांशी विवाह करून दिला.	अंदाजे १७२१
अहिल्याबाईचा जन्म चौंडी येथे	सुमारे १७२५
मल्हारराव सरंजामी सरदार झाले	सुमारे १७२५
माळवा, खानदेशमधील ११ परगणे प्राप्त	सुमारे १७२७
पालखेडची मोहीम	२५-२-१७२८
दयाबहादूरचा पराभव	सुमारे १७२५
महंमदशहा बंगशचा पराभव	सुमारे १७२९
बुंदीची लढाई	१७३४
मंदेसोरची लढाई	१७३३
गौतमाबाई होळकर यांचे नांवे तीन लक्षाचा खाजगी मुलूख व मल्हाररावास सुभेदारी	२०-१-१७३४
मीरबक्ष व होळकर यांचा यशस्वी तह	२२-२-१७३५
मल्हारराव बाजीरावांसमवेत उत्तरेकडे	१७३६
भोपाळचे युद्ध	१७३७
इराणच्या नादिरशहाशी लढण्यासाठी मल्हारराव आणि बाजीराव पेशवे उत्तरेकडे	१७३९
मुंगीपैठणचा तह	२७-२-१७४०
वरखेडे येथे चिमाजी-बाजीराव भेट	३-३-१७४०

बाजीराव पेशव्यांचा नर्मदातटी मृत्यू	२८-४-१७४०
नानासाहेब पेशवेपदावर	२५-६-१७४०
भेलसे येथे लढाई	१७४० ते १७४१
मल्हाररावांच्या मोहिमा, माळवा, प्रयाग, बंगाल	१७४२ ते १७४३
पेशव्यांना जयसिंगामार्फत माळव्याची सनद	४-७-१७४३
सवाई जयसिंगाचा मृत्यू व गादीचे भांडण	१७४३
अहिल्याबाईस पुत्रप्राप्ती-मल्हाररावांस नातू	१७४५
मल्हाररावांची कर्नाटक मोहीम	१७४६ ते १७४७
मल्हाररावांची नेवाई मोहीम, राजमहालची चढाई	१७४७ ते १७४८
अहिल्याबाईस कन्यारत्न	१७४८
शाहू महाराजांचा मृत्यू	१५-१२-१७४९
ईश्वरसिंगची आत्महत्या	१४-१२-१९५०
बिजेसिंह रामसिंह यांच्यात लढाई	१७५२
बादशहा - मराठे करार	१७५२
अहमदाबाद येथील किल्ला हस्तगत	२५-४-५३
कुंभेरीच्या किल्ल्यास वेढा व अहिल्याबाईंचे पति खंडेराव यांचा मृत्यू. अहिल्यास वैधव्यदशा	१७-३-१७५४
जयाप्पा शिंदे यांचा खून	जुलै १७५५
गोविंद तमाजी या पेशव्यांच्या वकीलास माधोसिंह यांच्याकडे विषप्रयोग... मृत्यू	सप्टेंबर १७५५
सावनूर येथे लढाई	१२-३-१७५६
अहिल्याबाईंचा पुत्र मालेराव याचे लग्न	अंदाजे १७५६
रघुनाथराव दादा इंदोरी	१६-२-१७५७
अब्दालीचा दिल्लीत कहर	२२-१-१७५७
मथुरेची लूट व कत्तल पठाणांकडून	२८-२-१७५८ ते ६-३-१७५८
मल्हाररावांना पेशव्यांचे भेटीचे आमंत्रण	१७५८ अखेर
जनकोजी व दत्ताजी शिंदे उत्तरेत	१७५८
माधोसिंगावर मल्हाररावांची चढाई	६-१२-१७५९
दत्ताजी शिंदे यांचा वध	१०-१-१७६०
मल्हारराव मदतीस	१४-१-१७६०
मुस्लीमांचा मल्हाररावांवर हल्ला	४-३-१७६०
शेट्याजी खराटे व दिवाण यांचा मृत्यू	४-३-१७६०

भाऊसाहेब पटदूरहून सैन्यासह निघण्याचे ठरवतात	१४-३-१७६०
सदाशिवरावभाऊ चंबळ नदीच्या पार	८-६-१७६०
सदाशिवरावभाऊ गंभीरा नदीच्या पार	१२-७-१७६०
सदाशिवरावभाऊंचा आग्रा येथे मुक्काम	१४-७-१७६०
सदाशिवरावभाऊंचा मथुरा येथे मुक्काम	१६-७-१७६०
दिल्ली मराठ्यांच्या कब्जात	१-८-१७६०
सुरजमल जाट व भाऊसाहेब यांच्या मतभेद	१५-९-१७६०
कुंजपुऱ्यावर मराठ्यांचा विजय	८-१०-१७६०
दसरा थाटात साजरा	१९-१०-१७६०
कुंजपुऱ्याहून कुरुक्षेत्र	२५-१०-१७६०
पानिपतावर मराठे अब्दालीची सलामीची चकमक	१-११-१७६०
बचावाची छावणी करून मराठे राहिले	१ नोव्हेंबर ते १३ जानेवारी
पानिपतचा भीषण संग्राम	१४ जानेवारी १७६१
भेलसा येथे नानासाहेब व होळकरांच्या भेटी	२४-१-१७६१
नानासाहेबांचा पुणे इकडे परतीचा प्रवास	२२-३-१७६१
उज्जैन, धार, येथून इंदोर येथे पेशवे	११-४-१७६१
नानासाहेब पेशवे यांचा पुणे येथे मृत्यू	२३-६-१७६१
माधवरावांना पेशवाईची वस्त्रे	१७-७-१७६१
गौतमाबाईंचा मृत्यू	२९-९-१७६१
मंगळूर येथे युद्ध	१७६१
औरंगाबाद येथे लढाई	१७६२
राक्षसभुवनची लढाई	१०-८-१७६३
उत्तरेतील जयपूर, उदेपूर, झाशी येथील बंदोबस्तासाठी मल्हाररावांच्या मोहिमा	१७६३ ते १७६६
अलमपूर मुक्कामी मल्हारराव होळकर यांचा मृत्यू	२०-५-१७६६
मालेरावांस सुभेदारीची वस्त्रे	३-६-१७६६
मुक्ताबाईचे लग्न यशवंतराव फणसे यांचे बरोबर त्याचवेळी मालेरावांचे सरदार वाघांच्या कन्येबरोबर लग्न	१७६६
मालेरावांचा मृत्यू	२७-३-१७६७

- भाग दुसरा -

राघोबाची अहिल्येकडून फजिती	१७६७
तुकोजी होळकरास सुभेदाराची वस्त्रे	जून - १७६७
मुक्ताबाईस पुत्रप्राप्ती	१७६७
गंगाधर उर्फ गंगोबातात्या चंद्रचूड यांची जप्ती	१८-६-१७६८
माधवराव पेशवे व रघुनाथराव यांच्यातील गृहकलहाची प्रकट सुरुवात	१७६८
माधवराव पेशव्यांचा मृत्यू	१८-११-७२
नारायणराव पेशव्यांचा खून	३०-८-७३
गंगाबाईंच्या नावे द्वाही - बारभाई कारभार	१८-१-७४
सवाई माधवरावांचा जन्म	१८-४-७४
अहिल्याबाई व तुकोजी यांच्यात वितुष्ट	१७७९ पासून
अहिल्याबाईंच्या नातवाचे लग्न, (नथोबा)	१७८०
नारो शिवदेव, सदाशिव दिनकर यांची अहिल्याबाई व तुकोजी भांडणात मध्यस्थी	१७८० पासून
महादजी शिंदे व अहिल्याबाई यांची भेट	१७८० अखेर
तुकोजीचा मुलगा मल्हारराव याचे वाफगावी लग्न	१७८१
अहिल्याबाई-तुकोजी वितुष्ट वाढत चालले	१७८२
सवाई माधवरावांचे लग्न व आहेर	१७८३ जानेवारी
रघुनाथरावांचे निधन	११-१२-१७८३
चंद्रावतांचा बिमोड - सोभागसिंहास तोफे तोंडी	१७८३
अहिल्याबाईंचे बंधू महादजी यांचा मृत्यू	१७८४
नातू नथोबा याचे दुसरे लग्न	१७८६
अहिल्याबाईंचे बंधू शहाजी यांचा मृत्यू	१७८६
राजपुतांचा बीमोड - विजय	१७८७
नथोबाचा मृत्यू	१५ सप्टेंबर १७८७
मल्हार याचे दुसरे लग्न	१७८८
नारो गणेशाची तुकोजीकडून विटंबना	१७९०
जावई फणसे यांचा मृत्यू व मुक्ताबाई आणि तिच्या दोन सवती यांचे सहगमन	३-११-१७९१
मल्हाररावांचा बंडावा	१७९१

होळकर व सिंदे यांच्यामधील लाखेरीस लढाई -

होळकरांचा पराभव	१७९२
नारोपंतास मृत्युदंड, तुकोजीकडून	१७९३
मल्हाररावास अटक	१७९४
महादजी शिंदे यांचा मृत्यू	१२-२-१७९४
खर्ड्याची लढाई	मार्च १७९५
पुण्यश्लोक कर्मयोगिनी अहिल्यादेवीचे महानिर्वाण	१३-८-१७९५

... आणि नेमके साल माहीत नसणाऱ्या अनेक सुधारणा अनेक बांधकामे, विहिरी, धर्मशाळा... रोजचीच तारीख, महिना व साल... काहीतरी सत्कर्म त्या दिनावर रेखलेले आहेतच! किती लिहावे? किती सांगावे?

चाणक्य

भा. द. खेर

सुमारे चोवीसशे वर्षांपूर्वी घडलेली एका युगप्रवर्तक महापुरुषाची ही चित्तथरारक सत्यकथा आहे. त्या वेळी भारतात अनेक गणराज्ये नांदत होती. परंतु त्यांच्यात एकमेळ नव्हता. सतत संघर्ष होत असत. या अंदाधुंदीच्या परिस्थितीचा लाभ उठवून ग्रीक सेनानी सिकंदर याने भारतावर आक्रमण केले. जगज्जेता होण्याच्या दुर्दम्य महत्वाकांक्षेने पछाडून सिकंदर भारतात आला आणि भारतविजेताही न होता त्याला परतावे लागले. त्यानंतर चाणक्याने एकसंध, बलसंपन्न आणि अखंड भारताची निर्मिती केली. चंद्रगुप्ताला त्याने सम्राट बनविले — ... ... अशा या नृपनिर्मात्या युगंधर क्रांतिकारी महापुरुषाच्या जीवनावरील ही प्रासादिक भाषेत लिहिलेली ललितरम्य कादंबरी... वाचकांच्या मनाचा ठाव घेणारी!